ദേശീയത
നേരും നുണയും

ചാർവാകൻ പറഞ്ഞ കഥ

Desheeyatha
Nerum Nunayum
Charvakan Paranja Kadha
Politics

Partha Chatterjee

Translation
Arya A T

CHINTHA PUBLISHERS
Thiruvananthapuram

First Edition
September 2024

Second Impression
April 2025

Published & Typesetting
Chintha Publishers, Thiruvananthapuram

Printed at
Repro India Ltd, Mumbai

Cover Design
Vinod Mangoes

ISBN : 978-81-19131-63-1

CO - 3440 / 7411

₹ 440

Email: chinthapublishers@gmail. com
Website: www. chinthapublishers. com

A version is available at National Libraries
Kolkata, Mumbai, Chennai and Delhi

Distribution
DESHABHIMANI BOOK HOUSE
H O Thiruvananthapuram 695035

Branches & Agencies
Head Office Kunnukuzhi • Statue Thiruvananthapuram
Saphalyam Complex Thiruvananthapuram
Machingal Lane Thrissur • IG Road Kozhikode
Mavoor Road Kozhikode • NGO Union Building Kannur
Central Bus Terminal Complex Thavakkara Kannur
Revenue Tower Ernakulam • Sulthanpetta Palakkad
Postoffice Road Kottaym • Hospital Road Nilamboor
Old Municipal Bus Stand Kalpatta

ദേശീയത
നേരും നുണയും

ചാർവാകൻ പറഞ്ഞ കഥ

പാർത്ഥാ ചാറ്റർജി

പരിഭാഷ

ആര്യ എ ടി

ചിന്ത പബ്ലിഷേഴ്സ്
തിരുവനന്തപുരം 695 035
വില: ₹ 440

പാർത്ഥാ ചാറ്റർജി

സാമൂഹ്യശാസ്ത്രജ്ഞൻ, ചിന്തകൻ.

കൊൽക്കത്തയിലെ പ്രസിഡൻസി കോളേജിൽനിന്നും പൊളിറ്റിക്കൽ സയൻസിൽ ബിരുദവും ബിരുദാനന്തര ബിരുദവും. റോഷസ്റ്റർ യൂണിവേഴ്സിറ്റിയിൽനിന്നും ഡോക്ടറേറ്റ് നേടി. കൊളംബിയ യൂണിവേഴ്സിറ്റിയിലും കൽക്കട്ട യൂണിവേഴ്സിറ്റിയിലും അദ്ധ്യാപകനായി പ്രവർത്തിച്ചു.

1997 മുതൽ 2007 വരെ കൽക്കട്ട യൂണിവേഴ്സിറ്റിയിലെ സോഷ്യൽ സയൻസിൽ സെന്റർ ഫോർ സ്റ്റഡീസിന്റെ ഡയറക്ടർ, നിലവിൽ CSSSC യിലെ ഓണററി പ്രൊഫസറും ന്യൂയോർക്കിലെ കൊളംബിയ യൂണിവേഴ്സിറ്റിയിൽ സൗത്ത് ഏഷ്യൻ സ്റ്റഡീസ് പ്രൊഫസറുമാണ്.

ആര്യ എ ടി

കാലിക്കറ്റ് യൂണിവേഴ്സിറ്റിക്ക് കീഴിൽ മലയാള ഭാഷയിൽ ബിരുദം. മുംബൈ ടാറ്റാ ഇൻസ്റ്റിറ്റ്യൂട്ട്ഓഫ് സോഷ്യൽ സയൻസസിൽനിന്നും മീഡിയ ആന്റ് കൾച്ചറൽ സ്റ്റഡീസിൽബിരുദാനന്തരബിരുദം. വിവർത്തകയായും സംവിധായികയായും എഴുത്തുകാരിയായും പ്രവർത്തിച്ചുവരുന്നു. രചനയും സംവിധാനവും നിർവഹിച്ച മ്യൂസിക് വീഡിയോ *മറി* 2021 ൽ പുറത്തിറങ്ങി. *ഇന്ത്യ സ്വാതന്ത്ര്യം നേടുന്നു* ആണ് വിവർത്തനം ചെയ്ത മറ്റൊരു പുസ്തകം.

ഉള്ളടക്കം

പ്രസാധകക്കുറിപ്പ്

ആധുനിക മനുഷ്യന്റെ സ്വത്വബോധത്തിൽ അതിശക്തമായ സ്വാധീനം ചെലുത്തുന്ന സങ്കൽപ്പമാണ് ദേശീയത. മനുഷ്യജീവിതത്തെ ഇത്രയധികം മാറ്റിമറിച്ച മറ്റൊരു പരികല്പന വേറെയുണ്ടാവില്ല. എണ്ണമറ്റ യുദ്ധങ്ങൾക്കും വെട്ടിപ്പിടിക്കലുകൾക്കും കൂട്ടക്കൊലകൾക്കും വഴിതെളിച്ച നിഷേധാത്മക ആശയമായി ചരിത്രത്തിൽ പല ഘട്ടങ്ങളിലും സങ്കുചിത ദേശീയവികാരങ്ങൾ നിലകൊണ്ടു. അതേസമയം കൊളോണിയൽ ചൂഷണങ്ങൾക്കെതിരായ പോരാട്ടങ്ങൾക്ക് ഊർജം പകരുക വഴി മൂന്നാം ലോകജനതയ്ക്ക് സ്വാതന്ത്ര്യത്തിന്റെ പുതിയ ലോകങ്ങൾ തുറക്കുന്നതിനും ദേശീയത എന്ന സങ്കൽപ്പം വഴിവെച്ചു.

ദേശരാഷ്ട്രങ്ങളുടെ ചരിത്രത്തിന് വാസ്തവത്തിൽ വളരെ കുറഞ്ഞ കാലത്തിന്റെ ദൈർഘ്യമേയുള്ളൂവെങ്കിലും സാമൂഹിക ജീവിതത്തിൽ അതിന്റെ സ്വാധീനം ഏറെ വലുതാണ്. വളരെ പുരാതനമാണ് എല്ലാ ദേശരാഷ്ട്രങ്ങളും എന്ന പൊതു ധാരണയുടെ പുറത്ത്, അമൂർത്തമായ ദേശീയതാ സങ്കൽപ്പനങ്ങൾ ഉയർത്തി വളരെ അപകടകരമായ രാഷ്ട്രീയം പ്രയോഗിക്കപ്പെടുന്ന വർത്തമാനകാലത്ത് ഏറെ ആഴത്തിൽ ദേശീയതാ പരിപ്രേക്ഷ്യങ്ങളെ പരിശോധിക്കേണ്ടതുണ്ട്. ഇന്ത്യൻ സാഹചര്യങ്ങളിൽ ഈ പ്രശ്നത്തെ വളരെ ലളിതമായി വിശകലനം ചെയ്യുകയാണ് പണ്ഡിതനും ചിന്തകനുമായ പാർത്ഥാ ചാറ്റർജി. ദേശീയതയെ ഭൂമിശാസ്ത്രപരമായ അതിരുകളിൽനിന്നും അടർത്തിമാറ്റി, സാംസ്കാരിക ദേശീയതയെന്ന അപകടകരമായ വിതാനത്തേക്കുയർത്തി വെറുപ്പും വിദ്വേഷവും പ്രസരിപ്പിക്കാൻ ഭരണകൂടങ്ങൾ തന്നെ മുന്നിട്ടിറങ്ങിയിരിക്കുന്ന ഈ ചരിത്രസന്ധിയിൽ *ദേശീയത: നേരും നുണയും* ഏറെ പ്രസക്തമാകുന്നു.

ചിന്ത പബ്ലിഷേഴ്സ്

ആമുഖം

നിങ്ങൾക്ക് എന്നെക്കുറിച്ച് കുറേയൊക്കെ അറിയാം, എന്നാൽ അധികവും അറിയില്ല. ഞാൻ എന്നെ ഹ്രസ്വമായി പരിചയപ്പെടുത്തട്ടെ.

വലിയ നിഷേധി എന്നാണ് അവരെന്നെ വിളിക്കുന്നത് - സാധാരണ ആൾക്കാർ നേരെന്നു കരുതുന്ന മിക്ക കാര്യങ്ങളെയും ചോദ്യം ചെയ്യുന്ന ഒരാൾ. ജനങ്ങൾ വിശുദ്ധമായി കരുതുന്ന പലതിനെയും നിഷേധിക്കുന്ന ഒരു നാസ്തികനാണ് ഞാനെന്നാണ് അവർ പറയുന്നത്. ബ്രാഹ്മണർക്ക് എന്നോട് പ്രത്യേകമായ ഒരു ശത്രുതയുണ്ട്. ബുദ്ധരും ജൈനരും നാസ്തികരാണെങ്കിലും വേദങ്ങളുടെ പരിശുദ്ധിയെ അംഗീകരിക്കാത്തവരാണെങ്കിലും, അവർ കുറഞ്ഞപക്ഷം പരലോകത്തിൽ വിശ്വസിക്കുന്നവരാണ്. ചാർവാകരാകട്ടെ ഇത് രണ്ടിനെയും നിഷേധിക്കുന്നു! ചാർവാകർ അവിശ്വാസികളുടെ മകുടോദാഹരണമാണ് എന്ന് ബ്രാഹ്മണർ പറയുന്നു. ഞാനൊരു പ്രാകൃതനായ ഭൗതികവാദിയാണെന്നും സംവേദനത്തിലൂടെയുള്ള തെളിവുകളെ മാത്രം അടിസ്ഥാനമാക്കി ശരിയായ ജ്ഞാനം ആർജിക്കാനാവില്ല എന്ന് വാദിക്കുന്നവനാണെന്നും അവർ എന്നെ ആക്ഷേപിക്കുന്നു. എന്നുമാത്രമല്ല നൈതികത എന്നൊന്നില്ലെന്നും ജീവിത സുഖങ്ങളിൽ മുഴുകുകയാണ് ഒരേയൊരു ജീവിത ലക്ഷ്യമെന്ന് ഞാൻ വിചാരിക്കുന്നുവെന്നും അവർ എന്നെ വിമർശിക്കുന്നു.

ഭാഷാചരിത്രപരവും ചരിത്രാത്മകവുമായ വിശകലനം ആയുധങ്ങളാക്കിയ ആധുനിക പണ്ഡിതരാണ് പിന്നെയുള്ളത്. ചാർവാകൻ എന്നൊരാൾ ഇല്ലായിരുന്നു എന്നാണ് അവരുടെ വാദം. ആ പേരിലുള്ള പൗരാണികമായ ഒരു ഭൗതികവാദ ചിന്താധാര മാത്രമാണുള്ളതെന്നും അവർ പറയുന്നു. ബൃഹസ്പതി എന്നൊരാളാണ് ആ ചിന്താധാരയുടെ സ്ഥാ

പകൻ എന്നും അവർ പറയുന്നു. എന്നാൽ അത്തരമൊരു വ്യക്തിത്വം നിഗൂഢമായി നിലനിൽക്കുകയാണ്. ബൃഹസ്പതി എന്നൊരു സംഗീത പണ്ഡിതനുണ്ടായിരുന്നു, *അർഥശാസ്ത്രം* എഴുതിയ ഒരു ബൃഹസ്പതി ഉണ്ടായിരുന്നു. *ധർമശാസ്ത്രം* സമാഹരിച്ച ബൃഹസ്പതി ഉണ്ടായിരുന്നു. തത്വശാസ്ത്രത്തിൽ ചാർവാക ചിന്താധാര സ്ഥാപിച്ച ബൃഹസ്പതി ആരായിരുന്നു. ഈ പണ്ഡിത ശിരോമണികൾക്ക് സന്ന്യാസിയായ ബൃഹസ്പതിയും ഞാനുമായുള്ള സങ്കീർണമായ ബന്ധം എന്തെന്ന് അല്പംപോലും അറിയില്ല. ചാർവാക തത്വ ചിന്തകർ എഴുതിത്തയ്യാറാക്കിയ പാഠങ്ങളൊന്നും തെളിവായി നിലനിൽക്കുന്നില്ല എന്നതാണ് തങ്ങളുടെ അസ്പഷ്ടതയ്ക്കു കാരണമായി അവർ പറയുന്നത്. ചാർവാകരുടെ ദർശനത്തെപ്പറ്റി മറ്റുള്ളവർ, അതിലധികവും അതിന്റെ കടുത്ത വിമർശകർ, പറഞ്ഞവ മാത്രമാണ് അറിവായി നമ്മുടെ മുന്നിലുള്ളത്. പഴയ ലൈബ്രറി ശേഖരങ്ങളിലും പുരാവസ്തുക്കളിലും ഗവേഷണം കേന്ദ്രീകരിക്കുന്ന, പുസ്തകത്താളുകളിൽ മാത്രം അർഥം തിരയുന്ന ഈ ആധുനിക പണ്ഡിതരോട് നമുക്ക് ക്ഷമിക്കാം. അവരുടെ വൃഥാവ്യായാമങ്ങൾ അവർ തുടരട്ടെ. അവരുടെ ഊഹാപോഹങ്ങളുമായി അവർ ജീവിക്കട്ടെ.

വാസ്തവം പറഞ്ഞാൽ, ഞാനൊരു പ്രാകൃത ഭൗതികവാദിയോ സുഖഭോഗങ്ങൾ മാത്രം തിരയുന്നവനോ അല്ല. എന്നെ ഒരു സന്ദേഹവാദിയെന്നു വേണമെങ്കിൽ നിങ്ങൾക്ക് വിളിക്കാം. പൊതുബോധത്തിൽ സത്യമെന്നു പരക്കെ വിശ്വസിച്ചുപോരുന്ന വസ്തുതകളെ ഞാൻ മുഖവിലക്കെടുക്കാറില്ല. ബ്രാഹ്മണർ എന്നെ ആക്ഷേപിക്കുന്നതുപോലെ കേവല വസ്തുതകളെ അടിസ്ഥാനമാക്കിയ അനുമാനങ്ങളിൽനിന്നും ശരിയായ ജ്ഞാനം ഉണ്ടാകും എന്ന് ഞാൻ വിശ്വസിക്കുന്നില്ല. സത്യം കണ്ടെത്തി എന്ന് പറയുന്ന നിരീക്ഷണങ്ങൾ നടത്തപ്പെടുന്ന സാഹചര്യങ്ങൾ കൂടി പരിശോധിക്കേണ്ടതുണ്ട് എന്നാണ് എന്റെ അഭിപ്രായം. സൂര്യൻ കിഴക്കുദിക്കുന്നു എന്ന് നിങ്ങൾ പറഞ്ഞാൽ ആ സത്യത്തെ നിഷേധിക്കുവാൻ മാത്രം ഞാൻ വിഡ്ഢിയല്ല. എന്നാൽ നിങ്ങൾ പറയുന്ന സത്യം, അത് കണ്ടെത്തുവാൻ നടത്തുന്ന നിരീക്ഷണങ്ങൾ, അത് എത്ര ദശലക്ഷമുണ്ടെങ്കിലും, നടത്തപ്പെടുന്ന സാഹചര്യങ്ങളെ ആശ്രയിച്ചിരിക്കുന്നു എന്നതിൽ ഞാൻ ഉറച്ചുനിൽക്കും. സൂര്യൻ കിഴക്കുദിക്കുന്നു എന്ന സത്യം ദശലക്ഷക്കണക്കിന് നിരീക്ഷണങ്ങളെ ആസ്പദമാക്കിയാണ് കണ്ടെത്തിയിരിക്കുന്നതെന്ന് നിങ്ങൾ പറഞ്ഞാലും ഞാൻ അതിനെ എതിർക്കും. ആയിരക്കണക്കിന് വർഷങ്ങൾ ഒരേ ദിശയിൽ ചരിച്ചതിനു പിന്നാലെ എന്തെങ്കിലും പ്രകൃതി പ്രതിഭാസങ്ങൾകൊണ്ട് അത് വിപരീത ദിശയിൽ ചലിച്ചാൽ എന്തുചെയ്യും? അപ്പോൾ പ്രകൃതിനിയമം

അതാകുമോ? അങ്ങനെ സംഭവിച്ചാൽ നിങ്ങൾ രാവിലെ ഉണർന്നെണീക്കുമ്പോൾ സൂര്യൻ ഉദിക്കുക പടിഞ്ഞാറായിരിക്കും. ഇങ്ങനെ കീറിമുറിച്ച് പരിശോധിക്കുന്നത് എന്തിനെന്ന് നിങ്ങൾ വിമർശിച്ചേക്കാം. എന്നാൽ വ്യക്തതയില്ലാത്ത ചിന്ത എനിക്കിഷ്ടമില്ല. ചില പ്രത്യേക സാഹചര്യങ്ങളെ അടിസ്ഥാനമാക്കിയുള്ളതാണ് അനുമാനാധിഷ്ഠിത ജ്ഞാനം. അവ്യക്തവും കുഴഞ്ഞുമറിഞ്ഞതുമായ ഇത്തരം ചിന്താഗതികളോട് താൽപര്യമില്ലാത്തതുകൊണ്ടാണ് ഞാൻ പുനർജനനത്തിലും അതിഭൗതിക ശക്തികളിലും മരണാനന്തരശക്തികളിലും ഒന്നും വിശ്വസിക്കാത്തത്. ഭൗതികവും ആത്മീയവുമായ നേട്ടങ്ങൾക്കായി മതപരമായ ചടങ്ങുകൾ ചെയ്യുന്നതിലും ഞാൻ വിശ്വസിക്കുന്നില്ല. ഞാൻ വിധിവിശ്വാസിയല്ല. മറ്റൊരു ലോകത്തിലും ഞാൻ വിശ്വസിക്കുന്നില്ല. ഈ ജീവിതത്തിലെ നമ്മുടെ പ്രവൃത്തികൾ അടുത്ത ജന്മത്തെ നിർണയിക്കും എന്നതിലും ഞാൻ വിശ്വസിക്കുന്നില്ല. യാതൊരുവിധ തെളിവുകളും ഇക്കാര്യങ്ങൾ സംബന്ധിച്ച് അവതരിപ്പിക്കാൻ ആർക്കും ഇതുവരെയും കഴിയാത്തതുകൊണ്ടുകൂടിയാണ് ഞാൻ ഇതിലൊന്നും വിശ്വസിക്കാത്തത്. അതുകൊണ്ടുതന്നെ അതിഭൗതിക ശക്തികളാണ് പ്രകൃതിപ്രതിഭാസങ്ങൾക്ക് കാരണമാകുന്നതെന്നും ഞാൻ വിശ്വസിക്കുന്നില്ല. ഞാനൊരു യാഥാർത്ഥ്യവാദിയാണ് (realist). അത്ഭുതകരമായ ഭാവനകളിൽ ഞാൻ മുഴുകാറില്ല. മനുഷ്യ ജ്ഞാനത്തിന്റെ പരിമിതികളെക്കുറിച്ച് എനിക്ക് ഉത്തമബോധ്യമുണ്ട്. ജനജീവിതത്തെ ദുരിതപൂർണമാക്കി നിർത്തുന്നതിനായി സ്വപ്നങ്ങളും നുണകളും പടർത്തുന്നവരോട് ഞാൻ സത്യം വിളിച്ച് പറയും. ബ്രാഹ്മണർ എന്നെ വെറുക്കുന്നതിൽ അത്ഭുതമില്ല.

ഞാൻ ഇന്ന് സംസാരിക്കാൻ പോകുന്നത് തത്വചിന്തയല്ല. രാജ്യതന്ത്രത്തെക്കുറിച്ചാണ്. നിങ്ങളും നിങ്ങളുടെ സുഹൃത്തുക്കളും രാഷ്ട്രമീമാംസയെക്കുറിച്ച് വളരെ തല്പരരാണല്ലോ. അതിന്റെ തത്വങ്ങൾ, ശരി തെറ്റുകൾ എന്നിവയൊക്കെ അറിയാം എന്നതാണ് നിങ്ങളുടെ വിചാരം. അത്തരം അറിവുകൾ ആയുധമാക്കിക്കൊണ്ട് രാജാവിന്റെ കഥകഴിക്കുകയും ദൈനംദിന വിപ്ലവങ്ങൾ നടത്തുകയും ചെയ്യുന്നത് സംബന്ധിച്ച്, ചായക്കടകളിലും ഇന്റർനെറ്റ് ബ്ലോഗുകളിലും നിങ്ങൾ ചർച്ചകൾ നടത്തിക്കൊണ്ടേയിരിക്കുകയാണ്. എന്നാൽ രാഷ്ട്രീയത്തിലെ നുണയെയും സത്യത്തെയുംകുറിച്ച് നിങ്ങൾക്കെന്തറിയാം? എന്താണ് നേരെന്നും നുണയെന്നും അറിയാതെ ശരിതെറ്റുകളെക്കുറിച്ച് നിങ്ങൾ എങ്ങനെ വിധിയെഴുതും. അതിനാൽ നിങ്ങളുടെ സുഹൃത്തുക്കളെ ഇന്ന് ഏറെ പ്രക്ഷുബ്ധരാക്കിയിരിക്കുന്ന ഒരു വിഷയത്തെക്കുറിച്ച് ഞാൻ സംസാരിക്കാൻ

പോവുകയാണ്. ആരാണ് ദേശഭക്തർ, ആരാണ് ദേശവിരുദ്ധർ? ഇതിനെക്കുറിച്ചല്ലേ ഇന്ന് നിങ്ങൾ ഏറെ ഒച്ചവെച്ച് ശബ്ദിച്ചുകൊണ്ടിരിക്കുന്നത്. ദേശീയതയെക്കുറിച്ച് നിങ്ങൾ ഇതുവരെ പറഞ്ഞുകൊണ്ടിരുന്ന നുണകൾ ഞാൻ വിളിച്ചു പറയുവാൻ പോവുകയാണ്, കൂട്ടത്തിൽ ചില സത്യങ്ങളും.

ദേശരാഷ്ട്രങ്ങളെല്ലാം ആധുനികമാണ്

ലോകത്തൊരിടത്തും പൗരാണിക രാഷ്ട്രങ്ങൾ നിലനിൽക്കുന്നില്ല. എല്ലാ ദേശരാഷ്ട്രങ്ങളും ആധുനികമാണ്. പൗരാണിക നാഗരിക തകൾ - ഗ്രീക്ക്, ചൈനീസ്, ഇന്ത്യൻ- മഹത്തായ സംസ്കാരങ്ങളുടെ കേന്ദ്ര ങ്ങളായിരുന്നു. അവിടെ നിലനിന്നിരുന്ന വാസ്തുശിൽപങ്ങളും കലയും സാഹിത്യവും എല്ലാം ഏറെ ആദരണീയമായവയായിരുന്നു. എന്നാൽ ഇന്നത്തെ അർഥത്തിലുള്ള രാജ്യങ്ങളായിരുന്നില്ല അവയൊന്നും. ഈ സത്യം തിരിച്ചറിയണമെങ്കിൽ സ്കൂളുകളിൽ നിങ്ങൾ പഠിച്ച ചരിത്രപാ ഠങ്ങൾ തൽക്കാലത്തേക്കിലും മറക്കേണ്ടിവരും. ആ ചരിത്രം പല രൂപ ത്തിൽ നിങ്ങളുടെ ബോധത്തിൽ ഊട്ടിയുറപ്പിക്കപ്പെടുന്നുണ്ട് - വിവിധ ദേശീയാഘോഷങ്ങൾ വഴിയും ദേശീയ നേതാക്കളുടെ പ്രസംഗങ്ങൾ വഴിയും നോവലുകൾ, സിനിമ, ടെലിവിഷൻ സീരിയലുകൾ എന്നിവ വഴിയുമൊക്കെ. വളരെ ചെറിയ കുട്ടികളായിരുന്നപ്പോൾ മുതൽ നിങ്ങ ളുടെ തലയിലേക്കടിച്ചേൽപിച്ച ആ ചരിത്രപാഠങ്ങൾ കാരണം നിങ്ങ ളുടെ രാജ്യം പൗരാണികമായ ഒന്നാണ് എന്ന ബോധം നിങ്ങളിൽ ആവർത്തിച്ചുറപ്പിക്കപ്പെടുകയാണ്. എന്നാൽ ആ പൗരാണികത ഒരു സംസ്കാരം മാത്രമാണ് എന്നാണ് എന്റെ പക്ഷം, എല്ലാവരും പറയുന്നു എന്നതുകൊണ്ട് നിങ്ങളും അവ വിശ്വസിക്കുന്നുവെന്നുമാത്രം. എന്നാൽ യഥാർഥത്തിൽ അതിൽ ഒരു വാസ്തവവുമില്ല. നിങ്ങളുടെ രാജ്യമെന്നല്ല ഈ ഭൂമിയിലുള്ള ഒരു രാജ്യവും പൗരാണികമല്ല. ആധുനിക മനുഷ്യർക്ക് മാത്രമേ അങ്ങനെ സങ്കൽപിക്കാൻ കഴിയൂ.

ആധുനിക ഹിന്ദിയിലുള്ള രാഷ്ട്രം (nation-rashtra) എന്ന വാക്ക് ഇത് വ്യക്തമാക്കുന്നു. ദേശം (nation), രാജ്യം (state) എന്ന ആശയങ്ങളെ രാഷ്ട്രം എന്ന ഈ വാക്ക് സമന്വയിപ്പിക്കുന്നു. ദേശത്തെ രാജ്യം പ്രതിനിധീകരിക്കുന്നു, അതുപോലെ രാജ്യം ദേശത്തെയും. ഫലത്തിൽ, ഹിന്ദിയിലുള്ള രാഷ്ട്രം എന്ന വാക്ക് ഇംഗ്ലീഷിൽ നാം പറയുന്ന ദേശരാഷ്ട്രത്തിനു (nation-state) തുല്യമാണ്. ഈ അർത്ഥത്തിൽ നോക്കുകയാണെങ്കിൽ ഒരു ദേശരാഷ്ട്രം എന്ന നിലയിലുള്ള ഇന്ത്യയുടെ നിലനിൽപ്പിൽ ഇരുപതാം നൂറ്റാണ്ടിന്റെ മധ്യം മുതൽ മാത്രമാണ്. ഒരു സംഘടിത രാഷ്ട്രീയ പ്രസ്ഥാനം എന്ന നിലയിൽ ഇന്ത്യൻ നാഷണൽ കോൺഗ്രസിന്റെ ആവിർഭാവം കൂടി കണക്കിലെടുത്ത് നമുക്ക് വേണമെങ്കിൽ ഈ ചരിത്രത്തെ അല്പംകൂടി പുറകോട്ട്, പത്തൊൻപതാം നൂറ്റാണ്ടിന്റെ അവസാന ദശകങ്ങളിലേക്ക് വലിച്ചുനീട്ടാം. എങ്കിൽത്തന്നെയും ഒരു രാജ്യം എന്ന നിലയിൽ ഇന്ത്യ വളരെ ആധുനികമായ ഒന്നാണ്.

അപ്പോൾ നിങ്ങൾ ചോദിക്കും, പഴയ കാലത്ത് ഇവിടെ നിലനിന്നിരുന്ന മഹത്തായ സാമ്രാജ്യങ്ങളോ? മൗര്യന്മാർ, ഗുപ്തർ, ദില്ലിയിലെ സുൽത്താന്മാർ, മുഗളർ, മറാത്തർ, വിജയനഗരം- ഇവയൊക്കെ മഹത്തായ രാജ്യങ്ങളായിരുന്നില്ലേ? തീർച്ചയായും, അവയൊക്കെ സാമ്രാജ്യങ്ങളായിരുന്നു, എന്നാൽ രാഷ്ട്രങ്ങളായിരുന്നില്ല. ഈ രാജ്യങ്ങൾ തങ്ങളുടെ അധീനതയിലുള്ള വിവിധ പ്രദേശങ്ങളെ കൈയടക്കി വെച്ചിരുന്നത് ഒന്നുകിൽ സൈനിക ബലപ്രയോഗത്തിലൂടെയോ നികുതികൾ ഈടാക്കിക്കൊണ്ടോ ആയിരുന്നു. ഒരു ദേശരാഷ്ട്രത്തിനുള്ളിൽ വരുന്ന പ്രദേശങ്ങൾ ഒരുമിച്ചുനിൽക്കുന്നത് പക്ഷേ അങ്ങനെയല്ല. മഹാരാഷ്ട്രയ്ക്കു പുറത്ത് തങ്ങളുടെ അധീനതയിലുള്ള പ്രദേശങ്ങളെ മറാത്തർ അടക്കി ഭരിച്ചിരുന്നതും സൈനിക ശക്തിയുപയോഗിച്ചും പ്രാദേശിക ഭരണാധികാരികളിൽനിന്നും ജനങ്ങളിൽനിന്നും നികുതി പിരിച്ചുകൊണ്ടുമായിരുന്നു. മാറാത്തർക്കും ഉണ്ടായിരുന്നത് ഒരു സാമ്രാജ്യമായിരുന്നു(empire), രാഷ്ട്രമായിരുന്നില്ല (nation).

നിങ്ങൾ സൂക്ഷ്മതയോടെ നോക്കുകയാണെങ്കിൽ ഒരു കാര്യം കാണാൻ കഴിയും. ദേശ (nation) ത്തെയും രാജ്യ (state) ത്തെയും ബന്ധിപ്പിക്കുവാൻ ഉപയോഗിക്കുന്ന രാഷ്ട്രം (rashtra) എന്ന വാക്ക് സ്ഥാപിക്കപ്പെടുന്നത് മൂന്നാമതൊരു വാക്കുപയോഗിച്ചാണ്. ജനങ്ങൾ എന്നതാണ് ആ പദം. രാജ്യത്തെക്കുറിച്ച് നിങ്ങൾ സംസാരിക്കുമ്പോൾ, നിങ്ങളുടെ മനസിലേക്ക് പെട്ടെന്ന് ഓടിയെത്തുന്നത് ഇന്ത്യ എന്ന രാജ്യത്തിലെ ജനങ്ങളാണ്: അതല്ലാതെ ഇവിടത്തെ പ്രകൃതി വിഭവങ്ങളോ പൗരാണിക അവശിഷ്ടങ്ങളോ ഹിമാലയമോ വേദങ്ങളോ അല്ല. പഴയ

സാമ്രാജ്യങ്ങളും ആധുനിക ദേശരാഷ്ട്രങ്ങളും തമ്മിലുള്ള സുപ്രധാന വ്യത്യാസം കിടക്കുന്നത് ഇവിടെയാണ്. അശോകനും അക്ബറും മഹാന്മാരായ ഭരണാധികാരികളായിരുന്നിരിക്കാം; അവരുടെ പ്രജകൾ വളരെ സന്തുഷ്ടരും സമ്പന്നരും ആയിരുന്നിരിക്കാം (ഒരു വാദത്തിനുവേണ്ടി ഇത് നമുക്ക് സമ്മതിച്ചു കൊടുക്കാം). പക്ഷേ, അശോകന്റെയും അക്ബറിന്റെയും സാമ്രാജ്യം നിലനിന്നിരുന്നത് ജനങ്ങളുടെ പരമാധികാരത്തിൻമേലായിരുന്നില്ല. അക്കാലത്ത് അത്തരമൊരു സങ്കൽപം ആർക്കും സാധ്യമായിരുന്നില്ല. പരമാധികാരിയായ ചക്രവർത്തിക്ക് കീഴ്പ്പെട്ടു കഴിയുന്നവരായിരുന്നു അവിടത്തെ ജനങ്ങൾ. ജനങ്ങളുടെ പരമാധികാരം എന്ന ആശയം വളരെ ആധുനികമായ ഒന്നാണ്. ഇത് ആദ്യം ആവിർഭവിച്ചത് പതിനെട്ടാം നൂറ്റാണ്ടിന്റെ അവസാനം പടിഞ്ഞാറൻ യൂറോപ്പിലും വടക്കേ അമേരിക്കയിലുമാണ്. അവിടെനിന്നും തെക്കേ അമേരിക്കയിലേക്കും യൂറോപ്പിന്റെ മറ്റു ഭാഗങ്ങളിലേക്കും പത്തൊൻപതാം നൂറ്റാണ്ടിൽ വ്യാപിച്ചു. ഇരുപതാം നൂറ്റാണ്ടായപ്പോഴേക്കും ഏഷ്യയിലേക്കും ആഫ്രിക്കയിലേക്കുമെത്തി. ഫ്രാൻസിലെ വിപ്ലവകാരികൾ 1789 ൽ രാജ്യത്തിന്റെ ആവശ്യമായി ഉയർത്തിയവാദം രാജാക്കന്മാരും പ്രഭുക്കന്മാരുമല്ല ജനങ്ങളാണ് ഭരിക്കേണ്ടത് എന്നാതാണ്. അവർ രാജാവിന്റെ തലയറുത്തു. വടക്കേ അമേരിക്കയിലും പിന്നീട് തെക്കേ അമേരിക്കയിലും യൂറോപ്പിൽ നിന്നുമുള്ള ബ്രിട്ടീഷ് സ്പാനിഷ് കുടിയേറ്റക്കാർ തങ്ങളുടെ സാമ്രാജ്യങ്ങളിൽനിന്നും വേറിട്ട് സ്വന്തം രാജ്യങ്ങൾ പ്രഖ്യാപിച്ചു, ജനകീയ റിപ്പബ്ലിക്കുകൾ സ്ഥാപിച്ചു. മധ്യയൂറോപ്പിലും കിഴക്കൻ യൂറോപ്പിലും പത്തൊൻപതാം നൂറ്റാണ്ടിലുടനീളം, വിവിധ ജനവിഭാഗങ്ങൾ സ്വന്തം ദേശീയത ഉയർത്തിപ്പിടിക്കുകയും തങ്ങളുടേതായ രാജ്യങ്ങൾ പ്രഖ്യാപിക്കുകയും ചെയ്തു. ജനകീയ പരമാധികാരം ഉയർത്തിപ്പിടിക്കാതെ ദേശരാഷ്ട്ര രൂപീകരണം അസാധ്യമാണ്. ഈ അർഥത്തിൽ നോക്കുകയാണെങ്കിൽ എല്ലാ രാജ്യങ്ങളും ആധുനികമാണ്.

ജാഗ്രതയോടു കൂടിയ മനസുമായി ഈ വാദമുഖങ്ങൾ പിന്തുടരുകയാണെങ്കിൽ നിങ്ങൾക്ക് ഇത്തരമൊരു മറുചോദ്യം ചോദിക്കാം. ദേശരാഷ്ട്രങ്ങൾ പുതിയൊരു പ്രതിഭാസമാണ്, സമ്മതിച്ചിരിക്കുന്നു. എന്നാൽ ജനകീയ പരമാധികാരത്തെയും സ്വയം നിർണയാവകാശത്തെയും സംബന്ധിച്ച ധാരണകളും ലോകമാകെ വ്യാപിച്ചത് സമീപകാലത്താണ്. എന്നാൽ ജനങ്ങളെ സംബന്ധിച്ച ധാരണകളോ? ജനങ്ങൾ എന്ന് പറയുന്നതും പൗരാണികമാണോ? ആയിരക്കണക്കിന് വർഷം പഴക്കമുള്ള പാരമ്പര്യത്തെ സംബന്ധിച്ച ഓർമകൾ അവർക്കുണ്ടാവില്ലേ? ഈ പാ

രമ്പര്യവും പൗരാണികതയും ജനങ്ങൾക്ക് ഒരു സ്വത്വം പ്രദാനം ചെയ്യു ന്നില്ലേ?

ഇത് വളരെ സൂക്ഷ്മമായി പരിശോധിക്കേണ്ട ഗൗരവമേറിയ വാദ മാണ്. എനിക്ക് പറയാനുള്ളത് നിങ്ങൾ ക്ഷമയോടെ കേൾക്കുക.

ഒരു പൗരാണിക ജനതയോ?

നിങ്ങൾ സാരാനാഥിലാണെന്ന് സങ്കൽപിക്കുക. ഒരുപക്ഷേ, ഈ പ്രദേശം ഇതിനുമുൻപ് നിങ്ങൾ സന്ദർശിച്ചുണ്ടാകും. എന്താണ് അവിടെ നിങ്ങൾക്ക് കാണാനാൻ കഴിയുന്നത്? വളരെ ആകർഷകമായ ഒരു ബുദ്ധ സ്തൂപം നിങ്ങൾക്കവിടെ കാണാം. മൂന്നാം നൂറ്റാണ്ടിൽ അശോക ചക്രവർ ത്തി നിർമിച്ച കല്ലുകൊണ്ടുള്ള തൂണ് നിങ്ങൾക്ക് കാണാം. ഈ തൂണിൽ ആലേഖനം ചെയ്തിരിക്കുന്ന ലിഖിതങ്ങൾ പ്രത്യേക വൈദഗ്ധ്യമില്ലെ ങ്കിൽ നിങ്ങൾക്ക് വായിച്ച് മനസിലാക്കാനാവില്ല. ഈ ഭാഷ കിഴക്കൻ പ്രാകൃതമാണ് (Eastern Prakrit). ആരെങ്കിലും വായിച്ചു കേൾപ്പിക്കുകയാ ണെങ്കിൽ പരിചയമുള്ള ശബ്ദംപോലെ തോന്നും. പക്ഷേ, ഇന്ന് ആരും ഉപയോഗിക്കാത്ത ബ്രാഹ്മിലിപിയാണത്.

മ്യൂസിയത്തിൽ നിങ്ങൾ വേഗം തിരിച്ചറിയുന്നത് അശോക സ്തംഭ ത്തിലെ സിംഹരൂപമാണ്. ഗവൺമെന്റിന്റെ ഔദ്യോഗിക വസ്തുക്കളിലും നോട്ടുകളിലും വ്യാപകമായി അച്ചടിച്ചുകണ്ട പരിചയമാണ് ഇത് പെട്ടെ ന്ന് തിരിച്ചറിയാൻ കാരണം. പഴയൊരു ബുദ്ധവിഹാരത്തിന്റെ അവശി ഷ്ടങ്ങൾ അവിടെ നിങ്ങൾക്ക് കാണാം. ചൈനീസ് സഞ്ചാരിയായ ഹ്യൂ യാങ് സാങ് ഇവിടം സന്ദർശിച്ച കാലത്ത് ആയിരത്തിലധികം ബുദ്ധ ഭിക്ഷുക്കളും പണ്ഡിതരും ഇവിടെ താമസിച്ചിരുന്നു എന്ന വിവരം ടൂറിസ്റ്റ് ഗൈഡ് നിങ്ങൾക്ക് പറഞ്ഞുതരും. ഇന്നിവിടം ടൂറിസ്റ്റു സങ്കേതം മാത്ര മാണ്. മറ്റാരും ഇവിടെ താമസിക്കുന്നില്ല. ഗൗതമബുദ്ധൻ തന്റെ ആദ്യ ത്തെ ധർമ പ്രഭാഷണം നടത്തിയത് ഇവിടെ വച്ചായിരുന്നു എന്നതാണ് ഈ സ്ഥലം പ്രസിദ്ധമാകാൻ കാര്യം. ആദ്യമായാണ് ഇവിടം സന്ദർശി ക്കുന്നതെങ്കിലും ഇവിടെയുള്ള പല കാര്യങ്ങളും നിങ്ങൾക്ക് സുപരിചി തമായി തോന്നും. പരിചിതമായത് പെട്ടെന്ന് തിരിച്ചറിഞ്ഞതിന്റെ ഒരു ആവേശം നിങ്ങൾക്ക് അനുഭവപ്പെട്ടും.

ഒരു നിമിഷമൊന്ന് നിന്ന് ചിന്തിച്ചുനോക്കൂ: പണ്ട് ഇവിടം സജീവ മായിരുന്ന കാലത്ത് ആരൊക്കെയായിരുന്നു ഇവിടെ ജീവിച്ചിരുന്നവർ? അവർ ധരിച്ചിരുന്നതെന്താണ്? എന്ത് ഭാഷയാണ് അവർ സംസാരിച്ചിരു ന്നത്? എന്താണ് അവർ കഴിച്ചിരുന്നത്? ഇവിടം ഒരു തീർഥാടന കേന്ദ്ര വും ബുദ്ധവിഹാരവും ആയിരുന്നതുകൊണ്ട് ഇവിടെ താമസിച്ചിരുന്നവർ

ബുദ്ധഭിക്ഷുക്കളും പണ്ഡിതരുമായിരുന്നു എന്ന് നമുക്കനുമാനിക്കാം. അതുകൊണ്ട് പാലി ഭാഷയിലായിരിക്കാം അവർ പരസ്പരം സംസാരിച്ചിരുന്നതും എഴുതിയിരുന്നതും. ചിലർ സംസ്കൃത പണ്ഡിതരുമായിരുന്നിരിക്കാം. ഇന്ത്യക്കകത്തും പുറത്തുനിന്നുമുള്ള പണ്ഡിതരും ഭിക്ഷുക്കളും സാരാനാഥിൽ വന്നുകൂടിയിട്ടുണ്ട്. ഇവരുടെ പ്രാദേശിക ഭാഷകൾ പരസ്പരം എല്ലാവർക്കും മനസിലായിക്കൊള്ളണമെന്നില്ല. സമീപത്തുള്ള ഗ്രാമങ്ങളിൽ വസിച്ചിരുന്ന ജനങ്ങളുടെ കാര്യമോ- കൃഷിക്കാരും കൈത്തൊഴിലുകാരും കച്ചവടക്കാരുമായുള്ളവർ? എന്ത് ഭാഷയാണ് അവർ സംസാരിച്ചിട്ടുണ്ടാവുക? എന്തായാലും ഹിന്ദി ആയിരിക്കില്ല, കാരണം അന്ന് ഹിന്ദി ഭാഷ നിലവിലുണ്ടായിരുന്നില്ല. ബ്രാഹ്മണർ പറയുന്നതു പോലെ പ്രാകൃത ഭാഷയേതോ ആയിരിക്കാം (വളരെ പരിഷ്കൃതമായ ദേവഭാഷയിൽ നിന്ന് വ്യത്യസ്തമായി, എന്തോ രൂക്ഷഗന്ധമുള്ള എണ്ണയെയോ കാട്ടുചെടികളെയോ ഓർമിപ്പിക്കുന്ന, വളരെ കുറഞ്ഞ അന്തസാണ് ഈ ഭാഷയ്ക്ക് കൽപിച്ചു നൽകിയിരുന്നത്). അതെന്തു തന്നെയായാലും, ഏതു പ്രാകൃത ഭാഷയായാലും, അത് എന്തായാലും നിങ്ങൾക്ക് മനസിലാകത്തില്ല. അവർ ധരിച്ചിരുന്നതെന്തായിരുന്നു? അവർ കഴിച്ചിരുന്നതെന്തായിരുന്നു? ഇതിന്റെ അർഥങ്ങൾ കണ്ടെത്താൻ ആധുനിക ചരിത്രകാരന്മാർ മതഗ്രന്ഥങ്ങളും പഴയകാല സാഹിത്യ കൃതികളും പുരാതന ലിഖിതങ്ങളും പുരാവസ്തുക്കളും അരിച്ചുപെറുക്കി നോക്കി അനുമാനങ്ങളിലെത്തി. ഈ അനുമാനങ്ങളാണ് ചരിത്രപുസ്തകങ്ങളിൽ നാം കാണുന്നത്. ഇവ തീർച്ചയായും വിലപ്പെട്ടവതന്നെ. ഞാനതു നിരാകരിക്കുന്നില്ല. പക്ഷേ 1500 വർഷങ്ങൾക്കുമുൻപ് ഇവിടെ ജീവിച്ചിരുന്നവർ നിങ്ങളുടെ ആൾക്കാർ തന്നെയായിരുന്നു എന്ന് നിങ്ങൾക്ക് തോന്നാൻ എന്താണ് കാരണം. നിങ്ങളെപ്പോലുള്ള ആധുനിക ഇന്ത്യക്കാരെ പൗരാണിക കാലത്തെ ഈ ജനങ്ങളുമായി ബന്ധിപ്പിക്കുന്നതെന്താണ്?

ഞാൻ ഒരുപിടി ഉദാഹരണങ്ങൾ വേണമെങ്കിൽ തരാം. ഭാവനയുടെ തേരിലേറി ഈജിപ്തിലെ പിരമിഡുകളുടെ ലോകത്തേക്ക് ഒരു യാത്ര ചെയ്യൂ. അതല്ലെങ്കിൽ ഗ്രീസിലെ പാർഥിനോണിലേക്ക്. ചിത്രങ്ങളിലൂടെയല്ലാതെ ഞാനിവിടങ്ങളൊന്നും നേരിട്ട് കണ്ടിട്ടില്ല. പുരാതന കാലത്തെ അതിശയിപ്പിക്കുന്ന കെട്ടിടങ്ങൾ നിങ്ങൾക്ക് കാണാൻ കഴിയും. പുരാവസ്തുശാസ്ത്രജ്ഞരും ചരിത്രകാരന്മാരും പറഞ്ഞുതന്നതിനാലാണ് അവയൊക്കെ വളരെ പൗരാണികമാണെന്ന് നിങ്ങൾക്ക് മനസിലായത്. അതല്ലാതെ ചില കല്ലുകൾ നോക്കിയാൽ അവ പൗരാണികമാണെന്ന് പ്രത്യേക വൈദഗ്ധ്യമില്ലാത്തവർ- എങ്ങനെ തിരിച്ചറിയും? പക്ഷേ, പുരാതന ഏഥൻസിലെ ഈ കെട്ടിടങ്ങളും ഗിസാ മരുഭൂമിയിലെ

പിരമിഡുകളും പ്രാചീന ഈജിപ്ഷ്യൻ, ഗ്രീക്ക് നാഗരികതകളുടെ പ്രതീകങ്ങളാണെന്ന് നിങ്ങൾക്കറിയാം. സാരാനാഥിലേതുപോലെതന്നെ ഇത് ഒരുപോലെ നിങ്ങൾക്ക് പരിചിതവും അപരിചിതവുമാണ്. കാരണം അവിടെ അധിവസിച്ചിരുന്ന ജനങ്ങളെക്കുറിച്ച് ചിലതൊക്കെ നിങ്ങൾക്കറിയാം. കൂടുതലറിയണമെങ്കിൽ ലൈബ്രറിയിലോ ഇന്റർനെറ്റിലോ അന്വേഷിച്ചാൽ മതി. അതുപോലെ നിങ്ങൾക്കറിവില്ലാത്ത കാര്യങ്ങളും ഏറെയാണ്. എന്നാൽ പുരാതന ഈജിപ്തിലെയും ഗ്രീസിലേയും ജനങ്ങൾ നിങ്ങളുടെ ആൾക്കാരാണ് എന്ന തോന്നൽ നിങ്ങൾക്ക് എപ്പോഴെങ്കിലും ഉണ്ടായിട്ടുണ്ടോ? ഒരിക്കലുമില്ല. ഇവിടെയാണ് എനിക്ക് നിങ്ങളോട് ഒരു സംശയം ഉന്നയിക്കുവാനുള്ളത്: സാരാനാഥിലെ പഴയ ആൾക്കാർ നിങ്ങളുടെ ആൾക്കാരും ഗ്രീസിലേയും ഈജിപ്തിലെയും ജനങ്ങൾ നിങ്ങളുടെ ആൾക്കാരല്ലാതാവുകയും ചെയ്യുന്നത് എന്തുകൊണ്ടാണ്?

ഉത്തരം വ്യക്തമാണ്, നിങ്ങൾ പറയും. സാരാനാഥിന്റെ അവശേഷിക്കുന്ന ഭാഗങ്ങൾ സ്ഥിതിചെയ്യുന്നത് ഇന്ത്യ എന്ന് നമ്മളിന്ന് വിളിക്കുന്ന ഭൂപ്രദേശത്താണ്; ഈജിപ്തിലെയും ഗ്രീസിലേയുമാകട്ടെ ഏറെ ദൂരെ, മറ്റേതെങ്കിലുമിടത്താകട്ടെ. അപ്പോൾ പൗരാണിക ഇന്ത്യയിലെ ജനങ്ങളെ ഇന്നത്തെ ഇന്ത്യയുമായി ബന്ധിപ്പിക്കുന്നത് ഭൂമിശാസ്ത്രമാണെന്ന് പറയാം.

ഒന്നുകൂടി വ്യക്തത വരുത്താൻ, ഒരു ഭാവനപരമായ പരീക്ഷണത്തിലേർപ്പെടാൻ ഞാൻ നിങ്ങളോട് പറയാം. ഇനിയിങ്ങനെ ആവർത്തിക്കില്ല എന്ന് ഞാൻ ഉറപ്പ് തരുന്നു. പ്രസിദ്ധമായ സിന്ധുനദീതട സംസ്കാരത്തിൽപെടുന്ന (അതല്ലെങ്കിൽ ഹാരപ്പൻ) മോഹൻജെദാരോയുടെ അവശിഷ്ടങ്ങളിലൂടെ യാത്ര ചെയ്യുന്നതായി നിങ്ങളൊന്ന് സങ്കൽപിക്കുക. ഏതാനും വർഷങ്ങൾക്കുമുൻപ് ഞാനിവിടം സന്ദർശിച്ചിട്ടുണ്ട്. നിരനിരയായി പണിത വീടുകളും കേന്ദ്ര സ്ഥാനത്തുള്ള കമ്പോളങ്ങളും പൊതുവായുള്ള കെട്ടിടങ്ങളും വെള്ളം ഒഴുകിപ്പോകാനുള്ള സുരക്ഷിതമായ സംവിധാനങ്ങളും എല്ലാമടങ്ങുന്ന, വളരെ ആസൂത്രിതമായി പണിത ഈ നഗരം, വളരെ പരിഷ്കൃതമായ (sophisticated) ഒരു ജനസംസ്കൃതി ഇവിടെ നിലനിന്നിരുന്നുവെന്ന് കാണിച്ചുതരുന്നു. ഇവർ ആരായിരുന്നു എന്നതിനെ സംബന്ധിച്ച് പണ്ഡിതന്മാർക്കിടയിൽ തർക്കങ്ങൾ ഇന്നും നിലനിൽക്കുന്നുണ്ട്: നമുക്കിപ്പോൾ ആ വിഷയം ചർച്ച ചെയ്യാം. സിന്ധുനദീതട നാഗരികത നിലനിന്നിരുന്നത് 2600 ബി സി ഇസ്കും 1900 ബി സി ഇസ്കും ഇടയിലായിരുന്നു എന്നതിനെ സംബന്ധിച്ച് ആർക്കും തർക്കങ്ങളില്ല. ഇന്ത്യൻ ഉപഭൂഖണ്ഡത്തിൽ ഇതുവരെ കണ്ടെത്തിയിട്ടുള്ളതിൽ വെച്ച് ഏറ്റവും ഉയർന്ന നാഗരികതയായിരുന്നു ഇത്.

എന്നാൽ ഒരു കാര്യം ഓർക്കുക, മോഹൻജെദാരോ ഇന്ന് സ്ഥിതി ചെയ്യുന്നത് പാക്കിസ്ഥാനിലെ സിന്ധ് പ്രവിശ്യയിലാണ്. നിങ്ങൾ ഒരിന്ത്യൻ പൗരനാണെങ്കിൽ അവിടെയെത്തിപ്പെടുക നിങ്ങൾക്ക് അത്ര എളുപ്പമാകില്ല. ഇക്കാരണത്താൽ ഈ ചരിത്രം തന്റെ ഭാഗമല്ല എന്ന് ഒരു ആധുനിക ഇന്ത്യൻ പൗരന് പറയാനാകുമോ? സാരാനാഥിന്റെ കാര്യത്തിൽ പറഞ്ഞതുപോലെ നാലായിരം അയ്യായിരം വർഷങ്ങൾക്കു മുൻപ് മോഹൻജെദാരോയിൽ താമസിച്ചിരുന്നവർ നമ്മുടെ പൂർവികരായിരുന്നു എന്ന് നിങ്ങൾ പറയുമോ? ഇത് എളുപ്പത്തിൽ ഉത്തരം പറയാൻ പറ്റുന്ന ഒരു ചോദ്യമാണ് എന്ന് എനിക്കറിയാം. നിങ്ങൾ ചിരിച്ചുകൊണ്ട് ഈ ഉത്തരം പറയും, "ദേശരാഷ്ട്രങ്ങൾ ഒരു ആധുനിക സൃഷ്ടിയാണ്. എന്നാൽ ഇവിടെ അധിവസിച്ചിരുന്ന ജനങ്ങൾക്ക് ഒരു പൗരാണികമായ തുടർച്ചയുണ്ട്. എങ്കിൽ പിന്നെ സിന്ധു നദീതട സംസ്കാരം തങ്ങളുടേതുകൂടിയാണ് എന്ന് അവകാശപ്പെടാൻ പാക്കിസ്ഥാന്റെയും ഇന്ത്യയുടെയും ഇന്നത്തെ അതിർത്തികൾ എന്തിനാണ് ഇന്ത്യക്കാർക്ക് ഒരു തടസമാകുന്നത്?" ഇത് നല്ലൊരു ഉത്തരമാണ്. എന്നാൽ ഇത്തരമൊരു വാദഗതിയുടെ പ്രത്യാഘാതങ്ങളെക്കുറിച്ച് ഒന്ന് ചിന്തിച്ചു നോക്കൂ. പാക്കിസ്ഥാനിലെ ചരിത്രപാഠപുസ്തകങ്ങൾ ഹാരപ്പൻ സംസ്കാരത്തെക്കുറിച്ച് പറയുമ്പോൾ അത് തങ്ങളുടെ ജനങ്ങളുടെകൂടി ചരിത്രത്തിന്റെ ഭാഗമാണ് എന്ന് അവകാശപ്പെടില്ലേ? വേദകാലത്തിലേക്കും ഈ ചരിത്രം നീളില്ലേ? അതുപോലെ പാക്കിസ്ഥാനിലെ പഞ്ചാബ് പ്രവിശ്യയുടെ വടക്കുപടിഞ്ഞാറൻ പ്രദേശങ്ങൾ ബുദ്ധിസത്തിന്റെ വളർച്ചയിൽ സുപ്രധാന പങ്കു വഹിച്ചിരുന്നില്ലേ? മധ്യേഷ്യയിൽനിന്നും ചൈനയിലേക്ക് ബുദ്ധിസം സഞ്ചരിച്ചത് പ്രാചീന നഗരമായ തക്ഷശില കേന്ദ്രീകരിച്ചല്ലേ? ഈ ചരിത്രം നിങ്ങളുടെ ഉത്തരവുമായി ചേർന്ന് പോകുന്നത് തന്നെയാണ്. ഭൂമിശാസ്ത്രപരമായ കാരണങ്ങളാൽ, പാകിസ്ഥാനിലെ ആധുനികജനങ്ങൾ, സിന്ധുനദീതട സംസ്കാരത്തിന്റെ എല്ലാ ഭാഗങ്ങളും അതുപോലെ തക്ഷശിലയും എല്ലാം തങ്ങളുടെ ചരിത്രത്തിന്റെ ഭാഗമായി കരുതുന്നതിൽ തെറ്റില്ല. അതേസമയം സിന്ധ് പ്രവിശ്യ അറബികൾ 711ൽ പിടിച്ചെടുത്തതാണ് ഒരു ദേശം എന്ന നിലയിൽ പാകിസ്ഥാന്റെ തുടക്കമായി അവർ കരുതുന്നത്. ഇതിനർഥമെന്താണ്? വ്യത്യസ്ത ജനവിഭാഗങ്ങൾ ഒരേ പൗരാണികചരിത്രവും പാരമ്പര്യവും തങ്ങളുടേതെന്ന് അവകാശപ്പെടുന്നു. എന്നാൽ നിങ്ങളുടെ ദേശീയ നേതാക്കൾ ഈ ഉത്തരംകൊണ്ട് തൃപ്തിപ്പെടില്ല.

ഒരു പൗരാണിക ഹിന്ദുദേശം?

സിന്ധുനദീതട നാഗരികതയിൽ ജനങ്ങളാരായിരുന്നു എന്ന വലിയ സംവാദത്തിലേക്ക് നമുക്കൊന്ന് കടക്കാം. ആരായിരുന്നു അവർ? ഇക്കാര്യം നമുക്ക് ഏറക്കുറെ ഉറപ്പിച്ച് പറയാം - പണ്ഡിതന്മാരിൽനിന്നും സമാഹരിച്ച അറിവ് വെച്ചുകൊണ്ടാണ് ഞാനിതു പറയുന്നത്. 1920 ൽ രാഖൽദാസ് ബാനർജി സിന്ധ് പ്രവിശ്യയിൽ നടത്തിയ പര്യവേഷണത്തിൽ 'മരണപ്പെട്ടവരുടെ കൂമ്പാരം' (mound of the dead) കണ്ടെത്തുന്നതിൽ നിന്നാണ് ആധുനിക ലോകം ഈ പൗരാണിക സംസ്കൃതിയെക്കുറിച്ച് അറിയുന്നത്. ബാനർജി മോഹൻജെദാരോയിൽ കണ്ടെത്തിയ മുദ്രകളുടെ ശേഖരത്തിനു സമാനമായത് ഏതാനും വർഷങ്ങൾക്കുമുൻപ് പഞ്ചാബിലെ ഹാരപ്പയിൽ ദയാറാം സാഹ്നി കണ്ടെത്തിയിരുന്നു. ഇതുമായി ബന്ധപ്പെടുത്തിയാണ് ഇന്ത്യൻ ആർക്കിയോളജിക്കൽ സർവേയിലെ ജോൺ മാർഷൽ 1924 ൽ ഒരു പൗരാണിക നാഗരികത ഇവിടെ നിലനിന്നിരുന്നു എന്ന കാര്യം ലോകത്തോട് വിളിച്ചുപറയുന്നത്.

അതിനുശേഷം സിന്ധ്, ഹാരപ്പൻ നാഗരികതകൾക്ക് സമാനമായ നിരവധി നാഗരിക സങ്കേതങ്ങൾ ബലൂചിസ്ഥാൻ, സിന്ധ്, ഗുജറാത്ത്, രാജസ്ഥാൻ, പഞ്ചാബ്, ഹരിയാന എന്നിവിടങ്ങളിൽ കണ്ടെത്തി. കൃഷിയും പാത്രനിർമാണവും ചെയ്തിരുന്ന ചെമ്പുയുഗത്തിലെ ജനങ്ങൾ ഇവിടെ അധിവസിച്ചിരുന്നു എന്നതിന്റെ സൂചന ഇത് നൽകി. ഇവർ നാഗരിക ജീവിത നയിക്കുകയും തുറമുഖങ്ങൾ നിർമിച്ച് ദീർഘദൂര കടൽ സഞ്ചാരം നടത്തുകയും ചെയ്തിരുന്നു എന്നതിന്റെ തെളിവും ഇവിടെ നിന്ന് ലഭിച്ചു. അവരുടെ ഭാഷ എന്തായിരുന്നു എന്നതിനെക്കുറിച്ച് കൃത്യമായ തെളിവുകളില്ല. അവിടെനിന്നും കണ്ടെത്തിയ ലിഖിതങ്ങൾ വായിച്ചു മനസിലാക്കുവാൻ ഇനിയും കഴിഞ്ഞിട്ടില്ല. ഇത്തരം നാഗരിക സങ്കേതങ്ങൾ പലതും ബി സി ഇ 2000 ത്തിനുശേഷം ഉപേക്ഷിച്ചിരുന്നതായും കാണാം. എന്തായിരിക്കും അതിന്റെ കാരണം? ഇതിന്റെ ഉത്തരങ്ങൾ വിവാദങ്ങൾ സൃഷ്ടിച്ചവയാണ്.

ഈ മേഖലയിൽ പ്രവർത്തിച്ചിരുന്ന ബ്രിട്ടീഷ് പുരാവസ്തു ഗവേഷകർ *ഋഗ്വേദ*ത്തിലെയും പ്രാചീന പേർഷ്യൻ വേദഗ്രന്ഥങ്ങളിലെയും ഭാഷാപരമായ തെളിവുകൾ നിരത്തി പറയുന്നത് സംസ്കൃതഭാഷ ഉപയോഗിക്കുന്ന ഇന്തോ- ആര്യൻ വേദസംസ്കാരത്തിന് 1200- 1500 ബി സി ഇ കാലഘട്ടത്തിനപ്പുറം ദൈർഘ്യമില്ല എന്നാണ്. ആര്യവംശജർക്കു മുൻപുള്ള വ്യത്യസ്തമായ വിഭാഗമാണ് സിന്ധുനദീതടത്തിൽ ജീവിച്ചിരുന്ന ജനങ്ങൾ എന്നാണ് ഗവേഷകർ പറയുന്നത്. ഇവർ മിക്കവാറും ദ്രാവിഡിയന്മാർ ആകാനാണ് സാധ്യത എന്നും അവർ പറയുന്നു. മോഹൻജെദാ

രോയിൽ നിന്നും കണ്ടെടുത്ത അസ്ഥികളെ അടിസ്ഥാനമാക്കി മോർട്ടിമെർ വീലർ 1946 ൽ മുന്നോട്ടുവെച്ച ഒരു സിദ്ധാന്തം, പ്രാചീന സൈന്ധവ നാഗരികതയെ പൊടുന്നനവേയുള്ള ഒരു ആക്രമണത്തിൽ, കുതിരപ്പുറത്തു വന്നെത്തിയ ആര്യൻ പടയാളികൾ തകർത്തു എന്നാണ്. എന്നാൽ ഈ നാഗരിക കേന്ദ്രങ്ങൾ ശൂന്യമായതു സംബന്ധിച്ച് പൊതുവെയുള്ള ധാരണ മറ്റു ചിലതാണ് - പ്രളയമോ വരൾച്ചയോപോലുള്ള പാരിസ്ഥിതിക കാരണങ്ങൾ, അതല്ലെങ്കിൽ കച്ചവടത്തിലുണ്ടായ ഇടിവുമൂലം സംഭവിച്ച സാമ്പത്തികതകർച്ച ഇവയാണ്. വേദസംസ്കൃതി ആവിർഭവിക്കുന്നതിനു വളരെ മുൻപേതന്നെ ഹാരപ്പൻ നാഗരികത അസ്തമിച്ചു കഴിഞ്ഞിരുന്നു എന്നാണ് ഇന്ന് മിക്ക പണ്ഡിതരും വിശ്വസിക്കുന്നത്. വടക്ക് ഹരിയാനയിലും പഞ്ചാബിലും, വടക്കു കിഴക്കൻ അതിർത്തി പ്രവിശ്യകളിലും (ഇന്നത്തെ ഖൈബർ - പഖ്തൂൻക്വ) കിഴക്കൻ അഫ്ഗാനിസ്ഥാനിലുമായി ഈ നാഗരികതകൾ ചേർന്നു കിടന്നിരുന്നു. ഈ വീക്ഷണത്തിൽ നോക്കുകയാണെങ്കിൽ സംസ്കൃത ഭാഷ സംസാരിച്ചിരുന്ന ഇന്തോ ആര്യന്മാർ മധ്യേഷ്യയിൽനിന്നും ഇന്ത്യൻ ഉപഭൂഖണ്ഡത്തിന്റെ വടക്കു പടിഞ്ഞാറൻ ഭാഗത്ത് ബി സി ഇ 1500 കഴിഞ്ഞു കുടിയേറിയവരാണ്.

സൈന്ധവ നാഗരികരും വേദസംസ്കാരത്തിൽ ജീവിച്ചിരുന്നവരും തമ്മിൽ ഇടകലർന്നു ജീവിച്ചിരുന്നു എന്ന സിദ്ധാന്തത്തെ, യൂറോപ്യൻ നരവംശശാസ്ത്രത്തിലും ഇരുപതാംനൂറ്റാണ്ടിന്റെ ആദ്യം ആവിർഭവിച്ച ചരിത്രപരമായ ഭാഷാശാസ്ത്രത്തിലും ഇന്നും പ്രബലമായി നിലനിൽക്കുന്ന വംശീയതാ സിദ്ധാന്തങ്ങൾ ചോദ്യം ചെയ്യുന്നു. ഇതനുസരിച്ച് പുറത്തുനിന്നുവന്ന വെളുത്ത നിറക്കാരായ ആര്യന്മാർ എന്ന് വിളിക്കപ്പെട്ടുന്നവർ കറുത്ത നിറക്കാരായ ദ്രാവിഡരെ കീഴടക്കുകയാണ് ചെയ്തത്. ബ്രാഹ്മണർ, ക്ഷത്രിയർ, വൈശ്യർ, ശൂദ്രർ എന്നിങ്ങനെയുള്ള വൈദികമായ ചാതുർവർണ്യങ്ങൾ തൊലിയുടെ നിറഭേദത്തെ സൂചിപ്പിക്കുന്നു. ഏറ്റവും കറുത്തവരായ തദ്ദേശീയവാസികൾ ഈ വർണ ശ്രേണിയിൽ അവസാന സ്ഥാനക്കാരായി ഉൾപ്പെടുത്തപ്പെട്ടു. ഋഗ്വേദ കാലഘട്ടത്തിലെ ജാതിസമ്പ്രദായം വളരെ പ്രാകൃതമായിരുന്നു എന്ന വസ്തുതയെ ഇത് അവഗണിക്കുന്നു. മാത്രവുമല്ല ഇന്ന് നാം കാണുന്ന ജാതീയരൂപങ്ങളുടെ സവിശേഷതകളെ ഉൾക്കൊള്ളുന്നുമില്ല. ബ്രിട്ടീഷ് പുരാവസ്തു ശാസ്ത്രജ്ഞന്മാരുടെ വിശദീകരണങ്ങൾ നിരാകരിക്കപ്പെട്ടുകഴിഞ്ഞ വളരെ പ്രാകൃതമായ വംശീയ സിദ്ധാന്തങ്ങളെ ആസ്പദിച്ചുള്ളതാണ്. പക്ഷേ, ആര്യ ദ്രാവിഡ വർണ സിദ്ധാന്തങ്ങളാണ് ഇന്നും ഇത് സംബന്ധിച്ച പൊതു സംവാദങ്ങളെ നയിക്കുന്നത്.

ഹാരപ്പൻ സംസ്കാരത്തിന്റെ പതനത്തിനുശേഷം വന്നവരാണ് വൈദിക ജനതയെന്ന് വിശ്വസിക്കുന്ന പണ്ഡിതർ അതിനു തെളിവായി നിരത്തുന്നത് താഴെപ്പറയുന്ന കാരണങ്ങളാണ്. ഋഗ്വേദ മന്ത്രങ്ങൾ, ബി സി ഇ 700 കാലഘട്ടത്തിലുള്ള പ്രാചീന പേർഷ്യൻ ഗ്രന്ഥങ്ങളേക്കാൾ (Gatha of the Ancient Persian Avesta) ഏറെ പഴക്കമുള്ളവയല്ല. അതിനാൽ സൈന്ധവ- ഹാരപ്പൻ നാഗരികതകളേക്കാൾ തീർച്ചയായും പഴക്കമുള്ളതാണ് വൈദിക സംസ്കൃതി. കൂടാതെ പൊതുവായി ഉപയോഗിക്കുന്ന ഭൗതിക വസ്തുക്കളെ സംബന്ധിച്ചുള്ള പല പദങ്ങളും, *ദ്രാവിഡിയൻ* ഭാഷകളിൽനിന്നും വേദകാലത്തെ സംസ്കൃതം കടം കൊണ്ടിട്ടുണ്ട്. അതുപോലെ ഇന്തോ യൂറോപ്യൻ ഭാഷകൾക്കന്യവും എന്നാൽ ഇന്ത്യൻ പ്രാദേശിക ഭാഷകളിൽ കാണപ്പെടുന്ന പല വ്യഞ്ജനാക്ഷരങ്ങളും അത് സ്വീകരിച്ചിട്ടുണ്ട്. ഇവ സംസ്കൃതത്തിലേക്ക് കടന്നുവന്നത് ഇന്ത്യൻ പ്രാദേശിക ഭാഷകളായ ദ്രാവീഡിയൻ അല്ലെങ്കിൽ മുണ്ടാരി ഭാഷകളിൽ നിന്നുമാണ്. കൂടാതെ ബ്രാഹ്യുയി സംസാരിക്കുന്ന ബലൂചിസ്ഥാനികൾ, നേപ്പാളിലെ കുറുഖുകൾ, മധ്യ ഇന്ത്യയിലെ ഒറാവോൺ, ഗോണ്ട് വംശജർ തുടങ്ങി ദ്രാവിഡഭാഷ സംസാരിക്കുന്ന ഒറ്റപ്പെട്ട ആൾക്കാർ വടക്കേ ഇന്ത്യയിൽ ഇന്നും നിലനിൽക്കുന്നുണ്ട്. കൂടാതെ ലഭ്യമായ അറിവുകൾവെച്ച് നമുക്ക് പറയുവാൻ കഴിയുന്ന ഒരു കാര്യം കുതിരകളും രഥങ്ങളും ഉപയോഗിക്കുന്നതിൽ വൈദിക ജനത പ്രാഗത്ഭ്യമുള്ളവരായിരുന്നു എന്നതാണ്. സൈന്ധവ-ഹാരപ്പൻ നാഗരികർ കുതിരകളെ ഉപയോഗിച്ചിരുന്നതായി തെളിവുകളില്ല. ഈ തെളിവുകൾ വെച്ച് സമീപകാല പണ്ഡിതർ പറയുന്നത്, ആക്രമണാത്മകമായ ആര്യനധിനിവേശമല്ല സംഭവിച്ചത്, മധ്യ ഏഷ്യയിൽനിന്നും വടക്കേ ഇന്ത്യയിലേക്കുള്ള ആര്യൻ വംശജരുടെ കുടിയേറ്റമാണ് ഉണ്ടായത് എന്നതാണ്. ഇവർ ദ്രാവിഡരെ തെക്കേ ഇന്ത്യയിലേക്ക് തുരത്തി എന്നതിനുപകരം പ്രാദേശിക ജനസമൂഹങ്ങളുമായി ഇടകലർന്നു ജീവിക്കുകയും ക്രമേണ അവരെ ഉച്ചനീചത്വങ്ങളും വിവേചനങ്ങളുമുള്ള തങ്ങളുടെ പുതിയ സാമൂഹിക ക്രമത്തിലേക്ക് പല മാർഗങ്ങളുപയോഗിച്ച് സ്വാംശീകരിക്കുകയായിരുന്നു എന്നുമാണ്.

എന്നാൽ ആര്യന്മാർ പുറമെ നിന്ന് കുടിയേറിയവരായിരുന്നു എന്ന ആശയം, ഇന്ത്യൻ ജനതയുടെ പൗരാണികമായ ഭൂതകാലത്തെക്കുറിച്ച് വളരെ തീവ്രമായ ദേശീയ വികാരങ്ങൾ വെച്ചുപുലർത്തുന്നവർക്ക് ദഹിക്കുന്ന ഒന്നല്ല. സംസ്കൃത ഭാഷയിലുള്ള വിശുദ്ധ ഗ്രന്ഥങ്ങളിൽ ആലേഖനം ചെയ്യപ്പെട്ടിരിക്കുന്ന ഇന്ത്യയുടെ പൗരാണിക നാഗരിക പാരമ്പര്യം, പ്രാചീന ഗ്രീസിന്റേതിനെ വെല്ലുവിളിക്കുന്നതാണ് എന്നത് ആധുനിക

ഇന്ത്യക്കാർ അങ്ങേയറ്റം അഭിമാനത്തോടുകൂടി വിശ്വസിച്ചുപോരുന്ന ഒന്നാണ്. ഇത്, യൂറോപ്യന്മാരായ പൗരസ്ത്യവാദികൾക്ക് അംഗീകാരം കിട്ടിയ സംഗതിയുമാണ്. ഈ വിശ്വാസത്തിന് കാര്യമായ ക്ഷതമേല്പിക്കുന്ന ഒന്നാണ്, വൈദികകാലഘട്ടത്തിലെ ആര്യന്മാർ മധ്യേഷ്യയിൽ നിന്ന് കുടിയേറിയതാണ് എന്ന വസ്തുത. എന്നുമാത്രമല്ല, സിന്ധു നദീതടങ്ങളിൽ അതിലും പുരാതനമായൊരു നാഗരികത നിലനിന്നിരുന്നുവെന്നും അതിന് വൈദിക കാലഘട്ടത്തിലെ ആര്യന്മാരുമായി ബന്ധമൊന്നുമില്ലായിരുന്നു എന്നുമുള്ള വസ്തുത. ഇവരുടെ ഭാഷയും സംസ്കാരവും എങ്ങനെ അന്യംനിന്നുപോയി എന്നതുമൊക്കെ ഇനിയും കണ്ടെത്തേണ്ടിയിരിക്കുന്നു. ദേശീയതയെ അടിസ്ഥാനപ്പെടുത്തിയ പ്രത്യയശാസ്ത്രം ഇത്തരം കാര്യങ്ങളിൽ വളരെ അസഹിഷ്ണുതയാർന്നതാണ്.

ഇതിന് എതിർവാദമായി ഉയർത്തുന്നത് വൈദിക നാഗരികതയും ഹാരപ്പൻ നാഗരികതയും ഒന്നുതന്നെയായിരുന്നു എന്നും അത് തദ്ദേശീയമായതാണ് എന്നുമാണ്. സിന്ധുനദിയുടെ തീരങ്ങളിലാണ് ഹാരപ്പൻ നാഗരികത നിലനിന്നിരുന്നത്. എന്നാൽ വൈദിക നാഗരികതയുടെ കേന്ദ്രം അപ്രത്യക്ഷമായിപ്പോയ സരസ്വതിനദിയുടെ തടങ്ങളായിരുന്നു. കിഴക്കൻ പഞ്ചാബിലെ ഗജ്ജറിൽ ഇതിന്റെ അവശിഷ്ടങ്ങൾ കണ്ടെത്തിയിട്ടുണ്ട്. സൈന്ധവ നാഗരികരുടെ ഭാഷ സംസ്കൃതത്തിന്റെ പൂർവരൂപമെന്നു പറയാവുന്ന ഇന്തോ- യൂറോപ്യനാണ് (Proto-Indo-European). കൂടാതെ, സൈന്ധവ നാഗരികർ കുതിരകളെ ഉപയോഗിച്ചിരുന്നു എന്നതിന് കാര്യമായ തെളിവുകളൊന്നുമില്ല എങ്കിലും, കുതിരകളുടെ സാന്നിധ്യം കണ്ടെത്തിയിട്ടില്ല എന്നത് അവർ കുതിരകളെ ഉപയോഗിച്ചിരുന്നില്ല എന്നതിന്റെ ഉറപ്പിക്കുന്ന വസ്തുതയല്ല. അതിനാൽ ഇവർ ഉയർത്തുന്ന എതിർവാദം വൈദിക കാലഘട്ടത്തിലെ ആര്യന്മാർ മധ്യേഷ്യയിൽ നിന്ന് ഇങ്ങോട്ടു കുടിയേറിയവരാണ് എന്ന് വിശ്വസിക്കുന്നതിന് വിപരീതമായ വസ്തുതയാണ്. അതായത്, ഇന്ത്യയിൽ തദ്ദേശീയമായ ഒരു നാഗരികത കെട്ടിപ്പടുത്തതിനുശേഷം- സൈന്ധവ, സരസ്വതി നാഗരികത- ആര്യന്മാർ ഇറാൻ, മധേഷ്യ, യൂറോപ്പ് തുടങ്ങി ലോകത്തിന്റെ മറ്റു ഭാഗങ്ങളിലേക്ക് കുടിയേറി എന്നാണ്.

പൗരാണിക ഇന്ത്യൻ നാഗരികത തീർത്തും തദ്ദേശീയമായതാണെന്ന് സ്ഥാപിക്കുവാനുള്ള ഈ ശ്രമങ്ങൾ വലിയ കുഴപ്പങ്ങളിലേക്ക് നയിക്കും. ഇറാനിലെയും യൂറോപ്പിലെയും ആധുനിക മനുഷ്യരുടെ പൂർവികർ ഇന്തോ ആര്യന്മാരാണെങ്കിൽ, ഇന്തോ യൂറോപ്യൻ ഭാഷകളുടെ മാതാവ് സംസ്കൃതമായിരിക്കണം. പക്ഷേ, തീർച്ചയായിട്ടും അതല്ല വസ്തുത. രണ്ടാമതായി, വടക്കേ ഇന്ത്യയിൽ കാണുന്ന *ദ്രാവിഡിയൻ* ഭാഷകളുടെ

സാന്നിധ്യത്തെ എങ്ങനെ വിശദീകരിക്കും അതല്ലെങ്കിൽ സംസ്കൃതത്തി ലെ വ്യഞ്ജനാക്ഷരങ്ങളൊന്നും (retroflex-consonants)തന്നെ ഇന്തോ യൂ റോപ്യൻ ഭാഷകളിൽ കാണപ്പെടാത്തതിന് കാരണമെന്താണ്? അതു പോലെ സംസ്കൃതമാണ് മാതാവെങ്കിൽ, പ്രാചീന ഇറാനിലെയും യൂറോപ്പിലെയും ഭാഷകളിൽ സംസ്കൃതത്തിന്റെ ഘടകങ്ങൾ കാണേ ണ്ടതാണ്. മൂന്നാമതായി, സൈന്ധവ നാഗരികകേന്ദ്രങ്ങളിൽ കുതിര കൾ കാണപ്പെടാത്തതടിസ്ഥാനമാക്കി ഉയർന്നുവരുന്ന വാദങ്ങൾ, ഹാരപ്പൻ നാഗരികത ഇന്തോ ആര്യൻ നാഗരികതയിൽനിന്നും തീർത്തും വ്യത്യസ്തമായിരുന്നു എന്ന വാദത്തെ സംശയത്തിന്റെ നിഴലിലാക്കുന്ന താണ്. ഇവിടെ കുതിരകൾ ഉപയോഗിക്കപ്പെട്ടിരുന്നു എന്നതിന് തെളി വുകളൊന്നും നിരത്താനില്ല. വേണ്ടത്ര പഠനങ്ങൾ നടത്താതെയോ തെ ളിവുകൾ ശേഖരിക്കാതെയോ നിഗമനങ്ങളിൽ എത്തിച്ചേരുന്നതിന്റെ ഒന്നാന്തരം ഉദാഹരണമാണിത്. ആവശ്യമായ ഉത്തരങ്ങൾക്ക് പറ്റിയ തെളിവുകൾ നിരത്തുകയാണിവിടെ. ഹിന്ദുക്കളുടെ പൂർവികരാണ് വൈ ദികകാലത്തെ ആര്യൻമാരെന്നും അവർ തദ്ദേശീയർ തന്നെയാണ് എന്നും സൈന്ധവ നാഗരികതയുടെ സൃഷ്ടാക്കൾ അവരാണ് എന്നുമുള്ള പൂർവ്വാനുമാനത്തെ സ്ഥാപിക്കുക എന്ന ഉദ്ദേശ്യമാണിത്. അതിനാവ ശ്യമായ തെളിവുകൾ നിരത്തുന്നു, അതല്ലാതെ ചരിത്രപരമായ സത്യം കണ്ടെത്തുക എന്ന ലക്ഷ്യമേ ഇവിടെയില്ല.

നിങ്ങളുടെ പൂർവികരാണ് മഹത്തായ വൈദിക ദേവസ്തുതികൾ എഴുതിയത് എന്ന ചിന്ത നിങ്ങളുടെ ഹൃദയത്തിലുണ്ടാക്കുന്ന അഭിമാ നത്തിന്റെ തുടിപ്പുകൾ എനിക്ക് മനസിലാകും (ഇപ്പറയുന്ന വൈദിക സംസ്കൃതം പ്രാചീന മംഗോളിയൻ ഭാഷപോലെ നിങ്ങൾക്ക് പൂർണ മായും അപരിചിതമാണ് എന്നത് വേറൊരു കാര്യം). പക്ഷേ അതിന് ആധാരമാക്കിയ വസ്തുതകളെയും ഞാൻ ചോദ്യം ചെയ്യും. വേദസാഹി ത്യം, ഗദ്യമായാലും പദ്യമായാലും, യാഗങ്ങൾ നടത്തുന്നതുമായി ബന്ധ പ്പെട്ട ആവശ്യങ്ങൾക്കുവേണ്ടി രൂപപ്പെടുത്തിയവയാണ്. ഇതിൽ ഉൾ പ്പെട്ടിരുന്നവർ രാജാക്കന്മാരും പടയാളികളും ബ്രാഹ്മണ പുരോഹിതരും മാത്രമാണ്. മതാനുഷ്ഠാനങ്ങളെ കേന്ദ്രീകരിച്ചുള്ള വേദകാലത്തെ യാഗ ങ്ങളും യജ്ഞങ്ങളും സമൂഹത്തിലെ വരേണ്യർക്കു വേണ്ടി മാത്രമുള്ളതാ യിരുന്നു. മൂവായിരം വർഷങ്ങൾക്കുമുൻപ് ഇന്ത്യൻ ഉപഭൂഖണ്ഡത്തിന്റെ വടക്കു പടിഞ്ഞാറൻ മേഖലയിൽ വസിച്ചിരുന്ന മഹാഭൂരിപക്ഷം ജനങ്ങ ളും ഈ സംസ്കാരത്തിന് പുറത്തായിരുന്നു. വേദമന്ത്രങ്ങൾ ഉരുവിടുന്നത് കേൾക്കുന്നതിൽ നിന്ന് സ്ത്രീകളെയും താഴ്ന്നജാതിക്കാരെയും ആര്യന്മാ രല്ലാത്തവരെയും വിലക്കിയിരുന്നു. വേദങ്ങളിലെ കഥകളെല്ലാംതന്നെ

ഇന്ദ്രദേവന്റെ നേതൃത്വത്തിൽ അസുരന്മാർക്കെതിരെ ദേവന്മാർ നടത്തിയ യുദ്ധങ്ങളുടേതാണ്. അസുരന്മാർക്കെതിരായി നടന്ന കടുത്ത യുദ്ധങ്ങൾ ക്കൊടുവിൽ ജയിച്ചിരുന്നവർ എല്ലായ്പ്പോഴും ദേവന്മാർ തന്നെയായിരുന്നു. അസുരന്മാർ ശക്തരായിരുന്നു. ആരായിരുന്നു അവർ? വേദങ്ങളിലെ ദൈവങ്ങളെ അംഗീകരിക്കാത്തവരാണ് അസുരന്മാർ എന്ന് ആദ്യകാല വേദങ്ങൾ പറയുന്നു. പക്ഷേ, പിൽക്കാല ബ്രാഹ്മണ സംഹിത സാഹിത്യത്തിൽ ഇവരെ പ്രാദേശിക കൊള്ളക്കാരും അടിമകളുമായിട്ടാണ് ചിത്രീകരിക്കുന്നത്. പിൽക്കാലത്ത് ഭരണം കൈയാളിയിരുന്ന ഇന്ത്യയിലെ രാജവംശങ്ങളുടെ പൂർവിക പരമ്പരയിൽ അസുരർ ഉണ്ടായിരുന്നുവെന്നത് വിചിത്രമാണ്. ആദ്യകാലത്ത് വൈദിക ആര്യന്മാരെ എതിർത്തിരുന്നവർ പിന്നീട് ഈ സംസ്കാരിക സാമൂഹ്യക്രമത്തിലേക്ക് സ്വാംശീകരിക്കപ്പെട്ടു എന്നതിനെയാണ് ഇത് സൂചിപ്പിക്കുന്നത്. അതേ സമയം തങ്ങളുടെ വംശപരമ്പരയിൽ ആ പൂർവികരെ അവർ സ്മരിക്കുകയും ചെയ്യുന്നു. അതുപോലെ അസുരന്മാരെ പരാമർശിക്കുന്ന വൈദിക വരേണ്യർ ഇവർക്ക് പലവിധ മാന്ത്രിക കഴിവുകളും ഉണ്ടായിരുന്നതായി സൂചിപ്പിക്കുന്നു. വൈദിക സംസ്കാരത്തിൽ നിന്ന് വന്നവർക്കില്ലാതിരുന്ന പല അറിവുകളും- ലോഹങ്ങൾ അരിച്ചെടുത്ത് ഉപയോഗിക്കുക, രോഗ ചികിത്സകൾ പ്രയോഗിക്കുക- അസുരഗണത്തിൽ പെട്ടവർക്കുണ്ടായിരുന്നതിനെ ധ്വനിപ്പിക്കുന്നതാണിത്. ഇന്നത്തെ ജാർഖണ്ഡിൽ ഇരുമ്പ് ഉരുക്കിയെടുക്കൽ പരമ്പരാഗതമായി ചെയ്തുപോരുന്ന അസൂർ എന്ന് വിളിക്കപ്പെടുന്ന ഗോത്രവിഭാഗം ജീവിച്ചിരിക്കുന്നുണ്ട്.

പ്രാചീന ഇന്ത്യയിലെ ആര്യന്മാർ ഒരു ജാതി വിഭാഗമായിരുന്നില്ല. സംസ്കൃതമന്ത്രങ്ങൾ ഉച്ചരിച്ച് വൈദികക്രിയകൾ ചെയ്തുപോന്നിരുന്ന ഉന്നതസ്ഥാനീയരായ ഒരു സവർണവിഭാഗമായിരുന്നു. ആര്യന്മാർ എന്ന് സ്വയം വിളിക്കപെടുന്നവരിൽ ചിലർ സംസ്കൃതം മാതൃഭാഷയായിരുന്നവരാണ്: ഇവർ മറ്റു പലഭാഷകൾ സംസാരിക്കുകയും സംസ്കൃതത്തെ വളരെ സവിശേഷമായി പഠിക്കുകയുമായിരുന്നു. വടക്കേ ഇന്ത്യയിലെ മറ്റുള്ളവർ, പ്രാകൃതരായി കരുതപ്പെടുന്നവർ, *ദ്രാവിഡിയൻ* അഥവാ മുണ്ടാരി ഗണത്തിൽ പെടുന്ന 'പ്രാകൃത' ഭാഷകൾ സംസാരിച്ചു പോരുകയും പല വാക്കുകളും സംസ്കൃതത്തിൽനിന്നും കടംകൊള്ളുകയും ചെയ്തു. നൂറ്റാണ്ടുകൾക്കു ശേഷം ഇന്ന് നിലനിൽക്കുന്ന പല ഇന്ത്യൻ ഭാഷകളും ഈ രൂപത്തിലുള്ളവയാണ്. ഭാരതത്തിലുടനീളം സംസ്കൃതസാഹിത്യ വിശാരദർ കാണപ്പെടുന്നതുതന്നെ ഇന്ത്യ ഒരു രാജ്യമെന്ന രീതിയിൽ നൂറ്റാണ്ടുകൾക്കു മുൻപേ നിലനിന്നിരുന്നതിന്റെ തെളിവായി നിങ്ങളുടെ സർവകലാശാലകളിലെ ചില അധ്യാപകർ അവകാശപ്പെടുന്നതായി ഞാൻ

കണ്ടിട്ടുണ്ട്. ഇത്തരം പല പണ്ഡിതരെയും പണ്ടുമുതൽക്കേ എനിക്കറിയാം. അസേതുഹിമാചലം പരന്നുകിടക്കുന്ന ഭൂപ്രദേശത്തെ സമൂഹമാണ് തങ്ങളെന്ന് അവർക്ക് അറിവുണ്ടായിരിക്കാമെങ്കിലും ആശാരിയും ചെരിപ്പുകുത്തിയും കൊല്ലപ്പണിക്കാരനുമൊന്നും ആ സമൂഹത്തിന്റെ ഭാഗമായി ഒരിക്കലും കരുതപ്പെട്ടിരുന്നില്ല, മാത്രവുമല്ല കോലും ഭീലും മുണ്ടയുമൊന്നും ഇന്ത്യയുടെ ഭാഗമായി അവർ ഒരിക്കലും സങ്കൽപിച്ചിരുന്നുമില്ല. അതിനാൽ ഇത്തരം സംവാദങ്ങൾ കേൾക്കുമ്പോൾ, നിങ്ങളുടെ പ്രൊഫസർമാർ എന്തിനാണിങ്ങനെ അർഥരഹിതമായ ചർച്ചകളിലേർപ്പെട്ട് സമയം കളയുന്നതെന്ന് ഞാൻ അത്ഭുതപ്പെടാറുണ്ട്.

ഇവിടെ ശ്രദ്ധിക്കേണ്ട കാര്യം, വേദങ്ങളിലെ ആര്യന്മാരെ ഇന്ത്യൻ ജനതയുടെ പൗരാണികതയുമായി താദാത്മ്യം ചെയ്യാൻ നിങ്ങൾ ശ്രമിക്കുമ്പോൾ (സൈന്ധവ-സരസ്വതി നാഗരികതയുടെ കാലത്തേക്ക് ഇത് നിങ്ങൾ വലിച്ചു നീട്ടുകയാണെങ്കിൽപോലും), വളരെ ചെറിയ ഒരു ജനവിഭാഗത്തെയാണ് നിങ്ങൾ കണക്കിലെടുക്കുന്നത്. തികച്ചും വ്യത്യസ്തമായ പാരമ്പര്യത്തിനുടമകളാണ് ആധുനിക ഇന്ത്യൻ ജനതയിലെ മറ്റു നിരവധി വിഭാഗങ്ങൾ. തമിഴ് സാഹിത്യ പാരമ്പര്യം തന്നെ ഉദാഹരണം. ബി സി ഇ 450 വർഷത്തോളം പഴക്കമുള്ള ഇത് സംസ്കൃതത്തിന്റെ സ്വാധീനം അല്പംപോലുമില്ലാത്തതാണ്, സംസ്കൃതത്തിൽനിന്ന് കടംകൊണ്ട വാക്കുകൾ തമിഴ് സാഹിത്യത്തിൽ തീരെയില്ല. ബി സി ഇ 300 നും സി ഇ 300 നും ഇടയിലാണ് സംഘസാഹിത്യം ഉണ്ടാകുന്നത്. *തിരുക്കുറൾ* പോലെ ആദ്യനൂറ്റാണ്ടിലെ കൃതികൾ യാതൊരു ബുദ്ധിമുട്ടുമില്ലാതെ വായിച്ച് മനസിലാക്കാൻ ഒരു തമിഴ് സ്കൂൾകുട്ടിക്കുപോലും സാധിക്കും. *ഋഗ്വേദം* വായിക്കാൻ ഹരിയാനയിലെ ഒരു സ്കൂൾകുട്ടിക്ക് കഴിയുമോ? തങ്ങളാണ് ഇവിടത്തെ പൗരാണിക ജനതയെന്നു തമിഴർ ചിന്തിക്കുന്നുവെങ്കിൽ സൈന്ധവ- സരസ്വതി നാഗരികതയിലേക്ക് എത്തിനോക്കേണ്ട കാര്യം അവർക്കുണ്ടോ?

കൗതുകകരമായ എന്നാൽ വളരെ പ്രധാനപ്പെട്ട ഒരു കാര്യം എനിക്ക് നിങ്ങളെ ഓർമിപ്പിക്കാനുണ്ട്. ദേശം, രാജ്യം, ജനത എന്നിങ്ങനെയുള്ള പദങ്ങളുടെ ആധുനികാർഥങ്ങൾ പല ഇന്ത്യൻ ഭാഷകളിലും വ്യത്യസ്ത വാക്കുകൾകൊണ്ടാണ് പ്രതിനിധാനം ചെയ്യപ്പെടുന്നത്. നിങ്ങൾക്കറിയാവുന്നതുപോലെ ഹിന്ദിയിൽ രാഷ്ട്ര, രാജ്യ, ലോക് എന്നിവയാണ് ഇതിന്റെ സാധാരണ വാക്കുകൾ. സംസ്കൃതത്തിൽ ഈ വാക്കുകൾക്ക് ഓരോ ചരിത്രമുണ്ട്. ജനപദം, രാജ്യം, സാമ്രാജ്യം എന്നിങ്ങനെ പണ്ട് നിലവിലുണ്ടായിരുന്ന വിവിധ വലുപ്പത്തിലുള്ള രാഷ്ട്രീയ-സാമൂഹിക ഘടകങ്ങളുമായി ബന്ധപ്പെടുത്തിയാണിത്. ഇതൊന്നും തന്നെ

പക്ഷേ, ഇന്ന് കരുതപ്പെടുന്ന അർഥത്തിലുള്ളവയല്ല : ഹിന്ദിയിലുള്ള അർഥങ്ങൾ ഉറച്ചത് ഇരുപതാം നൂറ്റാണ്ടിലാണ്. ഇതിൽ പ്രത്യേകിച്ച് അത്ഭുതമൊന്നുമില്ല. കാരണം ഈ വാക്കുകൾ യൂറോപ്പിലേക്ക് വന്നത് ലാറ്റിനിൽ നിന്നാണ്. ഇന്ന് യൂറോപ്യൻ ഭാഷകളിൽ അവയ്ക്കുള്ള അർഥമല്ല പണ്ട് അവയ്ക്കുണ്ടായിരുന്നത്. മറ്റു ഇന്ത്യൻ ഭാഷകൾ വാക്കുകൾ കണ്ടെത്തിയത് സംസ്കൃതത്തിലും മറ്റ് പല ഭാഷകളിൽ നിന്നുമാണ്. ബംഗാളിയിൽ ദേശം(nation) എന്ന വാക്കിന് ജാതി എന്നാണ് പറയുന്നത്, ജാതി എന്ന വാക്കിന് സാധാരണമായി നാമിന്ന് ഉപയോഗിക്കുന്ന അർഥം കൂടിയുണ്ട്; സ്റ്റേറ്റ് എന്ന വാക്കിന് രാഷ്ട്രം എന്നാണു പയോഗിക്കുന്നത്, ഇത് ഹിന്ദിയിൽ ഉപയോഗിക്കുന്നതിൽ നിന്നും തികച്ചും വ്യത്യസ്തമായ അർഥത്തിലാണ്. ജനങ്ങൾക്ക് ജന, ഗണ, ലോക് എന്നൊക്കെയാണ് വാക്കുകൾ. ഒഡിഷയിലും ആസാമീസിലും ദേശത്തിനു ദേശ് എന്നാണ് സാധാരണയായി ഉപയോഗിക്കുന്നത്. തെലുങ്കിലും ഇതിനു ദേശം എന്നാണ് പറയുന്നത് (തെലുങ്ക് ദേശം പാർട്ടി). തമിഴിൽ രണ്ടിനും ഒരേ വാക്കാണുപയോഗിക്കുന്നത്: തെക്കം. കന്നടയിലും മലയാളത്തിലും സ്റ്റേറ്റ് രാജ്യം ആണ്. തെലുങ്കിൽ രാഷ്ട്രമാണ്. സ്റ്റേറ്റിന് തമിഴിൽ അരശ് അല്ലെങ്കിൽ മനിലം എന്നാണ് പറയുന്നത്. ഇത്തരത്തിൽ ഇന്ത്യൻ ഭാഷകളിലെ വ്യത്യസ്ത ഉദാഹരണങ്ങൾ കാണിക്കാനാവും. ഇതെല്ലാം കാണിച്ചുതരുന്നത് സംസ്കൃതത്തിൽ നിന്നും കടംകൊണ്ട വാക്കുകൾ ആധുനികവും പണ്ട് നിലനിന്നിരുന്നതിൽ നിന്നും വ്യത്യസ്തവുമായ അർഥങ്ങൾ പില്ക്കാലത്ത് കൈവരിക്കുകയും ഇരുപതാം നൂറ്റാണ്ടിലെ പല രാഷ്ട്രീയ സങ്കൽപങ്ങൾ പ്രകടമാക്കുകയും ചെയ്യുന്നു എന്നതാണ്.

ഞാനിതുവരെ സംസാരിച്ചത് പ്രധാന ഇന്ത്യൻ ഭാഷകളെക്കുറിച്ചാണ്. മധ്യേന്ത്യയിലെ ഗോത്രവിഭാഗങ്ങൾ - സാന്താൾ, കോൾ, ഭിൽ, ഒറാവോൺ, മുണ്ട തുടങ്ങിയവർ- മിത്തുകളിൽ കൂടിയുള്ള വരമൊഴി സമ്പ്രദായം തുടരുന്നവരാണ്. ഇവരുടെ ചരിത്രപരമായ ഉത്ഭവത്തെക്കുറിച്ച് തീർച്ചയില്ല. പക്ഷേ, നിശ്ചയമായും വളരെ പൗരാണികമാണത്. ഇന്തോ ആര്യൻ കുടുംബത്തിലുള്ള ഭാഷയല്ല അവർ സംസാരിക്കുന്നത്. ആസ്ട്രോ ഏഷ്യാറ്റിക്, *ദ്രാവിഡിയൻ* ഭാഷകളാണ്. സാന്താൾ വംശജരുടെ വാമൊഴി പാരമ്പര്യമെടുക്കുകയാണെങ്കിൽ, സായുധരായ അക്രമികളുടെ നിരന്തരമായ അക്രമങ്ങളാൽ ഒരു സ്ഥലത്തുനിന്നും മറ്റൊരു സ്ഥലത്തേക്കുള്ള കുടിയേറ്റങ്ങളുടെ നീണ്ട കഥയാണത്. ഒരു ഭൂപടത്തിൽ രേഖപ്പെടുത്തുന്നത് അസാധ്യമാണത്. ഈ വംശാവലിയിൽപെടുന്ന ഹെംബ്രോം, കിസ്ക്, മുർമ്മു, റ്റുടു വിഭാഗങ്ങൾ ഒടുവിൽ ചമ്പ എന്ന രാജ്യ

ത്ത് തങ്ങളുടേതായ കോട്ടകൾ തീർത്ത് പാർപ്പുറപ്പിച്ചു. പക്ഷേ, പിന്നീട് വീണ്ടും പുറമെ നിന്നുള്ള ഡിക്കുകളുടെ (പുറമെ നിന്നുള്ളവരുടെ) ആക്ര മണം നേരിടാനാകാതെ അവർ സാന്താൾ പർഗാനയിലെ കാടുകളി ലേക്ക് ഒതുങ്ങി. കാടുകൾ വെട്ടിത്തെളിച്ച്, കാർഷിക വാണിജ്യ കേന്ദ്ര ങ്ങൾ തീർത്ത് സ്ഥിരമായി പാർപ്പിനൊരുങ്ങുമ്പോഴൊക്കെ, ബ്രാഹ്മണ ജാതി വ്യവസ്ഥയിൽപെട്ട ഡിക്കുകൾ ഈ സ്ഥലങ്ങൾ കൈവശപ്പെടു ത്താനുള്ള ശ്രമങ്ങൾ നടത്തിയിരുന്നു എന്ന് സാന്താൾ ഐതിഹ്യങ്ങൾ പറയുന്നു. നൂറ്റാണ്ടുകൾ നീണ്ട സാമ്പത്തിക-രാഷ്ട്രീയ ഇടപാടുകളുടെ ഭാഗമായി മധ്യേന്ത്യയിലെ ഈ ഗോത്രവിഭാഗങ്ങൾ പുരാണങ്ങളിൽ പറയുന്ന പാരമ്പര്യങ്ങൾ പലതും സ്വീകരിച്ചു. പുരാണങ്ങളിലെ ദൈവ ങ്ങളെ സ്വീകരിച്ചപ്പോഴും അവരുടെ വാമൊഴി പാരമ്പര്യങ്ങളിൽ ബ്രാ ഹ്മണ മതക്രമങ്ങൾ അവർ എതിർത്തുപോന്നു. വൈദിക പാരമ്പര്യങ്ങളു മായി അവർക്കു യാതൊരു ബന്ധവുമില്ല. ഈ ഗോത്രമിത്തുകൾ കേവലം വാമൊഴികൾ മാത്രമാണെന്ന് കരുതി തള്ളിക്കളയുമ്പോൾ നിങ്ങൾ ഓർ ക്കേണ്ട കാര്യം വേദങ്ങളും ആദ്യം വാമൊഴികളായി മാത്രം നിലനിന്നി രുന്നവയായിരുന്നു എന്നതാണ്.

ഈ വാദം ഞാൻ ഒരു പടികൂടി മുന്നോട്ടു വയ്ക്കുകയാണ്. ഇന്നത്തെ ഇന്ത്യൻ സ്റ്റേറ്റിന്റെ അതിർത്തികൾ മനസിൽ വെച്ചുകൊണ്ട് സിക്കിം, ഖാസി, മിസോ, നാഗ അല്ലെങ്കിൽ മെറ്റെയ് ജനങ്ങളെ വൈദിക ആര്യ ന്മാരുടെ നേട്ടങ്ങളുമായി എങ്ങനെയാണ് ബന്ധപ്പെടുത്തുക. ടിബറ്റ്, തെ ക്കുകിഴക്കൻ ചൈന, ബർമ, തായ്‌ലൻഡ് ഇന്തോനേഷ്യ, ഒരുപക്ഷേ ഓഷ്യാനിയ എന്നിവിടങ്ങളിൽ നിന്നുള്ള കുടിയേറ്റത്തെയാണ്, ഇവരുടെ ഉത്ഭവത്തെക്കുറിച്ചുള്ള മിത്തുകളും ഭാഷാസവിശേഷതകളും സാംസ്കാ രിക പ്രവർത്തനങ്ങളും സൂചിപ്പിക്കുന്നത്. വൈദിക നാഗരികതയിൽ ഇന്ത്യൻ ജനതയുടെ പൗരാണികതയെ കൂട്ടിക്കെട്ടാൻ നിങ്ങൾ നിർബ ന്ധിക്കുകയാണെങ്കിൽ ഇപ്പറഞ്ഞ ജനവിഭാഗങ്ങളെയെല്ലാം നിങ്ങൾ ക്ക് വിശുദ്ധ ഇന്ത്യക്കാരുടെ നിരയിൽനിന്നും ഒഴിവാക്കേണ്ടിവരും. ഈ ഘട്ടത്തിൽ ഞാനുയർത്തുന്ന വാദം, പ്രകടമായും വൈദിക മതങ്ങൾക്ക് തീർത്തും ഘടകവിരുദ്ധമായ ജൈനിസവും ബുദ്ധിസവും, അവയുടെ സാമൂഹിക സാംസ്കാരിക സംഘർഷങ്ങളും മാത്രമല്ല, ഇന്ത്യയിലെ ഇസ്ലാമിക പാരമ്പര്യങ്ങളെ സംബന്ധിച്ച ചോദ്യങ്ങൾ കൂടിയാണ്.

ജനിതക ശാസ്ത്രത്തിൽനിന്നുള്ള തെളിവുകൾ

ഇന്ത്യയിലെ ആദ്യകാലവാസക്കാരെ സംബന്ധിച്ച ചോദ്യങ്ങൾ ക്ക് ഇന്ന് പുതിയ തെളിവുകൾ പലതും ലഭ്യമായി വരുന്നുണ്ട്. ഇത്

സംബന്ധിച്ച് പ്രത്യേക പരിശീലനമൊന്നുമുള്ള ആളല്ല ഞാൻ, പക്ഷേ, മേഖലയിലെ വിദഗ്ധരുമായുള്ള ആശയവിനിമയത്തിലൂടെ ഇത് സംബന്ധിച്ച ധാരണ ഉണ്ടാക്കിയെടുക്കാൻ ഞാൻ ശ്രമിക്കാറുണ്ട്. നിങ്ങൾ ശാസ്ത്രത്തിൽ വിശ്വസിക്കുന്നുവെങ്കിൽ ഈ തെളിവുകൾ നിങ്ങൾ ഗൗരവമായി കണക്കിലെടുക്കണം. പുരാവസ്തു കേന്ദ്രങ്ങളിൽ നിന്ന് കണ്ടെടുക്കപ്പെട്ട മനുഷ്യാസ്ഥികളിലെ ഡി എൻ എ സാമ്പിൾസ് പരിശോധിക്കുന്ന ജനിതക ശാസ്ത്രം ഇന്ന് വികസിതമായിട്ടുണ്ട്. ഇന്ത്യയിലെയും പാകിസ്ഥാനിലെയും നിരവധി സൈറ്റുകളിൽ നിന്ന് ശേഖരിച്ച ജനറ്റിക് സാമ്പിളുകളുടെ Y ക്രോമസോമുകളും മൈറ്റോ കോൺഡ്രിയൽ ഡി എൻ എയും ജീനോം സീക്വൻസുകളുടെയും പരിശോധനകൾ ഈ രാജ്യത്തെ ജനസമൂഹത്തിന്റെ ചരിത്രത്തെക്കുറിച്ച് നമുക്ക് നാടകീയമായ അറിവ് തരുന്നു. ഇതിൽ ചില കഥകൾ ഞാൻ നിങ്ങളോട് പറയാം.

ലോകത്തെവിടെയുമുള്ള മനുഷ്യരുടെ വംശപാരമ്പര്യം ചെന്നെത്തിനിൽക്കുന്നത് ആഫ്രിക്കയിലെ പൂർവികരായ ഒരു പിടി മനുഷ്യരിലാണെന്ന് ജനിതക ശാസ്ത്രം ഇന്ന് ആത്മവിശ്വാസത്തോടെ പറയുന്നത് ഒരുപക്ഷേ, നിങ്ങൾ കേട്ടിട്ടുണ്ടാവും. ഹോമോസാപിയൻസ്, നിയാണ്ടർത്താൽ, ഡെനിസോവൻസ് തുടങ്ങിയ പുരാതന മനുഷ്യരിൽ നിന്ന് വ്യത്യസ്തമായ ആദ്യകാല ആധുനിക മനുഷ്യരെ സംബന്ധിച്ച നിഗമനങ്ങളിൽ എത്തിപ്പെടുന്നതിനുമുൻപ് ഈ കണ്ടുപിടുത്തത്തിന്റെ പ്രാധാന്യം നിങ്ങൾ മനസിലാക്കേണ്ടതുണ്ട്. ഈ ആദ്യകാല മനുഷ്യരുടെ രൂപത്തെ സംബന്ധിച്ച് നമുക്ക് ശരിയായ ധാരണകളില്ല. എന്നാൽ ഇവരുടെ പിന്മുറക്കാരായ സ്കാൻഡിനേവിയർ, ജപ്പാൻകാർ, ബൊളീവിയർ, നൈജീരിയക്കാർ, അറബികൾ അതുപോലെ ഈ ഭൂമുഖത്തു കാണപ്പെടുന്ന ഓരോ മനുഷ്യരും നൂറ്റാണ്ടുകളുടെ ജനിതക പരിണാമത്തിലൂടെയും വിവിധ ഭൂപ്രദേശങ്ങളിലേക്കുള്ള കുടിയേറ്റങ്ങളിലൂടെയും മറ്റു ജനവിഭാഗങ്ങളുമായുള്ള സമ്പർക്കത്തിലൂടെയും ഇന്നത്തെ രൂപമാർജിച്ചവരാണ്. ഒരു പൊതു ഉത്ഭവം ഉണ്ടെന്നു കരുതി വിവിധ മനുഷ്യവിഭാഗങ്ങൾ തമ്മിൽ ജനിതക വ്യതിയാനങ്ങളൊന്നുമില്ല എന്ന് കരുതരുത്. പക്ഷേ, വംശ ശുദ്ധിയെ സംബന്ധിച്ചും അനാദികാലം മുതൽ ഒരു രാജ്യത്തു പാർത്തുപോന്നിരുന്നവരാണ് എന്നത് സംബന്ധിച്ചുമുള്ള വാദങ്ങളെ ഇത് തച്ചു തകർക്കുന്നു. എല്ലാ മനുഷ്യരും അവരുടെ വംശപരമ്പരയുടെ ഏതെങ്കിലും ഒരു സമയത്ത് കുടിയേറ്റത്തിന്റെ ചരിത്രം പേറുന്നവരാണ്.

ഏതാണ്ട് 70000 വർഷങ്ങൾക്കുമുൻപാണ് ആദ്യകാല മനുഷ്യർ ആഫ്രിക്കയിൽ നിന്ന് ഏഷ്യയിലേക്ക് കുടിയേറിയത്. ഇത് ഇന്നത്തെ എറിത്രിയയിൽനിന്നും യമനിലേക്ക് ചെങ്കടൽ കടന്നായിരിക്കാനാണ്

സാദ്ധ്യത. ഇതിൽ ചിലർ വീണ്ടും മുൻപോട്ടുപോയി ഇന്ത്യയിലെത്തി. രാജ്യത്തിന്റെ മധ്യഭാത്തും തെക്കുഭാഗത്തും പാർത്തിരുന്ന നിയാണ്ടർത്താൽ മനുഷ്യരെ ഇവർ കണ്ടെത്തി. ആഫ്രിക്കയിൽ നിന്നുള്ള കുടിയേറ്റക്കാരിൽ ഒരു വിഭാഗം ഹിമാലയത്തിന്റെ താഴ്വാരങ്ങളിലേക്ക് നീങ്ങി, മറ്റൊരു വിഭാഗം തെക്കു കിഴക്കനേഷ്യയിലേക്കും കിഴക്കനേഷ്യയിലേക്കും ഓസ്ട്രേലിയയിലേക്കും നീങ്ങി. ആഫ്രിക്കയിൽ നിന്നുള്ള ഈ കുടിയേറ്റക്കാരാണ് ആദ്യത്തെ ഇന്ത്യക്കാർ.

ഏതാണ്ട് 45000 ത്തിനും 20000 ത്തിനും വർഷങ്ങൾക്കിടയിൽ ആദ്യകാല ഇന്ത്യക്കാർ മൈക്രോലിത്തിക് ആയുധങ്ങളുടെ ഉപയോഗം കണ്ടെത്തി. ഇത് അവരുടെ ജനസംഖ്യാവർധനയ്ക്കും മറ്റു പൗരാണിക വിഭാഗങ്ങളുടെ ഉന്മൂലനത്തിനും വഴിതെളിച്ചു. ഇന്ത്യയിലെ ശിലായുഗ മനുഷ്യ സമൂഹങ്ങളെക്കുറിച്ച് വളരെ പരിമിതമായ അറിവേ നമുക്കുള്ളൂ. ചരിത്രാതീത കാലഘട്ടത്തിലെ ആവാസകേന്ദ്രങ്ങൾ വേണ്ടത്ര ഖനനം ചെയ്യപ്പെട്ടില്ല എന്നതാണ് ഇതിന്റെ കാരണം. പഴയ നാഗരികതകളുടെ പൗരാണികത തെളിയിക്കുന്നതിലാണ് നമ്മുടെ ശ്രദ്ധയത്രയും. എന്നാൽ ഇന്ത്യയിലെ ജനവിഭാഗങ്ങളുടെ ചരിത്രത്തെക്കുറിച്ച് (Demographic History) മനസിലാക്കുന്നതിന്, ചരിത്രാതീത കാലഘട്ടത്തിലെ ആദ്യത്തെ ഇന്ത്യക്കാരെക്കുറിച്ച് മനസിലാക്കേണ്ടത് വളരെ പ്രധാനമാണ്. തെക്കനേഷ്യയിലെ കാർഷികവൃത്തിയെ സംബന്ധിച്ച ആദ്യസൂചനകൾ നമുക്ക് ലഭിക്കുന്നത് ബി സി ഇ 7000 വർഷങ്ങൾക്ക് മുൻപുള്ള ബലൂചിസ്ഥാനിലെ മെഹ്റഗർ എന്ന സ്ഥലത്തെ പുരാവസ്തു കേന്ദ്രത്തിൽ നിന്നാണ്. ഇതിനുശേഷം, അടുത്ത മൂവായിരം നാലായിരം വർഷക്കാലം ഇറാനിയൻ കർഷകരുടെ ഈ അധിവാസകേന്ദ്രത്തിലേക്ക് വലിയൊരു ഒഴുക്കുണ്ടായി. ആദ്യകാല ഇന്ത്യക്കാരുമായി ഇവർ അടുത്തിടപഴകി. ഈ ജനവിഭാഗങ്ങളാണ് ബി സി ഇ 5500 നും 1900 നുമിടയിൽ ഹാരപ്പൻ നാഗരികതയ്ക്ക് രൂപം കൊടുത്തത്. പുരാവസ്തു ശാസ്ത്രജ്ഞന്മാർ ഇതിനെ ആദ്യകാല നാഗരികതയെന്നും പക്വതയാർജിച്ചതെന്നും രണ്ടായി വിഭജിച്ച് അവതരിപ്പിക്കാറുണ്ട്. ബാർലിയുടെയും ഗോതമ്പിന്റെയും അതോടൊപ്പം നെല്ലിന്റെയും കൃഷി വടക്കു പടിഞ്ഞാറൻ ഇന്ത്യയിൽ വ്യാപകമായി തുടങ്ങിയിരുന്നു. ഹാരപ്പൻ നാഗരികതയുടെ പക്വതയാർജിച്ചതെന്നു പറയുന്ന രണ്ടാം ഘട്ടം ഒരു വികസിത നാഗരികതയുടെ ലക്ഷണങ്ങളെല്ലാം ഉള്ളതാണ്. ബി സി ഇ 1900 നും 1300 നുമിടയിലാണ് ഹാരപ്പൻ നാഗരികതയുടെ പതനവും അപ്രത്യക്ഷമാകലും സംഭവിച്ചത്.

ആര്യന്മാർ എന്ന് ഇന്ന് നാം വിളിക്കുന്നവർ കന്നുകാലികളെ മേച്ച് ഉപജീവനം നടത്തുന്നവരായിരുന്നു. ബി സി ഇ 2000 നും 1000 നമി ടയിൽ കസാക്കിസ്ഥാനിലെ പുൽപ്രദേശങ്ങളിൽനിന്നും ഇന്നത്തെ തുർക്മെനിസ്ഥാൻ, ഉസ്ബെക്കിസ്ഥാൻ, താജിക്കിസ്ഥാൻ എന്നിവിട ങ്ങളിലൂടെ അഫ്ഗാനിസ്ഥാനിലേക്കും വടക്കു പടിഞ്ഞാറൻ പാകിസ്ഥാ നിലേക്കും വടക്കേ ഇന്ത്യയിലേക്കും കടന്നുവന്നവരാണിവർ. ഇൻഡോ യൂറോപ്യൻ ഭാഷകളും മത പാരമ്പര്യങ്ങളും തെക്കനേഷ്യയിലേക്ക് കൊണ്ടുവന്നത് ഈ കുടിയേറ്റക്കാരാണ്. ഏതാണ്ട് ഇതേ സമയത്തുത ന്നെ, ചൈനയിൽനിന്നും തെക്കുകിഴക്കൻ ഏഷ്യയിലൂടെ ഇന്ത്യയുടെ കിഴക്കൻ ഭാഗത്തേക്ക് മറ്റൊരു കുടിയേറ്റ തരംഗവുമുണ്ടായി. ആസ്ട്രോ ഏഷ്യൻ ഭാഷകളും പുതിയ രീതിയിലുള്ള നെൽകൃഷികളും ഇന്ത്യയി ലേക്ക് വന്നത് ഇങ്ങനെയാണ്. ജനിതക തെളിവുകളുടെ അടിസ്ഥാന ത്തിൽ ഇന്ത്യയിലെ ജനപദങ്ങളുടെ ചരിത്രം ഇതാണ്.

ചെറുപ്പക്കാരനായ അമേരിക്കൻ മിഷനറി പ്രവർത്തകൻ ജോൺ അലൻ ഷോയെ സംബന്ധിച്ച ഒരു വാർത്ത നിങ്ങൾ ഓർക്കുന്നുണ്ടാവും. അന്തമാനിലെ വടക്കൻ സെന്റിനെൽ ദ്വീപിൽ വേട്ടയാടിയും കായ്കനി കൾ പെറുക്കിത്തിന്നും ഒറ്റപ്പെട്ടു കഴിയുന്ന ജനവിഭാഗങ്ങൾക്കിടയിൽ ക്രിസ്തുമത പ്രചാരണത്തിനായി 2018 നവംബറിൽ പോയ ജോൺ അലൻ കൊല്ലപ്പെട്ടു. കടൽത്തീരത്ത് അദ്ദേഹത്തിന്റെ ശവശരീരം കണ്ടെ ത്തി. പുറംലോകവുമായി ഒരു തരത്തിലും ബന്ധമില്ലാതെ കഴിയുന്ന ലോകത്തെ അവസാന ജനവിഭാഗങ്ങളാണ് സെന്റിനീസുകൾ. ഇന്ന് ഇന്ത്യയിൽ ജീവിച്ചിരിക്കുന്ന ഏറ്റവും പഴയ ജനവിഭാഗമായിരിക്കും ഇവരെന്ന് ഒരുപക്ഷേ, നിങ്ങൾ ചിന്തിച്ചേക്കും. എന്നാൽ അതല്ല യാ ഥാർഥ്യം. ഇവർ എവിടെ നിന്ന് വന്നുവെന്നോ എന്നാണ് വന്നതെന്നോ എത്ര കാലമായി ഇങ്ങനെ ഒറ്റപ്പെട്ടു ജീവിക്കുന്നുവെന്നോ മുൻപുതന്നെ ഇങ്ങനെയായിരുന്നുവെന്നോ ഒന്നുംതന്നെ നമുക്ക് അറിവില്ല. ജനിതക തെളിവുകൾ വെച്ച് നമുക്കറിവുള്ള മറ്റൊരു കാര്യമുണ്ട്. അന്തമാൻ നി ക്കോബാർ ദ്വീപിലെ തദ്ദേശീയരായ ഓങ്കേ എന്ന ഒരു വിഭാഗമുണ്ട്. ഏതാണ്ട് 100 പേർ മാത്രമാണ് ഇവരിൽ അവശേഷിക്കുന്നവർ. ദീർഘ കാലമായി ഒറ്റപ്പെട്ടു കഴിയുന്നവരാണിവർ. ആഫ്രിക്കയിൽ നിന്നും കുടി യേറിയ ആദ്യ ഇന്ത്യക്കാരാണിവർ. ഓങ്കേ വിഭാഗത്തിന്റെ പ്രാചീനത യെ സംബന്ധിച്ച നിഗമനങ്ങളിൽ നിങ്ങൾ എത്തിപ്പെടുന്നതിനു മുൻപ് ജീനോം സീക്വൻസുകളുടെ പഠനത്തെ സംബന്ധിച്ച ചില വസ്തുതകൾ ഞാൻ നിങ്ങളോടു പറയാം: ആകെ ഇന്ത്യക്കാരിൽ 50 - 65 ശതമാന ത്തിന്റെയും പൂർവികർ ആദ്യ ഇന്ത്യൻ വംശജരാണ്. ഓങ്കേയും ഇതിൽ

നിന്നും വേറിട്ട് നിൽക്കുന്നില്ല. വംശീയമായി ചിന്തിക്കുകയാണെങ്കിൽ, മിക്ക ഇന്ത്യക്കാരും ഒരേ ജാതിയിൽപെട്ടവരാണ്. മൈറ്റോകോൺഡ്രിയൽ ഡി എൻ എ വംശാവലി വെച്ച് പ്രാചീനതയെ നോക്കുകയാണെങ്കിൽ, അതായത് മാതൃവഴി, ഈ തെളിവുകൾ കൂടുതൽ ശക്തമാണ് : 70 - 90 ശതമാനം ജനങ്ങളും ആദ്യ ഇന്ത്യക്കാരുടെ പിന്തുടർച്ചക്കാരാണ്. എന്നാൽ Y ക്രോമസോം വംശാവലി വെച്ച് നോക്കുകയാണെങ്കിൽ - പുരുഷന്റെ വഴിയിലൂടെ - 10 മുതൽ 40 ശതമാനം ഇന്ത്യക്കാർ മാത്രമേ ഈ ആദ്യ ഇന്ത്യൻ വംശജരുടെ പിന്തുടർച്ചക്കാരായി വരൂ. പിൽക്കാലത്തെ കുടിയേറ്റക്കാരുടെ മിശ്രണം പിതൃവഴിയിലേ കാണാനാവൂ. ഇതിന്റെ കാരണം വ്യക്തമാണ്. തുടരെ പല വഴികളിൽ നിന്നെത്തിയ ആണുങ്ങളായ കുടിയേറ്റക്കാർ തദ്ദേശീയരായ സ്ത്രീകളുമായി ഇണചേർന്നുണ്ടായ മിശ്ര സന്തതികളാണ് ഇന്ന് ഇന്ത്യക്കാരെന്നു വിളിക്കുന്ന നാം.

എനിക്കേറെ പരിചയമുള്ള, ഏറെ യാത്രകൾ നടത്തിയിട്ടുള്ള അറിയപ്പെടുന്ന സോഷ്യോളജിസ്റ്റ് ബിനോയ് കുമാർ സർക്കാരിനെ ഈ ഘട്ടത്തിൽ ഞാൻ ഓർത്തുപോവുകയാണ്. 1930 കളിൽ കൽക്കട്ട യൂണിവേഴ്സിറ്റിയിലെ സാമ്പത്തികശാസ്ത്ര വിഭാഗത്തിലെ അധ്യാപകനായിരുന്നു അദ്ദേഹം. ഒരിക്കൽ അദ്ദേഹം ക്ലാസിലേക്ക് വന്ന് ബ്രാഹ്മണരായ വിദ്യാർഥികളെല്ലാം എഴുന്നേറ്റു നിൽക്കാൻ പറഞ്ഞു. അക്കാലത്തു ഭൂരിപക്ഷവും ബ്രാഹ്മണരായിരിക്കുമെന്ന് പറയേണ്ടതില്ലല്ലോ. അതിനുശേഷം അദ്ദേഹം ഒരു സന്താൾ യുവതിയുടെ ഫോട്ടോ കാണിച്ചിട്ട് ചോദിച്ചു: "നിങ്ങൾക്ക് ഇവരെ തിരിച്ചറിയാമോ? ഇത് നിങ്ങളുടെ മുതു മുത്തശ്ശിയാണ്. വീട്ടിൽ പോയി നിങ്ങളുടെ മാതാപിതാക്കളോട് ഞാൻ നിങ്ങളുടെ മുതുമുത്തശ്ശിയുടെ ചിത്രം കാണിച്ചുതന്നു എന്ന് പറയുക." പ്രൊഫസർ സർക്കാർ പ്രകോപനമുണ്ടാക്കാൻ തന്നെ ഉദ്ദേശിച്ചിരുന്നു. ജീനോം സീക്വൻസുകളെക്കുറിച്ച് അദ്ദേഹത്തിന് അറിവില്ലായിരുന്നുവെങ്കിലും ഇന്നത്തെ ഇന്ത്യക്കാരിൽ ഭൂരിപക്ഷവും മാതൃവഴി നോക്കുകയാണെങ്കിൽ ആദിവാസി സ്ത്രീകളുടെ, ഏറ്റവും ദൈർഘ്യമേറിയ വംശാവലിയുടെ പിന്മുറക്കാരാണ്.

മധ്യേഷ്യൻ പുൽമേടുകളിലെ ഇടയസമൂഹം പടിഞ്ഞാറോട്ട് സഞ്ചരിച്ച് ഏതാണ്ട് ബി സി ഇ 3000 ത്തിനോടടുപ്പിച്ച് യൂറോപ്പിലെത്തുകയും തെക്കോട്ട് സഞ്ചരിച്ച് ബി സി ഇ 2000 ത്തിനോടടുപ്പിച്ച് ഇന്ത്യയിലെത്തുകയും ചെയ്തു. ആര്യന്മാർ എന്നറിയപ്പെടുന്നത് ഇവരാണ്. ശാസ്ത്രസമൂഹം പക്ഷേ, ഇവരെ പരാമർശിക്കുന്നത് പുൽമേടുകളിൽ ഇടയന്മാർ (Steppe pastorlists) എന്നാണ്. ഇത് രണ്ടിലും രസകരമായ ഒരു വ്യത്യാസമുണ്ട്. യൂറോപ്പിലേക്ക് നീങ്ങിയ പുൽമേടുകളിലെ ഇടയന്മാർ

യൂറോപ്പിലെ തദ്ദേശവാസികളെ പാടെ ഇല്ലായ്മചെയ്തു. അതേസമയം ഇന്ത്യയിലേക്ക് നീങ്ങിയവർ, ആദിമ ഇന്ത്യക്കാരുമായി ചേർന്നുണ്ടായ മിശ്രജാതിക്കാരായ ഹാരപ്പൻ ജനതയുമായി ഇടപഴകി ചേർന്നു. ഇന്ത്യയിൽ അന്നുണ്ടായ ജനസമൂഹം ഈ കുടിയേറ്റത്തിൽ യൂറോപ്പിലേതു പോലെ ഉന്മൂലനം ചെയ്യപ്പെട്ടില്ല. ഇന്ന് 10 ശതമാനത്തിൽ താഴെ യൂറോപ്യന്മാരിൽ മാത്രമേ വേട്ടയാടിയും കായ്കനികൾ പറിച്ചും ജീവിച്ച പഴയ ജനസമൂഹത്തിന്റെ ജനിതക അവശിഷ്ടങ്ങൾ കാണാൻ കഴിയൂ. അതേസമയം മഹാഭൂരിപക്ഷം ഇന്ത്യക്കാരിലും ആദിമ ഇന്ത്യൻ വംശജരുടെ ജനിതക അവശിഷ്ടങ്ങൾ കാണാൻ സാധിക്കും. ഭാഷയിലെ തെളിവുകൾ വെച്ച് നോക്കിയാൽ, പടിഞ്ഞാറൻ യൂറോപ്പിലെ 95 ശതമാനവും ഇന്തോ യൂറോപ്യൻ ഭാഷ സംസാരിക്കുന്നവരാണ്. അതേസമയം 75 ശതമാനം ഇന്ത്യക്കാർ മാത്രമേ ഇത്തരത്തിൽപെടൂ; 20 ശതമാനം പേർ ദ്രാവിഡ ഭാഷ സംസാരിക്കുന്നവരാണ്. അതിനാൽ നിങ്ങളെ പ്രകോപിച്ചേക്കാവുന്ന ഒരു സംഗതി ഞാൻ പറയുകയാണ്, ഇന്ത്യക്കാരേക്കാൾ കൂടുതൽ ആര്യന്മാരാണ് യൂറോപ്യൻമാർ.

ആദിമ ഇന്ത്യൻ വംശജരും ഹാരപ്പൻ നാഗരികതയിൽ ജീവിച്ചിരുന്നവരും പുൽമേട്ടുകളിലെ ഇടയസമൂഹവും എല്ലാവരുടെയും പല അനുപാതത്തിലുള്ള മിശ്രിതമാണ് ഇന്നത്തെ ഇന്ത്യക്കാരെന്ന് ജനിതക തെളിവുകൾ വ്യക്തമാക്കുന്നു. ഈ വ്യത്യാസങ്ങൾ സൂചിപ്പിക്കുന്നത്, ആദ്യകാലങ്ങളിലെ ഈ വംശീയമായ കൂടിച്ചേരലുകൾ ഏതാണ്ട് സി ഇ 100 നോടടുപ്പിച്ച് കുറഞ്ഞു വരുകയും, ഇന്ന് നാം കാണുന്ന രീതിയിലുള്ള തദ്ദേശീയമായ ജാതിസമൂഹങ്ങൾ പ്രത്യക്ഷപ്പെടുകയും ചെയ്തു എന്നാണ്. ഈ ജാതീയ സമൂഹങ്ങൾ (endogamous groups) എത്രമാത്രം ഭദ്രമായവയാണ് എന്നും, ജാതിയെ മറികടന്നുകൊണ്ടുള്ള വിവാഹങ്ങൾ എത്ര കണ്ട് കർശനമായി തടയപ്പെട്ടിരുന്നുവെന്നും, വിവിധ പ്രദേശങ്ങൾക്കിടയിൽ ഈ ജാതി രൂപങ്ങൾ എങ്ങനെ വൈജാത്യമുള്ളവയായി നിലനിന്നിരുന്നുവെന്നും സംബന്ധിച്ച ഉത്തരങ്ങൾ ജനിതക ഗവേഷണങ്ങൾ വരും നാളുകളിൽ നൽകുമെന്ന് നമുക്ക് കരുതാം. ജാതികൾ പലതായി വിഭജിക്കപ്പെട്ടതെങ്ങനെ എന്നത് സം ബന്ധിച്ചും പുതിയ ജാതി രൂപങ്ങൾ എങ്ങനെ ഉയർന്നുവന്നു എന്നതിനെ സംബന്ധിച്ചും ചരിത്രകാരന്മാരും നരവംശശാസ്ത്രജ്ഞന്മാരും സുദീർഘമായി പറഞ്ഞത് സംബന്ധിച്ചും ഈ ഗവേഷണങ്ങൾ കൂടുതൽ വ്യക്തതതരും. ഒരുകാര്യം ഉറപ്പിച്ചു പറയാൻ കഴിയും. ആര്യന്മാരാണ് ഇവിടത്തെ ആദിമ നിവാസികളെന്നും വൈദിക നാഗരികതയാണ് ഇന്ത്യൻ സംസ്കാരത്തിന്റെ മൗലിക ഉറവിടമെന്നും പറയുന്നതിന് ശാസ്ത്രീയമായ തെളിവുകളില്ല.

ഇതുവരെ ഞാൻ നിങ്ങൾക്ക് കാട്ടിത്തന്നത് ഇതാണ്. ആധുനിക ഇന്ത്യയിലെ ജനങ്ങളുടെ പൗരാണിക ഉറവിടങ്ങൾ തിരയുന്ന പരിശ്രമങ്ങൾ വൈദിക കാലഘട്ടത്തിലെ ആര്യന്മാരിൽ ചെന്നെത്തി നിൽക്കുന്നതിന് ചരിത്രപരമോ ശാസ്ത്രീയമോ ആയ ഒരു അടിസ്ഥാനവുമില്ലായെന്നും അത് വെറും ഭാവനാസൃഷ്ടിയാണ് എന്നുമാണ്. എന്നാൽ ഞാൻ മുൻപ് പറഞ്ഞതുപോലെ, ഇത് പറഞ്ഞു നടക്കുന്നത് നിങ്ങളുടെ ദേശീയ നേതാക്കൾ മാത്രമല്ല. യൂറോപ്യൻ ദേശീയവാദികളിൽ നിന്നുമാണ് അവരിത് പഠിച്ചത്. എങ്ങനെയാണ് പതിനെട്ടാം നൂറ്റാണ്ടു മുതൽക്കേ, യൂറോപ്യൻ പണ്ഡിതർ, പ്രധാനമായും ക്രിസ്ത്യാനികൾ, പൗരാണിക ഗ്രീക്ക് റോമൻ നാഗരികതയിലെ വിജാതീയ ജനതയെ തങ്ങളുടെ സാംസ്കാരിക പൂർവികരായി സങ്കൽപിച്ചു പോന്നത്? ഈ പണ്ഡിതരിൽ മിക്കവരും തങ്ങളുടെ സമകാലീനരായ ഗ്രീക്ക് ഇറ്റാലിയൻ ജനതയെ, ഒരു കാരണവശാലും യൂറോപ്യന്മാരുമായി സമീകരിക്കാനാവാത്തവ്വത്തി കെട്ടവരും മടിയന്മാരും ആഭാസന്മാരുമായിട്ടാണ് കരുതിപ്പോന്നിരുന്നത്. ക്ലാസിക്കൽ ഗ്രീക്ക് റോമൻ നാഗരികതയുടെ പാരമ്പര്യങ്ങൾ അവകാശപ്പെട്ടുമ്പോഴും, പടിഞ്ഞാറൻ യൂറോപ്പിലെ പണ്ഡിതന്മാർ ആധുനിക ഗ്രീക്കുകാർക്കും ഇറ്റലിക്കാർക്കും ഈ മികവ് നൽകുന്നില്ല. ഇതേക്കുറിച്ചൊന്നു ചിന്തിച്ചു നോക്കൂ: ആധുനിക കാലത്തെ സ്കോട്ടുകാരും നോർവീജിയക്കാരും പുരാതന ഏഥൻസിലെ ജനതയെ തങ്ങളുടെ പൂർവികരായി വിഭാവന ചെയ്താൽ എങ്ങനെയിരിക്കും? പൗരാണികമായ ഒരു ദേശം തങ്ങൾക്കുണ്ടായിരുന്നുവെന്നുള്ള ആഗ്രഹത്തിന് അത്ഭുതകരമായ ഭാവനകൾ മെനയാൻ കഴിയും. ഈ ഭാവന നിർമിക്കപ്പെടുന്നതെങ്ങനെയെന്ന് ഞാൻ പിന്നീട് നിങ്ങൾക്ക് പറഞ്ഞുതരാം: അത് കൗതുകകരമായ ഒരു കഥയാണ്.

രാജ്യാതിർത്തികൾ ആകസ്മികമായി ഉണ്ടായവയാണ്

നിങ്ങളുടെ രാജ്യത്തിന്റെ അതിർത്തികൾ പരിപാവനമാണെന്നും അവ അനാദികാലം മുതൽക്കേ നിലനിന്നിരുന്നവയാണെന്നും ലക്ഷക്കണക്കിന് തവണ പറഞ്ഞിട്ടുള്ള സംഗതിയാണ്. ഇന്ത്യയുടെ അതിർത്തികൾ വടക്കുള്ള പർവതങ്ങൾ മുതൽ തെക്കുള്ള സമുദ്രങ്ങൾ വരെ: ആസേതുഹിമാചലം, കാശ്മീർ മുതൽ കന്യാകുമാരി വരെ നീണ്ടു കിടക്കുന്നവയാണെന്ന് നിങ്ങൾ വിശ്വസിക്കുന്നു. മഹാഭാരതത്തിലെ ഉദ്യോഗപർവത്തിൽ ദുര്യോധനൻ നടത്തുന്ന പ്രസംഗം നിങ്ങൾ കേട്ടിട്ടുണ്ടാവും ഒരുതരി ഭൂമിപോലും വിട്ടുകൊടുക്കില്ല, സൂചി കുത്താൻ പോലും ഇടം തരില്ലയെന്ന ദുര്യോധനൻ ഇപ്രകാരം പറയുന്നു:

കൂർത്ത സൂചിത്തുമ്പു കൊണ്ട്
കുത്തിയാലിങ്ങു കേശവ!
കിട്ടുന്ന ഭൂമിയും ഞങ്ങൾ
പാണ്ഡവർക്കായി വിട്ടിടാ

(മഹാഭാരതം - ഉദ്യോഗപർവ്വം)

കുരുക്ഷേത്രയുദ്ധത്തിൽ ദുര്യോധനൻ ശരിയുടെ പക്ഷത്തായിരുന്നില്ല എന്ന വസ്തുത മറന്നുകൊണ്ട് മാത്രമേ ഈ വികാരത്തെ നമുക്ക് അംഗീകരിക്കാനാവൂ. എന്തുതന്നെയായാലും, ഈ വാദത്തിന്റെ ആധുനിക പതിപ്പുകൾ നമ്മുടെ ദേശീയ നേതാക്കൾ പറയാറുണ്ട്: "നമ്മുടെ രാജ്യത്തിന്റെ ഒരിഞ്ചുപോലും ശത്രുക്കൾക്ക് നാം വിട്ടുകൊടുക്കില്ല." സ്വാഭാവിക അതിരുകളെ സംബന്ധിച്ച കാവ്യങ്ങളിലെ ആഖ്യാനങ്ങൾ സാഹിത്യപരമായ ഒരു ഫലമുളവാക്കുന്നുവെന്നുമാത്രം. നമ്മുടേതായ അതിർത്തികൾ

സംബന്ധിച്ച നാടകീയ പ്രഖ്യാപനങ്ങൾപോലെ തന്നെയാണത്. ദേശ രാഷ്ട്രങ്ങളുടെ യഥാർഥ നടത്തിപ്പിന് ഇത്തരം അമൂർത്ത നിർവചനങ്ങൾ, അവ വൈകാരികമായി എത്രകണ്ട് ഉത്തേജകപരമാണെങ്കിൽക്കൂടി, ഉപയോഗശൂന്യമാണ്. ഇന്ത്യയുടെ യഥാർഥ അതിരുകൾ നിലവിൽ വന്നതെങ്ങനെയെന്ന് ഞാൻ നിങ്ങൾക്ക് കാണിച്ചുതരാം.

നമുക്ക് വടക്കൻ അതിർത്തികളെക്കുറിച്ച് സംസാരിച്ചുതുടങ്ങാം. 2020 ജൂണിൽ ഇന്ത്യയുടെയും ചൈനയുടെയും പട്ടാളക്കാർ തമ്മിലുണ്ടായ സംഘർഷത്തെ തുടർന്നാണ് ഇവിടേക്ക് മാധ്യമ ശ്രദ്ധ പതിയുന്നത്. നേപ്പാളുമായി ഇന്ത്യ 1750 കിലോമീറ്റർ നീളമുള്ള അതിർത്തി പങ്കിടുന്നുണ്ട്. ഇതിനു രണ്ടു വശങ്ങളിലുമായി- 900 കിലോമീറ്റർ കിഴക്കും ഏതാണ്ട് 4000 കിലോമീറ്റർ പടിഞ്ഞാറും- ചൈനയുമായി അതിർത്തി പങ്കിടുന്നു. ഇത് കൂടാതെ ഭൂട്ടാനുമായി ചെറിയൊരു ദൂരം അതിർത്തി പങ്കിടുന്നുണ്ട്. ചൈനയുമായുള്ള അതിർത്തിയെ സംബന്ധിച്ചാണല്ലോ തർക്കം. അതിനാൽ നമുക്ക് അവിടെനിന്ന് തുടങ്ങാം.

കിഴക്കു ദിക്കിലെ ചൈനീസ് അതിർത്തി

കിഴക്കു ഭാഗത്തെ അതിർത്തിക്ക് കാവ്യാത്മകമായ സംസ്കൃത പദമൊന്നുമില്ല. പകരം തീർത്തും വസ്തുതാപരമായ ഒരു സ്കോട്ടിഷ് പേരാണ് അതിനുള്ളത്-- മക്മോഹൻ ലൈൻ. ബ്രിട്ടീഷ് സാമ്രാജ്യത്വം ടിബറ്റിനുവേണ്ടി തയ്യാറാക്കിയ പദ്ധതിയുമായി ബന്ധപ്പെട്ടാണ് ഈ അതിർത്തിയുടെ ചരിത്രം നിലകൊള്ളുന്നത്. നിങ്ങളുടെ സ്കൂളുകളിൽ ഈ ചരിത്രം പഠിപ്പിക്കുന്നില്ല. അതിനാൽ ഇത് സംബന്ധിച്ച വിശദാംശങ്ങൾ ഒരുപക്ഷേ, നിങ്ങൾക്കറിയണമെന്നില്ല. വടക്കു കിഴക്കൻ ഇന്ത്യയിലെ പർവത പ്രദേശങ്ങളിൽ ബ്രിട്ടീഷുകാർ 1878 ൽ അധികാരമുറപ്പിച്ചതിനെത്തുടർന്ന്, ഹിമാലയപർവതത്തിന്റെ താഴ്വാരങ്ങളിൽ ഔട്ടർ ലൈൻ എന്ന് വിളിക്കുന്ന രേഖ ഏകദേശ അതിർത്തി കണക്കാക്കി വരച്ചു. ഇന്നത്തെ അരുണാചൽപ്രദേശിന്റെ തെക്കൻ അതിർത്തിയോട് ഏറക്കുറെ ചേർന്ന് കിടക്കുന്നതാണിത്. 1903 ൽ ഫ്രാൻസിസ് യങ്ഹസ്ബൻഡ് (Francis Younghusband) ബ്രിട്ടീഷ് ഇന്ത്യൻ പട്ടാളവുമായി ടിബറ്റ് ആക്രമിക്കുകയും ആ രാജ്യത്ത് ഒരു ഉടമ്പടി അടിച്ചേൽപിക്കുകയും ചെയ്തു. പക്ഷേ, പല കാരണങ്ങളാലും ടിബറ്റിലേക്കുള്ള ബ്രിട്ടീഷ് സാമ്രാജ്യത്വത്തിന്റെ വ്യാപനം മുന്നോട്ടു പോയില്ല. 1907 ൽ ബ്രിട്ടനും റഷ്യയും ടിബറ്റിനുമേലുള്ള ചൈനീസ് പരമാധികാരം അംഗീകരിച്ചു. നിങ്ങൾ ഒരുപക്ഷേ ഓർക്കുന്നുണ്ടാവും, ബ്രിട്ടനെ സംബന്ധിച്ചിടത്തോളം വടക്കൻ അതിർത്തികളുടെ കാര്യത്തിൽ അക്കാലത്ത് ടിബറ്റോ ചൈനയോ ആയിരുന്നില്ല റഷ്യയായിരുന്നു പ്രശ്നം. പടിഞ്ഞാറൻ ചൈ

നയിലേക്കും ടിബറ്റിലേക്കുമുള്ള റഷ്യയുടെ വ്യാപനം തടയുക എന്നതായിരുന്നു പ്രധാന ലക്ഷ്യം. പർവതങ്ങളിലെ അതിർത്തി പ്രദേശങ്ങൾ സാമ്പത്തികമോ തന്ത്രപരമോ ആയി വലിയ പ്രാധാന്യമർഹിക്കുന്നവയായിരുന്നില്ല. പ്രസിദ്ധ ബുദ്ധവിഹാരം സ്ഥിതിചെയ്തിരുന്ന, ഒരു വ്യാപാര കേന്ദ്രമായിരുന്ന ത്വാങ് പ്രദേശത്തു മാത്രമായിരുന്നു ബ്രിട്ടീഷുകാർക്ക് എന്തെങ്കിലും താല്പര്യം ഉണ്ടായിരുന്നത്. ഇക്കാരണങ്ങളാൽ, ഭൂതലത്തിൽ അതിർത്തികൾ രേഖപ്പെടുത്താനും ഈ പ്രദേശങ്ങളിൽ ശക്തമായ ഭരണ നിയന്ത്രണങ്ങൾ കൊണ്ടുവരുവാനും കാര്യമായ പരിശ്രമങ്ങളൊന്നുമുണ്ടായില്ല. പല നൂറ്റാണ്ടുകളായി നിലനിന്നിരുന്നതുപോലെ, ടിബറ്റിൽനിന്നും താഴ്വാരങ്ങളിലേക്ക് ജനങ്ങളുടെയും ചരക്കുകളുടെയും പ്രയാണം തുടർന്നുകൊണ്ടേയിരുന്നു.

1910 ൽ ചൈനയിലെ ക്വിങ് സാമ്രാജ്യ ഭരണകൂടം ടിബറ്റിലേക്ക് പട്ടാളത്തെ അയച്ചു. ഇതിനുള്ള മറുപടിയായി ബ്രിട്ടീഷുകാർ, ഹിമാലയൻ ഫ്രോണ്ടിയർ ട്രാക്റ്റ്സ് (പിൽക്കാലത്ത് വടക്കു കിഴക്കൻ അതിർത്തി ഏജൻസി, NEFA) രൂപീകരിക്കുകയും ഔട്ടർ ലൈൻ വടക്കോട്ടു നീക്കുകയും ചെയ്തു. അധികം വൈകാതെ ക്വിങ് സാമ്രാജ്യം തകരുകയും 1913 ൽ ടിബറ്റ് സ്വതന്ത്രരാജ്യമായി സ്വയം പ്രഖ്യാപിക്കുകയും ചെയ്തു.

ഈ സമയത്താണ് ഹെൻറി മക്മോഹൻ എന്ന ബ്രിട്ടീഷുദ്യോഗസ്ഥൻ, ഷിംലയിലെ പ്രസിദ്ധമായ വിസെറീഗൽ ലോഡ്ജിൽ വെച്ച് ടിബറ്റിലെയും ചൈനയിലെ റിപ്പബ്ലിക്കൻ ഗവൺമെന്റിന്റെയും പ്രതിനിധികളുടെ ഒരു യോഗം വിളിച്ചു ചേർക്കുന്നത്. ചൈനയുടെ പരമാധികാരത്തിൻകീഴിൽ ദലൈലാമ ടിബറ്റിലെ ഭരണം നടത്തുമെന്ന് അന്നവിടെ വെച്ച് തീരുമാനമായി. ബ്രിട്ടീഷുകാർ കണ്ടുപിടിച്ച ഒരു നിയമ സംബന്ധിയായ ആശയമാണ് പരമാധികാരം എന്നർത്ഥം വരുന്ന സുസറൈന്റി (Suzerainty). യൂറോപ്യൻ ശക്തികൾ ഏഷ്യയിൽ തങ്ങളുടെ അധിനിവേശവും സ്വാധീനവും വ്യാപിപ്പിച്ചതിനുശേഷം, ഈ രാജ്യങ്ങളുമായുള്ള ശ്രേണീപരമായ പരമാധികാര ബന്ധം യൂറോപ്യൻ രാഷ്ട്രനിയമങ്ങളുടെ ഭാഷയിൽ വിവരിക്കുന്നതിനു വേണ്ടിയാണ് ഈ പദം കണ്ടുപിടിച്ചത്. സുസറൈന്റി എന്നതിനർഥം ആഭ്യന്തര ഭരണാധികാരമൊന്നുമില്ലാതെ സമഗ്രമായ പരമാധികാരം എന്നതാണ്. ഇന്ത്യയിലെ ബ്രിട്ടീഷ് പരമാധികാരികൾക്ക് ഇന്ത്യയിലെ പ്രാദേശിക ഭരണകൂടങ്ങളുമായുള്ള ബന്ധം പോലെയാണത്. ടിബറ്റുമായി ചൈനയ്ക്കുള്ള ബന്ധം അങ്ങനെയായിരിക്കുമെന്നാണ് ബ്രിട്ടീഷുകാർ കരുതിയത്. പക്ഷേ, അവിടെ നിന്നങ്ങോട്ട് കഥ മാറി. വളരെക്കുറച്ച് വിശദാംശങ്ങൾ മാത്രമുള്ള ഷിംല കരാറുമായി ബന്ധപ്പെട്ട രണ്ട് ചെറിയ മാപ്പുകൾ 1914 ജൂലൈയിൽ പുതുക്കുകയുണ്ടായി. ചൈനീസ് അധികാരികൾക്ക് കാണിച്ചുകൊടുത്തിരുന്നത് ഇവയാ

യിരിക്കാം. പക്ഷേ, ഇതിൽ ചൈനീസ് അധികാരികളുടെ ഒപ്പുകൾ ഒന്നു മുണ്ടായിരുന്നില്ല. മക്മോഹൻ ലൈൻ ഉൾപ്പെടുന്ന കുറേക്കൂടി വിശദമായ ഒരു മാപ്പ്, ബ്രിട്ടനും ടിബറ്റും തമ്മിലുള്ള ഉഭയകക്ഷി കാരാറിന്റെ അടി സ്ഥാനത്തിലുള്ള, ചൈനയെ ഉൾപ്പെടുത്താത്ത ഒന്ന് നിലവിലുണ്ടായിരു ന്നു. ഇതിലെ രേഖ കടന്നുപോകുന്നത്, ഭൂട്ടാന് പടിഞ്ഞാറായും ബ്രഹ്മപു ത്രാനദിയുടെ വലിയ വളവിനു 200 കിലോമീറ്റർ കിഴക്കായുമാണ്. പഴയ ഔട്ടർ ലൈനിലുള്ളതുപോലെ, ഹിമാലയൻ താഴ്വാരത്തിൽക്കൂടെയല്ല, വടക്കുള്ള പർവത ശിഖരങ്ങൾക്ക് മുകളിൽക്കൂടിയാണ് അത് കടന്നു പോകുന്നത്. പക്ഷേ, ചൈനയ്ക്ക് ടിബറ്റിനുമേലുള്ള പരമാധികാരം അംഗീ കരിക്കുന്ന, 1907 ലെ ആംഗ്ലോ റഷ്യൻ ഉടമ്പടിക്കനുസൃതമല്ല എന്ന കാ രണത്താൽ ഇന്ത്യൻ ഗവണ്മെന്റ് ഷിംല കരാർ നിരാകരിച്ചു. ബ്രിട്ടനും ചൈനയുമായും തുല്യപദവിയുള്ള ഒരു മൂന്നാം കക്ഷിയെന്ന നിലയിൽ നിലയിൽ ടിബറ്റിന് എങ്ങനെയാണിത് സാധിക്കുക? ഐച്ചിസൺ സ് ഉടമ്പടികൾ 1938 ൽ വീണ്ടും പുനഃപ്രസിദ്ധീകരിച്ചു. ഷിംല കരാർ, ബ്രിട്ടനും ടിബറ്റുമായുള്ള കരാറാണ് എന്നാണ് ഇത് പ്രഖ്യാപിക്കുന്നത്. ഉടമ്പടികളുടെ പഴയ വാല്യങ്ങളെല്ലാം തിരിച്ചെടുത്തു, അവയിൽ 1928 എന്ന തെറ്റായ പബ്ലിഷിങ് തീയതി ചേർത്തു. സാമ്രാജ്യങ്ങളുടെ മഹ ത്തായ കളികളിൽ ഇതെല്ലാം ശരിയാണ് എന്ന് പ്രത്യേകം പറയേണ്ട തില്ലല്ലോ. 1938 ൽ, ക്യാപ്റ്റൻ ലൈറ്റ്ഫൂട്ട് തവാങ് കൈയേറി. പക്ഷേ, അധികം വൈകാതെ ടിബറ്റിന് നിയന്ത്രണം വിട്ടുകൊടുത്തു. 1950 -51 ൽ ഇന്ത്യൻ ഗവണ്മെന്റ് എൻ ഇ എഫ് എയിലെ അതിർത്തികൾക്കുള്ളി ലാക്കി തവാങ്ങിലെ നിയന്ത്രണം ഉറപ്പിച്ചു.

1904 ലെ യങ്ഹസ്ബന്റിന്റെ പര്യവേക്ഷണത്തിനുശേഷം ടിബ റ്റിനുമേൽ ബ്രിട്ടീഷുകാർ ചില അധിക അവകാശങ്ങൾ ടിബറ്റിനുമേൽ സ്ഥാപിച്ചിരുന്നു. 1954 ൽ, ജവഹർലാൽ നെഹ്രുവിന്റെ നേതൃത്വത്തിലു ള്ള ഇന്ത്യൻ ഗവണ്മെന്റ് ടിബറ്റിനുമേലുള്ള ചൈനീസ് പരമാധികാരം അംഗീകരിക്കുകയും പഴയ കൊളോണിയൽ അവകാശങ്ങൾ ഉപേക്ഷി ക്കുകയും ചെയ്തു. ഈ സമയമാകുമ്പോഴേക്കും ചൈനയിൽ ജനകീയ റിപ്പബ്ലിക്ക് അധികാരം ഉറപ്പിച്ചിരുന്നു. 1959 ൽ ചൈനീസ് പട്ടാളം ടിബറ്റിൽ പ്രവേശിക്കുകയും ദലൈലാമ ഇന്ത്യയിലേക്ക് രക്ഷപ്പെടുക യും ചെയ്തു. മക്മോഹൻ ലൈനിനെപ്പറ്റിയുള്ള തർക്കങ്ങൾ രൂക്ഷമാകു ന്നത്, ടിബറ്റ് ഒരു സ്വതന്ത്ര രാജ്യമല്ലായെന്നും അതിനാൽ ഉടമ്പടി കളിൽ ഏർപ്പെടാൻ അവർക്ക് അധികാരമില്ലെന്നുമുള്ള ചൈനയുടെ അവകാശവാദത്തെ തുടർന്നാണ്. ബ്രിട്ടീഷുകാർക്ക് ഇക്കാര്യത്തിൽ ആദ്യമുണ്ടായിരുന്ന നിലപാടിനെ ചൂണ്ടിക്കാട്ടിയായിരുന്നു ഇത്. മാത്ര വുമല്ല മക്മോഹൻ ലൈൻ ചൈനക്കാരെ അതുവരെയും കാണിക്കുകയോ

ഏതെങ്കിലും ചൈനീസ് ഉദ്യോഗസ്ഥരത് അംഗീകരിക്കുകയോ ചെയ്തിരുന്നില്ല. അതിനാൽ ചൈനയെ സംബന്ധിച്ചിടത്തോളം ഇപ്പറയുന്ന ഷിംല കരാർ അസാധുവാണ്. ചൈനീസ് മാപ്പുകൾ പ്രകാരം മക്മോഹൻ ലൈനിനു തെക്കുള്ള 65000 സ്ക്വയർ കിലോമീറ്റർ തെക്കൻ ടിബറ്റിലെ ചൈനീസ് പ്രദേശത്തിന്റെ ഭാഗമാണ്. 1962 ൽ ചൈനീസ് പട്ടാളം ഇന്ത്യൻ പട്ടാളത്തെ ആക്രമിക്കുകയും 10 ദിവസത്തിനകം ആസാമിന്റെ അടുത്തുവരെ എത്തുകയും ചെയ്തു. ആസ്സാം തകർക്കപ്പെടുമെന്നാണ് അന്ന് എല്ലാവരും കരുതിയത്. ഇടറിയ ശബ്ദത്തിൽ പ്രധാനമന്ത്രി നെഹ്റു അന്ന് റേഡിയോയോയിൽക്കൂടി പറഞ്ഞത് ഞാനിപ്പോഴും ഓർക്കുന്നു: "എന്റെ ഹൃദയം ആസ്സാം ജനതയ്ക്കൊപ്പമാണ് " പക്ഷേ, ചൈന പൊടുന്നനവെ അവരുടെ മുന്നേറ്റം നിർത്തുകയും മക്മോഹൻ രേഖ പ്രകാരമുള്ള യഥാർഥ സ്ഥാനത്തേക്ക് പിന്തിരിയുകയും ചെയ്തു. യഥാർഥ നിയന്ത്രണ രേഖയായി ഇന്നും തുടരുന്നത് ഇതാണ്. പക്ഷേ, ഷിംല കരാർ പ്രകാരം, മക്മോഹൻ രേഖയ്ക്ക് തെക്കുള്ള പ്രദേശങ്ങൾ ഇന്ത്യൻ സംസ്ഥാനമായ അരുണാചൽ പ്രദേശിനൊപ്പം ചേർത്തിരിക്കുന്ന ഇന്ത്യയുടെ അവകാശ വാദങ്ങളെ ചൈന ഇന്നും ചോദ്യം ചെയ്യുകയാണ്.

ഒരു സ്കോട്ടിഷ് സിവിലുദ്യോഗസ്ഥൻ, രഹസ്യരേഖയായതിനാൽ ആരും കാണാത്ത ഒരു ഭൂപടത്തിൽ വരച്ച ഒരു സാങ്കൽപിക രേഖയെ സംരക്ഷിക്കാനാണ് 1962 ൽ യുദ്ധമുണ്ടായതും നമ്മുടെ പട്ടാളക്കാരുടെ വിലപ്പെട്ട ജീവൻ നഷ്ടപ്പെട്ടതും.

പടിഞ്ഞാറുഭാഗത്തെ ചൈനീസ് അതിർത്തി

പടിഞ്ഞാറൻ മേഖലയിലെ അതിർത്തിപ്രദേശം അക്സായി ചിൻ എന്നറിയപ്പെടുന്നു. പേർഷ്യൻ ഭാഷയിൽ ഇതിനർഥം 'ചൈനയുടെ അങ്ങേയറ്റത്തെ ഭാഗം' എന്നാണ്. ഈ പേരിന് ചരിത്രപരമായ എന്തെങ്കിലും അർഥം ഇന്ത്യയുമായും ചൈനയുമായും ബന്ധപ്പെട്ടിട്ടുണ്ടോ എന്ന് നാം ഊഹാപോഹങ്ങൾ മെനയേണ്ടതില്ല. പിന്നീട് പല സന്ദർഭങ്ങളിലും നാം കാണാൻ പോകുന്നതുപോലെ പേരുകൾക്ക് ചരിത്രപരമായ അർഥം കണ്ടുപിടിക്കാനുള്ള നമ്മുടെ ശ്രമങ്ങൾ പലപ്പോഴും അർഥരഹിതമായ വൃഥാവ്യായാമങ്ങളിൽ ചെന്ന് കലാശിക്കുകയേയുള്ളൂ. അതിനാൽ 'ഒരു പേരിൽ എന്തിരിക്കുന്നു' എന്ന് വിചാരിച്ച് നമുക്ക് മുന്നോട്ടു പോകാം.

ലഡാക്കിലെ പർവതപ്രദേശങ്ങൾ 14000 സ്ക്വയർ കിലോമീറ്റർ വരും. മിക്ക പ്രദേശങ്ങളും 5000 മീറ്ററിന് മുകളിൽ ഉയരമുള്ളവയും വേനൽക്കാലത്തുമാത്രം സഞ്ചാരയോഗ്യമായവയുമാണ്. ടിബറ്റും ചൈനയിലെ ഷിൻജിയാങ് പ്രദേശവുമായുള്ള വ്യാപാരത്തിനായി പരമ്പരാഗതമായി ഉപയോഗിച്ച് പോന്നവയാണ് ഇവിടെയുള്ള ചുരങ്ങൾ. മുഗൾ കാലഘട്ട

ത്തിൽ, ലഡാക്കിലെ നംഗ്യാൽ ഭരണാധികാരികൾക്ക് പലഘട്ടങ്ങളിലും മുഗളരുമായി ബന്ധങ്ങൾ നിലവിലുണ്ടായിരുന്നു. പക്ഷേ, ടിബറ്റിനെ ഭരിച്ചിരുന്ന ചൈനയിലെ മൻചു, ക്വിങ് സാമ്രാജ്യങ്ങൾ ലഡാക്കിൽ പലപ്പോഴും ആക്രമണം നടത്തിയിരുന്നു. 1834 ൽ, പഞ്ചാബിലെ സിഖ് രാജ്യത്തിലെ ജനറലായ ഡോഗ്ര വംശജൻ, സോറാവർ സിങ് ലഡാക്ക് പിടിച്ചെടുക്കുകയും രഞ്ജിത്ത് സിങ്ങിന്റെ പ്രദേശങ്ങളോട് കൂട്ടിച്ചേർക്കുകയും ചെയ്തു. ടിബറ്റിലേക്കുള്ള സിഖ് മുന്നേറ്റം ചൈനീസ് പട്ടാളം തടയുകയും ചുശാലിൽ വെച്ച് 1842 ൽ ഉടമ്പടി ഒപ്പുവെക്കുകയും ചെയ്തു. ഇത് പ്രകാരം കൂടുതൽ ലംഘനങ്ങളിൽ നിന്ന് ഇരുപക്ഷവും പിന്തിരിഞ്ഞു. 1849 ലെ രണ്ടാം ആംഗ്ലോ-സിഖ് യുദ്ധത്തിലെ സിഖുകാരുടെ പരാജയത്തെത്തുടർന്ന്, ജമ്മു കശ്മീരിലെ ദോഗ്ര രാജ്യം, ബ്രിട്ടീഷ് പരമാധികാരത്തിനുകീഴിലുള്ള ഒരു രാജഭരണ പ്രദേശമായി മാറി. ലഡാക് ഗുലാബ് സിങ്ങിന്റെ സാമ്രാജ്യത്വത്തിന്റെ ഭാഗമായി മാറി. ലഡാക്കിന്റെ മേലുള്ള പരമാധികാരം ഇന്ത്യയ്ക്ക് പരമ്പരാഗതാവകാശമായി ലഭിച്ചു. രാജഭരണ പ്രദേശമായ ജമ്മുകശ്മീരിന്റെ കൂട്ടിച്ചേർക്കൽ സംബന്ധിച്ച് 1947 ൽ നടന്ന ദീർഘമായ ചർച്ചകളെ തുടർന്നാണിത്.

എന്നാൽ ലഡാക്കും ടിബറ്റുമായുള്ള യഥാർഥ അതിർത്തി ഒരിക്കലും കൃത്യമായി തിരിച്ചിരുന്നില്ല. മനുഷ്യവാസമില്ലാത്ത പർവത പ്രദേശമായിരുന്നതിനാലാണിത്. 1865 ൽ വില്യം ജോൺസൺ എന്ന സർവേ ഉദ്യോഗസ്ഥൻ ഒരു അതിർത്തിരേഖ നിർദേശിച്ചു. ഒട്ടുംതന്നെ കൃത്യമായ ഒന്നായിരുന്നില്ല ഇത്. 1893 ൽ, ചൈനീസ് ഉദ്യോഗസ്ഥനായ ഹുങ് താ ചെനും കശ്ഗറിലെ ബ്രിട്ടീഷ് കോൺസുലായ ജോർജ് മകാർട്ട്നിയും കാരക്കോറം പർവതനിരകളിലൂടെയുള്ള ഒരു രേഖയെ സംബന്ധിച്ച് തീർപ്പിലെത്തി. ഈ രേഖ ഇന്ത്യാഗവൺമെന്റിനു സ്വീകാര്യമാകുകയും ബെയ്ജിങ്ങിലെ ക്വിങ് ഭരണകൂടത്തിന്റെ അംഗീകാരത്തിനായി, ചാൾസ് മക്ഡൊണാൾഡ് അയച്ചുകൊടുക്കുകയും ചെയ്തു. പക്ഷേ, ഇതിനു ഒരുതരത്തിലുള്ള പ്രതികരണവും ലഭിച്ചില്ല. 1897 ൽ, ജോൺ അർദഗ് ജോൺസൺ ലൈൻ പുതുക്കി. റഷ്യൻ ഭീഷണിയിൽനിന്നും കൂടുതൽ സുരക്ഷിതമാണ് എന്നതിനാൽ കുൻ ലുൻ മലനിരകളുടെ ഉച്ചിയിൽ നിന്നും കൂടുതൽ പടിഞ്ഞാറോട്ടു മാറിയായിരുന്നു ഇത്. ബ്രിട്ടീഷുകാരുടെ ഇന്ത്യൻ ഭൂപടങ്ങളിൽ, ജോൺസൺ - അർദഗ് രേഖയും മക്കാർട്ട്നി - മക്ഡൊണാൾഡ് രേഖയും ഉപയോഗിച്ചിരുന്നു. എന്നാൽ നിലത്തു കുടിയുള്ള രേഖകൾ ഒന്നുംതന്നെ രേഖപ്പെടുത്തിയിരുന്നില്ല.

1947 നു ശേഷം, ഇന്ത്യൻ ഗവണ്മെന്റ് ടിബറ്റിന്റെ പടിഞ്ഞാറൻ അതിർത്തിയായി ഔദ്യോഗികമായി അംഗീകരിച്ചത് ജോൺസൺ ലൈനാണ്. ടിബറ്റിനെയും ഷിൻജിയാങ്ങിനെയും ബന്ധിപ്പിക്കുന്ന 1200

കിലോമീറ്റർ നീളം വരുന്ന ഒരു റോഡ് ചൈന നിർമിച്ചതായി 1957 ൽ കണ്ടെത്തി. ഈ രേഖയ്ക്ക് 179 കിലോമീറ്റർ തെക്കുമാറിയായിരുന്നു ഇത്. ഈ പ്രദേശം ചരിത്രപരമായി ലഡാക്കിന്റെ ഭാഗമാണെന്നും അതിനാൽ ഇന്ത്യയുടേതാണെന്നുമായിരുന്നു നെഹ്രുവിന്റെ വാദം. ചൗ എൻ ലായി നെഹ്റുവിന്റെ ഈ വാദം തള്ളിക്കളഞ്ഞുകൊണ്ട് പറഞ്ഞു: അതിർത്തികൾ ഒരിക്കലും തിരിച്ചിട്ടില്ലെന്നും, ഈ പ്രദേശം ചൈനയുടെ അധീനതയിലാണെന്നും, മക്കാർട്ടിനി -മക്ഡൊണാൾഡ് രേഖ മാത്രമാണ് ചൈനയോട് ഇതുവരെ നിർദേശിക്കുകയെങ്കിലും ചെയ്തിട്ടുള്ളത്. തർക്കം രൂക്ഷമായതോടെ, 1963 ൽ, പാകിസ്ഥാനുമായി ഒരൊത്തുതീർപ്പിന് ചൈന തയ്യാറായി. പാക് നിയന്ത്രണത്തിലുള്ള കാശ്മീരിനും ടിബറ്റിനുമിടയിൽ വരുന്ന കാരക്കോറം ഭാഗത്തെ അതിർത്തി സംബന്ധിച്ചായിരുന്നു ഇത്: ഈ അംഗീകൃത അതിർത്തി മക്കാർട്ടിനി - മക്ഡൊണാൾഡ് രേഖയ്ക്ക് സമാനമായതായിരുന്നു. ഇതേസമയം അക്സായി ചിന്നിൽ ചൈന അനധികൃതമായി കടന്നുകയറിയിരിക്കുകയാണ് എന്ന നിലപാട് ഇന്ത്യ തുടരുകയായിരുന്നു. പടിഞ്ഞാറൻ ടിബറ്റിന്റെ ഭാഗമായി ചൈന പൂർണ്ണനിയന്ത്രണം തുടർന്നുവന്നിരുന്ന, അതിർത്തികൾ വേർതിരിച്ചിട്ടില്ലാത്ത ഭാഗമായിരുന്നു ഇത്. നിയന്ത്രണ രേഖയുടെ ഇരുപുറവുമുള്ള ഇന്ത്യയുടെയും ചൈനയുടെയും പട്ടാളക്കാർ തമ്മിൽ പലപ്പോഴും സംഘർഷങ്ങളുണ്ടായിട്ടുണ്ട്. 2020 ജൂണിൽ ഇരുഭാഗത്തും ആൾനാശമുണ്ടായ സംഘർഷമാണ് ഇതിൽ ഏറ്റവും അവസാനത്തേത്.

നിങ്ങൾ ഏതു രീതിയിൽ ഈ പ്രശ്നത്തെ നോക്കിക്കണ്ടാലും ശരി, ഇന്ത്യയുടെ വടക്കുഭാഗത്തെ സ്വാഭാവിക അതിർത്തിയായി ഹിമാലയത്തെ കാണുന്ന, അനാദികാലം മുതൽ മഞ്ഞു മൂടിക്കിടക്കുന്ന ഒരു മതിലായി ഹിമാലയത്തെ വിഭാവന ചെയ്തുപോരുന്നതിന്, രാജ്യത്തിന്റെ യഥാർഥ അതിരുകൾ സംബന്ധിച്ച് യാതൊരു പ്രസക്തിയുമില്ല. ഈ യഥാർഥ അതിരുകൾ വളരെ സമീപകാലത്ത് രൂപപ്പെട്ടവയാണ്. ഇതാകട്ടെ പലപ്പോഴും കുഴപ്പം പിടിച്ചതും എല്ലാക്കാലത്തും ബ്രിട്ടീഷ് സാമ്രാജ്യത്വത്തിന്റെ സ്വാർത്ഥതാൽപര്യങ്ങളാൽ മാത്രം നിർമിക്കപ്പെടുകയും ചെയ്തവയാണ്. ഇനി അടുത്തതവണ നമ്മുടെ രാജ്യത്തിന്റെ വിശുദ്ധ അതിർത്തികളെക്കുറിച്ച് സംസാരിക്കുമ്പോൾ നിങ്ങളിതോർക്കണം. ഇന്ത്യയുടെ വടക്കനതിർത്തികൾ ദൈവനിർമിതങ്ങളല്ല, നമ്മളെ ഭരിച്ചിരുന്ന ബ്രിട്ടീഷ് ഭരണാധികാരികൾ ഉണ്ടാക്കിയതാണ്. അത് അങ്ങേയറ്റം കുഴഞ്ഞുമറിഞ്ഞ അവസ്ഥയിൽ നിലനിർത്തിയാണ് അവർ പോയത്.

ചൈനീസ് ഭീകരന്മാർ ഗോപ്യമായി കൈയടക്കിവെച്ചിരിക്കുന്ന ലഡാക്കിലെ നമ്മുടെ പ്രദേശത്തിലെ ഓരോ ഇഞ്ചും തിരിച്ചുപിടി

ക്കാൻ ജീവൻ തന്നെ ത്യജിക്കാൻ തയ്യാറെന്ന രീതിയിലുള്ള സാമൂഹ്യ മാധ്യമങ്ങളിലൂടെയുള്ള ദേശാഭിമാനവായാടിത്തം നിങ്ങളും ശ്രദ്ധിച്ചു കാണും. എന്ത് തരത്തിലുള്ള അതിർത്തിയാണ് അവരുടെ സ്വപ്നങ്ങളിലുള്ളത്, അവർ സംരക്ഷിക്കാൻ തുനിഞ്ഞിറങ്ങിയിരിക്കുന്നത് ആരെങ്കിലും അവരോട് പറഞ്ഞുകൊടുത്തിരുന്നെങ്കിലെന്ന് ഞാൻ ആഗ്രഹിച്ചു പോകുകയാണ്. ഇന്ത്യൻ പട്ടാളവും ചൈനീസ് പട്ടാളവും മുഖാമുഖം നിൽക്കുന്നിടം വരെയല്ലെങ്കിലും ലഡാക്കിലെ തരിശുഭൂമിയിലൂടെ കുറേദൂരം മുകളിലോട്ട് ഞാനും സഞ്ചരിച്ചിട്ടുണ്ട്. അവിടെ ജോലി ചെയ്തിരുന്ന നിരവധി പട്ടാളക്കാരെ എനിക്ക് നേരിട്ടറിയാം. കുമയൂണിലും ഷിംലയിലുമുള്ള കുന്നുകളിൽ ട്രെക്കിങ് നടത്തുമ്പോഴുള്ള ആകർഷകമായ കാഴ്ചകളൊന്നും ഒരുതരത്തിലും ഈ പർവത ശിഖരങ്ങളിൽ കാണാൻ കഴിയില്ല. ഒരുതരത്തിലുമുള്ള മനുഷ്യർ അവിടെ ജീവിക്കുന്നില്ല, വന്യമൃഗങ്ങൾ പോലുമില്ല, ഒരു പുൽക്കൊടി പോലുമില്ല. വർഷത്തിലധികവും മഞ്ഞുമൂടിക്കിടക്കുന്ന, മൈനസ് 30 ഡിഗ്രിയിൽ താഴെ തണുപ്പുള്ള വെറും പാറക്കെട്ടുകൾ മാത്രമേ അവിടെയുള്ളൂ. അവിടെയുള്ള പട്ടാളക്കാർ ഇക്കാര്യം നിങ്ങളോട് പറയും, ഈ മലകൾ കയറുമ്പോഴും അവിടെ പട്രോളിങ് നടത്തുമ്പോഴും അവർ ഭയപ്പെടുന്നത് ശത്രുസൈനികരെയല്ല, അപകടകരമാംവിധം വഴുക്കുന്ന മഞ്ഞുപാളികളെയും രക്തം കട്ടപിടിപ്പിക്കാൻ പോന്ന തണുപ്പിനേയുമാണ്. രഹസ്യമായി സംസാരിക്കുകയാണെങ്കിൽ അവർ ചോദിക്കും, ഒരു തരത്തിലും ഉപയോഗപ്രദമല്ലാത്ത ഈ ഭൂമിക്കു വേണ്ടി ഇത്രയധികം ജീവൻ പാഴാക്കുന്നതതെന്തിനാണ്.

ചൗ എൻ ലായിയും നെഹ്റുവും 1959 ൽ കണ്ടുമുട്ടിയപ്പോൾ ഇങ്ങനെയൊരു ചോദ്യം ചൗ ചോദിച്ചതായി കേട്ടിട്ടുണ്ട്: "ബ്രിട്ടീഷുകാരുടെ ചില ഭൂപടങ്ങളല്ലാതെ നമുക്കിടയിൽ യഥാർഥ അതിർത്തിരേഖകൾ ഒന്നുമില്ല. നിങ്ങൾ നെഫാ (NEFA - North-East Frontier Agency, ഇന്നത്തെ അരുണാചൽ പ്രദേശ്) കൈവശം വെക്കുക, ഞങ്ങൾ അക്സായി ചിന്നും." പക്ഷേ, ദേശീയതയെക്കുറിച്ചുള്ള മിത്തുകളുടെ നിർമിതി അതീവ ശക്തമാണ്. അത്തരത്തിലുള്ള ഒരു കരാറിലേർപ്പെടാൻ നെഹ്റുവിനെന്നല്ല ഒരു ഇന്ത്യൻ പ്രധാനമന്ത്രിക്കും കഴിയില്ല. അതിന്റെ കനത്ത വിലയാണ് നമ്മുടെ പട്ടാളക്കാർ ഇന്ന് നൽകിക്കൊണ്ടിരിക്കുന്നത്.

നേപ്പാൾ, ഭൂട്ടാൻ, സിക്കിം

ഭൂപടങ്ങളിൽ കാണുന്ന ചൈനയുമായുള്ള അതിർത്തിരേഖകൾ സംബന്ധിച്ച് തർക്കങ്ങളുണ്ട്. പക്ഷേ, അതേ കാരണത്താൽത്തന്നെ താഴെയുള്ള യഥാർഥ അതിർത്തികളും തീർത്തും അപ്രവേശ്യങ്ങളാണ്. ലഡാക്കിന്റെ ഉയരങ്ങളിൽപോലും അതിർത്തി രേഖകളിൽ ഇന്ത്യൻ

പട്ടാളക്കാരുണ്ട്, അവരെ അഭിമുഖീകരിച്ച് മറുഭാഗത്ത് ചൈനീസ് പട്ടാളവും. എന്നാൽ നേപ്പാളിലെയും ഭൂട്ടാനിലെയും സിക്കിമിലെയും സ്ഥിതി തീർത്തും വ്യത്യസ്തമാണ്.

കൊൽക്കത്ത നഗരത്തിൽ, മൈതാനത്തിന്റെ വടക്ക-കിഴക്കൻ മൂലയിലായി വളരെ ഉയരം കൂടിയ ഒരു ചരിത്രസ്മാരകമുണ്ട്. മിക്കയാൾക്കാരും അതിനെ കേവലമൊരു സ്മാരകമായിട്ടാണ് കാണുന്നത്. കുറച്ചുകൂടി അറിവുള്ളവർ അതിന് ഒരു പ്രത്യേക പേര് നൽകിയിട്ടുണ്ട്: ഒക്റ്റർലോണി സ്മാരകം. സമീപകാലത്ത്, സ്വാതന്ത്ര്യ സമര രക്തസാക്ഷികളുടെ ഓർമയ്ക്കായി അതിനെ ഷാഹിദ് മിനാർ എന്ന് പുനർനാമകരണം ചെയ്തു. പക്ഷേ, ഈ സ്മാരകം യഥാർഥത്തിൽ എന്തിനെയാണ് സൂചിപ്പിക്കുന്നതെന്ന് ആർക്കുമറിയില്ല. 1816 ൽ, രണ്ടു വർഷം നീണ്ട യുദ്ധത്തിനൊടുവിൽ ഡേവിഡ് ഒക്റ്റർലോണിയുടെ സൈന്യം നേപ്പാളിനുമേൽ നേടിയ വിജയാഘോഷത്തിന്റെ ഭാഗമായിട്ടാണ് ഈ സ്മാരകം പണിതത്. യുദ്ധത്തെത്തുടർന്ന്, ഈസ്റ്റ് ഇന്ത്യാകമ്പനി നേപ്പാളുമായുണ്ടാക്കിയ സഗൗളി ഉടമ്പടി പ്രകാരം സിക്കിം, കുമയൂൺ, ഗർവാൾ, പടിഞ്ഞാറൻ റ്ററായി എന്നിവിടങ്ങളുടെമേലുള്ള അധികാരങ്ങൾ (ഡാർജിലിങ് ഉൾപ്പെടെ) നേപ്പാൾ കൈയൊഴിഞ്ഞു. ഹിമാലയത്തിലെ ദുഷ്കരമായ കുന്നിൻ താഴ്വാരങ്ങളിലെ യുദ്ധം കമ്പനിക്ക് വലിയ നഷ്ടങ്ങൾ വരുത്തി.ശത്രുക്കളുടെ അപ്രതീക്ഷിത ചെറുത്തുനിൽപിന് ഇരയായതുകൂടാതെ, നിരവധി സൈനികർ മലേറിയമൂലവും മരണപ്പെട്ടു. നേപ്പാളിൽ കൂടുതൽ കടുത്ത നീക്കങ്ങൾക്ക് ബ്രിട്ടീഷുകാർക്ക് താൽപര്യമുണ്ടായിരുന്നില്ല. പകരം കാഠ്മണ്ഡുവിൽ വാസസ്ഥാനങ്ങൾ ഉറപ്പിച്ച്, ഇന്ത്യൻ സൈന്യത്തിനാവശ്യമായ ഗൂർഖ പട്ടാളക്കാരെ നൽകുന്ന ഒരു സഖ്യകക്ഷിയായി നേപ്പാളിനെ കാണുവാനാണ് അവർ ശ്രമിച്ചത്. വടക്ക്, ക്വിങ് സാമ്രാജ്യത്വത്തിനെതിരെയുള്ള ഒരു സംരക്ഷിത കവചമായും അവർ നേപ്പാളിനെ കണ്ടു. അവധ് രാജ്യവും നേപ്പാളുമായി തെക്ക് പങ്കിടുന്ന അതിർത്തി സംബന്ധിച്ച കരാർ 1830 ലാണ് ഒപ്പിടുന്നത്. കമ്പനിയുമായുള്ള അതിർത്തികൾ സംബന്ധിച്ച ധാരണ ഏതാനും വർഷങ്ങൾക്കുശേഷമാണുണ്ടാകുന്നത്.

ഇരുവശങ്ങളിലുമുള്ള പ്രദേശങ്ങൾ റവന്യൂ വരുമാനവും പോലീസ് ഭരണവുമുള്ള കാർഷിക മേഖലയായിരുന്നു. അതിർത്തികൾ മിക്കപ്പോഴും തുറന്നുകിടന്നിരുന്നു. ജനങ്ങൾ നിരന്തരം സഞ്ചരിച്ചു പോന്നിരുന്ന വ്യാപാരമാർഗങ്ങളായിരുന്നു അവ. ഇന്ത്യയുടെ സ്വാതന്ത്ര്യലബ്ധിക്കുശേഷം, 1950 ലെ ഇന്തോ-നേപ്പാൾ കരാർ ഇരുരാജ്യങ്ങളിലുമുള്ള ജനങ്ങൾക്ക് പാസ്പോർട്ടോ വിസയോ ഇല്ലാതെ അതിർത്തിക്ക് ഇരുവശത്തേക്കും യാത്ര ചെയ്യാനും ജോലി ചെയ്യാനുമുള്ള സ്വാതന്ത്ര്യം നൽകി. പുതിയ

രാഷ്ട്രീയ പശ്ചാത്തലങ്ങൾ സമീപകാലത്ത് രൂപംകൊള്ളുന്നതുവരെയും അതായിരുന്നു സ്ഥിതി.

ആയുധങ്ങളുപേക്ഷിച്ച മാവോയിസ്റ്റ് തീവ്രവാദികൾ 2008 ൽ നേപ്പാൾ ഗവൺമെന്റിൽ പങ്കാളികളായി. രാജഭരണം അവസാനിപ്പിച്ച് ഒരു സെക്കുലർ റിപ്പബ്ലിക് ആയി നേപ്പാളിനെ പ്രഖ്യാപിച്ചു. വിവിധ പാർട്ടികൾ തമ്മിൽ നടത്തിയ നീണ്ട ചർച്ചകൾക്കുശേഷം 2015 ൽ പുതിയ ഭരണഘടന അംഗീകരിക്കപ്പെട്ടു. ഒരു വല്യേട്ടൻ മനോഭാവം എല്ലായ്പ്പോഴും നേപ്പാളിനോട് പുലർത്തിപ്പോന്നിരുന്ന ഇന്ത്യൻ ഭരണകൂടം അവരുടെ നയരൂപീകരണങ്ങളിൽ ഇടപെടാനും ശ്രമിച്ചു പോന്നിരുന്നു. പുതിയ ഭരണഘടനയിലെ ചില നയങ്ങളോട് എതിർപ്പ് പുലർത്തിയിരുന്ന, ഇന്ത്യയിൽ വേരുകളുള്ള മധേഷ്യ സമുദായം, നേപ്പാളിലെ ടെറായി ഭാഗത്തു താമസിക്കുന്നവർ, നേപ്പാളിനെ ഇന്ത്യയുമായി ബന്ധിപ്പിക്കുന്ന സുപ്രധാനമായ റോഡിൽ തടസങ്ങൾ സൃഷ്ടിച്ചു. ഇന്ത്യൻ ഭരണകൂടം ഇതിനെ പിന്തുണച്ചു. ഇത് നേപ്പാളിലെ രാഷ്ട്രീയവൃത്തങ്ങളിൽ വലിയ പ്രതിഷേധത്തിന് കാരണമായി. 2020 ൽ, നേപ്പാളി അധീനതയിലുള്ള കലാപാനിയിലൂടെ ഇന്ത്യ റോഡുകൾ നിർമിച്ചുവെന്ന് നേപ്പാൾ സർക്കാർ അവകാശപ്പെട്ടു. വാസ്തവത്തിൽ, തങ്ങളുടെ ഔദ്യോഗിക ഭൂപടത്തിൽ മാറ്റങ്ങൾ വരുത്തിയിട്ടാണ് നേപ്പാൾ ഇത്തരം ഒരാവകാശവാദം ഉന്നയിക്കാനുള്ള സാഹചര്യമുണ്ടാക്കിയത്. അതിർത്തികൾ കൃത്യമായി രേഖപ്പെടുത്തപ്പെട്ടതാണെന്നും നേപ്പാൾ ഇങ്ങനെയൊരു വാദം ഇപ്പോളുന്നയിക്കുന്നത് ചൈനയ്ക്ക് വേണ്ടിയാണെന്നുമാണ് ഇന്ത്യ ഇതിനോട് പ്രതികരിച്ചത്. യഥാർഥ അയോധ്യ നേപ്പാളിലാണെന്നും ശ്രീരാമൻ ജനിച്ചത് നേപ്പാളിലാണെന്നുമുള്ള വിചിത്രവാദംപോലും നേപ്പാൾ പ്രധാനമന്ത്രിയായ കെ പി ശർമ ഒലി ഉയർത്തി. ഒരു പുരാണ നായകന്റെ, പുരാണങ്ങളിൽ മാത്രം പറയപ്പെടുന്ന ജന്മസ്ഥലം എവിടേക്കു വേണമെങ്കിലും മാറ്റപ്പെടാം എന്നുകൂടി ഇത് കാട്ടിത്തരുന്നു. യാതൊരു തർക്കവും ഇതുവരെ ഇല്ലാതിരുന്ന ഒരതിർത്തിയുടെ ചരിത്രത്തിൽ അങ്ങനെ പുതിയൊരധ്യായം കൂടി തുറക്കപ്പെട്ടു.

ഭൂട്ടാനിലെ നംഗ്യാളുകളുകളുമായി ബ്രിട്ടീഷുകാർ ആദ്യം ബന്ധപ്പെടുന്നത് 1772 ലാണ്. കൂച് ബീഹാറിലെ കോച്ച് ഭരണാധികാരി ഭൂട്ടാനികളുടെ ആക്രമണത്തിൽനിന്നും രക്ഷതേടി സഹായത്തിനായി ഈസ്റ്റ് ഇന്ത്യ കമ്പനിയെ സമീപിച്ചതിനെത്തുടർന്നായിരുന്നു ഇത്. ഈ ആക്രമണത്തെ കമ്പനി തുരത്തിയെങ്കിലും 19-ാം നൂറ്റാണ്ടിന്റെ മദ്ധ്യം വരെയും ഏറ്റുമുട്ടലുകൾ തുടരുകയും യുദ്ധം പൊട്ടിപ്പുറപ്പെട്ട് ഭൂട്ടാന്റെ പരാജയത്തിൽ ചെന്നവസാനിക്കുകയും ചെയ്തു. ഇതിന്റെ ഫലമായി, ഇന്നത്തെ പശ്ചിമ ബംഗാളിലെ ദൂർ പ്രദേശം 1865 ൽ ഭൂട്ടാൻ ബ്രിട്ടീഷുകാർക്ക് വിട്ടുകൊടുത്തു.

അവരവിടെ തേയിലത്തോട്ടങ്ങൾ ആരംഭിച്ചു.നീണ്ടുനിന്ന ആഭ്യന്തര യുദ്ധങ്ങളെത്തുടർന്ന്, വാങ് ചുക് വംശം ഭൂട്ടാനിലെ ഭരണത്തിലെത്തുകയും ബ്രിട്ടീഷുകാരുമായി 1910 ൽ പുനാഖാ ഉടമ്പടിയിലേർപ്പെടുകയും ചെയ്തു. ഇന്ത്യയിലെ രാജഭരണ പ്രദേശങ്ങളുമായുള്ള ഉടമ്പടിപോലുള്ള ഒന്നായിരുന്നു ഇത്. ഇതനുസരിച്ച് ആഭ്യന്തര ഭരണത്തിനുള്ള അധികാരം അവർ കൈയാളുകയും വിദേശബന്ധങ്ങൾ ബ്രിട്ടീഷ് ഇന്ത്യൻ ഭരണകൂടത്തിന് നൽകുകയും ചെയ്തു. യഥാർഥത്തിൽ, ടിബറ്റുമായുള്ള ബന്ധത്തിൽ ഭൂട്ടാന് താരതമ്യേന സ്വന്തന്ത്രമായ നിലപാടെടുക്കാൻ കഴിഞ്ഞിരുന്നു. 1949 ൽ, പുതിയ ഇന്ത്യൻ സർക്കാർ ഭൂട്ടാനുമായി ഒരു കരാറിലേർപ്പെട്ടു. ഇതനുസരിച്ച് ആഭ്യന്തര ഭരണാധികാരം ഭൂട്ടാനിലെ രാജവംശങ്ങൾക്കും വിദേശബന്ധങ്ങൾക്കുമേലുള്ള അധികാരം ഇന്ത്യൻ ഭരണകൂടത്തിനും ലഭിച്ചു. 2007 ൽ ഈ നിലപാട് മാറി. വിദേശകാര്യങ്ങളിലടക്കം സ്വന്തമായി തീരുമാനങ്ങളെടുക്കാൻ അധികാരമുള്ള ഒരു സ്വതന്ത്ര ഭരണാധികാര രാജ്യമായി ഭൂട്ടാൻ മാറിത്തീരുകയും ചെയ്തു. നേപ്പാളുമായി ഉള്ളതുപോലെ ഇന്ത്യൻ പൗരന്മാർക്ക് പാസ്പോർട്ടോ വിസയോ ഇല്ലാതെ യാത്രചെയ്യാനും ജോലിയെടുക്കാനുമുള്ള സ്വാതന്ത്ര്യം നിലവിൽവരികയും ചെയ്തു.

ഇവിടെയും, ബ്രിട്ടീഷ് സാമ്രാജ്യത്വത്തിന്റെ നയസമീപനങ്ങളാണ് നേപ്പാളിനെ ഒരു സ്വതന്ത്ര രാജ്യമാക്കി നിലനിർത്തിയതും ഭൂട്ടാന് അതിന്റെ സാമന്ത രാജ്യപദവി നൽകിയതും. ഈ രാജ്യങ്ങളുമായുള്ള ഇന്ത്യയുടെ അതിർത്തികളുള്ള പ്രാധാന്യം മറ്റു രാജ്യങ്ങളുമായുള്ളതിനേക്കാൾ തീർത്തും വിഭിന്നമാണ്. പക്ഷേ, ഈ അതിർത്തികളുടെ വ്യക്തതക്കുറവ് വെളിവാക്കുന്നതാണ് സിക്കിമുമായുള്ള ഇന്ത്യയുടെ ബന്ധത്തിന്റെ ചരിത്രം.

പരമ്പരാഗതമായി സിക്കിം ഭരിച്ചു വന്നിരുന്നത് ചോഗ്യാലുകളായിരുന്നു. 18-ാം നൂറ്റാണ്ടിൽ, ഭൂട്ടാനും നേപ്പാളിലെ ഗൂർഖാ സാമ്രാജ്യവും ടിബറ്റിലെ ക്വിങ് ഭരണകൂടവും ഇവിടം ആക്രമിക്കുകയും അധീനപ്പെടുത്തുകയും പതിവായിരുന്നു. ആംഗ്ലോ ഗൂർഖാ യുദ്ധത്തിനെത്തുടർന്ന് 1817 ൽ സിക്കിമിനുമേലുള്ള തങ്ങളുടെ നിയന്ത്രണാധികാരം നേപ്പാൾ വിട്ടുകൊടുത്തു. പക്ഷേ, സിക്കിമും ബംഗാളിലെ ബ്രിട്ടീഷ് ഭരണകൂടവും തമ്മിലുള്ള ബന്ധം സുഖകരമായിരുന്നില്ല. 1849 ൽ, ഇവിടെ പർവത പര്യവേക്ഷണം നടത്തുകയായിരുന്ന രണ്ടു ബ്രിട്ടീഷ് ഡോക്ടർമാരെ സിക്കിമിലെ അധികാരികൾ തടവിലാക്കി. ഇതിന്റെ ശിക്ഷയായി, ഈസ്റ്റ് ഇന്ത്യ കമ്പനി സിക്കിമിലേക്ക് പട്ടാളനീക്കം നടത്തുകയും 1853 ൽ ഡാർജീലിങ് കുന്നുകൾ സിക്കിമിന് നഷ്ടപ്പെടുകയും ചെയ്തു. പിന്നീട് ഡാർജീലിങ് ഒരു വേനൽക്കാല സുഖവാസ കേന്ദ്രമായും ലോകത്തിലെ ഏറ്റവും മികച്ച തേയില ഉൽപാദിപ്പിക്കുന്ന പ്രദേശമായും മാറുകയും ചെയ്തു. പ്ര

തികാരദാഹികളായ ബ്രിട്ടീഷുകാർ ചോഗ്യലിനെ വെറുമൊരു പാവഭര ണാധികാരിയായി ചുരുക്കുകയും ബ്രിട്ടീഷ് ഇന്ത്യൻ അധികാരികളുടെ നിരീക്ഷണത്തിൻ കീഴിൽ മാത്രം ഭരണം നടത്താൻ അനുവദിക്കുകയും ചെയ്തു. 1890 ൽ മാത്രമാണ് സിക്കിം ബ്രിട്ടീഷ് സംരക്ഷണത്തിനു കീഴി ലാകുന്നത്. അതുതന്നെ ചൈനയുമായുള്ള കരാർ പ്രകാരമാണ്. ഇക്കാര്യ ത്തിൽ സിക്കിമുമായി യാതൊരുവിധ ചർച്ചയും നടത്തപ്പെട്ടുകയുണ്ടായി ല്ല. ഇരുപതാം നൂറ്റാണ്ടിലാണ് ഒരു രാജഭരണ പ്രദേശത്തിന്റെ സ്റ്റാറ്റസ് സിക്കിമിന് ലഭ്യമാകുന്നത്.

ഇന്ത്യയുടെ സ്വാതന്ത്ര്യ പ്രാപ്തിക്കുശേഷം, ഇന്ത്യൻ യൂണിയനിൽ ചേരുന്നത് സംബന്ധിച്ച് സിക്കിം പൗരന്മാർക്കിടയിൽ ഒരു റഫറണ്ടം നടത്തുകയുണ്ടായി. ഇന്ത്യൻ യൂണിയനിൽ ചേരാനുള്ള നിർദേശത്തെ അന്ന് ഭൂരിഭാഗവും എതിർക്കുകയാണുണ്ടായത്. ബ്രിട്ടീഷ് ഇന്ത്യയിലെ രാജഭരണ പ്രദേശങ്ങളിൽ നിലനിന്നിരുന്ന ചില ചിന്താഗതികളുടെ ഉദാഹരണമാണിത്. 1950 ൽ ഇന്ത്യയും സിക്കിമുമായി ഒരു ഉടമ്പടി ഉണ്ടായി. ഇതുപ്രകാരം ആഭ്യന്തര കാര്യങ്ങളിൽ സ്വന്തം അധികാരം നിലനിർത്തുകയും വിദേശ കാര്യങ്ങളിലും പ്രതിരോധത്തിലും ഇന്ത്യയ്ക്ക് അധികാരം നൽകുകയും ചെയ്തുകൊണ്ട് സിക്കിമിനെ ഒരു സംരക്ഷിത പ്രദേശമായി (protectorate) പ്രഖ്യാപിക്കുകയും ചെയ്തു. നേപ്പാളിൽ നി ന്നുമുള്ള കുടിയേറ്റക്കാരുടെ ഒഴുക്കായിരുന്നു ഒരു പ്രധാന രാഷ്ട്രീയ പ്രശ്നം. ഇവരുടെ എണ്ണം പെട്ടെന്നുതന്നെ തദ്ദേശവാസികളുടെ എണ്ണത്തെ മറിക ടന്നു. ചോഗ്യാലിനുള്ള ജനപിന്തുണ കുറഞ്ഞു. അരക്ഷിതാവസ്ഥ എങ്ങും വ്യാപകമായി. 1975 ൽ, അടിയന്തരാവസ്ഥ പ്രഖ്യാപിക്കുന്നതിന് രണ്ടു മാസങ്ങൾക്കുമുൻപ് ഇന്ത്യൻ പട്ടാളം ഗാങ്ടോക്ക് കൈവശപ്പെടുത്തുക യും സംസ്ഥാന ഭരണം പിടിച്ചെടുക്കുകയും ചെയ്തു. ഒരു ഭരണഘടനാ ഭേ ദഗതിയോടെ, സിക്കിമിനെ ഒരു അസോസിയേറ്റ് സ്റ്റേറ്റ് ആയി പ്രഖ്യാ പിച്ചു. മുൻപെങ്ങുമില്ലാതിരുന്ന ഒരു ഗണമായിരുന്നു ഇത്. പുതിയൊരു റഫറണ്ടം നടക്കുകയും ഭൂരിപക്ഷം ആളുകളും രാജഭരണത്തിനെതിരെ, ഇന്ത്യയോടുകൂട്ടിച്ചേർക്കുന്നതിന് അനുകൂലമായി വോട്ടു ചെയ്യുകയും ചെയ്തു. ഈ കാര്യം നിങ്ങൾ പ്രത്യേകമായി കുറിച്ച് വെയ്ക്കണം. കാരണം പിന്നീട് കുഴപ്പം പിടിച്ച കശ്മീർപ്രശ്നം ചർച്ച ചെയ്യുമ്പോൾ ഇത് കടന്നു വരും. ഒരു പ്രത്യേക ഭൂപ്രദേശം ഇന്ത്യയിൽ ഉൾപ്പെടുത്തുന്നത് സംബ ന്ധിച്ച റഫറണ്ടം സിക്കിമിൽ മാത്രമല്ല നടന്നിട്ടുള്ളത്. 1975 ലെ റഫ റണ്ടത്തിന് ശേഷം സിക്കിം ഇന്ത്യൻ യൂണിയനിലെ ഒരു പൂർണ സം സ്ഥാനമായി മാറി.

വടക്കുകിഴക്കൻ മലയോര സംസ്ഥാനങ്ങൾ

നേപ്പാളും ടിബറ്റുമായുള്ള ഇന്ത്യയുടെ അതിർത്തികൾ മാത്രമല്ല ബ്രിട്ടീഷ് സാമ്രാജ്യത്വത്തിന്റെ നടപടകളാൽ തീരുമാനിക്കപ്പെട്ടത്.ബ്രിട്ടീഷ് സാമ്രാജ്യത്വത്തിന്റെ നടപടികൾ, ഇന്നത്തെ ഇന്ത്യയിൽ വടക്കുകിഴക്കൻ സംസ്ഥാനങ്ങളെ ഉൾപ്പെടുത്തിയ നീക്കങ്ങൾ പലതും കുഴഞ്ഞുമറിഞ്ഞതാക്കി മാറ്റിയിരുന്നു. ഈ സങ്കീർണമായ ചരിത്രം വളരെ കുറച്ച് ആൾക്കാർക്ക് മാത്രമേ അറിയൂ. ഇത് സംബന്ധിച്ച വളരെ ചെറിയൊരു രേഖാചിത്രം തന്നെ വളരെ പരിപാവനമെന്നു നാം കരുതുന്ന നമ്മുടെ അതിർത്തികൾ എങ്ങനെ രൂപപ്പെട്ടുവെന്ന് കാട്ടിത്തരും.

ബ്രിട്ടീഷുകാരുടെ അധികാരപരിധിക്കുള്ളിൽ വരുന്ന ആദ്യത്തെ പർവതനിവാസികൾ ഗാരോകളാണ്. 1816 ൽ, ബംഗാൾ ജില്ലകളായ രംഗ്പൂരിന്റെയും മൈമെൻസിങ്ങിന്റെയും റവന്യൂ അധികാര പരിധിക്ക് പുറത്തേയ്ക്ക് ഗാരോ കുന്നുകളെ ഈസ്റ്റ് ഇന്ത്യാകമ്പനി കൊണ്ടുവന്നു. അസാമാകട്ടെ ദീർഘകാലമായി അഹോം രാജഭരണത്തിനു കീഴിലായിരുന്നു. 13-ാം നൂറ്റാണ്ടിൽ ചൈനയിലെ യുനാനിൽ നിന്നുവന്നതായി വംശജരുടെ പരമ്പരയിൽപെട്ടവരായിരുന്നു ഇവർ. 19-ാം നൂറ്റാണ്ടിന്റെ ആദ്യം ബർമ പട്ടാളം ഈ താഴ്വര ആക്രമിച്ചു. ആദ്യത്തെ ആംഗ്ലോ-ബർമ യുദ്ധത്തിൽ ബ്രിട്ടീഷുകാർ വിജയിച്ചതോടെ, അസ്സമിനുമേലുള്ള അവകാശം ബർമ രാജാവ് കൈയൊഴിയുകയും 1826 ൽ ഇവിടം ബ്രിട്ടീഷുകാരുടെ അധീനതയിൽ വരികയും ചെയ്തു. പിന്നീട് 1835 ൽ ബ്രിട്ടീഷ് ഭരണം ഖാസി - ജൈന്ത്യയിലേക്കും കാച്ചർ കുന്നുകളിലേക്കും വ്യാപിച്ചു. ഇത് മാത്രമല്ല, ബർമയുമായുള്ള ഇന്ത്യയുടെ അതിർത്തികൾ നിശ്ചയിക്കുന്നതും ബ്രിട്ടീഷ് അധിനിവേശവുമായി ബന്ധപ്പെട്ടാണ്. മൂന്നാം ആംഗ്ലോ ബർമ യുദ്ധത്തിലുണ്ടായ പരാജയത്തെത്തുടർന്ന് 1886 ൽ ബർമ ബ്രിട്ടീഷ് ഇന്ത്യയുടെ ഭാഗമായി മാറി. ബർമയുമായുള്ള ഇന്ത്യയുടെ ഇന്നത്തെ അതിർത്തികൾ നിശ്ചയിക്കപ്പെടുന്നത് ഈ വർഷത്തിലാണ്.

ഇന്ത്യയുടെ മറ്റുഭാഗങ്ങളിലുള്ളവർ പൊതുവേ വെച്ചുപുലർത്തുന്ന മുൻധാരണകൾക്ക് വിപരീതമായി, വടക്കുകിഴക്കൻ പർവതപ്രദേശങ്ങളിലെ ജനങ്ങൾ കൃഷിയുടെയും നിർമാണപ്രവർത്തനങ്ങളുടെയും നിര വധി ശാഖകളിൽ വളരെ വിദഗ്ധരാണ്. പരുത്തികൊണ്ട് മനോഹരമായ തുണിത്തരങ്ങൾ ഉണ്ടാക്കുന്നതിൽ അവർ വിദഗ്ധരാണ് (ഇന്ന് നാഗ ഖാസി മണിപ്പൂരി ഷോളുകൾ ഫാഷനായി മാറിയിട്ടുണ്ട്). ഇരുമ്പു രുക്കിയുള്ള നിർമാണപ്രവർത്തനങ്ങളും വ്യാപകമാണ് (ഇന്ത്യയിലെ പല ആദിവാസി വിഭാഗങ്ങളും ഇത് ചെയ്തുവരുന്നുണ്ട്). ടെറസ് കൃഷിയിലൂടെ വളരെ ഉല്പാദനക്ഷമമായ രീതിയിൽ അവർ നെൽകൃഷിയും ചെയ്യുന്നുണ്ട്.

കാട്ടുറബ്ബറിന്റെയും കാട്ടുതേയിലയുടെയും വലിയ സാധ്യതകൾ കൂടാതെ, പെട്രോളിയം ഉൾപ്പെടെയുള്ള ധാതുനിക്ഷേപങ്ങളുടെ ശേഖരങ്ങളും 1860 കൾ മുതൽക്കേ അസ്സമിൽ കണ്ടെത്തിയിട്ടുണ്ട്. അതിനാൽ ഈ മേഖല സാമ്പത്തികമായി വളരെ പ്രയോജനപ്രദമാണെന്ന് ബ്രിട്ടീഷുകാർ കണ്ടെത്തിയിരുന്നു. വളരെ വ്യത്യസ്തമായ ചരിത്രവും സാമൂഹിക സാഹചര്യങ്ങളും നിലനിൽക്കുന്നതിനാൽ, വടക്കുകിഴക്കൻ പ്രദേശങ്ങളെ ഇന്ത്യയുടെ ഇതരഭാഗങ്ങളെ ഭരിക്കുന്നതുപോലെ കൈകാര്യം ചെയ്യാൻ ബുദ്ധിമുട്ടാണെന്ന് വളരെ പെട്ടെന്നുതന്നെ ബ്രിട്ടീഷുകാർക്ക് മനസിലായി. അതിനാൽ അസ്സമിനെ ചീഫ് കമ്മീഷണറുടെ ഒരു പ്രവിശ്യയായി മാറ്റി. ബ്യൂറോക്രസിക്ക് ഇന്ത്യയിൽ മറ്റൊരിടത്തുമില്ലാത്ത അധികാരം നൽകി. ഈ സാഹചര്യത്തെ സങ്കീർണമാക്കിയ മറ്റൊരുഘടകം ഈ പ്രദേശങ്ങളിലെ സവിശേഷ സാമൂഹ്യസംഘാടന രീതികളായിരുന്നു. ഒരു സ്റ്റേറ്റ് ഭരണസംവിധാനം ഇല്ലാതെ, ആദിവാസി ഗോത്ര സമൂഹങ്ങളുടെ താരതമ്യേന സ്വതന്ത്രമായി നിലനിന്നുപോന്നിരുന്ന ആയിരക്കണക്കിന് ഗ്രാമങ്ങൾ. ആറു പ്രധാന സംസ്ഥാനങ്ങൾ, അവിടെ ക്ഷത്രിയ രാജാക്കന്മാരുടെ സ്ഥാനമുള്ള ഭരണാധികാരികൾ. അവർ നിയമസംവിധാനങ്ങളിൽ ചില ബ്രാഹ്മിണിക്കൽ സമ്പ്രദായങ്ങൾ തുടർന്നുപോന്നു. ഇവയിൽ കോച്ച്, ത്രിപുരി, മെറ്റെയ് സംസ്ഥാനങ്ങളെ കുച്ച് ബീഹാർ, ഹിൽ ടിപ്പറഹ്, മണിപ്പൂർ എന്നീ രാജഭരണ പ്രദേശങ്ങളാക്കി(princely states) ബ്രിട്ടീഷുകാർ മാറ്റി. മറ്റു മൂന്നിടങ്ങളെ- അഹോം, ജൈന്ത്യാ, കച്ചരി - കൂട്ടിച്ചേർത്തു. മറ്റൊരു സംസ്ഥാനത്തെ- ബുദ്ധിസ്റ്റുകളായ ചക്മകളുടെ - ബംഗാളിലെ ചിറ്റഗോങ് മലനിരകളിലെ ജില്ലയായി ഉൾക്കൊള്ളിച്ചു.

പല പർവ്വത സമൂഹങ്ങൾക്കും, സമതലങ്ങളിലെ കർഷക സംസ്ഥാനങ്ങളുടെ നിയന്ത്രണങ്ങൾക്കെതിരായ പ്രതിരോധത്തിന്റെയും വിട്ടുനിൽക്കലിന്റെയും നീണ്ടചരിത്രമുണ്ടായിരുന്നു. കേന്ദ്രീകൃതമാ യൊരു സ്റ്റേറ്റ് ഇല്ലാതെയുള്ള സാമൂഹികസംഘാടനത്തിന്റെ രീതി പൊതുവെ ഇവിടത്തെ ജനങ്ങളുടെ സ്വഭാവത്തിലും പ്രതിഫലിക്കുന്നുണ്ട്. നിരവധി പരീക്ഷണ നിരീക്ഷണങ്ങൾക്കുശേഷം, സമതലങ്ങളിൽ നിന്നും പർവ്വത പ്രദേശങ്ങളുടെ ഭരണത്തെ അടർത്തിമാറ്റുന്നനയം ബ്രിട്ടീഷുകാർ സ്വീകരിച്ചു. 1870 ൽ, ഖാസി ഗാരോ കുന്നുകൾ ഒഴികെയുള്ള വടക്കു കിഴക്കൻ പ്രദേശത്തെ പർവത മേഖലയെ വേർതിരിച്ചുകൊണ്ടുള്ള ഒരു രേഖ (Inner Line) വരച്ചു. ഈ രേഖയ്ക്ക് പുറത്തുനിന്നുള്ളവർ അകത്തേക്ക് പ്രവേശിക്കുന്നത് നിരോധിക്കപ്പെട്ടു. ബ്രിട്ടീഷ് ഇന്ത്യയുടെ മറ്റുഭാഗങ്ങളിലുള്ള നിയമങ്ങളും ചട്ടങ്ങളും ഇവിടെ പൂർണമായും നടപ്പിലാക്കപ്പെട്ടിരുന്നില്ല. ഒരു ബ്രിട്ടീഷ് ഔട്ട്പോസ്റ്റിനുചുറ്റും ഭരണപരമായ നിയന്ത്രണങ്ങൾ മാത്ര

മുള്ള മേഖലകളെന്നും അതിനു പുറത്ത് രാഷ്ട്രീയ നിയന്ത്രണങ്ങൾ മാത്ര മുള്ള മേഖലകളെന്നുമുള്ള വിഭജനം ഉയർന്നുവന്നു. ആദ്യകാലത്ത്, ആദ്യ മേഖലയിൽപെടുന്ന പർവ്വതനിവാസികളുടെ കാര്യങ്ങളിൽ ബ്രിട്ടീഷുകാ രി ഇടപെടുന്നത്. ബ്രിട്ടീഷുകാരായവർക്ക് എന്തെങ്കിലും ഭീഷണി ഉള്ള പ്പോഴും ഇന്നർ ലൈൻ ലംഘിക്കപ്പെട്ടുമ്പോഴും തേയിലത്തോട്ടങ്ങളിൽ പണിയെടുക്കുന്നവർക്കും സമീപത്തുള്ള കൃഷിക്കാർക്ക് എന്തെങ്കിലും പ്രശ്നങ്ങൾ നേരിടുമ്പോഴും മാത്രമായിരുന്നു. കാലാന്തരേണ, പ്രത്യേകി ച്ച് ഇരുപതാം നൂറ്റാണ്ടിൽ, ഭരണ സംവിധാനങ്ങൾ കൂടുതൽ ശക്തമാ യി. രാഷ്ട്രീയ നിയന്ത്രണമുള്ള മേഖലകളിൽ, വിശേഷിച്ച് നാഗാ കുന്നു കളിൽ, ബ്രിട്ടീഷുകാർ അധികാരമേൽക്കൈ നില നിർത്തിയപ്പോഴും പ്രാദേശിക സമൂഹങ്ങളുടെ ആഭ്യന്തര കാര്യങ്ങളിൽ ഇടപെട്ടിരുന്നില്ല. ഇവിടെ നികുതികൾ ഉണ്ടായിരുന്നില്ല. ഗോത്രസംഘട്ടനങ്ങളിൽ ബ്രിട്ടീ ഷുകാർ ഇടപെട്ടിരുന്നില്ല. ഇരുപതാം നൂറ്റാണ്ടായപ്പോഴേക്കും കൂടുതൽ പ്രദേശങ്ങളിലേക്ക് ക്രമേണ ഭരണ നിയന്ത്രണം വ്യാപിച്ചു. അപ്പോൾ പോലും ഈ പ്രദേശം, ബ്രിട്ടീഷ് ഇന്ത്യയുടെ ഭാഗമാണോ അതോ പേരിന് രാജഭരണം നിലനിർത്തിയിരുന്ന സംസ്ഥാനങ്ങളെപ്പോലെ 'വൈദേശിക അധികാരപരിധിക്കുള്ളിൽ' ആയിരുന്നോ എന്ന് വ്യക്തമാ യിരുന്നില്ല. 1935 ലെ ഭരണഘടനാ പരിഷ്കരണങ്ങൾ, ബ്രിട്ടീഷ് ഇന്ത്യയു ടെയോ ബർമയുടെയോ മറ്റേതെങ്കിലും സംസ്ഥാനങ്ങളുടെയോ ഏതെങ്കി ലും വിദേശ രാജ്യത്തിന്റെയോ ഭാഗമല്ലാത്ത ഗോത്രഭരണ പ്രദേശങ്ങൾ എന്ന പുതിയൊരു സംവർഗം സൃഷ്ടിച്ചു. ബ്രിട്ടീഷ് ഇന്ത്യയിൽ 1935 ൽ ഉദ്ഘാടനം ചെയ്യപ്പെട്ട തെരഞ്ഞെടുത്ത മന്ത്രിസഭ പോലുള്ള പരിഷ്കാ രങ്ങൾ ഈ ഗോത്ര പ്രദേശങ്ങളിലേക്ക് വ്യാപിപ്പിച്ചില്ല. ഇത്തരമൊരു സന്ദിഗ്ദാവസ്ഥയാണ് സ്വാതന്ത്ര്യലബ്ധിയുടെ സമയത്ത് വടക്ക കിഴക്കൻ പർവതപ്രദേശങ്ങളിൽ നിലനിന്നിരുന്നത്. ഇന്ത്യൻ യൂണിയനിലെ സംസ്ഥാനങ്ങളായി മാറിയതിനു ശേഷവും ഇവിടെ നിലനിന്നിരുന്ന ഇത്തരം പ്രശ്നങ്ങൾ പൂർണമായും പരിഹരിക്കപ്പെടാതിരിക്കുന്നതിനെ സംബന്ധിച്ച് ഞാൻ പിന്നീട് സംസാരിക്കാം.

ബർമ ഇന്ത്യയുടെ ഭാഗമല്ലാതായതിന്റെ കാരണം എന്താണെന്നുകൂ ടി ഞാൻ നിങ്ങളോട് ചോദിക്കേണ്ടിയിരിക്കുന്നു. അനാദികാലം മുതൽ അതാണ് സ്ഥിതി എന്നായിരിക്കും ഒരുപക്ഷേ, നിങ്ങൾ ചിന്തിക്കുന്നത്. രാ ജ്യത്തിന്റെ അതിർത്തികൾ നിർണയിക്കപ്പെട്ടതു സംബന്ധിച്ച്, ഞാൻ നിങ്ങളോട് പറഞ്ഞുതന്ന സമീപകാല ചരിത്രം വളരെ വ്യത്യസ്തമായ ഒരു കഥയാണ് ഇതുമായി ബന്ധപ്പെട്ട് പറയുക. ബ്രിട്ടീഷ് ഇന്ത്യൻ സാ മ്രാജ്യത്തിന്റെ ഭാഗമായി ബർമമാറുന്നത് 1886 ലാണ്. ഇന്ത്യ ഗവൺമെ ന്റ് ഉണ്ടാക്കിയ നിയമങ്ങളനുസരിച്ച് ഇന്ത്യയിലെ സിവിൽ സർവീസ്

ഭരണം നടന്നുവന്നിരുന്ന മറ്റുപ്രദേശങ്ങൾപോലെ തന്നെയായിരുന്നു ബർമയും. 1919 ൽ ഭരണഘടനാ പരിഷ്കാരങ്ങൾ കൊണ്ടുവന്നപ്പോൾ ആദ്യം അത് ബർമയിൽ നടപ്പിലാക്കിയില്ല. പിന്നീട് പ്രതിഷേധങ്ങളെ തുടർന്ന് ഇവിടെയും നടപ്പിലാക്കി. ന്യൂഡൽഹിയിലെ കേന്ദ്ര ലെജിസ്ലേറ്ററിൽ അഞ്ചു സീറ്റുകൾ ബർമയിൽ നിന്നുള്ളവർക്കുണ്ടായിരുന്നു. 1937 ൽ, ഇന്ത്യയിലെ ഭരണപ്രദേശങ്ങളിൽ തിരഞ്ഞെടുക്കപ്പെട്ട മന്ത്രിസഭകൾ അധികാരമേറ്റപ്പോൾ, ബർമയുടെ കാര്യത്തിൽ ബ്രിട്ടീഷുകാർ എടുത്ത രാഷ്ട്രീയതീരുമാനം, ബ്രിട്ടീഷ് പാർലമെന്റിന്റെ നേരിട്ടുള്ള ഭരണത്തിലുള്ള ഒരു കോളനിയായി അതിനെ നിലനിർത്താനായിരുന്നു. രണ്ടാം ലോകമഹായുദ്ധത്തിൽ ജാപ്പനീസ് അധിനിവേശത്തെത്തുടർന്ന് ബർമ ബ്രിട്ടീഷുകാർക്ക് നഷ്ടപ്പെട്ടിരുന്നു. 1948 ൽ ബ്രിട്ടീഷുകാരിൽനിന്നും ബർമ സ്വതന്ത്രമായി. ആകസ്മികമായുണ്ടായ ഇത്തരം വളവുകളും തിരിവുകളുമെല്ലാം നമ്മുടെ ദേശീയ ചരിത്രത്തിൽ പൂർണമായും അവഗണിക്കപ്പെട്ടു. അതിനാൽ അടുത്ത തവണ നമ്മുടെ രാജ്യത്തിന്റെ അനാദികാലം മുതൽക്കുള്ള ഐക്യത്തെക്കുറിച്ച് വാചാലരാകുന്നവരോട് നിങ്ങൾ ചോദിക്കണം, എന്തുകൊണ്ടാണ് നാഗാലാൻഡ് ഇന്ത്യയുടെ ഭാഗമായപ്പോൾ മ്യാന്മർ നമ്മുടെ ഭാഗമാകാതിരുന്നത്, സിക്കിം ഇന്ത്യയുടെ ഭാഗമായപ്പോൾ എന്തുകൊണ്ടാണ് നേപ്പാളും ഭൂട്ടാനും ആവാതിരുന്നത്. അപ്പോൾ നിങ്ങൾക്ക് ദേശീയതയെക്കുറിച്ചുള്ള സത്യവും നുണയും തിരിച്ചറിയാൻ തുടങ്ങും.

പഞ്ചാബിലെ അതിർത്തി

1947 ലെ ഇന്ത്യ വിഭജനത്തിന്റെ കാരണങ്ങളെക്കുറിച്ച് ദശലക്ഷക്കണക്കിന് വാക്കുകളിലുള്ള ചർച്ചകൾ നടന്നിട്ടുണ്ട്. 1946 ആഗസ്റ്റ് 16 ന് മുസ്ലീംലീഗ് പ്രഖ്യാപിച്ച ഡയറക്ട് ആക്ഷൻ ഡേയാണ് വിഭജനത്തെ അനിവാര്യമാക്കിയ ഏറ്റവും നിർണായകമായ സംഭവമായി ചിലർ അടയാളപ്പെടുത്തുന്നത്. 1919 - 20 ൽ ഖിലാഫത്ത് പ്രസ്ഥാനത്തെ സ്വീകരിച്ച ഗാന്ധിയെ മറ്റൊരുകൂട്ടർ വിഭജനത്തിന്റെ കാരണക്കാരനായി വിമർശിക്കുന്നു. വിഭജിച്ച് ഭരിക്കുക എന്ന ബ്രിട്ടീഷ് സാമ്രാജ്യത്വ നയത്തിന്റെ ഭാഗമായി മുസ്ലീങ്ങൾക്ക് പ്രത്യേക മണ്ഡലങ്ങളും സീറ്റുകളും നൽകിയ നടപടിയെക്കുറിച്ച് മറ്റു ചിലർ സംസാരിക്കുന്നു. എന്തിനേറെ, വലിയ ചരിത്ര പാണ്ഡിത്യമുണ്ടെന്ന് കരുതുന്ന ചിലർ ഔറംഗസേബിന്റെ മതാന്ധതയിലും, പതിനൊന്നാം നൂറ്റാണ്ടിൽ മഹ്മൂദ് ഗസ്നി ഇന്ത്യയിൽ നടത്തിയ കൊള്ളയിലും ആക്രമണത്തിലും കുറച്ചുകൂടി പുറകിലേക്ക് പോയാൽ എട്ടാം നൂറ്റാണ്ടിൽ മുഹമ്മദ് ബിൻ ഖാസ്സിം സിന്ധ് കീഴടക്കിയതിലും ഇതിന്റെ കാരണങ്ങൾ കണ്ടെത്തുന്നു. എന്നാൽ ചരിത്രപര

മായ വസ്തുത, ഇന്ത്യയും പാകിസ്ഥാനും തമ്മിലുള്ള അതിർത്തികൾ രേഖപ്പെടുത്തുന്നത് വെറും ആറാഴ്ചയ്ക്കുള്ളിൽ കേവലം അര ഡസൻ ആളുകൾ ചേർന്നാണ് എന്നതാണ്. ഇങ്ങനെയാണ് യഥാർത്ഥ ദേശീയ അതിർത്തികൾ ഉണ്ടാകുന്നത്. ദേശീയ അതിർത്തികളെ നിങ്ങൾ കാല്പനികവൽക്കരിക്കുന്നത് നിർത്തേണ്ട സമയം അതിക്രമിച്ചിരിക്കുന്നു. കാരണം കേവലം പേപ്പറും പെൻസിലുംകൊണ്ട് നിയമം നടപ്പിലാക്കുകവഴി നിങ്ങൾക്ക് ഈ അതിർത്തികളെ പുതുക്കാനും മാറ്റാനും മായ്ക്കാനും കഴിയും.

അധികാരക്കൈമാറ്റം 1947 ആഗസ്റ്റ് 15 ലേക്ക് മുന്നോട്ട് നീക്കാൻ മൗണ്ട്ബാറ്റൺ അതേവർഷം ഏപ്രിലിൽ എടുത്ത തീരുമാനത്തോടെയാണ് ഇതെല്ലാം തുടങ്ങുന്നത്. എല്ലാ രാഷ്ട്രീയ ധൃഢാലോചനകളും ഭരണപരമായ സജ്ജീകരണങ്ങളും വളരെവേഗം തീർക്കേണ്ടിയിരുന്നു. പാകിസ്ഥാനൊപ്പം ചേരേണ്ട എന്ന പഞ്ചാബ്, ബംഗാൾ പ്രവിശ്യകളിലുള്ള സിഖുകാരുടെയും ഹിന്ദുക്കളുടെയും ആവശ്യകതയെ മാനിച്ച് പഞ്ചാബും ബംഗാളും വിഭജിക്കുവാൻ ഒരേ മാസത്തിൽ തീരുമാനമെടുത്തതോടെ അതിർത്തികളുടെ നിർണയനം സങ്കീർണമായ പ്രശ്നമായി. പഞ്ചാബിലെയും ബംഗാളിലെയും അതിർത്തികൾ നിർണയിക്കുന്നതിന് ഐക്യരാഷ്ട്ര സഭയെ ഉൾപ്പെടുത്താനുള്ള മൗണ്ട് ബാറ്റന്റെ തീരുമാനത്തെ നെഹ്റു എതിർത്തു. താമസമുണ്ടാക്കും എന്നതിനാലായിരുന്നു ഇത്. എന്തുതന്നെയായാലും ലോകത്തിനു മുൻപിൽ ബ്രിട്ടനും ഇന്ത്യയും തമ്മിലുള്ള അധികാര കൈമാറ്റത്തിന്റെ പ്രശ്നം മാത്രമായിരുന്നു ഇത്. ഇതിൽ മറ്റാർക്കും അഭിപ്രായം പറയേണ്ട കാര്യമുണ്ടായിരുന്നില്ല. അവസാനം, രണ്ട് പ്രവിശ്യകൾക്കും അതിർത്തി കമ്മീഷനെ നിയമിക്കുവാൻ തീരുമാനിച്ചു. നാല് ഹൈക്കോടതി ജഡ്ജിമാർ - കോൺഗ്രസും മുസ്ലീംലീഗും നിർദേശിച്ച രണ്ടുപേർ വീതം- ഈ കമ്മീഷനുകളുടെ അധ്യക്ഷനായി സിറിൽ റാഡ്ക്ലിഫുമാണുണ്ടായിരുന്നത്. അദ്ദേഹം അന്നുവരെ ഇന്ത്യ സന്ദർശിച്ചിട്ടില്ലായിരുന്നു. തങ്ങളുടെ കക്ഷികളുടെ താൽപര്യങ്ങൾ ഇരുപക്ഷത്തേയും പ്രതിനിധീകരിക്കുന്ന ജഡ്ജിമാർ ഉയർത്തിപ്പിടിക്കുമെന്നും ഇതിൽ പരിഹരിക്കാനാവാത്ത അഭിപ്രായവ്യത്യാസങ്ങൾ ഉണ്ടാവുകയാണെങ്കിൽ അത് അധ്യക്ഷൻ പക്ഷപാതരഹിതമായി കൈകാര്യം ചെയ്യുമെന്നുമാണ് പ്രതീക്ഷിച്ചിരുന്നത്. ഇന്ത്യൻ രാഷ്ട്രീയത്തെക്കുറിച്ചുള്ള റാഡ്ക്ലിഫിന്റെ അജ്ഞത ഇക്കാര്യത്തിൽ ഒരു യോഗ്യതയായി കരുതി.

എന്നാൽ കമ്മീഷനുകൾ രണ്ടു പ്രവിശ്യകളിലും വളരെ വ്യത്യസ്തമായാണ് പ്രവർത്തിച്ചത്. പഞ്ചാബിൽ, അതിർത്തികൾ സംബന്ധിച്ച് അവകാശങ്ങളുന്നയിക്കാൻ കോൺഗ്രസ് മുസ്ലീംലീഗ് നിയമപരമായോ സാങ്കേതികമായോ സംഘടിതമായിരുന്നില്ല താരാസിങ്ങിന്റെ നേതൃത്വത്തിലുള്ള സിഖുകാരാണ് ഏറ്റവും ശക്തമായി തങ്ങളുടെ താല്പര്യങ്ങൾ

സംരക്ഷിക്കണമെന്ന ആവശ്യം പരസ്യമായുയർത്തിയത്. പഞ്ചാബ് പ്രവിശ്യയുടെ മധ്യഭാഗത്തായിരുന്നതിനാൽ, ഭൂമിശാസ്ത്രപരമായി ഏറ്റവും വലിയ പ്രതിസന്ധി നേരിട്ടിരുന്നത് ഇവരായിരുന്നു. കോൺഗ്രസ് മുസ്ലീംലീഗ് പ്രതിനിധികൾ വിട്ടുവീഴ്ച ചെയ്യാൻ തയ്യാറാകാതിരുന്ന സാഹചര്യത്തിൽ പുതിയ രണ്ടു പഞ്ചാബ് പ്രവിശ്യകൾ തമ്മിലുള്ള അതിർത്തികൾ റാഡ്ക്ലിഫ് തന്നെയാണ് തീരുമാനിച്ചത്.

പുതിയൊരു സർവെക്കും അതിർത്തി രേഖപ്പെടുത്തലിനും സമയമില്ലാതിരുന്നതിനാൽ, നിലവിലുള്ള ജില്ലാ- താലൂക്ക് അതിർത്തികൾ വെച്ച് മുന്നോട്ടു പോകുവാനാണ് റാഡ്ക്ലിഫ് തീരുമാനിച്ചത്. ഇതിനർഥം, ഇന്ത്യക്കും പാകിസ്ഥാനുമിടയിൽ സ്വാഭാവികമായ അതിർത്തികൾ എന്ന് പറയുന്നതിൽ കഴമ്പൊന്നുമില്ല എന്നാണ്. റവന്യൂ, പോലീസിങ് ആവശ്യങ്ങൾക്കും ഭരണപരമായ ആവശ്യങ്ങൾക്കുമായി കൊളോണിയൽ ഭരണകൂടം നിർമിച്ച അതിർത്തികൾ മാത്രമാണുള്ളത്. ഇന്ത്യയിലെ നദികൾ വഴിമാറിയൊഴുകുന്നതിൽ കുപ്രസിദ്ധമാണെന്നതിനാൽ ഒരു കാര്യം റാഡ്ക്ലിഫ് തന്റെ വിധിയിൽ വ്യക്തമായി രേഖപ്പെടുത്തി; നദിയൊഴുകുന്ന ഭൗതികമായ ഇടങ്ങളായിരിക്കില്ല, ഭരണപരമായി വരച്ചിരിക്കുന്ന രേഖകളായിരിക്കും യഥാർഥ അന്താരാഷ്ട്ര അതിർത്തികൾ. മുസ്ലീങ്ങളും ഹിന്ദുക്കളും സിക്കുകാരും ഒരു പ്രദേശത്ത് ആപേക്ഷികമായി എത്രവരുന്നുവെന്ന് തിട്ടപ്പെടുത്തി, തൊട്ടുതൊട്ടു കിടക്കുന്ന രണ്ടു പ്രദേശങ്ങൾ അടയാളപ്പെടുത്തുക എന്നതായിരുന്നു റാഡ്ക്ലിഫിന്റെ അടിസ്ഥാന ജോലി. ഈ രണ്ടു മാനദണ്ഡങ്ങളും - മതപരമായ ഭൂരിപക്ഷം ചേർന്നുകിടക്കുന്ന പ്രദേശങ്ങളെ അടയാളപ്പെടുത്തൽ - ഒരേ സമയം കൃത്യമായി നോക്കുക ജില്ലകൾ തിരിച്ചതിനു ശേഷവും അസാധ്യമായിരുന്നു. ഭൂരിപക്ഷ മാനദണ്ഡം ബലികഴിച്ചുകൊണ്ട് അതിർത്തി നിർണയനം നടത്തിയില്ലായെങ്കിൽ ഇന്ത്യയ്ക്കകത്തും പാകിസ്ഥാനിലുമായി ചിതറിക്കിടക്കുന്ന ഇത്തരം പ്രദേശങ്ങൾ ഉണ്ടാകും എന്ന സ്ഥിതി വന്നു. മറ്റൊരു ഘടകംകൂടി റാഡ്ക്ലിഫ് കണക്കിലെടുത്തു. പഞ്ചാബിലെ ജലസേചനാവശ്യം കണക്കിലെടുത്ത്, വിവിധ ജില്ലകളിൽ ജലമെത്തിച്ചുകൊടുത്തിരുന്ന തോടുകളെ പ്രധാന ജലമാർഗങ്ങളിൽ നിന്ന് വേർപെടുത്താതിരിക്കുക. മതപരമായ ഭൂരിപക്ഷം എന്ന തത്വം ഇക്കാര്യത്തിലും മറികടക്കേണ്ടിവന്നു.

ഒടുവിൽ, 25 മൈലുകൾ മാത്രം ദൂരത്തിൽ കിടക്കുന്ന പഞ്ചാബിലെ ഏറ്റവും വലിയ രണ്ടു നഗരപ്രദേശങ്ങളെ - ലാഹോറിനെയും അമൃതസറിനെയും - റാഡ്ക്ലിഫ് രേഖ വേർപെടുത്തി. പക്ഷേ, ഇത് ചെയ്തപ്പോഴും മുസ്ലീം ഭൂരിപക്ഷ പ്രദേശങ്ങളായ ഗുർദാസ്പൂരിനെയും ഫെറോസപ്പൂരിനെയും ഇന്ത്യക്കൊപ്പം ചേർത്തത് ജലസേചനാസംവിധാനങ്ങളെ യഥാ

രീതിയിൽ നിലനിർത്തുവാൻ വേണ്ടിയായിരുന്നു. ഈ രേഖ പഞ്ചാബിന്റെ മധ്യത്തിൽക്കൂടിയാണ് കടന്നുപോകുന്നത്. അതിനാൽ ചില സിഖ് ആരാധനാലയങ്ങൾ പാകിസ്ഥാനിലായി. അതേസമയം ചില സിഖ് ഭൂരിപക്ഷ പ്രദേശങ്ങൾ ലാഹോറിൽ നിന്ന് വേർപെടുത്തപ്പെട്ട് ഇന്ത്യയിൽ ചേർക്കപ്പെടുകയും ചെയ്തു. കാശ്മീരിലേക്ക് ഇന്ത്യയിൽക്കൂടിയുള്ള റോഡ് മാർഗം നിലനിർത്തുവാൻ വേണ്ടി, നെഹ്രുവിന്റെ പ്രേരണകൾക്ക് വഴങ്ങി ഗുർദാസ്പൂർ ഇന്ത്യയിലേക്ക് ചേർക്കുവാൻ മൗണ്ട്ബാറ്റൺ റാഡ്ക്ലിഫിന്റെ മേൽ സമ്മർദം ചെലുത്തി എന്നൊരാരോപണമുണ്ട്. ഇക്കാലത്ത് കശ്മീർ ഇന്ത്യക്കൊപ്പമോ പാകിസ്ഥാനൊപ്പമോ എന്ന കാര്യത്തിൽ തീരുമാനമായിരുന്നില്ല. തന്റെ കൈവശമുള്ള രേഖകളെല്ലാം റാഡ്ക്ലിഫ് നശിപ്പിച്ചതിനാൽ ഈ ആരോപണത്തിന്റെ സത്യം കണ്ടുപിടിക്കുക ചരിത്രകാരന്മാർക്ക് ബുദ്ധിമുട്ടാണ്. 1947 ൽ ജമ്മു-കാശ്മീരിലേക്കുള്ള റോഡ്, റെയിൽ മാർഗങ്ങളെല്ലാം തന്നെ ലാഹോറിലൂടെയും സിയാൽക്കോട്ടിലൂടെയുമായിരുന്നു. ഇതുകൂടാതെ ഗുർദാസ്പൂരിലൂടെയുള്ള ഒരു വഴികൂടിയുണ്ടായിരുന്നു. ഇതാകട്ടെ വർഷം മുഴുവൻ ഉപയോഗിക്കാൻ പറ്റിയതായിരുന്നില്ല. 1947 ഒക്ടോബറിൽ മഹാരാജാവിന്റെ ആവശ്യപ്രകാരം കശ്മീരിലേക്ക് ഇന്ത്യ സേനയെ അയച്ചപ്പോൾ, കരമാർഗങ്ങളൊന്നുമില്ലാത്തതിനാൽ വ്യോമയാന സങ്കേതങ്ങൾ ഉപയോഗിച്ചാണ് പട്ടാളക്കാരെ കശ്മീരിലെത്തിച്ചത്. കശ്മീരിന്റെ ഭാവി സംബന്ധിച്ച ഇന്ത്യയുടെ തന്ത്രപ്രധാന ആവശ്യങ്ങളല്ല, ജലസേചന സംവിധാനങ്ങൾ നിലനിർത്തുക എന്നതാണ് റാഡ്ക്ലിഫിന്റെ പ്രധാന പരിഗണനയെന്ന് ഇതിൽനിന്നും മനസ്സിലാകും. ജമ്മു-കശ്മീരും ഇന്ത്യയുമായുള്ള ഭൗതിക ബന്ധം നിലനിർത്തുന്നതിൽ ഗുർദാസ്പൂർ പ്രധാനമായിരുന്നു. മുസ്ലീം ഭൂരിപക്ഷപ്രദേശമായ ഫെറാസ്പൂർ ഇന്ത്യയുമായി ചേർക്കാൻ മൗണ്ട്ബാറ്റൺ റാഡ്ക്ലിഫിനെ നിർബന്ധിച്ചതിനു തെളിവുകളുണ്ട്. ബീക്കണർ സംസ്ഥാനത്തിലെ വരണ്ട പാടങ്ങളെ നനച്ചുകൊണ്ടിരുന്നത് പഞ്ചാബ് ജില്ലയിൽ നിന്നുത്ഭവിക്കുന്ന കനാലുകളായിരുന്നു. ഫെറാസ്പൂർ ഇന്ത്യക്ക് നൽകിയില്ലെങ്കിൽ പാകിസ്ഥാനുമായി ചേരുമെന്ന് ഈ രാജവംശ ഭരണപ്രദേശം ഭീഷണി മുഴക്കിയിരുന്നു.

പുതിയ രണ്ടു സർക്കാരുകൾക്കും അധികാരം കൈമാറുന്ന 1947 ആഗസ്റ്റ് 17 വരെ റാഡ്ക്ലിഫിന്റെ പ്രഖ്യാപനം നീണ്ടുപോയി. വിഭജനത്തിന്റെ അനന്തരഫലങ്ങളിൽനിന്നും ബ്രിട്ടനെ വെറുതെ വിടാൻ വേണ്ടിയായിരുന്നിരിക്കാം ഇത്. ആധുനിക ലോക ചരിത്രത്തിൽ വളരെ ചുരുക്കം സമാനതകൾ മാത്രമുള്ള ഒരു ഭീകര കഥയാണ് തുടർന്ന് നടന്നത്. ഭിന്ന മതഭൂരിപക്ഷങ്ങൾ അതിർത്തിയുടെ അപ്പുറത്തും ഇപ്പുറത്തുമായി നിലനിർത്താനുള്ള ശ്രമം വലിയ പ്രാധാന്യമൊന്നുമില്ലാത്ത ഒരു

അക്കാദമിക് അഭ്യാസമായിരുന്നു. ഭരണപരമായ ആവശ്യത്തിനുവേണ്ടി അതിർത്തികളെ വിഭജിച്ച രേഖമാത്രമായിരുന്നു യാഥാർത്ഥ്യം. കൂട്ടക്കൊലകളും കൊള്ളയും ബലാത്സംഗങ്ങളും ദശലക്ഷക്കണക്കിനാൾക്കാരുടെ പലായനങ്ങളുമായി, പഞ്ചാബിനെ കീറിമുറിച്ചുകൊണ്ട് അതിർത്തിയുടെ ഇരുഭാഗത്തും ഭൂരിപക്ഷമുറപ്പിക്കാനുള്ള സമുദായങ്ങളുടെ ശ്രമങ്ങൾ മറുഭാഗത്തും തുടർന്നു. റാഡ്ക്ലിഫ് വരച്ച രേഖ അൽപം അങ്ങോട്ടോ ഇങ്ങോട്ടോ മാറിയിരുന്നുവെങ്കിൽപോലും കാര്യമായ പ്രശ്നങ്ങളൊന്നും ഇതിൽ കൂടുതൽ ഉണ്ടാവുകയില്ലായിരുന്നു. ഇതേ ജനങ്ങൾ രേഖയുടെ ഇരുവശത്തും വന്നു കൂടിയേനെ. ദേശീയ അതിർത്തികൾ പലപ്പോഴും ആകസ്മികമായി ഉണ്ടാക്കുന്നവയാണ് എന്ന എന്റെ വാദത്തിന് കൂടുതൽ തെളിവുകൾ വേണോ? സാദത് ഹസ്സൻ മൺറോയുടെ *ടോബാ ടേക് സിങ്* നിങ്ങൾ വായിച്ചിട്ടില്ലെങ്കിൽ വായിക്കണം. പഞ്ചാബിലെ അതിർത്തികൾ വരച്ചതിന്റെ അസംബന്ധം ഇതിനേക്കാൾ ഭംഗിയായി വിവരിക്കാൻ എനിക്കാവില്ല.

ബംഗാളിലെ അതിർത്തി

ഇതിൽനിന്നും വിഭിന്നമായിട്ടാണ് ബംഗാളിലെ അതിർത്തികൾ തീരുമാനിക്കപ്പെട്ടത്. ഇതിനു കാരണം ഇതിൽ ഇടപെട്ട കക്ഷികൾ കൂടുതൽ സംഘടിതരായതിനാലും തങ്ങളുടെ ആവശ്യങ്ങൾ റാഡ്ക്ലിഫിനു മുന്നിൽ കൃത്യമായി അവതരിപ്പിക്കാൻ അവർക്ക് കഴിഞ്ഞിരുന്നതിനാലുമാണ്. അവിഭക്ത ബംഗാളിനെ പാകിസ്ഥാനിൽ ഉൾപ്പെടുത്തണമെന്നായിരുന്നു മുസ്ലീംലീഗിന്റെ ആവശ്യം. 1947 ജൂൺ 20 ന് ബംഗാൾ അസംബ്ലിയിൽ നടന്ന നിർണായക സെഷനിൽ ഭൂരിപക്ഷം മുസ്ലീം അംഗങ്ങളും ഇത്തരത്തിലാണ് വോട്ടുചെയ്തത്. അസംബ്ലിയിലെ ഹിന്ദു അംഗങ്ങൾ, കോൺഗ്രസിൽ നിന്നുൾപ്പെടെയുള്ളവരും ഹിന്ദു മഹാസഭക്കാരും, പട്ടികജാതി വിഭാഗത്തിൽപെട്ടവരും എല്ലാം ബംഗാൾ വിഭജനത്തിനനുകൂലമായാണ് വോട്ടുചെയ്തത്. ബൗണ്ടറി കമ്മീഷൻ പ്രഖ്യാപിച്ചപ്പോൾ, ഹിന്ദു ബംഗാളിലെ രാഷ്ട്രീയ ബൗദ്ധിക വൃത്തങ്ങളിലുള്ളവർ തങ്ങളുടെ പ്രദേശത്തെ പ്രതിനിധാനം ചെയ്യുന്നതിന് പറ്റിയ തന്ത്രങ്ങളിൽ ഗവേഷണം ചെയ്യുകയായിരുന്നു.

ഉദാഹരണത്തിന്, കോൺഗ്രസിനെ പ്രതിനിധാനം ചെയ്ത വക്കീൽ അതുൽ ഗുപ്ത സങ്കീർണമായയതും ഒരു തരത്തിൽ കുടിലമായയതുമായ ഒരു തന്ത്രമാണ് സ്വീകരിച്ചത്. രണ്ടു വ്യത്യസ്ത നിർദേശങ്ങളാണ് കമ്മീഷന് മുന്നിൽ ഇത്തരത്തിൽ അവതരിപ്പിക്കപ്പെട്ടത് - ഒന്നിനെ പ്ലാൻ എന്നും മറ്റേതിനെ സ്കീം എന്നും വിളിച്ചു. കോൺഗ്രസിന്റെ പ്ലാനിൽ ആവേശകരമായ അവകാശവാദങ്ങളൊന്നുമില്ലായിരുന്നു. പോലീസ് സ്റ്റേഷൻ

അല്ലെങ്കിൽ താനയെ അടിസ്ഥാന അതിർത്തി യൂണിറ്റായി എടുത്തു കൊണ്ട്, ജനസംഖ്യയിൽ 55 ശതമാനമെങ്കിലും ഹിന്ദുക്കൾ വരുന്ന പ്രദേശത്തിനുമേൽ അവകാശമുന്നയിച്ചു. ഇതുകൂടാതെ, തൊട്ടുകിടക്കുന്ന പ്രദേശങ്ങൾ എന്നനിലയിൽ, രംഗ്പുര്, രാജശാഹി, മാൾദ കൂടാതെ മുർഷിദാബാദ് അടക്കം 56 ശതമാനത്തിലധികം മുസ്ലീങ്ങളുള്ള പ്രദേശങ്ങളായ ആറു താനകളുടെമേൽകൂടി പ്ലാൻ അവകാശമുന്നയിച്ചു. മാൽഡയിലെ കളിച്ചക്ക് താനയുടെമേലും അവകാശമുന്നയിച്ചു. കൽക്കട്ടയെ കടന്നുപോകുന്ന ഭാഗീരഥി നദിയുടെ അത്യുന്നതഭാഗങ്ങൾ ഇവിടെ സ്ഥിതിചെയ്യുന്നതിനാലായിരുന്നു ഇത്. 1960 ൽ ഫറാക്ക അണക്കെട്ട് നിർമിച്ചത് ഇവിടെയാണ്. മുർഷിദാബാദിനു മേൽ അവകാശമുന്നയിച്ചതിനു കാരണം പുതിയ പ്രവിശ്യയുടെ വടക്കുതെക്കൻ ജില്ലകളോട് ഭൗതികമായി തൊട്ടുകിടക്കുന്നുവെന്നതിനാലും രണ്ടാമതായി, കൽക്കട്ടയെ സംബന്ധിച്ചിടത്തോളം സുപ്രധാനമായ നദീശൃംഖലകളെ അത് സമഗ്രമായി നിലനിർത്തുന്നുവെന്നതിനാലുമാണ്. മറിച്ച്, ഖുൽനയെ സംബന്ധിച്ചിടത്തോളം അവിടെ ഹിന്ദു ജനസംഖ്യ ചെറിയ ഭൂരിപക്ഷമായിരുന്നതിനാലും സാമ്പത്തികമായി പിന്നോക്കമായിരുന്നതിനാലും ഒരു പ്രതിസന്ധി ഉടലെടുക്കുകയാണെങ്കിൽ മുർഷിദാബാദിനു പകരം നൽകാനാവും എന്നതായിരുന്നു പ്രധാന കാരണം. കോൺഗ്രസ് പദ്ധതിയുടെ തന്ത്രപരമായ ലക്ഷ്യം, രാഷ്ട്രീയമായും ഭരണപരമായും സൗകര്യപ്രദമായി ഭരിക്കാൻ പറ്റുന്ന 'ഒരു പ്രദേശം ഉണ്ടാക്കിയെടുക്കുക' എന്നതായിരുന്നു. മുസ്ലീം ജനസംഖ്യ ചെറിയ ന്യൂനപക്ഷമായി നിൽക്കുകയും പ്രധാന രാഷ്ട്രീയ ശക്തിയായി കോൺഗ്രസ് നിലനിൽക്കുകയും ചെയ്യുന്ന ഒരു സംവിധാനമായിരുന്നു ലക്ഷ്യം.

ദിനംപ്രതി ഹിന്ദുമഹാസഭയുടെയും മറ്റു ഹിന്ദു സംഘടകളുടെയും അതിർത്തി സംബന്ധിച്ച തീവ്രനിലപാടുകൾ ശക്തമാകുന്ന സന്ദർഭത്തിൽ, ഈ പദ്ധതി ജനങ്ങളുടെ മുന്നിൽ അവതരിപ്പിക്കാൻ കഴിയില്ല എന്ന ധാരണ പ്രാദേശിക കോൺഗ്രസ് നേതാക്കൾക്കുണ്ടായിരുന്നു. അതിനാൽ റാഡ്ക്ലിഫ് കമ്മീഷനു മുന്നിൽ രണ്ടാമതൊരു പദ്ധതികൂടി കോൺഗ്രസ് സ്കീം എന്ന പേരിൽ അതുൽ ഗുപ്ത അവതരിപ്പിച്ചു. കോൺഗ്രസ് മുന്നോട്ടുവെക്കുന്ന ബംഗാൾ വിഭജന പദ്ധതിയായി ഇതാണ് പത്രക്കാർക്ക് മുന്നിൽ അവതരിപ്പിച്ചത്. ഇതനുസരിച്ച് ജെസോർ, ഖുൽന, ചിറ്റഗോങ് കുന്നുകൾ, ഡാക്കയുടെയും ബകരഞ്ചിന്റെയും ഫരീദ്പുർ ജില്ലയുടെയും ചില ഭാഗങ്ങൾ ഇന്ത്യയുടെ പ്രദേശങ്ങളായി മാറും. പൊതുജനത്തിന് മുന്നിൽ ഇത്തരമൊരു നിലപാടെടുക്കുക വഴി വിഭജനത്തെത്തുടർന്ന് ഉണ്ടാകുമെന്നുറപ്പുള്ള അസംതൃപ്തിയെ അധികാരമൊഴിഞ്ഞു പോകുന്ന സാമ്രാജ്യത്വ ശക്തികൾക്കുനേരെ തിരിച്ചുവിടാം എന്നാണ്

കോൺഗ്രസ് കരുതിയത്.

കോൺഗ്രസ് പദ്ധതിയായിരുന്നു ഏറ്റവും മിതമായ രീതിയിൽ മുന്നോട്ടുവെക്കപ്പെട്ട ഹിന്ദു പദ്ധതി. കോൺഗ്രസിലെ ഉൽപതിഷ്ണുക്കളായ ഒരു വിഭാഗം, അതുല്യ ഘോഷിന്റെയും ജബനീന്ദ്ര പഞ്ചയുടെയും നേതൃത്വത്തിൽ ബർദ്വാൻ, ഹൂഗ്ലി, മിഡ്നാപ്പൂർ തുടങ്ങിയ ജില്ലകളിൽ നിന്നുള്ളവർ, കുറച്ചുകൂടി ചെറുതും ഉറച്ച അതിർത്തികളുമുള്ള പടിഞ്ഞാറൻ ബംഗാളിനായി ഒരു പദ്ധതി മുന്നോട്ടുവെച്ചു. ഹിന്ദു ഭൂരിപക്ഷ പ്രദേശങ്ങളായ, കോൺഗ്രസ് നിയന്ത്രണത്തിലുള്ള ജില്ലകളായ തെക്കു പടിഞ്ഞാറൻ ബംഗാൾ, കൽക്കട്ട, 24- പർഗാനാസ്, ഖുൽന എന്നിവ മാത്രം ഉൾപ്പെടുന്നതായിരുന്നു ഇത്. വടക്കുള്ള ഹിന്ദു ഭൂരിപക്ഷ പ്രദേശങ്ങളായ ഡാർജിലിങ്ങും ജൽപൈഗുരിയും അതുപോലെ ദിനാജ്പൂരും മാൽഡയും മുർഷിദാബാദും നദിയായും ജെസോറും വിട്ടുകൊടുക്കാൻ ഇവർ തയ്യാറായിരുന്നു. പ്രദേശങ്ങളുടെ മേലുള്ള അവകാശമുന്നയിക്കുംപോലെ, വിഭജനാനന്തരം വരുന്ന സർക്കാർ ബംഗാൾ കോൺഗ്രസിലെ പ്രായോഗികമതികളായ രാഷ്ട്രീയക്കാർക്ക് മുന്നിലുണ്ടായിരുന്നു: തങ്ങൾക്ക് ശക്തമായ നിയന്ത്രണമുള്ള പ്രദേശമായിരിക്കണം അതെന്ന് അവർ ആഗ്രഹിച്ചിരുന്നു.

പഞ്ചാബിലെയും ബംഗാളിലെയും ഈ പ്രവിശ്യാചർച്ചകളിൽ കോൺഗ്രസിന്റെ അഖിലേന്ത്യാനേതൃത്വം ഇടപെട്ടില്ല എന്നതും ശ്രദ്ധിക്കേണ്ടതാണ്. വാസ്തവത്തിൽ, ആ പ്രവിശ്യകളിൽ നിന്നുള്ള കോൺഗ്രസ് നേതാക്കൾ അവരുടെ ദേശീയ നേതാക്കളെ ഉപദേശത്തിനോ സഹായത്തിനോ സമീപിച്ചപ്പോൾ, കോൺഗ്രസ് നയം അതിർത്തി കമ്മീഷനെ വിഷയം കൈകാര്യം ചെയ്യാൻ അനുവദിക്കുന്നതാണെന്ന് അവർ പറഞ്ഞു. അടിസ്ഥാനപരമായി കമ്മീഷന്റെ നിയമ-ഭരണ പ്രക്രിയയിൽ കോൺഗ്രസ് നേതാക്കൾ ഇടപെടില്ല. ഒരുപക്ഷേ, ഇവിടെയും രാഷ്ട്രീയം കളിച്ചിട്ടുണ്ടാകാം. അക്കാലത്ത് പഞ്ചാബിലും ബംഗാളിലും ഉടലെടുത്ത ഉയർന്ന വർഗീയ വാചാടോപങ്ങളും വികാരാധീനതയും കണക്കിലെടുക്കുമ്പോൾ, രണ്ട് പ്രവിശ്യകളെയും വിഭജിക്കുന്ന അതിരുകൾ വരയ്ക്കുന്നത് മതപരമായ വിഭജനത്തിന്റെ രേഖയിലൂടെമാത്രം നോക്കുന്നത് അനിവാര്യമായിരുന്നു. മുസ്ലീങ്ങളെയും സിഖുകാരെയും പ്രതിനിധീകരിക്കുന്നത് മുസ്ലീംലീഗും അകാലികളും ആയതിനാൽ കോൺഗ്രസിൽ നിന്നുള്ള പ്രാദേശിക നേതാക്കൾ ഉൾപ്പെടെയുള്ളവർ ഹൈന്ദവ വാദം ഏറ്റെടുക്കേണ്ടിവരും. അല്ലാത്തപക്ഷം, ആ സ്ഥാനം കോൺഗ്രസ് ഹിന്ദു മഹാസഭയ്ക്ക് വിട്ടുകൊടുക്കേണ്ടിവരും. ഇത്തരമൊരു സാഹചര്യത്തിൽ, സ്വാതന്ത്ര്യാനന്തര സർക്കാരിന്റെ ചുമതലകൾ മുൻനിർത്തി, അഖിലേന്ത്യാ കോൺഗ്രസ് നേതൃത്വം ഒരിക്കൽക്കൂടി, രണ്ട് പ്രവിശ്യകളിൽ നട

ക്കുന്ന ഈ വിവാദപരമായ വർഗീയ സംവാദങ്ങളിൽ നിന്ന് വിവേകപൂർണമായി വിട്ടുനിന്നു.

മുസ്ലീം ഭൂരിപക്ഷമുള്ള ബംഗാൾ പ്രവിശ്യ മുഴുവനും പാകിസ്ഥാനാണ് എന്ന അവകാശവാദം ഉന്നയിക്കുക എന്നത് മുസ്ലീംലീഗിന്റെ ഔദ്യോഗിക നിലപാട് ആണെങ്കിലും, അത് തെക്ക്-പടിഞ്ഞാറൻ ബംഗാളിലെ ഹിന്ദു ഭൂരിപക്ഷ ജില്ലകൾക്കുവേണ്ടി എളുപ്പത്തിൽ അവകാശപ്പെടാൻ കഴിയില്ലെന്ന യാഥാർത്ഥ്യബോധമുള്ള ഒരു വീക്ഷണം അവർക്കുണ്ടായിരുന്നു. 1943 ൽത്തന്നെ ബംഗാളിലെ പ്രമുഖ യുവമുസ്ലീം ബുദ്ധിജീവികളുടെ കൂട്ടായ്മയായ ഈസ്റ്റ് പാകിസ്ഥാൻ നവോത്ഥാന സൊസൈറ്റി ആ ജില്ലകളെ ഒഴിവാക്കി കിഴക്കൻ പാകിസ്ഥാന്റെ ഒരു ഭൂപടം തയ്യാറാക്കി. ബംഗാളിനെ സംബന്ധിച്ചിടത്തോളം, സാംസ്കാരികമായി ഏകതാനമായ ദേശീയ യൂണിറ്റുകൾ നിർമിക്കുന്നതിന് അതിർത്തികൾ വരയ്ക്കുക എന്ന ആശയം സ്ഥാപിതമായി.

അവസാനം, റാഡ്ക്ലിഫിന്റെ വിധി പ്രധാനമായും കോൺഗ്രസ് പദ്ധതിയെ പിന്തുടർന്നു. കൽക്കട്ട തുറമുഖത്തിന് വളരെ നിർണായകമായ ഭാഗീരഥി നദീതടത്തിന്റെ സമഗ്രത സംരക്ഷിക്കുന്നതിനായി മുർഷിദാബാദും നാദിയയും (കുഷ്തിയ ഉപവിഭാഗം ഒഴിച്ച്) പശ്ചിമ ബംഗാളിന് നൽകി. പകരമായി ഖുൽന പാകിസ്ഥാനിലേക്ക് പോയി. കിഴക്കൻ ബംഗാളിൽ 71 ശതമാനം മുസ്ലീങ്ങൾ ഉണ്ടായിരുന്നു, അതേസമയം പശ്ചിമ ബംഗാളിൽ 70. 8 ശതമാനം ഹിന്ദു ഭൂരിപക്ഷമുണ്ടായിരുന്നു. എന്നിരുന്നാലും, ദിനാജ്പൂർ ജില്ല വിഭജിച്ച് ഓരോ പകുതിയും രണ്ട് പുതിയ സംസ്ഥാനങ്ങൾക്ക് നൽകിയതിനുശേഷവും രണ്ട് വടക്കൻ ജില്ലകളായ ജൽപായ്ഗുരി, ഡാർജിലിംഗ് എന്നിവ പശ്ചിമ ബംഗാളിലെ മറ്റ് ഭാഗങ്ങളുമായി ബന്ധമില്ലാതെ അവശേഷിക്കുന്നു. 1956 ൽ ഇന്ത്യൻ സംസ്ഥാനങ്ങളുടെ പുനഃസംഘടനയോടെയാണ് ബീഹാറിൽ നിന്ന് പശ്ചിമ ബംഗാളിലേക്ക് മാൾഡ, ഡാർജിലിങ് ജില്ലകൾ തമ്മിൽ ബന്ധിപ്പിക്കുന്ന റോഡ്, റെയിൽവേ എന്നിവയ്ക്ക് ഭൂപ്രദേശം നൽകുന്നതിനായി ഭൂമി കൈമാറ്റം ചെയ്യപ്പെട്ടത്.

കൗതുകകരമായി, 90 ശതമാനം ജനങ്ങളും ബുദ്ധമതക്കാരായ ചിറ്റഗോങ് മലനിരകളിലെ കിഴക്കൻ ജില്ല റാഡ്ക്ലിഫ് കമ്മീഷൻ പാകിസ്ഥാന് നൽകി. കാരണം, അസ്സമും നാട്ടുരാജ്യമായ ത്രിപുരയുമായി ഈ ജില്ലയ്ക്ക് പൊതുവായ അതിർത്തികളുണ്ടെങ്കിലും പശ്ചിമ ബംഗാളുമായി ഒരു ബന്ധവും സാധ്യമല്ലായിരുന്നു. രസകരമെന്നു പറയട്ടെ, ബംഗാൾ കോൺഗ്രസ് അതിന്റെ പദ്ധതിയിൽ ഈ ജില്ലയ്ക്കുവേണ്ടി ഒരു അവകാശവാദവും ഉന്നയിച്ചില്ല.

ജനഹിതപരിശോധനകൾ

കിഴക്കൻ ബംഗാളിന്റെ അതിർത്തികൾ എന്ന വിഷയത്തിൽ നമ്മൾ സംസാരിക്കുമ്പോൾ, ബംഗാളി സംസാരിക്കുന്ന മുസ്ലീങ്ങൾ കൂടുതലായി തിങ്ങിപ്പാർക്കുന്ന അസ്സം ജില്ലയായ സിൽഹെത്ത്, പാകിസ്ഥാന് അവകാശപ്പെട്ടതാണെന്ന് നാം ഓർക്കണം. 1947 ജൂണിൽ 60 ശതമാനം വോട്ടർമാരും പുതിയ പാകിസ്ഥാൻ പ്രവിശ്യയായ കിഴക്കൻ ബംഗാളിൽ ചേരാൻ ആഗ്രഹിക്കുന്നുവെന്ന് രേഖപ്പെടുത്തിയ ഒരു ജനഹിത പരിശോധനയിലൂടെ ആ പ്രശ്നം പരിഹരിച്ചു. ഹിന്ദു ആധിപത്യമുള്ള കരിംഗഞ്ചിന്റെ ഉപവിഭാഗം ഒഴിച്ച് സിൽഹെറ്റ്, അസ്സമിൽ നിന്ന് പുറത്തെടുത്ത് കിഴക്കൻ ബംഗാളിൽ ചേർത്തു. ഇന്ത്യയിലാണോ പാകിസ്ഥാനിലാണോ ജീവിക്കാൻ ആഗ്രഹിക്കുന്നതെന്ന് തീരുമാനിക്കാൻ രാഷ്ട്രീയക്കാർക്കും ഉദ്യോഗസ്ഥർക്കും പകരം ജനങ്ങളോട് ആവശ്യപ്പെട്ട ബ്രിട്ടീഷ് ഇന്ത്യയുടെ രണ്ട് സംഭവങ്ങളിൽ ഒന്നാണിത്.

നോർത്ത് വെസ്റ്റ് ഫ്രോണ്ടിയർ പ്രൊവിൻസ് (NWFP) ആയിരുന്നു മറ്റൊരു സംഭവം. 1946 ൽ, NWFP ലെജിസ്ലേറ്റീവ് അസംബ്ലിയിൽ കോൺഗ്രസിന് ഭൂരിപക്ഷമുണ്ടായിരുന്നു, ഖുദായി ഖിദ്മത്ഗറിന്റെ പ്രശസ്ത ഗാന്ധിയൻ നേതാവായ ഖാൻ അബ്ദുൾ ഗഫാർ ഖാന്റെ (പ്രാദേശികമായി ബച്ചാ ഖാൻ എന്നറിയപ്പെടുന്നു) സഹോദരൻ ഖാൻ സാഹിബിന്റെ നേതൃത്വത്തിലുള്ള ഒരു കോൺഗ്രസ് മന്ത്രിസഭയാണ് ഭരിച്ചത്. എന്നാൽ ലഡാക്കിനും ടിബറ്റിനുമിടയിലുള്ള തർക്ക അതിർത്തിയെക്കുറിച്ച് സംസാരിക്കുമ്പോൾ ഞാൻ സൂചിപ്പിച്ച അതേ തന്ത്രശാലിയായ സിവിൽ സർവന്റ് ഒലാഫ് കാരോ ആയിരുന്നു പ്രവിശ്യയുടെ ഗവർണർ. പഞ്ചാബിലെയും ബംഗാളിലെയും കാര്യങ്ങളിൽ സംഭവിച്ചതുപോലെ ഇന്ത്യയിലോ പാകിസ്ഥാനിലോ ചേരാനുള്ള തീരുമാനം നിയമസഭയിലെ അംഗങ്ങൾക്ക് വിട്ടാൽ, കോൺഗ്രസിന്റെ ഭൂരിപക്ഷം കണക്കിലെടുത്ത്, NWFP ഒരുവശത്ത് പാകിസ്ഥാൻ പ്രദേശത്താലും മറുവശത്ത് അഫ്ഗാനിസ്ഥാൻ പ്രദേശത്താലും ചുറ്റപ്പെട്ട ഇന്ത്യയുടെ ഒരു ദ്വീപ് പ്രവിശ്യയായി മാറും. അതൊരു നല്ല ആശയമാണെന്ന് കാരോയ്ക്ക് തോന്നിയില്ല, കാരണം വടക്കുനിന്നുള്ള സോവിയറ്റ് ഭീഷണിയും ചൈനയിൽ നടന്നുകൊണ്ടിരിക്കുന്ന ആഭ്യന്തരയുദ്ധവും കാരണമുള്ള ബ്രിട്ടീഷ് തന്ത്രങ്ങൾ ഈ മേഖലയിലെ ശക്തമായ കോൺഗ്രസ് സാന്നിധ്യത്താൽ അപകടത്തിലാകുമെന്ന് അദ്ദേഹം ആശങ്കാകുലനായിരുന്നു. ജനസാന്ദ്രത കുറഞ്ഞ ഗ്രാമീണ മണ്ഡലങ്ങളിൽ കോൺഗ്രസ് കൂടുതൽ സീറ്റുകൾ നേടിയെങ്കിലും, 1946 ലെ തിരഞ്ഞെടുപ്പിൽ മുസ്ലീംലീഗിന് കൂടുതൽ ജനപ്രീതി ലഭിച്ചുവെന്നത് കൗശലപൂർവം ശ്രദ്ധിച്ച അദ്ദേഹം, ജനകീയ ജനഹിതപരിശോധന പ്രവിശ്യയുടെ ഭാവിക്ക് കൂടുതൽ നിയമാനുസൃതമായ

പാത സൃഷ്ടിക്കുമെന്ന് മൗണ്ട് ബാറ്റനെ ബോധ്യപ്പെടുത്തി. അടുത്ത ഒരു തിരഞ്ഞെടുപ്പ് ഇന്ത്യക്ക് അനുകൂലമായ ഒരു സങ്കുചിതമായ വിധി പുറപ്പെടുവിച്ചാൽപോലും അത് അക്രമാസക്തമായ അസ്വസ്ഥതകളിലേക്ക് നയിക്കുമെന്ന് ഗഫാർ ഖാൻ മനസിലാക്കി. അദ്ദേഹം ഗാന്ധിയോടും കോൺഗ്രസിനോടും അപേക്ഷിച്ചു. പക്ഷേ, രാജ്യത്തെ വെട്ടിമുറിക്കുന്നതിനുള്ള അന്തിമ പ്രവർത്തനത്തിൽ ഗാന്ധി പങ്കെടുത്തിരുന്നില്ല, പഞ്ചാബിന്റെയും ബംഗാളിന്റെയും വിഭജനം അംഗീകരിക്കാൻ ഇതിനകം നിർബന്ധിതരായ കോൺഗ്രസ്, അധികാര കൈമാറ്റ പ്രക്രിയയിലേക്ക് മറ്റൊരു മഴു എറിയാൻ ആഗ്രഹിച്ചില്ല. അതുകൊണ്ട് ഗഫാർ ഖാനും ഖുദായി ഖിദ്മത്ഗറും ഹിതപരിശോധനയിൽ പങ്കെടുക്കേണ്ടതില്ലെന്ന് തീരുമാനിച്ചു: വോട്ട് ചെയ്തവരിൽ 99 ശതമാനം പേരും പാകിസ്ഥാനിൽ ചേരാൻ തീരുമാനിച്ചു. NWFP ഇപ്പോൾ പാകിസ്ഥാനി പ്രവിശ്യയായ ഖൈബർ-പഖ്തുൺഖ്വ എന്നാണ് അറിയപ്പെടുന്നത്.

അഫ്ഗാനിസ്ഥാൻ ഒരിക്കലും ബ്രിട്ടീഷ് ഇന്ത്യയുടെ ഭാഗമാകാതിരുന്നത് എന്തുകൊണ്ടാണെന്ന് ഞാൻ പറയേണ്ടതുണ്ട്. ബ്രിട്ടീഷുകാരുടെ ഭാഗത്തുനിന്ന് ശ്രമിക്കാത്തതുകൊണ്ടായിരുന്നില്ല അത്. അഫ്ഗാൻ മേഖലയ്ക്ക് ഉത്തരേന്ത്യയുമായി പുരാതനകാലം മുതലുള്ള രാഷ്ട്രീയ സാംസ്കാരിക ബന്ധങ്ങളുടെ ചരിത്രമുണ്ട്. ഇന്തോ-ഗ്രീക്ക് ഭരണാധികാരികൾ എന്ന് വിളിക്കപ്പെടുന്നതുപോലെ വൈദിക ജനതയും ഈ പ്രദേശത്ത് സ്ഥിരതാമസമാക്കി. *മഹാഭാരത*ത്തിലെ കൗരവരുടെ അമ്മ ഗാന്ധാരി (ഗാന്ധാരിയുടെ സഹോദരൻ ശകുനിയും) അവരുടെ പേര് സൂചിപ്പിക്കുന്നതുപോലെ, ഇപ്പോൾ കാണ്ഡഹാർ എന്നറിയപ്പെടുന്ന സ്ഥലത്ത് നിന്നാണ് വന്നത്. ഇന്ത്യയിൽ നിന്ന് മധ്യേഷ്യയിലേക്കും ചൈനയിലേക്കും ബുദ്ധമതം സഞ്ചരിച്ച പ്രധാനപാത ഗാന്ധാരമായിരുന്നു. റഷ്യ, ചൈന, ഇറാൻ എന്നിവയുടെ സംഗമസ്ഥാനമായതിനാൽ ഭൂരാഷ്ട്രീയ പ്രാധാന്യമുള്ളതിനാൽ ഈ പ്രദേശം കീഴടക്കാൻ ബ്രിട്ടീഷുകാർക്ക് പ്രത്യേക താൽപര്യമുണ്ടായിരുന്നു. ഒന്നാം ആംഗ്ലോ-അഫ്ഗാൻ യുദ്ധത്തിൽ, ഈസ്റ്റ് ഇന്ത്യാകമ്പനിയുടെ സൈന്യം 1839 ൽ കാബൂൾ കീഴടക്കി, എന്നാൽ 1842 ൽ അഫ്ഗാൻ ഗോത്രവർഗക്കാരുടെ ഒരു പ്രക്ഷോഭത്തിൽ അവർ നശിച്ചു. ബ്രിട്ടീഷുകാർ ദോസ്ത് മുഹമ്മദിനെ അമീറായി പ്രതിഷ്ഠിക്കുകയും അദ്ദേഹവുമായി ഒരു കരാറുണ്ടാക്കുകയും ചെയ്തു. എന്നാൽ റഷ്യൻ സാമ്രാജ്യം ഈ മേഖലയിലെ ബ്രിട്ടീഷ് താൽപര്യങ്ങളെ ഭീഷണിപ്പെടുത്തുന്നത് തുടർന്നു. 1878 ൽ രണ്ടാം ആംഗ്ലോ-അഫ്ഗാൻ യുദ്ധം ആരംഭിച്ചു, അത് വീണ്ടും വളരെ ചെലവേറിയതാണെന്ന് ബോധ്യപ്പെട്ടു. ബ്രിട്ടീഷുകാർ 1880 ൽ തങ്ങളുടെ ഇഷ്ടാനുസരണം ഒരു അമീറുമായി മറ്റൊരു ഒത്തുതീർപ്പിലേക്ക് വന്നതിനെത്തുടർന്ന് അവർ പിൻവാങ്ങാൻ നിർബന്ധിതരായി. കീഴടക്കൽ പരാജയപ്പെട്ടതി

നാൽ, റഷ്യക്കെതിരെ അഫ്ഗാനിസ്ഥാനെ ഒരു കരുതൽ ആയുധമായി അംഗീകരിച്ചുകൊണ്ട് അവർക്ക് തൃപ്തിപ്പെടേണ്ടിവന്നു.

ഒടുവിൽ, 1919 ൽ, അമൃതസറിലെ ജാലിയൻവാലാബാഗ് കൂട്ടക്കൊലയ്ക്ക് തൊട്ടുപിന്നാലെ, ഖൈബർ ചുരം കടന്ന് ഇന്ത്യൻ പ്രദേശത്തേക്ക് മാർച്ച് ചെയ്യാൻ അമീർ അമാനുല്ല അഫ്ഗാൻ സൈനികരോട് ഉത്തരവിട്ടു. അക്കാലത്ത്, ബ്രിട്ടീഷ് ഇന്ത്യൻ സൈന്യം ഒന്നാം ലോകമഹായുദ്ധത്തിൽ വിദേശത്ത് നീണ്ട യുദ്ധങ്ങളിൽ നിന്ന് മടങ്ങിയെത്തി, നിർവീര്യരാക്കപ്പെട്ടുകയായിരുന്നു. അവരുടെ മനോവീര്യം വളരെ കുറവായിരുന്നു. എന്നാൽ അഫ്ഗാൻ ആക്രമണം ബ്രിഗേഡിയർ ജനറൽ ഡയറിന്റെ നേതൃത്വത്തിൽ ബ്രിട്ടീഷ്, ദോഗ്ര, ഗൂർഖ സൈനികർ ഉപയോഗിച്ച് ചെറുക്കപ്പെട്ടു, അമൃതസർ കൊലപാതകങ്ങളിലെ പങ്കിനും ആകാശത്ത് നിന്നുള്ള ബോംബാക്രമണത്തിനും കുപ്രസിദ്ധനായിരുന്നു ബ്രിഗേഡിയർ ജനറൽ ഡയർ. ബ്രിട്ടീഷുകാർ അമാനുല്ല രാജാവിന്റെ കീഴിലുള്ള അഫ്ഗാനിസ്ഥാനെ ഒരു സ്വതന്ത്ര രാജ്യമായി അംഗീകരിച്ചതോടെ യുദ്ധം അവസാനിച്ചു. അവർ ഡ്യൂറൻഡ് ലൈൻ അന്താരാഷ്ട്ര അതിർത്തിയായി അംഗീകരിച്ചു. അത് ഇപ്പോഴും അഫ്ഗാനിസ്ഥാനും പാകിസ്ഥാനും തമ്മിലുള്ള അതിർത്തിയായി തുടരുന്നു.

എൻക്ലേവുകൾ

ദേശീയ അതിർത്തികളുടെ ആകസ്മിക സ്വഭാവത്തെക്കുറിച്ചുള്ള ഏറ്റവും വിചിത്രമായ കഥ ഇന്ത്യ-ബംഗ്ലാദേശ് അതിർത്തിയിലെ ഛിത് മഹലുകൾ എന്ന് വിളിക്കപ്പെടുന്നവയാണ്. ചിത് മഹൽ (അതിന്റെ അക്ഷരാർഥത്തിൽ ചിതറിക്കിടക്കുന്ന ഗ്രാമം എന്നാണ് അർഥമാക്കുന്നത്) സാധാരണയായി ഒന്നോ രണ്ടോ ഗ്രാമങ്ങൾ ഉൾക്കൊള്ളുന്ന, ബംഗ്ലാദേശ് പ്രദേശത്താൽ ചുറ്റപ്പെട്ട ഇന്ത്യയുടേതായതോ ഇന്ത്യൻ പ്രദേശത്താൽ ചുറ്റപ്പെട്ട ബംഗ്ലാദേശിന്റേതായതോ ആയ ഒരു എൻക്ലേവാണ്. 1947 ലെ വിഭജനത്തിനുശേഷം കിഴക്കൻ പാകിസ്ഥാനിൽ, കൂടുതലും രംഗ്പൂർ ജില്ലയിൽ, ഏതാണ്ട് നൂറോളം ഇന്ത്യൻ എൻക്ലേവുകളും, നാട്ടുരാജ്യമായ കൂച്ച് ബെഹാറിൽ സമാനമായ എണ്ണം പാകിസ്ഥാൻ എൻക്ലേവുകളും ഉണ്ടായിരുന്നു. എന്നാൽ അത് മാത്രമല്ല. ചില ഇന്ത്യൻ എൻക്ലേവുകളിൽ പാകിസ്ഥാൻ കൗണ്ടർ എൻക്ലേവുകൾ ഉണ്ടായിരുന്നു, അതുപോലെ തന്നെ ചില പാകിസ്ഥാൻ എൻക്ലേവുകളിലും ഇന്ത്യൻ കൗണ്ടർ എൻക്ലേവുകൾ ഉണ്ടായിരുന്നു. കിഴക്കൻ പാകിസ്ഥാനിൽ ഒരു ഇന്ത്യൻ എൻക്ലേവ് ഉണ്ടായിരുന്നു, അതിൽ ഒരു പാകിസ്ഥാൻ കൗണ്ടർ എൻക്ലേവ് ഉണ്ടായിരുന്നു, അതിനുള്ളിൽ ഒരു ഇന്ത്യൻ കൗണ്ടർ-എൻക്ലേവ് ഉണ്ടായിരുന്നു.

എങ്ങനെയാണ് ഈ പരിഹാസ്യമായ അവസ്ഥ ഉണ്ടായത്? യുക്തിസഹമായ വിശദീകരണങ്ങൾ കണ്ടെത്താൻ പ്രയാസമുള്ളതിനാൽ, ആളുകൾ അതിശയകരമായ കഥകളുമായി വന്നിരിക്കുന്നു. കൂച്ച് ബെഹാറിലെ മഹാരാജാവ് രംഗ്പൂർ മഹാരാജാവുമായി പാഷ എന്ന പകിടകളി കളിച്ചിരുന്നു, അതിൽ അവർ തങ്ങളുടെ മഹല്ലുകളോ റവന്യൂ ഗ്രാമങ്ങളോ സ്റ്റേ ചെയ്യുമായിരുന്നു. ഏത് ദിവസം ആരാണ് വിജയിച്ചത് എന്നതിനെ ആശ്രയിച്ച്, കൂച്ച് ബെഹാറിനും രംഗ്പൂരിനും ഇടയിലുള്ള അതിർത്തിയിലെ ഗ്രാമങ്ങൾ രണ്ട് ഭരണാധികാരികളുടെയും ചിതറിക്കിടക്കുന്ന സ്വത്തുക്കളായി മാറി. അതുകൊണ്ടാണ് ചിത് മഹലിനെ ചിലപ്പോൾ പാഷ മഹൽ എന്ന് വിളിക്കുന്നത്. കഥ കണ്ടുപിടിച്ചവർ ഒരുപക്ഷേ, *മഹാഭാരത*ത്തിലെ കുപ്രസിദ്ധമായ പകിടകളിയെക്കുറിച്ച് ചിന്തിച്ചിരിക്കാം, അതിൽ യുധിഷ്ഠിരർ തന്റെ രാജ്യം നഷ്ടപ്പെടുത്തി. പാഷയിലെ മഹല്ലുകൾ ജയിക്കുന്നതും തോൽക്കുന്നതും ഈ രാജ്യത്തെ വിശുദ്ധമായ ഒരു രാജകീയ പാരമ്പര്യത്തിന്റെ ഭാഗമായിരുന്നു.

കൂടുതൽ ന്യായമായ വിശദീകരണം, ബംഗാളിലെ മുഗൾ പ്രവിശ്യയിലേതുപോലെ കൂച്ച് ബിഹാർ സംസ്ഥാനത്തെ റവന്യൂ ഭരണം സമഗ്രവും ചിട്ടയായതുമായിരുന്നില്ല എന്നതാണ്. ബ്രിട്ടീഷുകാർ രംഗ്പൂർ ജില്ലയിൽ ഭരണം സ്ഥാപിച്ചപ്പോൾ, കൂച്ച് ബിഹാറിന് രംഗ്പൂരിൽ റവന്യൂ വില്ലേജുകൾ ഉള്ളതുപോലെ, കൂച്ച് ബിഹാർ പ്രദേശത്തിനുള്ളിൽത്തന്നെ അതിനു റവന്യൂ വില്ലേജുകൾ ഉണ്ടെന്ന് അവർ കണ്ടെത്തി.നാട്ടുരാജ്യവുമായുള്ള ബന്ധം കണക്കിലെടുത്ത്, ബ്രിട്ടീഷുകാർ കാര്യങ്ങൾ അങ്ങനെ ഉപേക്ഷിക്കാൻ തീരുമാനിച്ചു. കൂച്ച് ബെഹാർ ഒരു ബ്രിട്ടീഷ് ഇന്ത്യൻ ജില്ലയായിരുന്നെങ്കിൽ, വളരെക്കാലം മുമ്പ് ഈ എൻക്ലേവുകൾ ഒന്നോ അല്ലെങ്കിൽ മറ്റൊരു ജില്ലയിലോ ലയിപ്പിക്കപ്പെടുമായിരുന്നുവെന്ന് എനിക്ക് ഉറപ്പുണ്ട്.

എൻക്ലേവുകളുടെ അസ്തിത്വം അർഥമാക്കുന്നത് ഇന്ത്യയ്ക്കുള്ളിലെ ഒരു ബംഗ്ലാദേശി എൻക്ലേവിൽ ബംഗ്ലാദേശ് പൗരന്മാർ താമസിക്കുന്നുണ്ടെന്നാണ്. എൻക്ലേവിനു വേലികെട്ടും. രാവിലെ ഗേറ്റുകൾ തുറക്കും. ഒരു സർക്കാർ ഓഫീസിൽ പോകേണ്ട ആളുകൾ അല്ലെങ്കിൽ സ്കൂളിൽ പോകുന്ന കുട്ടികൾ ബംഗ്ലാദേശിലെ ഓഫീസിലേക്കോ സ്കൂളിലേക്കോ പോകാൻ ഇന്ത്യൻ പ്രദേശത്തുകൂടി നടക്കണം. ബംഗ്ലാദേശിലെ ഒരു ഇന്ത്യൻ എൻക്ലേവിൽ താമസിക്കുന്ന ഇന്ത്യൻ പൗരന്മാർ സമാനമായ സാഹചര്യം അഭിമുഖീകരിച്ചു.

സാഹചര്യത്തിന്റെ യുക്തിരാഹിത്യം എല്ലാവർക്കും വ്യക്തമായിരുന്നുവെങ്കിലും, അതൊരു അസംബന്ധമായ അവസ്ഥയായിരുന്നു. ഈയവസ്ഥ പരിഹരിക്കാൻ ഏകദേശം എഴുപത് വർഷമെടുത്തു. കാലതാമ

സത്തിന് കാരണം ദേശീയ അഭിമാനമെന്ന നിസ്സാര വികാരമല്ലാതെ മറ്റൊന്നുമല്ല, രണ്ട് രാജ്യങ്ങളിലെയും ആളുകൾക്ക് എൻക്ലേവുകളുടെ കൈമാറ്റത്തിലൂടെ എത്ര ചതുരശ്ര കിലോമീറ്റർ ഭൂമി ലഭിക്കുമെന്നും നഷ്ടപ്പെടുമെന്നുമുള്ള ഉള്ള തർക്കമെന്ന തന്ത്രം മുന്നോട്ടുവയ്ക്കുകയാണവർ ചെയ്തത്. അവസാനം, 2015 ൽ ഇന്ത്യയും ബംഗ്ലാദേശും തമ്മിൽ എൻക്ലേവുകളെ ചുറ്റുമുള്ള അഡ്മിനിസ്ട്രേറ്റീവ് യൂണിറ്റിലേക്ക് ലയിപ്പിക്കാൻ ഒരു കരാറിലെത്തി. ഓരോ എൻക്ലേവിലെയും നിവാസികൾക്ക് അവർ എവിടെയായിരുന്നാലും അവിടെ തുടരാനോ അല്ലെങ്കിൽ അവർക്ക് ഇഷ്ടമുള്ള രാജ്യത്തേക്ക് മാറാനോ ഉള്ള ഓപ്ഷൻ നൽകിയിട്ടുണ്ട്. അത് ചരിത്രത്തിന്റെ ആകസ്മികമായ ഒരു സമ്മാനമാണ് - അസംബന്ധമായി ആശയക്കുഴപ്പത്തിലായ അതിർത്തി - അത് ഒടുവിൽ നേരെയായതായി തോന്നുന്നു.

കടലിലെ ദ്വീപുകൾ

ഇന്ത്യയുടെ ഭൂപ്രദേശങ്ങൾ അതിന്റെ തീരങ്ങൾക്കപ്പുറത്തേക്ക് വ്യാപിക്കുകയും കടലിലെ നിരവധി ദ്വീപുകൾകൂടി ഉൾക്കൊള്ളുകയും ചെയ്യുന്നുണ്ടെന്ന് മിക്ക ആളുകളും ഓർക്കുന്നില്ല. അതെങ്ങനെ സംഭവിച്ചു? കരയിലെ അതിർത്തികളെ സംബന്ധിച്ച് നമ്മൾ കണ്ടെത്തിയ ഉത്തരം തന്നെയാണ് ഇതിനും ഉത്തരം: ബ്രിട്ടീഷ് സാമ്രാജ്യത്വ നയത്തിന്റെ അപകടങ്ങൾ.

32 ചതുരശ്ര കിലോമീറ്റർ മാത്രം വിസ്തൃതിയുള്ള ലക്ഷദ്വീപ് ദ്വീപ് സമൂഹമായി കേരള തീരത്തുനിന്ന് 200 മുതൽ 400 കിലോമീറ്റർ വരെ അകലെയാണ്. ദ്വീപുകൾ ടിപ്പു സുൽത്താന്റെ ഭരണത്തിലുള്ള പ്രദേശങ്ങളുടെ ഭാഗമായിരുന്നു, 1799 ൽ ടിപ്പുവിന്റെ പരാജയത്തിനും മരണത്തിനുംശേഷം ഇത് ഈസ്റ്റ് ഇന്ത്യാ കമ്പനിയുടെ നിയന്ത്രണത്തിലായി. കൂടുതലും മലയാളി മുസ്ലീങ്ങൾ താമസിക്കുന്ന ഈ ദ്വീപുകൾ മദ്രാസ് പ്രസിഡൻസിയിലെ മലബാർ ജില്ലയുടെ ഭാഗമായി ബ്രിട്ടീഷുകാരാണ് ഭരിച്ചിരുന്നത്. സ്വാതന്ത്ര്യാനന്തരം, 1956 ൽ സംസ്ഥാന അതിർത്തികൾ പുനഃക്രമീകരിച്ചപ്പോൾ, ലക്കാഡിവ്, അമിൻഡിവി, മിനിക്കോയ് ദ്വീപുകൾ കേരളത്തിൽ നിന്ന് വേർപെടുത്തി ഒരു കേന്ദ്രഭരണ പ്രദേശമാക്കി മാറ്റി. 1973 ൽ ഇവയെ ലക്ഷദ്വീപ് എന്ന് പേരുമാറ്റി. ബ്രിട്ടീഷുകാർ ഈ ദ്വീപുകൾക്ക് തന്ത്രപരമോ സാമ്പത്തികമോ ആയ പ്രാധാന്യം നൽകിയിരുന്നില്ല. കഴിഞ്ഞ രണ്ടോ മൂന്നോ പതിറ്റാണ്ടിനിടെ മാത്രമാണ് ഇവ വിനോദസഞ്ചാര കേന്ദ്രമായി വികസിപ്പിച്ചത്.

അത് നേരായ കഥയാണ്. ഇതേ മേഖലയിലെ മറ്റു ചില ദ്വീപുകൾ എന്തുകൊണ്ട് ഇന്ത്യയുടെ ഭാഗമായി മാറിയില്ല എന്നതിലാണ് കൗതുകം.

ഉദാഹരണത്തിന്, മാലിദ്വീപ് ഇന്ത്യയുടെ പടിഞ്ഞാറൻ തീരത്തുനിന്ന് ആയിരം കിലോമീറ്റർ അകലെയാണ്. പതിനെട്ടാം നൂറ്റാണ്ടിൽ, ഡച്ചുകാരുടെ ആധിപത്യത്തിന് കീഴിൽ മാലിദ്വീപ് സുൽത്താൻ ദ്വീപുകൾ ഭരിച്ചു. 1796-ൽ ഡച്ചുകാരെ ബ്രിട്ടീഷുകാർ സിലോണിൽ നിന്ന് പുറത്താക്കിയപ്പോൾ, കൊളംബോയിൽ നിന്ന് ഭരിക്കുന്ന ബ്രിട്ടീഷ് സംരക്ഷിത പ്രദേശമായി മാലിദ്വീപ് മാറി. ദ്വീപുകളിലെ ജനസംഖ്യ പ്രധാനമായും മുസ്ലീങ്ങളാണ്, സിംഹളീസ് ഭാഷയ്ക്ക് സമാനമായ ഭാഷ സംസാരിക്കുന്നു. രണ്ടാം ലോകമഹായുദ്ധ സമയത്ത്, അറബിക്കടലിൽ റോയൽ എയർ ഫോഴ്സിന് സൗകര്യപ്രദമായ ഒരു താവളമെന്ന നിലയിൽ ബ്രിട്ടീഷുകാർക്ക് മാലിദ്വീപിൽ കാര്യമായ താൽപ്പര്യം ജനിച്ചു. തൽഫലമായി, ദ്വീപുകളുടെ നിയന്ത്രണം നിലനിർത്താൻ ബ്രിട്ടീഷുകാർക്ക് താൽപര്യമുള്ളതിനാൽ, ഇന്ത്യയുടെയോ സിലോണിന്റെയോ സ്വാതന്ത്ര്യത്തെക്കുറിച്ചുള്ള ചർച്ചകളിൽ അവർ ശ്രദ്ധിച്ചില്ല. 1965 ൽ മാലിദ്വീപ് ഒരു സ്വതന്ത്ര രാജ്യമായി മാറുകയും ബ്രിട്ടീഷുകാർ 1976 ൽ തങ്ങളുടെ സൈനിക താവളം അടച്ചുപൂട്ടുകയും ചെയ്തു.

എന്തുകൊണ്ട് സിലോൺ, ഇപ്പോൾ ശ്രീലങ്ക, ബ്രിട്ടീഷുകാർ അവരുടെ ഇന്ത്യൻ സാമ്രാജ്യത്തിന്റെ ഭാഗമായി ഭരിച്ചിരുന്നില്ല എന്നത് ഒരിക്കലും ചോദിക്കാത്ത ചോദ്യമാണ്. ഈ ദ്വീപ് ഇന്ത്യയുടെ തെക്കേ അറ്റത്തുനിന്ന് ഒരു ഇടുങ്ങിയ കടലിടുക്കുകൊണ്ട് വേർതിരിക്കപ്പെടുന്നു, കൂടാതെ നൂറ്റാണ്ടുകളായി ആ ജലത്തിൽ എണ്ണമറ്റ രാഷ്ട്രീയ, സാമ്പത്തിക, സാംസ്കാരിക ഇടപെടലുകൾ നടന്നിട്ടുണ്ട്. ദ്വീപിന്റെ തീരപ്രദേശങ്ങൾ ആദ്യം പോർച്ചുഗീസുകാരും പിന്നീട് ഡച്ചുകാരും കൈവശപ്പെടുത്തി. പത്തൊൻപതാം നൂറ്റാണ്ടിന്റെ തുടക്കത്തിൽ ബ്രിട്ടീഷുകാർ ഡച്ചുകാരെ പുറത്താക്കുകയും 1815 ൽ കാൻഡി എന്ന സ്വതന്ത്ര രാജ്യത്തിനെതിരെ യുദ്ധം ചെയ്തശേഷം സിലോണിൽ തങ്ങളുടെ ഭരണം സ്ഥാപിക്കുകയും ചെയ്തു. പ്രയോജനവാദ തത്വചിന്ത (Utilitarian Philosophy) യുടെ സ്വാധീനത്തിൽ, ബ്രിട്ടനിലെ ഒരുക്കൂട്ടം ലിബറൽ പരിഷ്കർത്താക്കൾ കൂടുതൽ പ്രാതിനിധ്യമുള്ള ഭരണകൂടത്തിനായുള്ള പുരോഗമനാശയങ്ങൾ മുന്നോട്ടുവച്ചു. അവർ തങ്ങളുടെ ആശയങ്ങൾ പ്രയോഗിച്ച് നോക്കുന്നതിനുള്ള പരീക്ഷണശാലയായി കിഴക്കൻ കോളനികളെ കാണാൻ തുടങ്ങിയ സന്ദർഭമാണിത്. ഇന്ത്യയിൽ സമ്മേളനത്തിലും ഈസ്റ്റ് ഇന്ത്യാ കമ്പനി നടപ്പിലാക്കിയ ഭരണം വളരെ യാഥാസ്ഥിതികവും സുരക്ഷിതവുമാണെന്ന് അവർ കണ്ടെത്തി. ബംഗാളിലെ മക്കാലെ, ബെൻറിങ്ക് തുടങ്ങിയ വ്യക്തികൾ ഒഴികെ, ലിബറൽ പ്രയോജനവാദികൾ ഇന്ത്യയിൽ കാര്യമായ സ്വാധീനം ചെലുത്തിയില്ല. എന്നാൽ സിലോൺ ഇവർക്ക് കൂടുതൽ അനുകൂലവും ഫലഭൂയിഷ്ഠവുമായ നിലമാണ് എന്ന് തെളിയിച്ചു. 1833 ലെ

കോൾബ്രൂക്ക്- കാമറൂൺ പരിഷ്കാരങ്ങൾ എക്സിക്യൂട്ടീവ്, ലെജിസ്ലേറ്റീവ് കൗൺസിലുകൾ സ്ഥാപിച്ചു. അത് പിന്നീട് സിലോണിലെ വിവിധ സമുദായങ്ങളിലെ വരേണ്യ വിഭാഗങ്ങൾക്ക് പങ്കെടുക്കാവുന്ന ഒരു തിരഞ്ഞെടുക്കപ്പെട്ട പ്രതിനിധി ഗവൺമെന്റായി മാറി. അതിനുശേഷം, സിലോണിനെ ബ്രിട്ടീഷ് ഉദ്യോഗസ്ഥർ ഇന്ത്യയിൽ നിന്ന് തികച്ചും വ്യത്യസ്തമായ, സ്വന്തം സിവിൽ സർവീസ് ഉള്ള കോളനിയായി കണക്കാക്കി. മോത്തിലാൽ നെഹ്റു റിപ്പോർട്ടും കോൺഗ്രസിന്റെ നിർബന്ധവും വകവയ്ക്കാതെ, ബ്രിട്ടീഷുകാർ ഇന്ത്യയിൽ വോട്ടവകാശം വിപുലീകരിക്കാൻ വിസമ്മതിച്ച ഒരു സമയത്ത്, 1931 ലെ ഭരണഘടനാ പരിഷ്കാരങ്ങൾ സിലോണിൽ സാർവത്രിക പ്രായപൂർത്തി വോട്ടവകാശം കൊണ്ടുവന്നു. അതുകൊണ്ടാണ് സിലോൺ ഒരിക്കലും ഇന്ത്യയിലെ ദേശീയ രാഷ്ട്രീയം ഉൽപാദിപ്പിച്ച ചരിത്രപ്രക്രിയയുടെ ഭാഗമാകാതിരുന്നത്.

അറബിക്കടലിനു കുറുകെ കൂടുതൽ പടിഞ്ഞാറോട്ട് തിരിഞ്ഞാൽ, യെമന്റെ തെക്കൻ തീരത്തെ തുറമുഖ നഗരമായ ഏദൻ എത്തും. ആഭ്യന്തരയുദ്ധത്തിൽ ബോംബെറിയപ്പെട്ട ഇവിടം പത്തൊൻപതാം നൂറ്റാണ്ടിന്റെ തുടക്കം മുതൽ 1930 വരെ ബോംബെ പ്രസിഡൻസിയുടെ കീഴിലായിരുന്നു? നെപ്പോളിയൻ യുദ്ധങ്ങളുടെ സമയത്ത് ബ്രിട്ടീഷുകാർ ഈ തുറമുഖം ഏറ്റെടുക്കുകയും ഇന്ത്യൻ മഹാസമുദ്ര മേഖലയിലെ ഒരു നിർണായക വാണിജ്യ, നാവിക കേന്ദ്രമാക്കി മാറ്റുകയും ചെയ്തു. പത്തൊൻപതാം നൂറ്റാണ്ടിൽ, ബോംബെ നഗരവുമായി അടുത്തബന്ധമുള്ള ഒരു കൂട്ടം പാഴ്സി, ജൂത വ്യാപാരികൾ ഏദനിൽ ബിസിനസ് ആധിപത്യം സ്ഥാപിച്ചു. 1932 ൽ, ഇന്ത്യയിൽ ഭരണഘടനാ പരിഷ്കരണങ്ങൾക്കും തിരഞ്ഞെടുക്കപ്പെട്ട പ്രവിശ്യാമന്ത്രാലയങ്ങൾക്കും വേണ്ടിയുള്ള ക്രമീകരണങ്ങൾ നടന്നുകൊണ്ടിരിക്കുമ്പോൾ, ഏദന്റെ ഭരണ നിയന്ത്രണം ബോംബെ സർക്കാരിൽ നിന്ന് (അതിന് ഉടൻ ഒരു കോൺഗ്രസ് മന്ത്രിസഭ ഉണ്ടാകും) ന്യൂഡൽഹിയിലെ കേന്ദ്ര സർക്കാരിലേക്ക് മാറ്റാൻ ബ്രിട്ടീഷുകാർ തീരുമാനിച്ചു. തുറമുഖ നഗരം ബോംബെയുടെ കീഴിലാക്കാൻ ഏദനിലെ പാഴ്സി വ്യവസായികൾ കഠിനമായി പോരാടിയെങ്കിലും, പക്ഷേ, പരാജയപ്പെട്ടു. 1937 ൽ, ഇന്ത്യയുടെ രാഷ്ട്രീയാനിശ്ചിതാവസ്ഥയുടെ സന്ദർഭത്തിൽ ഏദൻ ഉപേക്ഷിക്കാൻ കഴിയാത്തത്ര തന്ത്രപ്രധാനമാണെന്ന് ബ്രിട്ടീഷുകാർ തീരുമാനിക്കുകയും ലണ്ടനിൽ നിന്ന് നേരിട്ട് ഭരിക്കുന്ന ഒരു രാജകീയ കോളനി (Crown colony) യാക്കി മാറ്റുകയും ചെയ്തു. 1970 ൽ ദക്ഷിണ യെമൻ സ്വതന്ത്ര റിപ്പബ്ലിക്കിന്റെ തലസ്ഥാനമായി ഏദൻ മാറി.

ആൻഡമാൻ നിക്കോബാർ ദ്വീപുകൾ

ബംഗാൾ ഉൾക്കടലിനു കുറുകെയുള്ള ഈ ദ്വീപുകൾ ഇന്ത്യയുടെ ഭാഗമാകുന്നത് ബ്രിട്ടീഷ് കൊളോണിയൽ അധിനിവേശങ്ങളും നയങ്ങളും മൂലമാണെന്നത് ഒരിക്കൽക്കൂടി വിശദീകരിക്കുന്നില്ല. അവ മ്യാൻമറിൽ നിന്ന് 300 കിലോമീറ്ററിൽ താഴെയും ഇന്തോനേഷ്യയിൽ നിന്ന് 150 കിലോമീറ്റർ മാത്രം അകലെയുമാണ്, അതേസമയം ഇന്ത്യയുടെ തീരത്തുനിന്നും ആയിരത്തിലധികം കിലോമീറ്ററുകൾ അകലെയാണ്. 1789 ൽ ചാത്തം ദ്വീപിൽ ബ്രിട്ടീഷുകാർ ഒരു നാവിക താവളവും ശിക്ഷാ കേന്ദ്രവും സ്ഥാപിച്ചു; ഇത് പിന്നീട് പോർട്ട് ബ്ലെയർ പട്ടണമായി മാറി. പരിഷ്കൃത സമൂഹത്തിൽ ജീവിക്കുന്ന മനുഷ്യരാശിയുടെ ഉന്നതകുലത്തെ മലിനമാക്കാതെ, ഒറ്റപ്പെട്ട് തലമുറകളായി ജീവിച്ചുകൊള്ളുമെന്ന വിശ്വാസത്തിൽ കുറ്റവാളികളെ അയക്കുന്ന കൗതുകകരമായ ഒരു യൂറോപ്യൻ ശിക്ഷാ കേന്ദ്രമായിരുന്നു ഇത്. ഇത്തരത്തിലുള്ള ഏറ്റവും വലുതും പ്രശസ്തവുമായ പീനൽ കോളനി ഓസ്ട്രേലിയയിലായിരുന്നു. 1852 ലെ ആംഗ്ലോ- ബർമീസ് യുദ്ധത്തിനും 1857 ലെ ഇന്ത്യൻ കലാപത്തെ അടിച്ചമർത്തിയതിനും ശേഷമാണ് ആൻഡമാനിലെ ശിക്ഷാനടപടി സജീവമായത്. നൂറുകണക്കിന് ബർമീസ് യുദ്ധത്തടവുകാരെയും ഉത്തരേന്ത്യയിൽ നിന്നുള്ള കലാപകാരികളെയും ദ്വീപുകളിലേക്ക് കൊണ്ടുവന്ന് വേലികെട്ടി ഗ്രാമങ്ങളിൽ പാർപ്പിച്ചു.

ആൻഡമാൻ ദ്വീപുകളിൽ പന്ത്രണ്ട് ഗോത്രങ്ങളിൽപെട്ട ആയിരക്കണക്കിന് തദ്ദേശീയർ അക്കാലത്ത് അധിവസിച്ചിരുന്നു. അവർ വേട്ടയിലൂടെ ഭക്ഷണം ശേഖരിക്കുന്നവരും ഒറ്റപ്പെട്ട് താമസിക്കുന്നവരുമായിരുന്നു. തങ്ങളുടെ വനങ്ങൾ വെട്ടിമാറ്റുകയും വിശുദ്ധ ഇടങ്ങൾ അശുദ്ധമാക്കുകയും ചെയ്യുന്ന വിദേശികളുടെ നുഴഞ്ഞുകയറ്റത്തിന് അവർ തിരിച്ചടി നൽകി. 1859 നും 1863 നും ഇടയിൽ, ജരാവ ഗോത്രത്തിലെ നൂറുകണക്കിന് ആളുകളടങ്ങുന്ന സംഘങ്ങൾ, മഴുവും കത്തിയും അമ്പും വില്ലും ആയുധങ്ങളുമായി കുറ്റവാളികളുടെ ഗ്രാമങ്ങളിൽ തുടർച്ചയായി ആക്രമണം നടത്തി. ഏതാനും കുറ്റവാളികളെ കൊല്ലുകയും നിരവധി പേരെ പിടികൂടുകയും ചെയ്തു. മിക്ക സന്ദർഭങ്ങളിലും നിരായുധരായ കുറ്റവാളികൾക്ക് ചെറുത്തുനിൽക്കാൻ കഴിഞ്ഞില്ല, രക്ഷപ്പെടാനായി കടലിലേക്ക് ചാടേണ്ടിവന്നു. രസകരമെന്നു പറയട്ടെ, ആൻഡമാനീസ് ആക്രമണകാരികൾ കാടുകൾ വെട്ടിത്തെളിക്കാൻ കുറ്റവാളികളെ നയിച്ച ഗുണ്ടാസംഘങ്ങളോട് ശത്രുത പുലർത്തുകയും ചങ്ങലയിൽ കിടക്കുന്ന സാധാരണ കുറ്റവാളികളോട് തികച്ചും സൗഹാർദപരമായി പെരുമാറുകയും ചെയ്തു. ഏതാനും സന്ദർഭങ്ങളിൽ, ബ്രിട്ടീഷ് നാവികസേന അക്രമികൾക്ക് നേരെ വെടിയുതിർത്തു. ഒരു സംഭവത്തിൽ, പോർട്ട്

ബ്ലെയറിലെ ഒരു ബ്രിട്ടീഷ് ഡോക്ടറെ ഒരുകൂട്ടം ആദിവാസികൾ ആക്രമിച്ചപ്പോൾ, മറ്റൊരു സംഭവത്തിൽ, ആൻഡമാനീസ് സ്ത്രീയെ പ്രത്യക്ഷത്തിൽ പീഡിപ്പിച്ച ഒരു ബ്രിട്ടീഷ് നാവികൻ കൊല്ലപ്പെട്ടു.

ഈ സന്ദർഭമൊന്ന് ഭാവന ചെയ്യുക ബ്രിട്ടീഷുകാർക്കെതിരെ കലാപം നടത്തിയ ഇന്ത്യക്കാരെ പിടികൂടി വിദൂര ദ്വീപിലേക്ക് അയച്ചു, അവിടെ അവർ വനങ്ങൾ വെട്ടിമാറ്റി ഒരു പീനൽ കോളനിയിൽ താമസമാക്കി. ആ ദ്വീപുകളിലെ തദ്ദേശവാസികൾ തങ്ങളുടെ ഭൂമിയിലെ ഈ കയ്യേറ്റത്തെ ചെറുത്തു; ഇന്ത്യൻ കുറ്റവാളികൾ അവരുടെ ആക്രമണത്തിന്റെ ഭാരം വഹിച്ചു. 1857-ലെ പ്രക്ഷോപകാരികൾ നിങ്ങളുടെ ദേശീയ ചരിത്രത്തിൽ വീരന്മാരും രക്തസാക്ഷികളുമായി ആഘോഷിക്കപ്പെടുന്നു. ബ്രിട്ടീഷ് ഭരണത്തിനെതിരെ പോരാടിയ ആൻഡമാനിലെ തദ്ദേശീയരെ ഇന്ത്യക്കാർ എന്ന് വിശേഷിപ്പിക്കുന്നതിനെക്കുറിച്ച് നിങ്ങൾ എപ്പോഴെങ്കിലും കേട്ടിട്ടുണ്ടോ? ആൻഡമാൻ ദ്വീപുകൾ ഇന്ത്യയുടെ അവിഭാജ്യഘടകമാണെന്ന് നിങ്ങൾ കരുതുന്നു. എന്നാൽ ആൻഡമാനീസ് ജനത ഇന്ത്യക്കാരാണെന്ന് നിങ്ങൾ കരുതുന്നുണ്ടോ? പിന്നെ എന്തുകൊണ്ടാണ് അവർ ബ്രിട്ടീഷ് ഭരണത്തിനെതിരായ ചെറുത്തുനിൽപിന്റെ ചരിത്രത്തിൽ കാണാതെ പോകുന്നത്?

യഥാർഥത്തിൽ, ആധുനിക നാഗരികതയുമായി ആൻഡമാനീസ് ജനതയുടെ ഏറ്റുമുട്ടലിന്റെ തുടർന്നുള്ള കഥ കൂടുതൽ ഞെട്ടിപ്പിക്കുന്നതാണ്. പ്രാരംഭ ശത്രുത കുറഞ്ഞുകഴിഞ്ഞാൽ, ദ്വീപുകളിലെ തദ്ദേശീയരോട് സൗഹൃദപരമായ സമീപനം ആരംഭിക്കാൻ ബ്രിട്ടീഷ് ഉദ്യോഗസ്ഥർ ശ്രമിച്ചു. കുടിയേറ്റക്കാരും നാവികരും ദ്വീപുകളിലേക്ക് കൊണ്ടുവന്ന രണ്ട് മാരകരോഗങ്ങൾ - സിഫിലിസ്, മീസിൽസ് - വ്യാപിച്ചതാണ് ഈ സൗഹൃദത്തിന്റെ ഫലം. 1858 ൽ പന്ത്രണ്ട് ഗോത്രങ്ങളിലായി അയ്യായിരത്തോളം പേർ ആൻഡമാനിൽ ജീവിച്ചിരുന്നതായി കണക്കാക്കപ്പെട്ടു. 1921 ആയപ്പോഴേക്കും ഓംഗെ, ജരാവ ഗോത്രങ്ങളിൽ പെട്ട അഞ്ഞൂറോ അതിൽ കൂടുതലോ പേർ മാത്രമേ അതിജീവിച്ചുള്ളൂ. 1951 ൽ 150 ഓംഗേയും 50 ജരാവയും മാത്രമേ അവശേഷിച്ചിരുന്നുള്ളൂ; മറ്റെല്ലാ ഗോത്രങ്ങൾക്കും വംശനാശം സംഭവിച്ചു. യൂറോപ്യൻ അധിനിവേശകർ തദ്ദേശീയരായ ജനങ്ങളെ തുടച്ചുനീക്കിയ അമേരിക്കയിൽ നിന്ന് മാത്രമേ കേൾക്കു എന്ന് നിങ്ങൾ കരുതിയ കോളനിവൽക്കരണത്തിന്റെ കഥയാണിത്. നിങ്ങൾ ഇന്ത്യൻപ്രദേശമെന്ന് അവകാശപ്പെടുന്നിടത്താണ് ഇത് സംഭവിച്ചത്. ഇന്നത്തെ ഭാഷയിൽ, നിങ്ങൾ അതിനെ തദ്ദേശവാസികളുടെ വംശഹത്യ എന്ന് വിളിക്കണം.

ഇനി ഞാനൊരു മൈൻഡ് ഗെയിം നിർദേശിക്കട്ടെ. ഇന്ന്, ആൻഡമാൻ ദ്വീപുകളിൽ എവിടെയെങ്കിലും, അസാധാരണമാംവിധം ഭാഗ്യ

കരമായ സാഹചര്യങ്ങളിലൂടെയും കഠിനാധ്വാനത്തിലൂടെയും സ്കൂളിലും കോളേജിലും പോയ ഒരു ഓംഗെ യുവതിയുണ്ടെന്ന് കരുതുക. അവൾ തന്റെ ജനതയുടെ ചരിത്രത്തെക്കുറിച്ച് അറിയാനുള്ളതെല്ലാം കണ്ടെത്തി. ഇപ്പോൾ, നിങ്ങൾ ആ യുവതിയാണെന്ന് കരുതുക. ഇന്ത്യൻ രാഷ്ട്രത്തെക്കുറിച്ചും അതിൽ നിങ്ങളുടെ സ്ഥാനത്തെക്കുറിച്ചും നിങ്ങൾ എന്താണ് ചിന്തിക്കുന്നത്? ഒരു ഓംങ്കേ സ്ത്രീ എന്ന നിലയിൽ നിങ്ങൾക്ക് ഇന്ത്യൻ നാഗരികതയുടെ മഹത്വത്തെക്കുറിച്ച് മുദ്രാവാക്യം വിളിക്കാൻ കഴിയുമോ? ഇന്ത്യൻ ജനതയുടെ അഭിമാനകരമായ സ്വത്വത്തെക്കുറിച്ച് അവകാശവാദങ്ങൾ ഉന്നയിക്കുന്നതിനുമുമ്പ് നിങ്ങൾ വിജയിക്കേണ്ട ഒരു പരീക്ഷണമാണിത്.

ഇരുപതാം നൂറ്റാണ്ടിന്റെ തുടക്കത്തിൽ, ആൻഡമാൻ ദ്വീപുകളിൽ ഏകദേശം 15,000 കുറ്റവാളികളുണ്ടായിരുന്നു- കൂടുതലും ഉത്തരേന്ത്യയിൽ നിന്നുള്ള ഹിന്ദുക്കളും മുസ്ലീങ്ങളും, ഏകദേശം 2000 ബർമക്കാരും. ആദ്യമെത്തിയ യുദ്ധത്തടവുകാരും പ്രക്ഷോഭകാരികളും ഒഴികെ, മറ്റുള്ളവരിൽ ഭൂരിഭാഗവും കൊലപാതകം, സായുധകൊള്ള തുടങ്ങിയ തീക്ഷണമായ കുറ്റകൃത്യങ്ങളിൽ ശിക്ഷിക്കപ്പെട്ടവരാണ്. ആദ്യകാല കഠിനാധ്വാനത്തിന് ശേഷം, ഈ പുരുഷന്മാർക്ക് അവരുടെ ഭാര്യമാരെ കൊണ്ടുവരാനും അവരോടൊപ്പം കൃഷി ചെയ്യാൻ കഴിയുന്ന സ്ഥലമുള്ള ശിക്ഷാ ഗ്രാമത്തിൽ താമസിക്കാനും അനുമതി ലഭിച്ചു. കുറ്റക്കാരായ ചുരുക്കം ചില സ്ത്രീകൾക്കും പുരുഷ പങ്കാളികളെ കണ്ടെത്താൻ അനുമതി നൽകി. ഈ രീതിയിൽ, സാംസ്കാരികമായി മുൻപ് കുറ്റവാളികളായിരുന്നവരുടെയും അവരുടെ കുട്ടികളുടെയും സങ്കര ജനവിഭാഗം ഉയർന്നുവന്നു.

1872 ൽ വൈസ്രോയി ആയിരുന്ന ലോർഡ് മയോയുടെ കൊലപാതകം ഒഴികെ, പത്തൊൻപതാം നൂറ്റാണ്ടിൽ ആൻഡമാനിൽ പൊതുജനശ്രദ്ധയിൽ വരത്തക്കവണ്ണം കാര്യമായൊന്നും സംഭവിച്ചില്ല. പോർട്ട് ബ്ലെയറിലെ സന്ദർശനത്തിനിടെ ഷേർ അലി എന്ന കുറ്റവാളിയുടെ കുത്തേറ്റ് അദ്ദേഹം മരിച്ചു. ബ്രിട്ടീഷ് ഇന്ത്യയുടെ ചരിത്രത്തിൽ വൈസ്രോയിമാരുടെ കൊലപാതകശ്രമത്തിൽ വിജയിച്ച ഒരേയൊരു സംഭവമാണിത്. എന്നാൽ കൊലപാതകം രാഷ്ട്രീയപ്രേരിതമല്ല. വ ഹാബി പ്രത്യയശാസ്ത്രത്തിൽ നിന്ന് പ്രചോദനം ഉൾക്കൊണ്ട് ചില എഴുത്തുകാർ ഇത് ജിഹാദിന്റെ പ്രവർത്തനമായി വിശദീകരിക്കാൻ ശ്രമിച്ചിട്ടുണ്ടെന്ന് എനിക്കറിയാം. ആ കഥ വിശ്വസിക്കരുത്. ഉഗ്രകോപമുള്ള ദൈവഭക്തനായിരുന്നു ഷേർ അലി. അയാൾ കുടുംബവഴക്കിൽ ഒരു മച്ചുനനെ കൊലപ്പെടുത്തുകയും കുറ്റം സമ്മതിക്കുകയും ചെയ്തിരുന്നു. വൈസ്രോയിയെ കുത്തിയതിന് ശേഷം പിടിയിലായപ്പോൾ, തനിക്ക് ലഭിച്ച കഠിനമായ ശിക്ഷയ്ക്ക് ഉത്തരവാദികളാണെന്ന് കരുതിയ പോലീസ് സൂപ്രണ്ടിനോ

ട്ടും വൈസ്രോയിയോട്ടും തനിക്ക് പ്രതികാരം ചെയ്യണമായിരുന്നുവെന്ന് അദ്ദേഹം പറഞ്ഞു. ലത്ത് സാഹിബിനെ കൊല്ലാൻ ദൈവം തന്നോട് നിർദേശിച്ചതായി അദ്ദേഹം പറഞ്ഞു.

എന്നിരുന്നാലും, ഇരുപതാം നൂറ്റാണ്ടിന്റെ തുടക്കം മുതൽ ആൻഡമാൻ ഇന്ത്യൻ ദേശീയതയുടെ രാഷ്ട്രീയ ചരിത്രത്തിൽ കുടുങ്ങി. പോർട്ട് ബ്ലെയറിൽ ഒരു പുതിയ ജയിൽ നിർമിക്കപ്പെട്ടു, അതിൽ ഒരു സെൻട്രൽ ടവറും മൂന്ന് നിലകളുള്ള ഏഴ് വിഭാഗങ്ങളും, ഓരോന്നിനും ധാരാളം സെല്ലുകളുമുണ്ട്. ആകെ എഴുനൂറോളം സെല്ലുകൾ ഉണ്ടായിരുന്നു. ബ്രിട്ടീഷ് ഭരണത്തിനെതിരെ സായുധ ചെറുത്തുനിൽപിന്റെ പുതിയ തരംഗം വളർന്നുവന്ന സമയം കൂടിയാണിത്. ഇപ്പോൾ ബംഗാൾ, പഞ്ചാബ്, മഹാരാഷ്ട്ര എന്നിവിടങ്ങളിൽ നിന്നുള്ള മധ്യവർഗ ഇന്ത്യക്കാരുടെ ഒരു പുതിയ തലമുറയാണ് ഇതിനു നേതൃത്വം നൽകുന്നത്.

ഇന്ത്യൻ ചരിത്രത്തിൽ സെല്ലുലാർ ജയിൽ പ്രസിദ്ധമോ കുപ്രസിദ്ധമോ ആയിത്തീർന്നിരിക്കുന്നു, കാരണം അവിടെയാണ് ഇരുപതാം നൂറ്റാണ്ടിന്റെ ആദ്യ വർഷങ്ങളിൽ നൂറുകണക്കിന് ദേശീയ വിപ്ലവകാരികളെ തടവിലാക്കിയത്. ബ്രിട്ടീഷ് ഭരണത്തിനെതിരായ സായുധ ചെറുത്തുനിൽപിന്റെ രണ്ട് തരംഗങ്ങൾക്ക് സമാനമായി രണ്ട് തവണകളിലായാണ് രാഷ്ട്രീയ തടവുകാരെ ആൻഡമാനിലേക്ക് അയച്ചത് -ആദ്യത്തേത് 1910 നും 1920 നും ഇടയിലും രണ്ടാമത്തേത് 1930 കളിലും. ആദ്യ സംഘത്തിലെ 133 തടവുകാരിൽ വലിയൊരു വിഭാഗം പഞ്ചാബിൽ നിന്നുള്ളവരായിരുന്നു, പൃഥ്വി സിങ് ആസാദ്, ഭായ് പർമാനന്ദ്, സോഹൻ സിങ് ഭക്ന, കർത്താർ സിങ് തുടങ്ങിയ ഗദ്ദർ പ്രസ്ഥാനത്തിന്റെ പ്രമുഖ നേതാക്കളും ഇതിൽ ഉൾപ്പെടുന്നു. ബംഗാളിൽ നിന്നുള്ള തടവുകാരിൽ ബരിൻ ഘോഷ്, ഉപെൻ ബാനർജി, ഹേം കനുങ്കോ, ഇന്ദുഭൂഷൺ റോയ്, സച്ചിൻ സന്യാൽ, പുലിൻ ദാസ് തുടങ്ങിയ പ്രമുഖ വിപ്ലവകാരികളും ഉൾപ്പെട്ടിരുന്നു. അവരിൽ മഹാരാഷ്ട്രയിൽ നിന്നുള്ള രണ്ട് സഹോദരന്മാരും ഉണ്ടായിരുന്നു - വിനായക് ദാമോദർ സവർക്കർ, ഗണേഷ് ദാമോദർ സവർക്കർ. 1930 കളിൽ സെല്ലുലാർ ജയിലിലേക്ക് അയച്ച 366 രാഷ്ട്രീയ തടവുകാരിൽ പ്രധാനമായും ബംഗാളിൽ നിന്നുള്ളവരായിരുന്നു, അവരിൽ വിപ്ലവകാരികളായ ത്രൈലോക്യ ചക്രവർത്തി, ഗോപിമോഹൻ സാഹ, ഗണേഷ് ഘോഷ്, സതീഷ് പക്രാഷി, ബടുകേശ്വർ ദത്ത്, ഹരേകൃഷ്ണ കോനാർ, നിരഞ്ജൻ സെൻ, നാരായൺ റോയ്, മനോരഞ്ജൻ ഗുഹാ തകർത്ത, മോഹിത് മൊയ്ത്ര, ലോക്നാഥ് ബാൽ, അനന്ത സിങ്, സുബോധ് റോയ്, ഖോക റോയ് എന്നിവരും ഉൾപെടുന്നു. ബംഗാൾ വിപ്ലവകാരികളിൽ പലരും സെല്ലുലാർ ജയിലിൽ കിടന്ന കാലത്ത് കമ്യൂണിസ്റ്റുകളായി.

തങ്ങളുടെ ധീരരായ ചില ദേശസ്നേഹികൾ തടവിലാക്കപ്പെടുകയും കഠിനമായ, പലപ്പോഴും ക്രൂരമായ, ശിക്ഷയ്ക്ക് വിധേയരാകുകയും ചെയ്ത ഈ സ്ഥലത്തോട് ഇന്ത്യക്കാർക്ക് ശക്തമായ വൈകാരിക അടുപ്പം തോന്നാൻ എല്ലാ കാരണവുമുണ്ട്. മെയിൻ ലാൻഡിൽ നിന്ന് നൂറുകണക്കിന് മൈൽ വെള്ളത്താൽ വേർപിരിഞ്ഞ്, കുടുംബവുമായോ സുഹൃത്തുക്കളുമായോ സമ്പർക്കം നിഷേധിച്ച തടവുകാരുടെ മനോവീര്യം ഏറ്റവും കഠിനമായ പരീക്ഷണത്തിന് വിധേയമായി. അവരിൽ എത്രപേർക്ക് തങ്ങളുടെ രാഷ്ട്രീയ ദൃഢനിശ്ചയം നിലനിർത്താനും മോചനം നേടി വൻകരയിലേക്ക് മടങ്ങുന്ന ദിവസത്തിനായി കാത്തിരിക്കാനും കഴിഞ്ഞു എന്നത് ശ്രദ്ധിക്കേണ്ടകാര്യമാണ്. പ്രശസ്തരായ ചില വിപ്ലവകാരികൾ തങ്ങളുടെ ചെറുത്തുനിൽപിന്റെ രാഷ്ട്രീയം ഉപേക്ഷിക്കുകയും അവരെ മോചിപ്പിക്കാൻ ബ്രിട്ടീഷുകാരോട് അഭ്യർഥിക്കുകയും ചെയ്തതിന്റെ നിരവധി കഥകൾ ഉണ്ടെന്ന് എനിക്കറിയാം. നിങ്ങൾ ഒരു നിഷേധാത്മകമായ തീർപ്പ് കൽപിക്കാൻ തിടുക്കം കൂട്ടരുത്. ഇവർ മൂർച്ചയുള്ള ബുദ്ധിശക്തിയുള്ള വലിയ തന്ത്രശാലികളായിരുന്നു. അവർക്ക് രാഷ്ട്രീയ പദ്ധതികൾ ഉണ്ടായിരുന്നു, അവ ഭാവിയിലേക്ക് നോക്കുന്നവയായിരുന്നു. പിന്നീട് ഈ വിഷയത്തിൽ എനിക്ക് കൂടുതൽ കാര്യങ്ങൾ പറയാനുണ്ട്.

ബ്രിട്ടീഷുകാർ ദ്വീപുകൾ കീഴടക്കി അവിടെ രാഷ്ട്രീയ തടവുകാരെ പാർപ്പിച്ചതുകൊണ്ടുമാത്രമാണ് ആൻഡമാൻ ഇന്ത്യൻ ദേശീയതയുടെ ഭാഗമായിത്തീർന്നത്; ചരിത്രപരമോ സാംസ്കാരികമോ ആയ മറ്റൊരു ബന്ധവുമില്ല എന്ന വസ്തുത നിലനിൽക്കുന്നു. മലയയിൽനിന്നും ബർമയിൽനിന്നും ബ്രിട്ടീഷുകാരെ പുറത്താക്കിയശേഷം രണ്ടാം ലോകമഹായുദ്ധസമയത്ത് ഈ ദ്വീപുകൾ ജപ്പാൻകാർ കൈവശപ്പെടുത്തി. യഥാർഥത്തിൽ ജപ്പാൻകാർ കൈവശപ്പെടുത്തിയ ബ്രിട്ടീഷ് ഇന്ത്യൻ പ്രദേശത്തിന്റെ ഒരേയൊരു ഭാഗമായിരുന്നു അത്. സുഭാഷ് ചന്ദ്രബോസിന്റെ നേതൃത്വത്തിലുള്ള ഇന്ത്യൻ നാഷണൽ ആർമിക്ക് ദ്വീപുകളുടെ ഔപചാരിക ചുമതല നൽകി. ബോസ് തന്നെ പോർട്ട് ബ്ലെയർ സന്ദർശിക്കുകയും അവിടെ ദേശീയ പതാക ഉയർത്തുകയും ആൻഡമാൻ ദ്വീപുകളെ ഷഹീദ് ദ്വീപ് എന്നും നിക്കോബാർ ദ്വീപുകളെ സ്വരാജ് ദ്വീപ് എന്നും പുനർനാമകരണം ചെയ്യുകയും ചെയ്തു. പക്ഷേ, ജപ്പാന്റെ പരാജയത്തിനും കീഴടങ്ങലിനും ശേഷം ദ്വീപുകൾ ബ്രിട്ടീഷ് കൈകളിലേക്ക് തിരിച്ചുപോയി.

സ്വാതന്ത്ര്യാനന്തരം സെല്ലുലാർ ജയിലിന്റെ രണ്ട് വിഭാഗങ്ങൾ പൊളിച്ച് ഒരു ഭാഗം ആശുപത്രിയാക്കി മാറ്റി. അവിടെ തടവിലാക്കപ്പെട്ട വിപ്ലവകാരികളുടെ സ്മാരകം കൂടിയാണിത്. പ്രതീക്ഷിക്കുന്നത് പോലെ, ഏത് പേരുകൾക്ക് പ്രാധാന്യം നൽകുമെന്നതിൽ രാഷ്ട്രീയമുണ്ട്. അടു

ത്തിടെ ന്യൂഡൽഹിയിൽ അധികാരത്തിലിരുന്ന പാർട്ടിയുടെ രാഷ്ട്രീയ മുൻഗണനകൾ കണക്കിലെടുത്ത്, സെല്ലുലാർ ജയിലുമായി ബന്ധപ്പെട്ട ഏറ്റവും പ്രശസ്തമായ ദേശസ്നേഹിയായി വി ഡി സവർക്കർ എന്ന പേര് ഉയർന്നുവന്നു. സവർക്കറെക്കുറിച്ച് പിന്നീട് കൂടുതൽ പറയാനുണ്ട്. അദ്ദേഹത്തിന്റെ ദേശസ്നേഹത്തിനും ധീരതയ്ക്കും ഒട്ടും മങ്ങേലൽപ്പിക്കാതെ ഞാൻ പറയട്ടെ, ആൻഡമാനിലെ ജയിലിൽ ചരിത്രസ്മരണകൾ ഏറ്റവുമധികം ബന്ധിപ്പിച്ചിരിക്കുന്ന ഇന്ത്യയുടെ രണ്ട് പ്രദേശങ്ങൾ പഞ്ചാബ്, ബംഗാൾ എന്നിവയാണ്. ഇവിടങ്ങളിൽ നിന്നുമാണ് അവിടെ ഏറ്റവും കൂടുതൽ രാഷ്ട്രീയ തടവുകാരുണ്ടായിരുന്നത്. അടുത്തിടെ പ്രധാനമന്ത്രി നരേന്ദ്ര മോദി പോർട്ട് ബ്ലെയർ സന്ദർശിച്ച്, സുഭാഷ് ബോസിനെ അനുകരിക്കുന്നതുപോലെ, മൂന്ന് ദ്വീപുകൾക്ക് പുതിയ പേരുകൾ നൽകി: റോസ് ദ്വീപ് ഇനി നേതാജി സുഭാഷ് ചന്ദ്രബോസ് ദ്വീപ്, നീൽ ദ്വീപ് ഇപ്പോൾ ഷഹീദ് ദ്വീപ്, ഹാവ്‌ലോക്ക് ദ്വീപ്, സ്വരാജ് ദ്വീപ് എന്നിങ്ങനെ ആകും. ദ്വീപുകൾ ഇപ്പോഴും പൂർണമായി ദേശസാൽക്കരിക്കപ്പെട്ടിട്ടില്ലെന്ന് തോന്നുന്നു: അത് പുരോഗമിക്കുകയാണ്.

ആൻഡമാനിന്റെ തെക്ക് ഭാഗത്ത് സ്ഥിതിചെയ്യുന്ന നിക്കോബാർ ദ്വീപുകളിൽ, തെക്കുകിഴക്കൻ ഏഷ്യയിലെ ആളുകളുമായി വംശീയമായി സാമ്യമുള്ള, ഖമർ, വിയറ്റ്നാമീസ്, മുണ്ടാരി ഭാഷകൾ പോലെയുള്ള ഓസ്ട്രോ ഏഷ്യാറ്റിക് ഗ്രൂപ്പിൽ നിന്നുള്ള ഭാഷകൾ സംസാരിക്കുന്ന ഏകദേശം 30,000 തദ്ദേശവാസികൾ വസിക്കുന്നു. ഈ ദ്വീപുകൾ 1756 മുതൽ ഡാനിഷ് ഈസ്റ്റ് ഇന്ത്യാ കമ്പനിയുടെ കൈവശമായിരുന്നു, പക്ഷേ, മലേറിയയുടെ നാശം കാരണം അവിടെ ഒരു വാസസ്ഥലം സ്ഥാപിക്കാനുള്ള നിരവധി ശ്രമങ്ങൾ പരാജയപ്പെട്ടു. 1868 ൽ ബ്രിട്ടീഷുകാർ ഈ ദ്വീപുകൾ ഡെന്മാർക്കിൽ നിന്ന് വാങ്ങി അവരുടെ ഇന്ത്യൻ സാമ്രാജ്യത്തിന്റെ ഭാഗമാക്കി. നിക്കോബാർ ദ്വീപുകളിലെ കൊളോണിയൽ സാന്നിധ്യം ആഴത്തിലുള്ളതായിരുന്നില്ല, മിക്ക നിക്കോബാറീസ് ജനങ്ങളെയും ക്രിസ്ത്യാനികളാക്കി മാറ്റിയ ഏതാനും ക്രിസ്ത്യൻ മിഷനറിമാരുടെ പ്രവർത്തനങ്ങൾ ഒഴികെ. സമീപകാലത്ത്, ബംഗാളിൽ നിന്നുള്ള കർഷകരും ഇന്ത്യയുടെ വിവിധ ഭാഗങ്ങളിൽ നിന്നുള്ള തൊഴിലാളികളും വ്യാപാരികളും ചേർന്ന് താമസമാക്കിയ ആൻഡമാനിൽ നിന്ന് വ്യത്യസ്തമായി, നിക്കോബാർ ദ്വീപുകൾ ഒരു വിനോദസഞ്ചാര കേന്ദ്രമായി വികസിപ്പിച്ചെടുത്തു. ഇന്ത്യൻ നാവികസേനയുടെ ഒരു പ്രധാന താവളം സ്ഥാപിച്ചത് കാരണം നിക്കോബാർ ദ്വീപുകൾ താരതമ്യേന ഒറ്റപ്പെട്ട നിലയിലാണ്.

ഫ്രഞ്ച്, പോർച്ചുഗീസ് പ്രദേശങ്ങൾ

സ്വാതന്ത്ര്യസമയത്ത് ഇന്ത്യയിലേക്ക് കൈമാറ്റം ചെയ്യപ്പെട്ട ബ്രിട്ടീഷ് പ്രദേശങ്ങളെക്കുറിച്ച് മാത്രമാണ് നമ്മൾ ഇതുവരെ സംസാരിച്ചത്. എന്നാൽ 1947 നുശേഷം നിരവധി വർഷങ്ങളായി മറ്റ് രണ്ട് യൂറോപ്യൻ സാമ്രാജ്യത്വ ശക്തികൾ കൈവശം വച്ചിരുന്ന പ്രദേശങ്ങളും ഇന്ത്യയിൽ ഉണ്ടായിരുന്നു. പോണ്ടിച്ചേരി, മാഹി, യാനം, കാരൈക്കൽ ചന്ദർനാഗോർ എന്നിവ ഫ്രഞ്ച് അധീനതയിലായിരുന്നു. ഗോവ, ദാമൻ-ദിയു എന്നിവ പോർച്ചുഗീസുകാർ കൈവശപ്പെടുത്തി. ബ്രിട്ടീഷുകാർ, ഇന്ത്യൻ ഉപഭൂഖണ്ഡത്തിൽ സമ്പൂർണ ആധിപത്യം സ്ഥാപിച്ചതിനുശേഷവും, ഈ പ്രദേശങ്ങൾ ഫ്രാൻസിനൊപ്പം തുടരാൻ അനുവദിച്ചതിന്റെ കാരണം, പോർച്ചുഗലിനും ഫ്രാൻസിനും യൂറോപ്പിലെ നയതന്ത്ര സഖ്യങ്ങളുമായി ബന്ധമുണ്ടായിരുന്നു എന്നതാണ്. ഫ്രാൻസുമായുള്ള യുദ്ധത്തിൽ ഫ്രഞ്ച് ഇന്ത്യൻ പ്രദേശങ്ങൾ രണ്ടുതവണ ബ്രിട്ടീഷുകാർ പിടിച്ചെടുത്തെങ്കിലും സമാധാനം സ്ഥാപിച്ചതിനുശേഷം തിരികെ നൽ കി. പോർച്ചുഗൽ ബ്രിട്ടന്റെ ഒരു കീഴാള സഖ്യകക്ഷിയായിരുന്നു, അത് ലോകത്തെ എല്ലായിടത്തും മുൻ കൊളോണിയൽ സ്വത്തുക്കൾ സംരക്ഷിക്കുമെന്ന് വാഗ്ദാനം ചെയ്തു. ഗോവയെ വിട്ടുകൊടുക്കാൻ ബ്രിട്ടൻ പോർച്ചുഗലിന്മേൽ സമ്മർദം ചെലുത്താൻ പോകുന്നില്ല.

ബ്രിട്ടീഷ് ഉദ്യോഗസ്ഥരും ഇന്ത്യൻ രാഷ്ട്രീയ നേതാക്കളും തമ്മിലുള്ള അധികാര കൈമാറ്റ ചർച്ചകളിൽ ഫ്രഞ്ച്, പോർച്ചുഗീസ് പ്രദേശങ്ങളെക്കുറിച്ചുള്ള ഒരു പരാമർശവും ഉൾപ്പെട്ടിരുന്നില്ല. സ്വാതന്ത്ര്യത്തിനുശേഷം ഏതാനും വർഷങ്ങൾ, ഫ്രഞ്ച് എൻക്ലേവുകൾ ഇന്ത്യൻ പ്രദേശങ്ങളാൽ ചുറ്റപ്പെട്ടു. ഫ്രാൻസുമായുള്ള ചർച്ചകൾ സുഗമമായി നടന്നു. 1954 ൽ ഫ്രഞ്ച് സ്വത്തുക്കൾ ഇന്ത്യക്ക് കൈമാറി. പശ്ചിമ ബംഗാളിലെ ഹൂഗ്ലി ജില്ലയിലെ ചന്ദർനാഗോർ പട്ടണമാണ് ഇപ്പോൾ ചന്ദനഗർ. പോണ്ടിച്ചേരി ഇപ്പോൾ പുതുച്ചേരിയുടെ കേന്ദ്രഭരണ പ്രദേശമാണ്, എന്നാൽ അതിന്റെ കൊളോണിയൽ പൂർവികർ ഇപ്പോഴും അതിന്റെ പ്രത്യേക പ്രാദേശിക ഘടനയിൽ നിലനിൽക്കുന്നു. ദക്ഷിണേന്ത്യയുടെ വിവിധ ഭാഗങ്ങളിലായി സ്ഥിതിചെയ്യുന്ന നാല് ജില്ലകൾ ഉൾപെടുന്നതാണ് പുതുച്ചേരി: പുതുച്ചേരി, കാരയ്ക്കൽ ജില്ലകൾ ഓരോന്നും തമിഴ്നാടിന്റെ പ്രദേശങ്ങളാൽ ചുറ്റപ്പെട്ടിരിക്കുന്നു, യാനം ആന്ധ്രാപ്രദേശിലെ കിഴക്കൻ ഗോദാവരി ജില്ലയ്ക്കുള്ളിലാണ്, മാഹി കേരളത്തിന്റെ തീരത്താണ്. പരസ്യമായി എന്ത് പ്രഖ്യാപിച്ചാലും, ഇന്ത്യക്കാർ അവരുടെ കൊളോണിയൽ ചരിത്രങ്ങളുമായി ശക്തമായി ബന്ധപ്പെട്ടിരിക്കുന്നുവെന്ന് നിങ്ങൾ സമ്മതിക്കണം - ബ്രിട്ടനുമായിമാത്രമല്ല, ഫ്രാൻസുമായും.

പോർച്ചുഗീസ് അധീശത്വത്തിന്റെ കഥ തികച്ചും വ്യത്യസ്തമാണ്.

പതിനാറാം നൂറ്റാണ്ടിന്റെ ആരംഭം മുതൽ, ബ്രിട്ടീഷുകാർക്ക് വളരെ മുമ്പുതന്നെ, പോർച്ചുഗൽ, ഇന്ത്യയിൽ കൊളോണിയൽ പ്രദേശങ്ങൾ കൈവശപ്പെടുത്തിയിരുന്നു. 1947ൽ ഇന്ത്യ സ്വതന്ത്രമായതിനുശേഷം, സ്വേച്ഛാധിപതിയായ അന്റോണിയോ സലാസർ ഭരിച്ചിരുന്ന പോർച്ചുഗൽ, തങ്ങളുടെ വിദേശ പ്രദേശങ്ങൾ കോളനികളല്ലെന്നും രാജ്യത്തിന്റെ അവിഭാജ്യഘടകങ്ങളാണെന്നും അവകാശപ്പെട്ടു. അതിനാൽ, ഇന്ത്യയുമായി ചർച്ചകൾ നടത്താൻ വിസമ്മതിക്കുക മാത്രമല്ല, ആഫ്രിക്കയിലെയും ഏഷ്യയിലെയും പോർച്ചുഗീസ് പ്രദേശങ്ങൾ അപകോളനിവൽക്കരിക്കുന്നതിനുള്ള എല്ലാ ശ്രമങ്ങളോടും എതിർപ്പ് പ്രഖ്യാപിക്കുകയും ചെയ്തു. എന്നാൽ ഗോവയിലെ പോർച്ചുഗീസ് ഭരണത്തിനെതിരായ ജനകീയ എതിർപ്പ് 1920 മുതൽ വളർന്നു. പോണ്ടിച്ചേരിയിലും പാരീസിലും വിദ്യാഭ്യാസം നേടിയ എഞ്ചിനീയർ ട്രിസ്റ്റാവോ ഡി ബ്രാഗൻസ കുൻഹയുടെ നേതൃത്വത്തിൽ ഗോവ കോൺഗ്രസ് കമ്മിറ്റി പോർച്ചുഗീസ് കൊളോണിയൽ ഭരണത്തിനെതിരെ പ്രചാരണം നടത്തുകയും ഇന്ത്യയിലെ സ്വാതന്ത്ര്യ സമരവുമായി അടുത്ത ബന്ധം സ്ഥാപിക്കുകയും ചെയ്തു. പോർച്ചുഗീസ് അധികാരികളാൽ പീഡിപ്പിക്കപ്പെട്ട ടി ബി കുൻഹ അവിടെനിന്ന് കൊളോണിയൽ വിരുദ്ധപ്രവർത്തനം തുടരാൻ ബോംബെയിലേക്ക് മാറി. 1946 ജൂണിൽ, ഇന്ത്യയിൽ അധികാര കൈമാറ്റം സംബന്ധിച്ച ചർച്ചകൾ നടന്നുകൊണ്ടിരിക്കുമ്പോൾ, റാം മനോഹർ ലോഹ്യയെപ്പോലുള്ള കോൺഗ്രസ് സോഷ്യലിസ്റ്റ് നേതാക്കളും കുൻഹയും ജൂലിയോ മെനെസസും ചേർന്ന് ഗോവയിൽ സത്യഗ്രഹ സമരം ആരംഭിച്ചു. അവിടെ ഒരു അടിച്ചമർത്തൽ ഉണ്ടായി, കുൻഹയെ അറസ്റ്റ് ചെയ്യുകയും എട്ട് വർഷത്തേക്ക് പോർച്ചുഗലിൽ ജയിലിലടയ്ക്കുകയും ചെയ്തു. 1954 ൽ മോചിതനായശേഷം ബോംബെയിൽ തിരിച്ചെത്തിയ അദ്ദേഹം 1958 ൽ അന്തരിച്ചു. ദേശീയ നായകന്മാരിൽ അഭിമാനിക്കുന്ന നിങ്ങളും സുഹൃത്തുക്കളും ടി ബി കുൻഹയെക്കുറിച്ച് എപ്പോഴെങ്കിലും കേട്ടിട്ടുണ്ടോ?

ആസാദ് ഗോമന്തക് ദൾ പോലുള്ള ഗ്രൂപ്പുകളും അവിടെ ഉണ്ടായിരുന്നു, അവരുടെ രീതികൾ സമാധാനപരമായ പ്രതിഷേധങ്ങളിൽ ഒതുങ്ങുന്നില്ല. അവർ ഇന്ത്യൻ അധികാരികളുടെ സഹായത്തോടെ ഇന്ത്യയിൽ നിന്ന് ആയുധങ്ങൾ നേടിയെടുത്തു, പോർച്ചുഗീസ് ഗോവയിൽ ഒരു അട്ടിമറി ഗറില്ലാ കാമ്പെയ്ൻ നടത്തി, പോലീസ് സ്റ്റേഷനുകൾ, സൈനിക സ്ഥാപനങ്ങൾ, ബാങ്കുകൾ എന്നിവ ആക്രമിച്ചു. പോർച്ചുഗീസുകാർ വിപ്ലവകാരികൾക്കെതിരെ ശക്തമായി ഇറങ്ങി. നാരായൺ നായിക്കും ദത്താത്രേയ ദേശ്പാണ്ഡെയും പോർച്ചുഗലിലും അംഗോളയിലും വർ

ഷങ്ങളോളം ജയിലിൽ കിടന്നു, വിശ്വനാഥ് ലവാൻഡെയും പ്രഭാകർ സിനാരിയും ജയിലിൽ നിന്ന് രക്ഷപ്പെട്ട് ഇന്ത്യയിലേക്ക് മടങ്ങി, ഒരു വലിയ സൈന്യത്തെ വിന്യസിക്കുകയും അതിർത്തിക്കപ്പുറത്ത് നിന്ന് റെയ്ഡുകൾ നടത്തുകയും ചെയ്തു. നിങ്ങളുടെ ദേശീയ വിപ്ലവകാരികളുടെ നിരയിൽ ഈ പേരുകൾ നിങ്ങൾ കണ്ടിട്ടുണ്ടോ?

ഗോവയെ വിട്ടുകൊടുക്കാൻ പോർച്ചുഗലിനെ നിർബന്ധിതരാക്കാനുള്ള ഇന്ത്യൻ നയതന്ത്രശ്രമങ്ങൾ ഫലവത്തായില്ല. കാരണം, ശീതയുദ്ധത്തിന്റെ കാഠിന്യത്തോടെ, അമേരിക്കയും ബ്രിട്ടനും ഇന്ത്യയെപ്പോലുള്ള ചേരിചേരാ രാജ്യങ്ങളോട് വേണ്ടത്ര ഇണങ്ങിയില്ല. എല്ലാ പ്രായോഗിക ആവശ്യങ്ങൾക്കും സോവിയറ്റ് ഭാഗത്തേക്ക് ചായുന്നതാണെന്ന് അവർ കരുതി. ഏഷ്യയിലെയും ആഫ്രിക്കയിലെയും കൊളോണിയൽ വിരുദ്ധ കാരണങ്ങളെ സോവിയറ്റ് യൂണിയൻ പിന്തുണച്ചതോടെ ഐക്യരാഷ്ട്ര സഭയുടെ സുരക്ഷാ കൗൺസിലിലെ ചർച്ചകൾ ധ്രുവീകരിക്കപ്പെട്ടു. അംഗോളയിലെയും മൊസാംബിക്കിലെയും പോർച്ചു ഗീസ് കോളനികളിലെ സായുധ വിമോചന പ്രസ്ഥാനങ്ങൾ ഇതിൽ പ്രധാനമായിരുന്നു.

1954 ജൂലൈയിൽ വിശ്വനാഥ് ലവാൻഡെയുടെ നേതൃത്വത്തിലുള്ള ആസാദ് ഗോമന്തക് ദളിലെ അംഗങ്ങൾ ഗുജറാത്തിലെ അവരുടെ സഖ്യകക്ഷികളുമായി ചേർന്ന് പോർച്ചുഗീസ് ജില്ലയായ ദാമന്റെ ഭാഗമായ രണ്ട് എൻക്ലേവുകളായ ദാദ്രയിലെയും നാഗർ ഹവേലിയിലെയും പോലീസ് സ്റ്റേഷനുകൾ ആക്രമിച്ചു. എൻക്ലേവുകൾ ഉപരോധിച്ചുകൊണ്ടും പോർച്ചുഗീസ് പോഷകസൈന്യത്തെ അയക്കുന്നതിൽനിന്ന് തടഞ്ഞുകൊണ്ടും ഇന്ത്യൻ ഗവൺമെന്റ് ഈ നടപടിയെ പൂർണമായി പിന്തുണച്ചു. കുറച്ച് ദിവസങ്ങൾക്കുശേഷം, പോർച്ചുഗീസ് ഭരണാധികാരിയും അദ്ദേഹത്തിന്റെ പോലീസ് സേനയും കീഴടങ്ങി. ദാദ്രയും നഗർ ഹവേലിയും കൊളോണിയൽ ഭരണത്തിൽ നിന്ന് മോചിപ്പിക്കപ്പെട്ടു, എന്നിരുന്നാലും 1961 ന് ശേഷം മാത്രമേ അവ നിയമപരമായി ഇന്ത്യയിലേക്ക് സംയോജിപ്പിക്കപ്പെട്ടുള്ളൂ.

ദാദ്ര, നാഗർ ഹവേലി ബലമായി പിടിച്ചടക്കിയതിനോട് പാശ്ചാത്യ ശക്തികൾ നിർദയം പ്രതികരിച്ചു, അവർ ഇന്ത്യൻ സർക്കാരിന്റെ പങ്കിനെ ശക്തമായി വിമർശിച്ചു. സലാസർ ഭരണകൂടം ചർച്ചയ്ക്ക് വിസമ്മതിക്കുന്നതിൽ ഉറച്ചുനിന്നതോടെ, ഇന്ത്യൻ സർക്കാർ 1961 ൽ ബലപ്രയോഗം നടത്താൻ തീരുമാനിച്ചു. ആ വർഷം ഡിസംബറിൽ ഇന്ത്യൻ സൈന്യം ഗോവയിലേക്കും ദാമൻ ദിയുവിലേക്കും നീങ്ങി. കടലിൽ ഇന്ത്യൻ നേവിയുടെ ഒരു സമാന്തര ആക്രമണം ഉണ്ടായി. പോർച്ചുഗീസ് പട്ടാളവും ഒറ്റ നാവിക കപ്പലും ആക്രമണത്തെ ചെറുക്കാൻ തീർത്തും അപര്യാപ്തമായിരുന്നു, അവസാനത്തെ മനുഷ്യനുമായി വരെ യുദ്ധം ചെ

യ്യാൻ സലാസറിൽ നിന്നുള്ള തീപ്പൊരി സന്ദേശങ്ങൾ ഉണ്ടായിരുന്നിട്ടും, അവർ ആയുധങ്ങൾ ഉപേക്ഷിച്ചു. പ്രായോഗികമായി രക്തച്ചൊരിച്ചിലില്ലാതെ ഇരുപത്തിനാല് മണിക്കൂറിനുള്ളിൽ ഗോവ ഇന്ത്യയോടു കൂട്ടിച്ചേർക്കപ്പെട്ടു.

ഇന്ത്യയുടെ സൈനിക നടപടി നയതന്ത്ര വൃത്തങ്ങളിൽ ഏറെ വിവാദങ്ങൾക്ക് വഴിവെച്ചിരുന്നു. സോവിയറ്റ് വീറ്റോ കാരണം ഐക്യരാഷ്ട്രസഭയിൽ ഇന്ത്യക്കെതിരായ പ്രമേയം പാസായില്ല. നാസറിന്റെ ഈജിപ്ത് (അന്നത്തെ യുണൈറ്റഡ് അറബ് റിപ്പബ്ലിക്) പോലുള്ള രാജ്യങ്ങൾ ഇന്ത്യയെ പൂർണമായി പിന്തുണയ്ക്കുകയും ഗോവയിലേക്ക് സൈനികാവശ്യങ്ങൾക്കായി പോർച്ചുഗൽ സൂയസ് കനാൽ ഉപയോഗിക്കുന്നത് നിരസിക്കുകയും ചെയ്തു. അമേരിക്കയും ബ്രിട്ടനും ഇന്ത്യൻ നടപടിയെ വിമർശിച്ചു. ഇന്ത്യ എല്ലായ്പ്പോഴും അഹിംസയെയും സംഘർഷങ്ങൾ പരിഹരിക്കുന്നതിനുള്ള സമാധാനപരമായ മാർഗങ്ങളെയും ലോകമെമ്പാടും പ്രഭാഷണം നടത്തിയിരുന്നപ്പോൾ, ഇവിടെ സൈനിക ശക്തി ഉപയോഗിച്ച് പ്രദേശം കൂട്ടിച്ചേർക്കുകയായിരുന്നു എന്നതിനെ ഒരു ഇരട്ടത്താപ്പായി കണ്ട് അവർ വിമർശിച്ചു. ഒരു പരിധിവരെ തെറ്റ് അക്കാലത്തെ ഇന്ത്യൻ രാഷ്ട്രീയ നേതാക്കളുടേതായിരുന്നു. ഗോവ എന്നത് രണ്ട് പരമാധികാര രാഷ്ട്രങ്ങൾ തമ്മിലുള്ള തർക്കമല്ല, മറിച്ച് ഗോവയിലെ ജനങ്ങളുടെ സ്വയം നിർണയാവകാശത്തിന്റെയും കൊളോണിയൽ ഭരണത്തിൽ നിന്നുള്ള മോചനത്തിന്റെയും പ്രശ്നമാണെന്ന് അവർക്ക് ഫലപ്രദമായി വാദിക്കാൻ കഴിഞ്ഞില്ല. അത് അന്താരാഷ്ട്ര നിയമത്തിലൂടെയും നയതന്ത്രത്തിലൂടെയും പരിഹരിക്കപ്പെടേണ്ടതായിരുന്നു, പതിനാറാം നൂറ്റാണ്ടിലെ അധിനിവേശത്തിന്റെയും കോളനിവൽക്കരണത്തിന്റെയും സങ്കൽപങ്ങളിലൂടെ ലോകത്തെ നോക്കിക്കാണുന്ന സലാസർ ഗവൺമെന്റിനെ നെഹ്റു കുറ്റപ്പെടുത്തി എന്നത് ശരിയാണ്, പക്ഷേ, പ്രധാനമായും അതിൽ സ്വീകരിച്ച ധാർമിക സ്വരം കാരണം ഇന്ത്യയുടെ കേസ് നയതന്ത്രപരമായ നയങ്ങളിൽ കുരുങ്ങാൻ അദ്ദേഹം കാരണമായി. പോർച്ചുഗീസ് കൊളോണിയൽ ഭരണം അട്ടിമറിക്കപ്പെട്ടതിനുശേഷം ഗോവയിൽ ഒരു ജനഹിതപരിശോധന നടത്തിയിരുന്നെങ്കിൽ ഇന്ത്യയുടെ വാദം ബലപ്പെട്ടുമായിരുന്നു. എന്നാൽ, ഒരുവശത്ത്, കശ്മീരിൽ യു എൻ നിർബന്ധിത ഹിതപരിശോധന നടത്താതെയും മറുവശത്ത്, ചൈനീസ് അതിർത്തിയിലെ അവകാശവാദങ്ങൾക്കായി ബ്രിട്ടീഷ് സാമ്രാജ്യത്വ ഭൂപടങ്ങളെയും ഉടമ്പടികളെയും ആശ്രയിക്കുന്നതിലൂടെയും ഇന്ത്യ നിയമപരമായ കുരുക്കു തീർത്തു. അന്താരാഷ്ട്ര കോടതികളിൽ ദുർബലമായ പ്രതിരോധം തീർത്തപ്പോൾ, ഗോവ, ദാമൻ, ദിയു എന്നിവ

ഇന്ത്യൻ ഭരണഘടനാ സംവിധാനവുമായി സംയോജിപ്പിക്കുന്ന കാര്യം സാവധാനത്തിൽ മുന്നോട്ടുപോയി. 1962 ൽ അവർ ഒരു കേന്ദ്രഭരണ പ്രദേശമായി മാറി, എന്നാൽ 1974 ന് ശേഷം, പോർച്ചുഗലിലെ സ്വേച്ഛാധിപത്യ ഭരണകൂടം തകരുകയും അവിടെ ജനാധിപത്യം സ്ഥാപിക്കപ്പെടുകയും ചെയ്തപ്പോൾ, പോർച്ചുഗീസ് പ്രദേശങ്ങൾ ഇന്ത്യൻ റിപ്പബ്ലിക്കിൽ ഉൾപ്പെടുത്തുന്നത് സാധാരണമാക്കുന്ന ഉടമ്പടി ഉണ്ടായി. അതിനുശേഷം മാത്രമാണ് ഗോവയിലെ ജനങ്ങൾ ഇന്ത്യയിലെ ജനാധിപത്യ പ്രക്രിയയിൽ പൂർണമായി പങ്കുചേരാൻ തുടങ്ങിയത്.

ഇന്ത്യൻ ദേശീയരാഷ്ട്രത്തിന്റെ അതിരുകൾ ദൈവങ്ങളിൽ നിന്നുള്ള പ്രകൃതിദത്തമായ സമ്മാനങ്ങളോ ഇന്ത്യക്കാർ സ്വയം വരച്ച അതിർത്തികളോ അല്ലെന്ന് നിങ്ങൾ ഇപ്പോൾ സമ്മതിക്കുമെന്ന് ഞാൻ പ്രതീക്ഷിക്കുന്നു. ഒരു കൊളോണിയൽ ശക്തിയെന്ന നിലയിൽ സ്വന്തം താൽപ്പര്യങ്ങൾ പിന്തുടരുന്ന ഈ രാജ്യത്തെ ബ്രിട്ടീഷ് ഭരണാധികാരികൾ സൃഷ്ടിച്ച അതിർത്തികളാണ് അവ. ഇന്ത്യയുടെ അതിർത്തികൾ മാറ്റിമറിച്ച ഇന്ത്യൻ സംസ്ഥാനത്തിന്റെ ഒരേയൊരു സുപ്രധാന രാഷ്ട്രീയ പ്രവർത്തനങ്ങൾ ഗോവയുടെയും സിക്കിമിന്റെയും കൂട്ടിച്ചേർക്കലുകൾ മാത്രമാണ്. ആ നടപടികളിൽ നിയമപരമോ നയതന്ത്രപരമോ ആയ എന്തൊക്കെ വിവാദങ്ങൾ ഉണ്ടായാലും, ആ പ്രദേശങ്ങളിലെ ജനങ്ങൾ ഇന്ത്യയുടെ ഫെഡറൽ ജനാധിപത്യത്തിന്റെ രാഷ്ട്രീയമണ്ഡലത്തിൽ ചേരാൻ തയ്യാറായിരുന്നുവെന്ന് തുടർന്നുള്ള സംഭവങ്ങൾ തെളിയിക്കുന്നു.

പ്രദേശങ്ങൾ സ്ഥാവര സ്വത്ത് പോലെയല്ലെന്ന് ഇത് നമ്മെ ഓർമിപ്പിക്കുന്നു; നിയമത്തിന്റെ ബലത്തിൽ കുടിയൊഴിപ്പിക്കാൻ കഴിയാത്ത ആളുകളാണ് അതിൽ ഉൾപ്പെടുന്നത്. ഇന്നത്തെ ജനാധിപത്യ യുഗത്തിൽ പ്രദേശിക അതിർത്തികളുടെ നിയമസാധുത ആത്യന്തികമായി ഭൂമിശാസ്ത്രത്തെയോ നിയമത്തെയോ സൈനിക ശക്തിയെയോ അല്ല, മറിച്ച് ജനങ്ങളുടെ ഇച്ഛയെ ആശ്രയിച്ചിരിക്കുന്നു. കാശ്മീർ മുതൽ കന്യാകുമാരി വരെ മാത്രമല്ല ലക്ഷദ്വീപ് മുതൽ ആൻഡമാൻ ദ്വീപുകൾ വരെയും ഗോവ മുതൽ നാഗാലാൻഡ് വരെയും ഇന്ത്യ വ്യാപിച്ചുകിടക്കുന്നുണ്ടെന്ന് ഓർക്കുക. ആ അതിർത്തികളിൽ ഉൾപ്പെട്ടിരിക്കുന്ന എല്ലാ സ്ഥലങ്ങളും നിയമപരമായി ഇന്ത്യയുടെ ഭാഗമാണ്, ഉടമ്പടികളും നിയമങ്ങളും ഉള്ളതുകൊണ്ടല്ല, മറിച്ച് ആ സ്ഥലങ്ങളിലെ ജനങ്ങൾ ഒരേ ഭരണഘടനാ വ്യവസ്ഥയിൽ ഒരുമിച്ച് ജീവിക്കാൻ സന്നദ്ധതയോടെ സമ്മതിച്ചാൽ മാത്രം. ദേശീയതയെ സംബന്ധിച്ചുള്ള ഒരേയൊരു യഥാർഥ പരീക്ഷണം അതാണ്.

റിപ്പബ്ലിക്കിൽ രാജാക്കന്മാർക്ക് സ്ഥാനമില്ല

പഴയ ബ്രിട്ടന്റെയും ഫ്രാൻസിന്റെയും പോർച്ചുഗലിന്റെയും കോളനി ഭരണത്തിനു കീഴിലുണ്ടായിരുന്ന പ്രദേശങ്ങൾ മാത്രം കൂടിച്ചേർന്നതല്ല ഇന്നത്തെ ഇന്ത്യാരാജ്യം. 1947 ൽ ഇന്ത്യൻ ഉപഭൂഖണ്ഡത്തിന്റെ ഏതാണ്ട് 40 ശതമാനം രാജാക്കന്മാർ ഭരിച്ചിരുന്ന 550-ഓളം നാട്ടുരാജ്യങ്ങളായിരുന്നു. ബ്രിട്ടീഷ് പരമാധികാരത്തിനുകീഴിൽ നാട്ടുരാജ്യങ്ങൾക്ക് തങ്ങളുടെ രാജ്യത്തിനകത്തെ ഭരണത്തിൽ സർവാധികാരം ഉണ്ടായിരുന്നെങ്കിലും വിദേശ രാജ്യങ്ങളുമായി നയപരമായ ബന്ധങ്ങൾക്ക് ഒന്നും തന്നെ അധികാരമുണ്ടായിരുന്നില്ല. ഓരോ രാജ്യത്തും രാജഭരണം നിരീക്ഷിക്കാനും ഉപദേശങ്ങൾ നൽകാനും റെസിഡൻറ് എന്ന സ്ഥാനപ്പേരിൽ ബ്രിട്ടീഷുകാർ നയതന്ത്ര ഉദ്യോഗസ്ഥരെ നിയമിച്ചിരുന്നു. ഈ രാജ്യങ്ങളുടെ ഭരണത്തിലോ പിന്തുടർച്ചാവകാശത്തിലോ പ്രശ്നങ്ങൾ ഉണ്ടായാൽ ഭരണം ഏറ്റെടുക്കാനുള്ള അവകാശം ബ്രിട്ടീഷ് ഭരണകൂടത്തിനായിരുന്നു. 1947 നുശേഷം ഈ രാജ്യങ്ങൾ എങ്ങനെ ഇന്ത്യയുടെയോ പാകിസ്ഥാന്റെയോ ഭാഗമായി എന്നതിന്റെ ചരിത്രം പാടേ വിസ്മരിക്കപ്പെട്ട ഒന്നാണ്. നെഹ്റു മന്ത്രിസഭയിലെ ആഭ്യന്തര മന്ത്രിയായിരുന്ന സർദാർ പട്ടേൽ എന്ന ഉരുക്ക് മനുഷ്യൻ അദ്ദേഹത്തിന്റെ രാഷ്ട്രീയ വൈഭവം ഉപയോഗിച്ച് എല്ലാ രാജാക്കന്മാരെയും അനുനയിപ്പിച്ച് ഇന്ത്യയുടെ ഭാഗമാക്കി എന്നാവും എല്ലാവരും പറഞ്ഞു നിങ്ങൾ കേട്ടത്. പട്ടേൽ വിചാരിച്ചിരുന്നെങ്കിൽ കശ്മീർ പ്രശ്നമേ ഉദിക്കില്ലായിരുന്നു എന്നും വിശ്വസിക്കുന്നവർ ഉണ്ടാവും. എന്നാൽ വാസ്തവം അതിൽ നിന്നെല്ലാം വിദൂരമാണ്.

നാട്ടുരാജ്യങ്ങൾ സ്വാതന്ത്ര്യത്തിനു തൊട്ടുമുൻപ്

1946 ൽ ഭരണം കൈമാറുന്നതുമായി ബന്ധപ്പെട്ട് ബ്രിട്ടീഷ് അധികാരികളും കോൺഗ്രസും മുസ്ലീംലീഗും തമ്മിൽ സന്ധിസംഭാഷണങ്ങൾ നടക്കുമ്പോൾ നാട്ടുരാജാക്കന്മാരും അതിന്റെ ഭാഗമായിരുന്നു. അവർ കേന്ദ്ര നിയമസഭയുടെ വസതികളിൽ ഒന്നായ ചേംബർ ഓഫ് പ്രിൻസസിൽ ഒത്തുകൂടി. ചേംബർ ഓഫ് പ്രിൻസസിൽ ഗൺ സല്യൂട്ടിന് അർഹതയുള്ള പ്രധാന രാജ്യങ്ങൾക്ക് സ്ഥിരം സ്ഥാനമുണ്ടായിരുന്നു, മറ്റ് രാജ്യങ്ങളാകട്ടെ തങ്ങൾക്കിടയിൽ നിന്നുള്ള അംഗങ്ങളെ ചേംബർ ഓഫ് പ്രിൻസസിലേക്ക് അയക്കുകയും ചെയ്തു. അവരെയെല്ലാം പുതിയതായി തെരഞ്ഞെടുത്ത നിയമനിർമാണസഭയുടെ ഭാഗമാവാൻ ക്ഷണിച്ചുവെങ്കിലും മിക്കവാറും രാജാക്കന്മാരും അതിനു തയ്യാറായിരുന്നില്ല. ബ്രിട്ടീഷുകാർ പോയ ശേഷമുള്ള രാജ്യത്തെ തങ്ങളുടെ അധികാരസ്ഥാനത്തെക്കുറിച്ച് അവർ ആകുലരായിരുന്നു. അതുകൊണ്ട് മിക്കവാറും രാജാക്കന്മാർക്കും തങ്ങൾ ജനസമ്മിതിയിൽ അധികാരത്തിൽ വരുന്ന ഒരു കോൺഗ്രസ് ഭരണകൂടത്തിന്റെ അധീനതയിൽ വരില്ല എന്ന ഉറപ്പ് ഉദ്യോഗസ്ഥരിൽനിന്നും വേണമായിരുന്നു. അതുകൊണ്ട് തന്നെ അവരുടെ തുടർച്ചയായുള്ള ആവശ്യങ്ങളിൽ ഒന്ന് ഇന്ത്യക്കാണെങ്കിലും പാകിസ്ഥാനാണെങ്കിലും, അധികാരത്തിൽ വരുന്ന ഭരണകൂടത്തിനു പരമാധികാരം നൽകരുത് എന്നതായിരുന്നു.അതിനേക്കാളുപരി, ബ്രിട്ടീഷ് ഭരണം അവസാനിച്ചാലും പരമാധികാരം റദ്ദാക്കി രാജാക്കന്മാർക്ക് അവർക്കിഷ്ടമുള്ള ഉടമ്പടി ബന്ധങ്ങൾ ഉണ്ടാക്കാൻ സർവസ്വാതന്ത്ര്യം ലഭിക്കണം എന്നതായിരുന്നു അവരുടെ ആവശ്യം. ബ്രിട്ടീഷ് നയതന്ത്രജ്ഞർ അത് അംഗീകരിക്കുകയും ചെയ്തു. കോൺഗ്രസ് നേതാക്കളും ആ സമയത്ത് സർവാധികാരം റദ്ദാക്കുന്നത് ഒരു നേട്ടമായാണ് കണ്ടിരുന്നത്, കാരണം, അങ്ങനെ വന്നാൽ നാട്ടുരാജ്യങ്ങൾ തമ്മിലുള്ള വ്യത്യസ്തവും സങ്കീർണവുമായ ഉടമ്പടികളുടെ തലവേദന പുതിയതായി അധികാരമേൽക്കുന്ന കോൺഗ്രസ് ഭരണകൂടത്തിന് കൈകാര്യം ചെയ്യേണ്ടിവരില്ല എന്നവർ ആശ്വസിച്ചു, കാരണം അപ്പോൾ അവർക്ക് ഒരു ഭൂതകാലത്തിന്റെയും ബാധ്യതയില്ലാതെ ഒന്നിൽ നിന്ന് തുടങ്ങാം. എന്നാൽ അപ്പോൾപോലും പരമാധികാരം റദ്ദുചെയ്ത് ഭരണം എങ്ങനെ തുടരാം എന്നതിനെക്കുറിച്ച് പലർക്കും പല കാഴ്ചപ്പാടായിരുന്നു ഉണ്ടായിരുന്നത്.

വലിയ രാജ്യങ്ങളിൽ പലതും പുതിയ സർക്കാരുമായി സമവായ ചർച്ചകളിലേക്ക് കടക്കുംമുൻപ് തന്നെ തങ്ങളുടെ സ്വാതന്ത്ര്യത്തിനായുള്ള അവകാശവാദം ഉന്നയിച്ചു. 1947 ജനുവരിയിൽ, രാജാക്കന്മാരുടെ സമ്മതമില്ലാതെ അവർക്ക് മീതെ ഒന്നും അടിച്ചേൽപിക്കില്ല എന്ന വൈസ്രോയി വേവലിന്റെ വാക്കുകൾ അവർക്ക് ധൈര്യം പകർന്നു.

1947 ജൂണിൽ തിരുവിതാംകൂറും ഹൈദരാബാദും സ്വതന്ത്ര പരമാധികാര രാജ്യങ്ങൾ രൂപീകരിക്കാനും അതിനോടനുബന്ധിച്ച അവരുടെ രാജ്യങ്ങളുമായുള്ള നയബന്ധങ്ങൾ സ്ഥാപിക്കാനുമുള്ള തീരുമാനം അറിയിച്ചു. അതേസമയം സ്വതന്ത്ര രാജ്യങ്ങളായി പ്രവർത്തിക്കാൻ ആവശ്യമായ സ്രോതസുകൾ തങ്ങൾക്ക് ഇല്ലാത്തതുകൊണ്ടുതന്നെ നൂറുകണക്കിന് ചെറിയ നാട്ടുരാജ്യങ്ങൾക്ക് ഹൈദരാബാദിനെയോ തിരുവിതാംകൂറിനെയോ അനുകരിക്കാൻ സാധിക്കുമായിരുന്നില്ല. ചേംബർ ഓഫ് പ്രിൻസസിന്റെ ചാൻസിലറായിരുന്ന ഭോപ്പാലിന്റെ നവാബ് ഹമിദുള്ള ഖാൻ, ഇന്ത്യക്കും പാകിസ്ഥാനുമൊപ്പം മൂന്നാമതൊരു രാജ്യം രൂപീകരിക്കാൻ എല്ലാ നാട്ടുരാജ്യങ്ങളും കൂടിച്ചേരണം എന്ന് വാദിച്ചു. പരമാധികാരം റദ്ദാക്കുകയെന്നാൽ ഇന്ത്യാ ഭരണകൂടത്തിൽ രാജാക്കന്മാർക്ക് ഉത്തരവാദിത്വങ്ങൾ ഒന്നും ഇല്ല എന്നാണ് അർഥം എന്ന സിദ്ധാന്തം മുന്നോട്ടുവെച്ച് ഓൾ ഇന്ത്യ കോൺഗ്രസ് കമ്മിറ്റി (എ ഐ സി സി) അതിനെ നിശിതമായി എതിർത്തു. നാട്ടുരാജ്യങ്ങളെ സ്വതന്ത്രമാക്കുന്നത് ഒരു സാധ്യതയല്ല എന്ന് എ ഐ സി സി വാദിച്ചു. നെഹ്റു അതിലും ഒരുപടി കടന്ന് നിയമനിർമാണസഭയുടെ ഭാഗമാവാത്ത നാട്ടുരാജ്യങ്ങളെ ശത്രുരാജ്യങ്ങളായി പ്രഖ്യാപിച്ച് ആ നിലയ്ക്ക് കൈകാര്യം ചെയ്യും എന്ന് പ്രസ്താവന നടത്തി. മറുവശത്ത് ജിന്ന നാട്ടുരാജ്യങ്ങൾ സ്വതന്ത്ര രാജ്യങ്ങളായി പ്രഖ്യാപിക്കാനുള്ള രാജാക്കന്മാരുടെ അവകാശത്തിനുവേണ്ടി നിലകൊണ്ടു. എന്നിട്ടും 1947 ജൂലൈയിൽ അധികാര കൈമാറ്റത്തിനു ആറാഴ്ച മാത്രം ബാക്കിനിൽക്കെ, വളരെക്കുറച്ച് രാജാക്കന്മാരേ അധികാര കൈമാറ്റത്തിന് മാനസികമായി തയ്യാറായിരുന്നുള്ളൂ.

മുതിർന്ന നേതാക്കളും രാജാക്കന്മാരും അധികാരികളും ഈ സമവായചർച്ചകളിൽ പങ്കാളികളായിരുന്നതുപോലെ അവർക്ക് പുറമേ മറ്റൊരു വിഭാഗംകൂടി ഉണ്ടായിരുന്നു: നാട്ടുരാജ്യങ്ങളിൽ ജീവിച്ചിരുന്ന ജനത. ഒരുപാട് നാട്ടുരാജ്യങ്ങൾ പ്രജ മണ്ഡൽ എന്ന് പൊതുവെ വിളിക്കുന്ന പ്രസ്ഥാനങ്ങൾ ആസൂത്രണം ചെയ്തു. അവർ പ്രാതിനിധ്യ ഭരണകൂടങ്ങൾക്കുവേണ്ടി വാദിച്ചു; ചിലർ ഇന്ത്യയുമായി ചേരുന്നതിനെ അനുകൂലിച്ചു. രാജ്യങ്ങളിൽ നിന്ന് രാജ്യങ്ങളിലേക്ക് മാറുമ്പോൾ ഈ പ്രസ്ഥാനങ്ങളുടെ ശക്തി വ്യത്യാസപ്പെട്ടു. കോൺഗ്രസ് പിന്തുണച്ചിരുന്ന സ്റ്റേറ്റ്സ് പീപ്പിൾ മൂവ്മെന്റ് ഗുജറാത്ത് രാജ്യങ്ങളിലും ചില ഒറീസ രാജ്യങ്ങളിലും പ്രബലമായിരുന്നു. തിരുവിതാംകൂറിലും കൊച്ചിയിലും രണ്ട് രാജ്യങ്ങളും ചേർത്ത് ഐക്യകേരളം രൂപീകരിക്കണം എന്നാവശ്യപ്പെട്ട് അവിടുത്തെ പ്രാദേശിക കോൺഗ്രസ് നേതാക്കളാണ് പ്രസ്ഥാനത്തെ നയിച്ചത്. ഹൈദരാബാദിന്റെ തെലങ്കാന പ്രദേശത്ത് പ്രസ്ഥാനത്തെ കമ്യൂണിസ്റ്റ് നേതൃത്വം ഏറ്റെടുക്കുകയും അത് നിസാം രാജ്യത്തെ

ഫ്യൂഡൽ ജന്മികൾക്ക് എതിരെയുള്ള ആയുധമേന്തിയ ഗെറില്ലാ സംഘർഷ ത്തിനു തുടക്കംകുറിക്കുകയും ചെയ്തു. ജമ്മുവിലും കാശ്മീരിലും ഷെയ്ഖ് അബ്ദുള്ളയുടെ നേതൃത്വത്തിലെ നാഷണൽ കോൺഫറൻസിന്റെ കീഴിലും ജനകീയ പ്രസ്ഥാനം ജന്മികൾക്കെതിരെ കർഷകരെ സംഘടിപ്പിച്ചു കൊണ്ട് പ്രാതിനിധ്യഭരണകൂടത്തിനായുള്ള ആവശ്യമുന്നയിച്ചു. നാട്ടുരാ ജാക്കന്മാർക്കും സർക്കാരിൽ അവരുടെ പ്രജകൾക്ക് നൽകേണ്ട സ്ഥാ നത്തെക്കുറിച്ച് വ്യത്യസ്ത അഭിപ്രായങ്ങൾ ഉണ്ടായിരുന്നു. മൈസൂർ, കൊച്ചി, തിരുവിതാംകൂർ തുടങ്ങിയ ചില രാജ്യങ്ങൾക്ക് പ്രാതിനിധ്യസ ഭകൾ ഉണ്ടായിരുന്നു; മറ്റ് രാജാക്കന്മാർ എന്തുതന്നെയായാലും ജനപ്രാ തിനിധ്യം അവരുടെ ഏകാധിപത്യത്തെ അട്ടിമറിക്കുന്നത് ഏതുവിധേ നയും ചെറുക്കണം എന്ന നിലപാടിലായിരുന്നു.

മൗണ്ട്ബാറ്റണിന്റെ നിരന്തര ഉപദേശംകൊണ്ട് കോൺഗ്രസ് നേതാക്കൾ കുറേക്കൂടി സൂക്ഷ്മതയോടെ മുന്നോട്ടുപോവാൻ തീരുമാനിച്ചു. 1947 ന്റെ അവസാനത്തോടടുത്ത് വൈസ്രോയി ചേംബർ ഓഫ് പ്രിൻസ സിൽ ഇങ്ങനെ അവതരിപ്പിച്ചു; നാട്ടുരാജ്യങ്ങൾ കൂട്ടിച്ചേർത്ത് രണ്ടാമ തൊരു അധീശശക്തി ഉണ്ടാക്കുന്നതോടുകൂടി അതിനുമേൽ നിയന്ത്ര ണാധികാരമുള്ള നിയമസഭയ്ക്ക് മാത്രമായിരിക്കും ആ രാജ്യവുമായി ബന്ധ പ്പെട്ട മൂന്ന് വിഷയങ്ങളിൽ നിയമനിർമാണം നടത്താനുള്ള അധികാരം - പ്രതിരോധം, വിദേശകാര്യം, ആശയവിനിമയം (റെയിൽവേ, കപ്പൽ ഗതാഗതം, വ്യോമയാനം തുടങ്ങിയവയുമായി ബന്ധപ്പെട്ട ആശയ വിനി മയം). സ്വമേധയാ അധീശത്വ ഭരണകൂടവുമായി വ്യവസ്ഥകൾ ഉണ്ടാക്കാൻ തയ്യാറാകുന്ന കാലംവരെ രാജ്യങ്ങൾതന്നെ ആയിരിക്കും മറ്റെല്ലാ വിഷയങ്ങളിലും അവയുടെ ഭരണം നടത്തുന്നത്. സുരക്ഷ, ഭര ണമികവ്, പ്രജകളുടെ ക്ഷേമം എന്നിവയ്ക്ക് വേണ്ടി രണ്ടിൽ ഏതെങ്കിലും ഒരു ശക്തിയുടെ ഭാഗമാവാൻ അദ്ദേഹം രാജാക്കന്മാരോട് ആവശ്യപ്പെട്ടു. എല്ലാ അർഥത്തിലും പട്ടേലിനെ പക്ഷം ചേർത്ത് മൗണ്ട്ബാറ്റൻ നട ത്തിയ കാര്യക്ഷമമായ ഇടപെടലായിരുന്നു ഇത്. എന്നാൽ എല്ലാവരെയും തൃപ്തിപ്പെടുത്തുന്ന ഒന്നായിരുന്നില്ല ആ നിലപാട്. എങ്കിലും ഭരണം അവ സാനിക്കുന്നതോടെ ബ്രിട്ടീഷുകാർ പുതിയ ഇന്ത്യൻ ഗവണ്മെന്റിന്റെ പുതിയ ഭരണഘടനാ ക്രമത്തിനകത്തുതന്നെ നിയമാനുസൃതവും സുര ക്ഷിതവുമായ ഒരു ഇടം തങ്ങൾക്ക് ഉറപ്പുനല്കും എന്ന് കുറേ രാജാക്കന്മാ രെങ്കിലും ഉറപ്പിച്ചു. അങ്ങനെ മേൽപറഞ്ഞ വ്യവസ്ഥകൾ അനുസരിച്ച് തങ്ങളുടെ അധികാരം ഇന്ത്യാ ഗവണ്മെന്റിന് വിട്ടുനൽകാനുള്ള നടപടി കളുടെ ഭാഗമായി രാജാക്കന്മാർ ഉപാധികളിൽ ഒപ്പുവെച്ചു.

നാട്ടുരാജ്യങ്ങളുമായി ബന്ധപ്പെട്ട വിഷയത്തിൽ നെഹ്റുവിനും പട്ടേ ലിനുംകീഴിൽ കോൺഗ്രസ് എടുത്ത നിലപാടിനെക്കുറിച്ച് സുപ്ര ധാനമായ ഒരുകാര്യം ഞാൻ ഇവിടെ വ്യക്തമാക്കാം. നെഹ്റുവും സുഭാഷ് ബോസും സോഷ്യലിസ്റ്റുകളുമടങ്ങുന്ന കോൺഗ്രസിലെ ഇടതുപക്ഷം ആദ്യമേ തന്നെ ഇത് ആവശ്യപ്പെട്ടിരുന്നുവെങ്കിലും പട്ടേലും രാജേന്ദ്ര പ്രസാദും അടങ്ങുന്ന കോൺഗ്രസിലെ വലതുപക്ഷം ഗാന്ധിയുടെ അനു ഗ്രഹത്തോടെ ദേശീയ താല്പര്യത്തിനു വിപരീതമായി രാജാക്കന്മാർ ജയിക്കണം എന്ന് വിശ്വസിച്ചു. സ്റ്റേറ്റ് പീപ്പിൾ പ്രസ്ഥാനം ശക്തമാ യിരുന്നിട്ടുകൂടി പട്ടേൽ ഒരു രാഷ്ട്രീയ ആവശ്യം എന്നതിലുപരി ഒരു വിലപേശൽ നയമായാണ് ഇതിനെ ഉപയോഗിച്ചത്. കോൺഗ്രസ് നയിക്കുന്ന ദേശീയ പ്രസ്ഥാനത്തിനെതിരാണ് പല രാജാക്കന്മാരും എന്നും അവരിൽ ചിലർ അവരുടെ പ്രവിശ്യകളിലെ ദേശീയതാ പ്രചാ രകരെ നിരന്തരം വേട്ടയാടുന്നു എന്നറിഞ്ഞിട്ടും പട്ടേൽ രാജാക്കന്മാർക്ക് എതിരെ ഒരു ജനകീയ പ്രക്ഷോഭം സംഘടിപ്പിക്കുന്നതിനെ പ്രോത്സാ ഹിപ്പിച്ചില്ല. ഈ യാഥാസ്ഥിതിക മനോഭാവത്തിന്റെ ഫലമായി നാട്ടുരാ ജ്യങ്ങളിലെ ജനങ്ങളെ മറ്റു ജനങ്ങളുമായി ചേർന്നൊരു രാഷ്ട്രീയ മുന്നേറ്റ ത്തിനു പാകപ്പെടുത്തുന്നതിന് പകരം രാജാക്കന്മാരുമായി ഒത്തുതീർപ്പ് ചർച്ചകൾ നടത്തുന്നതിനാണ് സർക്കാർ ശ്രമിച്ചത്. അതിനായി ഭീഷ ണികളും തെറ്റായ വാഗ്ദാനങ്ങളും ചതിയും ചിലയിടങ്ങളിൽ സൈനിക ശക്തിയെവരെ ഉപയോഗിച്ചു.

സമവായം നടത്തുന്നതിലെ സർക്കാരിന്റെ ലക്ഷ്യങ്ങളും പദ്ധതി കളും അവതരിപ്പിച്ചെങ്കിലും അതിന്റെ വിശദാംശങ്ങളിലേക്ക് വല്ലഭഭായ് പട്ടേൽ കടന്നില്ല. വി പി മേനോൻ എന്ന ഉദ്യോഗസ്ഥനായിരുന്നു അതിന്റെ ചുമതല. മേനോൻ ഇന്ത്യൻ സിവിൽ സർവീസ് മെമ്പർ ആയി രുന്നില്ല. വാസ്തവത്തിൽ, ഭരണഘടനാഭേദഗതിക്കായി ഇന്ത്യൻ സർക്കാ രിൽ പുതുതായി സ്ഥാപിച്ച വകുപ്പിൽ ടൈപ്പിസ്റ്റായും ക്ലർക്കായുമാണ് 1920 കളുടെ തുടക്കത്തിൽ മേനോൻ കരിയർ തുടങ്ങുന്നത്. അങ്ങനെ മേനോൻ ഭരണഘടന വിഷയങ്ങളിൽ നൈപുണ്യം നേടുകയും പിന്നീട് വകുപ്പിന്റെ ചാർജ് ഏറ്റെടുക്കുകയും ലിൻലിത്ഗൊ, വേവൽ മൗണ്ട്ബാ റ്റൺ എന്നീ വൈസ്രോയിമാരുടെ അടുത്ത ഉപദേശകനാകുകയും ചെയ്തു. 1946 ൽ ഇടക്കാല സർക്കാർ അധികാരമേറ്റതോടെ പട്ടേൽ ഒരു രാജ്യ മന്ത്രാലയം ഉണ്ടാക്കുകയും മേനോനെ അതിന്റെ ചുമതല ഏൽപിച്ചു. അങ്ങനെ മേനോൻ പട്ടേലുമായി അടുത്തു. കൂടുതൽ ബഹളങ്ങൾ ഇല്ലാതെ രാജാക്കന്മാരെ ഇന്ത്യാ പ്രവിശ്യയിൽ ചേർക്കുന്നതിനുള്ള ഉത്തരവാദിത്വം പട്ടേൽ പൂർണമായി മേനോനെ ഏൽപിച്ചു. ഇന്ത്യൻ നാട്ടുരാജ്യങ്ങളുടെ ഏകീകരണം എന്ന് വിളിക്കുന്ന ബ്യൂറോക്രസിയുടെ

നേട്ടത്തിന്റെ യഥാർത്ഥശില്പി മേനോനാണ്. അദ്ദേഹം പട്ടേലിന്റെ ഇട നിലക്കാരനായി പ്രവർത്തിക്കുകയായിരുന്നു.

നാട്ടുരാജ്യങ്ങളുടെ ഏകീകരണം

പ്രതിരോധം, വിദേശകാര്യം, ആശയവിനിമയം എന്നീ വിഷയ ങ്ങളിലല്ലാതെ ഒന്നിലും ഇന്ത്യാ ഗവണ്മെന്റ് ഇടപെടില്ല എന്ന ഉറപ്പ് രാജാക്കന്മാർക്ക് നൽകി നാട്ടുരാജ്യങ്ങളെ ഇന്ത്യാരാജ്യത്തിന്റെ ഭാഗമാ ക്കലായിരുന്നു ആത്യന്തികമായി പട്ടേലും മേനോനും ലക്ഷ്യം വെച്ചത്. ആളുകളുടെ രാഷ്ട്രീയ പങ്കാളിത്തത്തേക്കാൾ ഇന്ത്യാ രാജ്യത്തെ ഏകീ കരിക്കൽ ആയിരുന്നു അവർക്ക് പ്രധാനം. മേനോൻ പ്രധാന ആയുധ മായി ഉപയോഗിച്ചത് ഒരേ ഭരണ സംവിധാനത്തിനുകീഴിലുള്ള പ്രാ ദേശിക യൂണിയനുകളായി അയൽരാജ്യങ്ങളെ യോജിപ്പിക്കുക എന്ന നയമായിരുന്നു. സ്വയം ഭരണത്തിന് വിട്ടുതന്നാൽ നിങ്ങളുടെ പ്രജകളു ടെ ആവശ്യങ്ങൾ നിറവേറ്റാൻ നിങ്ങൾ പ്രാപ്തരായില്ലെങ്കിൽ എന്താകും സ്ഥിതിയെന്ന് ഭയപ്പെടുത്തി മേനോൻ രാജാക്കന്മാരെ സ്വാധീനിക്കാൻ ശ്രമിച്ചു. അതുകൊണ്ട് അവരെ ഭീഷണിപ്പെടുത്തുന്നതിനുപകരം ഇന്ത്യ യുടെ ഭാഗമാകുന്നതോടുകൂടി ഭരണഘടനയ്ക്ക് കീഴിൽ അവരുടെ സ്ഥാനം ഭദ്രമാക്കുമെന്ന് അവരെ വിശ്വസിപ്പിച്ചു. ആ വാഗ്ദാനം, പാലിക്കപ്പെടാൻ പോവാത്ത വെറുംവാക്ക് മാത്രമായിരുന്നു. ഈ സമയത്ത് പക്ഷേ, മി ക്കവാറും രാജ്യങ്ങളെല്ലാം ഗവണ്മെന്റിൽ ജനകീയ പങ്കാളിത്തം ആവ ശ്യപ്പെട്ടുകൊണ്ടുള്ള പ്രജ മണ്ഡലിന്റെ വളർച്ച വീക്ഷിച്ചുകൊണ്ടിരിക്കുക യാണ്. ഇത് മേനോൻ ഒരു ആയുധമായി ഉപയോഗിച്ചു. ഭാവ്നഗറിന്റെ ഭരണാധികാരി ജനകീയ പ്രക്ഷോഭങ്ങളിൽ തകർന്ന് ജനങ്ങൾ തെര ഞ്ഞെടുത്ത സർക്കാർ സംവിധാനം എന്ന ആവശ്യത്തിനോട് സന്ധിചെ യ്തു. ഈ ചടങ്ങ് മേനോൻ പട്ടേലിനെക്കൊണ്ട് ഉദ്ഘാടനം ചെയ്യിക്കാൻ നടപടി സ്വീകരിച്ചു. അലോസരങ്ങൾ രൂക്ഷമായപ്പോൾ ഭരണാധികാരി കളുടെ ആവശ്യങ്ങൾ വകവെക്കാതെ ഭരണം പിടിച്ചെടുക്കാൻ മേനോൻ ഭീഷണികൾ നടത്തി. തിരുവിതാംകൂറിന്റെ ദിവാൻ സി പി രാമസ്വാമി അയ്യർ സ്വതന്ത്രമായി നിലനിൽക്കാൻ തീരുമാനിച്ചപ്പോൾ മേനോൻ കേരളത്തിൽ മുഴക്കെ തലപൊക്കുന്ന 'കമ്യൂണിസ്റ്റ് ഭീഷണികളെ' ചൂണ്ടി ക്കാണിച്ച് അവരെ താക്കീത് ചെയ്തു. അത് മൗണ്ട്ബാറ്റനെക്കൊണ്ട് വീണ്ടും വീണ്ടും പറയിപ്പിക്കുകയും ചെയ്തു. കമ്യൂണിസ്റ്റ് കലാപത്തെ ചെറു ക്കാനുള്ള ഭരണ, സൈനിക ശേഷി രാജ്യത്തിനുണ്ടായിരുന്നോ?

ജോധാപൂരിലെ മഹാരാജ ഹൻവന്ത് സിങ് ഒരേ സമയം രണ്ട് അധീശത്വശക്തികളോടും ആനുകൂല്യങ്ങൾക്കുവേണ്ടി ഒത്തുതീർപ്പിന് ശ്രമിച്ചു. ജിന്ന, സിങ്ങിന് തന്റെ കയ്യൊപ്പുള്ള ഒഴിഞ്ഞ ഒരു കടലാസും

പേനയും നൽകി വേണ്ട ആനുകൂല്യങ്ങൾ അതിൽ എഴുതി നൽകാൻ ആവശ്യപ്പെട്ടു. മേനോൻ ആ ആനുകൂല്യങ്ങൾ ഒന്നും പ്രായോഗികമല്ല എന്ന് പറഞ്ഞപ്പോൾ ഹാൻവന്ത് സിങ് താൻ പാകിസ്ഥാനിൽ ചേരും എന്ന് പ്രസ്താവിച്ചു. മേനോൻ മഹാരാജയെ മൗണ്ട്ബാറ്റണുമായി ഒരു ചർച്ചയ്ക്ക് കൊണ്ടുപോയി. മൗണ്ട്ബാറ്റൺ മഹാരാജയോട് താങ്കളും താങ്കളുടെ പ്രജകളിൽ ഭൂരിപക്ഷവും ഹിന്ദു വിഭാഗം ആയതുകൊണ്ട് പാകിസ്ഥാനിൽ ചേരുന്നത് അനുയോജ്യമായ നടപടി ആയിരിക്കില്ല എന്ന് ബോധിപ്പിച്ചു. മൗണ്ട്ബാറ്റൺ മുറിവിട്ടു പോയപ്പോൾ ഹൻവന്ത് സിങ് മേനോന് നേരെ തോക്കുചൂണ്ടി ഒരു ഉദ്യോഗസ്ഥൻ പറയുംവിധം താൻ ഒപ്പുവെക്കില്ല എന്ന് ആക്രോശിച്ചു. തന്നെ കൊല്ലുന്നതുകൊണ്ട് ഇതിലും മെച്ചപ്പെട്ട ഒന്നും സിങ് നേടാൻ പോകുന്നില്ല എന്ന് മേനോൻ, സിങ്ങിന് മറുപടി നൽകി. ഒടുക്കം, ഹൻവന്ത് സിങ്ങിന്റെ ചില ആവശ്യങ്ങൾ പരിഗണിച്ച് ജോധാപൂർ ഇന്ത്യയോട് ചേർത്തു.

ഏകാധിപത്യം അടിയറവുവെക്കുന്നതിന് പകരമായി രാജാക്കന്മാർക്ക് പ്രിവി പഴ്സസ് എന്ന് വിളിക്കുന്ന വാർഷിക പെൻഷൻ വാഗ്ദാനം ചെയ്തു. ഇതിൽ ഓരോരുത്തരുമായി പ്രത്യേകം സമവായങ്ങളിലെത്തി. ചില കാരണങ്ങൾകൊണ്ട് മുന്നൂറിലധികം വരുന്ന ഗുജറാത്ത് രാജ്യങ്ങൾക്ക് മറ്റ് രാജ്യങ്ങളേക്കാൾ വലിയ തുക ലഭിച്ചു, അവയിൽ ചിലത് ചെറിയ ഗ്രാമങ്ങളോളമേ ഉണ്ടായിരുന്നുള്ളൂ. ഗാന്ധിയുടെ പിതാവ് കാത്തിയവാറിലെ ഉദ്യോഗസ്ഥനായിരുന്നു എന്നതിനും പട്ടേൽ ഗുജറാത്തി ആയിരുന്നു എന്നതിനും ഇതിൽ എന്തെങ്കിലും പ്രസക്തിയുണ്ടോ എന്നെനിക്കറിയില്ല. എന്തുതന്നെ ആയാലും, ഒരുപാട് രാജ്യങ്ങളെ ഒരു യൂണിയനുമായി ചേർത്തപ്പോൾ അതിന്റെ ഭരണാധികാരി ഗവർണർ ആയിരുന്നില്ല, രാജപ്രമുഖ് ആയിരുന്നു, സാധാരണ യൂണിയനിലെ വലിയ രാജ്യമേതാണോ അതിന്റെ ഭരണാധികാരി ആയിരിക്കും രാജപ്രമുഖ്. രാജാക്കന്മാരുടെ ഇടയിൽ ശമിപ്പിക്കേണ്ടിയിരുന്ന പല നീരസങ്ങളുണ്ടായിരുന്നു. ഉദൈപൂരിന്റെ രാജാവ് തന്റെ സ്ഥാനത്തിനു രാജപ്രമുഖ് എന്ന പദവി ചേരില്ല എന്ന് നിർബന്ധം പിടിച്ചു; തത്ഫലമായി അദ്ദേഹത്തിന് മാത്രം രാജസ്ഥാൻ യൂണിയന്റെ മഹാരാജപ്രമുഖ് എന്ന വിശിഷ്ട പദവി നൽകി. തിരുവിതാംകൂർ ഭരണാധികാരിക്ക് പരമാധികാരി എന്നർത്ഥം വരുന്ന പെരുമാൾ എന്ന പേരിൽ വിളിക്കപ്പെടാനായിരുന്നു താൽപര്യം, പക്ഷേ, അദ്ദേഹത്തിന് രാജപ്രമുഖ് എന്ന പേരുകൊണ്ട് തൃപ്തിപ്പെടേണ്ടി വന്നു. മൈസൂരിൽ പഴയ ഭരണാധികാരിയെ രാജപ്രമുഖ് എന്നതിന് പകരമായി മഹാരാജ എന്ന നാമം ഉപയോഗിക്കാൻ അനുവദിച്ചിരുന്നു.

ബ്രിട്ടീഷുകാർ രാജസ്ഥാനിലെ രജ്പുത് അടക്കം ഇന്ത്യയുടെ വട

ക്കും പടിഞ്ഞാറുമുള്ള ഭരണാധികാരികളെ കീഴടക്കുന്നതിനു മുൻപ് ഒരു സമയത്തെ രണ്ട് വലിയ മറാത്ത രാജ്യങ്ങളായിരുന്ന ഇൻഡോറും ഗ്വാളിയോറും തമ്മിൽ ഒരു ചരിത്രപ്രധാനമായ സ്പർദ്ധയുണ്ടാകുകയുണ്ടായി. ജീവനക്ഷമമായ വലിയ രാജ്യങ്ങൾ വിട്ടുകൊടുക്കേണ്ടതില്ല എന്ന വാഗ്ദാനം ലംഘിച്ച് പട്ടേലിന്റെ പിന്തുണയോടെ മേനോൻ യശ്വന്ത് റാവോ ഹോൽക്കറിനേയും ജിവാജി റാവോ ഷിണ്ടേയേയും (ബ്രിട്ടീഷ് ഇന്ത്യയിൽ സിന്ദിയ) മധ്യഭാരത് യൂണിയന്റെ ഭാഗമാവാൻ സമ്മർദ്ദം ചെലുത്തി. ഹോൽക്കർ നാട്ടുരാജ്യങ്ങളുടെ മൂന്നാമതൊരു രാജ്യം എന്ന ആശയം ഉയർത്താനുള്ള ശ്രമത്തിലായിരുന്നു. ഇന്ത്യാഗവൺമന്റ് രജ്പുത് രാജ്യങ്ങളെ വെറുതെ വിട്ട് മറാത്ത രാജ്യങ്ങളെ ഇല്ലാതാക്കാൻ ശ്രമിക്കുന്നു എന്നദ്ദേഹം പരാതിപ്പെട്ടു. ഇഡോറും ഗ്വാളിയോറും ലയിപ്പിക്കുന്നത് ജനങ്ങളുടെ അഭിപ്രായവോട്ടെടുപ്പിന് വിട്ടുകൊടുക്കണം എന്നദ്ദേഹം നിർദ്ദേശിച്ചു. രണ്ട് രാജ്യങ്ങളിലെ പ്രജകളും തമ്മിൽ ആഴത്തിൽ വേരോടിയ ശത്രുതയെക്കുറിച്ച് അറിയാവുന്ന മേനോൻ ഒരു പരീക്ഷണത്തിന് തയ്യാറായിരുന്നില്ല. പകരം എല്ലാ രാജാക്കന്മാർക്കും ഭീഷണിയായ ജനകീയ വിപ്ലവത്തെ പരാമർശിച്ച് മേനോൻ അവരെ നിരുത്സാഹപ്പെടുത്തി. ഹോൽക്കറും ഷിൻഡേയും ഒറ്റയ്ക്കുനിൽക്കാൻ തീരുമാനിച്ചിരുന്നുവെങ്കിൽ ജനാധിപത്യ ഭരണകൂടത്തിനു വേണ്ടിയുള്ള പ്രക്ഷോഭങ്ങൾ വർദ്ധിക്കുകയും രാജാക്കന്മാർക്ക് എല്ലാം നഷ്ടപ്പെടുകയും ചെയ്യും. അതിനേക്കാൾ എത്രയോ ഭേദം പ്രിവിപഴ്സും ഭരണാധികാര സ്ഥാനവും അംഗീകരിക്കുന്നത് തന്നെയായിരുന്നു. അവരുടെ ഉന്നതപദവിക്ക് വേണ്ടിയുള്ള ആവശ്യത്തെ സമീകരിക്കാൻ വേണ്ടി മാത്രം, രണ്ട് സ്ഥലത്തെയും കാലാവസ്ഥയ്ക്ക് വ്യത്യാസമൊന്നും ഇല്ലെങ്കിലും, മധ്യഭാരതിന്റെ പുതിയ ഭരണകൂടത്തിന് ഉഷ്ണകാലത്തേക്ക് തലസ്ഥാനം ഇഡോറിലും മഞ്ഞുകാലത്ത് ഗ്വാളിയോറിലും ആക്കാൻ തീരുമാനിച്ചു.

ഭോപ്പാലിന്റെ നവാബും സ്വതന്ത്ര രാജ്യം ആകണം എന്ന് വാദിച്ചിരുന്നുവെങ്കിലും നടന്നില്ല. സ്വാതന്ത്ര്യത്തെ തുടർന്ന് ഭോപ്പാലിലെ പ്രജമണ്ഡൽ പ്രസ്ഥാനം ജനകീയ ഭരണകൂടത്തിനുവേണ്ടി വാദിച്ചു. പ്രാദേശിക കോൺഗ്രസ് നേതാക്കന്മാർ അഭിപ്രായവോട്ടെടുപ്പ് നിർദ്ദേശിച്ചെങ്കിലും പട്ടേലിന്റെ ആവശ്യം ഭോപ്പാൽ മധ്യഭാരതുമായി ചേർക്കണം എന്നതായിരുന്നു. മേനോൻ ജനങ്ങളുടെ ഭാവി നെഹ്റുവിന്റെയും പട്ടേലിന്റെയും കയ്യിൽ സുരക്ഷിതമാണ് എന്നും അഭിപ്രായ വോട്ടെടുപ്പിന്റെ ആവശ്യമില്ല എന്നും അവർക്ക് ഉറപ്പ് നൽകി. അവസാനം 1949 ജൂണിൽ ഇവിടം തെരഞ്ഞെടുത്ത നിയമസഭയും മന്ത്രിസഭയുമുള്ള ചീഫ് കമ്മീഷണറുടെ പ്രവിശ്യയായി മാറി. മുസ്ലീംലീഗിലെ പ്രബല നായ നേതാവായിരുന്ന നവാബ് ഹമിദുള്ള ഖാൻ ജിന്നയുടെ മരണത്തിനുശേഷം

പാകിസ്ഥാന്റെ ഗവർണർ ജനറൽ ആവേണ്ടതായിരുന്നു, എന്നാൽ ലിയാഖത്ത് അലി ഖാൻ അത് തടഞ്ഞു. നിരാശനായ അദ്ദേഹം രാജിവെച്ച് പൊതുജീവിതം അവസാനിപ്പിച്ചു.

നാട്ടുരാജ്യങ്ങൾ സമന്വയിപ്പിച്ചത് പുതിയ റിപ്പബ്ലിക്കിൽ മതങ്ങളുടെ പങ്കിനെക്കുറിച്ച് ചില ആശങ്കകൾ തൊടുത്തുവിട്ടു. കിഴക്കേ പഞ്ചാബിലെ ചെറിയ രാജ്യങ്ങൾ ഒന്നാവാൻ തീരുമാനിച്ചെങ്കിലും തങ്ങൾ ഒറ്റപ്പെടുമെന്ന് ഭയന്ന് പാട്യാല മാത്രം അതിന് എതിര് നിന്നു. ആൽവാറിന്റെ മഹാരാജാവ് ഗാന്ധി വധത്തിൽവരെ ഉൾപ്പെട്ടതായി സംശയിക്കപ്പെട്ടു, എന്നാലത് തെളിയിക്കപ്പെട്ടില്ല. സമുദായങ്ങൾ തമ്മിലുള്ള സമാധാനം നിലനിർത്താൻ ആൽവാറിന്റെയും ഭരത്പൂരിന്റെയും ഭരണം ഇന്ത്യാ ഗവണ്മെന്റ് ഏറ്റെടുക്കാൻ പട്ടേൽ തീരുമാനിച്ചു. തിരുവിതാംകൂറിന്റെയും കൊച്ചിയുടെയും കാര്യത്തിൽ ഒരുപാട് ക്ഷേത്രങ്ങളുടെയും അവയുടെ വലിയ ഭൂമികളുടെയും നിക്ഷേപങ്ങളുടെയും സമ്പത്തുക്കളുടെയും ദേവസ്വം നടത്തിപ്പ് അധികാരം രണ്ട് ഭരണാധികാരികളിൽ നിന്നും പുതിയ ഗവണ്മെന്റിന് കൈമാറി. ഇത് മതനിരപേക്ഷ റിപ്പബ്ലിക്കിലെ മത സ്ഥാപനങ്ങളുടെ നടത്തിപ്പിൽ പുതിയ പ്രശ്നങ്ങൾക്ക് ഇട നൽകി. ഇന്ത്യയുടെ വടക്ക്- കിഴക്ക് 25 ഖാസി മലയോര രാജ്യങ്ങൾ ഉണ്ടായിരുന്നു, അവരുടെ ജനത കൂടുതലും ക്രിസ്ത്യാനികൾ ആയിരുന്നു, സിയേം എന്ന് വിളിക്കുന്ന തെരഞ്ഞെടുക്കപ്പെട്ട മുഖ്യന് കീഴിൽ അവ ആഭ്യന്തര ഭരണം നടത്തി, പക്ഷേ, അത് പ്രവർത്തിച്ചിരുന്നത് അസ്സം ഗവർണർക്ക് കീഴിലായിരുന്നു. അവയെ നാട്ടുരാജ്യങ്ങളെപ്പോലെ കൈകാര്യം ചെയ്യാൻ പറ്റുമായിരുന്നില്ല. ആത്യന്തികമായി വടക്ക്-കിഴക്കേ ഇന്ത്യയിലെ ഗോത്രവിഭാഗക്കാരുടെ ആഭ്യന്തര സ്വയംഭരണാവകാശം ഓട്ടോണമസ് ഹിൽ കൗൺസിൽസ് വഴി സംരക്ഷിക്കാൻ ഇന്ത്യൻ ഭരണഘടനയുടെ ആറാം അനുബന്ധത്തിൽ നിഷ്കർഷിച്ചിട്ടുണ്ട്.

പരമാധികാരം ബ്രിട്ടീഷ് ഭരണം അവസാനിക്കുന്നതോടെ പിൻവലിക്കപ്പെടേണ്ടതായിരുന്നുവെങ്കിലും പട്ടേലിന് കീഴിലെ ഇന്ത്യൻ ഗവണ്മെന്റ് അവരുടെ ഭരണാധികാരം ഉപയോഗിച്ച് നാട്ടുരാജാക്കന്മാ രെ അടക്കി നിർത്തുന്നതിൽനിന്നും പിൻവാങ്ങിയില്ല. ബറോഡയിലെ മഹാരാജ പ്രതാപ് സിങ് ഗേക്വാദിന്റെ കാര്യം അതിനൊരു ഉദാഹരണമാണ്. പൊതുഖജനാവിൽനിന്നു പണം ചെലവഴിച്ചതിലെ ക്രമക്കേടുകളും രണ്ടാം കല്ല്യാണം സൃഷ്ടിച്ച അപവാദങ്ങളും മുൻനിർത്തി അദ്ദേഹത്തെ ബറോഡാ ഭരണാധികാരിയുടെ സ്ഥാനത്തുനിന്നും ഇന്ത്യാഗവൺമെന്റ് നീക്കം ചെയ്തു. പകരം അദ്ദേത്തിന്റെ മൂത്ത മകൻ ഫതെഹ് സിങ്ങിനെ ആ സ്ഥാനത്ത് നിയമിച്ചു. ഒരു തരത്തിൽ പരമാധികാരം ഇന്ത്യയിൽ ഒരിക്കലും അവസാനിച്ചില്ല; ഇന്ത്യയിപ്പോഴും ഒരു സാമ്രാജ്യം പോലെയാണ് ഭരിക്കപ്പെടുന്നത്.

രാജ്യങ്ങൾ പുതിയ ഭരണഘടനാ ക്രമത്തിനകത്ത്

രാജ്യങ്ങളുടെ ഏകീകരണത്തിന്റെ ഫലമായി സ്വാതന്ത്ര്യത്തിന് മുൻപ് കൈവശം വന്ന പ്രദേശത്തിനൊപ്പം ഇന്ത്യ സൗരാഷ്ട്ര, മധ്യ ഭാരത്, പാട്ട്യാലയും കിഴക്കേ പഞ്ചാബും, തിരു-കൊച്ചി, രാജസ്ഥാൻ എന്നിങ്ങനെ ഒരുപാട് രാജ്യങ്ങളുടെ യൂണിയനുകൾ കൂടി ചേർന്ന് രൂപീകരിക്കപ്പെട്ടതാണ്. ചിലതിൽ ഒറീസ്സ സംസ്ഥാനത്തിന്റെ കിഴക്കൻ രാജ്യങ്ങളുടെ യൂണിയൻ, ചത്തീസ്ഗഢ് യൂണിയൻ, വിന്ധ്യപ്രദേശ് യൂണിയൻ, എന്നിങ്ങനെ യൂണിയനുകൾ ഭരണത്തിനുള്ള സൗകര്യാർത്ഥം ലയിപ്പിച്ചു. അവയെ ഒറീസ്സയോടും കേന്ദ്രപ്രദേശങ്ങളോടും ചേർത്തു. തൊട്ടുകിടക്കുന്നതല്ലാത്ത ചെറിയ രാജ്യങ്ങളുടെ രാജാക്കന്മാർ പ്രിവി പഴ്സ് സ്വീകരിക്കാനും തങ്ങളുടെ രാജ്യങ്ങളെ അയൽരാജ്യങ്ങളുമായി യോജിപ്പിക്കാനും നിർബന്ധിതരായി.

രാജ്യങ്ങളെ ഇന്ത്യയുമായി കൂട്ടിയോജിപ്പിക്കുകയെന്നത് ഏകപക്ഷീയമായി നിർവ്വഹിക്കാവുന്ന ഒന്നായിരുന്നില്ല, പ്രത്യേകിച്ച് വലിയ രാജ്യങ്ങളെ ഏകോപിപ്പിക്കാൻ രാഷ്ട്രീയ ഉടമ്പടികൾ ആവശ്യമായിരുന്നു. രാജാക്കന്മാർക്ക് ആദ്യം നൽകിയ വാഗ്ദാനം, ഇന്ത്യയുമായി കലർന്ന ശേഷം ഇന്ത്യാ ഗവണ്മെന്റ് രാജ്യങ്ങളുമായി ബന്ധപ്പെട്ട മൂന്ന് വിഷയങ്ങളിൽ (പ്രതിരോധം, വിദേശകാര്യം, ആശയവിനിമയം എന്നിവ) മാത്രമേ നിയമനിർമ്മാണം നടത്തൂ എന്നതായിരുന്നു. മറ്റ് ഏതു വിഷയത്തിലെ കൈകടത്തലുകൾക്കും രാജ്യത്തിന്റെ സമ്മതം ആവശ്യമാണ്. രാജ്യത്തിന് കേന്ദ്ര സർക്കാരുമായുള്ള ബന്ധം വെളി വാക്കുംവിധം വലിയ രാജ്യങ്ങൾ ഓരോന്നിനും രാജ്യങ്ങളുടെ യൂണിയനുകൾക്കും നാമനിർദേശം ചെയ്യപ്പെട്ടവരും തെരഞ്ഞെടുക്കപ്പെട്ടവരുമായ പ്രതിനിധികളടങ്ങുന്ന സ്വന്തം ഭരണനിർമാണ സഭകൾ അനുവദിച്ചിരുന്നു.ഓരോ യൂണിയനും ഭരിച്ചിരുന്നത് ഒരു പ്രാതിനിധ്യ നിയമസഭയ്ക്ക് ചുമതലയുള്ള ഒരു തലവനുൾപ്പെടുന്ന മന്ത്രിസഭകളാണ്. രാജ്യങ്ങളിൽ സൗരാഷ്ട്ര, ജമ്മുകാശ്മീർ, മൈസൂർ, തിരു-കൊച്ചി എന്നിവയ്ക്ക് മാത്രമേ തെരഞ്ഞെടുത്ത നിയമനിർമാണ സഭകൾ ഉണ്ടായിരുന്നുള്ളൂ. നിയമനിർമണ വിദഗ്ധനും മുതിർന്ന സിവിൽ ഉദ്യോഗസ്ഥനുമായ ബി. എൻ. റാവുവിനോട് രാജ്യങ്ങൾക്കായി ഒരു ഭരണഘടനയുടെ കരട് രൂപകല്പന ചെയ്യാൻ ഇന്ത്യ ഗവണ്മെന്റ് ആവശ്യപ്പെട്ടുവെങ്കിലും ആ ഉടമ്പടി എല്ലാ രാജ്യങ്ങളും അംഗീകരിച്ചില്ല. രാജ്യങ്ങൾ മിക്കതും അടുത്തുള്ള പ്രവിശ്യകളുമായോ യൂണിയനുകളുമായോ കലർന്നതിനുശേഷം 1949 ന്റെ പകുതിയിൽ ഒരുപാട് യൂണിയനുകൾ കാര്യക്ഷമമായ നിയമനിർമാണസഭകൾ ഉണ്ടാക്കുന്നതിൽ പരാജയപ്പെട്ടു. ഇന്ത്യ ഗവണ്മെന്റ് ഓരോ രാജ്യത്തിനും പ്രത്യേകം നിയമനിർമാണസഭകൾ എന്നത് പ്രായോഗികമല്ല എന്ന നിഗമനത്തി

ലെത്തി. അതുകൊണ്ട് ഇന്ത്യൻ ഭരണഘടനയിൽ വ്യത്യസ്ത രാജ്യങ്ങ ൾക്ക് ആവശ്യമുള്ള പ്രത്യേക നിബന്ധനകൾ ഉൾപ്പെടുത്തി അതിൽ അവരുടെ സമ്മതം രേഖപ്പെടുത്തി സഹകരിച്ച് മുന്നോട്ട് പോകുക എന്ന പുതിയ നയം കൈക്കൊണ്ടു.

അങ്ങനെയാണ് പാർട്ട് എ എന്നും ബി എന്നും വിളിച്ച് രണ്ട് പ്രവിശ്യകളായി തിരിച്ച് ഓരോന്നിനും സവിശേഷ വ്യവസ്ഥകൾ താൽക്കാലികമായി ഉൾപ്പെടുത്തി ആർട്ടിക്കിൾ 370ന്റെയും 371ന്റെയും രൂപീകരണം നടക്കുന്നത്. രാജ്യത്തിന്റെ നിയമനിർമാണസഭയുടെ കർത്തവ്യം മുഴുവനാകുംവരെ ജമ്മുവും കാശ്മീരും തമ്മിലും അവയ്ക്ക് ഇന്ത്യയുമായുള്ള ബന്ധങ്ങൾ സംബന്ധിച്ച പ്രത്യേക വ്യവസ്ഥകൾ ആർട്ടിക്കിൾ 370 ൽ പ്രതിപാദിക്കുന്നു. ആർട്ടിക്കിൾ 371 പ്രസിഡൻഷ്യൽ ഭരണത്തിനുകീഴിൽ വരുന്ന പാർട്ട്-ബി രാജ്യത്തിനു ബാധകമായിരുന്നില്ല. മൈസൂരുംതിരു-കൊച്ചിയും അപ്പോഴും ഭരണഘടനയിലെ അതേ വ്യവസ്ഥകൾക്കുവേണ്ടി സർക്കാരുമായി സമവായചർച്ചകൾ നടത്തുന്നതുകൊണ്ടുതന്നെ അങ്ങനെയൊരു നിയമപരിഷ്കരണം അത്യാവശ്യമായിരുന്നു. സൗരാഷ്ട്ര നിയമസഭ അപ്പോഴേക്കും ഇന്ത്യൻ ഭരണഘടന മുഴുവനായും അംഗീകരിച്ച് സഭ പിരിച്ചുവിടുകയുണ്ടായി. രാജ്യങ്ങളെയെല്ലാം ഒരേ വ്യവസ്ഥയ്ക്ക് കീഴിൽ കൊണ്ടുവരണം എന്നത് നിയമമോ സൈനിക ശേഷിയോ ഉപയോഗിച്ച് നേടാവുന്നതല്ല, അതിന് രാഷ്ട്രീയ ഉടമ്പടികൾ ആവശ്യമാണ് എന്ന് പട്ടേലിന് അറിയാമായിരുന്നു. അതുകൊണ്ട് വലിയ രാജ്യങ്ങൾ ചിലതിനു പ്രത്യേക വ്യവസ്ഥകൾ അംഗീകരിച്ചു നൽകാൻ അദ്ദേഹം തയ്യാറായി. ഈ ചരിത്രം ഇവിടെ ഓർമിപ്പിച്ചത് നെഹറുവിന്റെ കെടുകാര്യസ്ഥതകൊണ്ടോ കോൺഗ്രസ് പാർട്ടിയുടെ മുസ്ലീം പ്രീണനംകൊണ്ടോ അല്ല ജമ്മുവിനും കാശ്മീരിനും സ്വന്തം ഭരണഘടനയും സ്വയംഭരണാവകാശവും ഉണ്ടായത് എന്ന് മനസ്സിലാക്കാനാണ്. പ്രത്യേക വ്യവസ്ഥകൾ കാശ്മീരിനു മാത്രമായിരുന്നില്ല: ആ വ്യവസ്ഥകൾക്ക് കീഴിലാണ് മറ്റ് പല നാട്ടുരാജ്യങ്ങളും ഇന്ത്യൻ ഭരണഘടന അംഗീകരിക്കുന്നതും ഇന്ത്യയോട് ചേരുന്നതും. 1952 ലെ പൊതുതിരഞ്ഞെടുപ്പിനുശേഷം നാഷണൽ കോൺഫറൻസിന്റെ അധികാരത്തിനുകീഴിലുള്ള ജമ്മു-കാശ്മീർ ഒഴികെ പാർട്ട് എയിലേയും ബിയിലേയും എല്ലാ ഭാഗങ്ങളിലും കോൺഗ്രസ് ഗവണ്മെന്റുകൾ അധികാരത്തിൽ വന്നു. അത് മൈസൂരും തിരു-കൊച്ചിയും അടക്കമുള്ള മറ്റ് രാജ്യങ്ങളെ കൂട്ടിച്ചേർക്കൽ രാഷ്ട്രീയമായി എളുപ്പമാക്കി. കാശ്മീർ ബന്ധം നിലനിൽക്കെ 1952 നുശേഷം ആർട്ടിക്കിൾ 370 ന്റെ സാധുത തുടർന്നു. ആർട്ടിക്കിൾ 371 പ്രകാരം പിന്നീട് നാഗാലാൻഡ്, മിസ്സോറം, മണിപ്പൂർ, അസ്സം, മഹാരാഷ്ട്ര, ഗുജറാത്ത്, ആന്ധ്രാപ്രദേശ്, സിക്കിം, ഗോവ തുടങ്ങി

യവയ്ക്ക് പല കാര്യങ്ങളിലും പ്രത്യേക അധികാരങ്ങൾ നൽകി. ഇത്തരം പ്രത്യേക വ്യവസ്ഥകളിൽ മിക്കവയും ദീർഘകാല രാഷ്ട്രീയ പ്രക്ഷോഭങ്ങളുടെ ഫലമാണ്. ഇന്ന് ആർട്ടിക്കിൾ 371 എടുത്ത് നോക്കിയാൽ, മൈസൂരിനും തിരു-കൊച്ചിക്കും ഭരണഘടന അംഗീകരിക്കുംവരെ അനുവദിച്ച നൽകിയ പ്രത്യേകസ്ഥാനത്തിനു നിയമസാധുത നൽകാനാണ് അവ യഥാർത്ഥത്തിൽ രൂപകല്പന ചെയ്തത് എന്ന് വിശ്വസിക്കാൻ ബുദ്ധിമുട്ടാകും. എന്നുവെച്ച് അതിനെ തെറ്റായ ചരിത്രം പഠിക്കാനുള്ള ഒരു ഒഴിവുകഴിവായി കാണരുത്.

അതേസമയം ഒരുപിടി നാട്ടുരാജ്യങ്ങളാവട്ടെ പാകിസ്ഥാനിൽ ചേർന്നു. ഭവൽപൂരിലെ പഞ്ചാബ് രാജ്യത്തിന്റെ നവാബ് സ്വാതന്ത്ര്യത്തിനുശേഷം ഉടൻതന്നെ പാകിസ്ഥാനിൽ ചേർന്നു. കാലട്ടിന്റെ ബലോചി രാജ്യങ്ങൾ, മക്രാൻ, ലസ് ബേല, ഖരൻ എന്നിവയും പാകിസ്ഥാനകത്തെ യൂണിയന്റെ ഭാഗമായി. 1955 ൽ ബഹൽപൂരും ബലോചി രാജ്യങ്ങളും പഞ്ചാബിന്റെയും ബലോചിസ്ഥാന്റെയും സമീപപ്രദേശങ്ങളോട് ചേർന്നു. ചിത്രൽ, സ്വാത് തുടങ്ങിയ വടക്ക്-പടിഞ്ഞാറൻ ഗോത്രരാജ്യങ്ങൾ 1947 ൽ പാകിസ്ഥാനോട്ടു ചേർന്ന് 1969 വരെ സ്വയംഭരണ പ്രദേശങ്ങളായി തുടർന്നു. വടക്കേ കശ്മീരിലെ ഹുൻസ എന്ന ഗോത്രരാജ്യവും 1974 വരെ പാകിസ്ഥാൻ അധീനതയിലുള്ള സ്വയംഭരണപ്രദേശമായിരുന്നു.

ജുനാഘട്ട് എന്ന ചെറുരാജ്യം

കതിയവാർ രാജ്യങ്ങൾക്ക് അകത്ത് ജുനാഘട്ട് എന്നൊരു ചെറിയ നാട്ടുരാജ്യം ഉണ്ടായിരുന്നു. അത് ഭരിച്ചിരുന്നത് പ്രജകളേക്കാൾ തന്റെ നൂറുകണക്കിന് നായകൾക്ക് പ്രാധാന്യം നൽകിയ കിറുക്കനായ ഒരു നവാബായിരുന്നു. 1947 ആഗസ്റ്റ് 15ന് നവാബ് മഹബത് ഖാൻ പാകിസ്ഥാനിൽ ചേരാനുള്ള തന്റെ തീരുമാനം അറിയിച്ചു. അതവിടുത്തെ ജനങ്ങൾക്കിടയിൽ കോലാഹലം സൃഷ്ടിച്ചത് ഇന്ത്യൻ ഗവണ്മെന്റിനെ പ്രതിസന്ധിയിലാഴ്ത്തി. നിയമപരമായി നവാബിന് പാകിസ്ഥാനിൽ ലയി ക്കാൻ അധികാരമുണ്ട്. പക്ഷേ, രാഷ്ട്രീയപ്രശ്നം ജുനാഘട്ടിലെ ഭൂരിപക്ഷം ജനങ്ങളും ഹിന്ദുക്കളായിരുന്നു എന്നതായിരുന്നു. അവർക്ക് പാകിസ്ഥാനിൽ ജീവിക്കാൻ താൽപര്യം ഉണ്ടായിരുന്നില്ല. അതിനുപുറമേ പാകിസ്ഥാനിൽ ചേർന്നാൽ ജുനാഘട്ട് ഇന്ത്യയുടെ ഭാഗമാകാനിരിക്കുന്ന നൂറുകണക്കിന് കതിയവാർ രാജ്യങ്ങളാൽ ചുറ്റപ്പെട്ട പാകിസ്ഥാൻ പ്രദേശമായി മാറും. നവാബിന്റെ തീരുമാനത്തോട് ഇന്ത്യൻ ഗവണ്മെന്റ് തങ്ങളുടെ പ്രതിഷേധമറിയിച്ചു, മൗണ്ട്ബാറ്റൻ വരെ ജുനാഘട്ടിന്റെ ലയിക്കാനുള്ള തീരുമാനം അംഗീകരിക്കരുത് എന്ന് പാകിസ്ഥാനോട് ആവ

ശ്യപ്പെട്ടു. അവിടത്തെ ജനങ്ങൾ നവാബ് തീരുമാനം മാറ്റി ഇന്ത്യയിൽ ചേർന്നു ജനാധിപത്യ പരിഷ്കരണങ്ങൾ കൊണ്ടുവരണം എന്ന് ആവശ്യപ്പെട്ട് ശക്തമായ പ്രകടനങ്ങൾ സംഘടിപ്പിച്ചു.

മുംബൈയിലെയും സിന്ദിലെയും മുതിർന്ന രാഷ്ട്രീയ നേതാവായ ഷാ നവാസ് ഭുട്ടോ (സുൾഫിക്കർ അലി ഭുട്ടോയുടെ പിതാവ്, അദ്ദേഹം പിന്നീട് പാകിസ്ഥാൻ പ്രധാനമന്ത്രിയായി) ആയിരുന്നു രാജ്യത്തിന്റെ ദിവാൻ. അദ്ദേഹം ജനങ്ങളെ വകവെക്കാതെ നവാബിന്റെ തീരുമാനത്തെ അനുകൂലിച്ചു. വിഷയത്തിൽ ഇന്ത്യയും പാകിസ്ഥാനും തമ്മിൽ പ്രക്ഷുബ്ധമായ കത്തിടപാടുകൾ നടന്നു, വിഷയം ഐക്യരാഷ്ട്രസഭയെ ബോധിപ്പിക്കണം എന്നുവരെ അഭിപ്രായങ്ങൾ വന്നു. നെഹ്റുവും പട്ടേലും പക്ഷേ, അതൊരു നല്ല ആശയമായി കണ്ടില്ല. എന്നാൽ പ്രജമണ്ഡലിന്റെ പ്രക്ഷോഭങ്ങൾക്ക് അവർ എല്ലാ പിന്തുണയും നൽകി. സെപ്തംബർ 25 ന് കതിയവാർ കോൺഗ്രസ് നേതാക്കൾ, നവാബിന് ജനപിന്തുണ നഷ്ടപ്പെട്ടതിനാൽ സമൽദാസ് ഗാന്ധിയെ തലവനാക്കി ഒരു പ്രാദേശിക ജനകീയ സർക്കാർ രൂപീകരിച്ചതായി പ്രഖ്യാപിച്ചു. ഈ സർക്കാർ ജുനാഘട്ട് അതിർത്തിക്ക് പുറത്ത് രാജ്കോട്ടിലാണ് സജ്ജീകരിച്ചത്.

പ്രക്ഷോഭങ്ങൾ വലുതാകുന്നതിനൊപ്പം ജുനാഘട്ടിന്റെ സ്ഥിതി വഷളായിക്കൊണ്ടിരുന്നു. ജുനാഘട്ടിന്റെ ഭരണത്തിനുകീഴിൽ വരുന്ന മറ്റ് പ്രദേശങ്ങളിലെ ഉദ്യോഗസ്ഥർ പ്രക്ഷോഭകാരികളുമായി ഏറ്റുമുട്ടി. ഒക്ടോബർ 21 ന് ഇന്ത്യൻ സൈന്യം ജുനാഘട്ടിനു കീഴിലുള്ള പ്രദേശങ്ങൾ പിടിച്ചടക്കാൻ ജുനാഘട്ട് വളഞ്ഞു. പരിഭ്രാന്തനായ നവാബ് തന്റെ പ്രിയപ്പെട്ട കുറച്ച് നായകളെയും കുറച്ച് കുടുംബാംഗങ്ങളെയുംകൂട്ടി കറാച്ചിയിലേക്ക് വിമാനം കയറി. രക്ഷപ്പെടുമ്പോൾ അദ്ദേഹം തന്റെ ഒരുപാട് ഭാര്യമാരേയും കുഞ്ഞുങ്ങളെയും ജുനാഘട്ടിൽത്തന്നെ ഉപേക്ഷിച്ചു. ക്ഷുഭിതരായ പ്രക്ഷോഭകാരികൾ പലയിടങ്ങളിലായി തീവെക്കുകയും കൊള്ളയടിക്കുകയും ചെയ്തു. സ്ഥിതി കൈവിട്ടപ്പോൾ ഷാ നവാസ് ഭുട്ടോ ജുനാഘട്ട് പ്രാദേശിക ഭരണത്തിന് വിട്ടുനല്കാതെ ഇന്ത്യൻ ഗവൺമെന്റിന് നേരിട്ടു കൈമാറാം എന്ന് ഒത്തുതീർപ്പിന് ശ്രമിച്ചു. പാകിസ്ഥാൻ പ്രധാനമന്ത്രി ലിയാഖത്ത് അലി ഖാൻ ഇന്ത്യ സൈനിക ശക്തി ഉപയോഗിച്ച് നവാബിനെ തുരത്തിയോടിച്ചുവെന്ന് കണിശമായി പരാതിപ്പെട്ടുവെങ്കിലും ഇന്ത്യൻ ഗവൺമെന്റ് അടിത്തട്ടിൽ സാഹചര്യങ്ങൾ നിയന്ത്രണത്തിൽ കൊണ്ടുവന്നു എന്ന് മനസിലാക്കി ജുനാഘട്ടിന്റെ ഭാവി ഇന്ത്യയും പാകിസ്ഥാനും ഒന്നിച്ച് നടത്തുന്ന അഭിപ്രായവോട്ടെടുപ്പിലൂടെ തീരുമാനിക്കാം എന്ന് നിർദേശിച്ചു. സംഘടനാനേതൃത്വത്തിന്റെ കണിശമായ നിയന്ത്രണത്തിൽ അല്ലാതെയുള്ള ജനകീയ സംരംഭങ്ങളിൽ

വിശ്വാസമില്ലാതിരുന്ന പട്ടേൽ ജനഹിതപരിശോധനയെ എതിർത്തു. നവാബ് രാജിവെച്ചതും ഭൂരിപക്ഷ ഹിന്ദു ജനതയും ഇന്ത്യയിൽ ലയിക്കുന്നതിനെ അനുകൂലിക്കുന്നു എന്നതും മതിയായിരുന്നു അദ്ദേഹത്തിന്. പുതിയ ഭരണസംവിധാനം നിലവിൽ വന്നതും പട്ടേൽ ജുനാഘട്ട് സന്ദർശിച്ചു. അവിടെ അദ്ദേഹത്തിന് വലിയ വിരുന്നു നല്കപ്പെട്ടു. പ്രഭാസ് പഠാൻ എന്ന തീരദേശ ഗ്രാമത്തിൽ വർഷങ്ങൾക്ക് മുൻപ് നശിപ്പിക്കപ്പെട്ട ചരിത്രപ്രധാനമായ സോമനാഥ ക്ഷേത്രം സന്ദർശിച്ച് മുഹമ്മദ് ഘസ്നി നശിപ്പിച്ചതെന്ന് പറയപ്പെടുന്ന ക്ഷേത്രം ഇന്ത്യ ഗവണ്മെന്റ് പുനർനിർമിക്കും എന്ന് അദ്ദേഹം ജനങ്ങൾക്ക് വാഗ്ദാനം നൽകി.

അവസാനം ജനഹിതപരിശോധനവഴി പിടിച്ചെടുത്ത പ്രദേശത്തിനു നിയമസാധുതയുടെ മുദ്രചാർത്തി 1948 ഫെബ്രുവരിയിൽ ഇന്ത്യൻ ഭരണകൂടത്തിനുകീഴിൽ ജുനാഘട്ടിൽ ജനഹിതപരിശോധന നടക്കുകയും അതിശയമൊന്നുമില്ലാതെ 99% ജനങ്ങളും ഇന്ത്യക്ക് അനുകൂലമായി വോട്ടു ചെയ്യുകയും ചെയ്തു.

ഹൈദരാബാദ്

ജുനാഘട്ട് ഒരു ചെറിയ രാജ്യമായതുകൊണ്ട് അതിന്റെ ഭരണാധികാരിയെ നേരിടുക വലിയ ദുർഘടമായിരുന്നില്ല, എന്നാൽ ഹൈദരാബാദിന്റെ സ്ഥിതി അതായിരുന്നില്ല. പലയർത്ഥത്തിലും ഏറ്റവും പ്രസിദ്ധമായ ഏറ്റവും പ്രധാനപ്പെട്ട നാട്ടുരാജ്യങ്ങളിൽ ഒന്നായിരുന്നു ഹൈദരാബാദ്. ഇന്നത്തെ സംസ്ഥാനങ്ങളായ തെലങ്കാന, ആന്ധ്രാപ്രദേശ്, കർണാടക, മഹാരാഷ്ട്ര തുടങ്ങിയ നാല് സംസ്ഥാനങ്ങളോളം വ്യാപിച്ചുകിടക്കുന്നതായിരുന്നു ഹൈദരാബാദ്; അതിന്റെ 85 ശതമാനത്തോളം ജനത ഹിന്ദുക്കളായിരുന്നു, പക്ഷേ, ഹൈദരാബാദിന്റെ ഭരണവർഗം ഹൈദരാബാദ് നഗരം കേന്ദ്രീകരിച്ചുള്ള മുസ്ലീം വരേണ്യവർഗമായിരുന്നു. ഉദ്യോഗസ്ഥരും പോലീസും പട്ടാളവും എല്ലാം അവർ കയ്യടക്കിയിരുന്നു. ലോകത്തെ വലിയ സാമ്രാജ്യങ്ങളുടെ ചക്രവർത്തിമാരുടേതിനു സമമായ സ്ഥാനം സങ്കൽപിച്ച് നിസാം മിർ ഒസാം അലി മുപ്പത്തഞ്ച് വർഷത്തോളം ഹൈദരാബാദ് ഭരിച്ചു. അദ്ദേഹം വിദ്യാഭ്യാസവും സംസ്കാരവും നന്നായി പരിപോഷിപ്പിച്ചയാൾകൂടിയായിരുന്നു എന്നതും എടുത്തു പറയേണ്ടിയിരിക്കുന്നു. ദക്ഷിണേന്ത്യയിലെ പ്രധാന ഉന്നതവിദ്യാഭ്യാസ കേന്ദ്രമായ ഒസ്മാനിയ സർവകലാശാല സ്ഥാപിച്ചത് അദ്ദേഹമാണ്. ഹിന്ദു-മുസ്ലീം വരേണ്യ വർഗത്തിന്റേത് എന്ന് ഒരുപോലെ അവകാശപ്പെടാവുന്ന പരിഷ്കൃതവും വ്യത്യസ്തവുമായ ഒരു ഹൈദരാബാദ് സംസ്കാരത്തിന് ഒസാം അലി നേതൃത്വം നൽകി.

പക്ഷേ, 1947 ൽ അദ്ദേഹം ഒരു വിഷമഘട്ടത്തിൽ എത്തി. ഹൈദ

രാബാദിന്റെ ഭരണം കയ്യടക്കിയിരുന്ന വിഭാഗം നഗരത്തിലെ കോൺഗ്ര സ് പ്രക്ഷോഭകാരികളുടെയും തെലങ്കാനയിലെ കമ്യൂണിസ്റ്റ് ഗെറില്ല മുന്നേറ്റത്തിന്റെയും ഭീഷണിയിൽ കോൺഗ്രസ് ഭരണനേതൃത്വത്തിൽ വരുന്ന ഇന്ത്യൻ ഗവൺമെന്റിനെ എതിർത്തു. മജ്‌ലിസ്-ഇ-ഇത്തെഹാദ്-ഇ-മുസ്ലീമി എന്ന മുസ്ലീം സംഘടനയുടെ പ്രചരണങ്ങളിൽ ആകൃഷ്ടരായും ലത്തൂർ എന്ന ചെറുപട്ടണത്തിലെ മതഭ്രാന്തനായ പ്രക്ഷോഭകാരി കാസിം റസ്വി നേതൃത്വം നൽകിയ റസകർസ് എന്ന പൗരസേനയുടെ പിന്തുണയിലും നിസാമിന് പാകിസ്ഥാനിൽ ചേരാനുള്ള സമ്മർദം വർധിച്ചു. പിന്തുണ അറിയിച്ച് ജിന്ന രഹസ്യസന്ദേശകരെ ഹൈദരബാദിലേക്കയച്ചു. പാകിസ്ഥാനിൽ ചേരുന്നത് രാജ്യത്തെ ഭൂരിപക്ഷം വരുന്ന ഹിന്ദുക്കളെ ചൊടിപ്പിക്കും എന്ന് നിസാമിന് അറിയാമായിരുന്നു. പാകിസ്ഥാനിൽ ചേരാൻ തീരുമാനിച്ചാൽ തന്നെ കടലും ഇന്ത്യൻ അധീനപ്രദേശങ്ങളും കടന്നു ഹൈദരാബാദിന് സൈനിക പിന്തുണ നൽകാൻ പാകിസ്ഥാന് കഴിയില്ല. അതുകൊണ്ട് ബ്രിട്ടീഷ് കോമൺവെൽത്തിൽ അംഗമായി സ്വതന്ത്ര പരമാധികാര ശക്തിയായി നിൽക്കാൻ അദ്ദേഹം താൽപര്യപ്പെട്ടു.

1947 ന്റെ ആരംഭംവരെ ബ്രിട്ടീഷ് ഉദ്യോഗസ്ഥർ നാട്ടുരാജ്യങ്ങൾ മറ്റ് രാജ്യങ്ങളുമായുള്ള ബന്ധത്തിൽ സ്വയംഭരണവും സ്വാതന്ത്ര്യവും നേടും എന്നതിനോട് യോജിച്ച് പരമാധികാരം റദ്ദാക്കുന്നതിനെ പിന്തുണച്ചു. പക്ഷേ, 1947 ൽ ഇന്ത്യ-പാക് വിഭജനം പ്രഖ്യാപിച്ചതോടെ മൗണ്ട്ബാറ്റൺ നാട്ടുരാജ്യങ്ങളെ സ്വതന്ത്രമാക്കുന്നത് ബ്രിട്ടീഷ് ഗവൺമെന്റ് പ്രോത്സാഹിപ്പിക്കുന്നില്ല എന്ന് വ്യക്തമാക്കി. നിസാമിനു ഏത് രാജ്യത്തിന്റെ ഭാഗം ആവണം എന്ന് തീരുമാനിക്കാൻ സമ്പൂർണ അധികാരം ഉണ്ട് എങ്കിലും ഭൂമിശാസ്ത്രപരമായ സാധ്യതകളും സമാധാനവും കണക്കിലെടുത്ത് ഇന്ത്യയുടെ ഭാഗമാകുന്നതായിരിക്കും കൂടുതൽ പ്രായോഗികം എന്നും അദ്ദേഹം ഉപദേശിച്ചു.

പക്ഷേ, പെട്ടെന്ന് ഒരു തീരുമാനം എടുക്കാൻ നിസാം ഒസ്മാൻ അലി തയ്യാറായിരുന്നില്ല. തന്റെ പരമാധികാരം പറ്റുന്നിടത്തോളം കാലം നിലനിർത്താൻ അദ്ദേഹം ഇന്ത്യയും പാകിസ്ഥാനുമായി തുടർച്ചയായ ചർച്ചകൾ നടത്തി. വിനാശകരമായ ആ ശ്രമത്തിന് അദ്ദേഹത്തിന് പിന്തുണയും സഹായവും കിട്ടി. ഇനി ഹൈദരാബാദ് ഇന്ത്യയോടു ചേർക്കാൻ പട്ടേലും മൗണ്ട്ബാറ്റണും എന്ത് വിശിഷ്ടപദവിയാണ് വാഗ്ദാനം ചെയ്തത് എന്ന് ആ സമവായചർച്ചകളിലെ ചില വ്യവസ്ഥകളെ പരാമർശിച്ച് ഇവിടെ ചൂണ്ടിക്കാണിക്കാം. ഹൈദരാബാദ് പ്രശ്നം നിലനിൽക്കുന്ന സമയം നിസാം അല്പംകൂടി യാഥാർഥ്യബോധത്തോടെ സമയം ദീർഘിപ്പിക്കാതെ നടപടി എടുത്തിരുന്നുവെങ്കിൽ കശ്മീരിനുള്ള

തിലും സ്വയംഭരണാധികാരം ഹൈദരാബാദിനു വന്നുചേരുമായിരുന്നു എന്നുറപ്പാണ്.

1947 ൽ നിസാം തന്റെ പ്രധാനമന്ത്രി മിശ്ര ഇസ്മയിലിനെ പുറത്താക്കാൻ തീരുമാനിച്ചതോടെയാണ് കഥ തുടങ്ങുന്നത്. ഇസ്മയിൽ ജനകീയ സർക്കാരുകളെ അധികനാൾ ചെറുത്തുനിന്ന് അധികാരം തുടരാനാവില്ല എന്ന യാഥാർത്ഥ്യബോധമുള്ള ആളായിരുന്നു. അതുകൊണ്ട് ഭൂമിശാസ്ത്രപരമായ പരിമിതികളും ജനങ്ങളുടെ ഭൂരിപക്ഷ അഭിപ്രായവും കണക്കിലെടുത്ത് ഇന്ത്യയോട് ചേർന്ന് ആനുകൂല്യങ്ങൾ പിൻപറ്റി ഭരണഘടനാസ്ഥാനം ഉറപ്പിക്കുന്നതാണ് നല്ലത് എന്ന് ഇസ്മയിൽ നിസാമിനെ ഉപദേശിച്ചു. എന്നാൽ മജ്‌ലിസും റസ്‌വിയും മൈസൂരിലെയും ജയ്പൂരിലെയും ഹിന്ദു കോടതികളിലെ സേവനം ഇസ്മയിലിനെ ഹിന്ദുക്കൾക്ക് അനുകൂലമാക്കിയതാണ് മുസ്ലീം രാജ്യങ്ങളോടുള്ള അദ്ദേഹത്തിന്റെ നിർവികാരമായ പെരുമാറ്റത്തിനു കാരണം എന്നാരോപിച്ച് ഇസ്മയിലിനെതിരെ രൂക്ഷമായ പ്രചരണം നടത്തി. അതിനെത്തുടർന്ന് നിസാം ഛതാരിയുടെ നവാബിനെ പ്രധാനമന്ത്രിയാക്കുകയും വാൾട്ടർ മോങ്ക്ട്ടൻ എന്ന ലണ്ടൻ ബാരിസ്റ്ററിനെ തനിക്കുവേണ്ടി വക്കാലത്ത് പറയാൻ ചുമതലപ്പെടുത്തുകയും ചെയ്തു.

1947 ജൂലൈ മുതൽ ഒക്ടോബർ വരെ ന്യൂഡൽഹിയും ഹൈദരാബാദും തമ്മിൽ ഭരണഘടനാ ചട്ടങ്ങൾ രൂപീകരിക്കുന്നതുവരെ ഇരുവിഭാഗവും എന്തെല്ലാം ചെയ്യാം ചെയ്യരുത് എന്ന 'സ്റ്റാൻഡ്സ്റ്റിൽ കരാർ' സംബന്ധിച്ച് ചർച്ചകൾ നടന്നു. മൗണ്ട്ബാറ്റണും പട്ടേലും ന്യൂ ഡൽഹിയിൽ യോഗങ്ങൾ ചേരുമ്പോൾ വി. പി. മേനോൻ രാജ്യത്തിന്റെ തെക്കു-വടക്ക് ഭാഗങ്ങളിലേക്ക് പന്തുതട്ടപ്പെട്ടു. ഹൈദരബാദിൽ നിസാമും മോങ്ക്ട്ടണും സമാന്തരമായി ജിന്നയുമായി രഹസ്യ ചർച്ചകൾ നടത്തി. നിസാമിന്റെ എക്സിക്യൂട്ടീവ് കൗൺസിലിലെ അരവമുധ് അയ്യങ്കാർ എന്ന ചാരൻ വഴി പട്ടേൽ നിസാമിന്റെ ഓരോ നീക്കങ്ങളും ചോർത്തി. പല ചർച്ചകൾക്കൊടുവിൽ 1947 ഒക്ടോബറിൽ ഒരു കരാർ ഉണ്ടാക്കി. ഈ കരാർ ഹൈദരാബാദ് മധ്യസ്ഥർ എക്സിക്യൂട്ടീവ് കൗൺസിലിൽ എത്തിച്ചെങ്കിലും, മൂന്ന് ദിവസത്തെ അഭിപ്രായഭിന്നതകൾക്കൊടുവിൽ കരാർ അംഗീകരിക്കപ്പെട്ടു. നിസാം ഒപ്പുവച്ച രേഖയുമായി ഛതാരിയും മോങ്ക്ട്ടണും ന്യൂഡൽഹിയിലേക്ക് പറക്കാൻ ഇരുന്നതിനു തലേദിവസം രാത്രി 20,000 ത്തോളം ജനങ്ങൾ അവരുടെ വീടുകൾ ഉപരോധിച്ചു. പിറ്റേ ദിവസം രാവിലെ കസേം റസ്വി കരാർ ലംഘിച്ച് മധ്യസ്ഥരെ പിരിച്ചുവിടാൻ നിസാമിനോട് ആവശ്യപ്പെട്ടു. ഛതാരിയും മോങ്ക്ട്ടണും രാജിവെച്ചു. റിസ്വിയുടെ പദ്ധതിയെക്കുറിച്ച് ധാരണ ഉണ്ടായിരുന്നിട്ടും തന്റെ സമയം ഇനിയും നീട്ടിക്കിട്ടാൻ വേണ്ടിയാണ് നിസാം അയാളെ തടയാതിരുന്നത് എന്നെനിക്കുറപ്പാണ്.

ഇന്ത്യൻ ഗവണ്മെന്റ് ഹൈദരാബാദ് വിട്ടുകൊടുക്കാൻ എത്രമാത്രം തയ്യാറായിരുന്നു എന്നത് ഈ ഘട്ടത്തിൽ ആലോചിക്കേണ്ട കാര്യമാണ്. ഹൈദരാബാദ് സംഘം 1947 ജൂലൈയിൽ ഇന്ത്യയുമായി കലരാൻ വിസമ്മതിക്കുകയും എന്നാൽ പ്രതിരോധം, വിദേശകാര്യം, ആശയവിനിമയം എന്നിവയിൽ വ്യവസ്ഥയ്ക്ക് തയ്യാറാവുകയും ചെയ്തു. പോർച്ചുഗലുമായി ഗോവൻ തീരത്തുകൂടി കച്ചവടം നടത്തുന്നത് നിസാം മനസിൽ കണ്ടു. അതിനായി ഇന്ത്യൻ അധീന പ്രദേശത്തുകൂടി ഗോവൻ തീരത്തേക്ക് വഴി തുറക്കുന്നത് അദ്ദേഹം കണക്കുകൂട്ടി. എത്ര അസംബന്ധമായിരുന്നു നിസാമിന്റെ പരമാധികാര മോഹങ്ങൾ എന്നതിന് തെളിവാണ് ഇത്. പോർച്ചുഗീസ് ഭരണാധികാരി സൽസാർ അപ്പോൾത്തന്നെ ആ നിർദ്ദേശം നിരസിക്കുകയുണ്ടായി. 1947 ൽ ചർച്ച പുരോഗമിക്കെ ഹൈദരാബാദ് സംഘം ഇന്ത്യയോട് ചേരുന്നതിനു പകരമായി ലഭിക്കാൻ സാധ്യതയുള്ള ആനുകൂല്യങ്ങൾ ചികയാൻ തുടങ്ങി. 1853 ൽ ഈസ്റ്റ് ഇന്ത്യ കമ്പനിയുമായി വ്യവസ്ഥചെയ്യപ്പെട്ട പിന്നീട് കേന്ദ്രപ്രദേശവുമായി കൂട്ടിച്ചേർക്കപ്പെട്ട ബെറാർ ജില്ലയ്ക്ക് അവർ അവകാശവാദം ഉന്നയിച്ചു. വിട്ടുകൊടുത്ത തെക്കൻ പ്രദേശങ്ങളും വടക്കൻ പ്രദേശത്തെ ആന്ധ്രയുടെ തീരദേശങ്ങളും അടക്കം പതിനെട്ടാം നൂറ്റാണ്ടിൽ ബ്രിട്ടീഷുകാർ വെട്ടിപ്പിടിച്ച പ്രദേശങ്ങൾ കൂടി ചേർത്ത് അതിർത്തി പുതുക്കുന്നതിനെക്കുറിച്ചും വർത്തമാനങ്ങൾ കേട്ടു. മൗണ്ട്ബാറ്റൺ അതിനെ എതിർത്തു. മൂന്ന് വ്യവസ്ഥകളും, വിദേശകാര്യ ബന്ധങ്ങൾ ഇന്ത്യൻ മാധ്യമങ്ങളിലൂടെ മാത്രമേ പാടുള്ളൂ എന്നും അംഗീകരിച്ച് ഇന്ത്യയോടു ചേരാൻ തയ്യാറായാൽ ഹൈദരാബാദിൽനിന്ന് ഇന്ത്യൻ തുറമുഖത്തേക്ക് റെയിൽവേ സൗകര്യം അനുവദിച്ചുനൽകാം എന്നദ്ദേഹം പറഞ്ഞു. അതിനു തയ്യാറായില്ല എങ്കിൽ തെക്കുവടക്ക് പ്രദേശങ്ങളിൽ ജനഹിതപരിശോധന നടത്താം എന്ന് ഗവർണർ ജനറൽ നിർദ്ദേശിച്ചു. എന്നാൽ ജനഹിതത്തെ ഭയന്ന് അവരത് നിഷേധിച്ചു. അവസാനം ഒക്ടോബറിൽ നിസാം വ്യവസ്ഥകൾ അംഗീകരിക്കാൻ തയ്യാറായി, കസേം റസ്വി ഇടപെട്ട് അത് പിൻവലിക്കുകയും ചെയ്തു.

അപ്പോഴേക്കും ഹൈദരാബാദ് വിഷയം കശ്മീരിലെ സംഭവവികാസങ്ങളും ചേർന്നു സങ്കീർണമായിരുന്നു. കശ്മീരിൽ വടക്കുനിന്നുള്ള അഫ്രീദി എന്ന ഗോത്രവർഗക്കാർ മഹാരാജ ഹരിസിങ്ങിനെ ഇന്ത്യയോടു ചേരണം എന്നാവശ്യപ്പെട്ടു സമ്മർദത്തിലാഴ്ത്തി. അതിനായി അവർ സൈനിക സഹായം തേടി. അക്രമകാരികളെ തടയാൻ ഇന്ത്യ കശ്മീരിലേക്ക് സംഘത്തെ കയറ്റിയയച്ചു. പക്ഷേ, 1947 നവംബർ ആയപ്പോഴേക്ക് വിഷയം ഐക്യരാഷ്ട്ര സഭയിലെത്തി. ഇന്ത്യയും പാകിസ്ഥാനും തമ്മിൽ ഒരു യുദ്ധത്തിനുള്ള സാധ്യത ഉണ്ടായിരുന്നു. മൗണ്ട്ബാറ്റൻ

ജിന്നയെ കണ്ട് കശ്മീരും ഹൈദരാബാദും വിട്ടുകിട്ടാൻ ജനഹിതപരിശോധനയ്ക്ക് വേണ്ടി ഇടപെടാൻ ആവശ്യപ്പെട്ടു. കശ്മീർ വിഷയത്തിൽ ജനഹിതപരിശോധനയ്ക്ക് സമ്മതിച്ചുവെങ്കിലും ജിന്ന ഹൈദരാബാദ് വിട്ടുനൽകാൻ ജനഹിതപരിശോധന ആവശ്യപ്പെടാൻ തയ്യാറായിരുന്നില്ല. ചർച്ച പരാജയപ്പെട്ടു. ഹൈദരാബാദ് വിട്ടുകിട്ടുമെങ്കിൽ കശ്മീർ പാകിസ്ഥാന് നൽകാൻ പട്ടേലിന് അപ്പോൾ സമ്മതമായിരുന്നു എന്നത് ഇവിടെ ഓർക്കേണ്ട കാര്യമാണ്. പാകിസ്ഥാൻ എപ്പോഴും കാശ്മീരുമായാണ് ജുനാഘഡിനെ താരതമ്യം ചെയ്യുന്നത്, എന്നാൽ ഹൈദരാബാദുമായാണ് യഥാർഥത്തിൽ കാശ്മീർ താരതമ്യം ചെയ്യപ്പെടേണ്ടത് എന്നദ്ദേഹം 1947 ൽ ജുനഘഡിലെ റാലിയിൽ പറയുന്നത് ഞാൻ തന്നെ കേട്ടിട്ടുണ്ട്. ഹൈദരാബാദിൽ ജനഹിതപരിശോധനയ്ക്ക് പാകിസ്ഥാൻ സമ്മതിച്ചാൽ കശ്മീരിൽ ജനഹിതപരിശോധനയ്ക്ക് ഇന്ത്യ തയ്യാറാണ് എന്ന് പാകിസ്ഥാനോടു നിരന്തരം താൻ ആവശ്യപ്പെട്ടതായി അദ്ദേഹം പറഞ്ഞു.

1947 നവംബറോട് കൂടി നിസാമിന്റെ ഗവണ്മെന്റ് കസേം റസ്വിയുടെയും മജ്‌ലിസ്-ഇ-ഇത്താഹെത്-ഇ-മുസ്ലീമിന്റെയും വരുതിയിലായി. മുസ്ലീം രാജ്യം എന്ന നിലയിലെ ഹൈദരാബാദിന്റെ സ്വത്വം സംരക്ഷിക്കണം എന്ന രീതിയിൽ നിരന്തരം പ്രചരണങ്ങൾ നടന്നു. ജിന്നയുടെ നിർദേശത്തിൽ ലൈക്ക് അലിയെ പ്രധാനമന്ത്രി ആക്കുന്നതോടുകൂടി നിസാം തന്റെ ചായ്‌വ് പരസ്യമായി പ്രകടിപ്പിച്ചു. ലൈക്ക് അലി ഐക്യരാഷ്ട്രസഭയിൽ പാകിസ്ഥാൻ പ്രതിനിധിയായാണ് പ്രവർത്തിച്ചത്. ഹൈദരാബാദ് ഇന്ത്യക്ക് വിട്ടുകൊടുക്കാൻ തയ്യാറാവില്ല എന്ന ഉടമ്പടിയിൽ ലൈക്ക് അലി നിസാമിന്റെ വാഗ്ദാനം സ്വീകരിച്ചു. ഇതിനു മറുപടിയായി പട്ടേൽ കെ. എം. മുൻഷി എന്ന മുതിർന്ന ഗുജറാത്ത് കോൺഗ്രസ് പ്രവർത്തകനെ ഹൈദരാബാദിലെ ഇന്ത്യയുടെ ഏജന്റ് ജനറലായി നിയമിച്ചു. രണ്ട് സ്ഥാനാരോഹണങ്ങളും ഇരുവശത്തും നിലപാടുകൾ കനക്കുന്നതിന്റെ ലക്ഷണമായിരുന്നു. 1948 ജനുവരിയിൽ ഹൈദരാബാദ്, രാജ്യത്ത് ഇന്ത്യൻ കറൻസിയുടെ വിനിമയം നിരോധിച്ച് പാകിസ്ഥാന് 20 കോടി രൂപയുടെ വായ്പ നൽകി. മാർച്ചിൽ മുൻഷി ഹൈദരാബാദ് നയപരവും സാമ്പത്തികവുമായ സമ്മർദങ്ങൾ കൈകാര്യം ചെയ്യാൻ പ്രാപ്തമാണ് എന്ന് പട്ടേലിനെ അറിയിച്ചു. അതുകൊണ്ട് അവർ അഭിപ്രായവോട്ടെടുപ്പിനോ വിട്ടുനൽകലിനോ തയ്യാറാവില്ല. സൈനിക ശേഷി ഉപയോഗിക്കുക മാത്രമാണ് ഇന്ത്യക്ക് മുന്നിലുള്ള മാർഗം.

1948 ൽ ഇന്ത്യൻ സൈന്യത്തിന്റെ സതേൺ കമാൻഡ് നെഹ്റുവിന്റെ നിർദേശത്തിൽ മൗണ്ട്ബാറ്റണിന്റെയോ ചീഫ് കമാൻഡ് ജനറൽ ബുച്ചറിന്റെയോ അറിവില്ലാതെ ഓപ്പറേഷൻ പോളോയ്ക്ക് പദ്ധ

തിയുണ്ടാക്കി. ഇതറിഞ്ഞ ഗവർണർ ജനറലിനെ പോളോ എന്ന പേരുപോലും അസ്വസ്ഥനാക്കി. അത് തന്നെ പരിഹസിക്കാൻ ഇട്ടതാണ് എന്നദ്ദേഹം കരുതി. ഹൈദരാബാദിൽ ഹിന്ദു കലാപമുണ്ടായാൽ ഇന്ത്യൻ സൈനിക സേനയെ അയയ്ക്കുക എന്നതായിരുന്ന പദ്ധതിയുടെ പ്രഥമ ഉദ്ദേശ്യം. മൗണ്ട്ബാറ്റൺ ജൂണിൽ ഇന്ത്യ വിടാൻ ഇരിക്കുകയായിരുന്ന അതുകൊണ്ട് അവസാനമായി സൈനിക അധിനിവേശം കൂടി പരീക്ഷിക്കാം എന്നദ്ദേഹം തീരുമാനിച്ചു.

ചർച്ചകൾ പുനരാരംഭിച്ചു. നിസാമിനെ മോങ്ക്ടൺ ഒരിക്കൽക്കൂടി പിന്തുണച്ചു. ലൈക്ക് അലി, തെരഞ്ഞെടുത്ത നിയമസഭ എന്ന ആവശ്യം അംഗീകരിച്ചു. പക്ഷേ, ഒരു മുസ്ലീം രാജ്യമാണ് എന്ന തങ്ങളുടെ സ്വത്വം സംരക്ഷിക്കാൻ പകുതി അംഗങ്ങൾ മുസ്ലീങ്ങൾ ആവണം എന്ന് ആവശ്യം ഉന്നയിച്ചു. എന്നാൽ മുൻഷിയുടെ നേതൃത്വത്തിൽ ഹിന്ദുക്കൾ ഭൂരിപക്ഷം ആയിരിക്കണം, മുസ്ലീം അനുപാതം 40 ശതമാനം മതി എന്ന നിർദേശം മുന്നോട്ടുവെച്ചു. ഒടുവിൽ 55:45 എന്ന അനുപാതത്തിൽ ഇരുവിഭാഗവും ഒത്തുതീർപ്പിലെത്തി. നെഹ്റുവും പട്ടേലും സ്വതന്ത്ര ഇന്ത്യയിൽ വർഗീയ പ്രാതിനിധ്യത്തിനെ അനുകൂലിച്ചിരുന്നില്ല എങ്കിലും ഹൈദരാബാദ് പ്രശ്നം പരിഹരിക്കാൻ പ്രത്യേക ആനുകൂല്യം ആവശ്യമാണ് എന്നവർ കരുതി.

ഇന്ത്യയിൽനിന്നും മടങ്ങിപ്പോവുന്നതിന്റെ ഒരാഴ്ച മുൻപ് മൗണ്ട്ബാറ്റൺ ഹൃദയാഘാതത്തിനുശേഷം ആരോഗ്യം പ്രാപിച്ചുകൊണ്ടിരിക്കുന്ന പട്ടേലിനെ ഡെറാഡൂണിൽ സന്ദർശിക്കുകയുണ്ടായി. ഹൈദരാബാദിലെ ഇടക്കാല ഗവണ്മെന്റ് പ്രധാന രാഷ്ട്രീയപാർട്ടികളും ഹിന്ദു-മുസ്ലീം സമത്വവും കൂടിയാലോചിച്ച് മതി എന്ന ധാരണ തിരുത്താൻ പട്ടേലിനോട് ആവശ്യപ്പെട്ടു. അങ്ങനെ ചെയ്താൽ നിസാം ഒരു സ്വതന്ത്ര വിദഗ്ധ സമിതിക്ക് കീഴിൽ പ്രായപൂർത്തി വോട്ടവകാശം നൽകി ഒരു അഭിപ്രായവോട്ടെടുപ്പിന് കരാറുണ്ടാക്കും. ഉത്തരവാദിത്തമുള്ള ഗവണ്മെന്റ് രൂപീകരിക്കാൻ പ്രായോഗികശേഷിയുള്ള മന്ത്രിസഭയെ സൃഷ്ടിച്ച് ഇന്ത്യയോടു കൂട്ടിച്ചേർക്കുന്ന സമയംവരെ ഒരു ഇടക്കാല സർക്കാർ രൂപീകരിക്കപ്പെടും. ഹൈദരാബാദിന് ഇന്ത്യയുടെ എല്ലാ നിയമങ്ങളും ബാധകമായിരിക്കില്ല, പക്ഷേ, പിന്നീട് സമാനമായ നിയമങ്ങൾ ആവശ്യാനുസരണം പുറപ്പെടുവിക്കാം. 20,000 പേർ അടങ്ങുന്ന സൈന്യത്തെ ഹൈദരാബാദിന് നിലനിർത്താം. ഇത് ജമ്മുകശ്മീരിന് നല്കിയ ആനുകൂല്യങ്ങളേക്കാൾ ഏറെ കൂടുതലായിരുന്നു.

എന്നാൽ ഈ പദ്ധതി ഹൈദരാബാദ് പ്രതിനിധിസംഘത്തിനു മുന്നിൽ അവതരിപ്പിച്ചപ്പോൾ ലൈക്ക് അലി പുതിയ ആവശ്യങ്ങൾ ഉന്നയിച്ചു. സാമ്പത്തിക ഉപരോധം ഹൈദരാബാദിലേക്കുള്ള അവശ്യ

സാധനങ്ങളുടെ വിതരണം തടസപ്പെടുത്തുന്നതായി അദ്ദേഹം പരാതിപ്പെട്ടു. മൗണ്ട്ബാറ്റൺ ജൂൺ 21 ന തിരിച്ചുപോകുന്നതുവരെ വിഷയത്തിൽ ധാരണകളൊന്നും ഉണ്ടാക്കാൻ സാധിച്ചില്ല. മുൻഷി പട്ടേലിനോട് വിട്ടുവീഴ്ചയെക്കുറിച്ച് സംസാരിച്ചപ്പോൾ "എന്ത് വിട്ടുവീഴ്ച? വിട്ടുവീഴ്ച ലണ്ടനിലേക്ക് പോയി. ദൈവാനുഗ്രഹത്തിൽ നമ്മൾ ഒരുവിധം രക്ഷപ്പെട്ടു." എന്നാണ് അദ്ദേഹം മറുപടി പറഞ്ഞത്.

നിസാം ഒസ്മാൻ അലി എന്താണ് ചിന്തിച്ചിരുന്നത്? എന്തുകൊണ്ടായിരിക്കും അയാൾ കസേം റസ്വിയുടെയും യാഥാർഥ്യബോധമുള്ള എല്ലാ സാധ്യതകളും തള്ളിക്കളയുന്ന അയാളുടെ അണികളുടെയും തടവുകാരനായി ഹൈദരാബാദിനെ പാകിസ്ഥാനോട് ചേർക്കാൻ തുനിഞ്ഞത്? ജിന്നയിൽ നിന്നുമുള്ള പ്രകോപനം ഉറപ്പായും അതിനുകാരണമായിരുന്നു. പാകിസ്ഥാനിൽനിന്നും കാര്യമായ പിന്തുണ ഒന്നും ലഭിക്കുന്നില്ല എങ്കിലും കാശ്മീർ വിഷയം പരിഹരിക്കപ്പെടുംവരെ ഹൈദരാബാദ് ഇന്ത്യയിൽ ലയിക്കുന്നത് നീട്ടിക്കിട്ടുകയായിരുന്നു ജിന്നയുടെ ആവശ്യം. ഇന്ത്യയുടെ ഭാഗമായാൽ കോൺഗ്രസ് പ്രക്ഷോഭകാരികളുടെയും ഹിന്ദു ദേശീയതാവാദികളുടെയും സ്വാധീനത്തെ നിസാം ഭയപ്പെട്ടിരുന്നു. കെ. എം. മുൻഷിയുടെ സാന്നിധ്യം നിസാമിനെ ആശ്വസിപ്പിക്കാൻ ഒരു നടപടിയും സ്വീകരിച്ചില്ല. അതിനു പുറമേ തെലങ്കാനയിൽ ഭ്രൂവുടമകളെയും അധികാരികളെയും കമ്യൂണിസ്റ്റ് ആക്രമണങ്ങൾ താറുമാറാക്കിയിരുന്നു. അതുകൊണ്ട് ഇന്ത്യയിൽ ചേരുന്നത് നിസാമിന്റെ ഗവണ്മെന്റിനെ സഹായിക്കും എന്ന് നിസാമിനു ഉറപ്പുണ്ടായിരുന്നില്ല. എല്ലാത്തിനും പുറമേ കശ്മീർ പ്രശ്നം പരിഹരിക്കപ്പെടുംവരെ ഹൈദരബാദിൽ ഒരു സൈനിക ആക്രമണം ഇന്ത്യയുടെ ഭാഗത്തുനിന്നും ഉണ്ടാകില്ല എന്ന ഒസ്മാൻ അലിയുടെ വാക്കുകൾ അദ്ദേഹത്തെ സ്വാധീനിച്ചു. മോങ്ക്ടൺ എന്ത് ഉപദേശമാണ് നൽകിയിരുന്നത് എന്നെനിക്ക് അറിവില്ല പക്ഷേ, ലൈക്ക് അലി നിസാമിന്റെ ദിവാസ്വപ്നങ്ങൾ തകർക്കാൻ ഒന്നും തന്നെ ചെയ്തിരുന്നില്ല എന്നുറപ്പിച്ച് പറയാം.

റസാക്കേഴ്സ് അപ്പോഴേക്കും മറാത് വാഡയിലെ ഒസ്മാനാബാദിലും നന്ദദിലും ഇപ്പോഴത്തെ കർണാടകയിലെ ബിദാറിലും ഗുൽബർഗയിലും ഹിന്ദുക്കൾക്ക് മേൽ ഭീതി പരത്തിയിരുന്നു. സ്റ്റേറ്റ് പീപ്പിൾ പ്രസ്ഥാനം പോലുള്ള ഏകോപിത ജനനീക്കങ്ങൾ ഒട്ടും വളർന്നിട്ടില്ലാത്ത പ്രദേശങ്ങളായിരുന്നു ഇവ. റസാക്കറുകൾ അപ്പോഴേക്കും സ്വത്തുക്കളുള്ള ഹിന്ദുക്കളിൽ നികുതി ചുമത്തിയിരുന്നു. അവരാരും പ്രതികരിക്കാൻ ശേഷിയുള്ളവരായിരുന്നില്ല. അഥവാ പ്രതികരിച്ചവരെ കൊന്നും ബലാത്സംഗം ചെയ്തുംവരെ ആക്രമണം അഴിച്ചുവിട്ടു. മുസ്ലീങ്ങൾക്ക് വേണ്ടി നിലകൊള്ളാൻ ആ സംഘടന മാത്രമേ ഉള്ളൂ എന്ന വിശ്വാസത്തിൽ നിസാമി

ന്റെ ഉദ്യോഗസ്ഥർ പോലും റസാക്കേഴ്സിനെ സഹായിച്ചു. ഹിന്ദുക്കൾക്ക് നേരെയുള്ള ആക്രമണങ്ങൾ ഇന്ത്യൻ പ്രസുകൾ റിപ്പോർട്ട് ചെയ്തു. അവ പട്ടേലിന്റെ ശ്രദ്ധയിൽപെടുത്താൻ ഗവൺമെന്റ് ഉദ്യോഗസ്ഥർ റിപ്പോർട്ടുകൾ സമാഹരിച്ചു. മൗണ്ട്ബാറ്റൺ പോയതിനുശേഷം സമവായചർച്ചകൾ തടസപ്പെട്ടു. കസേം റസ്വി ഇന്ത്യക്കെതിരെ അധിക്ഷേപപ്രസംഗം നടത്തി, ഹൈദരാബാദിന്റെ മണ്ണിൽ ഒരു ഇന്ത്യൻ സൈനികൻ കാലുകുത്തിയാൽ 500,000 റസാക്കറുകളെ അഴിച്ചുവിടും എന്ന് ഭീഷണിമുഴക്കി. ഉത്തരേന്ത്യയിലെ മുസ്ലീങ്ങളെ സ്വതന്ത്രരാക്കി അസഫ്ജാഹി കൊടി ചെങ്കോട്ടയിൽ ഉയർത്തും എന്ന് അവകാശപ്പെട്ടു. എന്നാൽ പകരം കസേം ഇന്ത്യൻ അധിനിവേശത്തിനു നിമിത്തമാകുകയായിരുന്നു.

1948 സെപ്തംബർ 11 ന് കറാച്ചിയിൽവെച്ച് ജിന്ന മരണപ്പെട്ടു. സെപ്തംബർ 12 ന് ഇന്ത്യയുടെ ഗവർണർ ജനറൽ സി. രാജഗോപാലാചാരി ഹൈദരാബാദിലേക്ക് അയച്ച ടെലഗ്രാമിൽ റസാക്കറുകളെയും കമ്യൂണിസ്റ്റുകളെയും നിയന്ത്രിക്കാൻ നിസാമിന്റെ ഗവൺമെന്റിന് സാധിക്കാത്തത് ഇനിയും അതിർത്തിയിൽ ഇന്ത്യൻ സംഘങ്ങൾക്ക് നിഷ്ക്രിയരായി നോക്കി നിൽക്കാനാകില്ല എന്ന് അറിയിച്ചു. അടുത്ത ദിവസം പോലീസ് നടപടി എന്ന് നിസാരവൽക്കരിച്ച് പറയുന്ന വ്യോമസേനയും സ്ഫോടകരും അടങ്ങുന്ന വൻ സൈന്യം ഹൈദരാബാദ് അതിർത്തി കടന്നു. അതിന്റെ പ്രഖ്യാപിത ലക്ഷ്യം ക്രമസമാധാനം പുനഃസ്ഥാപിക്കലായിരുന്നു.

ആദ്യത്തെ കുറച്ച് ചെറുത്തുനിൽപുകൾക്ക് ശേഷം ഹൈദരാബാദ് സൈന്യം ദിവസങ്ങൾക്കുള്ളിൽത്തന്നെ കീഴടങ്ങിഅത്ര വലിയ ഒരു സൈന്യത്തോട് പൊരുതാനുള്ള ശേഷി അവർക്കുണ്ടായിരുന്നില്ല.നിസാം സെപ്തംബർ 17 ന് വെടിനിർത്തൽ പ്രഖ്യാപിച്ചു. കെ എം മുൻഷി അപ്പോൾത്തന്നെ ഹൈദരാബാദിന്റെ സ്വാതന്ത്ര്യം റേഡിയോ വഴി പ്രഖ്യാപിച്ചു. അദ്ദേഹം കരുതിയത് തന്നെ ഹൈദരാബാദ് ഗവർണർ ആയി നിയമിക്കും എന്നായിരുന്നു. എന്നാൽ നെഹ്റുവും പട്ടേലും മുൻഷിയെ നിശിതമായി വിമർശിച്ച് ഔദ്യോഗിക ചടങ്ങുകളിൽ നിന്നും നിർദ്ദേശങ്ങൾ നൽകുന്നതിൽനിന്നും വിലക്കി. മേജർ ജനറൽ ജെ. എൻ. ചൗധരി മിലിട്ടറി ഗവർണർ ആയി നിയമിക്കപ്പെട്ടു. സൈനിക ശക്തി ഉപയോഗിച്ചാണ് ഹൈദരാബാദ് ഇന്ത്യയോട് ചേർത്തത് അല്ലാതെ രാഷ്ട്രീയ ഒത്തുതീർപ്പ് ആയിരുന്നില്ല എന്ന നല്ല ബോധ്യം പട്ടേലിന് ഉണ്ടായിരുന്നു. അതുകൊണ്ടുതന്നെ ക്രമസമാധാനം പുനഃസ്ഥാപിക്കാൻ സൈനിക ശേഷി ആവശ്യമാണ് എന്നദ്ദേഹം മനസ്സിലാക്കി.

ഒരു പരിധിവരെ ഇന്ത്യയോട് റസാക്കറുകൾ ചെറുത്തുനിന്നിരുന്നു. അതിനേക്കാൾ അപകടം ഇന്ത്യൻ പട്ടാളം വന്നു എന്ന വാർത്ത ഹൈദരാ

ബാദിന്റെ പല ഭാഗങ്ങളിലും വർഗീയ ആക്രമണങ്ങൾ അഴിച്ചുവിട്ടിരുന്നു എന്നതാണ്. ഇത് മുൻപൊരിക്കലും കേൾക്കാൻ സാധ്യതയില്ലാത്ത വാർത്തയാണ്. കാരണം ഇന്ത്യയിൽ അതിനെക്കുറിച്ച് ആരും സംസാരിക്കാറില്ല. എല്ലാവരും ഇന്ത്യാ വിഭജനത്തിന്റെ സമയത്ത് പഞ്ചാബിൽ നടന്ന അരുംകൊലകളെക്കുറിച്ച് കേട്ടിട്ടുണ്ട്. പക്ഷേ, ഇന്ത്യൻ സൈനികർ ഹൈദരാബാദിൽ പ്രവേശിച്ചപ്പോൾ 50,000 പൗരന്മാർ കൊല്ലപ്പെട്ടിരുന്നു എന്ന് നിങ്ങൾക്കറിയാമോ? അതിൽ ഭൂരിപക്ഷവും മുസ്ലീങ്ങളായിരുന്നു. വിശ്വസിക്കാൻ ബുദ്ധിമുട്ടുണ്ടെങ്കിൽ അന്വേഷണ കമ്മിറ്റി മേധാവിയായ ആദരണീയനായ കോൺഗ്രസ് നേതാവ് പണ്ഡിറ്റ് സുന്ദർലാൽ 1948 ഡിസംബറിൽ ഹൈദരാബാദ് സന്ദർശിച്ചപ്പോൾ നെഹ്റുവിനും പട്ടേലിനും അയച്ച ഔദ്യോഗിക റിപ്പോർട്ടുകൾ പരിശോധിക്കാവുന്നതാണ്. സമൂഹത്തിന്റെ സമാധാനാന്തരീക്ഷം നിലനിർത്തുന്ന പട്ടാള അധികാരികൾക്കെതിരായി ഒരിടത്തും റിപ്പോർട്ട് ചെയ്യപ്പെട്ടിട്ടില്ലാത്ത അക്രമങ്ങളെ വിശ്വാസത്തിലെടുത്തു എന്ന കാരണത്താൽ പട്ടേൽ ആ റിപ്പോർട്ട് ബഹിഷ്കരിച്ചു. ആ റിപ്പോർട്ട് ഒരിക്കലും പ്രസിദ്ധീകരിക്കപ്പെടുകയുണ്ടായില്ല, എന്നുമാത്രമല്ല ഈയടുത്താണ് ആർക്കൈവുകളിൽ നിന്നും അത് വീണ്ടെടുത്തത്. നിങ്ങളുടെ സുഹൃത്തുക്കളോട് അത് വായിക്കാൻ പറയണം. അപ്പോൾ മന്ത്രിമാരും നിസാമുകളും വൈസ്രോയികളും വിഭാവനം ചെയ്ത ഒരു രാജ്യം കെട്ടിപ്പൊക്കാനുള്ള 'സൈനിക നടപടി'ക്ക് സാധാരണ മനുഷ്യൻ പകരം നൽകേണ്ടിവന്നതിന്റെ മറ്റൊരു ചിത്രം നിങ്ങൾക്ക് കിട്ടും.

റിപ്പോർട്ടിൽ ഇന്ത്യൻ അധിനിവേശത്തിലൂടെ അധികാരക്രമത്തിൽ പെട്ടെന്നുണ്ടായ മാറ്റം ചൂണ്ടിക്കാണിക്കുന്നുണ്ട്. വർഗീയ ലഹളകൾ കൂടുതൽ ബാധിച്ച നാല് ജില്ലകളിൽ കൃത്യമായി റസാക്കറുകളുടെ അടിച്ചമർത്തലിൽ ഹിന്ദുക്കളാണ് കൂടുതൽ ദുരിതം അനുഭവിക്കേണ്ടിവന്നത്. പക്ഷേ, പ്രതികാരനടപടി ഒരുപാട് ജീവനുകൾ എടുത്തു. ആ ജില്ലകളിൽ മാത്രം സൈനിക നടപടിക്കുശേഷം കൊല്ലപ്പെട്ടത് കുറഞ്ഞത് 18,000 പേരാണ് എന്നതാണ് റിപ്പോർട്ടിലെ കണക്ക്. ലത്തൂരിൽ കൊല ഇരുപതോളം ദിവസം നീണ്ടു, 10,000 മുസ്ലീങ്ങളിൽ 3000 പേരാണ് അവശേഷിച്ചത്; 1000 പേർ കൊല്ലപ്പെടുകയും ബാക്കിയുള്ളവർ ഓടിരക്ഷപ്പെടുകയും ചെയ്തു. ബലാത്സംഗങ്ങളും സ്ത്രീകളെ തട്ടിക്കൊണ്ടുപോകലും കൊള്ളയും തീവെപ്പും സ്വത്ത് അപഹരിക്കലും പള്ളികൾ തകർക്കലും തുടങ്ങി സ്വതന്ത്ര ഇന്ത്യയിൽ നടന്ന പ്രധാന വർഗീയ കലാപങ്ങളുടെ എല്ലാ സ്വഭാവവും ഇതിനുണ്ടായിരുന്നു. ഹിന്ദുമതത്തിലേക്ക് പ്രതീകാത്മകമായി നിർബന്ധിത മതപരിവർത്തനം നടത്തിയ ഏഴുപേരുടെ അനുഭവകഥകൾപോലും ഉണ്ട്. അതിന്റെ ഉദ്ദേശ്യം ഇരകളെ അപമാനി

ക്കലും ഇന്ത്യൻ സൈന്യം വരുന്നതോടുകൂടി ഹൈദരാബാദിൽ മുസ്ലീങ്ങ ൾ ഇനി അധികാരത്തിലില്ല എന്ന് പ്രസ്താവിക്കലുമായിരുന്നു.

ജൂനാഘട്ടിലെപ്പോലെ ജനഹിതപരിശോധന ഹൈദരാബാദിൽ ഉണ്ടായിരുന്നില്ല.നിസാം ഏകീകരിക്കലിന്റെ ഉപാധികളിൽ ഒപ്പുവെച്ച് സംസ്ഥാനത്തിന്റെ രാജ് പ്രമുഖായി ആയി. കമ്യൂണിസ്റ്റുകൾ ഹൈദരാ ബാദ് ഇന്ത്യയിൽ ലയിച്ചത് അംഗീകരിച്ച് തെലങ്കാനയിലെ അവരുടെ പ്രസ്ഥാനം പിൻവലിച്ചു. ആയുധങ്ങൾ 1952 ന അടിയറവുവെച്ചു. 1952 ൽ മറ്റ് സംസ്ഥാനങ്ങൾക്കൊപ്പം ഹൈദരാബാദിലും പൊതു തിരഞ്ഞെടുപ്പ് നടന്നു. കോൺഗ്രസ് അധികാരത്തിൽ വന്നു. പിടിച്ചെടുത്ത അധികാരം അങ്ങനെ ജനകീയ പങ്കാളിത്തത്തോടെ അംഗീകരിക്കപ്പെട്ടു. 1956 ൽ ഭാഷാടിസ്ഥാനത്തിൽ ഹൈദരാബാദ് തെലുങ്ക് മറാട്ടി, കന്നഡ പ്രദേശ ങ്ങളായി തിരിച്ച് ആന്ധ്രാപ്രദേശ്, ബോംബെ, മൈസൂർ എന്നിവയോടു ചേർത്തു. പക്ഷേ, ഹൈദരാബാദി ജനതയുടെ സ്വത്വം മായ്ക്കപ്പെട്ടോ? അവർ എല്ലാം സന്തോഷത്തോടെ അംഗീകരിച്ച് അവർക്ക് സംഭവി ച്ചതെല്ലാം മറന്നോ? അങ്ങനെയെങ്കിൽ 1990 ൽ തെലങ്കാന മുന്നേറ്റം എന്തുകൊണ്ട് ഉണ്ടായി, എന്തുകൊണ്ട് ഒരിക്കൽ ഹൈദരാബാദിന്റെ ഭാ ഗമായിരുന്ന അവർ ആന്ധ്രാപ്രദേശിൽനിന്നും വിഭജിച്ച് വേറെ സംസ്ഥാ നമാകണം എന്ന് ആവശ്യപ്പെട്ട് 2014 ൽ ആ ആവശ്യം വിജയിപ്പിച്ച് പുതിയ സംസ്ഥാനം രൂപീകരിച്ചു? ചിന്തിച്ചുനോക്കൂ!

കശ്മീർ കുരുക്ക്

കശ്മീർ പ്രശ്നം കേട്ട് കേട്ട് സുപരിചിതമായ ഒന്നായിരിക്കും. അതു കൊണ്ടുതന്നെ അതിനെക്കുറിച്ച് എല്ലാം മനസ്സിലാക്കി എന്ന് നിങ്ങൾ കരുതുന്നുമുണ്ടാകും. ഇനി പറയാൻ പോകുന്നത് ആ മനോഹര സ്ഥലവും അവിടുത്തെ ആളുകളുമായി ബന്ധപ്പെട്ട, അധികം കേൾക്കാൻ ഇടയില്ലാ ത്ത കുറച്ച് അപ്രിയ സത്യങ്ങളുടെ സങ്കീർണമായ കഥകളാണ്.

കശ്മീർ അനശ്വരരായ തത്വചിന്തകരുടെയും കവികളുടെയും നാടാണ്. അവരിൽ ശ്രേഷ്ഠനായ രാജാവ് ശങ്കരവർമ്മന്റെയും രാജ്ഞി സുഗന്ധയുടെയും പ്രിയങ്കരനായ തർക്കശാസ്ത്രവിദഗ്ധൻ ആയി രുന്നു ബ്രാഹ്മണനായ ഭട്ട ജയന്ത. ഒരുപാട് വർഷങ്ങൾക്ക് മുൻപ് പരസ്യമായി ഞങ്ങൾ തമ്മിൽ വഴക്കുണ്ടായി. അധികാരത്തിൽ ഇരിക്കുന്നവരുമായി അടുപ്പമുള്ള പണ്ഡിതരെ മുൻവിധിയോടെയാണ് ഞാൻ സമീപിച്ചിരു ന്നത്. പക്ഷേ, ഭട്ട ജയന്ത ശരിക്കും ബൗദ്ധികതലത്തിൽ ബഹുമാനം അർഹിച്ചിരുന്നു. ഒരു ദുർബല നിമിഷത്തിൽ അദ്ദേഹം എല്ലാ സമ്പ്രദാ യങ്ങളെയും- വൈദിക്, ശൈവ, വൈഷ്ണവ്, ബുദ്ധിസ്റ്റ്, ജൈന മതങ്ങ ളെ- സംബന്ധിച്ച് ഒരു നാടകം എഴുതി. ഓരോ മതങ്ങളും എത്രമാത്രം

മിഥ്യാബോധവും വൈരുദ്ധ്യങ്ങളും നിറഞ്ഞതാണ് എന്ന് വെളിവാക്കുന്നതായിരുന്നു അത്. അദ്ദേഹം രാജാവിനെ ഒരു മതവും കുറ്റമറ്റതല്ല എന്നും അവ സാർവലൗകിക സത്യത്തിലേക്കുള്ള കൈവഴികൾ മാത്രമാണ് എന്നും ഉപദേശിച്ചു. എങ്കിലും അവയെല്ലാം ഉൾക്കൊള്ളിക്കുക എന്നതാണ് ഭേദപ്പെട്ട ആശയം. നാസ്തിക മതങ്ങളായ ബുദ്ധിസവും ജൈനിസവും വരെ അംഗീകരിക്കണം. നിലംബര എന്ന മതം മാത്രം നിർബന്ധിതമായി ഇല്ലാതാക്കണം. കാരണം അത് വർണാശ്രമ ക്രമങ്ങൾക്കെല്ലാം തന്നെ ഭീഷണിയാണ്. കാരണം ആ മതത്തിലെ സ്ത്രീയും പുരുഷനും കുടുംബത്തിലെയും വിവാഹത്തിലെയും തീരുമാനങ്ങൾ എടുക്കുന്നു. സഭ്യമല്ലാത്ത പാട്ടുകളും നൃത്തങ്ങളും അവതരിപ്പിക്കുന്നു, പൊതുവിടങ്ങളിൽ ലൈംഗിക ബന്ധം വരെ നടത്തുന്നു. എന്നാൽ ഞാൻ ഇതിനെ എതിർത്തു. ബ്രാഹ്മണിക് വർണാശ്രമ വ്യവസ്ഥയ്ക്ക് നിലംബരകൾ ഭീഷണിതന്നെയാണ്. എന്നാൽ ബ്രാഹ്മണർ ചിത്രീകരിക്കുന്നതുപോലെ നിഷ്ഠൂരമായല്ല അവർ പെരുമാറുന്നത് എന്ന് ഞാൻ തർക്കിച്ചു. അതിന്റെ പേരിൽ എന്നെ കശ്മീരിൽനിന്നും പുറത്താക്കി. പിന്നീട് രാജാവ് സൈനൽ ആബിദീന്റെ കാലത്ത് മാത്രമാണ് എനിക്ക് അങ്ങോട്ട് തിരിച്ചുപോകാനായത്.

എന്റെ കഥ മാറ്റിവെച്ച് ജമ്മു-കശ്മീർ ഇന്ത്യയിലേക്ക് ലയിപ്പിച്ച ചരിത്രത്തിലേക്ക് തിരിച്ചുവരാം. അതെന്തുകൊണ്ട് ഒരു നാട്ടുരാജ്യമായി ബ്രിട്ടീഷ് അധീശത്വത്തിനു പുറത്ത് നിലനിന്നു എന്നതും കൗതുകമുള്ള കാര്യമാണ്. 1846 ലെ ആദ്യ സിഖ് ബ്രിട്ടീഷ് യുദ്ധത്തിന്റെ ചരിത്രം പരിശോധിച്ചാൽ ഗുലാബ് സിങ്ങിന്റെ ഡോഗ്ര കുടുംബമാണ് ലാഹോറിലെ രാജസദസിലെ പ്രബലരായ വിമതരിൽ മഹാഭൂരിപക്ഷത്തെയും നയിച്ചത് എന്ന് മനസിലാകും. യുദ്ധം അവസാനിച്ചപ്പോൾ ദുലീപ് സിങ് എന്ന പ്രായപൂർത്തിയാവാത്ത രാജാവ് ബ്രിട്ടീഷുകാർക്ക് ഒന്നരക്കോടി രൂപ നഷ്ടപരിഹാരം കൊടുക്കാൻ നിർബന്ധിതനായി. പണം കണ്ടെത്താനാവാതെ അദ്ദേഹം കിഴക്കൻ പഞ്ചാബിലെയും ജമ്മു-കശ്മീരിലെയും തന്റെ പ്രവിശ്യകളിൽ ഒരു ഭാഗം ഈസ്റ്റ് ഇന്ത്യാ കമ്പനിക്ക് വിട്ടുനൽകി. എന്നാൽ ഗവർണർ ജനറൽ ഹാർഡിഞ്ച് പർവത നിബിഡമായ വടക്കൻ അതിർത്തി സംരക്ഷിക്കാനുള്ള ചിലവ് അധികമാകും എന്ന് കരുതി. ആ സമയം സിക്ക് പടയുടെ ദോഗ്ര ജനറൽ ഗുലാബ് സിങ് 75 ലക്ഷം രൂപയ്ക്ക് ജമ്മു-കശ്മീർ വാങ്ങാൻ വാഗ്ദാനം നൽകി. പകരം 1846 ൽ ഈസ്റ്റ് ഇന്ത്യാ കമ്പനി അമൃതസർ സഖ്യത്തിൽ സ്വതന്ത്ര നാട്ടുരാജാവായി പ്രഖ്യാപിച്ചു. മഹാരാജ ഗുലാബ് സിങ് ഒരു കുതിരയേയും പന്ത്രണ്ട് ആടുകളെയും വർഷാവർഷം പാരിതോഷികം നൽകി തന്റെ കൂറ് പ്രകടിപ്പിച്ചു. അത് പിന്നീട് രണ്ട് അംഗവസ്ത്രങ്ങളും മൂന്ന് ഷാളുകളുമായി മാറി.

കശ്മീരിലെ ജനത അവരെ 75 ലക്ഷം രൂപയ്ക്ക് വിലകൊടുത്തുവാങ്ങിയ താണ് എന്നത് മറന്നില്ല. 1946 ൽ അമൃത്സർ സഖ്യത്തിന്റെ ശതവാർഷികത്തിൽ കവി ഹഫീസ് ജലന്ധാരി ഇങ്ങനെ എഴുതി:

മുൽക് പർ ക്വബ്സ ഹമാരാ ഹേ പച്ച്തർ ലാക് മേം,
മൽ യെ സബ് ഹംനെ മരാ ഹേ പച്ച്തർ ലാക് മേം.
യെ മവേസി ഹോ കെ അദംസത്, സബ് ഹേ സർക്കരിദ്,
ഇൻകേ ബച്ചേ, ബച്ചിയാം, ഔലാദ്, സബ് ഹേ സർക്കരിദ്,
ഹോ നഹിം സക്തേ കഭി ആസാദ്, സബ് ഹേ സർക്കരിദ്,
ത ഖയാമത് ഖന്മൽ ബർബദ്, സബ് ഹേ സർക്കിദ്.
ലൂത് ലി ഇൻസാൻ കി കിസ്മത് പച്ച്തർ ലാക് മേം,
ബിക് ഗയി കശ്മീർ കി ജന്നത് പച്ച്തർ ലാക് മേം.
മർദ് കാ സർമയെ മെഹനത് പച്ച്തർ ലാക് മേം,
ഔറതോം കാ ജുഹാരെ ഇസ്മത് പച്ച്തർ ലാക് മേം.
മുൽക്, മിലത്, ഖാം, മൽ-വോ-ജഹാം പച്ച്തർ ലാക് മേം.
ഹം, പച്ച്തർ ലാക് മേം, ഹം, ഹം, പച്ച്തർ ലാക് മേം.

ഹഫീസ് ജലന്ധാരി സ്വതന്ത്ര്യത്തിനു ശേഷം പാകിസ്ഥാനിലേക്ക് പോവുകയും ഇന്ത്യൻ അധികാരത്തിൽ നിന്നും കശ്മീരിനെ മോചിപ്പിക്കാൻ സൈന്യത്തിൽ ചേരുകയും ചെയ്തു. 1948 ലെ സംഘട്ടനത്തിൽ അദ്ദേഹത്തിന് പരുക്ക് പറ്റി എന്നാണ് അറിയാൻ കഴിഞ്ഞത്. ഖൗമി തരണ എന്ന പാകിസ്ഥാന്റെ ദേശീയ ഗാനം എഴുതിയത് അദ്ദേഹമാണ്. അത് പേർഷ്യൻ ഭാഷയിലാണ് എഴുതിയിരിക്കുന്നത് എന്നതുകൊണ്ട് എനിക്ക് അർഥം പൂർണമായി മനസിലാക്കാൻ സാധിച്ചില്ല. ഇനി വിഷയത്തിലേക്ക് തിരിച്ചുവരാം.

1947 ലെ സ്വാതന്ത്ര്യത്തിന്റെയും വിഭജനത്തിന്റെയും സമയത്ത് മഹാരാജ ഹരി സിങ് ഹൈദരാബാദിലെയും ഭോപ്പാലിലെയും തിരുവിതാംകൂറിലെയും ഭരണാധികാരികളെപ്പോലെ രണ്ട് രാജ്യങ്ങളുടെയും ഭാഗമാകാതെ ഒറ്റയ്ക്ക് നിൽക്കാൻ ശ്രമിക്കുകയായിരുന്നു. അദ്ദേഹം കുറേക്കൂടി പ്രതിസന്ധിയിലായിരുന്നു: 77% വരുന്ന പ്രജകളും മുസ്ലീങ്ങളാണ് എന്നാൽ അവർ പല ഭാഗങ്ങളിലായി ചിതറിക്കിടക്കുകയാണ്. ജമ്മുവിൽ 60% മുസ്ലീങ്ങളും 40% ഹിന്ദുക്കളുമാണ്. എന്നാൽ കശ്മീരിൽ 92% മുസ്ലീങ്ങളാണ്. ലഡാക്കിൽ ആവട്ടെ ഭൂരിപക്ഷം ജനതയും ബുദ്ധിസ്റ്റുകളായിരുന്നു. അതിനെല്ലാം പുറമേ രാജ്യത്ത് പ്രബലമായ ജനകീയ മുന്നേറ്റങ്ങൾ ഉണ്ടായിരുന്നു. അവർ ഏകാധിപത്യത്തെ എതിർക്കുകയും പ്രാതിനിധ്യ ഭരണകൂടം ആവശ്യപ്പെടുകയും ചെയ്തു. ഈ പ്രസ്ഥാനം 1930 ൽ മുസ്ലീം കോൺഫറൻസിലാണ് ആരംഭിക്കുന്നത്, എങ്കിലും 1939 ൽ നാഷണൽ കോൺഫറൻസ് എന്ന് പുനർനാമകരണം ചെയ്ത് അമുസ്ലീം അംഗങ്ങളെയും ഉൾക്കൊള്ളിച്ചു. ഷെയ്ക്ക് മുഹമ്മദ് അബ്ദുള്ളയുടെ നേതൃത്വ

ത്തിന്റെ കീഴിൽ അത് സ്റ്റേറ്റ്സ് പീപ്പിൾ മൂവ്മെന്റിന്റെ ഭാഗമായി ഇന്ത്യൻ നാഷണൽ കോൺഗ്രസിനോടടുത്തു. 1941 ൽ നാഷണൽ കോൺഫറൻസ് വിഭജിച്ച് മുസ്ലീം കോൺഫറൻസ് രൂപംകൊണ്ടു. ഓൾ ഇന്ത്യാ മുസ്ലീംലീഗിനോട് അനുകൂലിച്ചിരുന്ന ഈ പ്രസ്ഥാനത്തെ നയിച്ചിരുന്നത് ഗുലാം അബ്ബാസ് ആയിരുന്നു. ഈ സങ്കീർണ ഘട്ടത്തിൽ ഇന്ത്യയിൽ ചേർന്നാലും പാകിസ്ഥാനിൽ ചേർന്നാലും അത് ഒരു വിഭാഗം ജനതയെ ചൊടിപ്പിക്കും എന്ന് മഹാരാജാവിന് അറിയാമായിരുന്നു. അതുകൊണ്ട് അദ്ദേഹം ഒരു തീരുമാനമെടുക്കാൻ തയ്യാറായില്ല.

പാകിസ്ഥാന്റെ ഭാഗമായ പഞ്ചാബിലൂടെയാണ് കശ്മീരിനെ ഇന്ത്യയുമായി ബന്ധിപ്പിക്കുന്ന എല്ലാ റെയിലുകളും റോഡുകളും കടന്നുപോയിരുന്നത്. 1947 ലെ സൈനിക സംഘട്ടനം വരെ കശ്മീരിലെ തപാൽ സേവനങ്ങൾ നടത്തിയിരുന്നത് പാകിസ്ഥാന്റെ തപാൽ വകുപ്പായിരുന്നു. ഗുർദാസ്പൂരിലൂടെയുള്ള റോഡ് പിന്നീട് പത്താൻകോട്ട്- ജമ്മു നടപ്പാത ആയെങ്കിലും അന്നത് ഏത് കാലാവസ്ഥയിലും ഉപയോഗിക്കാൻ പറ്റുന്ന വഴി ആയിരുന്നില്ല. 1947 ആഗസ്റ്റിൽ ജമ്മു-കശ്മീരിന്റെ ലയനം മരവിപ്പിച്ചുകൊണ്ട് പാകിസ്ഥാൻ ഒരു കരാർ ഉണ്ടാക്കി, ഇന്ത്യയും ജമ്മു- കശ്മീർ സൈന്യത്തിന്റെ നിയന്ത്രണവും വിദേശനയവും അടക്കം ഉപാധികൾ അവതരിപ്പിച്ചു. ഇന്ത്യൻ നേതാക്കൾ മഹാരാജാവിന്റെ പ്രതിസന്ധിഘട്ടം മനസ്സിലാക്കി ഒരു കരാർ ഉണ്ടാക്കാൻ തുനിഞ്ഞെങ്കിലും മഹാരാജാവ് ആ പ്രലോഭനത്തിൽ വീണില്ല. ആ സമയം ഷെയ്ക്ക് അബ്ദുള്ളയെ രാജവാഴ്ചക്കെതിരായ ജനാധിപത്യത്തിനായുള്ള പ്രക്ഷോഭങ്ങൾ (Pro-democracy agitation) സംഘടിപ്പിച്ചതിന് മഹാരാജാവ് തടവിലാക്കിയിരിക്കുകയായിരുന്നു.

രാജ്യത്തിന്റെ വിഭജനയുക്തി കണക്കിലെടുത്ത് ഹൈദരാബാദ് ഇന്ത്യയിലും ജമ്മു-കശ്മീർ പാകിസ്ഥാനിലും ലയിക്കും എന്നതായിരുന്നു പൊതുധാരണ. എന്നാൽ രണ്ട് വിഷയത്തിലും ആഭ്യന്തര രാഷ്ട്രീയം ഒരു തീരുമാനം എടുക്കുന്നതിൽ ഭരണാധികാരികളെ പ്രതിസന്ധിയിലാഴ്ത്തി. ഇന്ത്യ നിസാമിന്റെ മേൽ സ്വാധീനംചെലുത്താൻ ശ്രമിച്ചുവെങ്കിലും രാജ്യത്തെ പാകിസ്ഥാൻ സ്വാധീനമുള്ള പ്രബലമായ രാഷ്ട്രീയ സംഘടന അത്തരം എല്ലാ സാധ്യതകളെയും തടഞ്ഞു. എന്നാൽ കശ്മീർ വിഷയത്തിൽ ഇന്ത്യയുടെ ഭാഗത്തുനിന്ന് വളരെ ചെറിയ ഇടപെടലുകളെ നടന്നുള്ളൂ. വിഭജനത്തിന്റെ മുൻപും ശേഷവുമുള്ള മാസങ്ങളിൽ വി. പി. മോനോൻ ഓരോ രാജ്യ തലസ്ഥാനങ്ങളിലേക്ക് പന്ത് തട്ടപ്പെട്ടുകൊണ്ടിരുന്നു. അതുകൊണ്ടുതന്നെ കശ്മീർ വിഷയത്തിൽ അദ്ദേഹം കാര്യമായി ഊന്നൽ കൊടുത്തില്ല. ന്യൂഡൽഹിയിലെ നേതാക്കൾക്ക് കാര്യങ്ങൾക്ക് നീക്കുപോക്ക് ഉണ്ടാവാത്തത് ആശ്വാസം നൽകിയിരുന്നു എന്ന് തോ

ന്നുന്നു. മറുവശത്താകട്ടെ ജിന്ന കശ്മീർ തന്റെ മടിയിലേക്ക് വീഴാൻ കാത്തിരിക്കുന്ന പാകമായ പഴമാണ് എന്ന് പലതവണ അഭിപ്രായപ്പെട്ടു.

ഹൈദരബാദിലെ പോലെ കശ്മീരിലും അക്ഷമരായ ചിലരുണ്ടായിരുന്നു. മിർപൂർ, പൂഞ്ച്, മുസാഫർനഗർ എന്നിവിടങ്ങളിലെ മുസ്ലീം കോൺഫറൻസ് അനുഭാവികളും ഗില്ജിത്-ബാലിസ്ഥാനിലെ മുസ്ലീം ലീഗ് പ്രവർത്തകരും പാകിസ്ഥാൻ പ്രസിൽ കശ്മീർ പാകിസ്ഥാനോട് ചേരുന്നത് ഉറപ്പുവരുത്താനുള്ള നടപടികൾ എടുക്കാത്തതിനെ വിമർശിച്ച പ്രചരണങ്ങൾ നടത്തി. കശ്മീർ സൈന്യം ഉപയോഗിച്ച് കൈക്കലാക്കാൻ ജിന്നതന്നെ ചിത്രൾ, ഹുൻസ എന്നിവിടങ്ങളിലെ ഗോത്രവർഗക്കാരോട് നേരിട്ടു പ്രചരണം നടത്തിയിരുന്നതായി റിപ്പോർട്ടുകൾ ഉണ്ട്. അങ്ങനെയെങ്കിൽ മഹാരാജ ഹരി സിങ്ങിന് ഇന്ത്യയിൽ ലയിക്കാനും ഇന്ത്യയോട് സഹായം അഭ്യർഥിക്കാനുമുള്ള അവസരം ജിന്ന ഉണ്ടാക്കിക്കൊടുക്കുകയായിരുന്നു. കശ്മീർ ജനതയെ സംബന്ധിച്ച് അവസാനമില്ലാത്ത ദുരന്തത്തിലേക്കുള്ള നീണ്ടപാത അവിടെ തുടങ്ങുകയായിരുന്നു.

ഒക്ടോബർ 22 ന് എൻ ഡബ്യൂ എഫ് പി (North West Frontier Province of Pakistan) യിൽനിന്നും ഗോത്ര പടയാളികൾ ജമ്മു-കശ്മീരിലേക്ക് പ്രവേശിച്ചു. ഹൈദരാബാദിന്റെ മറ്റൊരു പ്രതിബിംബമായിരുന്നു കശ്മീർ സാഹചര്യം. കാരണം ഉയർന്ന ഗവണ്മെന്റ് തസ്തികകളെല്ലാം ഹിന്ദുക്കളും സിക്കുകാരും ആണ് കയ്യാളിയിരുന്നത്. മുസ്ലീങ്ങൾ ചെറിയ ജോലികളിൽ മാത്രമേ ഉണ്ടായിരുന്നുള്ളൂ. ഹിന്ദു ഭരണാധികാരിയിൽ നിന്നും ജമ്മു-കശ്മീർ മോചിപ്പിക്കാൻ വരുന്ന ആക്രമണകാരികളോടൊപ്പം മുസ്ലീം പടയാളികൾ ചേരുകയും രണ്ട് ദിവസം കൊണ്ട് മുസാഫർനഗറും ബറമുള്ളയുടെ പ്രാന്തപ്രദേശങ്ങളും പിടിച്ചടക്കി. അടുത്ത രണ്ട് ദിവസത്തിൽ അവർ ശ്രീനഗറിൽ എത്തും. ദോഗ്ര മഹാരാജയുടെ സൈന്യത്തിന്റെ ചീഫ് വെറും നൂറോളം പേരെ ചേർത്ത് ഉറിയിൽ പ്രതിരോധം തീർത്തു; ബാക്കിയുള്ളവർ സൈന്യത്തെ കയ്യൊഴിഞ്ഞിരുന്നു.

പരിഭ്രാന്തനായ മഹാരാജ ഹരി സിങ് ഒക്ടോബർ 24 ന് ന്യൂഡൽഹിയിലേക്ക് സൈനിക സഹായം ആവശ്യപ്പെട്ട് ഒരു അടിയന്തര സന്ദേശം അയച്ചു. ബ്രിട്ടീഷ് സൈന്യം അപ്പോഴും മതാടിസ്ഥാനത്തിൽ തെരഞ്ഞെടുപ്പുകൾ നടത്തുന്ന അധികാരികളാൽ വിഭജിക്കപ്പെട്ടുകൊണ്ടിരുന്നു. ഇന്ത്യയുടെയും പാകിസ്ഥാന്റെയും സൈന്യത്തിന്റെ സുപ്രീം കമാൻഡർ ഫീൽഡ് മാർഷൽ ക്ലോഡ് ഓച്ചിൻലക് ആയിരുന്നു. രണ്ട് രാജ്യങ്ങളുടെയും സൈന്യം, നാവികസേന, വ്യോമസേന എന്നിവയുടെ ചീഫ് കമാൻഡർമാർ അപ്പോഴും ബ്രിട്ടീഷുകാർ ആയിരുന്നു. വിഭജനത്തിന്റെ പേരിൽ ആഭ്യന്തര കലഹം നടക്കുമ്പോഴും ദേശീയത ആളിക്കത്തുമ്പോഴും ഇരു രാജ്യങ്ങൾക്കും കൃത്യമായി രൂപപ്പെടുത്തിയ ഒരു ദേശീയ സൈന്യം ഉണ്ടായിരുന്നില്ല.

ശ്രീനഗറിന്റെ തകർച്ചയുണ്ടാക്കുന്ന പ്രത്യാഘാതങ്ങൾ വ്യക്തമായി ഊഹിക്കാവുന്നതായിരുന്നു. കശ്മീരിൽ ഒരു വർഗീയ കലാപം ഉണ്ടാകും എന്ന് മാത്രമല്ല അത് വിഭജനത്തിന്റെ മുറിവുണങ്ങാത്ത ഉത്തരേന്ത്യയിലെ മറ്റിടങ്ങളിലേക്ക് വ്യാപിക്കുകകൂടി ചെയ്യും. എന്തെങ്കിലും ചെയ്യണമെന്ന് ഇന്ത്യൻ നേതാക്കൾ ഏകകണ്ഠേനെ പറഞ്ഞു. മറ്റു രാജ്യങ്ങൾ ചെയ്തതുപോലെ പ്രതിരോധം, വിദേശകാര്യം, ആശയവിനിമയം തുടങ്ങിയ കാര്യങ്ങളിൽ പ്രവർത്തിക്കാനുള്ള ഇന്ത്യയുടെ ഉപാധികൾ സ്വീകരിച്ച് മഹാരാജാവ് ഒരു സഖ്യത്തിന് തയ്യാറായാൽ മാത്രമേ സൈനിക സേവനം അനുവദിക്കാവൂ എന്നതായിരുന്നു മൗണ്ട്ബാറ്റന്റെ വാദം. കശ്മീരിലെ ജനവിഭാഗം സാമുദായികമായി ചിതറിക്കിടക്കുന്നത് കണക്കിലെടുത്ത് ഇന്ത്യയുമായി കശ്മീർ ലയിക്കുന്നതിനു അക്രമകാരികളെ തുരത്തി കശ്മീരിലെ ക്രമസമാധാനം വീണ്ടെടുക്കേണ്ടതുണ്ട്, ശേഷം ഒരു ജനകീയ വോട്ടെടുപ്പിലൂടെ ലയനത്തിന്റെ നിയമസാധുത ഉറപ്പാക്കണം. അത് ഭൂരിപക്ഷ അഭിപ്രായത്തിനു വിട്ടുകൊടുത്തു. നെഹ്റു പറഞ്ഞത് മറ്റ് രാജ്യങ്ങൾ ചെയ്തതുപോലെ മഹാരാജയും ഭരണഘടന അംഗീകരിച്ച് ഗവണ്മെന്റ് പ്രതിനിധിയെ നിയമിക്കണം എന്നായിരുന്നു. ഈ നിർദ്ദേശങ്ങൾ നൽകി വി. പി. മേനോനെ ശ്രീനഗറിലേക്ക് അയച്ചു. ഒക്ടോബർ 26 ന ഇടക്കാല ഗവണ്മെന്റിന്റെ തലവനായി ഷെയ്ക്ക് അബ്ദുള്ളയെ നിയമിക്കാനും ഇന്ത്യയിൽ ലയിക്കാനും മഹാരാജ തീരുമാനിച്ചയച്ച കത്തുമായി മേനോൻ തിരിച്ചുവന്നു.

കശ്മീരിൽ വ്യോമസേനയെ ഇറക്കിയതും ആയുധങ്ങൾ എത്തിച്ചതും ഒരു നേട്ടമായിരുന്നു. വ്യോമസേനയുടെ സന്നാഹത്തിനു പുറമേ വാണിജ്യ വിമാനങ്ങളും സംഘടിപ്പിക്കപ്പെട്ടു. ഇന്ത്യൻ പട്ടാളം കയ്യേറ്റക്കാരെ തുരത്തി. പക്ഷേ, പൂഞ്ച് പോലെയുള്ള സ്ഥലങ്ങളിൽ ബ്രിട്ടീഷ് ഇന്ത്യൻ ആർമിയിൽ നിന്നും വിരമിച്ച മുസ്ലീം സൈനികർ അക്രമകാരികളോടൊപ്പം ചേർന്നു. ഗിൽജിത്തിന്റെ വടക്കൻ മേഖലകളിൽ ജമ്മു-കശ്മീർ സൈന്യവും പ്രാദേശിക ഭരണകൂടവും പാകിസ്ഥാനോടുള്ള തങ്ങളുടെ കൂറ് പ്രഖ്യാപിച്ചു. ഇന്ത്യയിൽ ലയിക്കാനുള്ള മഹാരാജയുടെ തീരുമാനത്തിന് എതിരായിരുന്നു ജനങ്ങൾ. അതേസമയം ഇന്ത്യ സൈന്യം ഉപയോഗിച്ച് ബലപ്രദയോഗത്തിലൂടെയും വഞ്ചനയിലൂടെയുമാണ് കശ്മീർ സ്വന്തമാക്കിയത് എന്നാരോപിച്ച് പാകിസ്ഥാൻ തർക്കിച്ചു. ഇന്ത്യൻ സൈനികർ കശ്മീരിൽ ആക്രമണം തുടങ്ങിയപ്പോൾ ജിന്ന പാകിസ്ഥാൻ സൈന്യാധിപൻ ജനറൽ ഗ്രേസിയോട് സൈന്യത്തെ അയക്കാൻ ആവശ്യപ്പെട്ടു. ഗ്രേസി അത് ഔചിൻലെക്കിനു റിപ്പോർട്ട് ചെയ്യുകയും, അദ്ദേഹം ജിന്നയോട് ഇപ്പോൾ കശ്മീർ ഇന്ത്യയുടെ ഭാഗമാണ് അതിനാൽ പാകിസ്ഥാൻ സൈന്യം കടന്നുവരുന്നത് വിദേശ അധിനി

വേശമായാണ് വായിക്കപ്പെട്ടുക അതുകൊണ്ട് പാകിസ്ഥാൻ സൈന്യ ത്തിലെ ബ്രിട്ടീഷ് ഉദ്യോഗസ്ഥരെ പിൻവലിക്കണം എന്ന് ബോധിപ്പി ച്ചു. ജിന്നയ്ക്ക് അത് അനുസരിക്കേണ്ടിവന്നു.

ഹൈദരാബാദിലെയും കശ്മീരിലെയും സാഹചര്യങ്ങൾ കണക്കി ലെടുത്ത് മൗണ്ട്ബാറ്റൻ ഒരു യുദ്ധത്തിന്റെ സാധ്യതയെക്കുറിച്ച് വ്യാകുല പ്പെട്ടു. നവംബർ ആദ്യത്തിൽ അദ്ദേഹം ലാഹോറിൽ പോയി ജിന്നയെ കണ്ട് രണ്ടിടങ്ങളിലും അഭിപ്രായവോട്ടെടുപ്പ് നടത്തണം എന്നാവശ്യ പ്പെട്ടു. പ്രശ്നം ജനാധിപത്യപരമായി അവസാനിപ്പിക്കാം എന്നതായി രുന്നു അദ്ദേഹത്തിന്റെ നിർദ്ദേശം. എന്നാൽ ജിന്ന കശ്മീരിൽ മാത്രം അഭിപ്രായവോട്ടെടുപ്പ് നടത്തും ഹൈദരാബാദിൽ അനുവദിക്കില്ല എന്ന നിലപാടിൽ ആയിരുന്നു. ഇതൊരു അന്താരാഷ്ട്ര ചർച്ചയാവുകയും അഭി പ്രായവോട്ടെടുപ്പിലൂടെ ലയനം സാധൂകരിക്കാം എന്ന് ഐക്യരാഷ്ട്രസഭ നിർദേശിക്കുകയും ചെയ്തു.

ഹൈദരാബാദും കശ്മീരും താരതമ്യം ചെയ്യേണ്ടത് അത്യാവശ്യമാ ണ്. കാരണം, ഇന്ത്യയിൽ ആരും ആ ചരിത്രം ഓർക്കുന്നില്ലെങ്കിൽക്കൂ ടിയും ഈ രണ്ട് പ്രതിസന്ധികളിലും ഭരണാധികാരികൾ അതിന്റെ ഭൂരിപക്ഷം വരുന്ന പ്രജകളുടെ മതത്തിൽപെട്ടയാൾ ആയിരുന്നില്ല. ഹൈദരാബാദിൽ ഇന്ത്യ ഒരു അഭിപ്രായവോട്ടെടുപ്പിനെ പിന്തുണച്ചത് ഭൂ രിപക്ഷം വരുന്ന അതിന്റെ ഹിന്ദു ജനത ഇന്ത്യക്കുവേണ്ടി വോട്ടു ചെയ്യും എന്നുള്ളതുകൊണ്ടാണ്. കശ്മീരിൽ സ്ഥിതി കൂടുതൽ സങ്കീർണമായിരു ന്നു. ഷെയ്ക്ക് അബ്ദുള്ള ആയിരുന്നു കശ്മീരിലെ ജനകീയ മുന്നേറ്റങ്ങളുടെ നേതാവ്. അദ്ദേഹത്തിന് അവിടെ വലിയ സ്വാധീനമുണ്ടായിരുന്നു. അബ്ദുള്ളയാകട്ടെ ഇന്ത്യൻ നാഷണൽ കോൺഗ്രസിനോട് ആശയപര മായ അനുഭാവവും പുലർത്തിയിരുന്നു. എന്നാൽ ജമ്മുവിന്റെ പശ്ചിമപ്രദേ ശങ്ങളിലെയും ഗിൽജിത്-ബാലിസ്ഥാനിലെ വടക്കൻ മേഖലയിലെയും പൊതുജനവികാരം മറ്റൊന്നായിരുന്നു. 1950-51 ൽ ഒരു ജനഹിതപരി ശോധന നടത്തിയിരുന്നെങ്കിൽ ഷെയ്ക്ക് അബ്ദുള്ളയുടെ സ്വാധീനത്തിൽ അത് ഇന്ത്യക്ക് അനുകൂലമാകുമായിരുന്നോ? എനിക്ക് ഉറപ്പില്ല. 1947 ൽ ജനഹിതപരിശോധന നടന്നപ്പോൾ എൻ ഡബ്ല്യൂ എഫ് പിയിൽ ഖാൻ അബ്ദുൽ ഗാഫർ ഖാൻ കടന്നുപോയ അതേ സാഹചര്യത്തിലൂടെ ആയിരുന്നിരിക്കും ഷെയ്ക്ക് അബ്ദുള്ളയും കടന്നുപോയിരിക്കുക എന്നാണ് എനിക്ക് തോന്നുന്നത്. ചെറിയ ഭൂരിപക്ഷത്തിൽ വിജയിച്ചാൽപോലും രാഷ്ട്രീയ എതിരാളികളെ നേരിടേണ്ടതായി വരുമെന്ന് ബച്ചാഖാന് അറി യാമായിരുന്നു. അദ്ദേഹം മത്സരത്തിൽ നിന്ന് പിന്മാറി. അബ്ദുള്ള കശ്മീർ സ്വയംഭരണപ്രദേശമാക്കുന്നതിന് ശ്രമിച്ചു. അതിന് ഇരു രാജ്യങ്ങളും സമ്മതിക്കുക എന്നത് ശ്രമകരമായിരുന്നു. എന്നാൽ ഇത് ന്യൂഡൽഹി

യിലെ ഭരണാധികാരികളിൽ അവിശ്വാസവും അതൃപ്തിയും ഉണ്ടാക്കാനേ അബ്ദുള്ളയെ സഹായിച്ചുള്ളൂ. 1953 ൽ നെഹ്റു അബ്ദുള്ളയെ അധികാരത്തിൽനിന്നും മാറ്റുകയും പത്തുവർഷം ജയിലിൽ അടയ്ക്കുകയും ചെയ്തു.

നിയന്ത്രണരേഖയുടെ ഇരുവശത്തുമുള്ള പ്രദേശങ്ങളെ ഇന്ത്യയുടെയും പാക്കിസ്ഥാന്റെയും ഭരണസംവിധാനത്തിലേക്ക് വളരെ പതുക്കെ ഏകീകരിക്കുന്ന പ്രക്രിയയാണ് ജമ്മുവിലും കാശ്മീരിലും തുടർന്നത്. ആസാദ് കശ്മീരിലും ഗിൽജിത് ബാലിസ്ഥാനിലും ഇത് വലിയ രാഷ്ട്രീയ സംഘർഷങ്ങൾക്ക് ഇടയാക്കിയില്ല. കാരണം തുടക്കം മുതൽ അവർ പാകിസ്ഥാനോടായിരുന്നു കൂറ് പുലർത്തിയിരുന്നത്. എന്നാൽ മറുവശത്ത് ഇന്ത്യൻ ഭരണഘടനയുടെ ആർട്ടിക്കിൾ 370 ഇന്ത്യൻ പാർലമെന്റിനു നിയമങ്ങളിൽ കൂട്ടിച്ചേർക്കലുകൾ നടത്താൻ അനുവാദം നൽകുന്നതിനാൽ 1956 ൽ ജമ്മു-കശ്മീർ സംസ്ഥാനത്തിനു മാത്രമായി ഒരു ഭരണഘടന വിളംബരം ചെയ്തു. അബ്ദുള്ളയുടെ ഗവൺമെന്റിനെ പിരിച്ചുവിട്ടതിനുശേഷം പാർട്ടികളെ ഭിന്നിപ്പിച്ചും കാലുമാറ്റത്തിലൂടെയും തെരഞ്ഞെടുപ്പട്ടിമറികളിലൂടെയും രൂപം കൊണ്ട പാവ സർക്കാരുകൾ കാശ്മീർ ഭരിക്കുന്നതാണ് പിന്നീട് കാണുന്നത്. ഡൽഹിയിലിരുന്ന് തങ്ങളെ ഭരിക്കുന്നതിനെതിരെ കാശ്മീർ താഴ്‌വരയിലെ ജനങ്ങൾക്കിടയിൽ നിരന്തര പ്രതിരോധങ്ങൾ നിലനിന്നു. അബ്ദുള്ളയുടെ ഗവൺമെന്റിനെ തള്ളിക്കളഞ്ഞതോടെ പാർട്ടി വിഭജനങ്ങളും ന്യൂനതകളും ദുരുദ്ദേശ്യത്തോടെയുള്ള തിരഞ്ഞെടുപ്പുകളും മുന്നോട്ടുവെച്ച പാവകളായ സർക്കാരുകൾ അധികാരം കയ്യാളുന്നതാണ് കശ്മീർ കാണുന്നത്. ഡൽഹിയിൽനിന്നും ഭരിക്കപ്പെട്ട കശ്മീർ താഴ്‌വരയിൽനിന്നും വിശേഷിച്ചും ജനങ്ങൾക്കിടയിൽ നിരന്തര പ്രതിരോധങ്ങൾ നിലനിന്നു. സ്വാതന്ത്ര്യത്തിനായുള്ള ആഹ്വാനങ്ങൾ കശ്മീരിലേക്ക് കൂടുതൽ സൈന്യത്തെ വിന്യസിക്കുന്നതിന് കാരണമായി. അത് പിന്നീട് ലോകത്തിലെ തന്നെ ഏറ്റവും കൂടുതൽ സൈനികമേധാവിത്വമുള്ള പ്രദേശങ്ങളിൽ ഒന്നായി മാറി. സുരക്ഷാ സേനയാലും ആക്രമികളാലും അടുത്ത വർഷങ്ങളിലായി ആയിരക്കണക്കിന് ആളുകൾ അവിടെ കൊല്ലപ്പെട്ടു.

ഇന്ത്യൻ സൈന്യം നിയന്ത്രണരേഖ കടന്ന് മുന്നോട്ടുപോയി, കാശ്മീരിനെ മൊത്തം ഇന്ത്യയുടെ അധികാരപരിധിയിലേക്ക് കൊണ്ടുവരാതിരുന്ന നെഹ്റുവിന്റെ ദൗർബല്യം കൊണ്ടാണെന്ന് വിശ്വസിക്കുന്ന സുഹൃത്തുക്കൾ നിങ്ങൾക്കുണ്ടാകും. അത്തരം സൈനികനടപടിയിലൂടെ മുന്നോട്ടുപോയിരുന്നുവെങ്കിൽ ഇന്ന് കാണുന്ന രീതിയിൽ കാശ്മീർ പ്രശ്നം രൂക്ഷമാകുമായിരുന്നില്ല എന്നും കരുതുന്നവരുണ്ട്. ഇത്തരം വിശ്വാസങ്ങളാണ് ചരിത്രത്തെ കെട്ടുകഥയാക്കി തീർക്കുന്നത്. ഇന്ത്യയും പാകിസ്ഥാനും തമ്മിലുള്ള യുദ്ധത്തിന്റെ സാധ്യത ഐക്യരാഷ്ട്രസഭയിലൂടെ അന്താ

രാഷ്ട്ര സമ്മർദ്ദത്തിലേക്ക് നയിച്ച എന്നതിനാൽ മാത്രമല്ല സൈന്യത്തെ പിൻവലിച്ചത്, ഇന്ത്യക്ക് അനുകൂലമായ ജനപിന്തുണ ഇല്ല എന്നുള്ളതു കൊണ്ടുകൂടിയാണ്. കാശ്മീർ താഴ്‌വരയിൽ അബ്ദുള്ളയുടെ നാഷണൽ കോൺഫറൻസിന് ലഭിച്ച പിന്തുണയാണ്, ജമ്മുകാശ്മീരിന്റെ ഒരുഭാഗം ഇന്ത്യയിലുൾപ്പെട്ടതിന്റെ പ്രധാനകാരണം. പക്ഷേ, ആ പിന്തുണ കശ്മീരിന്റെ മറ്റ് പ്രദേശങ്ങളിൽ ഉണ്ടായിരുന്നില്ല. ജുനാഘട്ടിലും ഹൈദരാബാദിലും നമ്മൾ കണ്ടതുപോലെ ഇവിടെയും ഭരണാധികാരികളുടെ തീരുമാനത്തിനു വലിയ പ്രസക്തി ഉണ്ടായിരുന്നില്ല. ജമ്മു-കശ്മീർ ഇന്ത്യയിൽ അബ്ദുള്ളയുടെ നേതൃത്വത്തിൽ ലയിക്കുന്നത് ജനഹിതപരിശോധന വഴി ലയനം സാധൂകരിക്കും എന്നും സംസ്ഥാനത്തിനു മാത്രമായി ഒരു ഭരണഘടന ഉണ്ടാകും എന്നുമുള്ള ഉറപ്പിന്മേലാണ്. ആ ചരിത്രം വിസ്മരിക്കപ്പെട്ടു എന്ന് മാത്രമല്ല, തെറ്റായി അവതരിപ്പിക്കപ്പെടുകകൂടി ചെയ്തു.

2019 ആഗസ്റ്റിൽ ആർട്ടിക്കിൾ 370 പിൻവലിച്ചു. ലഡാക്ക്, ജമ്മു-കശ്മീരിൽനിന്നും വിഭജിച്ചു. ഈ രണ്ട് പ്രദേശങ്ങളും ഇപ്പോൾ ന്യൂഡൽഹിയുടെ കർശന നിയന്ത്രണത്തിലുള്ള യൂണിയൻ ടെറിട്ടറികളാണ്. ഈ കാര്യത്തിൽ നിങ്ങൾക്ക് നിങ്ങളുടേതായ അഭിപ്രായമുണ്ടാകാം. ഇന്ത്യ എന്തുതരം രാജ്യമാണ് വിഭാവനം ചെയ്യുന്നത് എന്ന ചോദ്യം ഇവിടെയാണ് പ്രസക്തമാകുന്നത്. ഇനി നമുക്ക് അതിനെക്കുറിച്ച് സംസാരിക്കാം.

ഇന്ത്യ ഒരു ഹിന്ദുരാഷ്ട്രമല്ല

ഇന്ത്യ എന്തുതരം രാഷ്ട്രം ആയിരിക്കണം എന്നാണ് 1947 ൽ വിഭാവന ചെയ്തത്? ജനങ്ങളും നേതാക്കളും പൊതുവായി പങ്കുവെച്ച ദേശീയതാ സ്വത്വത്തെക്കുറിച്ചുള്ള എന്തെങ്കിലും ധാരണകൾ ഉണ്ടായിരുന്നോ? ഇപ്പോൾ വിവരമുള്ള ആളുകൾ 'ഇന്ത്യയെന്ന ആശയം' എന്ന് നിരന്തരം ആവർത്തിക്കുന്നത് നിങ്ങൾ കേൾക്കുന്നുണ്ടാവും. അവർ അതുകൊണ്ട് ഉദ്ദേശിക്കുന്നത് ഇന്ത്യയിലെ പ്രഗത്ഭരായ എഴുത്തുകാരും ചിന്തകരും ഇന്ത്യൻ ചരിത്രത്തെയും സംസ്കാരത്തെയും മുൻനിർത്തി പങ്കുവെച്ചിട്ടുള്ള ചിന്തകളെയാണ്. ആ ചന്തകൾ ആഴത്തിലുള്ള പാണ്ഡിത്യത്തിന്റെയും പ്രതിഫലനത്തിന്റെയും ഉല്പന്നമാണ്. പക്ഷേ, ആ ആശയങ്ങൾക്ക് ഇന്ന് ഇന്ത്യ എന്താണോ അതിലേക്ക് നയിച്ച രാഷ്ട്രീയ സംഭവവികാസങ്ങളിൽ വിശേഷിച്ച് എന്തെങ്കിലും സ്വാധീനമുണ്ടോ? അത് സംബന്ധിച്ച് എനിക്ക് എന്റേതായ ചോദ്യങ്ങൾ ഉണ്ട് എന്ന് മാത്രമല്ല ആ ചോദ്യങ്ങൾ പരിഗണിക്കപ്പെടേണ്ടവ തന്നെയാണ് എന്ന് ഞാൻ വിശ്വസിക്കുന്നു. അതുകൊണ്ട് ഇന്ന് ഏറെ സ്വാധീന ശേഷിയുള്ള ഇന്ത്യൻ ദേശീയതയെക്കുറിച്ച് നമുക്ക് സംസാരിക്കാം. ഇന്ത്യൻ ദേശീയത എവിടെ നിന്നാണ് ആരംഭിച്ചത്, എന്തുകൊണ്ടാണ് അതിനു സ്വാധീന ശേഷി ലഭിച്ചത്, എന്ത് പ്രത്യാഘാതമാണ് അത് രാജ്യത്തിനുണ്ടാക്കിയത് തുടങ്ങിയ ചോദ്യങ്ങളിലേക്ക് കടക്കാം.

ഹിന്ദുത്വയും ഹിന്ദുരാഷ്ട്രവും

ഈ വാക്കുകൾ എല്ലാവരും നിരന്തരം കേൾക്കുന്നവയാണ് എന്ന് ഉറപ്പാണ്. എന്താണ് ഈ വാക്കുകൾകൊണ്ട് അർഥമാക്കുന്നത്? വിനായക്

ദാമോദർ സവർക്കറുടെ പേര് ഞാൻ നേരത്തെ പരാമർശിച്ചിട്ടുണ്ട്. ഹിന്ദുത്വവും ഹിന്ദുരാഷ്ട്ര സങ്കൽപവും ചർച്ച ചെയ്യുന്ന വേളയിൽ സവർക്കറെക്കുറിച്ച് ദീർഘമായി പറയേണ്ടതുണ്ട്.

നേരത്തെ സൂചിപ്പിച്ചതുപോലെ സവർക്കർ ഒരു വിപ്ലവകാരിയായിരുന്നു. തീവ്രവാദപ്രവർത്തനത്തിൽഏർപ്പെട്ടുഎന്നാരോപിച്ച്ബ്രിട്ടീഷ്ഭരണകൂടം കുറ്റവാളിയായി കണക്കാക്കി ആൻഡമാൻ ഐലൻഡിലെ ജയിലിലേക്ക് അയച്ചയാൾ. സവർക്കറുടെ മൂത്തസഹോദരൻ ബാബാറാവോ എന്നറിയപ്പെട്ടിരുന്ന ഗണേഷും ആൻഡമാനിലേക്ക് അയക്കപ്പെട്ട വിപ്ലവകാരിയായിരുന്നു. ലണ്ടനിലെ ഒരു നിയമ വിദ്യാർഥി ആയിരിക്കെ വിനായക് സവർക്കർ ഇന്ത്യയിലെ ബ്രിട്ടീഷ് ഭരണത്തിന് എതിരെയുള്ള പ്രചരണങ്ങളും, കോൺഗ്രസ് നേതൃത്വത്തിന്റെ വിധേയത്വത്തിനെതിരെയുള്ള വിമർശനങ്ങളും സായുധ പ്രതിരോധത്തിനുള്ള ആഹ്വാനവുമായി ബ്രിട്ടനിലെയും ഫ്രാൻസിലെയും ഇന്ത്യക്കാർക്ക് ഇടയിൽ സജീവമായിരുന്നു. ബ്രിട്ടീഷുകാരുടെ നോട്ടപ്പുള്ളി ആയിരുന്ന സവർക്കർ ബ്രിട്ടനിലെ ഇന്ത്യക്കാരായ രാഷ്ട്രീയ പ്രവർത്തകർക്കിടയിലെ ഏറ്റവും അപകടകാരിയായി കണക്കാക്കപ്പെട്ടു. ലണ്ടനിൽ ആയിരിക്കെ 1857 ലെ പ്രക്ഷോഭത്തെക്കുറിച്ച് സവർക്കർ മറാത്തിയിൽ ഒരു പുസ്തകം എഴുതി. അത് എളുപ്പം തന്നെ ഇംഗ്ലീഷിലേക്ക് വിവർത്തനം ചെയ്യപ്പെടുകയുണ്ടായി. ആ പുസ്തകം ഇന്ത്യയിൽ നിരോധിക്കപ്പെട്ടു. അതിന്റെ ഒരു പകർപ്പ് സംഘടിപ്പിച്ച് എല്ലാവരും വായിച്ചിരിക്കേണ്ടതുണ്ട്. ഒരു പരിശീലനം ലഭിച്ച ചരിത്രകാരൻ അല്ലാതിരുന്നിട്ടും ചരിത്രരേഖകൾ ഒന്നുംതന്നെ ലഭ്യമല്ലായിരുന്നിട്ടുകൂടി സവർക്കർ ഇന്ത്യൻ സൈനിക കലാപത്തിന്റെ ബ്രിട്ടീഷുകാർ എഴുതിയ ചരിത്രങ്ങൾ വായിക്കുകയും അവയെ ഇന്ത്യൻ സ്വാതന്ത്ര്യത്തിന്റെ ഒന്നാം പോരാട്ടമായി ഒരു പ്രചോദനാത്മകമായ ദേശീയ ചരിത്രമായി പുനർവ്യാഖ്യാനിക്കുകയും ചെയ്തു. അതിലും പ്രധാനമായി, ഇന്ത്യയിലെ ഹിന്ദുക്കളും മുസ്ലീങ്ങളും തങ്ങളുടെ പോരാട്ടങ്ങളിലും ത്യാഗങ്ങളിലും ഒന്നിച്ച ചരിത്രസന്ദർഭമായിക്കൂടി അദ്ദേഹം ഈ പ്രക്ഷോഭത്തെ വിലയിരുത്തി. സവർക്കർ വിശ്വസിച്ചിരുന്നത് ഇന്ത്യയിലെ മുസ്ലീം ഭരണാധികാരികൾ വിദേശീയരാണ് എന്നായിരുന്നു. അവരാണ് ഹിന്ദുക്കളെ അക്രമത്തിനും അടിച്ചമർത്തലിനും വിധേയമാക്കിയത് പക്ഷേ, പതിനെട്ടാം നൂറ്റാണ്ടിന്റെ പകുതിയിൽ മറാത്തകൾ de facto Hindu Rule ഹിന്ദുസ്ഥാനിൽ കൊണ്ടുവന്നിരുന്നു. പത്തൊൻപതാം നൂറ്റാണ്ടിന്റെ പകുതിയോടെ, നൂറു വർഷത്തെ ബ്രിട്ടീഷ് ഭരണത്തിനു ശേഷം, ഹിന്ദുക്കളും മുസ്ലീങ്ങളും ഒരുപോലെ കൊളോണിയൽ നിയമങ്ങളുടെ ഇരകളായി. അതുകൊണ്ട് 1857 ലെ വിമോചന പോരാളികൾ ഡൽഹിയിൽനിന്നും ബ്രിട്ടീഷുകാരെ ഒഴിപ്പിച്ച് ഹിന്ദുസ്ഥാന്റെ കിരീടം

ബഹദൂർ ഷാ സഫറിനു വാഗ്ദാനം ചെയ്തു. അത് ഹിന്ദുക്കളുടെ ഭാഗത്തു നിന്നും ഉണ്ടായ ഉദാരമനസ്കതയും അവർ മുസ്ലീങ്ങളെ തങ്ങളുടെ സഹ പീഡിതരായും സഖാക്കളായും അംഗീകരിച്ചു എന്നതിന്റെ സൂചനയും കൂടിയായിരുന്നു.

സവർക്കറിന്റെ ദേശഭക്തി ചോദ്യം ചെയ്യുന്ന ധാരാളം വിമർശനങ്ങൾ ആദ്യ കാലങ്ങളിൽ തന്നെയുണ്ട്. ലണ്ടനിൽ ആയിരിക്കുമ്പോൾ നാസികിലെ ബ്രിട്ടീഷ് ഉദ്യോഗസ്ഥന്റെ കൊലപാതകത്തിലെ പങ്ക് ആരോപിച്ച് സവർക്കറെ ബ്രിട്ടീഷ് പോലീസ് തിരയാൻ ആരംഭിച്ചിരുന്നു. അന്ന് സവർക്കർ പാരീസിലേക്ക് രക്ഷപ്പെട്ടെങ്കിലും ഫ്രഞ്ച് പോലീസ് സവർക്കറെ അറസ്റ്റുചെയ്ത് ബ്രിട്ടീഷുകാർക്ക് കൈമാറ്റം ചെയ്തു. കപ്പലിൽ ഇന്ത്യയിലേക്ക് കൊണ്ടുവരുന്ന വഴി മാർസിലസ് തുറമുഖ നഗരത്തിൽ വെച്ച് സവർക്കർ കപ്പലിൽ നിന്നും രക്ഷപ്പെട്ടു. നിർഭാഗ്യവശാൽ വീണ്ടും പിടിക്കപ്പെടുകയും ഇന്ത്യയിലേക്ക് കൊണ്ടുവന്ന് അദ്ദേഹത്തെ കുറ്റക്കാരൻ എന്ന് വിധിക്കുകയും ചെയ്തു.

പോർട്ട് ബ്ലെയറിലെ സെല്ലുലാർ ജയിലിൽ ശിക്ഷയിൽ കഴിയുന്ന കാലത്ത് സവർക്കർ ബ്രിട്ടീഷ് അധികാരികൾക്ക് മാപ്പപേക്ഷിച്ച് തന്നെ വിട്ടയക്കണം എന്നാവശ്യപ്പെട്ടു ധാരാളം കത്തുകൾ എഴുതി. ഈ കത്തുകൾ ഉദ്ധരിച്ച് വിമർശകർ സവർക്കർ അവസരവാദിയായും ബ്രിട്ടീഷുകാരുടെ പാദസേവകനായും മാറി എന്ന് വാദിക്കാറുണ്ട്. എന്നാൽ എന്റെ കാഴ്ചപ്പാട് മറ്റൊന്നാണ്. സവർക്കർ രാഷ്ട്രീയ ചാതുര്യമുള്ളയാളാണ്; സവർക്കർക്ക് ജീവിതം എന്ന് പറയുന്നതുതന്നെ കുറ്റനീതി(kútãniti) യുടെ ഒരു വേദിയാണ്. അങ്ങനെയുള്ള വിലപ്പെട്ട വർഷങ്ങൾ തന്റെ സുഹൃത്തുക്കളുമായോ രാഷ്ട്രീയ സഹപ്രവർത്തകരുമായോ യാതൊരു ബന്ധവും ഇല്ലാതെ ഒരു വിദൂര തടങ്കലിൽ ചെലവഴിക്കേണ്ടിവന്നതിൽ സവർക്കർക്ക് കടുത്ത നിരാശയുണ്ടായി. അതിലേറെ, ഗാന്ധി മുന്നോട്ടു വെച്ച ഇന്ത്യയുടെ ദേശീയതാ രാഷ്ട്രീയം സവർക്കറെ അസ്വസ്ഥനാക്കി. ഗാന്ധിയുടെ അഹിംസാ ചെറുത്തുനിൽപ്പ് ഇന്ത്യയെ ഒരു ദുർബല രാജ്യമാക്കും എന്നു സവർക്കർ കരുതി. തുർക്കി സുൽത്താന്റെ ഇസ്ലാമിക് ഖിലാഫത്ത് സംരക്ഷിക്കാൻ പോരാടുകയാണ് എന്ന് വിശ്വസിച്ച അനേകം സാധാരണക്കാരായ മുസ്ലീങ്ങളെ ദേശീയതാ പ്രസ്ഥാനത്തിലേക്ക് കൊണ്ടുവന്ന ഖിലാഫത്ത് പ്രസ്ഥാനവുമായുള്ള ഗാന്ധിയുടെ സഖ്യവും സവർക്കറെ പരിഭ്രാന്തനാക്കി. സവർക്കർ ധരിച്ചിരുന്നത് ഖിലാഫത്ത് പ്രസ്ഥാനത്തിലൂടെ ഇന്ത്യൻ മുസ്ലീങ്ങൾ അവരുടെ മണ്ണിന് പുറത്തുള്ള ഒരു പരിശുദ്ധാധികാരത്തോട് കൂറ് പ്രഖ്യാപിക്കാൻ പ്രോത്സാഹിപ്പിക്കപ്പെടുകയാണ് എന്നാണ്. 1920 ൽ സവർക്കറുടെ അവസാന ദയാഹർജി തിരസ്കരിക്കപ്പെട്ടതോടെ സവർക്കറെയും സഹോദരനേയും

1921 ൽ പോർട്ട് ബ്ലെയറിൽ നിന്നും രത്നഗിരി ജയിലിലേക്കും പിന്നീട് പൂനെയിലെ യെർവാഡ ജയിലിലേക്കും മാറ്റി. അഞ്ച് വർഷത്തേക്ക് രത്നഗിരി ജില്ലയ്ക്ക് പുറത്തുപോകില്ല എന്ന ഉടമ്പടിയിൽ 1924 ൽ സവർക്കറെ വിട്ടയച്ചു. 1930 ൽ സവർക്കർ വീണ്ടും രാഷ്ട്രീയത്തിൽ സജീവമായി. പക്ഷേ, അപ്പോഴേക്കും സവർക്കറുടെ രാഷ്ട്രീയ അജണ്ടകൾ പൂർണമായും മാറിയിരുന്നു.

രത്നഗിരിയിൽ ജയിലിൽ ആയിരിക്കെ സവർക്കർ *എസൻഷ്യൽസ് ഓഫ് ഹിന്ദുത്വ* എന്ന പേരിൽ ഇംഗ്ലീഷിൽ പുസ്തകം എഴുതി. ഈ കയ്യെഴുത്തുപ്രതി ജയിലിനു പുറത്തേക്ക് കടത്തപ്പെടുകയും 1923 ൽ പ്രസിദ്ധീകരിക്കപ്പെടുകയും ചെയ്തു. അതിൽ സവർക്കറുടെ പേര് ഉണ്ടായിരുന്നില്ല; പകരം ഗ്രന്ഥകാരന്റെ പേരിന്റെ സ്ഥാനത്ത് 'ഒരു മറാട്ട' എന്ന് മാത്രമായിരുന്നു ഉണ്ടായിരുന്നത്. ഈ പുസ്തകത്തിലെ സവിശേഷത അതിന്റെ വിഷയം ഇന്ത്യൻ രാഷ്ട്രീയം ആണെങ്കിലും അതിലെവിടെയും ഇന്ത്യയിലെ ബ്രിട്ടീഷ് കൊളോണിയൽ നിയമങ്ങളെപ്പറ്റിയോ അതിനൊരവസാനം കാണുന്നതിനെക്കുറിച്ചോ നേർത്ത ഒരു പരാമർശം പോലും ഉണ്ടായിരുന്നില്ല എന്നുള്ളതാണ്. വാസ്തവത്തിൽ ബ്രിട്ടീഷുകാർ ഭരണത്തിലില്ലാത്ത ഒരു ഭാവികാലം സങ്കൽപിച്ച് എഴുതുകയായിരുന്നു സവർക്കർ എന്നുവേണം കരുതാൻ: ഇക്കാലഘട്ടത്തിൽ ഇന്ത്യയുടെ യഥാർഥ അവകാശികൾ/പൗരൻ ആയി ആരെല്ലാം ഉൾപ്പെടുത്തപ്പെടണം എന്ന് ഇന്ത്യക്കാർ നിർബന്ധമായും തീരുമാനിക്കണം എന്നതായിരുന്നു സവർക്കറുടെ ആവശ്യം. അതുകൊണ്ട് അദ്ദേഹം ചോദിക്കുന്ന ചോദ്യം 'ആരാണ് ഹിന്ദു' എന്നാണ്. കാരണം സവർക്കർ ഈ രാജ്യം 'ഹിന്ദുസ്ഥാൻ' ആണെന്ന് അവകാശപ്പെടുകയായിരുന്നു- വിദേശികൾ വിദേശ ഭാഷയിൽ പ്രയോഗിച്ച ഹിന്ദുസ്ഥാൻ എന്ന പഴയ അർഥത്തിൽ അല്ല, പക്ഷേ, സംസ്കൃതത്തിൽനിന്നും പിറവിയെടുത്ത ഹിന്ദുസ്ഥാൻ എന്ന നാമത്തിൽ തന്നെ.

ചരിത്രത്തിലെ ഹിന്ദു

സവർക്കർ തന്റെ പുസ്തകത്തിൽ പലയിടങ്ങളിലായി സിന്ധു നദീതീരത്ത് വാസമുറപ്പിച്ച ആര്യന്മാർ അവരെ സിന്ധു എന്ന് വിളിക്കുകയും അവരുടെ മണ്ണിനെ സിന്ധുസ്ഥാൻ എന്ന് വിശേഷിപ്പിക്കുകയും ചെയ്തു എന്ന് വാദിക്കുന്നുണ്ട്. സിന്ധു എന്ന പേര് പ്രാചീന പേർഷ്യക്കാർ ഹിന്ദു എന്ന് ഉച്ചരിച്ചു. ഗ്രീക്കുകാർ ഈ നദിയെ ഇൻഡസ് എന്നും നാടിനെ ഇന്ത്യ എന്നും വിളിച്ചു. സവർക്കറുടെ കപടമായ വാദത്തിൽ ശ്രദ്ധിക്കേണ്ട കാര്യം സെൻട്രൽ ഏഷ്യയിൽനിന്നും സിന്ധു നദീതീരത്ത് താമസിക്കാൻ ഇന്ത്യയിലേക്ക് വന്നവരാണ് ആര്യന്മാർ എന്നത് സവർക്കർ

അംഗീകരിക്കുന്നു എന്നതാണ്. ആര്യന്മാർ ഇന്ത്യൻ മണ്ണിൽ തദ്ദേശീയരാണ് എന്ന് വെറുതെ വാദിക്കാൻ ബുദ്ധിയുള്ള സവർക്കർ മെനക്കെട്ടില്ല. പകരം ഹിന്ദു എന്ന നാമം ഇന്ത്യക്കാർക്ക് വിദേശികൾ നൽകിയതാണ് എന്ന് വാദിക്കുകയാണ് സവർക്കർ ചെയ്തത്. ഇന്ത്യയിൽ കുടിയേറിയ ആര്യന്മാർ അവരെ സ്വയം 'സിന്ധു' എന്ന് വിശേഷിപ്പിച്ചു. ഇത് മറ്റ് പല പ്രാകൃത ഭാഷകളിലായി പിന്നീട് 'ഹിന്ദു' എന്ന് ഉപയോഗിക്കപ്പെട്ടു. ആര്യന്മാർ അവരെ സിന്ധു എന്നും അവരുടെ നാടിനെ സിന്ധുസ്ഥാൻ എന്നും വിളിച്ചു എന്ന സവർക്കറുടെ ഈ വാദത്തിനു സാധൂകരണമായി സംസ്കൃതത്തിൽ നിന്നും സവർക്കർ ചൂണ്ടിക്കാണിക്കുന്ന തെളിവുകൾ ഒന്നുംതന്നെ വിശ്വാസ്യയോഗ്യമല്ല. പത്തൊൻപതാം നൂറ്റാണ്ടിലോ മറ്റോ മാത്രം എഴുതപ്പെട്ടത് എന്ന് കരുതാവുന്ന കൃതിയാണ് *ഭവിഷ്യപുരാണം.* ആധുനികമായ കൃതിയെന്നറിഞ്ഞുകൊണ്ടുതന്നെയാണ് വ്യാജമായ ന്യായീകരണം നിരത്തുന്നത് എന്നത് നിരാശാജനകമാണ്. ഹിന്ദു രാഷ്ട്രത്തെക്കുറിച്ചുള്ള സവർക്കറുടെ വാദത്തിൽ ഹിന്ദുസ്ഥാൻ എന്ന പേര് സംബന്ധിച്ച അഭിപ്രായത്തിന് വലിയ പ്രസക്തിയില്ല. പ്രാചീന ഇന്ത്യയെക്കുറിച്ച് പാണ്ഡിത്യമുള്ളവർ അതിനെക്കുറിച്ച് തർക്കിക്കട്ടെ; അവരുടെ വാദത്തിലേക്ക് നമ്മുടെ ചർച്ച പരിമിതപ്പെടുത്തേണ്ട ആവശ്യമില്ല.

സവർക്കർ തന്റെ പുസ്തകം എഴുതുമ്പോൾ ഹാരപ്പൻ നാഗരികത നിലനിന്നിരുന്നതായി അറിവുപോലും ഉണ്ടായിരുന്നില്ല എന്നത് ഓർക്കണം. മോഹൻജൊദാരോയിലെ മൺകോട്ട കുഴിച്ചെടുത്തിരുന്നെങ്കിലും അതിന്റെ ചരിത്രപ്രാധാന്യം 1924 ൽ മാത്രമാണ് പ്രഖ്യാപിക്കപ്പെടുന്നത്. അതുകൊണ്ട് ഇത്തരം കപടവാദങ്ങൾ ഉന്നയിക്കുമ്പോൾ ആര്യന്മാർക്ക് മുൻപേ ഉണ്ടായിരുന്ന നാഗരികസംസ്കാരം എന്ന പ്രശ്നം ചർച്ച ചെയ്യേണ്ടുന്ന ബാധ്യത സവർക്കർക്കുണ്ടായില്ല. അതുകൊണ്ട് ആര്യന്മാർക്ക് മുൻപ് ഇന്ത്യയിൽ ജീവിച്ചിരുന്നവർ പ്രാകൃതരും അപരിഷ്കൃതരുമാണ് എന്ന് സവർക്കർ വെറുതെയങ്ങ് സങ്കൽപിച്ചു.

അതിനേക്കാൾ രസകരം ആധുനികരാഷ്ട്രം എന്ന കെട്ടുകഥ ഉണ്ടാക്കാൻ സവർക്കർ ഉന്നയിക്കുന്ന വാദമാണ്. സിന്ധു നദിയുടെ തീരങ്ങളിൽ നിന്നും ആര്യന്മാർ രാജ്യത്തിന്റെ പല ഭാഗങ്ങളിലേക്കായി വിന്യസിച്ചു. അനാര്യന്മാർ എന്ന് അവർ വിളിക്കുന്ന ഇന്ത്യൻ ഗോത്രവർഗക്കാരുമായി ആര്യന്മാർ പലപ്പോഴും സംഘട്ടനത്തിലെത്തി. എന്നാൽ ഇവർ തമ്മിൽ വൈവാഹിക ബന്ധങ്ങൾ രൂപപ്പെടുകയും സങ്കരവർഗങ്ങൾ രൂപപ്പെട്ടു എന്നുമാണ് സവർക്കർ ശഠിക്കുന്നത്. 'വ്യാപകമായ സങ്കലനം' എന്ന് സവർക്കർ അതിനെ വിവരിക്കുന്നുമുണ്ട്. രാമചന്ദ്ര, ഷിംല കീഴടക്കുന്നതുവരെ പല ഭരണക്രമങ്ങൾ രൂപപ്പെടുകയും നശിപ്പിക്കപ്പെടുകയും ചെയ്തു. ഷിംല കീഴടക്കപ്പെട്ടതോടെ ഹിമാലയം മുതൽ

കടൽ വരെയുള്ള മുഴുവൻ പ്രദേശവും ഒരൊറ്റ ഭരണത്തിന് കീഴിൽ വന്നു. അങ്ങനെയാണ് ആര്യന്മാരും അനാര്യന്മാരും ഒന്നിച്ച ഒരു ഹിന്ദു രാഷ്ട്രം രൂപപ്പെടുന്നത് എന്നാണ് സവർക്കറുടെ വാദം.

രണ്ട് കാര്യങ്ങൾ ഇവിടെ ശ്രദ്ധിക്കേണ്ടതുണ്ട്. ഒന്ന്, എവിടെനിന്നോ വന്ന് ഇന്ത്യയിൽ കുടിയേറിപ്പാർത്ത ആര്യൻമാരും ഇവിടുത്തെ പ്രാദേശിക വാസികളും തമ്മിൽ മിശ്രിതമായി ഉണ്ടായ ഹിന്ദു വംശം ഒറ്റ വംശം ആണെന്ന് സവർക്കർ വാദിക്കുന്നു. രണ്ട്, ഹിന്ദു രാഷ്ട്രം രൂപപ്പെടുന്നത് അനാര്യന്മാർ അയോധ്യയിലെ രാമനോട് കൂറ് പ്രഖ്യാപിച്ച് വടക്ക് മുതൽ തെക്കുവരെയുള്ള മുഴുവൻ ദേശവും ഒരൊറ്റ പരമാധികാരത്തിനു കീഴിൽ വരുന്നതോട് കൂടിയാണ്. എന്നുവെച്ചാൽ ഹിന്ദു ജനത എന്ന് പറയുന്നത് ആര്യന്മാരുടെയും അനാര്യന്മാരുടെയും വംശ സങ്കരമാണ് എങ്കിലും രാഷ്ട്രത്തിന്റെ രാഷ്ട്രീയ ഐക്യം ഉണ്ടാകുന്നത് ആര്യന്മാർ മറ്റുള്ളവർക്ക് മീതെ തങ്ങളുടെ അധീശത്വം പ്രഖ്യാപിക്കുന്നതോടുകൂടിയാണ്. ഇതിൽനിന്നും 'വ്യാപകമായ സങ്കലനം' എന്നതിനു പുറത്ത് ഹിന്ദുരാഷ്ട്രം എന്ന ആശയം രൂപീകരിച്ച ആര്യന്മാരുടെ' സിന്ധു ജനതയുടെ' ആവശ്യം വ്യക്തമാണ്. ഇത് മനസിൽ വെച്ച് വേണം സവർക്കറുടെ വാദം തുടർന്നു കേൾക്കാൻ.

ഈ സങ്കലന കാലഘട്ടമാണ് ഹിന്ദു രാഷ്ട്രത്തിന്റെ സുവർണ കാലഘട്ടമെങ്കിലും അത് അധികനാൾ നീണ്ടുനിന്നില്ല. അഹിംസയും ആത്മീയ ഐക്യവും പ്രചരിപ്പിച്ച ബുദ്ധിസം ഒരു സാർവദേശീയ മതമായി വളരുന്നതോടുകൂടി ഹിന്ദുരാഷ്ട്രം ക്ഷയിക്കുകയും അതിന്റെ പ്രതിരോധ ശേഷി നഷ്ടപ്പെടുകയും ചെയ്തു. അശോക ചക്രവർത്തി ഒരു വലിയ സാമ്രാജ്യം രൂപീകരിക്കുകയും ബുദ്ധന്റെ ആത്മസന്ദേശം ലോകം മുഴുവൻ പ്രചരിപ്പിക്കുകയും ചെയ്തു. പക്ഷേ, അശോക ചക്രവർത്തിയുടെ പിൻഗാമികൾക്ക് ശാകന്മാരുടെയും ഹൂനന്മാരുടെയും കിരാതാധിനിവേശത്തെ ചെറുത്തുനിൽക്കാനായില്ല. ഈ സാഹചര്യം പരാമർശിച്ച് ബുദ്ധിസത്തിന്റെ രാഷ്ട്രീയ പ്രാധാന്യത്തെ സവർക്കർ നിഷ്കരുണം വിചാരണ ചെയ്തു. ലോകം മുഴുവൻ സമ്പത്തും അധികാരവും മോഹിക്കുന്ന ക്രൂരന്മാരായ മനുഷ്യരാണ്; അവരെ സമാധാനത്തിന്റെയും സൗമനസ്യത്തിന്റെയും സന്ദേശംകൊണ്ട് അടക്കിനിർത്താനാവില്ല എന്നായിരുന്നു സവർക്കർ പറഞ്ഞത്. അവരെ നിയന്ത്രിക്കാൻ ധാർമികതയ്ക്ക് സാധിക്കില്ല, ആയുധങ്ങളാൽ മാത്രമേ സാധിക്കൂ. കിരാതാധിനിവേശം ഒരു രാഷ്ട്രീയപ്രതികരണം ഉണ്ടാക്കി. വിക്രമാദിത്യനു കീഴിലെ ഗുപ്ത സാമ്രാജ്യം ഹിന്ദുരാഷ്ട്രത്തെ ഒരു ശക്തമായ ഭരണക്രമമായി മാറ്റാനായി വൈദിക മതത്തെ പുനർജീവിപ്പിക്കാൻ ആരംഭിച്ചു. പുതിയൊരു

ദേശ രാഷ്ട്രത്തിനു മതപിന്തുണ നൽകാൻ, ഒരു സഭ രൂപീകരിക്കാൻ അത് അനിവാര്യമായിരുന്നു എന്നാണ് സവർക്കറിന്റെ പക്ഷം.

സവർക്കറുടെ ബുദ്ധമത വിമർശനത്തിന്റെ പ്രസക്തി പരോക്ഷമായി അത് ഗാന്ധിയുടെ രാഷ്ട്രീയത്തിനു നേരെയുള്ള വിമർശനമായിരുന്നു എന്നതാണ്. സ്നേഹത്തിന്റെയും അഹിംസയുടെയും സന്ദേശം ആത്മീയ ഉന്നമനത്തിനു ഉതകുമായിരിക്കും, എന്നാൽ ഫലത്തിൽ അവയ്ക്ക് ഉപയോഗമില്ല എന്ന് മാത്രമല്ല, അക്രമവും വിദ്വേഷവും നിറഞ്ഞ യഥാർഥ ലോകത്ത് അവ അപകടകരവുമാണ്. അതിലുപരി എല്ലാ മനുഷ്യരുടെയും സാഹോദര്യം പ്രചരിപ്പിക്കുന്ന ഒരു സാർവദേശീയ മതമാണ് ബുദ്ധമതം. അതിനു പുണ്യഭൂമിയായ ഹിന്ദുരാഷ്ട്രത്തെ സംരക്ഷിക്കാനോ പരിപാലിക്കാനോ കഴിയില്ല. ഇതായിരുന്നു ഗുപ്ത സാമ്രാജ്യത്തിനു കീഴിൽ ബുദ്ധ മതത്തിനോടുള്ള സമീപനം. ചിലർക്ക് മാത്രം അറിയാവുന്ന മറ്റൊരു കാര്യംകൂടി ഈ അവസരത്തിൽ പ്രതിപാദിക്കാം. സവർക്കറുടെ മറാത്തിയിലെ ബൃഹത്തായ സാഹിത്യ രചനകളിൽ ഉൾപ്പെടുന്ന ഒന്നാണ് 1931 ൽ എഴുതിയ *സങ്കീത് സന്ന്യസ്ത ഖട്ക* എന്ന സംഗീത നാടകം. ഒരു ശാക രാജാവ് ബുദ്ധമതസ്ഥരിൽ നിന്നും അഹിംസാ പ്രതിജ്ഞ എടുക്കുകയും പിന്നീട് തന്റെ രാജ്യം ഒരു അധീശത്വ സൈന്യത്താൽ ആക്രമിക്കപ്പെട്ടപ്പോൾ സഹാനുഭൂതിയും അഹിംസയും, ക്രൂരതയേയും അക്രമവാസനയേയും ഇല്ലാതാക്കുന്നില്ല എന്ന തിരിച്ചറിവിൽ എത്തുന്നതുമാണ് അതിന്റെ ഇതിവൃത്തം. നാടകം അവസാനിക്കുന്നത് ഇങ്ങനെയാണ്: "ത്യാഗമാണ് ഏറ്റവും വലിയ ധർമം എന്ന് വിശ്വസിക്കുന്ന രാജ്യം ശപിക്കപ്പെട്ട ഒന്നാണ്." ഗാന്ധിയൻ സിദ്ധാന്തത്തിലേക്കുള്ള പരാമർശം ഇവിടെ സ്പഷ്ടമാണ്.

ബുദ്ധമതത്തിന്റെ പതനത്തോടുകൂടി പുനരുദ്ധാരണം ചെയ്യപ്പെട്ട വൈദിക മതം സിന്ധുവിന്റെ പ്രതീകാത്മക പ്രാധാന്യം പുനഃസ്ഥാപിച്ചു. ആ പ്രതികരണം അമിതമായിരുന്നു എന്ന് സവർക്കർ സമ്മതിക്കുന്നു, കാരണം അത് ജാതി വിവേചനത്തിന്റെ ക്രൂരതകൾ പൂർവാധികം ശക്തിയിൽ തിരിച്ചുകൊണ്ടുവന്നു. *വർണവ്യവസ്ഥ* പിന്തുണയ്ക്കുന്നത് ഹിന്ദുക്കളുടെ ദേശീയ സ്വത്വമായി മാറി, അതവരെ *മ്ലേച്ഛരായ* വിദേശികളിൽനിന്നും സമുന്നതരാക്കി നിർത്തി. കടലിനപ്പുറമുള്ള, വൈദിക വിശ്വാസം നിലനിർത്താൻ ബുദ്ധിമുട്ടുള്ള വിദേശ രാജ്യങ്ങളിലേക്കുള്ള യാത്രകൾക്ക് നിരോധനം ഏർപ്പെടുത്തിയിരുന്നു. പക്ഷേ, ഒരു യാഥാസ്ഥിതിക ഹിന്ദുസഭ ഇവിടുത്തെ ഹിന്ദുരാഷ്ട്രം എന്ന ആശയത്തെ അന്യം നിന്ന് പോകാതെ നിലനിർത്തി. ഗുപ്ത കാലഘട്ടത്തിൽ സിന്ധുസ്ഥാൻ എന്നത് ഒരു ഏകഛത്രാധിപതിയായ ഭരണാധികാരി ഭരിക്കുന്ന രാഷ്ട്രം (rajnah-rastram) ആയിരുന്നു. സിന്ധു നദി, ഒരിക്കൽ സിന്ധു

നദിയുടെ പോഷകനദി എന്ന് വിശ്വസിക്കപ്പെട്ടിരുന്ന ബ്രഹ്മപുത്ര, സിന്ധു സമുദ്രം എന്നിവയാൽ ചുറ്റപ്പെട്ട ഒരു പരമാധികാര പ്രാദേശിക ദേശരാഷ്ട്ര സങ്കൽപമായിരുന്നു അന്ന് സിന്ധുസ്ഥാൻ.

പത്താം നൂറ്റാണ്ടോട്ടുകൂടി തുടങ്ങുന്ന മുസ്ലീം അധിനിവേശമാണ് ഹിന്ദുരാഷ്ട്രത്തിന്റെ രാഷ്ട്രീയ പരമാധികാരത്തിനുണ്ടായ അടുത്ത ഭീഷണി. എല്ലാ ഹിന്ദുക്കളും മുസ്ലീം ആധിപത്യത്തിൽ തുല്യ ഇരകളായിരുന്നു എന്ന് സവർക്കർ ശഠിക്കുന്നു- സനാതനി, സിക്ക്, മറാത്ത, മദ്രാസി, ബ്രാഹ്മണൻ, സത്നമി, തൊട്ടുകൂടാത്ത പഞ്ചമർ - എല്ലാവരും മുസ്ലീം അധിനിവേശത്തിൽ യാതന അനുഭവിച്ചു. എന്നാൽ രണോത്സുകരായ വൈദേശിക ആധിപത്യത്തോടുള്ള ചെറുത്തുനിൽപിൽ എല്ലാവരും ഒന്നിച്ചുനിന്നു. മുസ്ലീം ഭരണത്തിന് എതിരെയുള്ള ഹിന്ദു ചെറുത്തുനിൽപുകൾക്ക് ഉദാഹരണമായി സവർക്കർ ഉദ്ധരിക്കുന്നതിൽ രാജ്പുത്തുകളും സിഖുകാരും മറാത്തകളും എല്ലാം ഉൾപ്പെടും. സവർക്കർ വാദിക്കുന്നത് അവരൊന്നും അവരുടെ സമുദായത്തിനോ രാജ്യത്തിനോ വേണ്ടിയല്ല പകരം ഹിന്ദുരാഷ്ട്രത്തിനാകമാനം വേണ്ടിയാണ് പൊരുതിയത് എന്നാണ്. വിശേഷിച്ച് സവർക്കർ ധാരാളം മറാത്തി സ്രോതസുകളെ ഉദ്ധരിച്ച് ശിവജി ഉണ്ടാക്കി പിന്നീട് പേഷ്വാകൾ ഭരിച്ച സാമ്രാജ്യം ഹിന്ദു-പത്-പതഷാഹി/ഹിന്ദു സാമ്രാജ്യം ആണ് എന്ന് വിവരിക്കുന്നുണ്ട്. ഹിന്ദുത്വയെക്കുറിച്ചുള്ള സവർക്കറുടെ പുസ്തകത്തിന് ശേഷം ഉടനെ തന്നെ മറാത്ത സാമ്രാജ്യത്തിന്റെ ചരിത്രം ആഘോഷിച്ചുകൊണ്ട് ഒരു ബൃഹത്തായ വാല്യം തന്നെ സവർക്കർ എഴുതുകയുണ്ടായി. സവർക്കർ അഭിപ്രായപ്പെടുന്നത് 1761 ൽ പാനിപ്പതിൽ അഫ്ഗാൻ സൈന്യത്തോട് പരാജയപ്പെട്ടത് ഒഴിച്ചാൽ മറാത്തകളാണ് ഹിന്ദുക്കളെ ഹിന്ദുസ്ഥാന്റെ യഥാർഥ ഭരണാധികാരികളാക്കി മാറ്റിയത് എന്നാണ്.

വിചിത്രമെന്നു തോന്നുമെങ്കിലും അവിടെയാണ് സവർക്കർ ഇന്ത്യാചരിത്രത്തിനെക്കുറിച്ചുള്ള തന്റെ വ്യാഖ്യാനം അവസാനിപ്പിക്കുന്നത്. പിന്നീട് നടന്ന ബ്രിട്ടീഷ് അധിനിവേശത്തെയോ കോളനി ഭരണത്തെയോ കുറിച്ച് സവർക്കർ സംസാരിക്കുന്നതേയില്ല. ആ സമയത്ത് രാജ്യത്തുടനീളം ബ്രിട്ടീഷ് അതിക്രമത്തെ ചെറുത്തും പിന്നീട് അവരെ കെട്ടുകെട്ടിക്കാനുമായി നടന്ന യുദ്ധങ്ങളെക്കുറിച്ചോ എന്തിന് 1857 ലെ കലാപത്തെകുറിച്ചുപോലും സവർക്കർ എങ്ങും പരാമർശിക്കുന്നില്ല. ഇന്ത്യയിലെ ദേശീയതയുടെ അവശ്യതത്വങ്ങൾ വരച്ചുകാണിക്കാൻ സവർക്കർ മുതിരുമ്പോൾ പോലും സവർക്കറുടെ ചരിത്ര വ്യാഖ്യാനം ഇന്ത്യക്കാരെ അടിമപ്പെടുത്തിവാണ ബ്രിട്ടീഷുകാർ ഇന്ത്യയിൽ വരുന്നതിനു മുൻപേ അവസാനിക്കുന്നു.

കർശന ബ്രിട്ടീഷ് നിയന്ത്രണത്തിന് കീഴിൽ നിൽക്കെ എഴുത

പ്പെട്ടതുകൊണ്ടാണ് സവർക്കറുടെ എഴുത്തിൽ ബ്രിട്ടീഷ് അധിനിവേശം പരാമർശിക്കപ്പെടാത്തത് എന്ന് വേണമെങ്കിൽ ഒരാൾക്ക് വാദിക്കാം. പക്ഷേ, അത് വിശ്വസിക്കാൻ ബുദ്ധിമുട്ടാണ്. കാരണം സവർക്കർ തന്റെ രാഷ്ട്രീയ സന്ദേശം തനിക്ക് വേണ്ടവിധം വിനിമയം ചെയ്യാൻ മാത്രം സാമർഥ്യമുള്ള എഴുത്തുകാരനായിരുന്നു. വാസ്തവത്തിൽ ജയിലിലെ അവസാന കാലഘട്ടങ്ങളിൽ സവർക്കറുടെ രാഷ്ട്രീയ വീക്ഷണത്തിൽ വലിയ മാറ്റങ്ങൾ ഉണ്ടായതാണ് പിന്നീടുള്ള എഴുത്തിൽ പ്രകടമായത് എന്നാണ് ഞാൻ കരുതുന്നത്. 1920 കളിലെ ദേശീയത പ്രക്ഷോഭങ്ങളിൽ ഉണ്ടായ മാറ്റത്തിന്റെ സാഹചര്യത്തിൽ ബ്രിട്ടീഷുകാരെക്കാൾ വലിയ ശത്രുക്കളെ ഹിന്ദുക്കൾ നേരിടേണ്ടി വരുന്നതായി സവർക്കർ വിശ്വസിക്കാൻ തുടങ്ങി. മുൻപ് പറഞ്ഞതുപോലെ, സവർക്കർ ഗാന്ധിയുടെ ജനകീയ രാഷ്ട്രീയവും ഗാന്ധിയുടെ മുസ്ലീം മത നേതാക്കളുമായുള്ള സഖ്യവും ഹിന്ദുരാഷ്ട്രം നേരിടുന്ന വലിയ വെല്ലുവിളിയായി കണ്ടു. അതിനെതിരെ പൊരുതാൻ സവർക്കർ തീരുമാനിച്ചു. ആ ദൃഢനിശ്ചയമാണ് 1920 കൾ മുതൽ സവർക്കറുടെ രാഷ്ട്രീയത്തെ മുന്നോട്ടു നയിക്കുന്നത്.

ഹിന്ദുവിനെ നിർവചിക്കുന്നു

സവർക്കറുടെ യഥാർഥ ഹിന്ദു എന്ന നിർവചനം സവർക്കറുടെ പുതിയ രാഷ്ട്രീയത്തോട് ചേർന്നുനിൽക്കുന്നതാണ്. ഹിന്ദുവാകണം എങ്കിൽ ആദ്യംതന്നെ ആ വ്യക്തിയോ അയാളുടെ പൂർവികരോ ഹിന്ദുസ്ഥാനിൽ ജനിച്ചവർ ആയിരിക്കണം. ആ വസ്തുതയുടെ ബലത്തിൽ അയാൾ ഒരു പിതൃഭൂമി ഹിന്ദുസ്ഥാനിൽ ജനിച്ച മറ്റുള്ളവരുമായി പങ്കുവെക്കും. അതൊരാളെ ഭാരതീയൻ അല്ലെങ്കിൽ ഹിന്ദി അല്ലെങ്കിൽ ഇന്ത്യൻ ആക്കുന്നു- അഥവാ ഇന്ത്യാരാജ്യത്തെ ഒരു പൗരൻ ആക്കുന്നു. ഇതൊരു അനിവാര്യഘടകം ആയിരിക്കെ തന്നെ അങ്ങനൊരാൾ എപ്പോഴും ഹിന്ദു ആയിരിക്കണം എന്നില്ല. മാത്രവുമല്ല, അയാൾ ഹിന്ദു ജാതിയിൽ പെടുകയും ആ വംശ പാരമ്പര്യം പിന്തുടരുന്ന ഒരേ രക്തത്തിലുള്ള ആളായിരിക്കുകയും വേണം. മുൻപ് പരാമർശിച്ചതുപോലെ സവർക്കർ ഹിന്ദു ജാതി ഉണ്ടായത് ആര്യന്മാരും ഇന്ത്യൻ വംശജരായ അനാര്യന്മാരും ചേർന്നാണ് എന്ന് അവകാശപ്പെട്ടു. ഈ സങ്കലനം എല്ലാ ഹിന്ദുക്കളും ഒരേ രക്തമാണ് പങ്കുവെക്കുന്നത് എന്ന വാദത്തിലേക്ക് നയിച്ചു. ജാതി നിയമങ്ങൾ ഈ സങ്കലനത്തിനോ ഒരേ രക്തം എന്ന സങ്കല്പത്തിനോ ഒരു തടസമാണ് എന്ന് സവർക്കർ ഒരിക്കലും വിശ്വസിച്ചില്ല. ധർമശാസ്ത്രത്തിലെ അനുലോമ, പ്രതിലോമ വിവാഹങ്ങളുടെ നിബന്ധനകൾ ഉദ്ധരിച്ച് ജാതിക്ക് അതീതമായ മിശ്രവിവാഹങ്ങൾ എല്ലാക്കാലത്തും പ്രചാരത്തിൽ ഉണ്ടായിരുന്നു എന്ന് സവർക്കർ ശഠിക്കുന്നു. അതുമാത്രമ

ല്ല ബുദ്ധന്മാർ, ജൈനന്മാർ, സിഖുക്കാർ തുടങ്ങി വേദങ്ങളും വർണാശ്രമ ധർമങ്ങളും നിഷേധിക്കുന്നവർ പോലും വർണ വ്യവസ്ഥയ്ക്ക് ഉള്ളിലുള്ള പല ജാതിയിൽനിന്നും വിവാഹം ചെയ്യുന്നു. അതിനുമപ്പുറം മുസ്ലീം മതത്തിലേക്കും ക്രിസ്ത്യൻ മതത്തിലേക്കും പരിവർത്തനം ചെയ്ത ദശലക്ഷം ഇന്ത്യക്കാർ അവരുടെ ഹിന്ദു സ്വദേശികളുടെ രക്തമാണ് പങ്കുവെക്കുന്നത്, അതുകൊണ്ട് അവരും ഹിന്ദു വംശത്തിൽ (ജാതിയിൽ) പെടുന്നു. അങ്ങനെയെങ്കിൽ ഒരേ പിതൃഭൂമി ഒരേ രക്തം എന്നീ രണ്ട് മാനദണ്ഡങ്ങൾ പ്രകാരം ഇന്ത്യൻ മുസ്ലീങ്ങളും ക്രിസ്ത്യാനികളും ഭാരത രാജ്യത്തിലും അതുപോലെ തന്നെ ഹിന്ദു ജാതിയിലും ഉൾപ്പെടുന്നു.

തന്റെ ഇംഗ്ലീഷ് പുസ്തകത്തിൽ 'സംസ്കൃതി' എന്ന് വിശേഷിപ്പിക്കുന്ന ഒരു ഹിന്ദു സംസ്കാരത്തിന്റെ അല്ലെങ്കിൽ നാഗരികതയുടെ പിന്തുടർച്ചയെ ഹിന്ദു ആവാനുള്ള മൂന്നാമത്തെ യോഗ്യതയായി സവർക്കർ അവതരിപ്പിക്കുന്നതോടുകൂടി മറ്റുള്ളവരെല്ലാം ഹിന്ദു സ്വത്വത്തിനു പുറത്താക്കപ്പെടുന്നു. അപ്പോൾ എന്താണ് ഹിന്ദു നാഗരികത? ചരിത്രത്തിലും സാഹിത്യത്തിലും കലയിലും പരിചരിക്കപ്പെട്ട ഹിന്ദുരാഷ്ട്രത്തിന്റെ ആശയങ്ങളും നേട്ടങ്ങളുമാണ് ഹിന്ദു നാഗരികത എന്നതുകൊണ്ട് വിവക്ഷിക്കുന്നത്. എങ്ങനെയാണ് സിലോൺ മുതൽ കശ്മീർ വരെയുള്ള രാജ്യത്തെ ഹിന്ദുക്കൾ മുഴുവനും *രാമായണ*ത്തിലെയും *മഹാഭാരത*ത്തിലെയും കഥകൾ കേട്ട് അല്ലെങ്കിൽ രാധയുടെയും കൃഷ്ണന്റെയും പ്രണയത്തെക്കുറിച്ച് കേട്ട്, പ്രിഥ്വിരാജിന്റെ വീരസാഹസിക കഥകൾ കേട്ട്, സിക്ക് ഗുരുക്കന്മാരുടെ ധീര രക്തസാക്ഷിത്വ കഥകൾ കേട്ട് വളർന്നത് എന്നതിനെക്കുറിച്ച് സവർക്കർ വാചാലനാകുന്നുണ്ട്. എല്ലാ ഇന്ത്യൻ ഭാഷകളും സംസ്കൃതത്തിൽ നിന്നാണ് ഉണ്ടായത് എന്ന് സവർക്കർ വാദിക്കുന്നു. അതായത് സംസ്കൃതമാണ് എല്ലാ ഹിന്ദുക്കളുടെയും മാതൃഭാഷ എന്ന്. ബുദ്ധമതസ്ഥർക്കോ ജൈനമതസ്ഥർക്കോ സിക്കുകാർക്കോ വേദങ്ങൾ ആധികാരിക മതഗ്രന്ഥങ്ങൾ അല്ലെങ്കിൽ കൂടി വേദങ്ങളിലെ സംസ്കൃത ഭാഷയുടെ നിപുണതയും ചാതുര്യവും വേദങ്ങളെ ആദരിക്കുന്നവരിൽ എന്നപോലെ അവരിലും പൂർവാർജിതമാണ്. ഇന്ത്യൻ ഭാഷകൾ തമ്മിലുള്ള കുടുംബ ബന്ധം കാരണം ഇന്ത്യയിൽ എവിടെയുമുള്ള സാഹിത്യം എല്ലാംതന്നെ ഹിന്ദുക്കളുടെതാണ്. എന്തും വിശ്വസിക്കാം എന്നതിനും പുറമേ ബംഗാളിൽ നിന്നുള്ള ഒരു ഹിന്ദുവിന് തമിഴിലെ *കമ്പരാമായണം* തന്റെ ആണെന്ന് പറയാം എന്നാൽ ഹാഫിസിന്റെ പേർഷ്യൻ കാവ്യങ്ങൾ തന്റെയാണ് എന്ന് പറയാനാവില്ല, അല്ലെങ്കിൽ, മഹാരാഷ്ട്രയിലെ ഒരു ഹിന്ദുവിന് 'രബീന്ദ്രനാഥ് എന്റേതാണ്' എന്ന് പറയാം പക്ഷേ, ഷേക്സ്പിയർ തന്റേതാണ് എന്ന് പറയാനാവില്ല എന്നുകൂടി സവർക്കർ സമർഥിക്കുന്നു. അതിശയം എന്താണെന്നുവെച്ചാൽ സിന്ധും പഞ്ചാബും

കാശ്മീരും മുതൽ യുണൈറ്റഡ് പ്രൊവിൻസസ്‌വരെ ഉത്തരേന്ത്യ മുഴക്കെ വ്യാപിച്ചുകിടക്കുന്ന ഉറുദു ഭാഷയെ സവർക്കർ ഇന്ത്യൻ ഭാഷയായി പരിഗണിച്ചിരുന്നില്ല എന്നതാണ്. അതുപോലെതന്നെ ഹിന്ദു സംസ്കൃതിയിൽ ദേശ വിഭാഗീയ വേർതിരിവുകൾക്ക് അതീതമായ ഒരു ഹിന്ദു നിയമം ഉണ്ട്, അത് മുസ്ലീം- ക്രിസ്ത്യൻ നിയമങ്ങളിൽനിന്നും വ്യത്യസ്തമാണ്. ഹിന്ദു നാഗരികത എന്നത് ദസറ, ദീപാവലി, രാഖി, ഹോളി തുടങ്ങിയ പൊതുവായ ആഘോഷങ്ങളും രഥയാത്ര, കുംഭമേള തുടങ്ങിയ മേളകളും, മരണവും ജനനവും വിവാഹവും എല്ലാമുള്ള പൊതുവായ ആചാരങ്ങളും അനുഷ്ഠാനങ്ങളും എല്ലാം ഉൾപ്പെടുന്നതാണ്. മൊത്തത്തിൽ ഹിന്ദു സംസ്കൃതി അഥവാ ഹിന്ദു സംസ്കാരം അല്ലെങ്കിൽ നാഗരികത എന്നത് ഹിന്ദുക്കൾ പൊതുവായി തങ്ങളുടേത് എന്ന് കരുതുന്ന ഒരുക്കൂട്ടം ചരിത്രവും സാഹിത്യവും കലയും നിയമങ്ങളും ആഘോഷങ്ങളും അനുഷ്ഠാനങ്ങളും എല്ലാം ചേർന്നതാണ്.

ഹിന്ദു മതത്തിന്റെ പൊതു വിശ്വാസങ്ങളും ആചാരങ്ങളും നിർവചിക്കുന്നതിലെ ബുദ്ധിമുട്ടുകളെക്കുറിച്ച് സവർക്കർ ബോധവാനായിരുന്നു. അതുകൊണ്ടാണ് സവർക്കർ ഹിന്ദുത്വ എന്ന തന്റെ ആശയത്തെ ഹിന്ദുയിസം എന്നതിൽ നിന്നും വേർതിരിച്ച് അവതരിപ്പിച്ചത്. പിന്നീട് സവർക്കർ പറയുന്ന ആശയങ്ങൾ അധ്യാത്മവിദ്യാപരവും ധാർമികവുമായ ഹിന്ദുമത മൂല്യങ്ങളെ ഉൾപ്പെടുത്തിയുള്ള കാര്യങ്ങളാണ്. പക്ഷേ, അത് നിർവചിക്കാനുള്ള സവർക്കറുടെ എല്ലാ ശ്രമങ്ങളും ചെന്നവസാനിക്കുന്നത് പ്രതീക്ഷയ്ക്ക് വകയില്ലാത്ത ആശയക്കുഴപ്പങ്ങളിലാണ്. ആ പ്രശ്നം പരിഹരിക്കാനുള്ള ഒരേയൊരു വഴി ബഹുഭൂരിപക്ഷം വരുന്ന ആളുകൾ പരിശീലിക്കുന്ന മതത്തെ ഹിന്ദുയിസം ആയി പ്രഖ്യാപിക്കുക എന്നത് മാത്രമാണ്. ചിലപ്പോൾ, ഈ ഭൂരിപക്ഷ അല്ലെങ്കിൽ ആധിപത്യ മതത്തെ വൈദിക ധർമ എന്ന് വിളിച്ചു, ചിലപ്പോൾ സനാധന ധർമ എന്നും. ശ്രുതി, സ്മൃതി, പുരാണങ്ങൾ എന്നിവയാൽ നിർമിക്കപ്പെട്ടവയാണ് അവ. പക്ഷേ, അവ ഹിന്ദുരാഷ്ട്രത്തിന്റെ ഒരു ഭാഗത്തെ മാത്രമേ നിർവചിക്കുന്നുള്ളൂ, കാരണം വൈദിക അല്ലെങ്കിൽ സനാധന ധർമങ്ങൾ പിന്തുടരാത്ത എന്നാൽ ഹിന്ദു നാഗരികതയുടെ ഭാഗമായ ദശലക്ഷക്കണക്കിന് ആളുകളെ അപ്പോൾ ഹിന്ദുരാഷ്ട്രം ഉൾക്കൊള്ളുന്നില്ല. അവരെല്ലാം എന്തിന് അവർക്ക് അവകാശപ്പെട്ട ഹിന്ദുരാഷ്ട്രത്തിനു പുറത്തുപോകണം?

ഹിന്ദുത്വയെ നിർവചിക്കുന്നു

ഹിന്ദുത്വ എന്ന ആശയമാണ് സവർക്കർ ഈ പ്രശ്നത്തിനുള്ള പരിഹാരമായി മുന്നോട്ടു വെച്ചത്. അയാൾ ഇന്ത്യയെ തന്റെ പുണ്യഭൂമിയായി

(പുണ്യഭൂ) കണക്കാക്കുന്നുണ്ടോ ഇല്ലയോ? അവൻ അങ്ങനെ ചെയ്യുന്നു വെങ്കിൽ - അവന്റെ വിശ്വാസം വൈദിക നിയമങ്ങളുമായി പൊരുത്ത പ്പെടുന്നുണ്ടോ ഇല്ലയോ എന്നത് പ്രശ്നമല്ല, അല്ലെങ്കിൽ അത് സ്വയം ഹിന്ദു എന്ന് വിളിക്കപ്പെടുന്നില്ലെങ്കിലും (ബുദ്ധമതക്കാരോ സിഖുകാരോ പോലെ) അവൻ ഹിന്ദുസ്ഥാനെ തന്റെ വിശുദ്ധ പിതൃരാജ്യമായി - പുണ്യഭൂ - പിതൃഭൂ - ആയി കണക്കാക്കുന്നു എങ്കിൽ അവൻ ഹിന്ദുവാണ്. ഇല്ലെങ്കിൽ, അയാൾ ലോകത്തിന്റെ മറ്റേതെങ്കിലും ഭാഗത്തെ - മുസ്ലീങ്ങൾക്ക് അറേബ്യ അല്ലെങ്കിൽ കത്തോലിക്കർക്ക് റോം- തന്റെ പുണ്യഭൂമിയായി കണക്കാക്കണം, അതിനാൽ ഹിന്ദു സംസ്കൃതിയുമായി അവർക്ക് താദാത്മ്യം പ്രാപിക്കാൻ കഴിയില്ല. ആ വ്യക്തി, തൽഫലമായി, ഹിന്ദു അല്ല, അവർക്ക് ഹിന്ദുരാഷ്ട്രത്തിൽ അംഗമാകാനും കഴിയില്ല.

കോൺഗ്രസിന്റെ സജീവ നേതാക്കളെയും പുതുതായി രൂപീകരിച്ച ഹിന്ദു മഹാസഭയിൽ ഒന്നിച്ച മറ്റുള്ളവരെയുംപോലെ തന്റെ കാലത്ത് ഹിന്ദു ദേശീയതയുടെ അനുയായികൾ നേരിട്ട ഒരു പ്രശ്നം പരിഹരിക്കാൻ സവർക്കർ സ്വീകരിച്ച സമർത്ഥമായ രീതിയെ ഞാൻ അഭിനന്ദിക്കേണ്ടതുണ്ട്. രാജ്യത്തിന്റെ എല്ലാ ഭാഗങ്ങളിലും ജനങ്ങളുടെ സാമൂഹിക ജീവിതത്തിൽ നിലനിന്നിരുന്ന വിഭാഗങ്ങളും ജാതികളും തമ്മിലുള്ള അനേകം സംഘർഷങ്ങൾ പരിഗണിക്കാതെ ഉയർന്നുവരുന്ന ദേശീയ രൂപീകരണത്തിൽ ഹിന്ദുക്കളുടെ മുൻഗണന എങ്ങനെ ഉറപ്പിക്കാൻ കഴിയും? ഇവ കേവലം പഴയ സംഘർഷങ്ങളായിരുന്നില്ല; ജാതികളും സമുദായങ്ങളും പരമ്പരാഗത ആചാരങ്ങളെ ധിക്കരിക്കുകയും അന്തസ്സിനും സാമൂഹിക സമത്വത്തിനും വേണ്ടിയുള്ള പുതിയ അവകാശവാദങ്ങൾ ഉന്നയിക്കുകയും ചെയ്യുന്നതിനാൽ ഈ സംഘർഷങ്ങൾ പുതിയ രൂപങ്ങളിൽ ഉയർന്നുവരുന്നു. മതപരമായ ആചാരങ്ങൾ പരിഷ്കരിക്കുന്നതിനായി ആര്യസമാജം നടത്തുന്ന ഒരു പ്രചാരണത്തെ സനാതന ധർമത്തിന്റെ അനുയായികൾ എതിർക്കും; അയിത്തജാതിക്കാർ ക്ഷേത്രത്തിൽ പ്രവേശിക്കുകയോ ഗ്രാമത്തിലെ കുളം ഉപയോഗിക്കുകയോ ചെയ്യണമെന്ന ആവശ്യം ഉയർന്ന ജാതിക്കാർ ശക്തമായി എതിർക്കും. അങ്ങനെയെങ്കിൽ ഒരു പൊതു ഹൈന്ദവ താൽപര്യം രാഷ്ട്രീയമായി എങ്ങനെ നിർവചിക്കപ്പെടും?

സർവർക്കർ ഹിന്ദുവിനെ നിർവ്വചിക്കുന്നതിലുള്ള പ്രശ്നത്തെ പരിഹരിക്കാൻ ശ്രമിച്ചത് മതത്തിന്റെ ആന്തരിക സവിശേഷതകളിലൂന്നിയല്ല, മറിച്ച് ഒരുമതം പിറവികൊണ്ട ഭൂപ്രദേശത്തെ മുൻനിർത്തിയായിരുന്നു. അതിനായി യൂറോപ്പിൽ ഉയർന്നുവന്ന ആധുനിക ദേശീരാഷ്ട്രത്തിന്റെ പ്രാദേശിക നിർവചനത്തെ അദ്ദേഹം കടംകൊണ്ടു. പിന്നീട് അദ്ദേഹം

ഹിന്ദുസ്ഥാൻ എന്ന് വിളിക്കുന്ന പ്രദേശത്തെ യഥാർഥ ഇന്ത്യൻ ചരിത്രത്തിന്റെ സാങ്കൽപികമായ പുനർനിർമാണത്തിലൂടെ നിർവചിക്കുന്നു. അവസാനമായി, ഹിന്ദുസ്ഥാന്റെ പ്രദേശത്ത് ഉത്ഭവിക്കുന്ന എല്ലാ മത വിശ്വാസങ്ങളും ആചാരങ്ങളും ഹിന്ദുത്വയുടെ (ഹിന്ദുയിസമല്ല, അത് ദേശീയത നിർണയിക്കുന്നതിൽ അപ്രസക്തമാണെന്ന് അദ്ദേഹം പ്രഖ്യാപിക്കുന്നു) ഘടകമായി അദ്ദേഹം പ്രഖ്യാപിക്കുന്നു. ഈ മൂന്ന് ചുവടുകൾകൊണ്ട്, ഇന്ത്യയിൽ ജനിച്ച മതങ്ങളിലെ എല്ലാ വിഭാഗങ്ങളെയും ജാതികളെയും അവർ തമ്മിലുള്ള അഭിപ്രായവ്യത്യാസങ്ങളും സംഘർഷങ്ങളും അവഗണിച്ചുകൊണ്ട്, ഹിന്ദുരാഷ്ട്രത്തിന്റെ നിർവചനത്തിൽ ഉൾപ്പെടുത്താൻ അദ്ദേഹത്തിന് കഴിഞ്ഞു. ബൊഹ്റകളും ഖോജകളും പോലും ഹിന്ദുത്വയ്ക്ക് സ്വീകാര്യമാണ് എന്നും അവർ പത്ത് ഹിന്ദു അവതാരങ്ങളെയും ആരാധിക്കുന്നുവെന്നും പതിനൊന്നാമനായി മാത്രമേ മുഹമ്മദിനെ ആരാധിക്കുള്ളൂ എന്നും അദ്ദേഹം ഇതിനെ ന്യായീകരിച്ചു. ഹിന്ദുക്കൾക്കിടയിൽ പല സംഘട്ടനങ്ങളും യുദ്ധങ്ങളുംപോലും ചരിത്രം രേഖപ്പെടുത്തുന്നു എന്നത് അവർക്ക് സ്വന്തം ദേശീയ ചരിത്രത്തെ നിഷേധിക്കാനുള്ള കാരണമല്ല. യൂറോപ്യൻ രാജ്യങ്ങളിൽ ഇംഗ്ലീഷുകാരോ ഫ്രഞ്ചുകാരോ ജർമ്മനിക്കാരോ ഇറ്റലിക്കാരോ ആഭ്യന്തരയുദ്ധങ്ങൾ നടത്തിയിട്ടില്ലേ? ആഭ്യന്തര കലഹങ്ങൾക്കിടയിലും അവർക്ക് തങ്ങളുടെ വ്യതിരിക്തമായ ദേശീയ ചരിത്രം അവകാശപ്പെടാൻ കഴിയുമെങ്കിൽ, എന്തുകൊണ്ട് ഹിന്ദുരാഷ്ട്രത്തിന് അത് സാധ്യമല്ല എന്ന് സവർക്കർ ചോദിക്കുന്നു.

അതേ സമയം, താൻ ഒഴിവാക്കാൻ ആഗ്രഹിച്ചവരെ അദ്ദേഹം വിദഗ്ധമായി പുറന്തള്ളുന്നുമുണ്ട്-അതായത് മുസ്ലീങ്ങളെയും ക്രിസ്ത്യാനികളെയും. ഈ പ്രക്രിയയിൽ പാഴ്സികളെയും ജൂതന്മാരെയും പോലുള്ള ചെറിയ ഗ്രൂപ്പുകളെ അദ്ദേഹത്തിന് ഒഴിവാക്കേണ്ടി വരും. ഇത് ദേശീയതയുടെ (രാഷ്ട്രവാദ്) ശക്തമായ ഒരു തത്വം സ്ഥാപിക്കാൻ പകരം നൽകുന്ന ഒരു ചെറിയ വിലയാണെന്ന് അദ്ദേഹം കരുതിയിരിക്കാം. ഒരുപക്ഷേ അവർ മതപരിവർത്തനം നടത്താത്തതിനാലും ആളുകളെ മതപരിവർത്തനം ചെയ്യാൻ ശ്രമിക്കാത്തതിനാലും ഹിന്ദുരാഷ്ട്രത്തിന് ഒരു ഭീഷണിയും ഉയർത്തുന്നില്ലായിരിക്കാം. കൗതുകകരമായ കാര്യം എന്തെന്നാൽ, സ്വാമി വിവേകാനന്ദന്റെ ഐറിഷ് ശിഷ്യയായ സിസ്റ്റർ നിവേദിതയെ സവർക്കർ പ്രത്യേകം പ്രതിപാദിക്കുന്നു. അവർ ഇന്ത്യയെ തന്റെ പവിത്രമായ പിതൃരാജ്യമായി സ്വീകരിച്ചു എന്ന് അദ്ദേഹം പറയുന്നു: അതിനാൽ നിയമത്തിന് അപൂർവമായ ഒരു അപവാദമായി അവരെ അദ്ദേഹം ഹിന്ദുരാഷ്ട്രത്തിൽ ഉൾപ്പെടുത്തുന്നു.

സവർക്കറുടെ 1920 കളിലെ എഴുത്തുകളിൽ, അദ്ദേഹം യൂറോപ്പിൽ താൻ കണ്ടതരത്തിലുള്ള സൈനിക ചരിത്രങ്ങളിൽ അഭിമാനിക്കുക യും ദേശീയ ഐക്യത്തിലും സായുധ ശക്തിയിലും ആശ്രയിക്കുകയും ചെയ്യുന്ന സാംസ്കാരികമായി ഏകതാനമായ ഒരു ആധുനിക രാഷ്ട്രമായി ഇന്ത്യയെ സങ്കൽപിക്കാൻ ആഗ്രഹിച്ചിരുന്നു. 1857 ലെ പ്രക്ഷോഭകാ രികൾക്കിടയിലെ മുസ്ലീം- ഹിന്ദു ഐക്യത്തെ സംബന്ധിച്ച മുൻകാല ആഘോഷം ഉപേക്ഷിച്ച്, തുർക്കി സുൽത്താനോട് ആഭിമുഖ്യംകാണി ക്കുന്ന ഇന്ത്യൻ മുസ്ലീങ്ങളുടെ വിശ്വസ്തതയെക്കുറിച്ച് അദ്ദേഹം അഗാ ധമായ സംശയത്തിലായിരുന്നു. മുസ്ലീങ്ങൾക്കും ക്രിസ്ത്യാനികൾക്കും തുല്യ പൗരത്വം നൽകേണ്ടതില്ലാത്ത ഒരു രാഷ്ട്രത്തെ നിർവചിക്കാൻ അദ്ദേഹം ആഗ്രഹിച്ചു. നിങ്ങൾ ശ്രദ്ധാപൂർവം ചിന്തിക്കുകയാണെങ്കിൽ, മുഹമ്മദ് അലി ജിന്നയ്ക്ക് (ജിന്ന ഗാന്ധിയൻ ബഹുജന രാഷ്ട്രീയത്തിലേ ക്കുള്ള വഴിത്തിരിവിൽവച്ച് പിന്തിരിപ്പിക്കപ്പെട്ട മിതവാദിയും തികഞ്ഞ ലിബറൽ ചിന്താഗതിക്കാരനുമായ കോൺഗ്രസ് രാഷ്ട്രീയക്കാരനായിരു ന്നു) വളരെ മുമ്പുതന്നെ ഇന്ത്യക്കായി ദ്വിരാഷ്ട്ര സിദ്ധാന്തം ആവിഷ്കരിച്ച ആളായിരുന്നു സവർക്കർ. ഏക വ്യത്യാസം മുസ്ലീങ്ങൾ ഒരു പ്രത്യേക രാഷ്ട്രത്തിന് അർഹരാണെന്ന് അദ്ദേഹം വിശ്വസിച്ചില്ല എന്നതാണ്. പകരം അവർ ഹിന്ദുസ്ഥാന്റെ സ്വാധീനത്തിന് കീഴിലെ രാഷ്ട്രമായി തന്നെ ജീവിക്കണം എന്ന് സവർക്കർ കരുതിയിരുന്നു.

സവർക്കറുടെ ഹിന്ദുത്വ നിർവചനം തികച്ചും സംശയാസ്പദ മായ നിരവധി അവകാശവാദങ്ങളെ ആശ്രയിച്ചിരിക്കുന്നു. അയോ ധ്യയിലെ രാമചന്ദ്രയുടെ ഭരണത്തിൻകീഴിൽ വടക്ക് സിന്ധു മുതൽ തെക്ക് ശ്രീലങ്ക വരെ നീണ്ടുകിടക്കുന്ന പരമാധികാര ഹിന്ദുരാഷ്ട്രത്തിന്റെ സാങ്കൽപ്പിക ചിത്രം ചരിത്രമല്ല, മിഥ്യയാണ്. മൗര്യസാമ്രാജ്യത്തിനു മുമ്പ് അതിനേക്കാൾ വലിയ ഒരു ഇന്ത്യൻസാമ്രാജ്യം നിലനിന്നിരു ന്നതിന് തെളിവുകളൊന്നുമില്ല, മൗര്യസാമ്രാജ്യം പോലും വടക്കേ ഇന്ത്യയിൽ ഒതുങ്ങി. ആര്യരും അനാര്യന്മാരുമായി വിവേചനരഹി തമായി ഇടകലർന്നതിനെ അടിസ്ഥാനമാക്കി പൊതുരക്തമുള്ള ഒരു ഹിന്ദുവംശം എന്ന ആശയവും ഒരു മിഥ്യയാണ്. രാജ്യത്ത് ജീവിച്ചി രുന്ന മറ്റുള്ളവരുമായി ആര്യജനത ഇടകലർന്നുവെന്നതിൽ സംശയമില്ല, എന്നാൽ ഇന്ന് ഹിന്ദു എന്ന് സ്വയം വിളിക്കുന്ന എല്ലാവരും ഒരു പൊതു രക്തത്തിന്റെ ഉടമയാണെന്ന രീതിയിൽ സംസാരിക്കുന്നതിൽ അർഥ മില്ല. യൂറോപ്പിൽ അദ്ദേഹത്തിന്റെ കാലത്ത് വളരെ സാധാരണമായി രുന്ന ഒരു കപട- ശാസ്ത്രീയ ഭാഷ(Pseudo-Scientific Language)യാണ് സവർക്കർ ഇതിനായി സ്വീകരിച്ചത്. വംശങ്ങൾക്കിടയിൽ ശ്രേഷ്ഠത യും അപചയവും ഉളവാക്കുന്ന രക്തത്തിന്റെ ശുദ്ധതയും അശുദ്ധിയും

സംബന്ധിച്ച സങ്കൽപങ്ങളിൽ നിന്ന് വളർന്നുവന്ന ഒരു ഭാഷയായിരുന്നു അത്. ഈ ആശയങ്ങൾ യൂറോപ്യൻ ദേശീയവാദികൾക്കിടയിൽ സ്വാധീനം ചെലുത്തുകയും ജർമനിയിൽ നാസികൾ പ്രചരിപ്പിച്ച ആര്യന്മാരുടെ വംശീയ ശ്രേഷ്ഠത എന്ന പ്രത്യയശാസ്ത്രത്തിന് കാരണമാവുകയും ചെയ്തു. സവർക്കറും അദ്ദേഹത്തിന്റെ നിരവധി കൂട്ടാളികളും നാസികളുടെ സൈനികശക്തിയെ അടിസ്ഥാനമാക്കിയ ദേശീയതയെ (Mortial Nationalism) വളരെയധികം ആരാധിച്ചിരുന്നു എന്നതിന് ധാരാളം തെളിവുകളുണ്ട്. യൂറോപ്യൻ സാമ്രാജ്യത്വത്തിന് കീഴടങ്ങാൻ അർഹതയുള്ള അധഃസ്ഥിത വംശമെന്ന നിലയിൽ ഹിറ്റ്ലർക്കും നാസികൾക്കും ഇന്ത്യക്കാരോട് അവജ്ഞയുണ്ടായിരുന്നു എന്നത് മറ്റൊരു കാര്യം.

മുസ്ലീങ്ങളും ക്രിസ്ത്യാനികളും ഒഴികെ ഇന്ത്യയിലെ എല്ലാ വിഭാഗങ്ങളും ജാതികളും പങ്കിടുന്ന, സാഹിത്യം, നിയമം, കല, ഉത്സവങ്ങൾ എന്നിവയിൽ സംഭരിച്ചിരിക്കുന്നതും സംസ്കൃതത്തിൽ നിന്ന് ഉരുത്തിരിഞ്ഞതുമായ ഭാഷകളാൽ രൂപപ്പെട്ട, ഒരു പൊതു ഹിന്ദു നാഗരികതയെക്കുറിച്ചുള്ള സവർക്കറുടെ ഉദ്ബോധനം അദ്ദേഹത്തിന്റെ വാക്ചാതുര്യത്തിൽ മാത്രം നിലനിന്ന വാദമാണ്. ഇന്ത്യയിലെ ജനങ്ങൾക്കിടയിൽ യഥാർഥത്തിൽ നിലനിൽക്കുന്ന സാമൂഹികവും സാംസ്കാരികവുമായ ആചാരങ്ങളെക്കുറിച്ചുള്ള ഗൗരവമായ ഒരു വിശകലനവും അദ്ദേഹത്തിന്റെ ഈ അവകാശവാദത്തെ സാധൂകരിക്കുന്നില്ല. എല്ലാ ഇന്ത്യൻ ഭാഷകളും ഹിന്ദുക്കൾക്ക് പ്രാപ്യമാകുന്നത് അവയെല്ലാം സംസ്കൃതത്തിൽ നിന്ന് ഉരുത്തിരിഞ്ഞതിനാലാണ് എന്ന പ്രഖ്യാപനത്തിന് അടിസ്ഥാനമില്ല. പഞ്ചാബിയോ ഗുജറാത്തിയോ മാത്രം സംസാരിക്കുന്നവർക്ക് തെലുങ്കോ തമിഴോ മനസിലാകില്ല. ഒരു ഇന്ത്യൻ ഭാഷയിൽ നിന്ന് മറ്റൊന്നിലേക്ക് സാഹിത്യം വിവർത്തനം ചെയ്യുന്ന ചില പാരമ്പര്യങ്ങളുണ്ട്, എന്നാൽ ഇത് ഇതുവരെ ഇന്ത്യയിലെ മറ്റിടങ്ങളിലെ വായനക്കാർക്ക് ഓരോ പ്രാദേശിക സാഹിത്യത്തിന്റെയും വളരെ ചെറിയ ഭാഗം മാത്രമേ ലഭ്യമാക്കിയിട്ടുള്ളൂ. റേഡിയോ, സിനിമ, ടെലിവിഷൻ എന്നിവയിലൂടെയുള്ള കഥകളുടെയും സംഗീതത്തിന്റെയും പ്രചാരം അതിൽ കൂടുതൽ സ്വാധീനിച്ചിട്ടുണ്ട്. എന്നാൽ ആ പ്രചാരം പോലും എല്ലാ പ്രാദേശിക സംസ്കാരങ്ങളെയും എല്ലാവരിലേക്കും ഒരുപോലെ പ്രാപ്യമാക്കുന്നില്ല; അതിൽ നമുക്ക് പിന്നീട് ചർച്ച ചെയ്യേണ്ട വലിയ പക്ഷപാതങ്ങളുണ്ട്. ഓഡിയോ വിഷ്വൽ സാങ്കേതികവിദ്യയുടെ ഈ വികസനം ഭാവി മാത്രമായിരുന്ന ഒരു കാലഘട്ടത്തിലാണ് അദ്ദേഹം ഇത് എഴുതുന്നത്. പക്ഷേ, അദ്ദേഹത്തിന്റെ കാലത്തുപോലും മുണ്ടാരിയോ സന്താലിയോ സംസ്കൃതത്തിൽനിന്നുള്ള ഹൈന്ദവ സംസ്കാരത്തിന്റെ ഭാഗമാണെന്ന് പറയാൻ സാധിക്കുമായിരുന്നോ? മുസ്ലീങ്ങളെയും ക്രിസ്ത്യാനികളെ

യും ഒഴിവാക്കി ഇന്ത്യയൊട്ടാകെ പങ്കിടുന്ന ഒരു പൊതു ഹിന്ദു സംസ്കൃതിയെക്കുറിച്ചുള്ള അദ്ദേഹത്തിന്റെ അവകാശവാദം നിലനിൽക്കുന്നതല്ല.

ഈ രാജ്യത്തെ മിക്ക സാംസ്കാരിക കൂട്ടായ്മകളും പ്രാദേശികമായും തദ്ദേശീയമായിതന്നെയും സാഹിത്യ ഭാഷകൾ, ജനപ്രിയ ഉത്സവങ്ങൾ, നാടോടിക്കലകൾ, പ്രകടനങ്ങൾ എന്നിവയെ ചുറ്റിപ്പറ്റിയാണ് നിർമിച്ചിരിക്കുന്നത്. കേരളത്തിലെ ക്രിസ്ത്യാനികൾക്കും മുസ്ലീങ്ങൾക്കും ഹിന്ദുക്കൾക്കും ഇടയിൽ ഒരു മലയാളി ഹിന്ദുവും കാശ്മീരി ഹിന്ദുവും തമ്മിൽ ഉള്ളതിനേക്കാൾ പരസ്പര ധാരണയുണ്ടെന്നതിൽ തർക്കമില്ല. ജാതിയുടെയും വിഭാഗത്തിന്റെയും വിഭജനം കണക്കിലെടുക്കാതെ ഹിന്ദു സംസ്കൃതം നിലവിലുണ്ടെന്ന സവർക്കറുടെ ശാഠ്യം, ഹിന്ദുക്കൾക്കിടയിലെ നിരവധി വിവേചനപരമായ ആചാരങ്ങൾ പരിഷ്കരിക്കാനുള്ള അദ്ദേഹത്തിന്റെ ആഗ്രഹത്തെ പ്രതിഫലിപ്പിക്കുന്നു. എന്നാൽ ആ ഭാവിലക്ഷ്യത്തെ ഹിന്ദു നാഗരികതയുടെ ശാശ്വതമായ സവിശേഷതയാണെന്ന തരത്തിൽ വ്യാമോഹപരമായ അവകാശവാദമാക്കി അദ്ദേഹം അവതരിപ്പിക്കുന്നു. ഇന്ത്യയിൽ ദളിത് വിഭാഗങ്ങൾ അനുഷ്ഠിക്കുന്ന ഭക്ഷണ ശീലങ്ങളോ ആചാരങ്ങളോ ഉയർന്ന ഹിന്ദു വിഭാഗങ്ങൾ ഹിന്ദു രീതികൾ ആയിപ്പോലും അംഗീകരിക്കില്ല. വാരണാസിയിലോ അഹമ്മദാബാദിലോ ഹിന്ദു സംസ്കാരത്തിന്റെ നേതാക്കൾ എന്ന് അവകാശപ്പെടുന്നവർ രാജ്യത്തിന്റെ പല ഭാഗങ്ങളിലും ദളിതർ ചെയ്യുന്നതുപോലെ പന്നിയിറച്ചിയും ബീഫും കഴിക്കാൻ ഹിന്ദു സംസ്കൃതി അനുവദിക്കുന്നത് അംഗീകരിക്കുമോ? വൈഷ്ണവ വിശ്വാസം പിന്തുടരുന്നവർ അസം, ബംഗാൾ, നേപ്പാൾ എന്നിവിടങ്ങളിൽ സാധാരണമായ മൃഗബലി എന്ന ശാക്തേയാചാരത്തെ എതിർക്കുന്നു, അത് ഹിന്ദു സംസ്കാരത്തിന്റെ ഭാഗമായി അംഗീകരിക്കാൻ അവർ വിസമ്മതിക്കുന്നു. മധ്യേന്ത്യയിലെ ആദിവാസി വിഭാഗങ്ങൾ ബ്രാഹ്മണ മതത്തിന്റെ ചില ഘടകങ്ങൾ സ്വീകരിച്ചിട്ടുണ്ടെങ്കിലും, അവർ പൂർണമായും തങ്ങളുടേതായ നിരവധി പാരമ്പര്യങ്ങൾ പിന്തുടരുന്നു, അവയൊന്നും ഹിന്ദുക്കൾ ഒരിക്കലും ഹിന്ദു സംസ്കാരത്തിൽ ഉൾപ്പെട്ടവയാണെന്ന് അംഗീകരിക്കില്ല.

ഇന്ത്യയിലെ സ്ഥലങ്ങളെ പവിത്രമായി കണക്കാക്കുന്നതാണ് ചോദ്യമെങ്കിൽ, ദക്ഷിണേഷ്യയിലുടനീളമുള്ള ദശലക്ഷക്കണക്കിന് മുസ്ലീങ്ങൾ ഡൽഹിയിലെ അജ്മീർ ഷെരീഫിലെയോ നിസാമുദ്ദീനിലെയോ ആരാധനാലയങ്ങളെ പുണ്യ തീർഥാടനകേന്ദ്രങ്ങളായി കണക്കാക്കുന്നു. അജ്മീർ തന്റെ മദീനയാണെന്നും ഷെയ്ഖിന്റെ ശവകുടീരം തന്റെ കഅബയാണെന്നും ഗായകൻ പ്രഖ്യാപിക്കുന്ന ഖവാലികൾ നിങ്ങൾ കേട്ടിട്ടുണ്ടാകും. ഗോവയിൽ സൂക്ഷിച്ചിരിക്കുന്ന വിശുദ്ധ ഫ്രാൻസിസ് സേവ്യറിന്റെ തിരുശേഷിപ്പുകൾ ഇന്ത്യൻ കത്തോലിക്കർ വിശുദ്ധമായി

കണക്കാക്കുന്നില്ലേ? ഭൂമിയോടുള്ള പവിത്രമായ ബന്ധമാണ് രാഷ്ട്രത്തോടുള്ള വിശ്വസ്തത നിർണയിക്കുന്നതിനുള്ള മാനദണ്ഡമെങ്കിൽ, എല്ലാ മുസ്ലീങ്ങളെയും ക്രിസ്ത്യാനികളെയും ഒഴിവാക്കാനുള്ള ഒരു മുൻകൂർ വ്യവസ്ഥ (പൂർവാനുമാൻ) സ്ഥാപിക്കുന്നത് ന്യായമാണോ? അവരെ നിർവചനത്തിലൂടെ അയോഗ്യരാക്കുന്നത് അവർക്ക് രാജ്യസ്നേഹം പ്രകടിപ്പിക്കാൻപോലും അനുവദിക്കാനാവില്ലെന്ന് പറയുന്നതിന് തുല്യമാണ്.

നിങ്ങൾ സൂക്ഷിച്ചുനോക്കിയാൽ, സവർക്കർ ഹിന്ദുത്വമെന്ന രാഷ്ട്രീയ സങ്കൽപത്തെ ഹിന്ദുമതത്തിൽ നിന്ന് വേർതിരിക്കുന്നതിനെ പെരുപ്പിച്ച് കാണിച്ചുകൊണ്ട് പിൻവാതിലിലൂടെ ഹിന്ദുമതസങ്കല്പത്തെ കടത്തുന്നത് കാണാം. രാമായണം, ഗുരു ഗ്രന്ഥസാഹിബ്, ബസവണ്ണന്റെ വചനങ്ങൾ തുടങ്ങിയ മതസാഹിത്യങ്ങൾ; വാരാണസി, വൃന്ദാവൻ തുടങ്ങിയ തീർത്ഥാടനകേന്ദ്രങ്ങൾ; രഥയാത്ര, കുംഭമേള തുടങ്ങിയ ഉത്സവങ്ങൾ എന്നിവകൂടി കണക്കിലെടുക്കാതെ ഹിന്ദുസംസ്കൃതി എന്ന ആശയം പ്രായോഗികമാകില്ല. സാമ്പ്രദായികമായി ഹിന്ദുക്കളായി കണക്കാക്കപ്പെടുന്നവരെ മാത്രമല്ല, എല്ലാ ദളിത് ജാതികളെയും ആദിവാസികളെയും വൈദിക വിരുദ്ധ മതങ്ങളായ ബുദ്ധമതം, ജൈനമതം, സിഖ് മതം തുടങ്ങിയവ പിന്തുടരുന്നവരെയും ഒന്നിച്ചു കൊണ്ടുവരുന്നതിനായി ദേശീയതയുടെ മാനദണ്ഡങ്ങൾ കഴിയുന്നത്ര ഉൾക്കൊള്ളാൻ പരമാവധി ശ്രമിക്കുക എന്നതാണ് അദ്ദേഹത്തിന്റെ രാഷ്ട്രീയ പ്രേരണ. പുണ്യഭൂമിയുടെ (പിതൃഭൂ) മാനദണ്ഡ സങ്കൽപം അദ്ദേഹത്തെ ഇത് ചെയ്യാൻ അനുവദിക്കുന്നു, പക്ഷേ, ഞാൻ നിങ്ങൾക്ക് കാണിച്ചുതന്നതുപോലെ, ഹിന്ദു സംസ്കാരത്തിന്റെ മറവിൽ മതം കൊണ്ടുവന്നുവെന്നുമാത്രം. ഇന്ത്യയെ തങ്ങളുടെ പുണ്യഭൂമിയായി കണക്കാക്കാൻ കഴിയില്ലെന്ന് ശഠിച്ചുകൊണ്ട് മുസ്ലീങ്ങളെയും ക്രിസ്ത്യാനികളെയും രാഷ്ട്രത്തിൽ നിന്ന് ഒഴിവാക്കുക എന്നതാണ് അദ്ദേഹം പിന്നീട് ചെയ്യുന്നത്.

ദളിത് ജാതികളുടെ സാമൂഹിക ബഹിഷ്കരണത്തിനെ സവർക്കർ എതിർത്തു. 1930 കൾ മുതൽ, ജാതികൾക്കതീതമായി മിശ്രവിവാഹത്തിന്റെയും മിശ്രഭോജനത്തിന്റെയും ശക്തമായ വക്താവായിത്തീർന്നു, എന്നാൽ മുസ്ലീങ്ങളെയും ക്രിസ്ത്യാനികളെയും ആ വിപുലമായ സാമൂഹിക വലയത്തിൽ ഉൾപ്പെടുത്താൻ അദ്ദേഹം വിസമ്മതിച്ചു. 1927 ൽ രചിച്ച അദ്ദേഹത്തിന്റെ ആദ്യ നാടകമായ *സംഗീത് ഉഹ്സപ്* ദളിത് വർക്കരി സന്ന്യാസിയായ സന്ത് ചോഖാമേലയുടെ സന്ദേശത്തിൽ നിന്ന് പ്രചോദനം ഉൾക്കൊണ്ട രണ്ട് മഹർ സ്ത്രീകളുടെ കഥയാണ്. ഈ രണ്ട് സ്ത്രീകളും പണ്ഡർപൂരിലേക്കുള്ള തീർഥാടനത്തിനിടെ അവരെ മുസ്ലീം പുരുഷന്മാർ പ്രലോഭിപ്പിച്ച് പീഡിപ്പിക്കുകയും ബലമായി മതം മാറ്റാൻ ശ്രമിക്കുകയും ചെയ്യുന്നു. പക്ഷേ ചോഖായിലുള്ള അവരുടെ അചഞ്ചലമായ വിശ്വാസ

ത്തിനാൽ അവർ അതിജീവിക്കുന്നു. മറ്റ് മറാഠി രചനകളിൽ, അന്ധവിശ്വാസത്തിനും ജാതി വിവേചനത്തിനും എതിരെ അദ്ദേഹം വാദിക്കുകയും സ്ത്രീകളുടെ സാമൂഹികവും വ്യക്തിപരവുമായ സ്വാതന്ത്ര്യവർദ്ധവിനായി ആഹ്വാനം ചെയ്യുകയും ചെയ്തു. താനൊരു നിരീശ്വരവാദിയാണെന്നും സനാതന ധർമത്തിന്റെ ആചാരങ്ങളെക്കുറിച്ചുള്ള യുക്തിവാദ വിമർശനത്തിൽ കരുണയില്ലാത്തവനാണെന്നും അദ്ദേഹം സ്വയം വിശേഷിപ്പിച്ചു. ഉദാഹരണത്തിന്, അദ്ദേഹം പശുവിനെ ഒരു ഉപയോഗപ്രദമായ മൃഗം എന്ന് വിളിച്ചു, പക്ഷേ, മനുഷ്യരുടെ അമ്മയല്ല, തീർച്ചയായും ഒരു ദേവതയല്ല. 'മാലിന്യം തിന്നുകയും സ്വന്തം വിസർജ്യത്തിൽ ഇരിക്കുകയും ചെയ്യുന്ന ഒരു മൃഗത്തെ നിങ്ങൾക്ക് എങ്ങനെ ദേവതയായി കണക്കാക്കാനും അതേ സമയം ഡോ. അംബേദ്കറെപ്പോലുള്ള ഒരു മികച്ച പണ്ഡിതനെ അശുദ്ധനായി കണക്കാക്കാനും കഴിയും?' എന്നദ്ദേഹം ചോദിച്ചു. നിങ്ങൾ പുരാണങ്ങൾ പരിശോധിച്ച് വിഷ്ണു വരാഹ അവതാരമായി ജനിച്ചുവെന്ന് വിശ്വസിക്കുന്നുവെങ്കിൽ, നിങ്ങൾക്കു പന്നിയെയും ആരാധിക്കേണ്ടതായി വരും. ഹിന്ദുമത ആചാരങ്ങളുടെ അസംബന്ധങ്ങളെക്കുറിച്ച് സവർക്കർ എഴുതിയ ഈ രൂക്ഷമായ പരിഹാസ ലേഖനങ്ങൾ *ക്ഷ- കിരാനെ* (Ksa-kirane) എന്നു വിളിക്കുന്ന ഒരു മറാഠി പുസ്തകത്തിൽ ചേർത്തിട്ടുണ്ട്: അദ്ദേഹം ഹിന്ദുമതത്തിന്റെ ഉള്ളറകൾ കാണിക്കുകയായിരുന്നു! നിരീശ്വരവാദിയും യുക്തിവാദിയും ആയ സവർക്കറുടെ ഈ വശത്തെക്കുറിച്ചോർത്ത് ഹിന്ദുത്വ പ്രചാരകർ ലജ്ജിക്കുന്നുവെന്നു എനിക്ക് തോന്നുന്നു. അതുകൊണ്ട് ഈ രചനകളെക്കുറിച്ച് സംസാരിക്കാൻ അവർ വിസമ്മതിക്കുന്നു. ഈ പുസ്തകം കണ്ടെത്താൻ നിങ്ങൾ നിങ്ങളുടെ ഒരു മറാത്തി സുഹൃത്തിനോട് ആവശ്യപ്പെടണം.

1923 ൽ എഴുതിയ സവർക്കറുടെ *ഹിന്ദുത്വ* എന്ന പുസ്തകത്തിന് സാമുദായിക പ്രാതിനിധ്യം, ന്യൂനപക്ഷ അവകാശങ്ങൾ, തൊട്ടുകൂടാത്ത ജാതികളുടെയും ഗോത്രങ്ങളുടെയും അവകാശങ്ങൾ, അല്ലെങ്കിൽ തുടർന്നുള്ള ദശകങ്ങളിൽ ഇന്ത്യൻ രാഷ്ട്രീയത്തിൽ ആധിപത്യം പുലർത്തിയ രാജ്യത്തിന്റെ വിഭജനം എന്നിവയെക്കുറിച്ചുള്ള പ്രത്യേക സംവാദങ്ങൾ കൈകാര്യം ചെയ്യാൻ കഴിഞ്ഞില്ല. 1966 ൽ മരിക്കുന്നതുവരെ അദ്ദേഹം ഹിന്ദു മഹാസഭയിൽ സജീവമായിരുന്നെങ്കിലും മറാത്തിയിലും ഇംഗ്ലീഷിലും സമൃദ്ധമായി എഴുതിയിരുന്നുവെങ്കിലും, സ്വതന്ത്ര ഇന്ത്യയിലെ ദേശീയതയുടെയും പൗരത്വത്തിന്റെയും പ്രശ്നങ്ങളിൽ തന്റെ ഹിന്ദുത്വ ആശയത്തിന്റെ വിവക്ഷയെക്കുറിച്ച് അദ്ദേഹം വിശദീകരിച്ചില്ല. ഏതായാലും ഗാന്ധി വധത്തിനു ശേഷം ഹിന്ദു മഹാസഭയുടെ നില തകർന്നു. 1950 കളിൽ ഹിന്ദു ദേശീയതയുടെ ശബ്ദമായി ഭാരതീയ ജനസംഘം എന്ന പുതിയ രാഷ്ട്രീയ പാർട്ടി ഉയർന്നുവന്നു. എന്നാൽ സവർക്കറുടെ ഹിന്ദുത്വ ആശയം മുന്നോട്ടുകൊണ്ടുപോയ ഏറ്റവും സ്വാധീനമുള്ള സംഘടന രാഷ്ട്രീയ സ്വയംസേവക് സംഘ് (ആർ എസ് എസ്) ആയിരുന്നു. ആ കഥ

ഞാൻ പറയേണ്ടതുണ്ട്.

ഹിന്ദുത്വവും പൗരത്വവും

1925 ൽ കേശവ് ഹെഡ്ഗേവാർ നാഗ്പൂരിൽ ആർ എസ് എസ് സ്ഥാപിച്ചു. നേരത്തെ അദ്ദേഹം കൊൽക്കത്തയിൽ മെഡിക്കൽ വിദ്യാർഥിയായിരിക്കെ അനുശീലൻ സമിതിയിലെ വിപ്ലവകാരികളുമായി സമ്പർക്കം പുലർത്തുകയും നിസ്സഹകരണ പ്രസ്ഥാനത്തിൽ പങ്കെടുക്കുകയും ചെയ്തിരുന്നു. എന്നാൽ 1923 ൽ രാജ്യത്തിന്റെ വിവിധ ഭാഗങ്ങളിൽ പൊട്ടിപ്പുറപ്പെട്ട ഹിന്ദു-മുസ്ലിം കലാപത്തിൽ അദ്ദേഹം വളരെയധികം അസ്വസ്ഥനായിരുന്നു, അതിനാൽ ഹിന്ദു സമൂഹത്തിന്റെ പുനരുജ്ജീവനത്തിനായി ഒരു സംഘടന ആരംഭിക്കേണ്ടത് ആവശ്യമാണെന്ന് അദ്ദേഹം കരുതി. ഹിന്ദുക്കളിൽ ദേശീയ അവബോധം വളർത്തുന്നതിനായി പ്രചാരണം നടത്തുകയും എന്നാൽ രാഷ്ട്രീയത്തിൽ നിന്ന് വിട്ടുനിൽക്കുകയും ചെയ്യുന്ന അച്ചടക്കമുള്ള സന്നദ്ധപ്രവർത്തകരുടെ സംഘടനയായിരിക്കണം ആർ എസ് എസ്. ചിലപ്പോഴൊക്കെ വ്യക്തിഗത അംഗങ്ങൾ പങ്കെടുത്തിട്ടുണ്ടെങ്കിലും, ആർ എസ് എസ് നിയമലംഘനത്തിലോ ക്വിറ്റ് ഇന്ത്യാ പ്രസ്ഥാനങ്ങളിലോ ചേർന്നില്ല. ബ്രിട്ടീഷ് കൊളോണിയൽ ഗവൺമെന്റിനെതിരായ ഒരു പ്രവർത്തനത്തിലും സംഘടനയെ പങ്കെടുപ്പിക്കാതിരിക്കാൻ ഹെഡ്ഗേവാർ പ്രത്യേകം ശ്രദ്ധിച്ചിരുന്നു.

1940 ൽ ഹെഡ്ഗേവാർ മരിച്ചപ്പോൾ മാധവ് ഗോൾവാൾക്കർ ആർ എസ് എസിന്റെ തലവനായി. അതിനു മുൻവർഷം ഗോൾവാൾക്കർ ഇംഗ്ലീഷിൽ *വി ഓർ ഔവർ നാഷണൻ ഹുഡ് ഡിഫൈൻഡ്* എന്ന പേരിൽ ഒരു ലഘുലേഖ പ്രസിദ്ധീകരിച്ചിരുന്നു, അതിൽ അക്കാലത്തെ വർഗീയ രാഷ്ട്രീയത്തിന്റെ പശ്ചാത്തലത്തിൽ ഹിന്ദുരാഷ്ട്രം എന്ന ആശയം അദ്ദേഹം വ്യക്തമാക്കി. ഹിന്ദുരാഷ്ട്രത്തെക്കുറിച്ചുള്ള സവർക്കറുടെ ആശയത്തിന് ഒരു പുതിയ വ്യാഖ്യാനം നൽകുമ്പോൾ, ഭൂരിപക്ഷങ്ങളുടെയും ന്യൂനപക്ഷങ്ങളുടെയും വിഷമകരമായ വിഷയത്തിലേക്ക് താൻ പ്രവേശിക്കുന്നില്ല, മറിച്ച് രാഷ്ട്രത്തിന്റെ നിർവചനം വ്യക്തമാക്കുക മാത്രമാണ് ചെയ്യുന്നതെന്ന് ഗോൾവാൾക്കർ തറപ്പിച്ചു പറഞ്ഞു. എന്നിട്ടും അങ്ങനെ ചെയ്യുന്നതിലൂടെ, പൗരത്വം ഇന്ത്യൻ ഭരണകൂടത്തിനുള്ളിൽ അധിഷ്ഠിതമാകണമെന്ന് താൻ വിശ്വസിക്കുന്നതിനുള്ള തത്വങ്ങൾ അദ്ദേഹം നിരത്തി.

ഗോൾവാൾക്കർ സവർക്കറെപ്പോലെ നിഗൂഢചിന്തകനായിരുന്നില്ല. ഹിന്ദുത്വയെ ദേശീയ രാഷ്ട്രീയ പ്രത്യയശാസ്ത്രമായി വിശേഷിപ്പിക്കാൻ സവർക്കർ പുതിയതും വെല്ലുവിളി നിറഞ്ഞതുമായ ഒരു ആശയം

രൂപപ്പെടുത്തിയപ്പോൾ, ഗോൾവാൾക്കർ, സവർക്കറെ പിന്തുടർന്ന്, രാഷ്ട്രത്തെക്കുറിച്ചുള്ള തന്റെ നിർവചനത്തിലെത്താൻ ഘടകങ്ങളുടെ യാന്ത്രിക സംയോജനമാണ് അവലംബിച്ചത്. അഞ്ച് ഘടകങ്ങൾ അദ്ദേഹം ചൂണ്ടിക്കാട്ടി, ഒരു രാഷ്ട്രം നിലനിൽക്കണമെങ്കിൽ അവയെല്ലാം ഒരേ സമയം ഉണ്ടായിരിക്കണമെന്ന് അദ്ദേഹം പറഞ്ഞു. രാജ്യം, വംശം, മതം, സംസ്കാരം, ഭാഷ എന്നിവയായിരുന്നു അവ.

ഗോൾവാൾക്കറുടെ അഭിപ്രായത്തിൽ, ഒരു രാഷ്ട്രത്തിന് പ്രകൃതിദത്തമായ ഭൂമിശാസ്ത്രപരമായ അതിരുകളാൽ അടയാളപ്പെടുത്തിയ പാരമ്പര്യമായ മാതൃഭൂമി ഉണ്ടായിരിക്കണം. രസകരമെന്നു പറയട്ടെ, യഹൂദന്മാരും പാഴ്സികളും അവരുടെ യഥാർഥ മാതൃരാജ്യങ്ങളിൽ നിന്ന് പുറത്താക്കപ്പെട്ടവരും അതിനാൽ മേലാൽ രാഷ്ട്രങ്ങളല്ലാത്തവരുമായ ആളുകളാണെന്ന് അദ്ദേഹം ഉദാഹരണങ്ങൾ നൽകി. ഹിന്ദുരാഷ്ട്രം പഴയതാണ്, കാരണം അതിന് പാരമ്പര്യമായ മാതൃഭൂമിയുണ്ട്, വടക്ക് ഹിമാലയം മുതൽ തെക്ക് കടൽ വരെ അത് നൂറ്റാണ്ടുകളായി കൈവശപ്പെടുത്തിയിട്ടുണ്ട്.

രണ്ടാമത്തെ ഘടകം - വംശം - ഗോൾവാൾക്കർ വളരെയധികം ശ്രദ്ധ നൽകുകയും അതിനെ ഒരു രാജ്യത്തിന്റെ ഏറ്റവും പ്രധാനപ്പെട്ട ഘടകമായി കൊണ്ടുവരികയും ചെയ്യുന്നു. വംശീയ വിശുദ്ധിയുടെ നിലവിലെ യൂറോപ്യൻ സിദ്ധാന്തങ്ങളും ചില വംശങ്ങളുടെ ശ്രേഷ്ഠതയും മറ്റുള്ളവയുടെ അപകർഷതയും അദ്ദേഹത്തെ വ്യക്തമായി സ്വാധീനിച്ചു. അങ്ങനെ, സ്വന്തം മാതൃഭൂമി അവകാശപ്പെടാനും വംശത്തിൽ ഒരിക്കലും ഉൾക്കൊള്ളാൻ കഴിയാത്ത വിദേശ ഘടകങ്ങളെ ഒഴിവാക്കാനും ജർമനിയെ പ്രാപ്തമാക്കിയ വംശീയ അഭിമാനത്തിന് അദ്ദേഹം ജർമനിയെ പ്രശംസിച്ചു. ജർമനി ജൂതന്മാരോട് ഇടപെട്ട രീതി ഇന്ത്യക്ക് കാര്യമായ പാഠമാണ് നൽകുന്നതെന്ന് അവകാശപ്പെടാൻ അദ്ദേഹത്തിന് യാതൊരു മടിയുമുണ്ടായിരുന്നില്ല. വംശം എന്നത് രാഷ്ട്രത്തിന്റെ ശരീരമാണ്; അത് അധഃപതിച്ചാൽ രാഷ്ട്രം മരിക്കും. ജാതി എന്ന ആശയവും വംശവും ഒന്നുതന്നെയാണെന്നും അതിനാൽ നൂറ്റാണ്ടുകളായി ഇന്ത്യയിൽ അറിയപ്പെടുന്ന ഒരു സങ്കൽപമായിരുന്നു രാഷ്ട്രം എന്നും വാദിക്കാൻ ഗോൾവാൾക്കർ ദുർബലമായ ശ്രമം നടത്തുന്നു. ഇത് സ്ഥാപിക്കുന്നതിന്, ന്യായസൂത്രത്തിന്റെ രചയിതാവായ ഗൗതമൻ എന്ന യുക്തിവാദിയെ അദ്ദേഹം ഉദ്ധരിക്കുന്നു, അദ്ദേഹം ഒരേ പ്രസവരീതിയുള്ളവയെ ഒരു ജാതി (Samanaprasavatmika)യായി നിർവചിച്ചു, അതിന്റെ വാക്യാർഥം ഒരു പൊതു ഉത്ഭവം അല്ലെങ്കിൽ ജനനം പങ്കിടുക എന്നാണ്. വിചിത്രമെന്നു പറയട്ടെ, ഇവിടെ ആത്മിക എന്നത് ഒരു വംശീയ വികാരത്തെ സൂചിപ്പിക്കുന്നുവെന്ന് ഗോൾവാക്കർ തറപ്പിച്ചുപറയുന്നു; ഒരു ജാതിയുടെ ആത്മാവുമാ

യി ഇതിന് എന്തെങ്കിലും ബന്ധമുണ്ടെന്ന് അദ്ദേഹം കരുതിയിരിക്കാം. അതിനാൽ, പൗരാണികകാലം മുതൽ ഹിന്ദുക്കൾക്കിടയിൽ ദേശീയ ബോധം നിലനിന്നിരുന്നതായി അദ്ദേഹം വാദിക്കുന്നു. ഇന്ത്യയിലെ ജാതി എന്ന വാക്കിന്റെ ഏറ്റവും സാധാരണമായ അർഥം അദ്ദേഹം പൂർണമായും അവഗണിക്കുന്നു, ഇത് ആളുകളെ സ്ഥാനമാനങ്ങളുടെയും അധികാരത്തിന്റെയും അടിസ്ഥാനത്തിൽ ഒന്നിന് മുകളിൽ മറ്റൊന്നായി തരംതിരിക്കുന്ന സഗോത്രജാതികളായി വിഭജിക്കുന്നു. കൂടാതെ, യുക്തിയുടെ ന്യായ സമ്പ്രദായത്തിൽ, ജാതി എന്നത് ഒരു സാങ്കേതിക പദമാണ് (പരിഭാഷ). അത് അർഥമാക്കുന്നത് ഒരു കൂട്ടത്തിന്റെയോ അല്ലെങ്കിൽ വസ്തുക്കളുടെ വർഗത്തിന്റെയോ സാർവത്രിക അല്ലെങ്കിൽ പൊതു സ്വത്ത് (സാമാന്യ) എന്നാണ്. ഈ അർഥത്തിൽ, വ്യക്തികളോ മൃഗങ്ങളോ പരസ്പരം വ്യത്യാസപ്പെട്ടിരിക്കാമെങ്കിലും, സാർവത്രിക സ്വത്ത് മനുഷ്യത്വമായ മനുഷ്യ ജാതിയെക്കുറിച്ചും അല്ലെങ്കിൽ സാർവത്രിക സ്വത്ത് മൃഗത്വമായ (പശുത്വ) ജന്തുജാതിയെക്കുറിച്ചും ഒരാൾക്ക് സംസാരിക്കാം? ഗോൾവാൾക്കർ അത്യയധികം ഇഷ്ടപ്പെട്ടിരുന്ന വംശീയ മനോഭാവത്തെ ഇതിലൊന്നും ഉൾക്കൊള്ളിക്കാനാവില്ല.

വംശത്തെക്കുറിച്ചുള്ള അദ്ദേഹത്തിന്റെ ആശയത്തിന്റെ ഉറവിടം ആധുനിക യൂറോപ്പിൽ നിന്നാണ് എന്നതിൽ സംശയമില്ല. മുസ്ലീങ്ങളുടെയും ബ്രിട്ടീഷുകാരുടെയും ആധിപത്യത്തിന് കീഴിലായിരുന്നപ്പോഴും വംശീയത നശിച്ചിട്ടില്ലാത്ത ഒരു പഴയ രാഷ്ട്രമാണ് ഹിന്ദുക്കളുടേതെന്ന് ആ ആശയത്താൽ നയിക്കപ്പെടുന്ന ഗോൾവാൾക്കർ തറപ്പിച്ചുപറയുന്നു. 1857 ലെ കലാപം, വംശീയ ശത്രുക്കളെ പരാജയപ്പെടുത്താനുള്ള ഹിന്ദു രാഷ്ട്രത്തിന്റെ അവസാന മഹത്തായ ശ്രമമായിരുന്നുവെന്ന് അദ്ദേഹം പറയുന്നു. ശ്രമം പരാജയപ്പെട്ടെങ്കിലും ഹിന്ദു പ്രക്ഷോഭകാരികൾ ആരാധനാപാത്രങ്ങളായി മാറിയിരിക്കുന്നു. 1857 ൽ കലാപം നടത്തിയത് ഹിന്ദുക്കൾ മാത്രമല്ലെന്ന് അദ്ദേഹം സൗകര്യപൂർവം മറക്കുന്നു.

സവർക്കറെപ്പോലെ, ഹിന്ദുക്കൾ എന്ന് വിളിക്കപ്പെടുന്നവരുടെ ഇട യിലെ വിവിധ വിഭാഗങ്ങളുടെയും വിശ്വാസങ്ങളുടെയും പ്രശ്നത്തെക്കുറിച്ച് ഗോൾവാൾക്കർ ആകുലപ്പെടുന്നില്ല. അവരുടെ സംസ്കാരത്തിൽ ഇഴചേർന്നതും അവരുടെ രാഷ്ട്രീയ ജീവിതത്തിൽ നിന്ന് മാറ്റിനിർത്താൻ കഴിയാത്തതുമായ ഒരു മതം അവർക്കുണ്ടെന്ന് അദ്ദേഹം ഉറപ്പിച്ചുപറയുന്നു. എല്ലാ യൂറോപ്യൻ രാജ്യങ്ങളും ക്രൈസ്തവമാണെന്ന് അദ്ദേഹം വാദിക്കുന്നു. തീർച്ചയായും ഒരു മതമില്ലാതെ ഒരു രാഷ്ട്രത്തിന് യഥാർഥത്തിൽ നിലനിൽക്കാനാവില്ല. മതത്തെ നിരാകരിക്കുകയും നിരീശ്വരവാദിയാണെന്ന് അവകാശപ്പെടുകയും ചെയ്യുന്ന സോവിയറ്റ് യൂണിയനുപോലും യഥാർഥത്തിൽ സോഷ്യലിസം എന്ന ഒരു മതമു

ണ്ട്. വൈദിക ആചാരങ്ങളിലും വർണാശ്രമ സമ്പ്രദായത്തിലും അധിഷ്ഠിതമായ സനാതന ധർമ്മത്തിന്റെ സിദ്ധാന്തങ്ങളും ആചാരങ്ങളും യഥാർഥ ഹിന്ദുമതത്തെ പ്രതിനിധീകരിക്കുന്നു എന്ന തന്റെ വിശ്വാസവും ഗോൾവാൾക്കർ മറച്ചുവെച്ചില്ല. സ്വാതന്ത്ര്യത്തിന് മുമ്പും ശേഷവും നടത്തിയ വിവിധ പ്രസംഗങ്ങളിൽ, അദ്വൈത വേദാന്തം രാജ്യത്തിന്റെ സാധാരണ തത്ത്വചിന്തയെ പ്രതിനിധീകരിക്കുന്നുവെന്ന് അദ്ദേഹം അവകാശപ്പെട്ടു, കാരണം അത് എല്ലാ പ്രത്യേക മതസിദ്ധാന്തങ്ങളും ഒരേ പ്രാപഞ്ചിക ചൈതന്യത്തിന്റെ പ്രകടനങ്ങളാണെന്ന് പ്രഖ്യാപിക്കുന്നു. സഹിഷ്ണുതയുടെ ഈ തത്ത്വശാസ്ത്രം, വ്യക്തികൾ അവരുടെ സഹജമായ യോഗ്യതകൾ (അധികാരഭേദം) അനുസരിച്ച് വ്യത്യസ്ത സാമൂഹികനിലകളിൽ അധിനിവേശം നടത്തണമെന്ന് നിർബന്ധിക്കുകയും സാമൂഹിക ഐക്യം ഉറപ്പാക്കുകയും വർഗയുദ്ധം തടയുകയും ചെയ്യും. ഭൗതിക താൽപര്യങ്ങൾക്ക് മാത്രം ഊന്നൽ നൽകുന്നതുകൊണ്ട് അദ്ദേഹം കമ്യൂണിസത്തിന് എതിരായിരുന്നു. അദ്ദേഹം ജനാധിപത്യത്തിന് എതിരായിരുന്നു, കാരണം അത് വ്യക്തിഗത അവകാശങ്ങൾ ആഘോഷിക്കുന്നു, അത് അദ്ദേഹത്തിന്റെ അഭിപ്രായത്തിൽ അനേകരെ ചൂഷണം ചെയ്യാൻ കുറച്ചുപേർക്ക് മാത്രം അവകാശം നൽകുന്നു. ആദർശരാഷ്ട്രം, അവകാശങ്ങളെയല്ല, കടമകളെ അടിസ്ഥാനമാക്കിയുള്ളതായിരിക്കണം.

ഉത്തരേന്ത്യയിലെ ബ്രാഹ്മണർ മതപരമായ വിജ്ഞാനത്തിന്റെ യഥാർഥ ശേഖരങ്ങളാണെന്നും രാജ്യത്തിന്റെ മറ്റ് ഭാഗങ്ങളിൽ താമസിക്കുന്ന ഹിന്ദുമതത്തിന്റെയും സംസ്കാരത്തിന്റെയും പ്രമാണങ്ങളിൽ പരിശീലനം നേടിയവരും പരിഷ്കൃതരുമായ ആളുകൾ ഉണ്ടെന്നും അദ്ദേഹം വിശ്വസിച്ചു. 1961 ലോ 1962 ലോ അഹമ്മദാബാദിൽ അദ്ദേഹം ഒരു പ്രസംഗം നടത്തിയതായി ഞാൻ ഓർക്കുന്നു, അതിൽ പറയുന്നത് നമ്പൂതിരി ബ്രാഹ്മണർ വടക്ക് നിന്ന് കേരളത്തിലേക്ക് പോയത് താഴ്ന്ന ജാതിക്കാരായ സ്ത്രീകളോടൊപ്പം കുട്ടികളുണ്ടാകാനും അതുവഴി ജനങ്ങളുടെ വംശീയ നിലവാരം ഉയർത്താനും വേണ്ടിയാണ് എന്നാണ്. ജാതി വ്യവസ്ഥ, വാസ്തവത്തിൽ, ഹിന്ദു സമൂഹത്തിന് ശക്തമായ അടിത്തറയിട്ടിരുന്നു. അതിനാൽ, ജാതിക്രമം ദുർബലമായിരുന്ന കിഴക്കൻ ബംഗാളിൽ, ഇസ്‌ലാമിലേക്ക് വൻതോതിൽ പരിവർത്തനം നടന്നപ്പോൾ, ജാതി ക്രമം ശക്തമായിരുന്ന ഉത്തരേന്ത്യയിൽ മുസ്ലീം ഭരണാധികാരികളുടെ നൂറ്റാണ്ടുകളുടെ അടിച്ചമർത്തലിനെ ചെറുക്കാൻ ഹിന്ദു സമൂഹത്തിന് കഴിഞ്ഞു. ജാതി വിഷയത്തിൽ ഗോൾവാൾക്കറുടെ കാഴ്ചപ്പാടുകൾ സവർക്കറുടെ കാഴ്ചപ്പാടിൽ നിന്ന് തികച്ചും വ്യത്യസ്തമായിരുന്നു എന്നതിൽ തർക്കമില്ല.

ഭാഷയെക്കുറിച്ചുള്ള ചോദ്യത്തിൽ, ഇന്ത്യയിലെ എല്ലാ പ്രാദേശിക ഭാഷകളും മാതൃഭാഷയിൽ നിന്ന് ഉരുത്തിരിഞ്ഞ പ്രാദേശിക ഭാഷകളായതിനാൽ സംസ്കൃതം എല്ലാ ഹിന്ദുക്കളുടെയും ഭാഷയാണെന്ന് ഗോൾവാൾക്കർ തറപ്പിച്ചുപറയുന്നു. ഇന്ത്യ നിരവധി ഭാഷകളുള്ള രാജ്യമാണെന്ന് കരുതുന്നത് തെറ്റാണെന്ന് അദ്ദേഹം പറയുന്നു. ഇൻഡോ-യൂറോപ്യൻ, ദ്രാവിഡ ഭാഷകൾ തമ്മിൽ ഭാഷാ പണ്ഡിതർ നടത്തിയ വേർതിരിവ് ഇന്ത്യക്കാരെ വിഭജിക്കാനുള്ള യൂറോപ്യൻ തന്ത്രമായി അദ്ദേഹം നിരാകരിക്കുന്നു. കൂടാതെ, തന്റെ ഉദ്ദേശ്യങ്ങൾക്കായി, വടക്കുകിഴക്കൻ ഇന്ത്യയിലെ ജനങ്ങളെ അദ്ദേഹം തന്റെ പുസ്തകത്തിൽ ഒരിടത്തും രാജ്യത്തിന്റെ ഭാഗമായി പരിഗണിക്കുന്നില്ല. രാജ്യത്തിന്റെ വിവിധ ഭാഗങ്ങളിലുള്ള ആളുകൾക്ക് പരസ്പരം ആശയവിനിമയം നടത്തുന്നതിനുള്ള ഒരു പൊതു മാധ്യമമായി ഹിന്ദി ഉയർന്നുവന്നിട്ടുണ്ടെന്നും അദ്ദേഹം പറയുന്നു. ഒരു ചെറിയ കൂട്ടം പണ്ഡിതർ ഒഴികെ ഇന്ത്യയിൽ ആർക്കും സംസ്കൃതം സംസാരിക്കാനോ വായിക്കാനോ എഴുതാനോ കഴിയില്ലെന്ന വസ്തുത അദ്ദേഹം അവഗണിക്കുന്നു.

ഗോൾവാൾക്കറുടെ അഭിപ്രായത്തിൽ, അഞ്ച് ഘടകങ്ങളുടെ സംയോജനമാണ് രാഷ്ട്രം എന്ന ആധുനിക സങ്കൽപ്പത്തെ നിർവചിക്കുന്നത്. നിർവചനം ലോകമെമ്പാടും ബാധകമാണ്. മതപരമായ സഹിഷ്ണുത പാലിക്കുന്നുവെന്ന് അവകാശപ്പെടുമ്പോഴും, ഓരോ യഥാർഥ രാജ്യവും, മറ്റിടങ്ങളിൽ നിന്ന് വരുന്നവർ ഒരു ദേശീയ മതമുണ്ടെന്ന് അംഗീകരിക്കണമെന്നും ദേശീയ ഭാഷ സ്വീകരിക്കണമെന്നും ദേശീയ സംസ്കാരവുമായി ലയിക്കണമെന്നും ദേശീയ വംശത്തിന്റെ ഓർമകളും അഭിലാഷങ്ങളും പങ്കിടണമെന്നും നിർബന്ധിക്കുന്നു. ഇംഗ്ലണ്ട്, ഫ്രാൻസ്, യുണൈറ്റഡ് സ്റ്റേറ്റ്സ് എന്നിവയെപ്പോലെ ഈ "വിവേകവും അനുഭവ പരിചയവുമുള്ള പഴയ രാജ്യങ്ങൾ" ന്യൂനപക്ഷങ്ങളുടെ അസ്തിത്വത്തിനു പ്രത്യേക അവകാശങ്ങൾ അംഗീകരിക്കുന്നില്ലെന്ന് അദ്ദേഹം പറയുന്നു. ഹിന്ദുസ്ഥാനം, അദ്ദേഹത്തിന്റെ അഭിപ്രായത്തിൽ, ഹിന്ദുരാഷ്ട്രത്തിന്റെ, അതായത്, സ്വന്തം മതവും സംസ്കാരവും ഭാഷയും ഉള്ള ഹിന്ദു വംശത്തിന്റെ സവിശേഷ ഭവനമായിരിക്കണം. ഈ നിർവചനത്തിൽ പെടാത്തവർക്ക് രാഷ്ട്രത്തിന്റെ ഭാഗമാകാൻ കഴിയില്ല.

ഇന്ത്യയിൽ ജീവിക്കുകയും എന്നാൽ ഹിന്ദുരാഷ്ട്രത്തിൽ ഉൾപ്പെടുത്താൻ കഴിയാത്തവരുമായവർക്ക് എന്ത് സംഭവിക്കും? 1923 ൽ ഒരു സ്വതന്ത്ര ഇന്ത്യയിലെ പൗരത്വത്തെക്കുറിച്ചുള്ള ചോദ്യം ഇതുവരെ രൂപപ്പെടുത്തിയിട്ടില്ലാത്തതിനാൽ സവർക്കർ നിശ്ശബ്ദനായിരുന്നു, 1939 ൽ ഗോൾവാൾക്കർ എഴുതിയത് അവ്യക്തമാണ്. അത്തരം ആളുകൾക്ക് രണ്ട് വഴികൾ മാത്രമേയുള്ളൂ. അവർ ഹിന്ദു വംശത്തിൽ ലയിച്ച് ഹിന്ദു

സംസ്കാരം സ്വീകരിക്കണം, അല്ലെങ്കിൽ അവരെ എപ്പോൾ വേണമെങ്കിലും പുറത്താക്കാൻ അവകാശമുള്ള ഹിന്ദു വംശത്തിന്റെ കാരുണ്യത്തിൽ ജീവിക്കണം. മറ്റ് വഴികളൊന്നുമില്ല. ഇന്ത്യയിലെ മുസ്ലീങ്ങളെ സ്വാതന്ത്ര്യ സമരത്തിൽ ചേരാൻ പ്രേരിപ്പിച്ചതിന് ഗോൾവാൾക്കർ ഇന്ത്യൻ നാഷണൽ കോൺഗ്രസിനെതിരെ രൂക്ഷമായ ആക്രമണം നടത്തി. ഇന്ത്യയിൽ ജീവിക്കുന്ന എല്ലാവരും രാഷ്ട്രത്തിന്റെ ഭാഗമാണെന്ന ആശയം രാജ്യത്തെ ഒരു സഞ്ചാരികളുടെ സത്രമായി കണക്കാക്കുന്നതിന് തുല്യമാണ്. അതിനെ "രാഷ്ട്രത്തിന്റെ സത്ര സിദ്ധാന്തം" (Serai theory of the nation) എന്ന് വിളിക്കുന്ന ഗോൾവാൾക്കർ അതിന്റെ വക്താക്കളെ ഒന്നുകിൽ വിഡ്ഢികളോ രാജ്യദ്രോഹികളോ ആയി വിശേഷിപ്പിക്കുന്നു. ഹിന്ദുക്കൾക്ക് രണ്ട് ശത്രുക്കളുണ്ട്: മുസ്ലീങ്ങളും ബ്രിട്ടീഷുകാരും. മുസ്ലീങ്ങളെ ദേശസാൽക്കരിക്കാനുള്ള ശ്രമത്തിൽ വിട്ടുവീഴ്ച ചെയ്തുകൊണ്ട് ബ്രിട്ടീഷുകാർക്കെതിരായ പോരാട്ടം ശക്തിപ്പെടുത്തുകയാണെന്ന് വിശ്വസിക്കുന്നത് ആത്മവഞ്ചനയാണ്.

ഹിന്ദുരാഷ്ട്രത്തെക്കുറിച്ചുള്ള ഗോൾവാൾക്കറുടെ മുഴുവൻ ചർച്ചയിലും നടക്കുന്നത് ശക്തമായ കേന്ദ്രീകൃത രാഷ്ട്രത്തിനായുള്ള ആഗ്രഹമാണ്. ന്യൂനപക്ഷങ്ങളുടെ അവകാശങ്ങൾക്കുള്ള ഏതൊരു അംഗീകാരവും ഭരണകൂടത്തിന്റെ ഘടനയെ ദുർബലപ്പെടുത്തുമെന്ന് അദ്ദേഹം വിശ്വസിക്കുന്നു. ന്യൂനപക്ഷ മതങ്ങളെയും സംസ്കാരങ്ങളെയും പൊതുജീവിതത്തിലേക്ക് കൊണ്ടുവരാൻ 1950കളിലും 1960കളിലും ഔദ്യോഗിക പ്രചാരണത്തിൽ വ്യാപകമായി ഉപയോഗിച്ചിരുന്ന ദേശീയോദ്ഗ്രഥനം എന്ന മുദ്രാവാക്യം ഗോൾവാൾക്കറുടെ അഭിപ്രായത്തിൽ തെറ്റായി നയിക്കപ്പെട്ടു. പരാക്രമവാദം അല്ലെങ്കിൽ ഹിന്ദു ദേശീയ സംസ്കാരത്തിന്റെ ഊർജസ്വലമായ സമന്വയം എന്നതിലൂടെ മാത്രമേ യഥാർഥ ദേശീയോദ്ഗ്രഥനം സാധ്യമാകൂ. 1950 കളിൽ ഭാഷാടിസ്ഥാനത്തിലുള്ള സംസ്ഥാനങ്ങൾ രൂപീകരിക്കണമെന്ന ആവശ്യം ഉയർന്നപ്പോൾ ഗോൾവാൾക്കറും ആർ എസ് എസും വിഘടനവാദം (separatism) വളർത്തിയെടുക്കുമെന്ന് അവർ കരുതിയിരുന്ന ആശയത്തിന് എതിരായിരുന്നു. വാസ്തവത്തിൽ, ഗോൾവാൾക്കർ ഫെഡറലിസം എന്ന ആശയത്തിന് തന്നെ എതിരായിരുന്നു, ഒരു ഏകീകൃതവും കേന്ദ്രീകൃതവുമായ ഒരു രാഷ്ട്രം സൃഷ്ടിക്കുന്നതിനായി ഇന്ത്യൻ ഭരണഘടന മാറ്റിയെഴുതണമെന്ന് അദ്ദേഹം വിശ്വസിച്ചു. സമാനമായ രീതിയിൽ, ജാതിയുടെയും മറ്റ് തരത്തിലുള്ള സാമൂഹിക അസമത്വത്തിന്റെയും രാജ്യത്തിനുള്ളിലെ വിവേചനത്തിന്റെയും പ്രശ്നത്തെ ഭരണകൂടത്തിന്റെ സ്ഥിരതയുടെയും അധികാരത്തിന്റെയും പ്രശ്നവുമായി കൂട്ടി കുഴയ്ക്കേണ്ടതില്ലെന്നും അദ്ദേഹം വിശ്വസിച്ചു. ചരിത്രത്തിലേക്ക് തിരിഞ്ഞുനോക്കുമ്പോൾ,

രാജ്യത്ത് ശക്തമായ ഒരു ഭരണകൂടം ഉണ്ടായിരുന്ന കാലഘട്ടങ്ങളിൽ അതായത് ഹർഷ ഭരണാധികാരിയുടെ കാലത്ത്, ജാതിവ്യവസ്ഥ കർശനമായി അടിച്ചേൽപിക്കുകയും നിരക്ഷരത നിലനിൽക്കുകയും ചെയ്തിരുന്നു, എന്നാൽ അത് ഭരണകൂടത്തിന്റെ അധികാരത്തിന്റെ വഴിയിൽ വന്നിട്ടില്ലെന്ന് അദ്ദേഹം അഭിപ്രായപ്പെട്ടു. പരമോന്നതമായി മുൻഗണന നൽകേണ്ട രാഷ്ട്രത്തിന്റെ ഐക്യവും സുസ്ഥിരതയും ശക്തിപ്പെടുത്തുന്നതിനുള്ള ദൗത്യത്തിൽ ഈ ആഭ്യന്തര പ്രശ്നങ്ങൾ അപ്രസക്തമായിരുന്നു.

ഹിന്ദുരാഷ്ട്രം

ന്യൂനപക്ഷങ്ങളുടെ കാര്യത്തിൽ സവർക്കറും ഗോൾവാൾക്കറും സ്വീകരിച്ച പല നിലപാടുകളും ആർ എസ് എസും ബി ജെ പിയും അംഗീകരിക്കുന്നില്ലെന്ന് നിങ്ങളുടെ സുഹൃത്തുക്കൾ നിങ്ങളോട് പറഞ്ഞിട്ടുണ്ടാകും. തീർച്ചയായും *വി ഓർ ഔവർ നാഷണൻ ഹുഡ് ഡിഫൈൻഡ്* ഗോൾവാൾക്കർ എഴുതിയതല്ലെന്നും നിങ്ങൾ കേട്ടിട്ടുണ്ടാകും. അത് പൂർണമായ നുണയാണെന്ന് ഞാൻ നിങ്ങളോട് പറയട്ടെ. 1939ൽ പ്രസിദ്ധീകരിച്ച ആ കൃതിയുടെ പതിപ്പ് എന്റെ കയ്യിലുണ്ട്. ഹിന്ദുമഹാസഭയുമായി അടുപ്പമുള്ള മുതിർന്ന നേതാവായ മാധവ് ശ്രീഹരി ആനി എഴുതിയ അവതാരികയിൽ ഗോൾവാൾക്കറുടെ അഭിപ്രായത്തോടുള്ള യോജിപ്പുകളും വിയോജിപ്പുകളും രേഖപ്പെടുത്തുന്നുണ്ട്. രണ്ടുപേർക്കും പരസ്പരം നന്നായി അറിയാമായിരുന്നു എന്നതിൽ തർക്കമില്ല. ഗോൾവാൾക്കർ എഴുതാത്ത ഒരു പുസ്തകത്തിന് ആനിക്ക് (മാധവ് ശ്രീഹരി ആനി) അവതാരിക എഴുതാൻ കഴിയുമായിരുന്നില്ല. കൂടാതെ, സ്വാതന്ത്ര്യാനന്തരം ഗോൾവാൾക്കർ നടത്തിയ പ്രസംഗങ്ങളിലും രചനകളിലും പ്രകടിപ്പിച്ച വീക്ഷണങ്ങൾ 1939 ലെ അദ്ദേഹത്തിന്റെ പുസ്തകത്തിൽ പ്രസ്താവിച്ചവയുമായി തികച്ചും പൊരുത്തപ്പെടുന്നു. അദ്ദേഹത്തിന്റെ ചില വീക്ഷണങ്ങളിൽ ആർ എസ് എസും ബി ജെ പിയും ഇപ്പോൾ നാണംകെട്ടിരിക്കുകയാണ് എന്നതിനാൽ ഗോൾവാൾക്കറെ നിരാകരിക്കാനുള്ള ശ്രമം അവർ നടത്തും, ആ വക്രബുദ്ധിയിൽ വീണുപോകരുത്.

ദേശീയ തെരഞ്ഞെടുപ്പ് രാഷ്ട്രീയത്തിന്റെ നിർബന്ധങ്ങൾ കാരണം ബി ജെ പിയും ആർ എസ് എസും തങ്ങളുടെ സ്വാധീനം വ്യാപിപ്പിക്കാനും ദളിത്- ആദിവാസി ജനവിഭാഗങ്ങൾക്കിടയിൽ പിന്തുണ നേടാനും ശ്രമിച്ചു എന്നത് ശരിയാണ്. വടക്കുകിഴക്കൻ സംസ്ഥാനങ്ങളിൽ, ആർ എസ് എസ് നിരവധി സ്കൂളുകളും ആരോഗ്യ ക്യാമ്പുകളും തുറന്നിട്ടുണ്ടെങ്കിലും, ഗോത്രവർഗക്കാരുടെ ക്രിസ്ത്യൻ സംസ്കാരവുമായി അത് സന്ധിചെയ്തിട്ടുണ്ട്. പക്ഷേ, സവർക്കറെയും ഗോൾവാൾക്കറെയും പോലെ, ഇസ്ലാമും ക്രിസ്ത്യാനിറ്റിയും വൈദേശിക സാംസ്കാരിക സ്വാധീ

നങ്ങളാണെന്ന് അവർ ഇപ്പോഴും വിശ്വസിക്കുന്നു, അതുകൊണ്ട് അവരെ നിയന്ത്രിക്കുകയും സാധ്യമെങ്കിൽ ഉന്മൂലനം ചെയ്യുകയും ചെയ്തില്ലെങ്കിൽ, ഹിന്ദു ദേശീയ സംസ്കാരത്തെ അത് ദൂഷിപ്പിക്കും എന്നവർ ഭയപ്പെടുന്നു. സമീപ വർഷങ്ങളിൽ, പാശ്ചാത്യ പ്രത്യയശാസ്ത്രങ്ങളായ മതനിരപേക്ഷ ലിബറലിസത്തിത്തേയും കമ്യൂണിസത്തിത്തേയും പ്രതിരോധിക്കേണ്ട സാംസ്കാരിക ഭീഷണികളുടെ പട്ടികയിൽ ചേർത്തിട്ടുണ്ട്.

ബി ജെ പി തിരഞ്ഞെടുപ്പ് ജനാധിപത്യത്തെ അംഗീകരിച്ചതിനാൽ, ഹിന്ദു ഭൂരിപക്ഷത്തെ രാഷ്ട്രീയമായി അവർക്ക് അനുകൂലമായി, പ്രത്യേകിച്ച് വടക്കേ ഇന്ത്യയിലും പടിഞ്ഞാറൻ ഇന്ത്യയിലും ഏകീകരിക്കാനാണ് ശ്രമം. ജനാധിപത്യത്തിൽ, സംസ്കാരത്തിന്റെ കാര്യങ്ങളിൽ പോലും ഭൂരിപക്ഷത്തിന്റെ ശബ്ദം ഉയർന്നുവരണമെന്നാണ് അവരുടെ അവകാശവാദം. ബീഫ് വിൽപന നിരോധിക്കുക, ഔദ്യോഗിക സമ്മേളനങ്ങളിലും പൊതുസ്ഥാപനങ്ങളിലും സസ്യാഹാരം മാത്രം വിളമ്പുക, ഹിന്ദു ആഘോഷങ്ങളുടെ ഔദ്യോഗിക സ്പോൺസർഷിപ്പ്, മുസ്ലീം സ്ഥലപ്പേരുകൾ ഹിന്ദു പേരുകളാക്കി മാറ്റുക, എല്ലാ ഔദ്യോഗിക ആശയവിനിമയങ്ങൾക്കും ഹിന്ദി ഉപയോഗിക്കണമെന്ന് നിർബന്ധം പിടിക്കുക തുടങ്ങിയ ആവശ്യങ്ങൾ ഉന്നയിച്ചത് ഈ നിലയിലാണ്. അതോടൊപ്പം, ഇന്ത്യൻ ചരിത്രത്തിന്റെയും സംസ്കാരത്തിന്റെയും സ്വന്തം പതിപ്പ് പ്രചരിപ്പിച്ചുകൊണ്ട് ഹിന്ദു ദേശീയതയുടെ പ്രത്യയശാസ്ത്രം പ്രചരിപ്പിക്കുന്നതിനായി സ്കൂളുകൾ, പാഠപുസ്തകങ്ങൾ, വാർത്താ മാസികകൾ, അടുത്തിടെ സോഷ്യൽ മീഡിയ എന്നിവയിലൂടെ ഒരു സുസ്ഥിരമായ പ്രചാരണം നടത്തി. നിങ്ങൾക്കറിയാവുന്നതുപോലെ, അവരുടെ പ്രയത്നത്തിൽ, പ്രത്യേകിച്ച് വടക്കൻ, പടിഞ്ഞാറൻ ഇന്ത്യയിൽ അവർ തികച്ചും വിജയിച്ചിരിക്കുന്നു.

ഇന്നത്തെ ഹിന്ദുരാഷ്ട്ര പദ്ധതി എന്താണ്? ഹിന്ദു ദേശീയതയിൽ അടിയുറച്ച് വിശ്വസിക്കുന്നവരോട് ഞാൻ പലപ്പോഴും ഈ ചോദ്യം ഉന്നയിച്ചിട്ടുണ്ട്. ഇറാൻ മുതൽ മലേഷ്യ, ഇന്തോനേഷ്യ, ടിബറ്റ് ഉൾപ്പെടെയുള്ള ഇടങ്ങളിൽ വ്യാപിച്ചുകിടക്കുന്ന അഖണ്ഡഭാരതത്തെക്കുറിച്ച് കൈലാസവും മാനസസരോവരവും ഹിന്ദുക്കളുടെ പുണ്യസ്ഥലങ്ങളായതിനാൽ- അവരിൽ ചിലർക്ക് അതിമനോഹരമായ ആശയങ്ങളുണ്ട്. ഹിന്ദുക്കൾ ഒരുകാലത്ത് സാംസ്കാരിക ആധിപത്യം പുലർത്തിയിരുന്ന ഒന്നായാണ് ഈ ബൃഹത്തായ പ്രദേശത്തെ അവർ സങ്കൽപ്പിക്കുന്നത്, അതുകൊണ്ട് അവർ ഏതെങ്കിലും ഒരു പുതിയ രാഷ്ട്രീയ രൂപമായി വീണ്ടും ഒന്നിക്കാൻ ആഗ്രഹിക്കുന്നു. അങ്ങനെ ഒരൊറ്റ അസ്തിത്വം ഉണ്ടായാൽ ഹിന്ദുക്കൾക്ക് അതിനുള്ളിൽ ഭൂരിപക്ഷം ഉണ്ടാകില്ല എന്ന് ഞാൻ ചൂണ്ടിക്കാണിക്കുന്നു. ഈ വാദത്തിൽ നിന്ന് അവർ പിന്തിരിയില്ല,

കാരണം അവർ സങ്കൽപിച്ച അഖണ്ഡ ഭാരതം പ്രായപൂർത്തിയായ ഓരോ വ്യക്തിക്കും വോട്ടവകാശമുള്ള ഒരു ജനാധിപത്യരാജ്യമല്ല. അവർ ഭാരതത്തെ ഒരു സാമ്രാജ്യമായി സങ്കൽപിക്കുന്നു- പുരാതന അല്ലെങ്കിൽ മധ്യകാലഘട്ടങ്ങളിലെന്നപോലെ ഒരു സാമ്രാജ്യം - അവിടെ വിദൂര പ്രദേശങ്ങൾ കീഴടക്കുകയും അതിന്റെ പരമാധികാര പരിധിക്കുള്ളിൽ കൊണ്ടുവരുകയും ചെയ്യുന്നു. ഈ സാങ്കൽപിക സാമ്രാജ്യത്തിൽ ഹിന്ദുക്കൾ ഭരിക്കുന്ന വംശവും മറ്റുള്ളവർ വിധേയരായ പ്രജകളുമായിരിക്കും.

തീർച്ചയായും, ഹിന്ദുരാഷ്ട്രത്തെ വിവരിക്കുന്നതിൽ എല്ലാവരും ഇതുപോലെ കുസലില്ലാത്തവരല്ല. എന്നിരുന്നാലും, രാജ്യത്തിന്റെ നിലവിലുള്ള അതിർത്തികളിൽ അവർ അതൃപ്തരാണ്. 1947 ലെ ഇന്ത്യാ വിഭജനത്തിന്റെ ഫലം അംഗീകരിക്കാൻ അവർ വിസമ്മതിക്കുന്നു, അതിന് ഗാന്ധിയെയും കോൺഗ്രസിനെയും കുറ്റപ്പെടുത്തുന്നു. പാകിസ്ഥാനും ബംഗ്ലാദേശും തമ്മിൽ യാതൊരു വ്യത്യാസവും അവർ കാണുന്നില്ല: രണ്ടും ഹിന്ദുക്കൾ അടിച്ചമർത്തപ്പെടുന്ന മുസ്ലീം രാജ്യങ്ങളാണ്. പാകിസ്ഥാനുമായുള്ള സമാധാന ഉടമ്പടി അംഗീകരിക്കുന്നതിനുപകരം, ഇന്ത്യ സൈനിക നടപടിയിലൂടെ കാശ്മീർ മുഴുവൻ പിടിച്ചെടുക്കേണ്ടിയിരുന്ന അവസരമായി അവർ 1971 നെ കാണുന്നു. വാസ്തവത്തിൽ, പാകിസ്ഥാൻ ഭൂമി കൈവശപ്പെടുത്തുന്നത് പാകിസ്ഥാന്റെ തകർച്ചയിലേക്ക് നയിച്ചേക്കാം. ഇന്ത്യയുടെ ഭാഗമാകാൻ ആഗ്രഹിക്കാത്ത ഒരു ജനതയെ ഭരിക്കുന്ന പ്രശ്നം അവർ പൂർണമായും തള്ളിക്കളയുന്നു. കാശ്മീർ പ്രദേശം അവർക്ക് ഇന്ത്യൻ രാഷ്ട്രത്തിന്റെ ഉടമസ്ഥതയിലുള്ള ഭൂസ്വത്താണ്. അവിടെ താമസിക്കുന്നവരെ ഒന്നുകിൽ സ്വാംശീകരിക്കുകയോ ബലപ്രയോഗത്തിലൂടെ കീഴടക്കുകയോ ചെയ്യണം. 1947 ൽ കശ്മീരിലെ ജനങ്ങളുടെ സന്നദ്ധ സഹകരണം നേടിയെടുക്കാനുള്ള ബുദ്ധിമുട്ടിനെക്കുറിച്ച് വല്ലഭായി പട്ടേൽ എന്ന യാഥാർഥ്യബോധമുള്ള രാഷ്ട്രീയക്കാരന് പൂർണബോധമുണ്ടായിരുന്നു. അതുകൊണ്ടാണ് ഹൈദരാബാദ് ഇന്ത്യയിൽ ചേരുന്നതിന് പകരമായി കാശ്മീരിൽ ഇന്ത്യയുടെ അവകാശവാദം ഉപേക്ഷിക്കുന്നതിൽ അദ്ദേഹം സന്തോഷിച്ചത് എന്ന് ഞാൻ പറഞ്ഞാൽ അവർ എന്റെ വാക്കുകൾ വിശ്വസിക്കില്ല.

വിഭജനത്തിന്റെ അനന്തരഫലത്തെ കുറിച്ച് മറ്റ് ഹിന്ദു ദേശീയവാദികൾ കൂടുതൽ യാഥാർഥ്യബോധമുള്ളവരാണ്. അങ്ങനെയെങ്കിൽ, ജനങ്ങളെ പൂർണമായ് കൈമാറ്റം ചെയ്യുക എന്നതാണ് യുക്തിസഹമായ നടപടിയെന്ന് അവർ വാദിക്കുന്നു: മുസ്ലീങ്ങൾ മുസ്ലീം രാജ്യങ്ങളിലേക്ക് കുടിയേറാൻ നിർബന്ധിതരാകണം, പാകിസ്ഥാനിലും ബംഗ്ലാദേശിലും താമസിക്കുന്ന ഹിന്ദുക്കളെ ഇന്ത്യയിൽ പുനരധിവസിപ്പിക്കണം. 2019 ലെ പൗരത്വ നിയമ ഭേദഗതിക്കും രാജ്യമെമ്പാടുമുള്ള ദേശീയ പൗരത്വ

രജിസ്റ്ററിനായുള്ള ആഹ്വാനത്തിനും പിന്നിലെ ചിന്ത അതാണ്. ഹിന്ദു രാഷ്ട്രം സ്ഥാപിക്കാനുള്ള തന്ത്രത്തിന്റെ ഭാഗമാണ് ആ നടപടികൾ.

രാഷ്ട്രീയ വാദങ്ങളുടെ പിന്തുണയുള്ള ഹിന്ദുരാഷ്ട്ര പദ്ധതിയെ കുറിച്ച് മാത്രമേ ഞാൻ നിങ്ങളോട് പറഞ്ഞിട്ടുള്ളൂ. ഈ വാദങ്ങൾ തെറ്റാണ്. പക്ഷേ, യുക്തിസഹമായ ഒരു ന്യായവാദത്തിനും ന്യായീകരിക്കാൻ കഴിയാത്ത ആഴത്തിലുള്ള മുൻവിധികളാൽ വളർത്തിയെടുത്ത ഇത്; കോപം, അസൂയ, വെറുപ്പ് തുടങ്ങിയ വികാരങ്ങളാൽ പ്രചരിപ്പിക്കപ്പെടുകയും പ്രവർത്തിക്കുകയും ചെയ്യുന്നു. അതിനാൽ, മുസ്ലീം പുരുഷന്മാർക്ക് നാല് ഭാര്യമാരെ അനുവദിക്കുന്നതിനാൽ, മുസ്ലീങ്ങൾ വളരെ വേഗത്തിൽ പെരുകുന്നുവെന്ന് പല ഹിന്ദുക്കളും വിശ്വസിക്കുന്നു. ഈ വാദം യുക്തിസഹമായി അസംബന്ധമാണ്, കാരണം ഒരു സ്ത്രീ തനിക്കു മാത്രമായി ഒരു ഭർത്താവിനെ കൂടാതെ മറ്റ് മൂന്ന് സ്ത്രീകളുമായി ഒരു ഭർത്താവിനെ പങ്കിട്ടാൽ കൂടുതൽ കുട്ടികളെ പ്രസവിക്കുന്നതിന് ഒരു കാരണവുമില്ല. എന്നാൽ പുരുഷകേന്ദ്രീകൃതമായ ലോകവീക്ഷണം ഒരു പുരുഷന് നാല് ഭാര്യമാരുണ്ടെങ്കിൽ, അവൻ ഉൾപ്പെടുന്ന സമൂഹത്തിന് കൂടുതൽ കുട്ടികളുണ്ടാകുമെന്ന് ചിലരെ ബോധ്യപ്പെടുത്തുന്നു. ഇത് അന്ധമായ മുൻവിധിയുടെ (അന്ധപൂർവാഗ്രഹ) ഒരു മികച്ച ഉദാഹരണമാണ്, അതായത്, തെളിവുകൾ പരിശോധിക്കുന്നതിന് മുമ്പുള്ള ഉറച്ച നിഗമനം. മുസ്ലീം പുരുഷന്മാർ ഹിന്ദു സ്ത്രീകളെ പ്രണയിക്കുന്നതായി നടിച്ച് അവരെ വിവാഹം കഴിക്കാമെന്ന് വാഗ്ദാനം ചെയ്ത് ഇസ്ലാം മതത്തിലേക്ക് പരിവർത്തനം ചെയ്യുന്നുവെന്ന് പല ഹിന്ദുക്കളും വിശ്വസിക്കുന്നു. ഇത് മറ്റ് മാർഗങ്ങളിലൂടെ നടപ്പിലാക്കുന്ന ജിഹാദാണെന്നാണ് കരുതപ്പെടുന്നത്. ഒരിക്കൽ കൂടി, മുസ്ലീം പുരുഷന്മാർക്ക് സത്യസന്ധമല്ലാത്ത ഉദ്ദേശ്യങ്ങൾ ആരോപിക്കുന്നതിന് പുറമെ, ഒരു മുസ്ലീം പുരുഷനെ വിവാഹം കഴിക്കുന്ന ഒരു ഹിന്ദു സ്ത്രീക്ക് സ്വന്തം ഇഷ്ടം ഉണ്ടാകാനുള്ള സാധ്യതയെ ഈ മുൻവിധി പൂർണമായും തള്ളിക്കളയുന്നു. സ്ത്രീകൾ അവരുടെ പുരുഷ ബന്ധുക്കളുടെ സ്വത്താണെന്നും അതിനാൽ അവർ ജനിച്ച സമൂഹത്തിന്റെ സ്വത്താണെന്നും ഇത് അനുമാനിക്കുന്നു.

ബംഗ്ലാദേശിൽ ഉപജീവനമാർഗമില്ലാത്ത ആയിരക്കണക്കിന് മുസ്ലീങ്ങൾ ഇന്ത്യയിലേക്ക് വരികയും പ്രാദേശിക ജനസംഖ്യയുമായി ലയിക്കുകയും ഇന്ത്യയുടെ അതിർത്തി ജില്ലകളിലെ മുസ്ലീങ്ങളുടെ നിര പെരുകുകയും ചെയ്യുന്നു എന്ന വിശ്വാസം ഇന്ത്യയിലെ വിവിധ മേഖലകളിലെ പ്രമുഖർ പോലും വ്യാപകമായി പങ്കിടുന്നു. ഇത്തരം കടിയേറ്റങ്ങൾ സാധ്യമാക്കുന്ന, സ്വീകരിക്കുന്ന രാജ്യത്തെ സാമ്പത്തിക സാമൂഹിക സാഹചര്യങ്ങൾ പരിശോധിക്കാൻ ആരും തയ്യാറല്ല. ഞാൻ സംസാരിക്കുന്നവരുടെ ബന്ധുക്കളും സുഹൃത്തുക്കളും ഉൾപ്പെടെ പാശ്ചാത്യ രാജ്യ

ങ്ങളിലേക്ക് കുടിയേറാൻ തീവ്രമായി ശ്രമിക്കുന്ന ആയിരക്കണക്കിന് ഇന്ത്യക്കാരെ ഞാൻ ചൂണ്ടിക്കാണിക്കുകയും അമേരിക്കയോ ബ്രിട്ടനോ പുതിയ നിയന്ത്രണങ്ങൾ ഏർപ്പെടുത്തിയാൽ എന്തുകൊണ്ടാണ് അവർ അസ്വസ്ഥരാകുന്നതെന്ന് ചോദിക്കുകയും ചെയ്യുമ്പോൾ കുടിയേറ്റത്തിൽ, രണ്ട് ഉദാഹരണങ്ങളും തുല്യമാണെന്ന് അംഗീകരിക്കാൻ അവർ വിസമ്മതിക്കുന്നു. അവരുടെ അഭിപ്രായത്തിൽ, തങ്ങൾക്ക് മെച്ചപ്പെട്ട ജീവിതവും തങ്ങളുടെ കുട്ടികൾക്ക് കൂടുതൽ വാഗ്ദാനപ്രദമായ ഭാവിയും കണ്ടെത്താൻ ഇന്ത്യക്കാർ പാശ്ചാത്യരാജ്യങ്ങളിലേക്ക് കുടിയേറാൻ ആഗ്രഹിക്കുന്നു; അവർ ആ രാജ്യങ്ങളുടെ സമ്പത്ത് കൂട്ടുന്നു. ഇന്ത്യയിലേക്കുള്ള അനധികൃത മുസ്ലീം കുടിയേറ്റം, ഇന്ത്യയുടെ മറ്റൊരു വിഭജനം കൊണ്ടുവരാനുള്ള അപകടകരമായ പദ്ധതിയുടെ ഭാഗമാണെന്ന് അവർ പറയുന്നു.

ഓരോ മുസ്ലീമിനെയും ശത്രുവായി കണക്കാക്കാനും ഹിന്ദുരാഷ്ട്രത്തിന് ഭീഷണിയായി കാണാനും സാധാരണ ഹിന്ദുക്കളെ പ്രേരിപ്പിക്കുന്ന മുൻവിധി പ്രവർത്തിക്കുന്നത് അങ്ങനെയാണ്. രാഷ്ട്രീയ സാഹചര്യങ്ങൾ ശരിയാകുമ്പോൾ, അതായത്, മുസ്ലീങ്ങൾക്കെതിരെ പ്രവർത്തിച്ചതിന് തങ്ങൾ ശിക്ഷിക്കപ്പെടില്ലെന്ന് ആളുകൾ വിശ്വസിക്കുമ്പോൾ, പ്രതിരോധമില്ലാത്ത മുസ്ലീമിന്റെ മേൽ ഹിന്ദുക്കളുടെ ചെറുസംഘങ്ങൾ വീഴുകയും അവനെ അടിച്ച് കൊല്ലുകയും യൂ ട്യൂബ് വീഡിയോയിൽ അതിനെക്കുറിച്ച് വീമ്പിളക്കുകയും ചെയ്യും. ഏറ്റവും ഭീരുത്വപരമായ അക്രമങ്ങൾ അവരെ വീരന്മാരാക്കി ചിത്രീകരിക്കും. ഇതാണ് കഴിഞ്ഞ അഞ്ചോ ആറോ വർഷങ്ങളായി, പ്രത്യേകിച്ച് ഉത്തരേന്ത്യയിൽ സംഭവിച്ചുകൊണ്ടിരിക്കുന്നത്.

പാകിസ്ഥാന് ഒരു സ്ഥായിയായ ശത്രുസ്ഥാനം നൽകി, പാകിസ്ഥാൻ സാന്നിധ്യം ഒഴിവാക്കുകയും പാകിസ്ഥാനെ നേരിടുകയാണെങ്കിൽ പൂർണമായി പരാജയപ്പെടുത്തുകയും വേണം എന്ന് താത്പര്യപ്പെടുകയും ചെയ്യുന്നു. കായിക താരങ്ങൾ, സിനിമാ അഭിനേതാക്കൾ, കൂടാതെ പാകിസ്ഥാനിൽ നിന്നുള്ള സംഗീതജ്ഞർ എന്നിവരെ ഇന്ത്യയിൽ പരിപാടി അവതരിപ്പിക്കാൻ അനുവദിക്കരുത്. പാകിസ്ഥാനുമായുള്ള ക്രിക്കറ്റ് മത്സരങ്ങളെ മാരകമായ യുദ്ധംപോലെ കാണണം. പാകിസ്ഥാൻ ഭീകരർക്ക് അഭയം നൽകുന്നതായി അറിയപ്പെടുന്നതിനാൽ, ഓരോ മുസ്ലീമിനെയും സംശയത്തോടെയാണ് നോക്കേണ്ടത്. സ്വാതന്ത്ര്യത്തിനുമുമ്പ്, ഭീകരത പടർത്താൻ കൊലപാതക രീതി ഉപയോഗിച്ച ഹിന്ദുക്കളുണ്ടായിരുന്നുവെന്ന് ചൂണ്ടിക്കാണിക്കുന്നത് പ്രയോജനകരമല്ല: അവർ ഇപ്പോൾ ദേശീയ നായകന്മാരായി ബഹുമാനിക്കപ്പെടുന്നു. കുറച്ച് മുൻപ് വരെ, ശ്രീലങ്കയിൽ നിന്നുള്ള തമിഴ് ഹിന്ദു തീവ്രവാദികളാണ്

ചാവേർ ബോംബാക്രമണം ഒരു രാഷ്ട്രീയ ആയുധമായി ആദ്യമായി ആവർത്തിച്ച് ഉപയോഗിച്ചത്. ജിഹാദി തീവ്രവാദികൾ പ്രയോഗിക്കുന്ന തീവ്രവാദ തന്ത്രങ്ങളെ നമ്മൾ എത്രമാത്രം നിരാകരിച്ചാലും- ഞാൻ അവരെ ഒട്ടും പിന്തുണയ്ക്കുന്നില്ല - അത് ഇപ്പോഴും ഓരോ മുസ്ലീമിനെയും സംശയത്തോടെ നോക്കുന്നതിനെ ന്യായീകരിക്കുന്നില്ല. എന്നാൽ മുൻവിധി യുക്തിയുടെ മണ്ഡലത്തിന് പുറത്ത് തഴച്ചുവളരുന്നു. റോമൻ സാമ്രാജ്യത്തെ ബാർബേറിയൻമാർ ആക്രമിക്കുമ്പോൾ, നാഗരിക പെരുമാറ്റത്തിന്റെ മാനദണ്ഡങ്ങളൊന്നും പാലിക്കാത്ത അധിനിവേശക്കാർ ആസ്വദിക്കുന്ന സ്വാതന്ത്ര്യത്തിൽ റോമിലെ പൗരന്മാർ അസൂയപ്പെട്ടുവെന്ന് ഒരിക്കൽ ഒരു ചരിത്ര പ്രൊഫസർ എന്നോട് പറഞ്ഞു. രഹസ്യമായി, റോമാക്കാർ ബാർബേറിയൻമാരെപ്പോലെ ആകാൻ ആഗ്രഹിച്ചു. ഇന്ന് ഞാൻ ഹിന്ദു ദേശീയവാദികളോട് സംസാരിക്കുമ്പോൾ, അവർ ദ്വിരാഷ്ട്ര സിദ്ധാന്തത്തിന്റെ വഴിയിൽ ചിന്തിക്കുന്നത് ഞാൻ കാണുന്നുവെന്ന് മാത്രമല്ല, പാകിസ്ഥാന്റെ ഇന്നത്തെ എല്ലാ പിന്തിരിപ്പൻ സവിശേഷതകളും അവരുടെ ഹിന്ദുരാഷ്ട്രത്തിൽ ആവർത്തിക്കാൻ അവർ ആഗ്രഹിക്കുന്നുവെന്നും ഞാൻ മനസിലാക്കുന്നു. ഇന്ത്യയെ എതിർക്കാനുള്ള പാകിസ്ഥാന്റെ കഴിവിനോടുള്ള അസൂയ ആ രാജ്യത്തോടു കിടമത്സരത്തിൽ ഏർപ്പെടാനു, പാകിസ്ഥാന്റെ ഏറ്റവും കയ്പേറിയതും മനസാക്ഷിയില്ലാത്തതുമായ ശത്രുവാകാനുമുള്ള ആഗ്രഹം സൃഷ്ടിക്കുന്നു.

തീർച്ചയായും, 2019 ഡിസംബർ മുതൽ പൗരത്വ ഭേദഗതി നിയമത്തിനെതിരായ രാജ്യവ്യാപക പ്രതിഷേധങ്ങളിൽ ഹിന്ദുരാഷ്ട്ര പദ്ധതി ഒരു വെല്ലുവിളിയെ അഭിമുഖീകരിച്ചു. ഇന്ത്യൻ ഭരണഘടനയുടെ ആമുഖത്തിൽ വാഗ്ദാനംചെയ്ത സമത്വത്തിന്റെയും നാനാത്വത്തിന്റെയും മൂല്യങ്ങൾ പുനഃസ്ഥാപിച്ചുകൊണ്ട് പൗരത്വത്തിന്റെ നിർവചനത്തിൽ മതത്തെ അവതരിപ്പിക്കാനുള്ള നീക്കത്തെ പ്രതിഷേധക്കാർ എതിർത്തു. പുതിയ പൗരത്വ നിയമത്തെക്കുറിച്ചുള്ള ചർച്ചയിൽ നിങ്ങളുടെ കാഴ്ചപ്പാട് എന്താണെന്ന് എനിക്കറിയില്ല. എന്നാൽ ഇന്ത്യയിലുടനീളമുള്ള നിരവധി നഗരങ്ങളിലും പട്ടണങ്ങളിലും വിദ്യാർഥികളെയും യുവാക്കളെയും അണിനിരത്തിയതിന് പിന്നിലെ സ്വതസിദ്ധമായ ഊർജ്ജം നിങ്ങളെ ഞെട്ടിച്ചുവെന്ന് എനിക്ക് ഉറപ്പുണ്ട്. ഇതുവരെ ഒരു രാഷ്ട്രീയ പ്രകടനത്തിലും പങ്കെടുത്തിട്ടില്ലാത്ത ആയിരക്കണക്കിന് സ്ത്രീകൾ എങ്ങനെയാണ് റാലികളിൽ പങ്കെടുക്കാനും ദിവസങ്ങളോളം ധർണകളിൽ ഇരിക്കാനും ഇറങ്ങിയതെന്നും നിങ്ങൾ കണ്ടിരിക്കണം. സ്വാതന്ത്ര്യ സമര നാളുകൾക്ക് ശേഷം ഒരു രാഷ്ട്രീയ പ്രസ്ഥാനവും രാജ്യത്തിന്റെ ആത്മാവിനെ ഇത്രത്തോളം സ്പർശിച്ചിട്ടില്ലെന്ന് നിരീക്ഷകർ അഭിപ്രായപ്പെട്ടു. അവർ ശരിയായിരുന്നുവെന്ന് ഞാൻ കരുതുന്നു. തീർച്ചയായും,

കോവിഡ് പകർച്ചവ്യാധി അഴിച്ചുവിട്ട പരിഭ്രാന്തി അതെല്ലാം മറികടക്കുകയും മറക്കുകയും ചെയ്തു.

പക്ഷേ, 2020 ന്റെ തുടക്കത്തിലെ ആ ദിവസങ്ങളെ കുറിച്ചുള്ള നിങ്ങളുടെ ഓർമകൾ ഉണർത്താൻ ഞാൻ ആഗ്രഹിക്കുന്നു, കാരണം അതിന്റെ പൗരന്മാർക്ക് നീതി, സമത്വം, സ്വാതന്ത്ര്യം, സാഹോദര്യം എന്നിവ വാഗ്ദാനം ചെയ്യുന്ന നമ്മുടെ പരമാധികാര, മതേതര, സോഷ്യലിസ്റ്റ്, ജനാധിപത്യ റിപ്പബ്ലിക്കിനെക്കുറിച്ചുള്ള സത്യവും നുണയും എന്താണെന്ന് ഞാൻ നിങ്ങളോട് പറയാൻ പോകുന്നു.

ഇന്ത്യയും ബഹുസ്വര മതേതര ജനാധിപത്യവും

ഗാന്ധിയും നെഹ്റുവും - ഇന്ത്യൻ റിപ്പബ്ലിക്കിന്റെ സ്ഥാപകരെ ക്കുറിച്ച് പറയുമ്പോൾ ഏറ്റവും കൂടുതൽ ഓർമ്മ വരുന്നത് ഈ രണ്ട് പേരു കളാണ്. കോൺഗ്രസ് സംഘടനയിലെ മുൻനിര അനുയായികളാണെ ങ്കിലും, അവരുടെ രാഷ്ട്രീയ വീക്ഷണങ്ങളിൽ ഒരുപാട് വ്യത്യാസങ്ങൾ ഉണ്ടായിരുന്നു. ഇന്ത്യൻ രാഷ്ട്രത്തെ ഒന്നിപ്പിക്കുന്ന ബന്ധങ്ങളെ അവർ എങ്ങനെ സങ്കൽപിച്ചു എന്ന ചോദ്യം വന്നപ്പോൾ, വ്യത്യസ്ത മതവിഭാ ഗങ്ങളിൽ പെട്ടവരാണെങ്കിലും നൂറ്റാണ്ടുകളായി ഒരുമിച്ച് ജീവിക്കാൻ പഠിച്ച ഇന്ത്യക്കാരുടെ സാധാരണ മതപരമായ ആചാരങ്ങളിൽ ഈ ബന്ധം ഉണ്ടെന്ന് ഗാന്ധി വിശ്വസിച്ചു, ഇന്ത്യൻ സാമ്രാജ്യങ്ങളുടെയും ഭരണകൂടങ്ങളുടെയും ചരിത്രത്തിൽ നെഹ്റുവും ആ ബന്ധങ്ങൾ കണ്ടെ ത്തി എന്നതാണ് വലിയ വ്യത്യാസം. മറ്റു പല പ്രമുഖ നേതാക്കളുമായും ചിന്തകരുമായും അവർ പങ്കുവെച്ച സദുദ്ദേശ്യപരമായ ആ അഭിപ്രായ ങ്ങൾ, ചില ഗ്രൂപ്പുകൾക്ക് മറ്റുള്ളവരെക്കാൾ വിശേഷാധികാരം നൽകുന്ന രാഷ്ട്രീയസന്ധികളിൽ കലാശിച്ചതെങ്ങനെയെന്ന് ഹിന്ദു ദേശീയവാദ ആക്രമണം തടയാൻ ഒരു ബഹുസ്വര രാഷ്ട്രം (ബഹുലതാവാദി രാജ്യം) നിർമ്മിക്കുന്നതിൽ പരാജയപ്പെട്ടത് എങ്ങനെയെന്നു ഞാൻ ഇപ്പോൾ നിങ്ങൾക്ക് കാണിച്ചുതരാം.

ബഹുസ്വര മതസമൂഹം

ഗാന്ധിജിയിൽ നിന്ന് ഉദ്ധരണികൾ നൽകി ഞാൻ സമയം കള യുകയില്ല. അദ്ദേഹത്തിന്റെ സമാഹരിച്ച കൃതികളുടെ നൂറിലധികം

കട്ടിയുള്ള വാല്യങ്ങൾ പ്രസിദ്ധീകരിച്ചിട്ടുണ്ട്. അദ്ദേഹം ഒരിക്കലും ഒരു പണ്ഡിതനാണെന്ന് അവകാശപ്പെട്ടിട്ടില്ല, ഒരു വിഷയത്തിലും ഒരു ഗ്രന്ഥം (ശാസ്ത്ര) എഴുതിയിട്ടില്ല. അദ്ദേഹത്തിന്റെ കത്തുകളും പ്രസംഗങ്ങളും കൂടാതെ അദ്ദേഹത്തിന്റെ രചനകൾ, കൂടുതലും ചെറു ലേഖനങ്ങൾ, ആ വാല്യങ്ങളിൽ സമാഹരിച്ചിരിക്കുന്നു. ഗാന്ധിജിക്ക് അനുകൂലമായോ പ്രതികൂലമായോ നിങ്ങൾ ഉന്നയിക്കാൻ ആഗ്രഹിക്കുന്ന ഏതൊരു അവകാശവാദത്തെയും പിന്തുണയ്ക്കുന്നതിനായി അദ്ദേഹത്തിന്റെ ഒറ്റപ്പെട്ട പരാമർശങ്ങൾ കണ്ടെത്താൻ കഴിയും. നിഷ്ഫലമായ ആ ആഗ്രഹം നമുക്ക് ഒഴിവാക്കാം.

വിശദമായി പറഞ്ഞാൽ, ഇന്ത്യക്കാർ മതവിശ്വാസികളാണെന്നും ഇന്ത്യൻ സമൂഹം മതത്താൽ ഒന്നിച്ചുനിൽക്കുന്നുവെന്നും ഗാന്ധി വിശ്വസിച്ചു. അയിത്തത്തെ അംഗീകരിക്കുകയോ സ്ത്രീകളോടുള്ള അസ്പൃശ്യതയോ ക്രൂരമായ പെരുമാറ്റമോ പോലുള്ള അസത്യങ്ങൾ അടങ്ങിയ സംസ്കൃത ധർമശാസ്ത്രഗ്രന്ഥങ്ങളെയല്ല മതം എന്നതുകൊണ്ട് അദ്ദേഹം സാധാരണയായി ഉദ്ദേശിച്ചത്. അദ്ദേഹം ഉദ്ദേശിച്ചത് സാധാരണക്കാരുടെ ദൈനംദിന ജീവിതത്തിലെ മതത്തിന്റെ സജീവമായ ആചാരമാണ്. ഈ രീതികൾ ഓരോ പ്രദേശത്തിനും വ്യത്യസ്തമായിരുന്നു. എന്നാൽ എല്ലായിടത്തും ഒരു പൊതുസത്യം ഉണ്ടായിരുന്നു, അത് മറ്റുള്ളവരുടെ ജീവിതരീതികളോടുള്ള പരസ്പര ബഹുമാനമായിരുന്നു. ഇത് ചിലപ്പോൾ പരസ്പര സമ്മതത്തോടെയുള്ള വിഭജന നിയമങ്ങൾ അർഥമാക്കുന്നു: ഞങ്ങൾ പ്രാർഥിക്കുമ്പോൾ ഞങ്ങളുടെ പള്ളികൾക്ക് മുന്നിൽ നിങ്ങൾ സംഗീതം കേൾപ്പിക്കാത്തതുപോലെ നിങ്ങളുടെ വിഗ്രഹങ്ങൾ ഘോഷയാത്രയിൽ കൊണ്ടുപോകുമ്പോൾ ഞങ്ങൾ ഇടപെടില്ല. ഈ വിഭജന നിയമങ്ങൾ രൂപപ്പെടുകയും നന്നായി ഉൾക്കൊള്ളപ്പെടുകയും ചെയ്തു. എല്ലാ സ്ഥലങ്ങളും അല്ലെങ്കിൽ എല്ലാ അവസരങ്ങളും എല്ലാവർക്കും തുറന്നിരുന്നില്ല. എന്നാൽ വിവിധ മതങ്ങളിലോ വിഭാഗങ്ങളിലോ ഉള്ള ആളുകൾ എവിടെ, എപ്പോൾ ഒരുമിച്ചുകൂടാം എന്നതിന് പരസ്പരം പാലിക്കുന്ന നിയമങ്ങളും ഉണ്ടായിരുന്നു. ദീപാവലിയിൽ ഹിന്ദുക്കൾ തങ്ങളുടെ മുസ്ലീം അയൽവാസികൾക്ക് സന്തോഷത്തോടെ മധുരപലഹാരങ്ങൾ നൽകുന്നതുപോലെ, സൂഫി ആരാധനാലയത്തിൽ (ദർഗ) നേർച്ച (മന്നത്ത്) എടുക്കാൻ നിങ്ങൾ ഒരു മുസ്ലീം ആകണമെന്നില്ല. മതഗ്രന്ഥങ്ങളുടെയും യാഥാസ്ഥിതിക നിയമങ്ങളുടെയും കർശനമായ നിയന്ത്രണത്തിന് പുറത്ത്, ഇത് ഒരു സാധാരണ മതജീവിതമായിരുന്നു, അതിൽ മതസഹിഷ്ണുതയുടെ അനിവാര്യമായ സത്യം അടങ്ങിയിരിക്കുന്നുവെന്ന് ഗാന്ധി വിശ്വസിച്ചു.

പ്രദേശത്തെ ദൈനംദിന ജീവിതത്തിന്റെ തലത്തിൽ പോലും, എല്ലാ നിയമങ്ങളും സമ്മേളനങ്ങളും അദ്ദേഹത്തിന്റെ അംഗീകാരം നേടിയില്ല. ചരിത്രത്തിൽ നിന്നോ നിലവിലുള്ള ഏതെങ്കിലും പ്രാദേശിക സമ്പ്രദായത്തിൽ നിന്നോ സത്യത്തെക്കുറിച്ചുള്ള തന്റെ ഗ്രാഹ്യത്തിൽ നിന്ന് വ്യത്യസ്തമായ ഏതെങ്കിലും തെളിവുകൾ അസത്യമെന്ന് തള്ളിക്കളയാനുള്ള അതുല്യമായ കഴിവ് ഗാന്ധിക്കുണ്ടായിരുന്നു. ഹിന്ദുക്കൾക്കും മുസ്ലീങ്ങൾക്കും, അല്ലെങ്കിൽ ശൈവർക്കും വൈഷ്ണവർക്കും അല്ലെങ്കിൽ ഷിയകൾക്കും സുന്നികൾക്കും ഒരു പ്രത്യേക പ്രദേശത്ത് ശത്രുതയുടെ നീണ്ട ചരിത്രമുണ്ടെന്ന് നിങ്ങൾ അദ്ദേഹത്തോട് പറഞ്ഞാൽ, ചരിത്രം മനുഷ്യന്റെ വിഡ്ഢിത്തത്തിന്റെ രേഖ മാത്രമാണെന്ന് അദ്ദേഹം പറയും. ആളുകൾ ആ ഭൂതകാലം മറന്ന് സമാധാനത്തോടെ ഒരുമിച്ച് ജീവിക്കാൻ സമ്മതിക്കുന്നതിന് സംഘർഷത്തിന്റെ ചരിത്രപരമായ തെളിവുകൾ വളരെ നല്ല കാരണമായിരുന്നു. ഒരു ഗ്രാമത്തിലെ പ്രാദേശിക ആചാരം ചില ജാതിക്കാർ ക്ഷേത്രത്തിൽ കയറുകയോ ടാങ്കിൽ നിന്ന് വെള്ളം കോരുകയോ ചെയ്യരുത് എന്നതാണെങ്കിൽ, ആ ആചാരം തെറ്റാണെന്ന് അദ്ദേഹം പറയും; അതു മാറ്റണം. മറ്റൊരു വിധത്തിൽ പറഞ്ഞാൽ, സഹിഷ്ണുതയും അഹിംസയും എല്ലാ മതങ്ങളിലും വേരൂന്നിയ സത്യങ്ങളാണെന്നാണ് ഗാന്ധിജി വിശ്വസിച്ചിരുന്നത്. പ്രത്യേക മതഗ്രന്ഥങ്ങളോ നിയമങ്ങളോ മറ്റെന്തെങ്കിലും പറഞ്ഞിട്ടുണ്ടെങ്കിൽ, അവ സത്യമതവുമായി പൊരുത്തപ്പെടാത്ത തെറ്റായ നിർദേശങ്ങളായി തള്ളിക്കളയണം.

പലപ്പോഴും അദ്ദേഹം നിരവധി ആത്മീയ പരീക്ഷണങ്ങളിൽ ഏർപ്പെട്ടിരുന്നു എങ്കിലും ഗുജറാത്തിലെ തന്റെ കുടുംബത്തിൽ നിന്ന് പഠിച്ച വൈഷ്ണവ ജീവിതരീതികൾ മുറുകെപ്പിടിക്കുന്ന ഹിന്ദുവായിരുന്നു താൻ എന്ന വസ്തുത ഗാന്ധി ഒരിക്കലും മറച്ചുവെച്ചില്ല. തന്റെ രാഷ്ട്രീയ ജീവിതത്തിൽ, ബ്രിട്ടീഷ് ഭരണത്തിനെതിരെ പോരാടാനും അഹിംസയുടെ നൈതികത പഠിപ്പിക്കാനും, തൊട്ടുകൂടായ്മയുടെ പാപം ഉന്മൂലനം ചെയ്യാനും മുസ്ലീം നേതാക്കളുമായി സഖ്യമുണ്ടാക്കാൻ അദ്ദേഹം പാടുപെട്ടപ്പോഴും, ഒരു ഹിന്ദു എന്ന നിലയിൽ അദ്ദേഹം അത് ചെയ്തു. അദ്ദേഹത്തിന്റെ സ്ഥാനം ഒരിക്കലും മതപരമായ വ്യത്യാസങ്ങളാൽ അടയാളപ്പെടുത്തപ്പെട്ടിരുന്നില്ലാത്ത ഭരണകൂടത്തിന്റെ ഏതെങ്കിലും മതേതര ഇടങ്ങളിൽ ആയിരുന്നില്ല. ഒരു പ്രഖ്യാപിത ഹിന്ദുവെന്ന നിലയിൽ പോലും, നിസ്സഹകരണ പ്രസ്ഥാനത്തിന്റെ കാലത്ത് വെള്ളിയാഴ്ച ജമാഅത്തിൽ പ്രസംഗിക്കാൻ രാജ്യത്തുടനീളമുള്ള ഇമാമുകൾ അദ്ദേഹത്തെ ക്ഷണിച്ചു. ഹിന്ദു-മുസ്ലിം സാഹോദര്യത്തെ ഒരു മതേതര രാഷ്ട്രീയക്കാരനായിട്ടല്ല, മറിച്ച് ഒരു മതേതര ഹിന്ദുവായി ഗാന്ധി പറഞ്ഞതുകൊണ്ടാണ് അദ്ദേഹം ഭക്തരായ മുസ്ലീങ്ങൾക്കിടയിൽ ഇത്രയധികം സൗഹൃദവും

വിശ്വാസവും കണ്ടെത്തിയത് എന്ന് നിങ്ങൾ പറഞ്ഞേക്കാം.

പിന്നെ എന്തുകൊണ്ട് ഗാന്ധി രാജ്യത്തെ ഒന്നിച്ച് നിർത്താനുള്ള ശ്രമത്തിൽ പരാജയപ്പെട്ടു? നിങ്ങൾക്ക് ഒരു ചെറിയ ഉത്തരം നൽകിയാൽ, സഹിഷ്ണുതയും ഐക്യവും നിലനിർത്തുന്നതിനുള്ള മുഴുവൻ ഭാരവും അദ്ദേഹം സമൂഹത്തിന്റെ സ്വയം നിയന്ത്രിക്കുന്ന സംവിധാനങ്ങളിൽ വെച്ചതുകൊണ്ടാണെന്ന് ഞാൻ പറയും. വിദ്വേഷത്തിന്റെയും അക്രമത്തിന്റെയും പാത ഒഴിവാക്കാൻ ആളുകളെ പ്രേരിപ്പിക്കാൻ മത നേതാക്കളും സമുദായ നേതാക്കളും തങ്ങളുടെ അധികാരം ഉപയോഗിക്കുമെന്ന് അദ്ദേഹം വിശ്വസിച്ചു. ആചാരങ്ങൾ പലപ്പോഴും ദോഷകരമോ അനീതിയോ ആയിരിക്കാമെന്ന് അദ്ദേഹം സമ്മതിച്ചപ്പോഴും മതപരമായ ആചാരങ്ങളെ സ്വാധീനിക്കുന്നതിനോ മാറ്റുന്നതിനോ സർക്കാർ സംവിധാനമോ നിയമമോ ഉപയോഗിക്കുന്നതിനോട് ഗാന്ധി അടിസ്ഥാനപരമായി എതിരായിരുന്നു. താൻ ഒരു പ്രബുദ്ധനായ അരാജകവാദിയാണെന്ന് അദ്ദേഹം പലപ്പോഴും പറയാറുണ്ട്. അതിലൂടെ അദ്ദേഹം ഉദ്ദേശിച്ചത് എന്തായാലും, സാമൂഹിക ആചാരങ്ങൾ മാറ്റണമെങ്കിൽ, അത് നിയമത്തിന്റെ ബലത്തിലല്ല, പ്രേരണയിലൂടെയാണ് ചെയ്യേണ്ടതെന്ന് ഗാന്ധി ഉറച്ചുവിശ്വസിച്ചു.

മുൻകാലങ്ങളിൽ രാജാക്കന്മാരോ മന്ത്രിമാരോ ഒരിക്കലും മതപരമായ കാര്യങ്ങളിൽ ഇടപെട്ടിരുന്നില്ല എന്നത് ശരിയല്ല. മുസ്ലീം ഭരണാധികാരികൾ ഹിന്ദു ക്ഷേത്രങ്ങളോ ബുദ്ധവിഹാരങ്ങളോ നശിപ്പിച്ചപ്പോൾ മാത്രമല്ല, രാജ്യത്തിന്റെ വിവിധ ഭാഗങ്ങളിൽ ഹിന്ദു ഭരണാധികാരികൾ മറ്റുള്ളവരെക്കാൾ ഒരു വിഭാഗത്തെ (സാംപ്രദായ്) അനുകൂലിക്കുകയോ ഒരു പ്രത്യേക വിഭാഗത്തെ പീഡിപ്പിക്കുകയോ ചെയ്യുമ്പോൾ അവർ മതപരമായ കാര്യങ്ങളിൽ ഇടപെട്ടു. എന്നാൽ ഗാന്ധി, തന്റെ സ്വഭാവത്തോട് സത്യസന്ധത പുലർത്തി, ഈ സംഭവങ്ങൾ ആവർത്തിക്കാൻ പാടില്ലാത്ത വ്യതിചലനങ്ങളായി തള്ളിക്കളഞ്ഞു. എന്നിരുന്നാലും, സമൂഹത്തിന്റെ ദൈനംദിന ജീവിതത്തിലേക്ക് മതം വ്യാപിക്കുന്നതിൽ സർക്കാർ നയങ്ങളുടെ പങ്കിനെ അദ്ദേഹത്തിന് അവഗണിക്കാൻ പറ്റില്ല- അവ മതത്തിന്റെ മേൽനോട്ടം വഹിക്കുന്നതിന് വേണ്ടിയല്ല, മറിച്ച് സ്വത്തും അനന്തരാവകാശവും നിയന്ത്രിക്കുന്നതിനോ നിയമനിർമ്മാണ സഭകളിൽ പ്രാതിനിധ്യം ഉറപ്പാക്കുന്നതിനോ വേണ്ടി രൂപകൽപന ചെയ്തതാണ്. ഗാന്ധി എത്ര മറുത്ത് ആഗ്രഹിച്ചിട്ടും സമുദായിക അടിസ്ഥാനത്തിലുള്ള വർഗീകരണത്തിൽ അഥവാ അംഗസംഖ്യ ബലങ്ങളിൽ തൽപരരായ രാഷ്ട്രീയ നേതാക്കളോട് പ്രാദേശിക സമൂഹങ്ങൾ പ്രതികരിക്കാൻ തുടങ്ങി. ഗാന്ധി വിഭാവനം ചെയ്ത സാമൂഹിക സ്വയം നിയന്ത്ര

ണം ഭൂരിപക്ഷ-ന്യൂനപക്ഷ രാഷ്ട്രീയത്തിന്റെ ഇരയായി.

നിസ്സഹകരണ പ്രസ്ഥാനത്തിന്റെ കാലത്ത് ഹിന്ദു- മുസ്ലീം ഐക്യത്തിന്റെ മാതൃകയായിരുന്ന ഗാന്ധിയെ മുസ്ലീങ്ങളോട് സന്ധി സംഭാഷണം നടത്തുന്ന ഹിന്ദു നേതാവാക്കി- ബ്രിട്ടീഷുകാർ ഇന്ത്യ വിടുന്നതിനുമുമ്പ്- മാറ്റിയ അക്കങ്ങളുടെ രാഷ്ട്രീയം ഞാൻ പിന്നീട് ചർച്ച ചെയ്യാം. ഹിന്ദുമതവുമായുള്ള ഗാന്ധിയുടെ ബന്ധത്തിലെ വിരോധാഭാസം ശ്രദ്ധേയമാകുന്നത് അടിച്ചമർത്തപ്പെട്ട വർഗങ്ങളുടെ പ്രതിനിധാനവുമായി ബന്ധപ്പെട്ട് ഭീംറാവു അംബേദ്കറുമായി അദ്ദേഹത്തിനുള്ള അഭിപ്രായ വ്യത്യാസങ്ങളിലാണ്.

മതം അനുവദനീയമാണെന്ന് പറയുമ്പോൾ പോലും ജാതി അടിച്ചമർത്തൽ പോലുള്ള അന്യായമായ സാമൂഹിക ആചാരങ്ങൾ മാറ്റാൻ ആധുനിക ഭരണകൂടത്തിന്റെ അധികാരങ്ങൾ ഉപയോഗിക്കേണ്ടതിന്റെ ആവശ്യകതയിൽ അംബേദ്കർ ഉറച്ചു വിശ്വസിച്ചിരുന്നു. വിദ്യാർഥിയായിരിക്കെ, അദ്ദേഹം ഏതാനും വർഷങ്ങൾ അമേരിക്കയിൽ താമസിച്ചിരുന്നു, അടിമത്തം നിർത്തലാക്കുന്നതിന്റെ ചരിത്രവും വംശീയ വിവേചനം മറികടക്കാൻ കറുത്തവർഗക്കാർ നടത്തിയ പോരാട്ടങ്ങളും അദ്ദേ ഹം പഠിച്ചു. ലിബറൽ പരിഷ്കരണത്തിന് പ്രതിജ്ഞാബദ്ധമായ ഒരു ഭരണകൂടത്തിന്റെ മുഴുവൻ നിയമശക്തിയും വിന്യസിച്ചാൽ മാത്രമേ തൊട്ടുകൂടായ്മയും അവർണ ജാതികളുടെ അധഃസ്ഥിതാവസ്ഥയും ഇല്ലാതാക്കാൻ കഴിയൂ എന്ന് അദ്ദേഹത്തിന് ബോധ്യമുണ്ടായിരുന്നു. ബ്രിട്ടീഷ് ഉദ്യോഗസ്ഥർ നിർദിഷ്ട ഭരണഘടനാ പരിഷ്കാരങ്ങളെക്കുറിച്ച് ഇന്ത്യൻ നേതാക്കളുമായി കൂടിയാലോചിക്കാൻ പോയപ്പോൾ (അത് 1935 ൽ നടപ്പിലാക്കും) സെൻസസിൽ അസ്പൃശ്യ ജാതികളെന്നു വിളിച്ചിരുന്നവരെ ഹിന്ദുവിൽ ഉൾപ്പെടാത്ത ന്യൂനപക്ഷ സമുദായമായി പരിഗണിച്ച് മുസ്ലീങ്ങൾക്ക് പ്രത്യേക ഇലക്ടറേറ്റുകളും പ്രവിശ്യാ നിയമസഭകളിൽ സംവരണ പ്രാതിനിധ്യവും നൽകുന്നതുപോലെ പരിഗണിക്കണമെന്നായിരുന്നു അംബേദ്കർ ശക്തമായി വാദിച്ചത്. അല്ലാത്തപക്ഷം, അവരെ ഹിന്ദുക്കളായി കണക്കാക്കിയാൽ, പൊതുമണ്ഡലങ്ങളിലെ തിരഞ്ഞെടുപ്പുകളെ സ്വാധീനിക്കാനുള്ള സംഖ്യാബലം അവർക്ക് ഉണ്ടാകില്ല, അങ്ങനെ നിയമസഭയിൽ പ്രാതിനിധ്യം ഇല്ലാതെയാകും.

അംബേദ്കർ തന്റെ വാദം ഉന്നയിക്കുന്നതിൽ വിജയിച്ചു. 1932 ൽ ബ്രിട്ടീഷ് പ്രധാനമന്ത്രിയായിരുന്ന റാംസെ മക്ഡൊണാൾഡ് കമ്യൂണൽ അവാർഡ് പ്രഖ്യാപിച്ചു, അതിൽ അധഃസ്ഥിത വിഭാഗങ്ങൾക്ക് പ്രത്യേക ഇലക്ടറേറ്റുകളും പുതിയ നിയമനിർമ്മാണ സഭകളിൽ സംവരണ സീറ്റുകളും നൽകി. തുടർന്ന് പൂനയിലെ യെർവാഡ ജയിലിൽ തടവിലാക്കപ്പെട്ട ഗാന്ധി, ഈ വ്യവസ്ഥ റദ്ദാക്കണമെന്ന് ആവശ്യപ്പെട്ട്

ഉപവാസ സമരം നടത്തി. ഹരിജനങ്ങൾ എന്ന് വിളിക്കാൻ താൻ ഇഷ്ടപ്പെടുന്ന തൊട്ടുകൂടാത്ത ജാതികൾ ഹിന്ദു സമൂഹത്തിന്റെ അവിഭാജ്യ ഘടകമാണെന്ന് അദ്ദേഹം എപ്പോഴും ശഠിച്ചിരുന്നു. സമുദായത്തിന്റെ മതപരവും സാമൂഹികവുമായ ജീവിതത്തിൽ ഹരിജനങ്ങളെ പൂർണമായി പങ്കാളികളാക്കുന്നതിൽ നിന്ന് തടയുന്ന സാമൂഹിക ബഹിഷ്കരണ രീതികൾ നീക്കം ചെയ്യേണ്ടത് ഹിന്ദുക്കളുടെ മതപരമായ കടമയായിരുന്നു. എന്നാൽ ഹിന്ദുക്കളെ ജാതിയുടെ അടിസ്ഥാനത്തിൽ വിഭജിക്കാനും അധഃസ്ഥിത വിഭാഗങ്ങൾക്ക് പ്രത്യേക സമുദായമായി രാഷ്ട്രീയ അംഗീകാരം നൽകാനും ഭരണകൂടത്തിന്റെ ഉപകരണങ്ങളെ അനുവദിക്കണം എന്ന് അദ്ദേഹം വാദിച്ചു.

ഗാന്ധിയും അംബേദ്കറും തമ്മിൽ ഒത്തുതീർപ്പുണ്ടാക്കാൻ പല മധ്യസ്ഥരും ശ്രമിച്ചു. എന്നാൽ, തന്റെ സമുദായത്തിന് ഏറെ പ്രയത്നിച്ച് നേടിയെടുത്ത നിയമപരിരക്ഷ ഉപേക്ഷിക്കാൻ അംബേദ്കർ തയ്യാറായില്ല, അതേസമയം ഹരിജനങ്ങളെ മുസ്ലീങ്ങളെപ്പോലെ ന്യൂനപക്ഷ സമുദായമായി അംഗീകരിക്കരുതെന്ന് ഗാന്ധിക്ക് നിർബന്ധമായിരുന്നു. എന്നാൽ ഗാന്ധിയുടെ ഉപവാസം കാരണം അദ്ദേഹത്തിന്റെ ആരോഗ്യം ക്ഷയിക്കാൻ തുടങ്ങിയതോടെ അംബേദ്കറെ അത് അസാധ്യമായ ഒരു അവസ്ഥയിലേക്ക് തള്ളിവിട്ടു. മനസില്ലാമനസ്സോടെ, അദ്ദേഹം ഒരു വിട്ടുവീഴ്ചയ്ക്ക് സമ്മതിച്ചു, അതിലൂടെ അധഃസ്ഥിത വിഭാഗങ്ങൾ പൊതു വോട്ടർമാരിൽ നിലനിന്നു, എന്നാൽ നിയമസഭയിൽ അവർക്ക് ഒരു നിശ്ചിത എണ്ണം സീറ്റുകൾ സംവരണം ചെയ്തു. സ്വാതന്ത്ര്യാനന്തരം ഇന്ത്യൻ ഭരണഘടന സൃഷ്ടിച്ച തിരഞ്ഞെടുപ്പ് സമ്പ്രദായത്തിൽ തുടരുന്ന നിലപാടാണിത്. ദളിത് ജാതികൾ ഹിന്ദുമതത്തിന് പുറത്തുള്ള ന്യൂനപക്ഷ സമുദായമാണെന്ന അവകാശവാദം അംബേദ്കറിന് ഉപേക്ഷിക്കേണ്ടിവന്നു.

ജാതിയെക്കുറിച്ചുള്ള ചോദ്യത്തിലേക്ക് ഞാൻ പിന്നീട് വരാം. ഇവിടെ നിങ്ങൾ ശ്രദ്ധിക്കേണ്ട കാര്യം എന്തെന്നാൽ, ഒരുവശത്ത് പുതിയ തിരഞ്ഞെടുപ്പ് പ്രാതിനിധ്യം ഭൂരിപക്ഷ സമുദായങ്ങളുടെ സംഖ്യാബലത്തെ അംഗീകരിക്കുന്നു എന്ന് വരുന്നു. മറുവശത്ത്, ന്യൂനപക്ഷ സമുദായങ്ങളുടെ താൽപര്യങ്ങൾ സംരക്ഷിക്കപ്പെടണം എന്ന് വരുന്നു. ഇത്തരം വർധിച്ചുവരുന്ന ആവശ്യങ്ങളാൽ സാമൂഹിക ജീവിതത്തിന്റെ സ്വയം നിയന്ത്രിത സ്വഭാവത്തിലുള്ള ഗാന്ധിയുടെ വിശ്വാസം നിരന്തരം വെല്ലുവിളിക്കപ്പെട്ടു, മറുവശത്ത്, ന്യൂനപക്ഷ സമുദായങ്ങളുടെ താൽപര്യങ്ങൾ സംരക്ഷിക്കപ്പെടണം. 1916 ൽ തന്നെ, പ്രവിശ്യാ നിയമസഭകളിൽ മുസ്ലീങ്ങൾക്ക് പ്രത്യേക പ്രാതിനിധ്യം സ്വീകരിക്കാൻ കോൺഗ്രസിന്റെയും മുസ്ലീംലീഗിന്റെയും നേതാക്കൾ ലഖ്നൗവിൽ ഒരു കരാറിലെത്തി. ഈ യോഗത്തിൽ ഗാന്ധിയും ജിന്നയും ഉണ്ടായിരുന്നു - കോൺഗ്രസ്

അംഗമെന്ന നിലയിൽ ജിന്നയും ദക്ഷിണാഫ്രിക്കയിൽ നിന്ന് വന്ന ഒരാളെന്ന നിലയിൽ ഗാന്ധിയും. 1919 ഓടെ, കോൺഗ്രസ് നിസ്സഹകരണ പരിപാടി അംഗീകരിച്ചപ്പോൾ, നിയമസഭകളിൽ പങ്കെടുക്കുന്ന കാര്യം മാറ്റിവെക്കുകയും ലഖ്നൗ ഉടമ്പടി മറക്കുകയും ചെയ്തു. എന്നാൽ താമസിയാതെ, ഹിന്ദു-മുസ്ലിം സൗഹാർദം അതിന്റെ ഉച്ചസ്ഥായിയിൽ എത്തിയപ്പോൾ തന്നെ, 1919 ലെ ഭരണഘടനാ പരിഷ്കാരങ്ങൾ വഴി തിരഞ്ഞെടുക്കപ്പെട്ട നിയമസഭകളിൽ പങ്കെടുക്കണോ വേണ്ടയോ എന്ന കാര്യത്തിൽ കോൺഗ്രസിൽ ഭിന്നത ഉണ്ടായി. തിരഞ്ഞെടുപ്പിൽ പങ്കെടുക്കുന്നതിനോട് ഗാന്ധിയൻമാർ ശക്തമായി എതിർത്തു. സ്വത്തവകാശമുള്ള ഇന്ത്യക്കാരിൽ ഒരു ചെറിയ വിഭാഗത്തിന് മാത്രമേ വോട്ട് ചെയ്യാൻ കഴിയൂ, എന്നാൽ സ്വരാജിസ്റ്റുകൾ സർക്കാരിന് അകത്തും പുറത്തുമുള്ള എല്ലാ സ്ഥാപനങ്ങളെയും ദേശീയ ലക്ഷ്യത്തിന് പിന്തുണ സമാഹരിക്കാനും കൊളോണിയൽ ബ്യൂറോക്രസിയെ എതിർക്കാനും ഉപയോഗപ്പെടുത്തണം എന്ന് ആഗ്രഹിച്ചു. എന്നാൽ മുസ്ലീങ്ങളുടെയും ഹിന്ദുക്കളുടെയും പിന്തുണയോടെ ഒരു തിരഞ്ഞെടുപ്പ് പാർട്ടിയായി പ്രവർത്തിക്കാൻ, സ്വരാജിസ്റ്റ് കോൺഗ്രസിന് രണ്ട് സമുദായങ്ങളുടെയും ന്യായമായ പ്രാതിനിധ്യം സംബന്ധിച്ച് പ്രത്യേക കരാറുകൾ ഉണ്ടാക്കേണ്ടിയിരുന്നു. ഉദാഹരണത്തിന്, ബംഗാളിൽ, ചിത്തരഞ്ജൻ ദാസിന്റെ നേതൃത്വത്തിൽ സ്വരാജിസ്റ്റുകൾ നയിച്ച ബംഗാളിൽ, മുസ്ലീം ഭൂരിപക്ഷ ജില്ലകളിലെ മുസ്ലീങ്ങൾക്ക് സർക്കാർ ജോലികളിൽ 55 ശതമാനവും പ്രാദേശിക സർക്കാരിൽ 60 ശതമാനം അംഗത്വവും സംവരണം ചെയ്യുന്നതിനായി 1923 ൽ ഒരു കരാർ ഉണ്ടാക്കി. ഇത് ബംഗാളിൽ കോൺഗ്രസിൽ വമ്പിച്ച മുസ്ലീം പങ്കാളിത്തം ഉറപ്പാക്കി. എന്നാൽ 1925 ൽ ദാസിന്റെ മരണശേഷം, ഹിന്ദു നേതാക്കൾ അത് പാലിക്കാൻ വിസമ്മതിച്ചതിനാൽ ഉടമ്പടി തകർന്നു. ഇതോടെ ബംഗാ ളിലെ കോൺഗ്രസിൽ നിന്ന് മുസ്ലീം പിന്തുണ അകന്നു.

ഞാൻ ഊന്നിപ്പറയാൻ ആഗ്രഹിക്കുന്ന കാര്യം, മതപരമായ സഹിഷ്ണുതയുടെ ആചാരങ്ങളെക്കുറിച്ചുള്ള പ്രാദേശിക സമവായത്തിൽ നിന്ന് സർക്കാർ തരംതിരിവുകൾ, പ്രാതിനിധ്യം, ജോലികൾ എന്നിവയുടെ കൂടാരങ്ങളെ അകറ്റിനിർത്താൻ ഗാന്ധി എത്ര ആഗ്രഹിച്ചിട്ടുണ്ടെങ്കിലും അവയെ മാറ്റി നിർത്താൻ കഴിയില്ല എന്നതാണ്. വാസ്തവത്തിൽ, ഇന്ത്യൻ രാഷ്ട്രീയ നേതാക്കൾ തിരഞ്ഞെടുപ്പിലൂടെ പ്രാദേശിക, പ്രവിശ്യാ ഭരണ ശാഖകളിലേക്ക് പ്രവേശനം നേടാൻ തുടങ്ങിയപ്പോൾ, വളരെ കുറച്ച് പേർക്ക് മാത്രം വോട്ടവകാശം ലഭിച്ചെങ്കിലും, അംഗസംഖ്യയുടെ അടിസ്ഥാനത്തിൽ ജോലികളും പ്രാതിനിധ്യവും ആവശ്യപ്പെട്ടുന്നതിനായി അവർ മതത്തിന്റെയും ജാതിയുടെയും പേരിൽ സ്വയം സം

ഘടിക്കാൻ തുടങ്ങി. അതോടെ ഇന്ത്യൻ സമൂഹത്തിന്റെ അടിത്തട്ടിൽ സഹിഷ്ണുതയുടെയും അഹിംസയുടെയും അന്തർലീനമായ ഗുണങ്ങളെക്കുറിച്ചുള്ള ഗാന്ധിയൻ അവകാശവാദം നിലനിർത്താൻ കൂടുതൽ ബുദ്ധിമുട്ടായി.

ബഹുസ്വരതയുടെ തത്വശാസ്ത്രം

ജനജീവിതത്തിൽ നിലനിന്നിരുന്ന മതാചാരങ്ങളിൽ ആയിരുന്നു മതത്തിന്റെ ദാർശനിക സിദ്ധാന്തങ്ങളെക്കാൾ ഗാന്ധിക്ക് താൽപര്യം. വിശുദ്ധഗ്രന്ഥങ്ങൾ പഠിച്ചവർ ഇതേ ആശയം ഉന്നയിക്കാൻ സ്വീകരിച്ച മറ്റൊരു സമീപനം ഉണ്ടായിരുന്നു - ഹിന്ദുമതം എല്ലാ മതങ്ങളോടും സഹിഷ്ണുതയും ബഹുമാനവും പഠിപ്പിച്ചു. അവരിൽ ഒന്നാമനായിരുന്നു സ്വാമി വിവേകാനന്ദൻ. 1893 ലെ ഷിക്കാഗോയിലെ പ്രസംഗം പലതവണ ഉദ്ധരിക്കുന്നത് നിങ്ങൾ കേട്ടിരിക്കണം, ഹിന്ദുമതം സാർവത്രിക സഹിഷ്ണുതയിൽ വിശ്വസിക്കുന്നുവെന്നും എല്ലാ മതങ്ങളെയും സത്യമായി അംഗീകരിക്കുന്നുവെന്നും അദ്ദേഹം ലോകത്തെ അറിയിച്ചു. സംസ്കൃത ഗ്രന്ഥങ്ങളിൽ പതിവായി കാണപ്പെടുന്ന ഒരു രൂപകത്തെ ഉപയോഗിച്ച്, ലോകത്തിലെ പല മതങ്ങളെയും വ്യത്യസ്ത സ്രോതസുകളിൽ നിന്ന് ഉത്ഭവിച്ചതും എന്നാൽ ഒരേ നദിയിലേക്ക് ഒഴുകുന്നതുമായ അരുവികളായി അദ്ദേഹം വിവരിച്ചു. എന്നാൽ സഹിഷ്ണുതയുടെ അർഥം ആരും മറ്റുള്ളവരെ പരിവർത്തനം ചെയ്യാൻ ശ്രമിക്കാതിരിക്കുകയാണ് എന്നും അദ്ദേഹം കൂട്ടിച്ചേർത്തു: ക്രിസ്ത്യാനികൾ ഹിന്ദുക്കളെയോ ബുദ്ധന്മാരെയോ ക്രിസ്ത്യാനികളാക്കാൻ ശ്രമിക്കരുത്, അതുപോലെതന്നെ ഹിന്ദുക്കളോ ബുദ്ധന്മാരോ ക്രിസ്ത്യാനികളെ അവരുടെ വിശ്വാസത്തിലേക്ക് പരിവർത്തനം ചെയ്യിക്കരുത്. കൗതുകകരമെന്നു പറയട്ടെ, ജൂതന്മാരെയും സൊരാഷ്ട്രിയക്കാരെയും ഇന്ത്യയിൽ അഭയം നൽകിയിരുന്ന സമുദായങ്ങളായി അദ്ദേഹം പരാമർശിച്ചെങ്കിലും, രാജ്യത്ത് പലരും ആചരിക്കുന്ന ഒരു മതമായി വിവേകാനന്ദൻ ഒരിക്കൽ പോലും ഇസ്ലാമിനെ പരാമർശിച്ചില്ല എന്നത് ശ്രദ്ധേയമാണ്.

സംസ്കൃത ദാർശനിക പാരമ്പര്യം ചൂണ്ടിക്കാണിച്ചുകൊണ്ട് ഇതേ വാദം ഉന്നയിക്കുന്നതിൽ പല പണ്ഡിതന്മാരും വിവേകാനന്ദനെ പിന്തുടർന്നു. ഇന്ത്യൻ നാഗരികതയെക്കുറിച്ചുള്ള ഏറ്റവും സാധാരണമായ 'നാനാത്വത്തിൽ ഏകത്വം' എന്ന മുദ്രാവാക്യം വിശദീകരിക്കുന്നതിൽ സഹായകമായ അദ്വൈതവേദാന്ത തത്വശാസ്ത്രമായിരുന്നു അതിൽ കൂടുതൽ പ്രിയങ്കരം. അദ്വൈതദർശനത്തിന് (Non-dualist metaphysics) ഉപനിഷത്തുക്കൾ, ബ്രഹ്മസൂത്രങ്ങൾ, ഭഗവത്ഗീത എന്നിങ്ങനെ മൂന്ന് പാഠപാരമ്പര്യങ്ങൾ നിലവിലുണ്ട്. അവ തമ്മിൽ നിരവധി വ്യത്യാസങ്ങളുണ്ടെങ്കിലും വ്യാഖ്യാനിക്കുമ്പോൾ മൂന്നും പൊതുവായി

പങ്കിടുന്ന കാര്യങ്ങളെ എടുത്തു കാണിക്കണം.

ഹിന്ദു നാഗരികതയുടെ സത്ത നാനാത്വത്തിൽ ഏകത്വമാണെന്ന് വാദിക്കാൻ ഇരുപതാം നൂറ്റാണ്ടിന്റെ തുടക്കത്തിൽ പല ഇന്ത്യൻ ചിന്തകരും ഉപയോഗിച്ച ആശയമാണിത്. രാമാനുജർ പ്രസംഗിച്ച *വിശിഷ്ടാദ്വൈത* രീതി വിവേകാനന്ദൻ തന്നെ ഉപയോഗിച്ചു. ഓക്സ്ഫോർഡ് സർവകലാശാലയിൽ പഠിപ്പിച്ചിരുന്ന, സർവേപ്പള്ളി രാധാകൃഷ്ണൻ എന്ന തത്ത്വചിന്തകൻ, ആദിശങ്കരന്റെ തത്ത്വചിന്തയെ അടിസ്ഥാനമാക്കി, എന്റെ ഓർമയനുസരിച്ച് ഇതേ വാദം ഉന്നയിച്ച് *ദി ഹിന്ദു വേ ഓഫ് ലൈഫ്* എന്ന പേരിൽ ഒരു പുസ്തകം എഴുതിയിട്ടുണ്ട്. ഞാൻ നിങ്ങളോട് മുമ്പ് പറഞ്ഞതുപോലെ, ഈ ലോകം മിഥ്യയാണെന്നും ബ്രഹ്മത്തെ അറിയുന്നതിലൂടെ മോക്ഷം (മോക്ഷ) നേടാമെന്നുമുള്ള അവകാശവാദം പോലുള്ള മറ്റ് നിരവധി സവിശേഷതകളുള്ള അദ്വൈത തത്വശാസ്ത്രത്തിന്റെ ആരാധകനല്ല ഞാൻ. അതെല്ലാം ഞാൻ പരിഹാസ്യമായി കരുതുന്നു. എന്നാൽ അമൂർത്തമായ തത്ത്വചിന്താചർച്ചയിലേക്ക് നിങ്ങളെ വലിച്ചിഴയ്ക്കാനുള്ള സമയമല്ല ഇത്. നമ്മൾ രാഷ്ട്രീയമാണ് ചർച്ച ചെയ്യുന്നത് സിദ്ധാന്തങ്ങളിലും ആചാരങ്ങളിലും എണ്ണമറ്റ വ്യത്യാസങ്ങൾ ഉണ്ടെങ്കിലും, ഹിന്ദുമതത്തിന് അടിസ്ഥാനപരമായ ഒരു ഐക്യമുണ്ട് എന്ന രാഷ്ട്രീയപരമായ അവകാശവാദത്തെ ഉറപ്പിക്കാൻ അദ്വൈത വേദാന്തത്തിന്റെ ഉപയോഗത്തിലൂടെ സാധിച്ചു. പുരാതന കാലം മുതൽ ഇന്ത്യയിലെ ജനങ്ങൾക്ക് ഭിന്നതകളെ ബഹുമാനിക്കുന്നതിനുള്ള സാംസ്കാരിക വിഭവങ്ങൾ അവരുടെ മതപാരമ്പര്യത്തിൽ ഉണ്ടായിരുന്നുവെന്നും അതേസമയം പൊതുവായ ജോലികൾ പിന്തുടരാൻ അവർ ഒന്നിച്ചു നിൽക്കുമെന്നും അത് ഉറപ്പിച്ചു പറഞ്ഞു.

കവി രവീന്ദ്രനാഥ ടാഗോറും നാനാത്വത്തിൽ ഏകത്വത്തെക്കുറിച്ച് സംസാരിച്ച ഒരു പ്രശസ്ത വ്യക്തിയായിരുന്നു. *ബ്രഹ്മ* കുടുംബ(Brahmo family)ത്തിൽ ജനിച്ച അദ്ദേഹം റാംമോഹൻ റോയ് പ്രബോധനം ചെയ്ത ഉപനിഷത്തുകളുടെ ഏകദൈവ വ്യാഖ്യാനം പിന്തുടർന്നു. വിഗ്രഹങ്ങളെ ആരാധിക്കുന്ന ഹിന്ദുക്കൾക്കിടയിൽ പൊതുവായുള്ള ആചാരത്തിന് എതിരായിരുന്നു ബ്രഹ്മസമാജം. എന്നാൽ, നൂറ്റാണ്ടുകളായി, വിവിധ മതങ്ങൾക്കും ഭാഷകൾക്കും സംസ്കാരങ്ങൾക്കും അഭിവൃദ്ധി പ്രാപിക്കാൻ ഇന്ത്യ എങ്ങനെ ഇടം നൽകിയെന്ന് നിരവധി കവിതകളിലും ഗാനങ്ങളിലും രവീന്ദ്രനാഥ് ഹൃദയസ്പർശിയായി എഴുതി. എല്ലാ വൈവിധ്യങ്ങളും ഉണ്ടായിരുന്നിട്ടും, ഇന്ത്യൻ സമൂഹം സൗഹാർദ്ദത്തിന്റെ അതുല്യമായ ഒരു മനോഭാവം നേടിയിരുന്നു. എന്നിട്ടും രവീന്ദ്രനാഥ് ദേശീയതയെ ദൃഢമായി എതിർത്തു. വാസ്തവത്തിൽ, ഇന്ത്യൻ സമൂഹം അതിന്റെ വൈവിധ്യം കാത്തുസൂക്ഷിച്ചുകൊണ്ട് അതിന്റെ യോജിപ്പ് കൈവരിച്ചി

ട്ടുണ്ട്, അതുകൊണ്ടുതന്നെ ഇന്ത്യൻ സമൂഹം യൂറോപ്പിനെ അനുകരിക്കുന്ന ഒരു രാഷ്ട്രമാകാൻ ശ്രമിക്കരുതെന്ന് അദ്ദേഹം വാദിച്ചു. യൂറോപ്യൻ രാജ്യങ്ങൾ വംശീയമായും സാംസ്കാരികമായും ഏകതാനമായിരുന്നു. ദേശീയതയുടെ സാംസ്കാരിക രാഷ്ട്രീയം അടിച്ചേൽപ്പിച്ചാൽ ഇന്ത്യൻ സമൂഹം തകരും. ഈ അർഥത്തിൽ, നാനാത്വത്തിൽ ഏകത്വത്തിന്റെ സ്തുതി പാടുമ്പോഴും അദ്ദേഹം അക്കാലത്തെ മറ്റ് ഇന്ത്യൻ ചിന്തകരിൽ നിന്ന് വ്യത്യസ്തനായിരുന്നു. ദേശീയഗാനത്തിന്റെ രചയിതാവ് ഇന്ത്യൻ ദേശീയവാദിയായിരുന്നില്ലെന്ന് കേട്ടാൽ നിങ്ങൾ ഞെട്ടുമായിരിക്കാം. നിങ്ങൾ എന്നെ വിശ്വസിക്കുന്നില്ലെങ്കിൽ, ദേശീയതയെക്കുറിച്ചുള്ള രവീന്ദ്രനാഥിന്റെ ഇംഗ്ലീഷ് പ്രഭാഷണങ്ങൾ വായിക്കുക. കൂടാതെ, അദ്ദേഹത്തിന്റെ മറ്റൊരു ഗാനം ബംഗ്ലാദേശിന്റെ ദേശീയ ഗാനമാണ്: അത് അദ്ദേഹത്തെ ഏതുതരം ദേശീയവാദിയാക്കുന്നു?

ഗാന്ധിജിയെപ്പോലെ പ്രാദേശിക സമൂഹങ്ങളിലെ സഹിഷ്ണുതയിലോ രാധാകൃഷ്ണനെപ്പോലെ അമൂർത്തമായ ദാർശനിക സിദ്ധാന്തത്തിലോ ശ്രദ്ധ കേന്ദ്രീകരിക്കുക, അല്ലാത്തപക്ഷം ഹിന്ദുമതത്തെയും അതുമായി ബന്ധപ്പെട്ട സംസ്കാരത്തെയും നിരവധി ജാതികളും വിഭാഗങ്ങളും സമുദായങ്ങളുമായി വിഭജിക്കപ്പെട്ട ഒരു രാഷ്ട്രത്തെ ഒന്നിച്ച് നിർത്തുന്നതിനുള്ള പശയായി (ബന്ധൻ) വിശേഷിപ്പിക്കുക എന്നത് രാഷ്ട്രീയ പ്രവർത്തനമായിരുന്നു. ഇത് ഒരു രാഷ്ട്രീയ ഫലമാണെന്ന് ഞാൻ പറയുന്നു, കാരണം ബ്രിട്ടീഷ് കൊളോണിയൽ ശക്തിക്കെതിരെ സ്വയംഭരണത്തിന്റെ ശരിയായ അവകാശവാദം ഉന്നയിക്കാൻ കഴിയുന്ന ഒരു ഇന്ത്യൻ രാഷ്ട്രത്തിന്റെ അസ്തിത്വം ഉയർത്തിക്കാട്ടാനുള്ള പുതിയ പ്രേരണ ഇല്ലായിരുന്നുവെങ്കിൽ, ഹിന്ദുമതം എന്ന് വിളിക്കപ്പെടുന്ന ഈ പ്രത്യേക ദർശനം അപ്രസക്തമാകുമായിരുന്നു. നാനാത്വത്തിൽ ഏകത്വം എന്ന രൂപകത്തെ (രൂപക്) ഈ രീതിയിൽ വ്യാഖ്യാനിക്കുന്നതിനെക്കുറിച്ച് മുമ്പ് ആരും ചിന്തിച്ചിട്ടില്ല. അത് ദേശീയതയുടെ രാഷ്ട്രീയ രൂപകമായി മാറി. ഇന്ത്യ ഒരു രാഷ്ട്രമാകുന്നതിനെതിരെ തീവ്രമായി വാദിച്ച രവീന്ദ്രനാഥിനെപ്പോലും രാഷ്ട്രത്തിന്റെ നാനാത്വത്തിൽ ഏകത്വത്തെ പാടിയ കവിയാക്കി മാറ്റി.

ഇതിന് രണ്ട് സുപ്രധാന പ്രത്യാഘാതങ്ങളുണ്ടായി. ഒന്നാമതായി, മറ്റ് മതപാരമ്പര്യങ്ങൾ നാനാത്വത്തെ ചിത്രീകരിക്കുന്ന ചെറുതോ കീഴ്വഴങ്ങിയതോ ആയ ഘടകങ്ങളായി മാറി, ഹിന്ദു പാരമ്പര്യം മറ്റുള്ളവരെ ഒന്നിപ്പിക്കുകയും അവർക്ക് അഭയം നൽകുകയും ചെയ്യുന്ന ശക്തിയായി ബുദ്ധമതം, ജൈനമതം, സിഖ് മതം തുടങ്ങിയ മതങ്ങളെ ആന്തരിക വൈവിധ്യങ്ങളോടെ വിശാലമായ ഹിന്ദു പാരമ്പര്യത്തിൽ ഉൾപ്പെടുത്തി. ഇസ്‌ലാമും ക്രിസ്ത്യാനിറ്റിയും മറ്റിടങ്ങളിൽ നിന്ന് വന്നതും എന്നാൽ മാ

ന്യമായി അഭയം നൽകപ്പെട്ടതുമായ മതങ്ങളായി.

രണ്ടാമത്തെ പ്രഭാവം ആദ്യത്തേതിനെ പിന്തുടർന്നു. അത് ഹിന്ദു ഭൂരിപക്ഷവാദത്തിന്റെ രാഷ്ട്രീയത്തിന് ദാർശനികവും സാംസ്കാരികവുമായ നിയമസാധുത നൽകി. പൊതുജീവിതത്തിലും രാഷ്ട്രീയ ജീവിതത്തിലും ബഹുസ്വരതയെ പ്രോത്സാഹിപ്പിക്കുക എന്നത് പ്രഖ്യാപിത ലക്ഷ്യം ആയിരുന്നു. ഭൂരിപക്ഷ ഹിന്ദു സംസ്കാരത്തിന്റെ പ്രഥമസ്ഥാനം ആ ലക്ഷ്യത്തെ സാധൂകരിക്കുന്നതിന് വേണ്ടിയായിരുന്നു. അതേ സമയം, ബഹുസ്വരതയെ നിരാകരിച്ച ഹിന്ദുത്വവാദികൾക്ക് ഹിന്ദുരാഷ്ട്രത്തിൽ അഹിന്ദുക്കൾ സംരക്ഷിക്കപ്പെട്ടുമെന്ന് അവകാശപ്പെടാൻ ഇതേ ദാർശനികവാദത്തെ ഉപയോഗിക്കാം. ഞാൻ മുമ്പ് സൂചിപ്പിച്ചതുപോലെ, എല്ലാ പ്രത്യേക മത സിദ്ധാന്തങ്ങളും ഒരേ പ്രാപഞ്ചിക ചൈതന്യത്തിന്റെ പ്രകടനങ്ങളായതിനാൽ അദ്വൈത വേദാന്തം രാജ്യത്തിന്റെ സ്വാഭാവിക (സ്വഭാവിക്) തത്ത്വചിന്തയാണെന്ന് ഗോൾവാൾക്കർ വാദിച്ചു. സാമൂഹിക ഐക്യം ഉറപ്പാക്കാനും വർഗയുദ്ധം തടയാനുമുള്ള ഒരു സംവിധാനമെന്ന നിലയിൽ ജാതികളായി വേർതിരിക്കണമെന്ന് വാദിക്കാൻ അദ്ദേഹം അതേ അദ്വൈത വേദാന്തം ഉപയോഗിച്ചതും മറക്കരുത്. നാനാത്വത്തിൽ ഏകത്വത്തിന് ആധുനിക ഇന്ത്യയിൽ ഒരു അത്ഭുതകരമായ (കമത്കാരി) രാഷ്ട്രീയ ജീവിതം ഉണ്ടാകും.

ചരിത്രത്തിലെ ബഹുസ്വരത

ജവഹർലാൽ നെഹ്റു ഒരു പണ്ഡിതനല്ലെങ്കിലും തത്ത്വചിന്തയിൽ മുഴുകാൻ അദ്ദേഹം ഇഷ്ടപ്പെട്ടിരുന്നു. എന്നാൽ ബഹുസ്വരതയ്ക്കായി തന്റെ വാദം ഉന്നയിക്കുമ്പോൾ അദ്ദേഹം അഭ്യർഥിച്ചത് ചരിത്രത്തിന്റെ രേഖയായിരുന്നു. ക്വിറ്റ് ഇന്ത്യാ സമരകാലത്ത് അഹമ്മദ്നഗർ കോട്ടയിൽ തടവിലാക്കപ്പെട്ടപ്പോൾ എഴുതിയ *ഇന്ത്യയെ കണ്ടെത്തൽ* എന്ന അദ്ദേഹത്തിന്റെ പുസ്തകം നിങ്ങൾക്ക് പരിചയമുണ്ടായിരിക്കണം. പുസ്തകം ദശലക്ഷക്കണക്കിന് കോപ്പികൾ വിറ്റു. അതിൽ, ഇന്ത്യൻ രാഷ്ട്രത്തെ ഒന്നിപ്പിക്കുന്ന ഒരു പൊതു സംസ്കാരത്തിന്റെ (മിലി-ജുലി സംസ്കൃതി) ഊർജ്ജസ്വലമായ സാന്നിധ്യം ചിത്രീകരിക്കാൻ, പ്രാദേശിക സമൂഹങ്ങളുടെ മതപരമായ ബഹുസ്വരതയെ ഭരണകൂടത്തിന്റെ ഭരണനയങ്ങളുമായി കൂട്ടിയിണക്കിയ ഒരു കഥ നെഹ്റു പറഞ്ഞു. നിരവധി ഇന്ത്യൻ ചരിത്രകാരന്മാർ വളരെയധികം ഗവേഷണം നടത്തി വിശദമായി അവതരിപ്പിച്ച ഒരു വിഷയമായിരുന്നു ഇത്. പക്ഷേ, ആശയത്തെ ജനകീയമാക്കിയ എഴുത്തുകാരൻ എന്ന നിലയിലും അത് സർക്കാരിന്റെ പ്രവർത്തനത്തിലേക്ക് നയിച്ച നേതാവ് എന്ന നിലയിലുമാണ് നെഹ്റു

വിന്റെ പ്രാധാന്യം. സംസ്കാരവും ഭരണകൂടനയവും സമന്വയിപ്പിച്ച നാനാത്വത്തിൽ ഏകത്വത്തിന്റെ ചരിത്രപതിപ്പ് നെഹ്റുവിയൻ മതേതരത്വത്തിന്റെ പര്യായമായി മാറി.

എന്താണ് ഈ ചരിത്രപരമായ ആശയം? ഹാരപ്പ നഗരങ്ങളിൽ തുടങ്ങി ആര്യന്മാരുടെ വരവിലേക്കും വൈദിക സംസ്കാരത്തിന്റെ ഉയർച്ചയിലേക്കും നീങ്ങുന്ന ഇന്ത്യൻ നാഗരികതയുടെ കഥയാണിത്. വൈദിക മതത്തിന്റെ ത്യാഗാനുഷ്ഠാനങ്ങൾ വർണ സമ്പ്രദായം എന്നിവയെ ബുദ്ധമതം വെല്ലുവിളിക്കുന്നു, അത് മൗര്യന്മാരുടെ സാമ്രാജ്യത്വ രൂപീകരണത്തിൽ ആശ്രയം കണ്ടെത്തുന്നു. മതപരമായ സഹിഷ്ണുതയുടെ നയങ്ങളും നിയമനിർവഹണത്തിന്റെ യുക്തിസഹമായ തത്വങ്ങളും അവതരിപ്പിച്ച ആദ്യത്തെ മഹാനായ ചക്രവർത്തി അശോകനാണ്. തുടർന്നുള്ള ഗുപ്ത സാമ്രാജ്യം ബ്രാഹ്മണ യാഥാസ്ഥിതികത്വം അടിച്ചേൽപിക്കുകയും ജാതി നിയമങ്ങൾ ശക്തിപ്പെടുത്തുകയും ചെയ്തു, എന്നാൽ സംസ്കൃതത്തിലെ സാഹിത്യ, ദാർശനിക, ശാസ്ത്രീയ വിഷയങ്ങളുടെ അഭിവൃദ്ധിയും ആ കാലഘട്ടത്തിൽ കണ്ടു. ബുദ്ധമതം ജനിച്ച രാജ്യത്തുനിന്ന് അപ്രത്യക്ഷമായി. ദക്ഷിണേന്ത്യയിൽ വലിയ ക്ഷേത്രങ്ങൾ നിർമിക്കുന്നതിനും കടൽ കടന്ന് വ്യാപാരം നടത്തുന്നതിനും പ്രോത്സാഹിപ്പിക്കുന്ന ഭരണകൂടങ്ങളുടെ ഒരു തുടർച്ചയുണ്ടായിരുന്നു. വ്യാപാരത്തോടൊപ്പം, ഇന്ത്യൻ സംസ്കാരം തെക്കുകിഴക്കൻ ഏഷ്യയിലെ രാജ്യങ്ങളിൽ മുഴുവൻ സമാധാനപരമായി വ്യാപിച്ചു.

മുസ്ലീം ആക്രമണകാരികൾ ഉത്തരേന്ത്യ കീഴടക്കുകയും കുടിയേറുകയും പുതിയ രാജ്യങ്ങൾ നിർമിക്കുകയും ചെയ്തു. അവർ പലപ്പോഴും തങ്ങൾ വ്യാജദൈവങ്ങളെ ആരാധിക്കുന്നവരായി കരുതുന്നവരോട് അക്രമാസക്തരും അസഹിഷ്ണുതയുള്ളവരുമായിരുന്നു. എന്നാൽ കാലക്രമേണ, ഇന്ത്യയിൽ ഒരു ഇസ്ലാമിക സമൂഹം നിർബന്ധിതമായി സ്ഥാപിക്കാനുള്ള പ്രതിജ്ഞാബദ്ധത അവർ ഉപേക്ഷിച്ചു, പകരം പ്രാദേശിക തലവന്മാരുമായുള്ള സഖ്യവും ഇസ്‌ലാമികമല്ലാത്ത മതപരമായ ആചാരങ്ങളോട് സഹിഷ്ണുത പുലർത്തുന്ന നയങ്ങളും സ്വീകരിച്ചു. ഈ നയത്തിന്റെ സുവർണകാലമായിരുന്നു അക്ബറിന്റെ ഭരണകാലം. മുഗൾ ഭരണകൂടത്തിന്റെ സൈനിക ഉദ്യോഗങ്ങളിൽ ഉത്തരേന്ത്യയിലെ രജപുത്ര രാജകുമാരന്മാരെ അദ്ദേഹം ഉൾപ്പെടുത്തി. അദ്ദേഹത്തിന്റെ ഭരണം വരുമാന ശേഖരണത്തിനും നീതിന്യായ നിർവഹണത്തിനുമായി വിപുലമായ ഒരു സർക്കാർ സംവിധാനം സൃഷ്ടിച്ചു - ബ്രിട്ടീഷ് ഭരണത്തിന്റെ ആദ്യ ദശകങ്ങളിൽ ദൃഢത നിലനിർത്തിയ ഒരു ബ്യൂറോക്രാറ്റിക് സംവിധാനമായിരുന്നു അത്. മുഗൾ സാമ്രാജ്യവും ബീജാപ്പൂരിലെയും ഗോൽക്കൊണ്ടയിലെയും തെക്കൻ സുൽത്താൻ ഭരണകൂടങ്ങൾ മധ്യേഷ്യയിലെയും ഇറാനിലെയും

സാഹിത്യം, കല, കരകൗശലവസ്തുക്കൾ, വാസ്തുവിദ്യ, സംഗീതം എന്നിവ ഇന്ത്യയുടെ വിവിധ ഭാഗങ്ങളിൽ വരേണ്യവർഗങ്ങളുടെ സംസ്കാരത്തിലേക്ക് കൊണ്ടുവരാൻ പ്രോത്സാഹിപ്പിച്ചു. അതേസമയം, സാധാരണ ജനങ്ങളുടെ ജീവിതത്തെ രൂപപ്പെടുത്തിയ സങ്കര നാടോടി സംസ്കാരങ്ങൾ (മിശ്രിത് ലോകസംസ്കൃതി) ഉൽപാദിപ്പിക്കാൻ സൂഫി പ്രബോധകർ ഭക്തിപ്രസ്ഥാനം എന്നറിയപ്പെടുന്ന യോഗികളുമായും സന്യാസിമാരുമായും സംവദിച്ചു.

നെഹ്റു പറഞ്ഞു, മതാന്ധനായ ഔറംഗസേബ് ആ ക്ലോക്ക് പിന്നിലേക്ക് തിരിച്ചു എന്ന്. സഹിഷ്ണുതയുടെ പ്രബുദ്ധമായ നയത്തെ അദ്ദേഹം മാറ്റിമറിക്കുകയും കർക്കശവും പരിശുദ്ധവുമായ ഔദ്യോഗിക സംസ്കാരം അടിച്ചേൽപ്പിക്കാൻ ശ്രമിക്കുകയും ചെയ്തു. അത് പല കലാപങ്ങൾക്കും കാരണമായി. ശിവാജിയുടെ കീഴിൽ മറാത്തകൾ സ്വന്തം ഭരണകൂടം സൃഷ്ടിച്ചു, അത് പേഷ്വാകൾക്ക് കീഴിൽ വ്യക്തമായ ഹിന്ദു (വാസ്തവത്തിൽ ബ്രാഹ്മണ) ആചാരങ്ങൾ സ്വീകരിച്ചു. ഗുരു ഗോവിന്ദ് സിങ്ങിന്റെ കീഴിലുള്ള സിഖുകാർ നാനാക്കിന്റെ ഭക്തി വിശ്വാസത്തെ ഒരു തീവ്രവാദ മത ക്രമമാക്കി മാറ്റി. മുഗൾ സാമ്രാജ്യം തകരാൻ തുടങ്ങി. ജീർണതയ്ക്കും അനൈക്യത്തിനും ഇടയിൽ, യൂറോപ്യൻ വാണിജ്യ ശക്തികൾക്കിടയിൽ ബ്രിട്ടീഷുകാർ ഇന്ത്യയുടെ പുതിയ ഭരണാധികാരികളായി ഉയർന്നുവന്നു.

ഒരു ബഹുസ്വര രാഷ്ട്രമെന്ന (ബഹുലതവാദി രാഷ്ട്ര്) നിലയിൽ ഇന്ത്യയെക്കുറിച്ചുള്ള ചരിത്രപരമായ വീക്ഷണത്തിന്റെ ഈ ഹ്രസ്വ രൂപരേഖ രേഖാമൂലമുള്ളതാണെന്ന് ഞാൻ സമ്മതിക്കുന്നു. പല പ്രഗത്ഭരായ ചരിത്രകാരന്മാരും വളരെ സൂക്ഷ്മതയോടെയും വൈവിധ്യത്തോടെയും, ലളിതവൽക്കരണങ്ങൾ ഒഴിവാക്കുകയും മുൻകാല ചരിത്രകാരന്മാർ വരുത്തിയ തെറ്റുകൾ തിരുത്തുകയും ചെയ്തു. ഞാൻ ലൈബ്രറികളിൽ പോകാത്തതിനാൽ, ഈ പുസ്തകങ്ങളുടെയെല്ലാം ശീർഷകങ്ങൾ നിങ്ങൾക്ക് നൽകാൻ എനിക്ക് കഴിയില്ല: നിങ്ങൾക്ക് അവയുടെ പട്ടിക നൽകാൻ ഒരു ചരിത്ര പ്രൊഫസറോട് ആവശ്യപ്പെടാവുന്നതാണ്. എന്നാൽ ഈ ചരിത്രത്തിൽ നിന്ന് ഉയർന്നുവരുന്ന നിർണായക സവിശേഷതകൾ ഞാൻ ഇവിടെ ചൂണ്ടിക്കാണിക്കാം.

ഒന്നാമതായി, ഇത് ഒരു നാഗരികതയുടെ ചരിത്രമാണ്. ഒരു നാഗരികതയെ നാം എങ്ങനെ തിരിച്ചറിയും? രേഖാമൂലം അവശേഷിപ്പിച്ച രേഖകളിൽ നിന്ന്, വാസ്തുവിദ്യാ സ്മാരകങ്ങളിൽ നിന്ന്, കല, നാണയങ്ങൾ, ലോഹം, സെറാമിക്, മറ്റ് കാലപ്പഴക്കമുള്ള വസ്തുക്കൾ മുതലായവയിൽ നിന്ന്. ഈ വ്യത്യസ്ത വസ്തുക്കളെല്ലാം ശുദ്ധവും സങ്കീർണവുമായ രീതിയിൽ വായിക്കാനും എഴുതാനും നിർമിക്കാനും വ്യാപാരം

ചെയ്യാനും ഉപഭോഗം ചെയ്യാനും കഴിഞ്ഞ വരേണ്യവർഗ സംസ്കാരങ്ങളുടെ നിലനിൽപിലേക്ക് വിരൽ ചൂണ്ടുന്നു. വിവിധ കാലഘട്ടങ്ങളിൽ നിന്നുള്ള അത്തരം വരേണ്യ സംസ്കാരങ്ങളുടെ തെളിവുകൾ ഒരു കഥാതന്തുവിലൂടെ ഒരുമിച്ച് ചേർത്ത് ഒരൊറ്റ വസ്തുവിന്റെ - ഇന്ത്യൻ നാഗരികതയുടെ- ചരിത്രം നിർമിക്കുന്നു. ഈ രാജ്യത്ത് നൂറ്റാണ്ടുകളായി ജീവിച്ച, ജോലി ചെയ്തു, തിന്നു, പാടി, നൃത്തം ചെയ്തു, ചായം പൂശി, ആരാധിച്ച, എന്നാൽ ഒന്നും എഴുതുകയോ ഗംഭീരമായ നഗരങ്ങൾ പണിയുകയോ വിലപിടിപ്പുള്ള ആഭരണങ്ങളോ പാത്രങ്ങളോ ഉണ്ടാക്കുകയോ ചെയ്യാത്ത ആളുകളുടെ സംസ്കാരങ്ങൾ പൂർണമായും ഉപേക്ഷിക്കപ്പെട്ടിരിക്കുന്നു. ഇന്ത്യൻ നാഗരികതയുടെ ചരിത്രം ഇന്ത്യയിൽ ജീവിക്കുന്ന എല്ലാവരുടെയും ചരിത്രമല്ല. നേരെ മറിച്ച്, ശക്തരുടെയും സമ്പന്നരുടെയും പണ്ഡിതരുടെയും സംസ്കാരത്തെ മഹത്വവൽക്കരിക്കുന്നതിലൂടെ, അത് രാജ്യത്തിന്റെ ഭൂതകാലത്തിൽ വിലപ്പെട്ടത് എന്താണ് എന്നതിനെക്കുറിച്ചുള്ള ഒരു ഇടുങ്ങിയ വീക്ഷണം സൃഷ്ടിക്കുന്നു. നിങ്ങൾ എന്നോട് ചോദിച്ചാൽ, രാജ്യത്തിന്റെ ചരിത്രത്തിന്റെ യഥാർഥ ചിത്രം ലഭിക്കുന്നതിന്, നിങ്ങൾ ആദ്യം നാഗരികത എന്ന ആശയം ഒഴിവാക്കണമെന്ന് ഞാൻ നിർദേശിക്കും.

രണ്ടാമതായി, നെഹ്റു ജനകീയമാക്കിയ ബഹുസ്വരതയുടെ പ്രത്യേക പതിപ്പ് അത് ഊന്നിപ്പറയുന്ന വിവിധ ജനവിഭാഗങ്ങൾക്കിടയിലുള്ള സാംസ്കാരിക വിനിമയത്തിലൂടെ മാത്രമല്ല, ഭരണകൂടത്തിന്റെ ഭരണസംവിധാനം അത് സജീവമായി പ്രോത്സാഹിപ്പിക്കുകയും നടപ്പിലാക്കുകയും ചെയ്തു. അതിനാൽ, ഇന്ത്യയിലെ ബഹുസ്വര നാഗരികതയുടെ ചരിത്രം ഭരണകൂട നയത്തിന്റെ ചരിത്രം പോലെതന്നെ ഒരു സാംസ്കാരിക ചരിത്രമാണ്. ഇത് വലിയ പ്രാദേശിക അളവുകോലും ശക്തമായ ഭരണഘടനയും ഉള്ള ഇത്തരം ഭരണകൂടങ്ങൾ എങ്ങനെ പ്രവർത്തിച്ച എന്നതിനെക്കുറിച്ചുള്ള ബൃഹത്തായ രേഖകൾ അവശേഷിപ്പിക്കുകയും വലിയ ഭരണകൂട രൂപീകരണങ്ങളെക്കുറിച്ചുള്ള വിശദമായ പഠനത്തിലേക്ക് നയിക്കുകയും ചെയ്യുന്നു. തൽഫലമായി, ഇന്ത്യയിലെ ബഹുസ്വരതയുടെ, അല്ലെങ്കിൽ നാനാത്വത്തിൽ ഏകത്വത്തിന്റെ ചരിത്രം, മഹത്തായ സാമ്രാജ്യങ്ങളുടെ മൗര്യ, ഗുപ്ത, ഡൽഹി സുൽത്താൻ ഭരണകൂടങ്ങൾ, വിജയനഗര, മുഗൾ, മറാത്ത, ബ്രിട്ടീഷ് തുടർച്ചയായി അടയാളപ്പെടുത്തിയിരിക്കുന്നു. അവർ ഒരേ പ്രദേശം ഉൾക്കൊള്ളുന്നില്ല, അവ ഒന്നിനുപുറകെ ഒന്നായി തുടർച്ച പിന്തുടരുന്നുമില്ല. എന്നാൽ ബഹുസ്വര രാഷ്ട്രത്തെ സൃഷ്ടിക്കുന്നതിലും പരിപോഷിപ്പിക്കുന്നതിലും ചിലപ്പോൾ നശിപ്പിക്കുന്നതിലും സാമ്രാജ്യങ്ങളും അവയുടെ ഭരണാധികാരികളും പ്രധാന കഥാപാത്രങ്ങളായി മാറുന്ന ഒരു ആഖ്യാനത്തിലൂടെ പല സ്ഥല

കാലങ്ങൾക്ക് ഇടയിലെ വിടവുകളും വ്യാപനങ്ങളും മറയ്ക്കപ്പെടുന്നു.

ബഹുസ്വരദേശീയത എന്ന ആശയത്തിന്റെ അർഥമെന്താണ്? രാജ്യത്തിന്റെ മുഴുവൻ പ്രദേശങ്ങളിലും പരമാധികാരം അവകാശപ്പെടുന്ന മതസ്വാതന്ത്ര്യത്തിൽ ഇടപെടാത്ത ഭരണകൂട നയങ്ങൾ നടപ്പിലാക്കുന്ന വൈവിധ്യങ്ങളോട് സഹിഷ്ണുതയുള്ള ഒരു കേന്ദ്രീകൃത ഉദ്യോഗസ്ഥമേധാവിത്ത ഭരണകൂടം (കേന്ദ്രീകൃത് നൗകർസഹി) ഉണ്ടായിരിക്കണം എന്നതാണ് അതിലെ പാഠം. എന്നാൽ ഇത് ഉടനടി ഒരു പ്രശ്നം സൃഷ്ടിക്കുന്നു. രാജ്യത്തിന്റെ ഭൂപ്രദേശം, ഞാൻ ഇതിനകം നിങ്ങളോട് വിശദീകരിച്ചതുപോലെ, മിക്കവാറും, നമ്മുടെ ബ്രിട്ടീഷ് ഭരണാധികാരികൾ ഉപേക്ഷിച്ചതാണ്. ഈ പ്രദേശം മുമ്പത്തെ ഏതെങ്കിലും സാമ്രാജ്യങ്ങളുടേതുമായി പൊരുത്തപ്പെടുന്നില്ല. തൽഫലമായി, ബഹുസ്വര രാഷ്ട്രത്തിന്റെ ചരിത്രപരമായ പാരമ്പര്യത്തിനായുള്ള തിരച്ചിൽ അനിവാര്യമായും അശോകന്റെ കീഴിലുള്ള മൗര്യ സാമ്രാജ്യത്തിനോ അക്ബറിന്റെ കീഴിലുള്ള മുഗൾ സാമ്രാജ്യത്തിനോ വിശേഷാവകാശം നൽകുന്നു, കാരണം അവയ്ക്ക് വലിയൊരു ഭൂപ്രദേശത്തിന്റെയും മതപരമായ സഹിഷ്ണുതയുടെയും തെളിവുണ്ടായിരുന്നു. നിങ്ങൾ ശ്രദ്ധാപൂർവം ചിന്തിക്കുകയാണെങ്കിൽ, ബഹുസ്വര ഇന്ത്യയുടെ ഭൂമിശാസ്ത്ര പരമായ ഭാവനയെ ഉത്തരേന്ത്യയിലെ ഗംഗാസമതലങ്ങളിൽ കേന്ദ്രീകരിക്കുന്നതിന്റെ ഫലമാണിത്, വൈവിധ്യത്തെ പ്രോത്സാഹിപ്പിക്കുന്നതിനുള്ള നയങ്ങൾ ഒരു കേന്ദ്രീകൃത ഉദ്യോഗസ്ഥമേധാവിത്തത്തിനു പ്രായോഗികമാക്കാൻ കഴിയും. കേരളത്തിലോ കാശ്മീരിലോ ബീജാപ്പൂരിലോ തമിഴ് മേഖലയിലോ മണിപ്പൂരിലോ പോലുള്ള ചെറിയ രാജ്യങ്ങൾ ബഹുസ്വരതയെ തികച്ചും വ്യത്യസ്തമായ രീതികളിൽ പ്രോത്സാഹിപ്പിച്ചിട്ടുണ്ടാകാം, എന്നാൽ നെഹ്റുവിനെപ്പോലുള്ളവർ സ്വതന്ത്ര ഇന്ത്യക്കായി വിഭാവനം ചെയ്ത സാമ്രാജ്യത്തെ സംബന്ധിച്ച അളവുകൾ അവർക്ക് ഇല്ലാതിരുന്നതിനാൽ അവർ പാർശ്വവൽക്കരിക്കപ്പെട്ടു. നെഹ്റുവിയൻ ബഹുസ്വരത, അദ്വൈത ദർശനത്തിന്റെ ആഘോഷം പോലെ, രാഷ്ട്രത്തിന് ഐക്യം നൽകുന്ന സ്വാഭാവിക ഘടകമെന്ന നിലയിൽ ഹിന്ദുമതത്തിന് മുൻഗണന നൽകിയില്ല എന്നത് ശരിയാണ്. എന്നാൽ സാമ്രാജ്യങ്ങളുടെ രേഖയിൽ ബഹുസ്വര നയത്തിന്റെ ചരിത്രം തേടുന്നത്, രാജ്യത്തുടനീളമുള്ള ചെറിയ രാഷ്ട്രീയ രൂപീകരണങ്ങളിൽ ഭരണകൂട നയങ്ങളുമായി സാംസ്കാരിക ആചാരങ്ങളെ ബന്ധിപ്പിച്ചിരിക്കുന്ന മാർഗങ്ങളെ അവഗണിക്കലാണ്.

ബഹുസ്വരതയുടെ ഈ സങ്കൽപ്പത്തിൽ മറ്റൊരു പ്രശ്നം കൂടി ഉണ്ടായിരുന്നു. ബഹുസ്വര രാഷ്ട്ര നയത്തിന്റെ ചരിത്രപരമായ ഉദാഹരണങ്ങളിൽ പ്രബുദ്ധരായ രാജാക്കന്മാർ ഭരിക്കുന്ന വലിയ രാഷ്ട്രങ്ങൾ ഉൾപ്പെട്ടിരുന്നു, മന്ത്രിമാരും ഉന്നത വൃത്തങ്ങളിൽ നിന്നുള്ള രാജസഭാംഗങ്ങളും അതിൽ ചുറ്റപ്പെട്ടു. അവയൊന്നും പൊതുജനസമ്മതിയുള്ള ജനാധിപത്യ

രാജ്യങ്ങളായിരുന്നില്ല. അത്തരമൊരു ചരിത്രത്തിന് എങ്ങനെയാണ് റിപ്പബ്ലിക്കൻ ഇന്ത്യയിലെ ഭരണകൂടനയത്തിന് അറിവ് നൽകാൻ കഴിയുക? സ്വാതന്ത്ര്യത്തിനു ശേഷമുള്ള ആദ്യ ദശകങ്ങളിൽ, വിവിധ പ്രവിശ്യകളിലെ ഉന്നത- മധ്യവർഗ്ഗക്കാരിൽ നിന്നുള്ള കോൺഗ്രസ് നേതാക്കൾ നേതൃത്വം ഏറ്റെടുക്കുന്നത് കണ്ടു. മതപരവും സംസ്കാരികവുമായ കാര്യങ്ങളിൽ ഭരണകൂടത്തിന്റെ പങ്കിനെക്കുറിച്ച് അവർക്കിടയിൽ അഭിപ്രായവ്യത്യാസങ്ങളുണ്ടായിരുന്നു. നെഹ്റുവിനെപ്പോലുള്ള ചിലർ പുരോഗമനപരമായ വീക്ഷണങ്ങൾ പുലർത്തുകയും സാമൂഹിക ആചാരങ്ങളെ നവീകരിക്കുകയും മതനിരപേക്ഷവും ശാസ്ത്രീയവുമായ മൂല്യങ്ങൾ പ്രോത്സാഹിപ്പിക്കുകയും ചെയ്യുന്ന രീതിയിൽ ഭരണകൂടം പ്രവർത്തിക്കണമെന്ന് ആഗ്രഹിച്ചു. മറ്റുള്ളവർ, ഗാന്ധിയുടെ സ്വാധീനത്തിൽ, അവരുടെ സാമൂഹിക കാഴ്ചപ്പാടിൽ യാഥാസ്ഥിതികരായിരുന്നു, അവർ മതപരമായ ആചാരങ്ങളുടെ കാര്യങ്ങളിൽ ഭരണകൂടം ഇടപെടുന്നതിനെ എതിർത്തു. കോൺഗ്രസിലെ ചിലർ ഹിന്ദുമഹാസഭയുടേതുമായി അടുപ്പമുള്ള കാഴ്ചപ്പാടുകൾ പോലും പുലർത്തി. എന്നിരുന്നാലും, 1948 ജനുവരിയിൽ ഒരു പ്രഖ്യാപിത ഹിന്ദു ദേശീയവാദി ഗാന്ധിയെ വധിച്ചത് യാഥാസ്ഥിതികരുടെ സ്വാധീനം നഷ്ടപ്പെട്ട ഒരു കാലഘട്ടത്തിലേക്ക് നയിച്ചു. സ്വാതന്ത്ര്യത്തിനു ശേഷമുള്ള ആദ്യ രണ്ട് ദശകങ്ങളിൽ, നെഹ്റുവും മറ്റ് ലിബറൽ ചിന്താഗതിക്കാരായ രാഷ്ട്രീയക്കാരും ഉദ്യോഗസ്ഥരും അഭിഭാഷകരും നെഹ്റുവിയൻ സെക്യുലറിസം എന്നറിയപ്പെടുന്ന നിയമങ്ങളും ഭരണപരമായ രീതികളും നടപ്പിലാക്കിയപ്പോഴാണിത്. പുതിയ റിപ്പബ്ലിക് ജനാധിപത്യത്തിലേക്കുള്ള പ്രയാണം ആരംഭിച്ചെങ്കിലും, രാഷ്ട്രത്തിന്റെ വിമോചകരെന്ന പ്രഭാവത്താൽ ചുറ്റപ്പെട്ട ഒരു പ്രബുദ്ധരായ വരേണ്യവർഗമാണ് അതിനെ നയിച്ചത്. തെരഞ്ഞെടുപ്പുയുദ്ധങ്ങളിൽ പങ്കെടുക്കുന്ന വിവിധ വിഭാഗങ്ങളുടെ സമ്മർദ്ദങ്ങൾക്ക് വശപ്പെടാതെ ഭരണനയങ്ങൾ രൂപപ്പെടുത്തുന്നത് താരതമ്യേന സ്വതന്ത്രമായിരുന്നു.

ഈ കാലഘട്ടം നീണ്ടുനിന്നില്ല. 1960 കളുടെ അവസാനത്തോടെ, ജനാധിപത്യത്തിന്റെ സമ്മർദങ്ങളെ നേരിടാൻ പ്രബുദ്ധരായ ബഹുസ്വരവാദികളുടെ മതേതര വീക്ഷണം പരിഷ്കരിക്കേണ്ടതുണ്ടെന്നു വ്യക്തമായി. ജനാധിപത്യത്തിന്റെ സമ്മർദത്തോടു ചെറുത്തുനിൽക്കാൻ അത് ദൂഷിപ്പിക്കപ്പെട്ടുവെന്നും ചിലർ അഭിപ്രായപ്പെട്ടേക്കാം. ആ കഥയിലെ ഏതാനും ഭാഗങ്ങൾ ഞാൻ ഇനി വ്യക്തമാക്കാം.

വർഗീയതയുടെ ഉദയം

മതനിരപേക്ഷത (ധർമനിരപേക്ഷത) എന്ന ആശയം ഇന്ത്യയിൽ നിരവധി നൂറ്റാണ്ടുകളായി നിലവിലുണ്ടെന്ന് അവകാശപ്പെടുന്ന

ആളുകളെ - രാഷ്ട്രീയ നേതാക്കൾ മാത്രമല്ല, പണ്ഡിതരായ പ്രൊഫസർമാരും- നിങ്ങൾ കേട്ടിട്ടുണ്ടാകും. ആ പാഴ്വാക്ക് വിശ്വസിക്കരുത്. മതേതരത്വം ഈ രാജ്യത്ത് കണ്ടുപിടിച്ചത് 1930 കളിലാണ്. അതിനുമുമ്പ്, ഒരു ഇന്ത്യൻ ഭാഷയിലും ഇപ്പോൾ മതേതരത്വം എന്നതുകൊണ്ട് അർഥമാക്കുന്ന ഒരു വാക്ക് ഉണ്ടായിരുന്നില്ല. ഇന്ത്യൻ രാഷ്ട്രീയത്തിൽ, പ്രത്യേകിച്ച് ഉത്തരേന്ത്യയിൽ, അക്കാലത്ത് എന്താണ് സംഭവിക്കുന്നത് എന്നതിന്റെ പ്രത്യേക പശ്ചാത്തലത്തിലാണ് ഈ ആശയം ഉയർന്നുവന്നത്.

മുസ്ലീം, ഹിന്ദു എന്നീ പദങ്ങൾ പതിനേഴാം നൂറ്റാണ്ടിൽ ഇന്ത്യയിലുടനീളം വടക്കുകിഴക്കൻ മലയോര ഭരണകൂടങ്ങൾ ഒഴികെയുള്ളവർ നന്നായി മനസിലാക്കിയിരുന്നു. അവ ഇപ്പോൾ അത് അർഥമാക്കുന്ന അർഥത്തിലല്ല എന്ന് ഞാൻ നിങ്ങളോട് പറഞ്ഞിട്ടുണ്ട്. മിക്കപ്പോഴും, സാധാരണ സന്ദർഭങ്ങളിൽ, ഒരു വ്യക്തി തിരിച്ചറിയുന്ന പ്രാഥമിക സമൂഹം അവൻ അല്ലെങ്കിൽ അവൾ ഉൾപ്പെടുന്ന ജാതി (ജാതി) ആയിരുന്നു. എന്നാൽ ഒരു ജാതി നിർവചിക്കപ്പെട്ടത് പരിമിതമായ ഭൂപ്രദേശത്താണ്. ഉദാഹരണത്തിന്, ബംഗാളിൽ രാർഹി ബ്രാഹ്മണർ വരേന്ദ്ര ബ്രാഹ്മണരുമായി അല്ലെങ്കിൽ മഹാരാഷ്ട്രയിൽ ദേശസ്ഥ ബ്രാഹ്മണർ കൊങ്കണസ്ഥ ബ്രാഹ്മണരുമായി മിശ്രവിവാഹം കഴിക്കില്ല. ഈ രീതിയിൽ ഓരോ ഭാഷാ പ്രദേശങ്ങളിലെയും ബ്രാഹ്മണർക്കിടയിൽ വിഭജനം (ശ്രേണി) ഉണ്ടായിരുന്നു. വാസ്തവത്തിൽ, ജാതികൾക്കിടയിലുള്ള ശ്രേണീബന്ധങ്ങളും പ്രാദേശികമായി നിർവചിക്കപ്പെട്ടിട്ടുണ്ട്. ജാതിയുടെ രാഷ്ട്രീയത്തെക്കുറിച്ച് കൂടുതൽ പറയുമ്പോൾ ഞാൻ ഇത് വിശദീകരിക്കാം. ഹിന്ദു എന്ന പേരിൽ ഒരു വലിയ സമൂഹത്തെ നിർവചിച്ച സന്ദർഭങ്ങളിൽ, അതിൽ ഉൾപ്പെട്ടിരുന്ന ജാതികൾ ഓരോ പ്രദേശത്തിനും വ്യത്യാസപ്പെട്ടിരുന്നു എന്നതാണ് മനസിലാക്കേണ്ടത്. കൂടാതെ, തൊട്ടുകൂടാത്ത ജാതികളെ ഹിന്ദു വിഭാഗത്തിൽ ഉൾപ്പെടുത്തിയിട്ടില്ല.

മുസ്ലീങ്ങൾക്കിടയിലും, മതത്തിന്റെ അടിസ്ഥാന ആചാരങ്ങൾ പാലിക്കുന്നത് അവരെ ഒരു മുസ്ലീം സമുദായത്തിന്റെ (ഉമ്മ) ഭാഗമാക്കി തിരിച്ചറിയുമെങ്കിലും, അവരും പ്രാഥമികമായി അവരുടെ പ്രാദേശിക സന്ദർഭത്തിൽ ഒരു ജാതിയായി തിരിച്ചറിയപ്പെട്ടു. അങ്ങനെ, ഉത്തരേന്ത്യയിലെ മുസ്ലീം നെയ്ത്തുകാർ ജുലാഹ ജാതിയും ഹിന്ദു നെയ്ത്തുകാരൻ തന്തി ജാതിയും ആയിരിക്കും. മുസ്ലീങ്ങളും ഒരു പ്രാദേശിക ജാതി ഘടനയിൽ യോജിച്ചു, അതിന്റെ കാഠിന്യങ്ങൾ കുറവായിരുന്നിരിക്കാമെങ്കിലും അത് ശ്രേണീബദ്ധമായിരുന്നു. ഉദാഹരണത്തിന്, കാശ്മീരിൽ, ഇസ്ലാം മതത്തിലേക്ക് പരിവർത്തനം ചെയ്ത ബ്രാഹ്മണർ പലപ്പോഴും അവരുടെ ബ്രാഹ്മണ കുടുംബനാമങ്ങൾ നിലനിർത്തുകയും മറ്റ് മതപരിവർത്തനം ചെയ്ത ബ്രാഹ്മണരുമായി മാത്രം മിശ്രവിവാഹം ചെയ്യാൻ ഇഷ്ടപ്പെടുകയും ചെയ്തു. മറുവശ

ത്ത്, ചില മുസ്ലീങ്ങളെ അവരുടെ തൊഴിലുകൾ മലിനമാണെന്ന് കരുതി പള്ളികളിലെ പ്രാർഥനായോഗങ്ങളിൽ നിന്ന് ഒഴിവാക്കിയതിന് ഇന്ത്യയുടെ വിവിധ ഭാഗങ്ങളിൽ നിന്നുള്ള നിരവധി ഉദാഹരണങ്ങളുണ്ട്. കേരളത്തിലെ ക്രിസ്ത്യാനികളുടെ കഥയും ഇതുതന്നെയാണ്: ക്രിസ്തുമതത്തിലേക്ക് പരിവർത്തനം ചെയ്ത തൊട്ടുകൂടാത്ത ജാതികളിൽ നിന്നുള്ള ആളുകൾ പലപ്പോഴും സ്വന്തം പള്ളികൾ രൂപീകരിച്ചു, കാരണം ഉയർന്ന ക്രിസ്ത്യാനികൾ അവരുടെ സഭകളിലേക്ക് പ്രവേശനം അനുവദിക്കില്ല.

പത്തൊൻപതാം നൂറ്റാണ്ടിന്റെ അവസാനത്തിനുമുമ്പ് ഒരു ഹിന്ദു അല്ലെങ്കിൽ മുസ്ലീം സമുദായം പോലെയുള്ള ഒന്നും ഇന്ത്യയിൽ ഉണ്ടായിരുന്നതിന് തെളിവുകളൊന്നുമില്ല. മുസ്ലീങ്ങളെ സംബന്ധിച്ചിടത്തോളം, ഈ ദിശയിലുള്ള ആദ്യ ശ്രമം നടത്തിയത് സയ്യിദ് അഹമ്മദ് ഖാൻ ആണ്, അദ്ദേഹം കൂടുതൽ മുസ്ലീങ്ങളെ സർക്കാർ സേവനങ്ങളിലേക്ക് റിക്രൂട്ട് ചെയ്യുന്നതിനായി ബ്രിട്ടീഷ് അധികാരികളോട് അഭ്യർഥിച്ചു. പത്തൊൻപതാം നൂറ്റാണ്ടിന്റെ തുടക്കത്തിൽ ഇംഗ്ലീഷ് വിദ്യാഭ്യാസം നേടിയ ബോംബെ, ബംഗാൾ, മദ്രാസ് എന്നിവിടങ്ങളിലെ ഹിന്ദു മേൽ ജാതികളിൽ നിന്ന് വ്യത്യസ്തമായി, മുസ്ലീം വംശജർ (അസ്റഫ്) വലിയ തോതിൽ അകന്നു നിന്നുവെന്ന് ഓർക്കണം. അവരുടെ ഭൂസ്വത്ത്, പേർഷ്യൻ, ഉറുദു ഭാഷകളിലെ അറിവ്, മുഗൾ കൊട്ടാരത്തിലെ അത്യാധുനിക സാംസ്കാരിക വൈദഗ്ധ്യം എന്നിവ അവർക്ക് ബ്യൂറോക്രസിയിൽ സ്ഥാനങ്ങൾ നേടിക്കൊടുക്കുന്ന ഒരു പഴയ ലോകത്താണ് അവർ ഇപ്പോഴും അകപ്പെട്ടിരിക്കുന്നത്. സാമ്രാജ്യത്വ തലസ്ഥാനമെന്ന നിലയിൽ ഡൽഹിയുടെ അധഃപതനത്തിനു ശേഷം പലരും ജോലി തേടി അവധിലേക്കും ഹൈദരാബാദിലേക്കും കുടിയേറി. എന്നാൽ 1857 നു ശേഷം പുതിയ ഭരണസംവിധാനവും നിയമ കോടതികളും ഇംഗ്ലീഷ് സ്കൂളുകളും കോളേജുകളും സ്ഥാപിതമായതോടെ ഉത്തരേന്ത്യയിലെ സർക്കാർ സേവനങ്ങൾ ബംഗാളിൽ നിന്നും ബോംബെയിൽ നിന്നുമുള്ള ഹിന്ദുക്കളുടെ അധീനതയിലായി. വടക്കേ ഇന്ത്യയിലെ പരമ്പരാഗത വിദ്യാസമ്പന്നരായ വരേണ്യവർഗം പഴയ സംസ്കാരത്തോട് യാതൊരു ബഹുമാനവുമില്ലാത്ത പുതുതായി വന്ന ഈ ഹിന്ദുക്കളാൽ കീഴടക്കപ്പെടുകയാണെന്ന് സയ്യിദ് അഹമ്മദ് ഖാൻ ബ്രിട്ടീഷ് ഉദ്യോഗസ്ഥരോട് പരാതിപ്പെട്ടു. അതേസമയം, മുസ്ലീം ഉപരിവർഗങ്ങളോട് അവരുടെ വ്യാജ അഹങ്കാരം ഉപേക്ഷിച്ച് ഇംഗ്ലീഷിലുള്ള പുതിയ വിദ്യാഭ്യാസം സ്വീകരിക്കാൻ അദ്ദേഹം ആഹ്വാനം ചെയ്തു. ചരിത്രത്തിന് അദ്ദേഹം നൽകിയ ശാശ്വതമായ സംഭാവനയാണ് അലിഗഢിൽ ആംഗ്ലോ-ഓറിയന്റൽ കോളേജ് (പിന്നീട് ഒരു സർവകലാശാലയായി മാറി), ഓക്സ്ഫോർഡിന്റെ മാ

തൃകയിൽ സ്ഥാപിച്ചതാണ് ഇത്. പ്രദേശിക ഭേദത്തിനതീതമായി ഒരു പുതിയ മുസ്ലീം മധ്യവർഗ ബുദ്ധിജീവി നേതൃത്വത്തെ സൃഷ്ടിക്കും എന്ന ദീർഘവീക്ഷണത്തിന്റെ ഫലമായിരുന്നു അത്.

നിങ്ങൾക്ക് കാണാനാകുന്നതുപോലെ, ഒരു വലിയ പ്രദേശത്ത് വ്യാപിച്ചുകിടക്കുന്ന, എന്നാൽ വിദ്യാസമ്പന്നരും സ്വത്തുടമകളുമായ വിഭാഗങ്ങളെ മാത്രം ഉൾക്കൊള്ളുന്ന ഒരു മുസ്ലീം സമുദായത്തിന്റെ ആദ്യകാല ഏകീകരണത്തിന് മതപരമായ കാര്യങ്ങളുമായി യാതൊരു ബന്ധവുമില്ല. ഉത്തരേന്ത്യയിലെ ഹൈന്ദവ വിദ്യാഭ്യാസമുള്ള വിഭാഗ ങ്ങൾക്കിടയിലും സമാനമായ ഒരു ചലനം കാണാൻ കഴിയും. ഇതിനും മതവുമായി യാതൊരു ബന്ധവുമില്ല. പത്തൊൻപതാം നൂറ്റാണ്ടിന്റെ അവസാന വർഷങ്ങളിൽ, പ്രധാനമായും അലഹബാദിലും ബനാറസി ലും ആസ്ഥാനമായി പ്രവർത്തിക്കുന്ന ഒരു കൂട്ടം ബ്രാഹ്മണ നേതാക്കൾ വടക്കുപടിഞ്ഞാറൻ പ്രവിശ്യകളിലെ (ഇപ്പോൾ ഉത്തർപ്രദേശ്) കോട തികളിൽ ഉപയോഗിച്ചിരുന്ന ഹിന്ദുസ്ഥാനി ഭാഷയിൽ മാത്രമായി എഴു തരുതെന്ന് ആവശ്യപ്പെടാൻ തുടങ്ങി. പതിവുപോലെ ഉപയോഗിച്ച പേ ർഷ്യൻ ലിപിക്ക് പുറമേ നാഗരി ലിപിയും അനുവദനീയമാക്കണം എന്ന ആവശ്യം ഉയർന്നു. 1900 ൽ ഈ ആവശ്യം അംഗീകരിക്കപ്പെട്ടു. കീഴ്ക്കോ ാടതികളിലുള്ള ഷെരീഫ് മുസ്ലീങ്ങളുടേയും കയസ്തരുടേയും ആധിപത്യ ത്തിന്, വിദ്യാസമ്പന്നരായ ബ്രാഹ്മണരുടെ ഒരു വിഭാഗം വെല്ലുവിളികൾ ഉയർത്തിയത് ഇതിനടിവരയിട്ടുന്നു.. താമസിയാതെ, മാഗസിനുകൾ, പ്രസിദ്ധീകരണ സ്ഥാപനങ്ങൾ, സാഹിത്യ സമ്മേളനങ്ങൾ എന്നിവയി ലൂടെ ഒരു വലിയ പ്രസ്ഥാനം ഉയർന്നുവന്നു. എല്ലാ പ്രായോഗിക ആവ ശ്യങ്ങൾക്കും ഉപയോഗിക്കുന്ന ഹിന്ദുസ്ഥാനിയുമായി പ്രായോഗികമായി എല്ലാതലത്തിലും സമാനമായ ഉർദ്ദു ഹിന്ദിയിൽനിന്നും പൂർണമായും വേറിട്ടുനിൽക്കുന്ന ഒരു ഭാഷയാണെന്നുള്ള വാദം ഉയർത്തപ്പെട്ടു. അതു മാത്രമല്ല, സംസ്കൃതത്തിൽ നിന്ന് ഉരുത്തിരിഞ്ഞ ഹിന്ദിയുടെ പരിശു ദ്ധിയെ ദൂഷിപ്പിച്ച മുസ്ലീങ്ങളുടെ ഭാഷയാണ് ഉറുദു എന്നായിരുന്നു വാദം. സാധാരണ സംസാരഭാഷയിൽ സ്വാഭാവികമായി മാറിയ അറബി-പേർഷ്യൻ പദങ്ങൾ ഹിന്ദിയിൽ നിന്ന് എടുത്തുമാറ്റി ശുദ്ധീകരിക്കാ നും സംസ്കൃതത്തിൽ നിന്ന് ആയിരക്കണക്കിന് വാക്കുകൾ ഇറക്കുമതി ചെയ്ത് പുതിയ ഗദ്യഭാഷ സൃഷ്ടിക്കാനും പ്രസ്ഥാനം ആഹ്വാനം ചെയ്തു. ഈ പദ്ധതി കേവലം ഒരു ഭാഷയുടെ പരിഷ്കരണത്തേക്കാൾ വളരെ വലു തായിരിക്കുമെന്ന് കരുതപ്പെട്ടിരുന്നു: അത് ദേശീയതയുടെ തന്നെ ഭാഗ വുമായിരുന്നു. ഈ പ്രസ്ഥാനത്തിന്റെ മുദ്രാവാക്യം ഇതായിരുന്നു:

കഹ്ഹംഹ്ഹം ജൂസംകോ നിജ് കല്യാൻ
തോ സബ് മിലി ഭാരത് സന്താൻ!

ജപോ നിരന്തർ ഏക് ജബൻ
ഹിന്ദി, ഹിന്ദു, ഹിന്ദുസ്ഥാൻ

ഹിന്ദി ഭാഷയുടെ രാഷ്ട്രീയത്തെക്കുറിച്ച് എനിക്ക് ഒരുപാട് കാര്യങ്ങൾ പറയാനുണ്ട്. എന്നാൽ ഇവിടെ ഊന്നിപ്പറയാൻ ഞാൻ ആഗ്രഹിക്കുന്നത്, ഒന്നാമതായി, ഇരുപതാം നൂറ്റാണ്ടിന്റെ തുടക്കത്തിൽ ഉറുദുവിൽ നിന്ന് ഹിന്ദിയെ വേർപെടുത്താനുള്ള യു പിയിലെ പ്രസ്ഥാനം ഉത്തരേന്ത്യയിൽ ഹിന്ദു ഭൂരിപക്ഷം ഉണ്ടെന്ന അവബോധത്തിന്റെ വളർച്ചയിലെ ഒരു പ്രധാന ചുവടുവയ്പ്പായിരുന്നു; രണ്ടാമതായി, ഒരു പഴയ മുസ്ലീം വംശജരുടെ സാംസ്കാരിക ആധിപത്യത്തിനോടുള്ള പ്രത്യക്ഷമായ എതിർപ്പാണ് അത്; മൂന്നാമത്തേത്, ബ്യൂറോക്രസിയുടെയും വിദ്യാഭ്യാസ സമ്പ്രദായത്തിന്റെയും വികസിക്കുന്ന ഘടനകളിൽ സവർണ ഹിന്ദുക്കളുടെ കാലുറപ്പിക്കുക എന്നതായിരുന്നു അതിന്റെ അടിയന്തര ലക്ഷ്യം.

എന്നാൽ അതേ സമയം അതേ പ്രദേശത്ത് മറ്റൊരു പ്രസ്ഥാനം ഉണ്ടായിരുന്നു, അത് മതവുമായി ബന്ധപ്പെട്ടിരുന്നു, അത് വിദ്യാസമ്പന്നരായ ഹിന്ദു വരേണ്യവർഗത്തിന് കൂടുതൽ കൂടുതൽ കർഷക ജാതികളെ ഒരു ദേശീയ ലക്ഷ്യത്തിൽ അണിനിരത്താൻ കഴിയുമെന്ന് കാണിക്കുന്നു. 1890 കളിൽ, പശുക്കളെ കൊല്ലുന്നത് തടയാൻ, പ്രാഥമികമായി മുസ്ലീങ്ങൾക്കെതിരെയും രണ്ടാമതായി ചാമർ പോലുള്ള താഴ്ന്ന ജാതിക്കാർക്കെതിരെയും ഒരു പ്രസ്ഥാനം ആരംഭിച്ചു. നാഗ്പൂർ ആസ്ഥാനമാക്കി ഉത്തരേന്ത്യയുടെ ഭൂരിഭാഗം പ്രദേശങ്ങളിലും ഗോരക്ഷിണി സഭകൾ ഉയർന്നുവന്നു. കാലക്രമേണ, ഇന്നത്തെ ഉത്തർപ്രദേശിലെയും ബിഹാറിലെയും ഭോജ്പൂർ മേഖലയിൽ ഈ പ്രസ്ഥാനം ശക്തമായി. ദരിദ്രരായ മുസ്ലീങ്ങൾക്കിടയിൽ പശുക്കളെ ബലിയർപ്പിക്കുന്ന ആചാരത്തിനെതിരെയുള്ള പ്രചാരണങ്ങൾക്ക് പുറമേ, മുസ്ലീങ്ങൾക്ക് നേരെ നിരവധി ആക്രമണങ്ങളും നടന്നു, അവയിൽ പലപ്പോഴും ചത്ത മൃഗങ്ങളുടെ തൊലിയുരിക്കുന്നതിൽ ഏർപ്പെട്ടിരിക്കുന്ന ചാമർമാരും ഉൾപ്പെട്ടു. ചിലയിടങ്ങളിൽ മുസ്ലീങ്ങളുടെ ചെറുത്തുനിൽപ്പ് അക്രമാസക്തമായ സംഘർഷങ്ങളിലേക്ക് നയിച്ചു. ഇരുപതാം നൂറ്റാണ്ടിന്റെ ആദ്യ ദശകങ്ങളിൽ, ബിഹാറിലെയും യുപിയിലെയും പല ജില്ലകളിലും ഈദ് സമയത്ത് നമ്മൾ ഇപ്പോൾ വർഗീയ കലാപങ്ങൾ എന്ന് വിളിക്കുന്നത് ഒരു പതിവ് സവിശേഷതയായി മാറി. ഗോരക്ഷക ക്യാമ്പെയ്നിൽ കൽക്കത്തയിലെ സമ്പന്നരായ മാർവാരി (മാർവാഡി) വ്യാപാരികളുടെ സാമ്പത്തിക പിന്തുണയുള്ള ഉയർന്ന ജാതി ഹിന്ദുക്കൾ, കൂടുതലും ചെറുകിട ജമീന്ദർമാരും പ്രൊഫഷണലുകളും, അഹിർ, ഭൂമിഹാർ, ഠാക്കുർ എന്നിവരുമായിരുന്നു ഉൾപ്പെട്ടിരുന്നത്! ജനക്കൂട്ടത്തെ ഇളക്കിവിടുന്നതിൽ പ്രധാന പങ്കുവഹിച്ച സ്വാമികളും സാധുമാരും അവർക്കൊപ്പം പലപ്പോഴും ഉണ്ടായിരുന്നു.

മറുവശത്ത്, മുസ്ലീം ജനവിഭാഗങ്ങളിൽ നിന്നുള്ള നേതാക്കളോടൊപ്പം ആലിമുകളും ഇമാമുമാരും ചേർന്നു, മിക്ക സ്ഥലങ്ങളിലും, സായുധ പോരാട്ടങ്ങളിൽ ഏറ്റവുമധികം നേരിട്ട് പങ്കെടുത്തത് ജുലാഹകളായിരുന്നു. 1920 ഓടെ, വടക്കേ ഇന്ത്യയിൽ ഇപ്പോൾ വർഗീയത (സാമ്പ്രദായികത) എന്ന് വിളിക്കപ്പെടുന്ന ഒരു മാതൃക ഉയർന്നുവന്നു.

ഖിലാഫത്ത് പ്രസ്ഥാനത്തിന്റെ നേതാക്കളായ മുഹമ്മദലിയുമായും ഷൗക്കത്ത് അലിയുമായുമുള്ള ഗാന്ധിയുടെ സഖ്യം ബ്രിട്ടീഷ് ഭരണത്തിനെതിരായ ബഹുജനമുന്നേറ്റത്തിന് വലിയ ഊർജം പകർന്നുവെന്ന് ഞാൻ മുമ്പ് നിങ്ങളോട് പറഞ്ഞിട്ടുണ്ട്. അവരുടെ പ്രസ്ഥാനത്തിന്റെ ആവശ്യം തുർക്കി സുൽത്താനെ സുന്നി ഇസ്ലാമിന്റെ പരമ്പരാഗത തലത്തിലേക്ക് (ഖലീഫ) പുനഃസ്ഥാപിക്കണമെന്നായിരുന്നുവെങ്കിലും - ഒന്നാം ലോക മഹായുദ്ധത്തിൽ തുർക്കിയുടെ പരാജയത്തെത്തുടർന്ന് ബ്രിട്ടീഷുകാർ ഇതിന് സ്ഥാനം തുരങ്കം വച്ചു - അലി സഹോദരന്മാർ മതനേതാക്കളായിരുന്നില്ല. ഇരുവരും അലിഗഢിൽ പഠിച്ചു, മുഹമ്മദ് അലി ഓക്സ്ഫോർഡിൽ തുടർന്നു പഠിച്ചു, ബറോഡയിൽ സർക്കാർ ഉദ്യോഗസ്ഥനും ഇംഗ്ലീഷ് പത്രത്തിന്റെ എഡിറ്ററും ആയി. എന്നാൽ സംയുക്തമായ നിസ്സഹകരണ-ഖിലാഫത്ത് കാമ്പയിൻ ഒരു മതേതര പ്രസ്ഥാനമായിരുന്നില്ല. മറിച്ച്, ബ്രിട്ടീഷ് അടിച്ചമർത്തലിനെ ചെറുക്കുന്നതിനുള്ള ദേശീയ ഐക്യമെന്ന ലക്ഷ്യത്തിൽ ഹിന്ദു-മുസ്ലിം സമുദായങ്ങളുടെ ബോധപൂർവമായ ഒത്തുചേരലായിട്ടാണ് ഇത് മനസിലാക്കപ്പെട്ടത്. എല്ലാ മീറ്റിങ്ങുകളും എല്ലാ പ്രകടനങ്ങളും ഹിന്ദു-മുസ്ലിം സാഹോദര്യത്തിന്റെ മുദ്രാവാക്യങ്ങളും അടയാളങ്ങളുംകൊണ്ട് അടയാളപ്പെടുത്തിയിരുന്നു, ചുവന്ന തുർക്കി (റുമി) തൊപ്പിക്കൊപ്പം പുതിയ വെളുത്ത ഗാന്ധി തൊപ്പിയാണ് ഏറ്റവും സാധാരണമായ കാഴ്ച. ജനപ്രീതിയുള്ള നേതാക്കളുടെ ഒരു മുഴുവൻ തലമുറയുടെ ആവിർഭാവവും ഇത് കണ്ടു, ചിലർ മതപശ്ചാത്തലമുള്ളവരും മറ്റുള്ളവർ ആധുനിക വിദ്യാഭ്യാസമുള്ളവരും എന്നാൽ അവരുടെ പ്രാദേശിക ഗ്രാമീണ സമൂഹത്തിൽ വേരൂന്നിയവരുമായിരുന്നു. ഏറ്റവും ആശ്ചര്യകരമെന്നു പറയട്ടെ, ഒന്നോ രണ്ടോ വർഷം മുമ്പ് ഹിന്ദുക്കളും മുസ്ലീങ്ങളും അക്രമാസക്തമായി ഏറ്റുമുട്ടിയ യു പി, ബീഹാർ തുടങ്ങിയ പ്രദേശങ്ങളിൽ, അവർ ഇപ്പോൾ വമ്പിച്ച ഐക്യദാർഢ്യ പ്രവർത്തനങ്ങളിൽ പങ്കുചേർന്നു.

ഇത് ദേശീയ പ്രസ്ഥാനത്തിന്റെ വ്യത്യസ്തമായ ഒരു രാഷ്ട്രീയ ധ്രുവീകരണത്തിന് കാരണമാകുമായിരുന്നോ? നമ്മൾ ഒരിക്കലും അറിയുകയില്ല. 1922 ൽ, പ്രസ്ഥാനം അതിന്റെ ഉച്ചസ്ഥായിയിലായിരുന്നപ്പോൾ, ഗോരഖ്പൂരിലെ ചൗരി ചൗരയിലെ ഒരു പോലീസ് സ്റ്റേഷൻ ആക്രമിക്കുകയും തീയിട്ട് നശിപ്പിക്കുകയും ചെയ്തു, ഇരുപത്തിരണ്ട് പോലീസു

കാരെ കൊന്നൊടുക്കി. ഗാന്ധി ഉടൻ തന്നെ പ്രസ്ഥാനം പിൻവലിച്ചു. അദ്ദേഹത്തിന്റെ ഒട്ടുമിക്ക കോൺഗ്രസ് സഹപ്രവർത്തകരും ഗാന്ധിയെ വിമർശിച്ചെങ്കിലും, നിയന്ത്രിക്കാനാകാത്ത അണികളുടെ ഊർജ്ജത്തിൽ അവരും അസ്വസ്ഥരായിരുന്നുവെന്ന് ഞാൻ കരുതുന്നു. പ്രസ്ഥാനം തകർന്നു. പക്ഷേ, ഒരിക്കൽ ഇളക്കിവിട്ടതിൽ പിന്നെ ജിന്നിനെ തിരികെ കുപ്പിയിലാക്കാൻ കഴിഞ്ഞില്ല. തിരഞ്ഞെടുപ്പ് ടിക്കറ്റിന്റെയും സർക്കാർ ജോലിയുടെയും കാര്യത്തിലുള്ള തർക്കങ്ങൾ പ്രതികാരത്തോടെ മടങ്ങി. പ്രവിശ്യകൾ തോറും അവർ ഹിന്ദുക്കളോടൊപ്പം ഉറച്ചുനിന്നിരുന്ന മുസ്ലീങ്ങൾ ഇപ്പോൾ കോൺഗ്രസിനെ ഉപേക്ഷിച്ച് സ്വന്തമായി സംഘടനകൾ രൂപീകരിക്കാൻ തുടങ്ങി. കലാപത്തിലേക്ക് പൊട്ടിപ്പുറപ്പെടുന്ന പ്രാദേശിക തർക്കങ്ങളുടെ പഴയ രീതി തിരിച്ചുവരിക മാത്രമല്ല, 1920 കളുടെ പകുതി മുതൽ രാജ്യത്തിന്റെ പല ഭാഗങ്ങളിലും വ്യാപിക്കുകയും ചെയ്തു. അങ്ങനെ, പഞ്ചാബ്, ബംഗാൾ, ബോംബെ, മലബാർ, യുപിയിലെ നിരവധി നഗരങ്ങൾ എന്നിവിടങ്ങളിൽ വലിയ വർഗീയ സംഘർഷങ്ങൾ ഉണ്ടായി, അവയിൽ ഏറ്റവും ഭീകരമായ കലാപം 1931 ൽ കാൺപൂരിൽ നടന്നു. ആത്യന്തികമായി 1947 ലെ രാജ്യ വിഭജനത്തിലേക്ക് നയിച്ച സംഭവങ്ങളുടെ ക്രമം ഇതാണ്.

മതേതരത്വത്തിന്റെ ഉദയം

മുസ്ലീം ലീഗുമായുള്ള ചൂടേറിയ ആശയവിനിമയത്തിനിടയിൽ, കോൺഗ്രസ് എല്ലായ്പ്പോഴും സ്വയം ദേശീയവാദിയാണെന്ന് വിശേഷിപ്പിക്കുകയും അപരനെ വർഗീയവാദിയായി അപലപിക്കുകയും ചെയ്തു. ഇങ്ങനെയായിരുന്നു തുടക്കത്തിൽ എതിർപ്പ് ഉയർന്നത്. എന്നാൽ 1930 കളുടെ അവസാനം മുതൽ മുസ്ലീം ആവശ്യങ്ങൾക്കെതിരെ, ഹിന്ദു താൽപര്യങ്ങളുമായുള്ള ഹിന്ദു മഹാസഭയുടെ വർധിച്ചുവരുന്ന ദൃശ്യതയോടെ, പ്രത്യേകിച്ച് നെഹ്റു, കോൺഗ്രസ് നിലപാടിന് മൂർച്ച കൂട്ടാൻ തുടങ്ങി. മുസ്ലീങ്ങളുടെ വർഗീയതയും ഹിന്ദുക്കളുടെ വർഗീയതയും ഉണ്ടായിരുന്നു, അതിനെതിരെ മതപരമായ വിഭജനങ്ങൾക്കതീതമായ ദേശീയത എന്ന രാഷ്ട്രീയ സങ്കൽപത്തെ നിലനിർത്തുക എന്ന ആശയം കോൺഗ്രസ് ഉയർത്തിപ്പിടിക്കണമെന്ന് അദ്ദേഹം പറഞ്ഞു. ഈ നിലപാടിനെ വിവരിക്കാൻ അദ്ദേഹം 'സെക്കുലർ' എന്ന ഇംഗ്ലീഷ് പദം ഉപയോഗിക്കാൻ തുടങ്ങി. മതേതരവും ജനാധിപത്യപരമായ സ്വതന്ത്ര ഇന്ത്യയ്ക്കായാണ് കോൺഗ്രസ് നിലകൊള്ളുന്നതെന്നും അതിൽ എല്ലാ ഇന്ത്യക്കാർക്കും അവരുടെ മതം നോക്കാതെ തുല്യാവകാശമുണ്ടെന്നും അദ്ദേഹം തറപ്പിച്ചു പറഞ്ഞു. അതിനാൽ, നെഹ്റുവിന്റെ ചിന്താഗതിയിൽ, യഥാർഥ ദേശീയത മതേതരത്വവുമായി പൊരുത്തപ്പെടുകയും മുസ്ലീം, ഹിന്ദു വർഗീയത എന്നിവയെ എതിർക്കുകയും ചെയ്തു.

വിഭജനസമയത്ത് പഞ്ചാബിലെ വർഗീയ കലാപത്തിന്റെ വെറിയും കാശ്മീരിനെച്ചൊല്ലി പാകിസ്ഥാനുമായുണ്ടായ സംഘർഷവും ഉത്തരേന്ത്യയിലെ പൊതുജനാഭിപ്രായത്തെ വഷളാക്കി. മാനസികാവസ്ഥ തിരിച്ചറിഞ്ഞ്, വല്ലഭഭായ് പട്ടേലും രാജേന്ദ്ര പ്രസാദും ഉൾപ്പെടെയുള്ള കോൺഗ്രസിന്റെ മുതിർന്ന നേതാക്കൾ പാകിസ്ഥാനെതിരെ കടുത്ത നിലപാടിലേക്ക് നീങ്ങി. ബ്രിട്ടീഷുകാർ അവശേഷിപ്പിച്ച പൗണ്ട് സ്റ്റെർലിങ്ങിലെ കരുതൽ ശേഖരത്തിൽ പാകിസ്ഥാന്റെ വിഹിതം നൽകുന്നത് താൽക്കാലികമായി നിർത്തിവയ്ക്കാൻ തീരുമാനിച്ചു. 1947 സെപ്റ്റംബറിൽ ഡൽഹിയിലെ വർഗീയ കലാപം തടയാൻ പോയ ഗാന്ധി, താൻ ഇന്ത്യയിലും പാകിസ്ഥാനിലുമാണെന്ന് പ്രഖ്യാപിച്ച് പാകിസ്ഥാനുമായുള്ള ശത്രുത അവസാനിപ്പിക്കാൻ കോൺഗ്രസ് നേതാക്കളോട് ആഹ്വാനം ചെയ്തു. തന്റെ വാദം ഉയർത്തിക്കാട്ടുന്നതിനായി, പാകിസ്ഥാന്റെ അവകാശമായ പണം അനുവദിക്കണമെന്ന് ആവശ്യപ്പെട്ട് ജനുവരി പകുതിയോടെ അദ്ദേഹം ഉപവാസം നടത്തി. കുറച്ച് ദിവസങ്ങൾക്ക് ശേഷം സർക്കാർ വഴങ്ങി. അപ്പോഴാണ് നാഥുറാം ഗോഡ്സെ ഗാന്ധിയെ കൊല്ലാൻ തീരുമാനിച്ചത്.

പൂനയിലെ ചിത്പവൻ ബ്രാഹ്മണ കുടുംബത്തിലാണ് നാഥുറാം ജനിച്ചത്. മൂത്ത മൂന്ന് ആൺമക്കൾ കുട്ടിക്കാലത്ത് മരിച്ചതിനാൽ, കുടുംബത്തിലെ ആൺമക്കളിൽ ദൗർഭാഗ്യം ഉണ്ടെന്ന് വിശ്വസിച്ച മാതാപിതാക്കൾ അവനെ മൂക്ക് കുത്തി (നാഥ്) ഒരു പെൺകുട്ടിയായി വളർത്തി. തൽഫലമായി, അദ്ദേഹത്തിന്റെ യഥാർഥ പേര് രാമചന്ദ്ര എന്നായിരുന്നെങ്കിലും അദ്ദേഹത്തെ നാഥുറാം എന്ന് വിളിക്കാൻ തുടങ്ങി. ഈ ബാല്യകാലാനുഭവം അവനിൽ ധീരതയുടെ പുരുഷപ്രവൃത്തികൾ ചെയ്യാനുള്ള ആഗ്രഹം സൃഷ്ടിച്ചിട്ടുണ്ടോ എന്ന് എനിക്കറിയില്ല. എന്തായാലും, ബാലഗംഗാധര തിലക് ശ്രദ്ധേനാവുകയും വിശ്വനാഥ് രാജ്‌വാഡെയെപ്പോലുള്ള ചരിത്രകാരന്മാർ മറാത്ത ചരിത്രത്തെക്കുറിച്ച് എഴുതാൻ തുടങ്ങുകയും ചെയ്ത കാലം മുതൽ, ശിവജിയെപ്പോലൊരു നേതാവിന്റെ സൈനിക നേതൃത്വത്തിന് കീഴിൽ ഊർജ്ജസ്വലവും പൗരുഷവുമായ ദേശീയത എന്ന ആശയം നിരവധി ബ്രാഹ്മണ യുവാക്കളെ ആകർഷിക്കാൻ തുടങ്ങി. കോളേജിൽ പഠിക്കുമ്പോൾ, കോൺഗ്രസ് പ്രസ്ഥാനത്തിൽ പങ്കെടുത്ത ഗോഡ്സെക്ക് തൊട്ടുകൂടായ്മ, ജാതി വിവേചനം തുടങ്ങിയ ആചാരങ്ങളിൽ നിന്ന് ഹിന്ദുമതം ശുദ്ധീകരിക്കപ്പെടണമെന്ന് ബോധ്യപ്പെട്ടിരുന്നു, എന്നാൽ താമസിയാതെ ഹിന്ദു മഹാസഭയിലേക്കും ആർ എസ് എസിലേക്കും ഗോഡ്സെ നീങ്ങി. വിഭജന സമയത്ത്, ഗാന്ധിജിയുടെ സഹിഷ്ണുതയുടെയും അഹിംസയുടെയും തത്വശാസ്ത്രംമൂലമാണ് മുസ്ലീങ്ങൾക്ക് ഇന്ത്യയെ വിഭജിക്കാൻ സാധിച്ചതെന്ന് അദ്ദേഹം

വിശ്വസിച്ചു. ഗാന്ധിയെ നീക്കം ചെയ്തില്ലെങ്കിൽ, ഹിന്ദുക്കളുടെ താൽപ്പര്യം സംരക്ഷിക്കുന്നതിൽ നിന്ന് ഇന്ത്യൻ സർക്കാരിനെ തടയുന്നത് അദ്ദേഹം തുടരും. ഗോഡ്സെ ഗാന്ധിയെ കൊല്ലാൻ തീരുമാനിച്ചു, അങ്ങനെ ആക്രമിക്കപ്പെടുമ്പോൾ ഹിന്ദുക്കളും അസഹിഷ്ണുക്കളും അക്രമാസക്തരുമാകുമെന്ന് തെളിയിക്കുന്നു.

കോടതിയിൽ തെളിഞ്ഞതുപോലെ ഗാന്ധിവധത്തിനു പിന്നിലെ വിപുലമായ ഗൂഢാലോചനയിൽ കൂടുതൽ ആളുകൾ ഉൾപ്പെട്ടിട്ടില്ലെങ്കിലും, ഹിന്ദുക്കൾ തങ്ങളുടെ ബലഹീനതയെ അതിജീവിച്ച് കൂടുതൽ തീവ്രമായ മുഖം അവതരിപ്പിക്കേണ്ട സമയം അതിക്രമിച്ചിരിക്കുന്നു എന്ന ഗോഡ്സെയുടെ വികാര തീവ്രമായ ശബ്ദം പലരും പങ്കുവെച്ചു. ഈ മനോഭാവത്തിലാണ് ജുനാഗഡ് സംയോജനത്തിന് തൊട്ടുപിന്നാലെ പട്ടേലും കൗശലക്കാരനായ കെ എം മുൻഷിയും ഹിന്ദുക്കൾക്കെതിരായ ആയിരം വർഷത്തെ മുസ്ലീം അക്രമത്തിന്റെ പ്രധാന പ്രതീകമായി ഉയർത്തിപ്പിടിച്ച സോമനാഥ ക്ഷേത്രം പുനർനിർമിക്കുന്നതിൽ മുൻകൈ എടുത്തത്. പട്ടേൽ ആർ എസ് എസിന്റെ ദേശസ്നേഹത്തെ വിളിച്ചറിയിക്കുകയും വിഭജനത്തിലെ അഭയാർഥികൾക്കിടയിൽ ദുരിതാശ്വാസ പ്രവർത്തനങ്ങളിൽ സഹായിക്കാൻ ആർ എസ് എസ് പ്രവർത്തകരെ പ്രോത്സാഹിപ്പിക്കുകയും ചെയ്തു. രാജ്യവിഭജനം തടയുന്നതിൽ പരാജയപ്പെട്ടതിന് ഗാന്ധിയെയും കോൺഗ്രസിനെയും കുറ്റപ്പെടുത്തിക്കൊണ്ട് ഡൽഹിയിലും പഞ്ചാബിലും വലിയ റാലികൾ സംഘടിപ്പിക്കുന്നതിൽ ഹിന്ദു മഹാസഭ വിജയിച്ചു.

എന്നിരുന്നാലും, ഗാന്ധി വധത്തെത്തുടർന്ന് ഭയമെന്ന വികാരം വ്യാപിച്ചു. ആർ എസ് എസിനെ നിരോധിക്കുകയും അതിന്റെ 50,000 സന്നദ്ധപ്രവർത്തകരെ (സ്വയംസേവക്) ജയിലിലടയ്ക്കുകയും ചെയ്തു. ഗോൾവാൾക്കറുടെ അഭ്യർഥനകൾക്ക് ശേഷം, 1949 ജൂണിൽ ആർ എസ് എസ് ഇന്ത്യൻ ഭരണഘടന അനുസരിക്കാൻ തീരുമാനിച്ചപ്പോൾ നിരോധനം നീക്കാൻ പട്ടേൽ സമ്മതിച്ചു. നെഹ്റുവിന്റെ മന്ത്രിസഭയിലെ അംഗമായിരുന്ന ശ്യാമ പ്രസാദ് മുഖർജി ഇടപെട്ട് മഹാസഭയുടെ നിലപാടുകളെ മിതമാക്കാൻ ശ്രമിച്ചതിനാലാണ് ഹിന്ദുമഹാസഭയെ നിരോധിക്കാത്തത്. അദ്ദേഹം പരാജയപ്പെട്ടു പാർട്ടി വിട്ടു. പക്ഷേ, മഹാ സഭയ്ക്ക് ഒരിക്കലും സ്വാധീനം വീണ്ടെടുക്കാനായില്ല. 1951 ൽ, ആദ്യത്തെ പൊതുതിരഞ്ഞെടുപ്പിന് ഏതാനും മാസങ്ങൾക്കുമുമ്പ്, മുഖർജിയെ പ്രസിഡന്റായും ആർ എസ് എസിലെ നിരവധി പ്രധാന അംഗങ്ങൾ മുഖ്യ പ്രവർത്തകരായും ജനസംഘം എന്ന പേരിൽ ഒരു പുതിയ പാർട്ടി രൂപീകരിച്ചു.

ആർ എസ് എസിന്റെ ഗൂഢലക്ഷ്യങ്ങളെക്കുറിച്ച് നെഹ്റുവിന് സംശയമുണ്ടായിരുന്നുവെങ്കിലും, അതിന്റെ പ്രവർത്തകരെ കോൺഗ്ര

സിൽ ചേരാൻ പ്രോത്സാഹിപ്പിക്കുന്നതിലൂടെ സംഘടനയെ മെരുക്കാൻ കഴിയുമെന്ന് പട്ടേൽ വിശ്വസിച്ചു. വിഫലമെങ്കിലും കോൺഗ്രസിന്റെ പ്രവർത്തനങ്ങളിൽ ആർ എസ് എസ് വോളന്റിയർമാരെ പങ്കെടുക്കാൻ അനുവദിക്കണമെന്ന് അദ്ദേഹം ഗോൾവാൾക്കറോട് ആവർത്തിച്ച് ആവശ്യപ്പെട്ടിരുന്നു. നെഹ്റുവിനെ നേരിടാൻ തന്റെ പാർട്ടിക്കുള്ളിലെ യാഥാസ്ഥിതിക വിഭാഗത്തെ ശക്തിപ്പെടുത്തുന്നതിനെക്കുറിച്ചും പട്ടേൽ ചിന്തിച്ചിട്ടുണ്ടാകാം. 1950 ഓഗസ്റ്റിൽ, കോൺഗ്രസ് പ്രസിഡന്റ് തിരഞ്ഞെടുപ്പിൽ സോഷ്യലിസ്റ്റ് നേതാവായ നെഹ്റുവിന്റെ നോമിനി ജെ ബി കൃപലാനിക്കെതിരെ, അറിയപ്പെടുന്ന യാഥാസ്ഥിതികനായ പുരുഷോത്തം ദാസ് ടണ്ടനെ പട്ടേൽ ശക്തമായി പിന്തുണച്ചു. ടണ്ടൻ വിജയിച്ചു. കോൺഗ്രസിന്റെ ആത്മാവിനായി നെഹ്റുവും പട്ടേലും തമ്മിലുള്ള ഈ മത്സരം എങ്ങനെ കൂടുതൽ വികസിക്കുമായിരുന്നുവെന്ന് നമുക്കറിയില്ല, കാരണം 1950 ഡിസംബറിൽ അസുഖബാധിതനായിരുന്ന പട്ടേൽ ഹൃദയാഘാതം മൂലം മരിച്ചു.

നെഹ്റു പാർട്ടിയിലും സർക്കാരിലും പിടിമുറുക്കാൻ തുടങ്ങി. 1951 സെപ്തംബർ ആയപ്പോഴേക്കും ടണ്ടൻ കോൺഗ്രസ് പ്രസിഡന്റ് സ്ഥാനം രാജിവയ്ക്കാൻ നിർബന്ധിതനായി, പകരം നെഹ്റു തിരഞ്ഞെടുക്കപ്പെട്ടു. പാകിസ്ഥാനിൽ ഹിന്ദുക്കൾക്കും സിഖുകാർക്കും എതിരായ ആക്രമണങ്ങളുടെ കഥകൾ ആവേശഭരിതമായി ഉയർന്നുവന്നപ്പോഴും ഇന്ത്യയുടെ മതേതര ജനാധിപത്യത്തെ മതപരമായ വിഭജനങ്ങളാൽ കളങ്കപ്പെടുത്താൻ അനുവദിക്കരുതെന്ന് നെഹ്റു നിർബന്ധം പിടിച്ചു. തെരഞ്ഞെടുപ്പുകളിൽ മതചിഹ്നങ്ങൾ ഉപയോഗിക്കുന്നത് നിരോധിച്ചുകൊണ്ട് അദ്ദേഹം പുതിയ നിയമം കൊണ്ടുവന്നു. ഹിന്ദു മഹാസഭയിലെയും ജനസംഘത്തിലെയും മാത്രമല്ല, കോൺഗ്രസിനുള്ളിലെയും ഹിന്ദു വ്യക്തിനിയമങ്ങളുടെ പരിഷ്കരണത്തെ തടയാനുള്ള ഹിന്ദു യാഥാസ്ഥിതികരുടെ നിരന്തര ശ്രമങ്ങളെയും അദ്ദേഹം എതിർത്തു: അത് എനിക്ക് പിന്നീട് മടങ്ങിവരേണ്ടുന്ന ഒരു കഥയാണ്.

1950 ജനുവരിയിൽ ഇന്ത്യൻ ഭരണഘടന നിലവിൽ വന്നു. അതിൽ 'മതേതരത്വം' എന്ന വാക്ക് പരാമർശിച്ചിരുന്നില്ല. 1976 ൽ അടിയന്തരാവസ്ഥക്കാലത്ത് ഇന്ദിരാഗാന്ധി 'സോഷ്യലിസ്റ്റ്' എന്ന വാക്കിനൊപ്പം ചേർത്തതിനാൽ ആമുഖത്തിൽ ഇന്ന് 'മതേതരത്വം' എന്ന് കാണാം. എന്നാൽ ഭരണഘടനാ നിർമാണ സഭയിൽ, അംബേദ്കർ അതിലൊരു നിർദിഷ്ട അനുച്ഛേദം ഉൾപ്പെടുത്തുന്നതിനെ എതിർത്തു, കാരണം ഭരണകൂടം മതേതരമായതിനാൽ ഭരണകൂടത്തിന് ഒരു മതവുമായും യാതൊരു ബന്ധവുമില്ല എന്നദ്ദേഹം കണക്കാക്കി. നിങ്ങൾക്ക് അറിയാവുന്നതുപോലെ, തൊട്ടുകൂടായ്മയും ജാതീയമായ അടിച്ചമർത്തൽ നിരോധിക്കാ

നും മതപരമായ ആചാരങ്ങൾ പരിഷ്കരിക്കാനും ന്യൂനപക്ഷങ്ങളുടെ മത- സാംസ്കാരിക സ്ഥാപനങ്ങൾ സംരക്ഷിക്കാനും നിയമങ്ങൾ അനു വദിക്കുന്ന ഭരണഘടനയിലെ വ്യവസ്ഥകളെ അംബേദ്കർ ശക്തമായി അനുകൂലിച്ചു. തൽഫലമായി, തന്റെ രാഷ്ട്രീയ വീക്ഷണങ്ങളിൽ അദ്ദേഹം തികഞ്ഞ മതേതരവാദിയാണെങ്കിലും, ഈ ആശയം ഭരണഘടനയിൽ വ്യക്തമാക്കാൻ അദ്ദേഹം ആഗ്രഹിച്ചില്ല, കാരണം, ഞാൻ ഉടൻ വിശ ദീകരിക്കുന്നതുപോലെ, അത് മതമേഖലയിലെ ഭരണകൂട ഇടപെടലിന് തടസ്സമാകുമായിരുന്നു.

യഥാർഥത്തിൽ, 'സെക്കുലറിസം' എന്ന ഇംഗ്ലീഷ് പദത്തിന്റെ ഉപയോഗം ഇന്ത്യൻ സാഹചര്യത്തിൽ അതിന്റെ അർഥമെന്താണെ ന്നും അർഥമാക്കേണ്ടതു എന്താണെന്നും സംബന്ധിച്ച് വളരെയധികം ആശയക്കുഴപ്പങ്ങൾക്ക് കാരണമായിട്ടുണ്ട്. പാശ്ചാത്യ ലോകത്ത് ഈ പദത്തിന്റെ അർഥത്തിൽ നിരവധി വ്യത്യാസങ്ങളുണ്ട്, ഓരോ ഭാഷയ്ക്കും അതിന്റേതായ വാക്ക് ഉണ്ട്. അമേരിക്കൻ സമൂഹത്തിലെ ഭൂരിഭാഗം ആളുകളും അഗാധമായ മതവിശ്വാസികളാണെങ്കിലും യുണൈറ്റഡ് സ്റ്റേ റ്റ്സിൽ, ഭരണകൂടത്തിന്റെ സ്ഥാപനങ്ങളും പ്രവർത്തനങ്ങളും മതത്തിൽ നിന്ന് കർശനമായി വേർപെടുത്തണം എന്നാണ് അർഥമാക്കുന്നതെന്ന് എനിക്കറിയാം. ഫ്രാൻസിൽ, മതത്തിൽ നിന്ന് നിഷ്പക്ഷമായിരിക്കേ ണ്ടത് ഭരണകൂട മാത്രമല്ല, സ്കൂളുകളിലും പൊതുസ്ഥാപനങ്ങളിലും മതപ രമായ അടയാളങ്ങൾ പ്രദർശിപ്പിക്കുന്നത് നിരോധിക്കുകയും ചെയ്യുന്നു. ബ്രിട്ടനും ഹോളണ്ടും ഉൾപ്പെടെ യൂറോപ്പിലെ മറ്റ് പല രാജ്യങ്ങളിലും സ്കാൻഡിനേവിയയിലും രാജാവ് തലവനായി ഒരു ദേശീയ സഭയുണ്ടെ ങ്കിലും സർക്കാർ മതപരമായ കാര്യങ്ങളിൽ ഇടപെടുന്നില്ല. കെമാൽ അത്താതുർക്കിന്റെ കീഴിൽ തുർക്കിയിൽ, മതേതരത്വം എന്നത് പരമ്പ രാഗത ഇസ്ലാമിക സ്ഥാപനങ്ങളെ നിർബന്ധിതമായി അടിച്ചമർത്തലും സംസ്കാരത്തിന്റെ ശക്തമായ പാശ്ചാത്യവൽക്കരണവുമാണ്. മധ്യേഷ്യ യിലെ ജനാധിപത്യരാഷ്ട്രങ്ങളിൽ ഇസ്ലാം അടിച്ചമർത്തപ്പെട്ടതുപോലെ സോവിയറ്റ് യൂണിയനിലും ഓർത്തഡോക്സ് ക്രിസ്ത്യാനിറ്റി അടിച്ചമർത്ത പ്പെട്ടു. ഈ വ്യത്യാസങ്ങൾ ആശ്ചര്യകരമല്ല, കാരണം ചരിത്രപരവും സാംസ്കാരികവുമായ അവസ്ഥകൾ എല്ലായിടത്തും ഒരുപോലെയായിരു ന്നില്ല.

പുതിയ ഭരണകൂടം മതേതരമാകണമെന്ന് ഇന്ത്യയുടെ നേതാ ക്കൾ ആഗ്രഹിച്ചിരുന്നെങ്കിലും, വിദേശ മാതൃകകൾ പ്രാവർത്തികമല്ലെ ന്ന് ഭരണഘടനാ നിർമാണ സമയത്ത് വ്യക്തമായതിനാൽ അതിനു പകരം വ്യത്യസ്തമായ എന്തെങ്കിലും - മതേതരത്വത്തിന്റെ ഒരു ഇന്ത്യൻ

വൈവിധ്യം - കണ്ടുപിടിക്കേണ്ടതുണ്ട് എന്നവർ കരുതി. എന്തായിരുന്നു അങ്ങനെ നിലവിൽ വന്ന ഈ ഇന്ത്യൻ മതേതരത്വം?

അഭിസംബോധന ചെയ്യേണ്ട അടിസ്ഥാന യാഥാർഥ്യങ്ങളിലൊന്ന്, വ്യക്തിഗത അവകാശങ്ങളെക്കുറിച്ചുള്ള ലിബറൽ ആശയം വ്യക്തിഗത പൗരന്മാർക്ക് ബാധകമാണെങ്കിലും, ഇന്ത്യയിലെ മതം വ്യക്തിപരമായ വിശ്വാസത്തിനേക്കാൾ സാമുദായിക ആചാരങ്ങളാണ്. ഇത് ഭരണഘടനയിൽ കണക്കിലെടുക്കേണ്ടതായിരുന്നു. അത് ഓരോ വ്യക്തിക്കും മനസ്സാക്ഷിയുടെ സ്വാതന്ത്ര്യവും സ്വതന്ത്രമായി മതം ആചരിക്കാനും വിശ്വസിക്കാനും പ്രചരിപ്പിക്കാനുമുള്ള അവകാശവും ഉറപ്പുനൽകി. എന്നാൽ അതേ സമയം, ഒരു മതപരമായ ആചാരവുമായി ബന്ധപ്പെട്ട ഏതെങ്കിലും സാമ്പത്തിക, രാഷ്ട്രീയ, അല്ലെങ്കിൽ മറ്റ് മതേതര പ്രവർത്തനങ്ങളെ നിയന്ത്രിക്കാനും ഹിന്ദു മതസ്ഥാപനങ്ങളെ പരിഷ്കരിക്കാനും എല്ലാ ഹിന്ദുക്കൾക്കും തുറന്നുകൊടുക്കാനുമുള്ള അധികാരം ഭരണകൂടത്തിന് ലഭിച്ചു. ഇത് മതത്തിലെ ഭരണകൂട ഇടപെടൽ വ്യക്തമാക്കും. ഇന്ത്യയിലെ മതസ്ഥാപനങ്ങളുടെ നടത്തിപ്പ് പൊതുവിഷയമാണെന്നും മതപരമായ കാര്യങ്ങളിൽപോലും വ്യക്തികളുടെ അവകാശങ്ങൾ ഉറപ്പാക്കാൻ ഭരണകൂടത്തെ ഇടപെടാൻ അനുവദിക്കണമെന്നുമായിരുന്നു ആദ്യ നിയന്ത്രണത്തിന്റെ ന്യായീകരണം. രണ്ടാമത്തെ ഇടപെടലിന്റെ ശക്തി ഹിന്ദു മതത്തിൽ മാത്രമായി പരിമിതപ്പെടുത്തിയിരിക്കുന്നു, കാരണം മറ്റ് പ്രധാന മതങ്ങളൊന്നും മതപരമായ തത്വമെന്ന നിലയിൽ, ഏതെങ്കിലും വിഭാഗത്തിലെ വിശ്വാസികളെ അവരുടെ മതസ്ഥാപനങ്ങളിൽ നിന്ന് ഒഴിവാക്കിയില്ല.

ജീവിതത്തിൽ എല്ലാം മതത്താൽ നിയന്ത്രിക്കപ്പെട്ട പഴയ ക്രമം തുടരാൻ അനുവദിക്കരുതെന്ന് അംബേദ്കർ ഊന്നിപ്പറഞ്ഞു. മതം വിശ്വാസങ്ങളെയും ആചാരാനുഷ്ഠാനങ്ങളെയും മാത്രം പരിഗണിക്കണം. മറ്റെല്ലാ കാര്യങ്ങളിലും, സാമൂഹിക പുരോഗതി ഉറപ്പാക്കാൻ നിയമങ്ങൾ ഉണ്ടാക്കാൻ ഭരണകൂടത്തെ അനുവദിക്കണം. എന്നിരുന്നാലും, വ്യക്തികളുടെ മതസ്വാതന്ത്ര്യത്തിന് പുറമെ, ഭരണകൂടത്തിന്റെ ഇടപെടലിന്റെ ശക്തിയാൽ പരിമിതപ്പെടുത്തിയിരിക്കുന്ന, ഭരണഘടന മതസമൂഹങ്ങളുടെ അവകാശങ്ങളും അംഗീകരിച്ചിട്ടുണ്ട്. അങ്ങനെ എല്ലാ മതവിഭാഗങ്ങൾക്കും (സംപ്രാദായ്) മതസ്ഥാപനങ്ങൾ സ്ഥാപിക്കാനും പരിപാലിക്കാനും, സ്വന്തം മതകാര്യങ്ങൾ കൈകാര്യം ചെയ്യാനും, നിയമം അനുസരിച്ച് സ്വത്ത് സ്വന്തമാക്കാനും നിയന്ത്രിക്കാനും അവ കാശം നൽകപ്പെട്ടു. കൂടാതെ, മതപരവും ഭാഷാപരവുമായ ന്യൂനപക്ഷങ്ങൾക്ക് അവരുടേതായ വിദ്യാഭ്യാസ സ്ഥാപനങ്ങൾ സ്ഥാപിക്കാനും പരിപാലിക്കാനും ഇത് അനുവദിക്കുകയും സാമ്പത്തിക സഹായം നൽകുന്നതിൽ വിവേചനം കാണിക്കുന്നതിൽ നിന്ന് ഭരണകൂടത്തെ വിലക്കുകയും

ചെയ്തു. കൗതുകകരമെന്നു പറയട്ടെ, പൂർണമായി ഭരണകൂട ഫണ്ടുകൾ ഉപയോഗിച്ച് പരിപാലിക്കുന്ന ഒരു സ്ഥാപനത്തിലും മതപരമായ പ്രബോധനം ഭരണഘടന നിരോധിച്ചിട്ടുണ്ടെങ്കിലും, ഒരു മതപരമായ എൻഡോവ്മെന്റോ ട്രസ്റ്റോ സ്ഥാപിച്ച സ്കൂളുകളിലും കോളേജുകളിലും സർക്കാർ ഗ്രാന്റുകൾ ലഭിച്ചാലും അത്തരം പരിപാടികൾ നടത്താൻ അനുമതി നൽകിയിട്ടുണ്ട്, എന്നാൽ വ്യക്തിഗതമായി വിദ്യാർഥികൾ അവരുടെ ആഗ്രഹങ്ങൾക്ക് വിരുദ്ധമായി അത്തരം സെഷനുകളിൽ പങ്കെടുക്കാൻ നിർബന്ധിക്കപ്പെടരുത് എന്ന നിബന്ധനയോടെ. ഭരണകൂടത്തിന്റെ നിഷ്പക്ഷതയെ വ്യക്തിപരവും കൂട്ടായതുമായ മതസ്വാതന്ത്ര്യവുമായി സന്തുലിതമാക്കാനുള്ള ഭരണഘടനാ നിർമാതാക്കളുടെ സങ്കീർണമായ ശ്രമമായിരുന്നു ഇത്.

ഇന്ത്യൻ സെക്യുലറിസമായി ഉയർന്നുവന്നത് ലോകത്തെവിടെയുമുള്ള മതേതര രാഷ്ട്രത്തിന്റെ നിർവചനങ്ങൾക്ക് യോജിച്ച ഒന്നല്ല. മതത്തിൽ ഇടപെടാൻ ഭരണകൂടത്തെ അനുവദിച്ചതിനാൽ അതിൽ കർശനമായ വേർതിരിവും ഉണ്ടായില്ല. അതേസമയം, ഭരണകൂടം വിവിധ മതങ്ങൾക്കിടയിൽ പൂർണമായും നിഷ്പക്ഷമായിരുന്നില്ല, കാരണം അത് ചില മതങ്ങളിൽ മറ്റുള്ളവയേക്കാൾ കൂടുതൽ ഇടപെട്ടു. സാമൂഹികവും രാഷ്ട്രീയവുമായ പരിഗണനകൾ വ്യത്യസ്തമായതിനാൽ ഇത് അനിവാര്യമാണെന്നാണ് വാദം. വ്യക്തിസ്വാതന്ത്ര്യവും സമത്വവും ഉറപ്പാക്കാനും ജാതി അടിച്ചമർത്തൽ അവസാനിപ്പിക്കാനും ഹിന്ദു നിയമങ്ങളുടെ പുരോഗമനപരമായ പരിഷ്കരണത്തിന്റെ ആവശ്യകതയ്ക്ക് പാർലമെന്റിന്റെ അടിയന്തര നടപടി ആവശ്യമാണ്. മറുവശത്ത്, വിഭജനത്തെ തുടർന്നുള്ള രാഷ്ട്രീയ അന്തരീക്ഷം, പാർലമെന്റിലെ ഹിന്ദു ഭൂരിപക്ഷം അവരുടെ മതപരവും സാംസ്കാരികവുമായ സ്ഥാപനങ്ങളിൽ ഇടപെടില്ലെന്ന് രാഷ്ട്രീയ നേതൃത്വത്തിന് ന്യൂനപക്ഷ സമുദായങ്ങൾക്ക് ഉറപ്പ് നൽകേണ്ടത് അനിവാര്യമാക്കി: അവരുടെ സമ്മതമില്ലാതെ മാറ്റങ്ങളൊന്നും ഉണ്ടാകില്ല. പാശ്ചാത്യ രാജ്യങ്ങളിലെ സ്റ്റാൻഡേർഡ് നിർവചനങ്ങൾക്ക് പകരം, ഇന്ത്യൻ സെക്യുലറിസം സർവധർമ സമഭാവ് അല്ലെങ്കിൽ എല്ലാ മതങ്ങളോടും തുല്യമായ ബഹുമാനം എന്ന പദത്താൽ വിശേഷിപ്പിക്കപ്പെടാൻ തുടങ്ങി. ഔദ്യോഗിക ചടങ്ങുകൾ മതചിഹ്നങ്ങളെ ഒഴിവാക്കുന്നതിനു പകരം, ഇന്ത്യയിൽ ആചരിക്കുന്ന എല്ലാ പ്രധാന മതങ്ങളുടെയും ഒരേ വേദിയിലെ സാന്നിധ്യമാണ് അടയാളപ്പെടുത്തപ്പെട്ടത്.

മതേതരത്വത്തിന്റെ കുഴപ്പങ്ങൾ

ഈ വൈരുധ്യാത്മക തത്ത്വങ്ങൾക്കെല്ലാം ഇടയിൽ സ്ഥിരതയുള്ള പാതയിലൂടെ സഞ്ചരിക്കുന്നതിനുള്ള പ്രതിസന്ധി 1950 കളുടെ തുടക്കം

മുതൽ വ്യക്തമായി. കൗതുകകരമെന്നു പറയട്ടെ, മതനിരപേക്ഷതയെ ക്കുറിച്ചുള്ള തർക്കങ്ങൾ തീർപ്പാക്കിയത് കോടതികളിലെന്നപോലെ രാഷ്ട്രീയരംഗത്തല്ല. മതവുമായി ഇടപഴകാൻ അധികാരം നൽകുന്നതിന് നിയമങ്ങൾ നിർമിക്കാൻ ഭരണകൂടം തീരുമാനിച്ചതോടെ, ഇന്ത്യയിലെ മതനിരപേക്ഷത നിയമകേന്ദ്രിതമായി. മതസ്ഥാപനങ്ങളുടെ പ്രവർത്തനങ്ങളിൽ ഭരണകൂടത്തിന് ന്യായമായ ഇടപെടൽ നടത്താമെന്നും, അതിനപ്പുറത്തുള്ള കാര്യങ്ങൾ മതാധികാരികളുടെ കൈകളിൽ ഏൽപിക്കണമെന്നുള്ളതിൽ കൃത്യമായ രേഖ നിർണയിക്കുന്നതെങ്ങനെ എന്നതായിരുന്നു അടിസ്ഥാന പ്രശ്നം. മതഗ്രന്ഥങ്ങളും ആചാരങ്ങളും വ്യാഖ്യാനിച്ചും ആ മതത്തിന് അത്യന്താപേക്ഷിതമായത് എന്താണെന്ന് തീരുമാനിച്ചും ജഡ്ജിമാർ ഈ രേഖ നിർവചിക്കാനും വരയ്ക്കാനും തുടങ്ങി. അത്യന്താപേക്ഷിതമായത് ഭരണകൂടം ഇടപെടരുത്, അതേസമയം മതത്തിന് അനുബന്ധമായ ആ പ്രവർത്തനങ്ങൾ സർക്കാർ നടപടിയിലൂടെ പരിഷ്കരിക്കാനോ ഏറ്റെടുക്കാനോ അല്ലെങ്കിൽ നിർത്തലാക്കാനോ കഴിയും.

ബഹുഭാര്യത്വം പല ഹിന്ദുധർമ്മശാസ്ത്ര ഗ്രന്ഥങ്ങളും അനുവദിച്ചിട്ടുണ്ട്. അതുപോലെതന്നെ മുസ്ലീം നിയമവും അതനുവദിക്കുന്നുണ്ട്. പക്ഷേ ഹിന്ദുക്കൾക്കിടയിൽ മാത്രം ഇത് ഭരണകൂടം നിരോധിച്ചിരിക്കുന്നു. ഇത് വിവേചനപരമായിരുന്നില്ലേ? ഇതിനെതിരെ കോടതികളിൽ കേസുകൾ ഫയൽ ചെയ്യപ്പെട്ടിട്ടുണ്ട്. മതപരമായ ആചാരങ്ങളിൽ മാറ്റം വരുത്താൻ ഒരു സമൂഹം എത്രത്തോളം തയ്യാറാണ് എന്നതിനെ ആശ്രയിച്ചാണ് ഫലപ്രദമായ സാമൂഹിക പരിഷ്കരണമെന്ന് നിർദേശിച്ചുകൊണ്ട് കോടതി ഭരണകൂടത്തിന്റെ നടപടിയെ ന്യായീകരിച്ചു. നിലവിൽ ഇന്ത്യയിൽ, അത്തരം മാറ്റങ്ങൾ അംഗീകരിക്കാൻ മുസ്ലീങ്ങളെക്കാൾ ഹിന്ദുക്കൾ തയ്യാറായിരുന്നു. ജാതി വ്യത്യാസമില്ലാതെ എല്ലാ ഹിന്ദുക്കളെയും ക്ഷേത്രത്തിൽ ആരാധിക്കാൻ അനുവദിക്കുന്നത് മതത്തിന്റെ പവിത്രമായ നിയമങ്ങളെ ലംഘിക്കുമെന്ന് വാദിച്ചുകൊണ്ട് ക്ഷേത്രപ്രവേശന വിഷയത്തിൽ, കാനോനിക്കൽ ഗ്രന്ഥങ്ങളും സ്ഥാപിത ആചാരങ്ങളും ഉദ്ധരിച്ച് ഇന്ത്യയിലുടനീളമുള്ള നിരവധി കോടതികളിൽ നിരവധി കേസുകൾ ഉണ്ടായിരുന്നു, പ്രതികരണമായി, കോടതികൾ ചിലപ്പോൾ ഈ നിയമങ്ങൾ ശരിയായ മതത്തിന്റെ ഭാഗമല്ലെന്നും രാജ്യത്തെ പരമാധികാര നിയമനിർമാണ അതോറിറ്റിയായ പാർലമെന്റിന് മാറ്റാൻ കഴിയുന്ന മതം അംഗീകരിച്ച നിയമങ്ങളാണെന്നും വാദിച്ചു. മറ്റ് സമയങ്ങളിൽ, വ്യത്യസ്ത ജാതിക്കാർക്ക് വ്യത്യസ്ത ദൂരങ്ങളിൽ നിന്നോ വ്യത്യസ്ത സമയങ്ങളിൽ നിന്നോ ദൈവത്തെ ആരാധിക്കാൻ അനുവദിക്കുന്നത് പോലെയുള്ള വിട്ടുവീഴ്ച്ക്ക്

ഇടം കണ്ടെത്തുന്നതിനായി മതഗ്രന്ഥങ്ങളെ വ്യാഖ്യാനിക്കാൻ ജഡ്ജി മാർ ശ്രമിച്ചു.

തങ്ങളെ മതന്യൂനപക്ഷങ്ങളായി കണക്കാക്കണമെന്നും ഹിന്ദുമ തത്തിൽ ഉൾപ്പെടുത്തരുതെന്നും ആവശ്യപ്പെട്ട് പ്രത്യേക വിഭാഗങ്ങൾ കോടതിയെ സമീപിച്ചിട്ടുണ്ട്. ഇത്തരം കേസുകൾ തീർപ്പാക്കുമ്പോൾ, പ്രത്യേക മതമായി പരിഗണിക്കപ്പെടുന്നതിന് ഹിന്ദുമതത്തിൽ നിന്ന് വേണ്ടത്ര അകന്നവരാണോ അല്ലയോ എന്ന് വിധിക്കാൻ ഈ വിഭാഗ ത്തിന്റെ സിദ്ധാന്തങ്ങളുടെയും ആചാരങ്ങളുടെയും തെളിവുകൾ കോടതി കൾ സൂക്ഷ്മിനോക്കിയിട്ടുണ്ട്. സ്വാമിനാരായണ സമ്പ്രദായവും രാമകൃഷ്ണ മിഷനും പരാജയപ്പെട്ടപ്പോൾ ബ്രഹ്മസമാജം ഈ പരീക്ഷ വിജയിച്ചു. ഗുജറാത്തിലെയും രാജസ്ഥാനിലെയും ഹിന്ദു ജാതികളുമായി അവരുടെ സാമൂഹിക ബന്ധങ്ങളിൽ നന്നായി ഇഴചേർന്നിരിക്കുന്ന ജൈനർ, ഭര ണഘടനയാൽ ഹിന്ദു നിയമത്തിന്റെ അധികാരപരിധിക്ക് കീഴിലായി. ജൈനമതം ഹിന്ദുമതത്തിന്റെ ഭാഗമല്ലെന്ന് 2006 ൽ സുപ്രീം കോടതി പ്രഖ്യാപിക്കുകയും 2014 ൽ ജൈനരെ ഇന്ത്യയിലെ ആറാമത്തെ ന്യൂന പക്ഷ സമുദായമായി ഇന്ത്യാ ഗവൺമെന്റ് അംഗീകരിക്കുകയും ചെയ്തു. അടുത്തിടെ, കർണാടകയിലെ ചില ലിംഗായത്ത് നേതാക്കൾ ലിംഗായ ത്ത് ഹിന്ദുമതത്തിൽ നിന്നും ലിംഗായത്തുകൾ ഉൾപ്പെടുന്ന വിശാലമായ വീരശൈവ വിശ്വാസത്തിൽനിന്നും വേറിട്ട ഒരു ന്യൂനപക്ഷ മതമാണെ ന്ന് അവകാശപ്പെടാൻ ഒരു പ്രക്ഷോഭം ആരംഭിച്ചു. ആർക്കറിയാം, ഈ കാര്യവും ഒടുവിൽ കോടതിയിൽ തീർപ്പായേക്കാം.

തങ്ങളെ ഹിന്ദുമതത്തിൽ നിന്ന് ഒഴിവാക്കണമെന്നും ന്യൂനപക്ഷ മതവിഭാഗമായി പരിഗണിക്കണമെന്നും ആവശ്യപ്പെട്ട് ചില വിഭാഗീയ സംഘടനകൾ കോടതിയെ സമീപിച്ചതിന്റെ കാരണം തികച്ചും അവസ രവാദമാണ്. സ്കൂളുകളും കോളേജുകളും നടത്തുന്നതുപോലുള്ള അവരുടെ മതേതര പ്രവർത്തനങ്ങളിൽ സർക്കാർ ഇടപെടുന്നത് ഒഴിവാക്കാനായി രുന്നു അത്. ഭരണഘടന അത്തരം ഇടപെടൽ അനുവദിക്കുന്നുണ്ടെങ്കി ലും ന്യൂനപക്ഷ മതവിഭാഗങ്ങളുടെ വിദ്യാഭ്യാസ-സാംസ്കാരിക സ്ഥാപ നങ്ങൾക്ക് സർക്കാർ സഹായം ലഭിക്കുമ്പോഴും സ്വയംഭരണാവകാശം ഉറപ്പുനൽകുന്നു. ബ്രഹ്മസമാജമോ രാമകൃഷ്ണ മിഷനോ ഉപയോഗിക്കാൻ ആഗ്രഹിച്ച നിയമജാലകമാണിത്. ഇന്ത്യയിലെ ന്യൂനപക്ഷ അവകാ ശങ്ങളെക്കുറിച്ചുള്ള ഒരാളുടെ നിലപാട് എന്തുതന്നെയായാലും, ഈ കോടതി കേസുകളിൽ മതം ഒരു കുതന്ത്രം മാത്രമായിരുന്നുവെന്ന് സമ്മ തിക്കണം: ആ പ്രചോദനത്തിന് മതവുമായി യാതൊരു ബന്ധവുമില്ല.

മതത്തിന്റെ സാരാംശം നിർവചിക്കുന്നതിൽ, ന്യായാധിപന്മാർ മതത്തിന്റെ അമൂർത്തമായ ദാർശനിക സങ്കൽപ്പത്തിന് മുൻതൂക്കം

നൽകി, അവ മതഗ്രന്ഥങ്ങളുടെ ആധുനിക വ്യാഖ്യാനങ്ങളാൽ പിന്തു ണയ്ക്കപ്പെട്ടു, മാത്രമല്ല കേവലം അന്ധവിശ്വാസമായി തോന്നുന്ന ജനപ്രിയ ആചാരങ്ങളെ നിരാകരിക്കുകയും ചെയ്തു. 1947 ൽ മദ്രാസ് പ്ര വിശ്യയിൽ സ്ത്രീകളെ ക്ഷേത്രങ്ങളിൽ ബന്ധിപ്പിച്ച് ദേവസന്നിധിയിൽ നൃത്തം ചെയ്യാൻ നിർബന്ധിക്കുന്ന ദേവദാസി സമ്പ്രദായം നിയമംമൂലം നിരോധിച്ചപ്പോൾ, ആ സ്ഥാപനം ആചാരപരമായി അനുവദനീയമായ വേശ്യാവൃത്തിയല്ലാതെ മറ്റൊന്നുമല്ലെന്ന് കോടതികൾ പ്രഖ്യാപിച്ചു. 1949 ൽ ബോംബെ ഗവൺമെന്റ്, ഒരു വിഭാഗത്തിൽ നിന്നോ സമുദാ യത്തിൽ നിന്നോ ഉള്ള അംഗങ്ങളെ പുറത്താക്കുന്നത് നിരോധിച്ചുകൊ ണ്ട് ഒരു നിയമം പാസാക്കി. ദാവൂദി ബൊഹ്റ സമുദായത്തിന്റെ സ്വന്തം കാര്യങ്ങൾ കൈകാര്യം ചെയ്യാനുള്ള അവകാശത്തിൽ ഇത് നിയമ വിരുദ്ധമായ ഇടപെടലാണെന്ന് ആരോപിച്ച് ദാവൂദി ബൊഹ്റ സമു ദായത്തിന്റെ തലവൻ കോടതിയെ സമീപിച്ചപ്പോൾ, ബഹിഷ്കരണം മതത്തിന്റെ അവിഭാജ്യ ഘടകമല്ലെന്ന് ബോംബെ ഹൈക്കോടതി തീരു മാനിച്ചു. ചില ഭരണകൂടങ്ങൾ ക്ഷേത്രങ്ങളിൽ മൃഗബലി നിരോധിച്ചു, ഈ ആചാരം യഥാർഥ ഹിന്ദുമതവുമായി പൊരുത്തപ്പെടാത്ത പ്രാകൃതമായ ആരാധനയെ പ്രതിനിധീകരിക്കുന്നു എന്ന കാരണമാണ് ചൂണ്ടിക്കാണി ച്ചത്. പല ജഡ്ജിമാരും ഞാൻ നേരത്തെ പറഞ്ഞ അദ്വൈത വേദാന്ത ത്തിന്റെ തത്ത്വചിന്തയുടെ അടിസ്ഥാനത്തിൽ ഹിന്ദുമതത്തിന്റെ സത്ത യെക്കുറിച്ച് ദീർഘമായി വിശദീകരിക്കാൻ പ്രവണത കാണിക്കുന്നു.

എന്തുകൊണ്ടാണ് ഒരു മതേതര രാഷ്ട്രത്തിന്റെ കോടതികൾ സത്യ വും വ്യാജവുമായ മതങ്ങളെ നിർവചിക്കുന്ന ഈ തർക്ക മേഖലയിലേക്ക് പ്രവേശിച്ചത്? അവർക്ക് നിയമത്തെ ലളിതമായി പിന്തുടരാമായിരുന്നു, അവർ പുരോഗമനപരമായ ഭരണകൂട ഇടപെടലിനെ പിന്തുണയ്ക്കുന്നില്ല എന്ന വസ്തുത കണക്കിലെടുത്ത്, ഇടപെടാൻ കഴിയുന്ന മതസ്ഥാപന ങ്ങളുടെ മതേതര പ്രവർത്തനങ്ങൾ നിർണയിക്കാൻ ഭരണഘടന ഭരണ കൂടത്തിന് അധികാരം നൽകിയിട്ടുണ്ടെന്ന് പ്രഖ്യാപിക്കുകയും ചെയ്തു. എന്നാൽ കോടതികൾ ആ വഴി സ്വീകരിക്കേണ്ടെന്ന് തീരുമാനിച്ചു. ഇതിന് രണ്ട് കാരണങ്ങളുണ്ടെന്ന് ഞാൻ കരുതുന്നു.

ഒന്നാമതായി, സ്വതന്ത്ര ഇന്ത്യയിലെ ദേശീയ നേതൃത്വം രൂപീക രിച്ച വിദ്യാസമ്പന്നരായ ഉന്നത- മധ്യവർഗ- വരേണ്യവർഗത്തിൽ പെട്ട ഹൈക്കോടതി ജഡ്ജിമാർ, തങ്ങളുടെ പുതിയ റിപ്പബ്ലിക്കിനെ അത്താ തുർക്കിന്റെ തുർക്കിയുടെ രീതിയിൽ അല്ലെങ്കിൽ സോവിയറ്റ് യൂണിയൻ രീതിയിൽ മതത്തെ നശിപ്പിക്കുന്നതായി ചിന്തിക്കാൻ ആഗ്രഹിച്ചില്ല. പൗരന്മാരുടെയും സമുദായങ്ങളുടെയും മതസ്വാതന്ത്ര്യത്തെ ബഹുമാനി ക്കുന്ന ലിബറൽ പാത നയിക്കാൻ അവർ ആഗ്രഹിച്ചു. എന്നാൽ മത

പരമായ അവകാശങ്ങൾ സംബന്ധിച്ച തർക്കങ്ങൾ ഉണ്ടാകുമ്പോൾ എന്താണ് സംഭവിക്കുന്നത്? ആരാണ് മധ്യസ്ഥത വഹിക്കുന്നത്? രാജാക്കന്മാരുടെ കാലത്ത് എന്ത് ചെയ്യുമായിരുന്നു എന്ന് ജഡ്ജിമാർ ചിന്തിച്ചിരുന്നു എന്ന് എനിക്ക് തോന്നുന്നു, പ്രത്യേകിച്ചും ഹിന്ദുക്കൾക്ക് ക്രിസ്ത്യൻ പള്ളിയോ അംഗീകൃത ഉലമാ സംഘടനകളോ പോലുള്ള വിപുലമായ മതസ്ഥാപനങ്ങൾ ഇല്ലായിരുന്നു. പഴയ കാലത്ത് മതനേതാക്കൾ തങ്ങളുടെ തർക്കങ്ങൾ രാജാവിന്റെ അടുക്കൽ എത്തിക്കുന്നത് അദ്ദേഹം നിഷ്പക്ഷമായ ഒരു പരിഹാരം നൽകുമെന്ന പ്രതീക്ഷയോടെയാണ്. ഇപ്പോൾ ബ്രിട്ടീഷുകാർ വിട്ടുപോയപ്പോൾ, നമ്മുടെ ജഡ്ജിമാർ കോടതിയെ പക്ഷപാതരഹിതവും എന്നാൽ സാമൂഹികമായി പുരോഗമനപരവുമായ ഒരു രാജാവിന്റെ റോളായി കണക്കാക്കാൻ തുടങ്ങി.

രണ്ടാമതായി, ബ്രിട്ടീഷ് ഇന്ത്യയിലെ കോടതികളിൽ ജഡ്ജിമാർ ഇത്തരം കാര്യങ്ങളിൽ എങ്ങനെ ന്യായവാദം നടത്തി എന്നതിന്റെ തൊട്ടുമുൻപുള്ള ഒരു മാതൃക ഉണ്ടായിരുന്നു. പത്തൊൻപതാം നൂറ്റാണ്ടിന്റെ തുടക്കത്തിൽ ഈസ്റ്റ് ഇന്ത്യാ കമ്പനി തങ്ങളുടെ കോടതികളിൽ ഉപയോഗിക്കുന്നതിനായി ഹിന്ദു, മുസ്ലീം നിയമസംഹിതകൾ സമാഹരിക്കാൻ ഏർപ്പാടാക്കിയ കാലം മുതൽ, ബ്രിട്ടീഷ് ജഡ്ജിമാർ ഈ പരമ്പരാഗത നിയമങ്ങളുടെ വ്യാഖ്യാനം അവരുടെ വിധിന്യായങ്ങളിൽ ഉൾപ്പെടുത്തുന്ന രീതി ആരംഭിച്ചു. വിദേശ ജഡ്ജിമാർ അജ്ഞത കൊണ്ടല്ല പ്രവർത്തിക്കുന്നതെന്ന കാര്യത്തിൽ ഇന്ത്യൻ വ്യവഹാരക്കാർ തൃപ്തരാകും. തൽഫലമായി, സ്വാതന്ത്ര്യസമയത്ത്, ഹിന്ദുക്കളുടെയും മുസ്ലീങ്ങളുടെയും വ്യക്തിപരവും മതപരവുമായ നിയമങ്ങളെക്കുറിച്ചുള്ള നിയമപരമായ മുൻവിധികൾ മതഗ്രന്ഥങ്ങളുടെ ഈ ജുഡീഷ്യൽ വ്യാഖ്യാനങ്ങളാൽ നിറഞ്ഞിരുന്നു. ഈ മുൻവിധികളുമായി ആഴത്തിൽ പരിചിതരായ ഇന്ത്യൻ ജഡ്ജിമാർ, സ്വാതന്ത്ര്യത്തിനു ശേഷവും ഇതേ സമ്പ്രദായം തുടർന്നു, അതേ ഭാഷാ പദപ്രയോഗം പിന്തുടരുന്നു. ഇന്നത്തെ നമ്മുടെ കോടതി വിധികളിൽ ഉപയോഗിക്കുന്ന ഭാഷ വായിച്ചാൽ, മിക്ക ജഡ്ജിമാരും അവരുടെ ധർമശാസ്ത്രം ഇംഗ്ലീഷ് പരിഭാഷയിൽ വായിക്കുകയും കൊളോണിയൽ കാലത്ത് ബ്രിട്ടീഷ് ജഡ്ജിമാരെപ്പോലെ ഇന്ത്യൻ മതങ്ങളെക്കുറിച്ച് വാദിക്കുകയും ചെയ്യുന്നത് നിങ്ങൾ ശ്രദ്ധിക്കും. ഭൂതകാലത്തിലെ സ്മാർത്ത ബ്രാഹ്മണർ (തീർച്ചയായും, എന്നെ തീർത്തും വെറുക്കുന്നവർ) അവരുടെ ഇടപാടുകാർക്ക് സ്വീകാര്യമായ ഒരു ഒത്തുതീർപ്പിലെത്താൻ (വ്യവസ്ത) യുക്തിസഹമായ വാദങ്ങൾ മറികടന്ന് അവരുടെ കക്ഷികൾക്ക് വേണ്ടി സങ്കീർണമായ വാദങ്ങൾ മെനയുന്നതിനെക്കുറിച്ച് ഞാൻ പലപ്പോഴും ചിന്തിക്കാറുണ്ട്. അവർ എല്ലായ്പ്പോഴും പക്ഷപാതമില്ലാത്തവരായിരുന്നില്ലെങ്കിലും, അവർ അവ രുടെ കാലത്തെ സമൂഹത്തിൽ പെ

ട്ടവരായിരുന്നു, അതിനാൽ ഇന്നുള്ള ജഡ്ജിമാരെ പോലെ വിശേഷപ്പെട്ട ബൗദ്ധിക സ്ഥാനത്ത് നിന്ന് സംസാരിക്കുന്നതായി അവർ ഭാവിച്ചില്ല.

ബ്രിട്ടീഷുകാർ, പ്രത്യേകിച്ച് 1857 ന് ശേഷം, ഇന്ത്യൻ മതത്തിന്റെ കാര്യങ്ങളിൽ കൊളോണിയൽ ഭരണകൂടത്തെ ഉൾപ്പെടുത്താതിരിക്കാൻ പരമാവധി ശ്രമിച്ചെങ്കിലും, നാട്ടുരാജ്യങ്ങളിൽ കാര്യങ്ങൾ തികച്ചും വ്യത്യസ്തമായിരുന്നു. ഭരണാധികാരി ഹിന്ദു ആയിരുന്നിടത്ത്, അദ്ദേഹം പലപ്പോഴും ക്ഷേത്രങ്ങളുടെ മുഖ്യ രക്ഷാധികാരിയായിരുന്നു, അവയുടെ നടത്തിപ്പിൽ അടുത്തിടപഴകുകയും മതപരമായ ചടങ്ങുകളിൽപോലും പ്രധാന പങ്ക് വഹിക്കുകയും ചെയ്തു. ഭരണകൂടങ്ങളെ ഇന്ത്യൻ യൂണിയനിൽ സംയോജിപ്പിച്ചതിനുശേഷം, മതസ്ഥാപനങ്ങളിലെ രാജകുമാരന്മാരുടെ സ്ഥാനം എന്ന ചോദ്യം ഉയർന്നു. മിക്ക കേസുകളിലും, ആചാരപരമായ ചടങ്ങുകൾ മുമ്പത്തെപ്പോലെ തന്നെ തുടർന്നു, ക്ഷേത്രങ്ങളുടെ നടത്തിപ്പിൽ മുൻ ഭരണാധികാരിയുടെ പങ്കുപോലെ, സാമ്പത്തികവും ഭരണപരവുമായ മേൽനോട്ടം വഹിക്കാൻ സർക്കാർ പലപ്പോഴും സ്വന്തം ഉദ്യോഗസ്ഥരെ നിയമിച്ചു. എന്നാൽ തിരുവിതാംകൂർ, കൊച്ചി ഭരണകൂടങ്ങളിൽ, ദേവസ്വം ചെലവുകൾ എന്ന തലക്കെട്ടിൽ വലിയ തുകകൾ ഭരണകൂടത്തിന്റെ വാർഷിക ബജറ്റിൽ വകയിരുത്തി, ക്ഷേത്രങ്ങളുടെ സ്വത്തുക്കളും നിധികളും നാമമാത്രമായി ദേവതകളുടേതാണ് എങ്കിലും രാജക്കന്മാരുടെ പേരിലുള്ള ട്രസ്റ്റുകൾ അവർ കൈവശം വച്ചു. സംയോജനത്തിനുശേഷവും, ക്രമീകരണം തുടർന്നു. ഇപ്പോഴും, കേരള സർക്കാർ ക്ഷേത്രങ്ങൾക്കായി ഫണ്ട് അനുവദിക്കുമ്പോൾ അവയുടെ ഭരണം സർക്കാർ ഉദ്യോഗസ്ഥരും മതവിശ്വാസികളും അടങ്ങുന്ന ദേവസ്വം ബോർഡാണ് നടത്തുന്നത്. മതസ്ഥാപനങ്ങളുടെ ചിലവുകൾ ഭരണകൂടത്തിന്റെ ചിലവുകളുടെ അതായത് ധനകാര്യത്തിന്റെ ഭാഗമാണെന്നതിന്റെ ഒരു ഉദാഹരണമാണിത് - ഒരു മതേതര രാഷ്ട്രത്തിൽ സാധാരണ ഗതിയിൽ കാണാൻ സാധിക്കാത്ത ഒന്ന്.

ക്ഷേത്ര ട്രസ്റ്റുകൾ വഴിയോ വഖഫ് ബോർഡുകൾ വഴിയോ മതസ്ഥാപനങ്ങളുടെ നടത്തിപ്പിൽ സർ ക്കാർ ഉദ്യോഗസ്ഥരുടെ പങ്കാളിത്തം വളരെ സാധാരണമാണ്. മതസ്ഥാപനങ്ങളുടെ സാമ്പത്തികവും സാമൂഹികവുമായ പ്രവർത്തനങ്ങൾ നിയന്ത്രിക്കാൻ ഭരണകൂടത്തെ അനുവദിക്കുന്ന ഭരണഘടനാവ്യവസ്ഥയാൽ ഇത് സാധാരണയായി ന്യായീകരിക്കപ്പെടുന്നു. പ്രയാഗിലെ കുംഭമേള, പുരിയിലെ രഥയാത്ര തുടങ്ങിയ വലിയ മതപരമായ ആഘോഷങ്ങൾക്കായി ക്രമീകരണങ്ങൾ ചെയ്യുന്നതിനോ ഹജ് തീർഥാടകരെ സഹായിക്കുന്നതിനോ സർക്കാർ ചെലവ് ഗണ്യമായി ഉണ്ട്.

വ്യക്തിയുടെയും സമുദായത്തിന്റെയും മതസ്വാതന്ത്ര്യം തമ്മിലുള്ള സംഘർഷം തുടരുന്ന ഒരു ചോദ്യം മതപരിവർത്തനത്തെ സംബന്ധിച്ചാണ്. ഭരണഘടന ഓരോ പൗരനും മനസ്സാക്ഷിയുടെ സ്വാതന്ത്ര്യവും മതം പ്രചരിപ്പിക്കാനുള്ള അവകാശവും ഉറപ്പുനൽകുന്നു. ഒരാളെ മതം മാറാൻ പ്രേരിപ്പിക്കാനുള്ള അവകാശം ഇതിൽ ഉൾപ്പെടുമോ? ഇന്ത്യയുടെ പല ഭാഗങ്ങളിലും, ക്രിസ്ത്യൻ മിഷനറിമാരുടെ പ്രവർത്തനങ്ങൾക്ക് എതിർപ്പുകളുണ്ടായിരുന്നു, അതിനുകാരണംഅവർ ആദിവാസികളെയും ദളിതരെയും സാമ്പത്തികമായും മറ്റും പ്രേരിപ്പിച്ച മതപരിവർത്തനം ചെയ്യുന്നതായിരുന്നു. വാസ്തവത്തിൽ, രാജസ്ഥാനിലെയും ഗുജറാത്തിലെയും ചില നാട്ടുരാജ്യങ്ങളിൽ മിഷനറി പ്രവർത്തനങ്ങളെ നിയന്ത്രിക്കുന്ന നിയമങ്ങൾ പോലും ഉണ്ടായിരുന്നു. മതപ്രചാരണത്തെ മൗലികാവകാശങ്ങളുടെ പട്ടികയിൽ ഉൾപ്പെടുത്താൻ ആഗ്രഹിക്കാത്ത ചില അംഗങ്ങൾ ഭരണഘടനാ നിർമാണസഭയിൽ ഉണ്ടായിരുന്നെങ്കിലും അവർ ന്യൂനപക്ഷമായിരുന്നു. 1981 ൽ തമിഴ്നാട്ടിലെ മീനാക്ഷിപുരം എന്ന ഗ്രാമം മുഴുവൻ ദളിത് വിഭാഗത്തിൽപെട്ട ആയിരത്തിലധികം ആളുകൾ ഇസ്ലാം മതം സ്വീകരിക്കുന്നത് വരെ ഈ വിഷയം ഇടയ്ക്കിടെ ഉയർന്നുവന്നു. പിന്നീട് എല്ലാം പ്രക്ഷുബ്ധമായി. മതപരിവർത്തനം നിരോധിക്കുന്ന നിയമം പാസാക്കാൻ മുഖ്യമന്ത്രി ജയലളിത തീരുമാനിച്ചതോടെ പാർലമെന്റിൽ സമാനമായ നിയമം കൊണ്ടുവരാനുള്ള നീക്കങ്ങളും നടന്നു. എന്നാൽ ഇത് ഒരു ഒറ്റപ്പെട്ട സംഭവമാണെന്ന് തെളിയുകയും മറ്റൊരിടത്ത് ആവർത്തിക്കാതിരിക്കുകയും ചെയ്തതിനാൽ, നിയമം നടപ്പാക്കിയില്ല.

എന്നിരുന്നാലും, ആദിവാസി മേഖലകളിൽ ക്രിസ്ത്യൻ മിഷനറിമാരുടെ പ്രവർത്തനങ്ങൾ പലപ്പോഴും ഒരു പ്രശ്നമായി തുടർന്നു. ഒഡീഷ, മധ്യപ്രദേശ്, ഛത്തീസ്ഗഢ്, ജാർഖണ്ഡ്, ഗുജറാത്ത് തുടങ്ങിയ ഗണ്യമായ ആദിവാസി ജനസംഖ്യയുള്ള നിരവധി ഭരണകൂടങ്ങളിൽ നിർബന്ധിതമോ വഞ്ചനാപരമോ ആയ മതപരിവർത്തനത്തിനെതിരെ നിയമങ്ങളുണ്ട്. ക്രിസ്ത്യൻ ഭൂരിപക്ഷമുള്ള നിരവധി ഭരണകൂടങ്ങളുള്ള വടക്കുകിഴക്കൻ പ്രദേശമായ അരുണാചൽ പ്രദേശിൽപോലും ഇത്തരത്തിലുള്ള ഒരു നിയമമുണ്ട്. ഈ നിയമത്തിന് കീഴിൽ വളരെ കുറച്ച് കോടതിവ്യവഹാരങ്ങൾ മാത്രമേ ഉണ്ടായിട്ടുള്ളൂ എന്നതിനാലും ശിക്ഷിക്കപ്പെടാത്തതിനാലും മതപരിവർത്തനത്തിന് ബലപ്രയോഗമോ വഞ്ചനയോ ഉപയോഗിച്ചിട്ടുണ്ടോ എന്ന് നിർണയിക്കുന്നതിനുള്ള നിയമപരമായ മാനദണ്ഡം എന്താണെന്ന് ഇപ്പോഴും വ്യക്തമല്ല. എന്നാൽ മതപരിവർത്തനം സംബന്ധിച്ച രാഷ്ട്രീയ വിവാദം തുടരുകയാണ്. 1999 ൽ ഒഡീഷയിൽ ബജ്റംഗ്ദൾ പ്രവർത്തകർ ഓസ്ട്രേലിയൻ മിഷനറി

യായിരുന്ന ഗ്രഹാം സ്റ്റെയിൻസിനെയും അദ്ദേഹത്തിന്റെ രണ്ട് മക്കളെയും ചുട്ടുകൊന്നു. അടുത്ത കാലത്തായി, ഹിന്ദുരാഷ്ട്രത്തിന്റെ വക്താക്കൾ അധികാരത്തിൽ വന്നതോടെ, മതപരിവർത്തനം നിരോധിക്കുന്ന നിയമം പാർലമെന്റിൽ ഒരിക്കൽക്കൂടി ചർച്ച ചെയ്യപ്പെടുന്നുണ്ട്.

ഇവിടെ വൈരുധ്യം ഒരാളുടെ മനഃസാക്ഷിയുടെ വ്യക്തിസ്വാതന്ത്ര്യവും ഒരു മതസമൂഹത്തിന്റെ സ്വത്വം നിലനിർത്താനുള്ള കൂട്ടായ സ്വാതന്ത്ര്യവും തമ്മിലുള്ളതാണ്. രണ്ടും മതസ്വാതന്ത്ര്യത്തെക്കുറിച്ചുള്ള തികച്ചും വ്യത്യസ്തമായ ആശയങ്ങൾ ഉൾക്കൊള്ളുന്നു. എല്ലാ വിശ്വാസങ്ങളോടുമുള്ള ഇന്ത്യയുടെ സഹിഷ്ണുതയെക്കുറിച്ച് വിവേകാനന്ദൻ ചിക്കാഗോയിൽ നടത്തിയ പ്രസംഗം ഓർക്കുക. ഒരു ക്രിസ്ത്യാനി ഹിന്ദുവിനെയോ ഹിന്ദുവിനെ ക്രിസ്ത്യാനിയോ ആയി പരിവർത്തിപ്പിക്കില്ല എന്ന കടമയും ഇതിൽ ഉൾപ്പെട്ടിരുന്നു. മതസമൂഹത്തിന്റെ വീക്ഷണകോണിൽ നിന്ന് നോക്കുമ്പോൾ, അതിന്റെ സ്വത്വം നിലനിർത്തുന്നതിന്, മറ്റൊരു സമുദായത്തിലേക്ക് അതിന്റെ അംഗങ്ങൾ പരിവർത്തനം ചെയ്യില്ല എന്ന വ്യവസ്ഥ ഉൾപ്പെടുത്തേണ്ടതുണ്ട്. എന്നാൽ ഇത് വ്യക്തി സ്വാതന്ത്ര്യം എന്ന ആധുനിക ലിബറൽ ആശയത്തിന് തികച്ചും വിരുദ്ധമായിരുന്നു. ഗൗരവമായ ആലോചനയോടെയും അനന്തരഫലങ്ങളെക്കുറിച്ചുള്ള തികഞ്ഞ ബോധ്യത്തോടെയും നിങ്ങൾ മതം മാറാൻ തീരുമാനിക്കുകയാണെങ്കിൽ, എന്തിന് നിയമം നിങ്ങളെ തടയണം? യഥാർഥത്തിൽ, എതിർപ്പ് സാധാരണയായി വിദ്യാസമ്പന്നരായ വ്യക്തികൾ മതം മാറാൻ തീരുമാനിക്കുന്നതിനെക്കുറിച്ചല്ല, തീർച്ചയായും, അവൾ ഒരു സ്ത്രീയാണെങ്കിൽ, അത്തരം കാര്യങ്ങളിൽ അവളുടെ സ്വാതന്ത്ര്യം ഉടൻ ചോദ്യം ചെയ്യപ്പെടും. ഒരു പ്രത്യേക പ്രദേശത്തെ ഒരു പ്രത്യേക ജാതിയിൽ പെട്ട മുഴുവൻ ആളുകളും മതം മാറാൻ തിരഞ്ഞെടുക്കുമ്പോൾ അതിലും ഭീഷണി ഉയരുന്നു. മനസ്സാക്ഷിയുടെ ആഹ്വാനത്തിൽ നിന്ന് മതം മാറാനുള്ള മാനസിക ശേഷി ഇത്തരക്കാർക്ക് ഇല്ലെന്നാണ് അനുമാനം. അവർ അങ്ങനെ ചെയ്യുകയാണെങ്കിൽ, അത് ഭൗതിക നേട്ടങ്ങളുടെ വാഗ്ദാനത്തിന്റെയോ ഭീഷണിയുടെയോ ഫലമായിരിക്കണം. ഒരു മുസ്ലീം പുരുഷനെ വിവാഹം കഴിക്കാൻ ഒരു ഹിന്ദു സ്ത്രീ മതം മാറുമ്പോൾ ഇതേ അനുമാനം പ്രവർത്തിക്കുന്നു: സ്ത്രീക്ക് സ്വന്തം ഇഷ്ടം ഉണ്ടെന്ന് അംഗീകരിക്കപ്പെടുന്നില്ല. ഹിന്ദു സമൂഹത്തിനുള്ളിൽ സമത്വം നിഷേധിക്കപ്പെടുകയും അതേസമയം അത് വിട്ടുപോകാൻ അനുവദിക്കാതിരിക്കുകയും ചെയ്യുന്ന ആദിവാസികളുടേയും ദളിതരുടേയും സ്ത്രീകളുടേയും വിധേയത്വത്തെക്കുറിച്ചുള്ള വരേണ്യഹിന്ദുക്കളുടെ ആശങ്കയാണ് മതപരിവർത്തനത്തിനെതിരായ കോലാഹലങ്ങൾക്കിടയാക്കിയത് ഹൈന്ദവ വരേണ്യവർഗങ്ങളുടെ ഉത്കണ്ഠയെ കാണിക്കുന്നു.

വിവാദങ്ങൾ തുടരുന്ന മറ്റൊരു വിഷയം ഏകീകൃത സിവിൽ കോഡിന്റെ സാധ്യതയാണ്. ബ്രിട്ടീഷുകാർ മുമ്പ് നിലവിലുണ്ടായിരുന്ന ക്രിമിനൽ നിയമങ്ങൾക്കും വാണിജ്യ ഇടപാടുകൾ, നികുതി, മറ്റ് സിവിൽ വിഷയങ്ങൾ എന്നിവയുമായി ബന്ധപ്പെട്ട നിയമങ്ങൾക്കും പകരമായി സമഗ്രമായ ഇന്ത്യൻ ശിക്ഷാ നിയമവും കരാറുകൾ, തൊഴിൽ, നികുതി, സ്വത്ത് മുതലായവ നിയന്ത്രിക്കുന്ന നിയമങ്ങളും അവതരിപ്പിച്ചു. അവർ വ്യക്തിഗത നിയമങ്ങൾ എന്നറിയപ്പെടുന്ന വിവാഹം, വിവാഹമോചനം, അനന്തരാവകാശം, ദത്തെടുക്കൽ എന്നിവയുമായി ബന്ധപ്പെട്ട നിയമങ്ങളെ സ്പർശിച്ചില്ല, അവ ഹിന്ദുക്കളുടെയും മുസ്ലീങ്ങളുടെയും ക്രിസ്ത്യാനികളുടെയും മറ്റ് സമുദായങ്ങളുടെയും അതാത് മതനിയമങ്ങളാൽ നിയന്ത്രിക്കപ്പെട്ടു. ഈ നിയമങ്ങളിൽ ഹിന്ദുക്കളിൽ മാത്രമല്ല, മുസ്ലീങ്ങൾക്കും ക്രിസ്ത്യാനികൾക്കും ഇടയിലും നിരവധി പ്രാദേശിക- ജാതി വ്യത്യാസങ്ങൾ ഉണ്ടായിരുന്നു. ബ്രാഹ്മണ ശാസ്ത്രത്തിലോ ശരീഅത്തിന്റെ ഗ്രന്ഥങ്ങളിലോ എഴുതിയിരിക്കുന്നതുമായി വ്യത്യസ്ത പ്രദേശങ്ങളിലും വിവിധ ജാതികൾക്കിടയിലും ഉള്ള ആചാരാനുഷ്ഠാനങ്ങൾക്ക് വലിയ ബന്ധമില്ലെന്ന വസ്തുത ഈ വ്യതിയാനങ്ങളിൽ പലതും പ്രതിഫലിപ്പിക്കുന്നു. 1937 ൽ കേന്ദ്ര നിയമസഭയിൽ ശരീഅത്ത് നിയമം പാസാക്കിയ പരിഷ്കരണവാദികളായ മുസ്ലിം നേതാക്കളാണ് മുസ്ലീങ്ങൾക്കായി ഏകീകൃത വ്യക്തിനിയമം നിർമിക്കാനുള്ള ആദ്യത്തെ പ്രധാന ശ്രമം നടത്തിയത്. ഇത് മലബാറിലെ മാപ്പിള, ഗുജറാത്തിലെ കച്ചി മേമൻമാർ, വടക്കുപടിഞ്ഞാറൻ അതിർത്തി പ്രവിശ്യയിലെ മുസ്ലീങ്ങൾ പോലുള്ള നിരവധി മുസ്ലീം സമുദായങ്ങൾക്കായി നിലനിന്നിരുന്ന പ്രത്യേക നിയമങ്ങളെ അസാധുവാക്കി.

ഭരണഘടനാ നിർമാണ വേളയിൽ, നെഹ്റുവും മറ്റ് പുരോഗമന കോൺഗ്രസ് അംഗങ്ങളും, ഭരണഘടനാ അസംബ്ലിയിലെയും അംബേദ്കറുടെയും വിരലിലെണ്ണാവുന്ന സ്ത്രീകളുടെയും ശക്തമായ പിന്തുണയോടെ, മതത്തെ അടിസ്ഥാനമാക്കിയുള്ള വ്യക്തിനിയമങ്ങളുടെ പുതിയ സിവിൽ കോഡ് പാർലമെന്റിൽ അനുവദിക്കുന്നതിനുള്ള ഒരു ആർട്ടിക്കിൾ കൊണ്ടുവന്നു. രണ്ട് സ്രോതസുകളിൽ നിന്നാണ് എതിർപ്പ് ഉയർന്നത്: പരമ്പരാഗത ഹിന്ദു ആചാരങ്ങളെ തടസപ്പെടുത്തുന്ന തരത്തിലുള്ള ഭരണകൂട നിയമനിർമാണത്തിനേ എതിർത്ത കോൺഗ്രസിന് അകത്തും പുറത്തുമുള്ള യാഥാസ്ഥിതിക ഹിന്ദു അംഗങ്ങളിൽനിന്നും, വിഭജനമെന്നെ അക്രമം ഇന്ത്യയിലെ ന്യൂനപക്ഷ സമുദായത്തിന് ആഘാതമുണ്ടാക്കിയെന്ന് അവകാശപ്പെടുന്ന മുസ്ലീം അംഗങ്ങളിൽനിന്നും. അവരുടെ മതനിയമങ്ങൾ പാർലമെന്റ് മാറ്റിയാൽ കൂടുതൽ അരക്ഷിതാവസ്ഥ അനുഭവപ്പെടും. ഒരു ഒത്തുതീർപ്പ് എന്ന നിലയിൽ, ഭര

ണക്കുട നയത്തിന്റെ നിർദേശക തത്വങ്ങളിൽ ഒരു ഏകീകൃത സിവിൽ കോഡിനുള്ള ആഗ്രഹം ഉൾപ്പെടുത്തിക്കൊണ്ട് വിഷയം ഭാവിയിലേക്ക് മാറ്റിവച്ചു.

ഭരണഘടനയുടെ ഉദ്ഘാടനത്തിനുശേഷം, നിയമമന്ത്രിയായിരുന്ന അംബേദ്കർ ലിംഗസമത്വത്തിന് പ്രധാന ഊന്നൽ നൽകി എല്ലാ ഹിന്ദുക്കൾക്കും ഏക സിവിൽ കോഡ് തയ്യാറാക്കി. നിയമസഭയിൽ അദ്ദേഹത്തിന് ഭൂരിപക്ഷ പിന്തുണ കണ്ടെത്താൻ കഴിഞ്ഞില്ല, അതിൽ അദ്ദേഹം വെറുപ്പോടെ വീണ്ടും ഒപ്പുവച്ചു. വിവാഹം, പിന്തുടർച്ചാവകാശം, രക്ഷാകർതൃത്വം, ദത്തെടുക്കൽ എന്നിവ ഉൾക്കൊള്ളുന്ന നാല് വ്യത്യസ്ത ബില്ലുകളായി വിഭജിച്ച പതിപ്പിനെ പിന്തുണച്ചു. ഇവ പാർലമെന്റ് പാസാക്കി. അംബേദ്കറുടെ ഉദ്ദേശശുദ്ധിയിൽ അവർ വീഴ്ച വരുത്തിയെങ്കിലും, അന്തർ-ജാതി വിവാഹം നിയമവിധേയമാക്കി, വിവാഹമോചനം അനുവദിച്ചു, ബഹുഭാര്യത്വം നിരോധിച്ചു, മകൾക്കും മകന്റെ അതേ അനന്തരാവകാശം നൽകി, പെൺമക്കളെയും ആൺമക്കളെയും ദത്തെടുക്കാൻ അനുവദിച്ചുകൊണ്ട് ഹിന്ദു നിയമത്തിൽ വലിയ മാറ്റങ്ങൾ കൊണ്ടുവന്നു. എന്നാൽ പരമ്പരാഗത ഉത്തരവുകൾ നിരാകരിക്കുക, യുക്തിസഹവും പുരോഗമനപരവുമായ നിയമങ്ങൾ നടപ്പിലാക്കുക എന്നതായിരുന്നു ലക്ഷ്യം എന്നിരിക്കെ, കോടതിയിൽ ചോദ്യം ചെയ്യപ്പെട്ടപ്പോൾ, അവ യഥാർഥ ഹിന്ദു മതവുമായി പൊരുത്തപ്പെടുന്നു എന്നതായിരുന്നു നൽകപ്പെട്ട ന്യായീകരണം.

ന്യൂനപക്ഷ മതവിഭാഗങ്ങളുടെ വ്യക്തിനിയമങ്ങളുടെ പരിഷ്കരണവും ഏകീകൃത സിവിൽ കോഡിന്റെ വാഗ്ദാനവും തടഞ്ഞു. എന്നിരുന്നാലും, കൊളോണിയൽ കാലം മുതൽ നിലനിന്നിരുന്നതും എന്നാൽ അപൂർവമായി ഉപയോഗിച്ചിരുന്നതുമായ സ്പെഷ്യൽ മാരേജ് ആക്ട് 1954 ൽ മതപരമായ വ്യക്തിനിയമങ്ങളുടെ ചട്ടക്കൂടിന് പുറത്ത് സിവിൽ വിവാഹം അനുവദിക്കുന്നതിനായി ഭേദഗതി ചെയ്തു. വ്യത്യസ്ത മതങ്ങളിൽ പെടുന്ന ഒരു സ്ത്രീക്കും പുരുഷനും അവരുടെ മതങ്ങൾ ഉപേക്ഷിക്കാതെ പരസ്പരം വിവാഹം കഴിക്കാൻ പ്രാപ്തരാക്കുക എന്നതായിരുന്നു ആശയം. എന്നിരുന്നാലും, ഇത് മതത്തെ അടിസ്ഥാനമാക്കിയുള്ള വ്യക്തിനിയമത്തിന്റെ പരിധിക്ക് പുറത്തുള്ള പൗരന്മാരുടെ ഒരു വിഭാഗത്തെ സൃഷ്ടിക്കണമെന്നില്ല, കാരണം അവകാശം ഇപ്പോഴും ഓരോ മാതാപിതാക്കളുടെയും മതപരമായ ബന്ധത്താൽ നിയന്ത്രിക്കപ്പെട്ടിരുന്നു.

മുസ്ലീം വ്യക്തിനിയമത്തിന്റെ പ്രയോഗത്തിന്റെ മേൽനോട്ടം വഹിക്കുന്നതിനായി എല്ലാ പ്രധാന മുസ്ലീം വിഭാഗങ്ങളുടെയും (അഹമ്മദികൾ ഒഴികെ) നാമനിർദേശം ചെയ്യപ്പെട്ട പ്രതിനിധികൾ ഉൾപ്പെടുന്ന ഒരു അഖിലേന്ത്യ മുസ്ലിം വ്യക്തിനിയമ ബോർഡ് 1973 ൽ രൂപീകരിച്ചു.

ബോർഡ് യാഥാസ്ഥിതികമാണ്, ലിംഗസമത്വത്തിന്റെ ദിശയിലുള്ള പുരോഗമനപരമായ മാറ്റങ്ങൾ പരിഗണിക്കാൻ തയ്യാറല്ല- പാകിസ്ഥാനും ബംഗ്ലാദേശും ഉൾപ്പെടെ നിരവധി മുസ്ലീം രാജ്യങ്ങളിൽ നിരോധിച്ചിരിക്കുന്ന ബഹുഭാര്യത്വം നിർത്തലാക്കാൻപോലും അവർ തയ്യാറായിരുന്നില്ല. 2005 ൽ, ഷിയാ സമുദായത്തിന്റെ കാഴ്ചപ്പാടുകളെ മികച്ച രീതിയിൽ പ്രതിനിധീകരിക്കുന്നതിനായി ഒരു അഖിലേന്ത്യ ഷിയ വ്യക്തിനിയമ ബോർഡ് രൂപീകരിച്ചു, എന്നിരുന്നാലും മുസ്ലീം വ്യക്തി നിയമ ബോർഡിൽ ഷിയാ അംഗങ്ങളുണ്ട്. പ്രൊട്ടസ്റ്റന്റ്, ഓർത്തഡോക്സ് ക്രിസ്ത്യാനികളുടെ വിവാഹങ്ങൾ നിയന്ത്രിക്കുന്നത് ഇന്ത്യൻ ക്രിസ്ത്യൻ വിവാഹ നിയമമാണ്. ന്യൂനപക്ഷ സമുദായമെന്ന നിലയിൽ അവരെ പ്രതിനിധീകരിക്കാൻ അവർക്ക് ഇന്ത്യയിൽ നാഷണൽ കൗൺസിൽ ഓഫ് ചർച്ചസ് ഉണ്ട്. കത്തോലിക്കാ ബിഷപ്പ് കോൺഫറൻസ് പ്രകാരം കത്തോലിക്കർ വത്തിക്കാൻ നിശ്ചയിച്ചിട്ടുള്ള കാനോൻ നിയമം പിന്തുടരുന്നു, സൊരാഷ്ട്രമതക്കാരെ (Zoroastrians) അവരുടെ മതത്തിൽ നിയന്ത്രിക്കുന്നത് ബോംബെ പാഴ്സി പഞ്ചായത്താണ്, ഇവരും വിവാഹത്തിന്റെയും പിന്തുടർച്ചയുടെയും യാഥാസ്ഥിതിക നിയമങ്ങളുടെ സംരക്ഷകരായി തുടരുന്നു. സിഖുകാരെയും ബുദ്ധമതക്കാരെയും ഭരണഘടനയിൽ ന്യൂനപക്ഷ മതവിഭാഗങ്ങളായി അംഗീകരിച്ചിട്ടുണ്ടെങ്കിലും, ജൈനർക്കൊപ്പം അവരും ഹിന്ദു നിയമത്തിന്റെ പരിധിയിൽ വരുന്നതായി പ്രത്യേകം പരാമർശിക്കപ്പെടുന്നു.

ഇന്ത്യയിൽ ഏകീകൃത സിവിൽ കോഡ് ഉള്ള ഒരു ഭരണകൂടമുണ്ടെന്നും മതത്തെ അടിസ്ഥാനമാക്കിയുള്ള വ്യക്തിനിയമങ്ങളൊന്നും അവിടെ ബാധകമല്ലെന്നും ഞാൻ സൂചിപ്പിക്കട്ടെ. അത് ഏതാണെന്ന് അറിയാമോ? ഗോവ. അതെങ്ങനെ സംഭവിച്ചു? പോർച്ചുഗീസ് ഭരണത്തിൻ കീഴിലുള്ള ഗോവ പോർച്ചുഗലിന്റെ ഭാഗമായി കണക്കാക്കപ്പെട്ടിരുന്നു. 1910 ൽ പോർച്ചുഗീസ് റിപ്പബ്ലിക് നടപ്പിലാക്കിയ മതേതര കുടുംബ നിയമമാണ് അതിന്റെ സിവിൽ കോഡ്. ഗോവയിലെ ജനസംഖ്യയുടെ ഗണ്യമായ ഒരുഭാഗംവരുന്ന കത്തോലിക്കർ അവിടെ പിന്തുടരുന്നത് ഇന്ത്യയുടെ മറ്റ് ഭാഗങ്ങളിലേതുപോലെ കാനോൻ നിയമമല്ല, മറിച്ച് ഹിന്ദുക്കൾക്കും മുസ്ലീങ്ങൾക്കും മറ്റ് സമുദായങ്ങൾക്കും ബാധകമായ അതേ മതേതര കുടുംബ നിയമമാണെന്നത് നിങ്ങളെ അത്ഭുതപ്പെടുത്തിയേക്കാം.

ഏകീകൃത സിവിൽ കോഡിനെക്കുറിച്ചുള്ള ചർച്ച 1980 കളിൽ രണ്ട് അഭിപ്രായ വിഭാഗങ്ങളാൽ പുനരുജ്ജീവിപ്പിക്കപ്പെട്ടു. ബി ജെ പിയുമായി ബന്ധമുള്ള ഹിന്ദു ദേശീയവാദികൾ ഒരു വോട്ട് ബാങ്ക് സൃഷ്ടിക്കുന്നതിനായി മുസ്ലീങ്ങളെ പ്രീണിപ്പിക്കാൻ ഉദ്ദേശിച്ചുള്ള മത- വ്യക്തി

നിയമങ്ങളെക്കുറിച്ചുള്ള കോൺഗ്രസ് നിലപാടിനെ 'കപട-മതേതരത്വം' എന്ന് വിളിക്കാൻ തുടങ്ങി. എല്ലാ പൗരന്മാർക്കും ഒരു പൊതു സിവിൽ കോഡ് നടപ്പിലാക്കി മതേതരത്വം തെളിയിക്കാൻ കോൺഗ്രസ് സർക്കാരിനെ അവർ വെല്ലുവിളിച്ചു. അതേസമയം, നിലവിലുള്ള എല്ലാ വ്യക്തിനിയമങ്ങളും പുരുഷാധിപത്യപരവും സ്ത്രീകളുടെ ഭാഗത്തു നിന്ന് അന്യായവുമാണെന്ന് നിരവധി ഫെമിനിസ്റ്റ് ഗ്രൂപ്പുകൾ വിമർശിച്ചു. എല്ലാ സമുദായങ്ങളിലും ലിംഗസമത്വം ഉറപ്പാക്കുന്ന ഏകീകൃത സിവിൽ കോഡ് അവർ ആവശ്യപ്പെട്ടു.

ഏകീകൃത സിവിൽ കോഡിനെച്ചൊല്ലിയുള്ള ചൂടേറിയ ചർച്ചയിൽ തിരിച്ചറിയപ്പെടാത്ത മൂന്ന് പ്രശ്നങ്ങളെങ്കിലും ഉണ്ട്. ഒന്നാമതായി മത വ്യത്യാസമില്ലാതെ ഹിന്ദു സിവിൽ കോഡ് എല്ലാ പൗരന്മാരിലും അടിച്ചേൽപ്പിക്കപ്പെടും എന്ന് പലരും ധരിച്ചു. മറ്റൊരു വിധത്തിൽ പറഞ്ഞാൽ ഹിന്ദു കോഡ് സാർവത്രിക സിവിൽ കോഡായി മാറും. മുസ്ലീം പുരുഷന്മാർക്ക് ബഹുഭാര്യത്വം അനുവദനീയമാണ് എന്നിരിക്കെ അവരുടെ ബഹുഭാര്യത്വത്തിനുള്ള പരമ്പരാഗത അവകാശം നിർബന്ധിതമായി വിട്ടുവീഴ്ച ചെയ്യേണ്ടി വന്നു. അതിൽ ഹിന്ദു പുരുഷന്മാർക്ക് അതൃപ്തി ഉണ്ടായിരുന്നു. അതിനാൽ അവർ ഹിന്ദുക്കൾ ഇരകളാക്കപ്പെട്ടുകയായിരുന്നു എന്ന് വാദിച്ചു. ഇത് പൂർണമായി പുരുഷ കേന്ദ്രീകൃത വീക്ഷണമാണ്. അതിലുപരി നിരവധി സർവേകൾ പറയുന്നത് പോലെ, നിയമം എന്തുതന്നെ അനുവദിച്ചാലും ഇന്ത്യയിലെ മുസ്ലീം കുടുംബങ്ങൾക്കിടയിൽ ഏകഭാര്യത്വം ഒരു പ്രധാന മാനദണ്ഡമായി മാറിയിരിക്കുന്ന എന്ന വസ്തുതയെ ഇത് അവഗണിക്കുന്നു. അതിനുകാരണം കുടുംബത്തിന് മാന്യമായ ജീവിതനിലവാരം പ്രദാനം ചെയ്യുന്നതും കുട്ടികൾക്ക് നല്ല വിദ്യാഭ്യാസം നൽകുന്നതുമായ സാമ്പത്തികഭദ്രത ഏകഭാര്യത്വം പ്രധാനം ചെയ്യുന്ന എന്നതായിരുന്നു. അതേസമയം ആദ്യ ഭാര്യ പരാതിപ്പെട്ടാൽ മാത്രമേ ബഹുഭാര്യത്വം പ്രോസിക്യൂട്ട് ചെയ്യപ്പെട്ടു എന്നിരിക്കെ ഹിന്ദുക്കൾക്കിടയിൽ ബഹുഭാര്യത്വം സാധാരണമാണ്, കാരണം ആദ്യ ഭാര്യ പരാതി ഉന്നയിക്കാവുന്ന സാമൂഹികമോ സാമ്പത്തികമോ ആയ സാഹചര്യമുള്ള ആൾ ആയിരിക്കില്ല. ഇപ്പോൾ ഹിന്ദു നിയമത്തിന്റെ ഭാഗമായതും സമ്പന്നരായ വ്യവസായികൾക്ക് അവരുടെ വിലകൂടിയ അഭിഭാഷകരുടെ സഹായത്തോടെ നികുതി ഒഴിവാക്കി അവരുടെ സ്വത്തുക്കൾ സംരക്ഷിക്കാനുള്ള പ്രധാന ഉപാധിയായി നിലനിൽക്കുന്നതുമായ ഹിന്ദു അവിഭക്ത കുടുംബത്തിന്റെ പ്രത്യേക സ്ഥാപനത്തെ ഏകീകൃത സിവിൽ കോഡ് അംഗീകരിക്കുന്നത് എന്തുകൊണ്ടാണെന്നും വ്യക്തമല്ല. യൂണിഫോം കോഡിന്റെ താൽപ്പര്യം മുൻനിർത്തി അത് ഉപേക്ഷിക്കാൻ ബനിയ സമുദായം സമ്മതിക്കുമോ? അല്ലാത്തപക്ഷം, സമ്പന്നരായ ഹിന്ദുക്കൾക്ക് ഇടയിൽ അത് ഒരു വിശിഷ്ട അധികാരമാ

യി നിലനിൽക്കില്ലേ?

രണ്ടാമതായി, ഏകീകൃത സിവിൽ കോഡ് ഉണ്ടായാൽ അത് ഭൂരിപക്ഷ- ന്യൂനപക്ഷ മതസമൂഹങ്ങളുടെ നിലനിൽപ്പ് അവസാനിപ്പിക്കുമോ? അതിനാൽ, ന്യൂനപക്ഷ സമുദായങ്ങളുടെ വിദ്യാഭ്യാസ സാംസ്കാരിക സ്ഥാപനങ്ങളുടെ സ്വയംഭരണത്തിനുള്ള ഭരണഘടനാ വ്യവസ്ഥകൾ തുടരുമോ? പട്ടികജാതിക്കാർക്കുള്ള സംവരണം ഇപ്പോൾ ഹിന്ദു നിയമത്തിന്റെ (അതായത്, സിഖുകാരും ബുദ്ധമതക്കാരും ജൈനരും ഉൾപ്പെടെ) അധികാരപരിധിയിലുള്ളവർക്ക് മാത്രമായി പരിമിതപ്പെടുത്തുമോ, ഇത് മുസ്ലീങ്ങൾക്കും ക്രിസ്ത്യാനികൾക്കും ബാധകമല്ലേ? നിങ്ങൾ ശ്രദ്ധാപൂർവം ചിന്തിച്ചാൽ, ഹിന്ദു ദേശീയവാദികൾ ഏകീകൃത സിവിൽ കോഡ് ആവശ്യപ്പെട്ടപ്പോൾ, ഹിന്ദു കോഡ് മറ്റുള്ളവരുടെ മേൽ അടിച്ചേൽപ്പിക്കാൻ കഴിയുമെന്ന് അവർ കരുതുന്നു, അതൊരു വലിയ വിജയമായിരിക്കും! ഇന്നത്തെ ഭരണഘടന ഉറപ്പുനൽകാത്ത, മതത്തെ അംഗീകരിക്കാത്ത ഒരു ഏകീകൃത പൗരത്വം എന്നതവാദം ഹിന്ദു ഭൂരിപക്ഷമാണ് രാജ്യ(രാഷ്ട്ര)ത്തിന്റെ യഥാർഥ ആധാരശില എന്ന അവകാശവാദത്തെത്തന്നെ തകർക്കുമെന്ന് അവർ മനസിലാക്കുന്നില്ല, കാരണം നിയമപരമായി അംഗീകൃത ന്യൂനപക്ഷങ്ങൾ ഇല്ലെങ്കിൽ, ഒരു പ്രബല ഭൂരിപക്ഷ സമുദായവും ഉണ്ടാകില്ല.

മൂന്നാമതായി, പല ഫെമിനിസ്റ്റ് പണ്ഡിതരും ആക്ടിവിസ്റ്റുകളും ചൂണ്ടിക്കാണിച്ച ഗുരുതരമായ പ്രശ്നമുണ്ട്, നിയമത്തിലെ പുരോഗമനപരമായ മാറ്റങ്ങൾ പ്രായോഗികമായി കാര്യമായ സ്വാധീനം ചെലുത്തുന്നില്ല, കാരണം കമ്യൂണിറ്റികളിലും കുടുംബങ്ങളിലും സംഭവിക്കുന്ന കാര്യങ്ങൾ യഥാർഥത്തിൽ നിയന്ത്രിക്കുന്നവർ നിയമം അനുസരിക്കണമെന്നില്ല. അങ്ങനെ നിയമം വിലക്കിയിട്ടും ശൈശവ വിവാഹം വ്യാപകമാണ്. നിയമങ്ങൾ നിലവിലുണ്ടെങ്കിലും വൈവാഹിക ബലാത്സംഗം അല്ലെങ്കിൽ കുടുംബത്തിനുള്ളിലെ ലൈംഗികാതിക്രമങ്ങൾക്കെതിരെ സ്ത്രീകൾക്ക് സംരക്ഷണം കുറവാണ്. ഹിന്ദു കുടുംബങ്ങളിലെ സ്ത്രീകൾക്ക് സ്വത്തിന്റെ വിഹിതമോ ജീവനോപാധിയോ നിഷേധിക്കപ്പെടുന്ന അസംഖ്യം സംഭവങ്ങളുണ്ട്. ലിംഗസമത്വം ഉറപ്പാക്കാനുള്ള നിയമങ്ങൾ ഉണ്ടാക്കരുതെന്നല്ല, മറിച്ച് നന്നായി രൂപപ്പെടുത്തിയ ഒരു സാർവത്രിക സിവിൽ കോഡ് പോലും മതം, ജാതി, ലിംഗഭേദം എന്നിവ കണക്കിലെടുക്കാതെ തുല്യനീതി നൽകണമെന്നില്ല.

മതേതരത്വത്തിന്റെ ശോഷണം

ഈ ചർച്ചകൾ നടന്നുകൊണ്ടിരിക്കെ, 1980 ൽ ഇന്ദിരാഗാന്ധി അധികാരത്തിൽ തിരിച്ചെത്തിയതിന് ശേഷം കോൺഗ്രസ് സർക്കാർ

സ്വീകരിച്ച മാറ്റങ്ങളാൽ മതേതരത്വത്തിന്റെ തത്വം കൂടുതൽ ദുർബലമായി. ഹിന്ദു വലതുപക്ഷത്തിന്റെ ഭീഷണി നേരിടാൻ അവർ തീരുമാനിച്ചു. ന്യൂനപക്ഷങ്ങളുടെ സംരക്ഷകനിൽനിന്നും, ഹിന്ദു മതവിശ്വാസത്തിന്റെ തുറന്ന പ്രദർശകനിലേക്ക് സർക്കാർ മാറുന്നു. എന്നാൽ തിരഞ്ഞെടുപ്പ് തന്ത്രം എന്ന നിലയിലാണ് അവർ ഇത് ചെയ്യുന്നതെന്ന വസ്തുത മറച്ചുവെക്കുന്നില്ല. ഉത്തരേന്ത്യൻ ഭരണകൂടങ്ങളിലെ മുസ്ലീങ്ങൾക്കെതിരെയുള്ള പോലീസിന്റെ തീക്ഷ്ണമായ പക്ഷപാതമാണ് മറ്റൊരു സംഭവവികാസം. മൊറാദാബാദ്, മീററ്റ്, ബിഹാർഷെരീഫ് എന്നിവിടങ്ങളിൽ വലിയ കലാപങ്ങൾ പൊട്ടിപ്പുറപ്പെട്ടപ്പോൾ, പോലീസ് പലപ്പോഴും അവരെ പ്രകോപിപ്പിക്കുകയും ഹിന്ദു പക്ഷത്ത് ചേരുകയും ചെയ്തു.

ഈ സാഹചര്യത്തിലാണ് ഷാ ബാനോ കേസ് വഴിത്തിരിവായി മാറിയത്. വിവാഹമോചിതയായ ഷാ ബാനോ ബീഗം എല്ലാ പൗരന്മാർക്കും ബാധകമായ നിയമം അനുസരിച്ച് ഭർത്താവിന് ജീവനാംശം ലഭിക്കുന്നതിനായി കോടതിയെ സമീപിച്ചിരുന്നു. 1985 ൽ സുപ്രീം കോടതി, തുല്യതയ്ക്കുള്ള മൗലികാവകാശത്തിന്റെ അടിസ്ഥാനത്തിൽ ജീവനാംശം സ്വീകരിക്കാനുള്ള അവരുടെ അവകാശവാദം ശരിവച്ചു, അത് മതസമൂഹങ്ങളുടെ വ്യക്തിനിയമത്തെ മറികടന്നു. എന്നാൽ, ഇന്ത്യൻ ജുഡീഷ്യറിയിലെ പതിവ് പോലെ, ജീവനാംശം സംബന്ധിച്ച അവകാശവാദം ഇസ്ലാമിന് അനുസൃതമാണെന്ന് സമർഥിക്കാൻ കോടതി മതത്തെക്കുറിച്ച് ഒരു വ്യാഖ്യാനം എഴുതുകയും ചെയ്തു. വിധിയിൽ മുസ്ലീം പാരമ്പര്യവാദികൾ അങ്ങേയറ്റം അസ്വസ്ഥരായിരുന്നു, ഇസ്ലാമിന്റെ തത്വങ്ങൾ ഉച്ചരിക്കാനുള്ള ജഡ്ജിമാരുടെ കഴിവിനെ ചോദ്യം ചെയ്തു. മുസ്ലീങ്ങൾക്കിടയിൽ തിരഞ്ഞെടുപ്പ് പിന്തുണ നഷ്ടപ്പെടുമെന്ന് ഭയന്ന രാജീവ് ഗാന്ധി സർക്കാർ, ഷാ ബാനോ വിധിയുടെ ബലം അസാധുവാക്കാൻ 1986 ൽ പാർലമെന്റിൽ ഒരു നിയമം പാസാക്കി, അതനുസരിച്ച് വിവാഹമോചനത്തിന് ശേഷം മുസ്ലിം സ്ത്രീകൾക്ക് തൊണ്ണൂറ് ദിവസത്തേക്ക് മാത്രമേ ജീവനാംശത്തിന് അർഹതയുള്ളൂ.

ഹിന്ദു ദേശീയവാദികളും സ്ത്രീകളുടെ അവകാശങ്ങൾക്കായി പ്രവർത്തിക്കുന്നവരും കോൺഗ്രസ് സർക്കാരിന്റെ ഈ നടപടിയെ അപലപിച്ചു. ബി ജെ പിയെ സംബന്ധിച്ചിടത്തോളം ഇത് കോൺഗ്രസിന്റെ മുസ്ലീം പ്രീണനത്തിന്റെയും അവസരവാദ രാഷ്ട്രീയത്തിന്റെയും മറ്റൊരു തെളിവായിരുന്നു, അതേസമയം സ്ത്രീകളുടെ അവകാശങ്ങൾക്ക് അനുകൂലമായ പുരോഗമനപരമായ കോടതി വിധി മറികടക്കാനുള്ള സർക്കാരിന്റെ രാഷ്ട്രീയ ഇടപെടലിനെ സ്ത്രീ മുന്നേറ്റം അപലപിച്ചു. 2001 ൽ സുപ്രീം കോടതി ഷാ ബാനോ വിധി വീണ്ടും സ്ഥിരീകരിക്കുകയും മുസ്ലീം വിവാഹമോചനവും ജീവനാംശവും സംബന്ധിച്ച 1986 ലെ നിയമത്തിന്റെ പ്ര

വർത്തനം ഫലപ്രദമായി അസാധുവാക്കുകയും ചെയ്തിരുന്നുവെങ്കിലും, ഈ വിഷയം ഇന്ത്യൻ രാഷ്ട്രീയത്തെ മാറ്റിമറിച്ച സംഭവങ്ങളുടെ ഒരു ഘോഷയാത്രയിലേക്ക് ഇതിനകം തന്നെ നീങ്ങിക്കഴിഞ്ഞിരുന്നു. ഷാബാനോ വിധിയെത്തുടർന്ന് മുസ്ലീം സംഘടനകൾ നടത്തിയ സംഘടിത രോഷം കോൺഗ്രസിന്റെ പ്രീണന രാഷ്ട്രീയത്തിനെതിരെ ഹിന്ദു ദേശീയവാദികളുടെ വൻ മുന്നേറ്റത്തിന് കാരണമായി, അത് രാമജന്മഭൂമി പ്രസ്ഥാനത്തിലും ബാബറി മസ്ജിദ് തകർക്കലിലും കലാശിച്ചു. മറുവശത്ത്, മതേതരത്വത്തിന്റെ തത്വാധിഷ്ഠിത സംരക്ഷകർ എന്ന നിലയിൽ കോൺഗ്രസിന്റെ വിശ്വാസ്യതയെ അത് ഗുരുതരമായി ബാധിച്ചു. സ്ത്രീകളുടെ അവകാശങ്ങൾക്കായുള്ള ആവശ്യം ഹിന്ദു വലതുപക്ഷം ഹൈജാക്ക് ചെയ്ത രീതിയിൽ സ്ത്രീകളുടെ പ്രസ്ഥാനത്തിലുള്ളവർ പോലും ആശങ്കാകുലരായിരുന്നു- തീർച്ചയായും അവസരവാദപരമായി, മുസ്ലീം വ്യക്തിനിയമത്തിന് എതിരായി മാത്രമേ അവർ അതിനെ നയിച്ചുള്ളൂ, ഹിന്ദു സമൂഹത്തിലെ ലിംഗസമത്വമില്ലായ്മ അംഗീകരിക്കാൻ അവർ വിസമ്മതിച്ചു. 1990 കളോടെ, മതേതരത്വത്തെക്കുറിച്ചുള്ള ചർച്ചയുടെ നിബന്ധനകൾ പൂർണമായും മാറി.

മതേതരത്വത്തിന്റെ പതനം

മതനിയമങ്ങൾക്ക് മുകളിൽ വ്യക്തിഗത സ്വാതന്ത്ര്യത്തെയും സമത്വത്തെയും കോടതികൾ പിന്തുണച്ചത് നേരത്തെ ന്യൂനപക്ഷ സമുദായത്തിൽ നിന്നുള്ള പ്രതിഷേധത്തിന് കാരണമായെങ്കിൽ - ഷാബാനോ കേസിലെന്നപോലെ - 2010 ഓടെ അത് മതേതര സ്വാതന്ത്ര്യത്തിനുമുകളിൽ വിശ്വാസിയുടെ അവകാശങ്ങൾ സംരക്ഷിക്കുന്നതിനുള്ള സംഘടിത ശ്രമമായി മാറി. കേരളത്തിലെ ശബരിമലയിലെ അയ്യപ്പക്ഷേത്രത്തിലെ ആചാരപരമായ ചട്ടങ്ങൾ ഉൾപ്പെടുന്ന 2018 ലെ സുപ്രീം കോടതി വിധിയെച്ചൊല്ലി സ്ഫോടനാത്മകമായ ഒരു സംഘർഷം വികസിച്ചു. വനവാസികളായ ആദിവാസികൾ മുമ്പ് അയ്യനാർ എന്ന ദൈവത്തെ ആരാധിച്ചിരുന്ന സ്ഥലത്താണ് ക്ഷേത്രം സ്ഥിതി ചെയ്യുന്നത്. ബ്രാഹ്മണ മതം ആദിവാസികളിൽ നിന്നും അവരുടെ ദൈവത്തെ അപഹരിച്ച ഹിന്ദുമതത്തിൽ ചേർത്തതിന് ശേഷമാണ് അയ്യപ്പന്റെ പുതിയ പ്രതിഷ്ഠ. സത്യമറിയണമെങ്കിൽ പ്രദേശവാസികളോട് ചോദിച്ചാൽ, അവർ പറയും, 1960 കളിൽ പോലും സ്ത്രീകൾ ഉൾപ്പെടെയുള്ള ആദിവാസികൾ ക്ഷേത്രത്തിൽ വന്നിരുന്നുവെന്ന്. അയ്യപ്പന്റെ ഇന്നത്തെ രൂപത്തിൽ, ദേവൻ ഒരു യുവ ബ്രഹ്മചാരിയായി മാറിയിരിക്കുന്നു, അത് പ്രസവിക്കുന്ന പ്രായത്തിലുള്ള സ്ത്രീകളുടെ സാന്നിധ്യത്തിൽ നിന്ന് സംരക്ഷിക്കപ്പെടണം. അതിനാൽ, വളരെ ചെറുപ്പക്കാരും പ്രായമായവ

രും ഒഴികെ, ക്ഷേത്രത്തിൽ സ്ത്രീകൾക്ക് പ്രവേശനമില്ല.

ശബരിമലയിൽ നടപ്പാക്കിയിരിക്കുന്ന നിയമങ്ങൾ സ്ത്രീകളോട് വിവേചനം കാണിക്കുന്നുവെന്നാരോപിച്ച് ചില സ്ത്രീകളുടെ അവകാശങ്ങൾക്കായി കോടതിയെ സമീപിച്ചു. ആ നിയമങ്ങൾ തുല്യതയുടെയും മതസ്വാതന്ത്ര്യത്തിന്റെയും മൗലികാവകാശങ്ങളെ ലംഘിക്കുന്നുവെന്ന് 2018 ൽ സുപ്രീം കോടതി വിധിച്ചു. വിധിയെത്തുടർന്ന് നിരവധി സ്ത്രീകൾ ഒറ്റയ്ക്കും കൂട്ടമായും ക്ഷേത്രത്തിൽ പ്രവേശിക്കാൻ ശ്രമിച്ചെങ്കിലും പ്രതിഷേധക്കാർ തടഞ്ഞു. സർക്കാർ സുപ്രീം കോടതി വിധി നടപ്പാക്കാൻ ബാധ്യസ്ഥരാണെന്നും അതിനാൽ ശബരിമലയിൽ ആരാധന നടത്താൻ ആഗ്രഹിക്കുന്നവരെ സംരക്ഷിക്കുമെന്നും ഇടതുപക്ഷം ഭരിക്കുന്ന കേരള സർക്കാർ പ്രഖ്യാപിച്ചു. രണ്ട് പ്രതിപക്ഷ പാർട്ടികളും - ബി ജെ പിയും കോൺഗ്രസും - കോടതി വിധിയിൽ പ്രതിഷേധിക്കുകയും ഹർത്താലിന് ആഹ്വാനം ചെയ്യുകയും ചെയ്തു, അതേസമയം ഇടതുപാർട്ടികൾ സ്ത്രീകളുടെ ക്ഷേത്രപ്രവേശന അവകാശത്തെ പിന്തുണച്ച് കേരളത്തിലുടനീളം മനുഷ്യച്ചങ്ങല സംഘടിപ്പിച്ചു. അടുത്ത ഏതാനും ആഴ്ചകൾക്കുള്ളിൽ ക്ഷേത്രത്തിലേക്കുള്ള പടികൾ കയറാൻ വനിതാ പ്രവർത്തകർ ശ്രമിക്കുകയും പ്രതിഷേധക്കാർ അവരെ ശാരീരികമായി ചെറുക്കുകയും ചെയ്തതോടെ ഏറ്റുമുട്ടൽ രൂക്ഷമായി. ഒരു ദളിത് സ്ത്രീക്ക് മർദനമേറ്റു, ഒളിവിൽ പോകേണ്ടിവന്നു. മതവികാരം വ്രണപ്പെടുത്തിയതിന് മുസ്ലീം അവകാശ പ്രവർത്തകനെ അറസ്റ്റ് ചെയ്തു. പ്രതിഷേധക്കാരെ ഒഴിവാക്കി ക്ഷേത്രത്തിൽ പ്രവേശിക്കാൻ സാധിച്ചുവെന്ന് ഏതാനും സ്ത്രീകൾ അവകാശപ്പെട്ടു, ഇത് സർക്കാർ സ്ഥിരീകരിച്ചു. ക്ഷേത്രം ശുദ്ധീകരിക്കുന്നതിനായി രണ്ട് ദിവസം അടച്ചിട്ടിരിക്കുകയാണ്. ഒടുവിൽ, ആവർത്തിച്ചുള്ള ഹർജികൾക്ക് ശേഷം, സുപ്രീം കോടതി അടുത്തിടെ അതിന്റെ വിധി പുനഃപരിശോധിക്കാൻ സമ്മതിച്ചു.

കൂടുതൽ വ്യക്തിസ്വാതന്ത്ര്യവും മതപരമായ ആചാരങ്ങളിൽ സമത്വവും ഊട്ടിയുറപ്പിക്കുന്നതിനുള്ള ഒരു ഉപകരണമായി നിയമത്തെ ഉപയോഗിക്കാനുള്ള ഇന്ത്യയുടെ ശ്രമം പരാജയപ്പെട്ട പ്രതിസന്ധിയാണ് ശബരിമല കേസ് വെളിപ്പെടുത്തുന്നത്. മതപരമായ കാര്യങ്ങളിൽ വ്യക്തിത്വവും സ്വയംഭരണവും നിലനിർത്താനുള്ള മതസമൂഹങ്ങളുടെ സ്വാതന്ത്ര്യവുമായി വ്യക്തിഗത അവകാശങ്ങൾ സന്തുലിതമാക്കിയിരുന്നു. ആ സന്തുലിതാവസ്ഥ കൈവരിക്കുന്നതിന്, സ്വയംഭരണാധികാരം ഉണ്ടായിരിക്കേണ്ട മതവിഭാഗത്തിന്റെ കൃത്യമായ പരിധി നിർണയിക്കാൻ വിശ്വാസങ്ങളും ആചാരങ്ങളും വിലയിരുത്താനായി കോടതികൾ വളരെയധികം ശ്രമിച്ചിരുന്നു. എന്നാൽ ആ സ്വയംഭരണാവകാശം വിശ്വാസികൾക്ക് മാത്രമാണോ ബാധകം? മതത്തിൽ വിശ്വസിക്കാത്ത

വർക്ക്, ഭരണഘടനാപരമായ അവകാശങ്ങളുടെ അടിസ്ഥാനത്തിൽ, ഒരു മതസമൂഹത്തിന്റെ ആചാരങ്ങൾ തീരുമാനിക്കുന്നതിൽ പങ്കാളിയാകാൻ കഴിയുമോ? 1980 കൾ വരെ, ഈ ചോദ്യങ്ങൾ ന്യൂനപക്ഷ സമുദായങ്ങളുമായി ബന്ധപ്പെട്ട് മാത്രമാണ് ഉന്നയിക്കപ്പെട്ടിരുന്നത്, നമ്മൾ കണ്ടതുപോലെ, ആ സമുദായങ്ങളിലെ യാഥാസ്ഥിതികരെ അവരുടെ പ്രതിനിധീകരിക്കുന്നവരായി കരുതപ്പെട്ടിരുന്നു. ഇപ്പോൾ അതേ അവകാശവാദം ഹിന്ദുക്കളിലെ വിശ്വാസികളുടെ പേരിൽ ഉന്നയിക്കപ്പെടുന്നു.

ഈ ചോദ്യം ഒഴിവാക്കാനാവില്ല. ഒരു സ്ത്രീ അയ്യപ്പന്റെ സന്നിധിയിൽ പ്രവേശിക്കാൻ ആഗ്രഹിച്ചത് ദൈവത്തിലുള്ള വിശ്വാസം കൊണ്ടാണോ അതോ പൗരാവകാശം വിനിയോഗിക്കുന്നതിന് വേണ്ടിയാണോ? ആദ്യത്തേതാണെങ്കിൽ, തന്റെ സമീപത്ത് സ്ത്രീകൾ ഉണ്ടാകരുതെന്ന ദേവന്റെ ആഗ്രഹത്തെ അവൾ തീർച്ചയായും മാനിക്കും. രണ്ടാമത്തേതാണെങ്കിൽ, അത് വിശ്വാസികൾ തിരഞ്ഞെടുത്ത രീതിയിൽ അവരുടെ മതം ആചരിക്കാനുള്ള അവകാശത്തിന്റെ ലംഘനമാകില്ലേ? ആർത്തവത്തെക്കുറിച്ചുള്ള കളങ്കം നീക്കുകയോ സ്ത്രീകൾക്ക് ക്ഷേത്രത്തിൽ ആരാധന നടത്താൻ അവസരം നൽകുകയോ ചെയ്യുന്നതായിരുന്നു ചോദ്യം എങ്കിൽ, വിശ്വാസി സമൂഹത്തിൽ ഈ വിഷയം ചർച്ച ചെയ്യണമായിരുന്നു. സത്യത്തിൽ, സ്ത്രീകൾക്ക് പ്രവേശനമുള്ള അയ്യപ്പ ക്ഷേത്രങ്ങൾ വേറെയുണ്ടെന്ന് കേരളത്തിലെ ഈ പ്രദേശത്തെ അറിയുന്നവർ പറയും. മാത്രവുമല്ല, ട്രസ്റ്റിമാരുമായി പ്രത്യേകം ക്രമീകരണം ഏർപ്പെടുത്തി സ്ത്രീകളെ ശബരിമലയിൽ പ്രവേശിപ്പിക്കുകയും ചെയ്തിട്ടുണ്ട്. നമുക്കെല്ലാവർക്കും അറിയാവുന്നതുപോലെ, ഹിന്ദുമതത്തിലെ എല്ലാ നിയമങ്ങളും ബ്രാഹ്മണ അധികാരികളുമായുള്ള പ്രത്യേക ക്രമീകരണത്തിലൂടെ തകർക്കാൻ കഴിയും. അധികാരത്തിന്റെയും പണ ത്തിന്റെയും വിനിയോഗവും തപസ്സും (പ്രായശ്ചിത്ത്) മാത്രമാണ് വേ ണ്ടത്. എന്നാൽ കോടതി വിധിയെച്ചൊല്ലി വിഷയം രാഷ്ട്രീയ ഏറ്റുമുട്ടലായി മാറിയതോടെ എല്ലാ ഭാഗത്തു നിലപാടുകൾ കടുത്തു. ഒടുവിൽ, കോടതിപോലും വിശ്വാസികളുടെ ശബ്ദം കേൾക്കാൻ നിർബന്ധിതരായി- ഇത്തവണ ഭൂരിപക്ഷ സമുദായത്തെ പ്രതിനിധീകരിക്കുന്നു.

എന്നിരുന്നാലും, മതേതര അവകാശങ്ങളും മതസമൂഹത്തിന്റെ അവകാശങ്ങളും തമ്മിലുള്ള തിരഞ്ഞെടുപ്പ് തത്ത്വാധിഷ്ഠിതം എന്നതിലുപരി രാഷ്ട്രീയ അവസരങ്ങൾ മാത്രമായി ചുരുങ്ങി. നിങ്ങൾക്ക് നന്നായി അറിയാവുന്നതുപോലെ, മോദി സർക്കാർ അതിന്റെ രണ്ടാം കാലയളവിൽ ഹിന്ദുത്വത്തിന്റെ ലക്ഷ്യം പരസ്യമായി മുന്നോട്ട് കൊണ്ടുപോയി, നിയമങ്ങളിലൂടെയും സർക്കാർ നടപടികളിലൂടെയും, ഒരു ഹിന്ദു ദേശരാഷ്ട്രത്തിലേക്ക് (രാഷ്ട്രീയ രാജ്യ) വഴിയൊരുക്കുന്ന നിരവധി ആവശ്യങ്ങൾ നേടി

യെടുക്കാൻ പ്രേരിപ്പിച്ചു. കശ്മീരിന്റെ പ്രത്യേക പദവി എടുത്തുകളഞ്ഞത് അത്തരത്തിലുള്ള ഒരു നടപടിയായിരുന്നു. മറ്റൊന്ന്, മുത്തലാഖ് എന്ന മുസ്ലീം വിവാഹമോചനം നിർത്തലാക്കുകയായിരുന്നു. ശബരിമല വിഷയത്തിൽ ബി ജെ പി മതസമൂഹത്തിന്റെ പക്ഷം പിടിച്ചെങ്കിൽ മുത്തലാഖ് വിഷയത്തിൽ അത് സ്ത്രീകളുടെ അവകാശത്തിന് വേണ്ടിയാണ്.

മുത്തലാഖ് എന്ന ആചാരം ഇന്ത്യയിലെ മുസ്ലീം സമുദായത്തിനകത്തും പുറത്തും വളരെക്കാലമായി വിമർശിക്കപ്പെട്ടിട്ടുണ്ട്. സുന്നി മുസ്ലിംകൾക്കിടയിൽ ഹനഫി മദ്ഹബുകൾ പ്രബലമായ ദക്ഷിണേഷ്യൻ മേഖലയിലാണ് ഇത് കൂടുതലും പ്രചരിക്കുന്നത്. എന്നാൽ പാകിസ്ഥാനും ബംഗ്ലാദേശും മുത്തലാഖ് നിയമപ്രകാരം നിർത്തലാക്കി. ഇന്ത്യയിൽ, മുസ്ലീം വ്യക്തിനിയമ ബോർഡിലെ യാഥാസ്ഥിതികർ തങ്ങളുടെ കുടുംബ നിയമങ്ങളിൽ പാർലമെന്റിന്റെയോ കോടതിയുടെയോ ഇടപെടൽ അനുവദിക്കാനോ അവർക്ക് ശുപാർശ ചെയ്യാൻ കഴിയുന്ന പരിഷ്കാരങ്ങളിൽ ഒരു കരാറിലെത്താനോ തയ്യാറല്ല. ഈ ആചാരം സ്ത്രീകളോടുള്ള ക്രൂരതയ്ക്ക് കാരണമാകുമെന്ന് കുറച്ച് ആളുകൾ സംശയിക്കുന്നുണ്ടെങ്കിലും, സ്ഥിതി മാറ്റമില്ലാതെ തുടർന്നു. ചില മുസ്ലീം സ്ത്രീകൾ സുപ്രീം കോടതിയെ സമീപിച്ചപ്പോൾ, മുത്തലാഖ് ഭരണഘടനാപരമായ അവകാശങ്ങളുടെ ലംഘനമാണെന്ന് 2017 ൽ വിധിക്കുകയും അത് നിയമവിരുദ്ധമാക്കാൻ ഒരു നിയമം കൊണ്ടുവരാൻ സർക്കാരിനെ ഉപദേശിക്കുകയും ചെയ്തു. ബിൽ പാർലമെന്റിൽ അവതരിപ്പിച്ചെങ്കിലും രാജ്യസഭയിൽ ബിൽ സ്തംഭിച്ചു. 2019 ലെ തിരഞ്ഞെടുപ്പിന് ശേഷം ബി ജെ പി സർക്കാർ ബിൽ വീണ്ടും അവതരിപ്പിക്കുകയും ഇരുസഭകളിലും പാസാക്കുകയും ചെയ്തു. ഈ ആചാരം നിയമവിരുദ്ധവും ഭരണഘടനാ വിരുദ്ധവുമാണെന്ന് പ്രഖ്യാപിക്കുക മാത്രമല്ല, ഇത് ക്രിമിനൽ കുറ്റമാക്കുകയും ചെയ്തു, അതിനാൽ ഈ രീതിയിൽ ഭാര്യയെ വിവാഹമോചനം ചെയ്യാൻ ശ്രമിക്കുന്ന പുരുഷനെ വിചാരണ ചെയ്യാനും തടവിന് ശിക്ഷിക്കാനും കഴിയും. ഇത് ക്രിമിനൽ കുറ്റമാക്കുന്നത് ദുരുപയോഗത്തിന് ഇടയാക്കുമെന്ന് ചിലർ കരുതുന്നുണ്ടെങ്കിലും, നിയമത്തിന്റെ ഔചിത്യത്തെ ചോദ്യം ചെയ്യുന്നവർ ചുരുക്കമാണ്. എന്നിരുന്നാലും, സ്ത്രീകളുടെ അവകാശങ്ങൾ സംരക്ഷിക്കുന്നതിൽ ബി ജെ പി ഇത്രയധികം ശബ്ദമുയർത്തുന്നത് അതിൽ ഉൾപ്പെട്ടിരിക്കുന്ന മതസമൂഹം മുസ്ലീമായതുകൊണ്ടാണെന്നതിൽ സംശയമില്ല. സ്ത്രീകളുടെ തുല്യാവകാശം വിനിയോഗിക്കുന്നതിനെതിരെ ഹിന്ദു വിശ്വാസികളുടെ അവകാശം സംര ക്ഷിച്ചുകൊണ്ട് ശബരിമല ക്ഷേത്രത്തിൽ വിരുദ്ധമായ നിലപാട് സ്വീകരിച്ചത് ഏതാനും മാസങ്ങൾക്ക് മുമ്പ് മാത്രമാണ്.

ഹിന്ദു വർഗീയ ഭൂരിപക്ഷത്തിന്റെ ആക്രമണത്തെ ചെറുക്കുന്നതിൽ മതേതര നിയമം പരാജയപ്പെട്ടതിന്റെ ഏറ്റവും മികച്ച ഉദാഹരണമാ

ണ് അയോധ്യ തർക്കത്തിൽ 2019 നവംബറിലെ സുപ്രീം കോടതിയുടെ വിധി. ഇനിപ്പറയുന്ന പ്രധാന പോയിന്റുകൾ ഉണ്ടാക്കുന്നതിനായി അഞ്ച് ജഡ്ജിമാർ ശ്രദ്ധാപൂർവം തയ്യാറാക്കിയ ആയിരത്തിലധികം പേജുകളുടെ ഒരു വിധിന്യായം തയ്യാറാക്കി. ഒന്നാമതായി, പതിനാറാം നൂറ്റാണ്ടിലെ ബാബറി മസ്ജിദിനു താഴെ മറ്റൊരു കെട്ടിടത്തിന്റെ അവശിഷ്ടങ്ങൾ ഉണ്ടായിരുന്നതായി പുരാവസ്തു ഗവേഷണങ്ങൾ കാണിച്ചിട്ടുണ്ടെങ്കിലും, ആ തെളിവുകൾ ഒരു ക്ഷേത്രം അതിന്റെ സ്ഥാനത്ത് മസ്ജിദ് പണിയാൻ നശിപ്പിക്കപ്പെട്ടു എന്നതിന് തെളിവല്ല. രണ്ടാമതായി, 1949 ൽ മസ്ജിദിനുള്ളിൽ രഹസ്യമായി രാംലാലാ വിഗ്രഹം സ്ഥാപിച്ചത് നികൃഷ്ടവും നിയമവിരുദ്ധവുമായ ഒരു പ്രവൃത്തിയായിരുന്നു. മൂന്നാമതായി, 1992 ൽ ബാബറി മസ്ജിദ് തകർത്തത് ക്രിമിനൽ അക്രമമാണ്. നാലാമതായി, മസ്ജിദിന്റെ പരിസരത്തും പുറത്തെ മുറ്റത്തും ഭഗവാൻ രാമനെ ആരാധിക്കുന്നതിന് ഹിന്ദു ഭക്തർക്ക് പരസ്പര ക്രമീകരണങ്ങൾ ഏർപ്പെടുത്തിയ നിരവധി സംഭവങ്ങളുണ്ട്. മസ്ജിദ് നിലവിലില്ല എന്നതും മസ്ജിദ് സ്ഥിതി ചെയ്യുന്ന സ്ഥലം രാമന്റെ ജന്മസ്ഥലമാണെന്ന ആത്മാർഥമായ വിശ്വാസം അനേകം ഭക്തജനങ്ങൾക്കിടയിൽ നിലനിൽക്കുന്നു എന്നതും കണക്കിലെടുത്ത്, ക്ഷേത്രത്തിനു മുഴുവൻ സ്ഥലവും നൽകണമെന്നും മുസ്ലീങ്ങൾക്ക് പുതിയ മസ്ജിദ് പണിയാൻ സർക്കാർ അനുയോജ്യമായ ഒരു സ്ഥലം അനുവദിച്ചുകൊടുക്കുന്നതിനും വേണ്ടി ജഡ്ജിമാർ ഏകകണ്ഠമായി ഉത്തരവിട്ടു.

വക്രത (കുടിലത) എന്നത് അഭിഭാഷകരെ പരിശീലിപ്പിക്കുന്ന ഒരു പ്രൊഫഷണൽ വൈദഗ്ധ്യമാണെന്ന് നമുക്കറിയാം. എന്നാൽ അയോധ്യാ വിധിയിൽ അടങ്ങിയിരിക്കുന്നതിനേക്കാൾ കൗശലമുള്ള നിയമ യുക്തിയുടെ ഉദാഹരണം കണ്ടെത്താൻ പ്രയാസമാണ്, തെളിവുകൾ സൂക്ഷ്മമായി നിരത്തിയ ശേഷം നിലവിലില്ലാത്ത ഒരു തർക്കം സൃഷ്ടിക്കാനും മുസ്ലീം പക്ഷത്തിന് ഗുരുതരമായ ദ്രോഹമുണ്ടാക്കാനും വേണ്ടി ഹിന്ദു പക്ഷം നിയമവിരുദ്ധവും ക്രിമിനൽ പ്രവർത്തനങ്ങളും നടത്തിയെന്ന് സംശയാതീതമായി സ്ഥാപിച്ച്, ജഡ്ജിമാർ ഹിന്ദു പക്ഷം ആഗ്രഹിച്ചതുപോലെ അവർക്ക് പള്ളിയുടെ സ്ഥാനത്ത് രാമക്ഷേത്രം നിർമ്മിക്കാൻ അനുമതി നൽകി. വിട്ടു നൽകുന്ന മുസ്ലീം പള്ളിക്ക് ബദൽ ഭൂമി നൽകണമെന്ന് ആവശ്യപ്പെട്ടു, മുസ്ലീം പക്ഷത്തിന് നഷ്ടപരിഹാരം നൽകാനും സുപ്രീം കോടതിയുടെ ചരിത്രത്തിൽ ആദ്യമായി ഒരു വിധി ശുപാർശ ചെയ്യുന്നു. ബെഞ്ചിലെ തന്റെ നാല് സഹപ്രവർത്തകർക്ക് വേണ്ടി വിധിയെഴുതിയ ജഡ്ജി അതിൽ തന്റെ പേര് ചേർത്തില്ല, വിധി പറയാൻ പുരാണങ്ങൾ, നാടോടിക്കഥകൾ, കവിതകൾ, യാത്രാവിവരണം ബാബറി മസ്ജിദ് കൈവശം വച്ചിരുന്ന സ്ഥലത്ത് ജനിച്ച ഒരു

യഥാർഥ വ്യക്തിയാണെന്ന് പലരും വിശ്വസിക്കുന്ന രാം ലാല - കുട്ടി രാമൻ - തുടങ്ങി സാധാരണഗതിയിൽ സാഹിത്യ പണ്ഡിതന്മാർ മാത്രം വായിക്കുന്ന ഗ്രന്ഥങ്ങളിലൂടെ അസാധാരണമായ ഒരു യാത്ര നടത്തിയ ജഡ്ജിയുടെ പേര് വിധിയുടെ അനുബന്ധത്തിൽ മാത്രമേ എഴുതപ്പെട്ടിരുന്നുള്ളൂ. മതേതര നിയമങ്ങൾ നടപ്പിലാക്കാൻ മത വിശ്വാസങ്ങളെ അടിസ്ഥാനമാക്കുന്ന കോടതി വ്യവഹാരങ്ങളുടെ ചരിത്രത്തിൽ ഒടുവിലത്തെ ഉദാഹരണമാണ് ഇത്.

ജുഡീഷ്യൽ വേഷം ധരിക്കാൻ ജഡ്ജിമാർ നിർബന്ധിതരാകുന്ന ഒരു രാഷ്ട്രീയ പരിഹാരമായിരുന്നു അത്. മസ്ജിദ് തകർത്ത സ്ഥലത്ത് ക്ഷേത്രം പണിയാൻ അനുവദിക്കുക എന്നതല്ലാതെ മറ്റെന്തെങ്കിലും വിധി നടപ്പാക്കിയിരുന്നെങ്കിൽ, കോടതി ഉത്തരവ് ലംഘിച്ച് നിർമാണം ആരംഭിക്കാൻ പതിനായിരക്കണക്കിന് പ്രവർത്തകർ അയോധ്യയിൽ ഇറങ്ങുമായിരുന്നുവെന്ന് എല്ലാവർക്കും അറിയാമായിരുന്നു. കേന്ദ്രത്തിലെയും ഭരണകൂടത്തിലെയും സർക്കാരുകൾ നോക്കിനിൽക്കും. തർക്കത്തിന് ഒരു പുതിയ ജീവൻ ലഭിക്കുമായിരുന്നു. ഹിന്ദു-ഭൂരിപക്ഷ വർഗീയതയുടെ അന്തിമ വിജയത്തിന് ജുഡീഷ്യൽ അംഗീകാരത്തിന്റെ മുദ്ര പതിപ്പിച്ചുകൊണ്ട്, ആധുനിക ഇന്ത്യാചരിത്രത്തിലെ ഏറ്റവും ദൈർഘ്യമേറിയ വർഗീയ തർക്കത്തിന് ന്യായാധിപന്മാർ ഒരു വിരാമമിട്ടു. മതേതര ജനാധിപത്യത്തിനായുള്ള ഇന്ത്യയിലെ അതിന്റെ ഏറ്റവും വലിയ പോരാട്ടമാണ് പരാജയപ്പെട്ടത്.

ഇന്ത്യ ഒരു ജനകീയ ഫെഡറൽ രാഷ്ട്രമാണ്

ഞാൻ ഇതുവരെ നിങ്ങളോട് പറഞ്ഞതെല്ലാം നമ്മുടെ ദേശീയതയിലെ കുഴപ്പങ്ങളാണ് എന്നത് നിങ്ങളെ അക്ഷമരാക്കുന്നത് എനിക്ക് കാണാം. എന്താണ് യഥാർഥ ദേശീയത എന്നും നമ്മുടെ രാഷ്ട്രം എങ്ങനെ നിർമിക്കപ്പെടണം എന്നതിനെക്കുറിച്ചുമുള്ള എന്റെ വീക്ഷണങ്ങൾ എന്തൊക്കെയാണ് എന്നും നിങ്ങൾ ചോദിക്കും.

നിങ്ങളുടെ അക്ഷമ ഞാൻ മനസിലാക്കുന്നു. പക്ഷേ, നിങ്ങളുടെ കാഴ്ചയെ മറച്ചിരിക്കുന്ന അസത്യത്തിന്റെ ചിലന്തിവലകൾ എനിക്ക് ആദ്യം നീക്കം ചെയ്യണമായിരുന്നു. ഇപ്പോൾ ഞാൻ ആ ജോലി ചെയ്തുകഴിഞ്ഞു - അല്ലെങ്കിൽ അതിൽ ചിലതെങ്കിലും - ഇനി എനിക്ക് ഇന്ത്യൻ രാഷ്ട്രത്തിന്റെ യഥാർഥ സവിശേഷതകൾ വിവരിക്കാൻ കഴിയും. പോസ്റ്ററുകളിൽ നിങ്ങൾ കാണുന്ന ഭാരതമാതാവിന്റെ ചിത്രങ്ങൾപോലെ ഞാൻ നിങ്ങൾക്കായി വരയ്ക്കുന്നത് അമൂർത്തവും സാങ്കൽപികവുമായ രൂപമല്ല. ഞാൻ വിവരിക്കാൻ പോകുന്നത് നമ്മൾ ഇപ്പോൾ ഇന്ത്യ എന്ന് വിളിക്കുന്ന പ്രദേശത്ത് ജീവിക്കുന്ന ഒരു കൂട്ടം ജനങ്ങൾക്ക് ഒരൊറ്റ രാഷ്ട്രീയ രൂപീകരണത്തിന്റെ ഭാഗമായി ഒന്നിച്ച് ജീവിക്കാൻ ചരിത്രത്തിന്റെ ഗതിയിൽ സൃഷ്ടിക്കപ്പെട്ട ഇന്ന് നിലനിൽക്കുന്ന ഇന്ത്യൻ രാഷ്ട്രത്തെക്കുറിച്ചാണ്. ഞാൻ നിങ്ങളോട് മുമ്പ് പറഞ്ഞതുപോലെ, ഞാൻ ഒരു യാഥാർഥ്യവാദിയാണ്. പരസ്യ ഏജൻസികളെയും രാഷ്ട്രീയ നേതാക്കളെയും പോലെ സ്വപ്നങ്ങൾ വിൽക്കുന്നതിൽ ഞാൻ മുഴുകുന്നില്ല. ഞാൻ ഇപ്പോൾ വിവരിക്കുന്നത് ഇന്ത്യൻ രാഷ്ട്രത്തെ അതിന്റെ യഥാർഥ രൂപത്തിലാണ്. ഇത് എല്ലായ്പ്പോഴും നിങ്ങളുടെ മുൻപിൽ ഉണ്ടായിരുന്നിട്ടും,

നിങ്ങൾ കണ്ടുകാണില്ല, കാരണം നിങ്ങളുടെ കാഴ്ചപ്പാട് വർഷങ്ങളായി തെറ്റായ ദേശീയവാദ പ്രചരണത്താൽ വികലമായിരിക്കുന്നു.

പ്രതിസന്ധിയിലായ ഒരു ഫെഡറേഷൻ

സമീപകാല കോവിഡ് പകർച്ചവ്യാധിയെക്കുറിച്ച് ചിലത് ചൂണ്ടിക്കാണിച്ചുകൊണ്ട് ഞാൻ ആരംഭിക്കാം. ഓരോ സംസ്ഥാന സർക്കാരും അതിന്റെ പ്രദേശത്തെയും ജനങ്ങളെയുംകുറിച്ച് എങ്ങനെ സ്വാർഥരാണ് എന്നത് നിങ്ങൾ ശ്രദ്ധിച്ചിട്ടുണ്ടോ? പല സംസ്ഥാനങ്ങളും മറ്റ് സംസ്ഥാനങ്ങളിൽ നിന്നുള്ള വാഹനങ്ങളെയും ആളുകളെയും കടന്നുപോകാൻ അനുവദിക്കാതെ തങ്ങളുടെ അതിർത്തികൾ അടച്ചു. അണുബാധ മോശമായി ബാധിച്ച സംസ്ഥാനങ്ങളിൽ നിന്നുള്ള ആളുകളെ പ്രവേശിപ്പിക്കില്ലെന്ന് ചിലർ ശഠിച്ചു. കുടിയേറ്റക്കാർ ലോക്ക്ഡൗണിൽ താമസിക്കുന്ന അവസ്ഥയെക്കുറിച്ച് സംസ്ഥാനങ്ങൾ മറ്റ് സംസ്ഥാനങ്ങളുമായി ചർച്ച ചെയ്യുകയും ഒടുവിൽ അവരുടെ നാട്ടിലേക്ക് മടങ്ങാനുള്ള ക്രമീകരണം ചെയ്യുകയും ചെയ്തു. ഡൽഹിയിലെ ആശുപത്രികളിൽ ചികിത്സ തേടിയെത്തുന്ന മറ്റ് സംസ്ഥാനങ്ങളിൽ നിന്നുള്ള രോഗികൾക്കായി അതിർത്തികൾ അടയ്ക്കാൻ ഡൽഹി സർക്കാർ ശ്രമിച്ചു. രാജ്യത്തെ എല്ലാ സംസ്ഥാനങ്ങളും മറ്റ് സംസ്ഥാനങ്ങളിൽ നിന്നുള്ളവരിൽ നിന്ന് വ്യത്യസ്തമായി സ്വന്തം ജനതയെക്കുറിച്ച് കൂടുതൽ ആകുലരാകുന്നത് നിങ്ങൾ എപ്പോഴാണ് അവസാനമായി കണ്ടത്? കാവേരി നദീജലത്തെച്ചൊല്ലി കർണാടക തമിഴ്നാടുമായി വഴക്കിടുന്നതുപോലെയോ അല്ലെങ്കിൽ ഭാവിയിലെ നാഗാലിമിൽ ഉൾപ്പെടുത്താൻ ആഗ്രഹിക്കുന്ന ചില ജില്ലകളുടെ പദവിയെക്കുറിച്ച് മണിപ്പൂരുമായി നാഗാനേതാക്കൾ തർക്കിക്കുന്നതുപോലെയോ അല്ല ഇത്. പെട്ടെന്നുള്ള പൊട്ടിത്തെറികൾ ഇന്ത്യൻ ഫെഡറേഷന്റെ (ഭാരതീയസംഘം) പൊതുവായ സവിശേഷതയാണ്. ജനങ്ങളുടെ ജീവൻ തന്നെ അപകടത്തിലാകുമ്പോൾ മുന്നിൽ വരുന്നത് ദേശീയ സർക്കാരല്ല, സംസ്ഥാനമാണ്. എന്തുകൊണ്ട്? അത് രാഷ്ട്രത്തെക്കുറിച്ച് എന്താണ് പറയുന്നത്?

ഈ ചോദ്യത്തിന് ഉത്തരം നൽകാൻ, ആദ്യം നിങ്ങൾ ഇന്ത്യയിൽ നിലവിലുള്ള ഫെഡറൽ ഘടന എങ്ങനെ രൂപപ്പെട്ടുവെന്ന് മനസിലാക്കണം. ഇപ്പോൾ ഇന്ത്യയുടെ ഭാഗമായ പ്രദേശങ്ങൾക്കും ജനങ്ങൾക്കും പുരാതന കാലത്തേക്കു നീളുന്ന ഒരു നിഗൂഢമായ ഐക്യബന്ധം ഇല്ലെന്ന് ഞാൻ ഇതിനകം അവതരിപ്പിച്ചിട്ടുണ്ട്. ബ്രിട്ടീഷ് അധിനിവേശം, ഇന്ത്യൻ രാഷ്ട്രീയ പ്രസ്ഥാനങ്ങളും അവയുടെ ആഭ്യന്തര വിഭജനവും, ചർച്ചകളിലൂടെയുള്ള അധികാര കൈമാറ്റവും വിഭജനവും, നാട്ടുരാജ്യങ്ങളുടെയും ഫ്രഞ്ച്, പോർച്ചുഗീസ് കൊളോണിയലുകളുടെയും ഇന്ത്യൻ യൂ

ണിയനിലേക്കുള്ള സംയോജനം എന്നിവയുടെ ഫലമായി അവർ ഈ ഭൂപ്രദേശങ്ങളെ ഒരൊറ്റ രാഷ്ട്രീയ ഘടകത്തിലേക്ക് കൊണ്ടുവന്നു. കേന്ദ്രവുമായുള്ള ഫെഡറേഷന്റെ വിവിധ യൂണിറ്റുകൾ തമ്മിലുള്ള ബന്ധം നിർവചിക്കുന്ന ഒരു പ്രത്യേക നിയമ ചട്ടക്കൂടുണ്ട്. ആ ചട്ടക്കൂടും ഭരണഘടന എഴുതപ്പെട്ടതിനുശേഷം വികസിച്ചു. ആ ചട്ടക്കൂടിന്റെ പ്രധാന സവിശേഷതകൾ നിങ്ങൾക്കറിയാം. അറിയില്ലെങ്കിൽ, നിങ്ങൾക്ക് ഇന്ത്യൻ ഭരണഘടനയെക്കുറിച്ചുള്ള ഏത് പാഠപുസ്തകവും നോക്കാം.

എന്നാൽ ആ നിയമ ചട്ടക്കൂടിനു പിന്നിൽ ആഴത്തിലുള്ള രാഷ്ട്രീയ സാമൂഹിക ചരിത്രമുണ്ട്. അതു ഞാൻ നിങ്ങളോട് വിശദീകരിക്കേണ്ടിയിരിക്കുന്നു. ഭരണഘടനാ ചരിത്രം ഭരണകൂട ഘടനയുടെ ചരിത്രമാണ്. മുഗൾ സാമ്രാജ്യത്തിന്റെ ശിഥിലീകരണത്തിനുശേഷം, ബ്രിട്ടീഷുകാർ എങ്ങനെ പ്രദേശങ്ങളും നാട്ടുരാജ്യങ്ങളും കീഴടക്കികൊണ്ട് ഒരു പുതിയ സാമ്രാജ്യത്വ രാഷ്ട്രീയക്രമം രൂപപ്പെടുത്തി എന്ന് അത് വിവരിക്കും. സ്വതന്ത്ര ഇന്ത്യൻ ഭരണകൂടത്തിന് പാരമ്പര്യമായി ലഭിച്ച ഇരുപതാം നൂറ്റാണ്ടിലെ ഭരണഘടനാ പരിഷ്കാരങ്ങളാൽ അലംകൃതമായ അടിസ്ഥാന ഭരണഘടന അതാണ്. ശരിയാണ്, അത് ഒരു പുതിയ ജനാധിപത്യ, റിപ്പബ്ലിക്കൻ ഭരണഘടനയ്ക്കുള്ളിൽ മറ്റെല്ലാം പൊതിഞ്ഞുവെച്ചു. എന്നാൽ ഭരണകൂട പ്രവർത്തനത്തിന്റെ അടിസ്ഥാന യുക്തി അപ്പോഴും സാമ്രാജ്യത്വമായിരുന്നു (സാമ്രാജ്യവാദി) എന്നതാണ് നിങ്ങൾ മനസിലാക്കേണ്ട കാര്യം.

ഭരണകൂട സംവിധാനത്തിന്റെ യുക്തിയും ജനകീയ ജനാധിപത്യ രാഷ്ട്രീയവും തമ്മിലുള്ള സംഘർഷം 1950 കളുടെ തുടക്കത്തിൽ ഭാഷാപരമായ സംസ്ഥാനങ്ങളുടെ ആവശ്യത്തെ വെളിപ്പെടുത്തി. ആ ആവശ്യങ്ങൾക്ക് ഭരണഘടനാ ചരിത്രത്തിൽ നിന്ന് വിഭിന്നമായ ഒരു സാമൂഹിക ചരിത്രമുണ്ട്. നൂറു വർഷങ്ങൾക്ക് മുമ്പ് ഗാന്ധി ഇന്ത്യൻ നാഷണൽ കോൺഗ്രസിന്റെ നേതാവായ ഉടൻ പ്രവിശ്യാ കമ്മിറ്റികളെ ഭാഷാടിസ്ഥാനത്തിൽ പുനഃസംഘടിപ്പിക്കാൻ തീരുമാനിച്ചപ്പോൾ തന്നെ ഇന്ത്യയിൽ കൊളോണിയൽ ഭരണകൂടം സൃഷ്ടിച്ച പ്രവിശ്യാ അതിരുകൾക്ക് അതീതമായി, ഒരു ജനാധിപത്യ ഫെഡറേഷൻ (ലോകതാന്ത്രിക് സംഘ്) കെട്ടിപ്പടുക്കുന്നതിനുള്ള അടിസ്ഥാന ചുവടുവെപ്പ് തുടങ്ങിവെച്ചിരുന്നു എന്നത് ആളുകൾ പലപ്പോഴും മറക്കുന്നു. അങ്ങനെ, ബോംബെ പ്രവിശ്യയുടെ ഭാഗമാണെങ്കിലും ഗുജറാത്തി സംസാരിക്കുന്ന ജില്ലകൾക്കായി ഒരു ഗുജറാത്ത് പ്രൊവിൻഷ്യൽ കോൺഗ്രസ് കമ്മിറ്റി (പി സി സി) രൂപീകരിച്ചു; തെലുങ്ക് സംസാരിക്കുന്ന പ്രദേശം മദ്രാസ് പ്രവിശ്യയുടെ ഭാഗമായിരുന്നെങ്കിലും ഒരു ആന്ധ്രാ പി സി സി സ്ഥാപിച്ചു; മലയാളം സംസാരിക്കുന്ന മലബാർ ജില്ലകൾ മദ്രാസ് പ്രവിശ്യയുടെ

ഭാഗമായിരുന്നെങ്കിലും ഒരു കേരള പി സി സി രൂപീകരിച്ചു. ബംഗാളി സംസാരിക്കുന്ന സിൽഹെത് ജില്ലാ കോൺഗ്രസ് കമ്മിറ്റി അസം പ്രവിശ്യയിലായിരുന്നിട്ടും ബംഗാൾ പി സി സിക്ക് കീഴിലായി. ഗാന്ധിയുടെ കീഴിലുള്ള പുതിയ കോൺഗ്രസ് ഇംഗ്ലീഷ് ഭാഷയുടെ സവി ശേഷമായ ഉപയോഗം ഉപേക്ഷിച്ച് പ്രാദേശിക ഭാഷകളിലൂടെ ജനങ്ങളിലേക്കെത്താൻ തീരുമാനിച്ചതിനാലാണ് പുനർനിർമാണം ആവശ്യമായി വന്നത്. ദേശീയ പ്രസ്ഥാനത്തെ രാജ്യത്തിന്റെ വിവിധ ഭാഗങ്ങളിൽ ആഴത്തിൽ വേരുറപ്പിക്കാനും അതുവരെ വാർഷിക കോൺഗ്രസ് സമ്മേളനങ്ങളിൽ പ്രസംഗിക്കാനും പ്രമേയങ്ങൾ ഇംഗ്ലീഷിൽ പാസാക്കാനും ഒത്തുകൂടിയ ചെറിയ ഉപരിവർഗ വരേണ്യവർഗത്തിനപ്പുറം ദശലക്ഷക്കണക്കിന് ആളുകളിലേക്ക് സന്ദേശം അയയ്ക്കാൻ പ്രാപ്തമാക്കിയ നിർണായക നീക്കമായിരുന്നു അത്. കൊളോണിയൽ ഭരണം അവസാനിപ്പിച്ച് ഒരു സ്വതന്ത്ര റിപ്പബ്ലിക്ക് സൃഷ്ടിക്കുന്നതിനുള്ള ആവശ്യവുമായി അണിനിരന്ന രാജ്യത്തെ ഒരു പ്രധാന പ്രാദേശിക ഭാഷ സംസാരിക്കുകയും മനസ്സിലാക്കുകയും ചെയ്യുന്ന ജില്ലകൾ ഉൾപ്പെടുന്ന ഭാഷാപരമായ പ്രവിശ്യകൾ ആയി മാറ്റുക എന്നത് ഒരു ജനാധിപത്യ സംഘടനയ്ക്കുള്ളിൽ ജനങ്ങൾ ഒന്നിച്ചു ചേരുന്നതിനുള്ള അടിത്തറയായിരുന്നു. കോൺഗ്രസ് ഈ തത്വത്തോട് പ്രതിബദ്ധത പുലർത്തുകയും 1946 ലെ തിരഞ്ഞെടുപ്പിൽ ഭാഷാടിസ്ഥാനത്തിൽ പ്രവിശ്യകൾ പുനഃസംഘടിപ്പിക്കുമെന്ന് വാഗ്ദാനം ചെയ്യുകയും ചെയ്തു.

കൊളോണിയൽ സ്റ്റേറ്റിനുള്ളിൽ പരിണമിച്ച ഫെഡറൽ ഘടന തികച്ചും വ്യത്യസ്തമായ ഒരു യുക്തിയാണ് പിന്തുടരുന്നത്. അത് ജനാധിപത്യത്തേക്കാൾ സാമ്രാജ്യത്വമായിരുന്നു. പ്രവിശ്യകളിൽ തിരഞ്ഞെടുക്കപ്പെട്ട മന്ത്രാലയങ്ങൾ 1935 ലെ ഭരണഘടനാ പരിഷ്കാരങ്ങൾ അവതരിപ്പിച്ചു. എന്നാൽ വസ്തു ഉടമകളുടെയും നികുതിദായകരുടെയും ചില വിഭാഗങ്ങൾക്ക് മാത്രമേ വോട്ടുചെയ്യാൻ കഴിയൂ, അതിനാൽ വോട്ടർമാർ പ്രായപൂർത്തിയായ ജനസംഖ്യയുടെ 10 ശതമാനം മാത്രമായിരുന്നു. കൂടാതെ, പ്രവിശ്യകൾ വിദൂരവും ബഹുഭാഷകൾ ഉൾപ്പെടുന്നതുമായിരുന്നു, കൊളോണിയൽ ഉദ്യോഗസ്ഥരുടെ നേതൃത്വത്തിലുള്ള ഒരു ഉദ്യോഗസ്ഥമേധാവിത്വം നിർണായകമായി ഒന്നിച്ചുനിർത്തിയതായിരുന്നു ഈ പ്രവിശ്യകളെ. 1947 ൽ ഇന്ത്യയ്ക്കും പാകിസ്ഥാനും ഇടയിൽ മതപരമായ ഘടനയനുസരിച്ച് വിതരണം ചെയ്ത പ്രവിശ്യകളായിരുന്നു ഇവ, പഞ്ചാബും ബംഗാളും അവരുടെ ജില്ലകളുടെ മതഘടന അനുസരിച്ച് വിഭജിക്കപ്പെട്ടു. കൂടാതെ, ഫെഡറേറ്റഡ് പ്രവിശ്യകൾക്ക് കീഴിലല്ലെങ്കിലും പ്രത്യേകമായി ഭരിക്കപ്പെട്ടിരുന്ന ബ്രിട്ടീഷ് ഇന്ത്യയുടെ ഭാഗങ്ങളും ഉണ്ടാ

യിരുന്നു. അതിലേക്ക് വ്യത്യസ്ത വലിപ്പവും ജനസംഖ്യയുമുള്ള നാട്ടുരാജ്യങ്ങളും ചേർത്തു.

1950 കളുടെ തുടക്കത്തിലെ ഇന്ത്യയുടെ ഭൂപടമോ അക്കാലത്തെ സംസ്ഥാനങ്ങളുടെ ഒരു പട്ടികയോ നിങ്ങൾക്ക് കണ്ടെത്താൻ കഴിയുമെങ്കിൽ, ഭരണഘടനയിൽ നാല് വ്യത്യസ്ത സംസ്ഥാനങ്ങൾ പട്ടികപ്പെടുത്തിയിട്ടുണ്ടെന്ന് നിങ്ങൾ കാണും. മദ്രാസ്, ബോംബെ, ഉത്തർപ്രദേശ്, മധ്യപ്രദേശ് തുടങ്ങിയ വലിയവ ഉൾപ്പെടുന്ന ബ്രിട്ടീഷ് ഇന്ത്യയിലെ ഒമ്പത് മുൻ പ്രവിശ്യകളായിരുന്നു പാർട്ട് എ സംസ്ഥാനങ്ങൾ. ഹൈദരാബാദ്, മൈസൂർ, ജമ്മു കശ്മീർ തുടങ്ങിയ വലിയ നാട്ടുരാജ്യങ്ങളും പട്യാല, ഈസ്റ്റ് പഞ്ചാബ് സ്റ്റേറ്റ്സ് യൂണിയൻ (PEPSU), രാജസ്ഥാൻ, സൗരാഷ്ട്ര, മധ്യഭാരത്, വിന്ധ്യ പ്രദേശ് തുടങ്ങിയ സംസ്ഥാനങ്ങളുടെ യൂണിയനുകളും ആയിരുന്നു ഭാഗം ബി സംസ്ഥാനങ്ങൾ. അജ്മീർ, കൂർഗ്, കച്ച്, ഹിമാചൽ പ്രദേശ് തുടങ്ങിയ ചെറിയ പ്രവിശ്യകളും നാട്ടുരാജ്യങ്ങളുമാണ് പാർട്ട് സി സംസ്ഥാനങ്ങൾ, അവ ചീഫ് കമ്മീഷണർമാരുടെ കീഴിലായി. ഒടുവിൽ കേന്ദ്രഭരണ പ്രദേശമായ ആൻഡമാൻ നിക്കോബാർ ദ്വീപുകളും.

ഇത് ഏകപക്ഷീയവും ബുദ്ധിമുട്ടുള്ളതുമായ ഒരു ക്രമീകരണമാണെന്ന് വ്യക്തമായിരുന്നു. അതിന് എന്തെങ്കിലും പ്രതിവിധി ചെയ്യേണ്ടതായി വന്നു. സ്വാഭാവികമായും സംസ്ഥാനങ്ങളെ ഭാഷാടിസ്ഥാ ത്തിൽ പുനഃസംഘടിപ്പിക്കുക എന്നതായിരുന്നു കോൺഗ്രസ് ആരംഭിച്ചതും ഉയർത്തിപ്പിടിച്ചതുമായ തത്വം. പക്ഷേ, കൊളോണിയൽ ഉദ്യോഗസ്ഥ മേധാവിത്വത്തെ എതിർക്കുക എന്ന രാഷ്ട്രീയമുണ്ടായിരുന്ന നേതാക്കൾ ഇപ്പോൾ അതേ ഉദ്യോഗസ്ഥമേധാവിത്വത്തിന്റെ നടത്തിപ്പുകാരായതിനാൽ അവരുടെ താല്പര്യങ്ങൾ പെട്ടെന്ന് മാറി. ഭരണകൂട സംവിധാനങ്ങളെ സംരക്ഷിക്കേണ്ടത് കാലഘട്ടത്തിന്റെ ആവശ്യമാണെന്ന് അവർക്ക് തോന്നി, ജനാധിപത്യത്തിന് കാത്തിരിക്കാം എന്നവർ കരുതി. നേരത്തെ ബഹുജനപ്രസ്ഥാനങ്ങളിൽ അഭിവൃദ്ധി പ്രാപിച്ച കോൺഗ്രസ് നേതാക്കൾ ഇപ്പോൾ ജനകീയ മുന്നേറ്റത്തെ ഭയക്കുന്നതെങ്ങനെയെന്നത് ശ്രദ്ധേയമാണ്. 1948 ൽ സിവിൽ സർവീസുകാരും വിരമിച്ച ജഡ്ജിമാരും ചേർന്ന് രൂപീകരിച്ച കമ്മീഷൻ ഭാഷാടിസ്ഥാനത്തിലുള്ള സംസ്ഥാനങ്ങൾ സൃഷ്ടിക്കുന്നത് ദേശീയ താൽപര്യത്തിന് നിരക്കുന്നതല്ലെന്ന് റിപ്പോർട്ട് ചെയ്തു. നെഹ്റുവും പട്ടേലും ഉൾപ്പെടെയുള്ള മുതിർന്ന കോൺഗ്രസ് അംഗങ്ങളുടെ ഒരു ഉന്നതതല സമിതി, ചില പ്രദേശങ്ങളിലെ ജനവികാരം ഭാഷാടിസ്ഥാനത്തിലുള്ള സംസ്ഥാനങ്ങൾക്ക് അനുകൂലമാണെങ്കിലും, കുറഞ്ഞത് പത്ത് വർഷമെങ്കിലും ആ മാർഗം പിന്തുടരുന്നത് രാജ്യ താൽപര്യങ്ങൾക്ക് അനുകൂലമല്ല എന്ന് തീരുമാ

നിച്ചു. എന്നാൽ 1952 അവസാനമായപ്പോഴേക്കും ഒരു പ്രവർത്തകൻ നിരാഹാര സമരത്തിൽ മരിച്ചതോടെ തെലുങ്ക് സംസാരിക്കുന്ന ആന്ധ്രാ സംസ്ഥാനത്തിനായുള്ള പ്രക്ഷോഭം ഒരു സന്ദിഗ്ധഘട്ടത്തിലെത്തി. 1953 ൽ ആന്ധ്രാപ്രദേശ് സംസ്ഥാനം രൂപീകരിക്കാൻ ഗവൺമെന്റ് നിർബന്ധിതരായി. ഇത് രാജ്യത്തുടനീളം പ്രക്ഷോഭങ്ങൾ പൊട്ടിപ്പുറപ്പെടാൻ കാരണമായി. മുഴുവൻ വിഷയങ്ങളും പരിഗണിക്കാൻ സംസ്ഥാന പുനഃസംഘടനാ കമ്മീഷൻ രൂപീകരിച്ചു. 1955 ൽ അതിന്റെ റിപ്പോർട്ട് സമർപ്പിച്ചു, അതിൽ പാർട്ട് എ, ബി, സി സംസ്ഥാനങ്ങൾ തമ്മിലുള്ള വ്യത്യാസം നിർത്തലാക്കാനും ചെറിയ സംസ്ഥാനങ്ങളെ വലിയ സംസ്ഥാനങ്ങളുമായി ലയിപ്പിക്കാനും ശുപാർശ ചെയ്തു, എന്നാൽ ഭാഷയോ സംസ്കാരമോ പോലുള്ള പുനഃസംഘടനയുടെ ഒരു തത്വവും അതിൽ പിന്തുടരേണ്ടതില്ലെന്ന് മുന്നറിയിപ്പ് നൽകി. പകരം, ദേശീയ ഐക്യത്തിന്റെ താൽപര്യത്തോടെ അത്തരം ആവശ്യങ്ങളെ കൈകാര്യം ചെയ്യുന്നതിൽ സമതുലിതമായ ഒരു സമീപനം നിർദേശിച്ചു. അതനുസരിച്ച്, ഭാഷാടിസ്ഥാനത്തിൽ കേരളവും കർണാടകയും പ്രത്യേക സംസ്ഥാനങ്ങളായി രൂപീകരിക്കുന്നത് അംഗീകരിക്കുമ്പോൾ തന്നെ, ദ്വിഭാഷാ സംസ്ഥാനമായി തുടരേണ്ട മറാഠി സംസാരിക്കുന്ന വിദർഭയെ ബോംബെയിൽ നിന്ന് വേർപെടുത്താൻ ശുപാർശ ചെയ്തു. തെലുങ്ക് സംസാരിക്കുന്ന ഹൈദരാബാദിലെ തെലങ്കാന പ്രദേശം ആന്ധ്രാപ്രദേശുമായി സംയോജിപ്പിക്കുന്നത് 1961 വരെ നീട്ടിവെക്കണമെന്നും നിർദേശിച്ചു.

പുതിയ റിപ്പബ്ലിക്കിലെ ഉന്നത രാഷ്ട്രീയ നേതാക്കൾ ഭാഷാ സംസ്ഥാനങ്ങൾക്കായുള്ള വർധിച്ചുവരുന്ന ജനകീയ ആവശ്യത്തിനെ പ്രതിരോധിക്കാൻ പഴയ കൊളോണിയൽ ഭരണകൂടത്തിന്റെ പരിചയസമ്പന്നരായ ഉദ്യോഗസ്ഥരുടെ ഉപദേശം സ്വീകരിക്കുന്നുണ്ടെന്നത് വ്യക്തമാണ്. സ്വാതന്ത്ര്യസമരത്തിന്റെ നാളുകളിൽ ഇത്രയധികം വിശ്വാസമുളവാക്കിയ ജനാധിപത്യ യുക്തി ഇപ്പോൾ ഉത്കണ്ഠയ്ക്ക് കാരണമായി. നെഹ്റുവിനെപ്പോലുള്ളവർ ജാതീയമോ മതപരമോ ആയ വിശ്വാസത്തിനു സമാനമായി ഭാഷയ്ക്ക് ചുറ്റുമുള്ള സംഘട്ടനങ്ങളെ ഇടുങ്ങിയതും വിഭജനസ്വഭാവമുള്ളതുമായി കാണാൻ തുടങ്ങി. സാംസ്കാരിക രാഷ്ട്രീയത്തേക്കാൾ രാജ്യത്തിന്റെ വ്യവസായവൽക്കരണമാണ് പ്രധാനമെന്ന് അവർ നിർബന്ധം പിടിച്ചിട്ടും, ഭാഷാടിസ്ഥാനത്തിലുള്ള സംസ്ഥാനങ്ങൾക്ക് വേണ്ടിയുള്ള പ്രക്ഷോഭം തുടർന്നുകൊണ്ടിരുന്നു, പ്രത്യേകിച്ച് ബോംബെയെ മഹാരാഷ്ട്ര, ഗുജറാത്ത് എന്നിങ്ങനെ വിഭജിച്ച പഞ്ചാബി ഭാഷ സംസാരിക്കുന്നവർക്കായി പ്രത്യേക സംസ്ഥാനം സൃഷ്ടിക്കണമെന്ന മുൻ ആവശ്യം 1960 ൽ അംഗീകരിച്ചു. രണ്ടാമത്തേത് പ്രോക്സി ഡിമാൻഡ് ആയിരുന്നു. ഏകഭാഷാ പഞ്ചാബി സംസാരിക്കുന്ന സംസ്ഥാ

നത്തിന് വേണ്ടി സിഖുകാരെ അകാലിദൾ അണിനിരത്തിയപ്പോൾ, ജനസംഘം തങ്ങളെ ഹിന്ദി സംസാരിക്കുന്നവരായി പ്രഖ്യാപിക്കാൻ ഹിന്ദുക്കളെ സംഘടിപ്പിച്ചു. ഇതിന്റെ ഫലമായി 1966 ൽ പഞ്ചാബ്, ഹരിയാന സംസ്ഥാനങ്ങൾ രൂപീകരിച്ചു. ഭാഷാപരമായ വിഭജനം എന്ന നിലയിൽ മറച്ചുവെച്ച മതപരമായ ഒരു വിഭജനമായിരുന്നു അത്.

1950 കളിൽ അത്ര സ്വാധീനമില്ലാതിരുന്ന ആർ എസ് എസിലെ ഹിന്ദു ദേശീയവാദികൾ, ഞാൻ നിങ്ങളോട് മുമ്പ് പറഞ്ഞതുപോലെ, ഇന്ത്യ ഏകീകൃത രാഷ്ട്രമാകുന്നതിന് അനുകൂലമായിരുന്നു. ഫെഡറേഷനെതിരെയും ഭാഷാടിസ്ഥാനത്തിലുള്ള സംസ്ഥാനങ്ങൾക്കെതിരെയും ഗോൾവാൾക്കർ വാദിച്ചു. ഹിന്ദിയെ ഏക ദേശീയ, ഔദ്യോഗിക ഭാഷയായി ഉപയോഗിക്കുന്നതിനും ആർ എസ് എസ് അനുകൂലമായിരുന്നു.

ഭാഷയും ദേശീയതയും

എന്തുകൊണ്ടാണ് ഭാഷാസ്വത്വങ്ങളുടെ കരുത്ത് ഇന്ത്യയിൽ ഇത്ര ശക്തമായത്? ഭരണകൂട നിർമാതാക്കൾക്ക്, ദേശീയ പ്രസ്ഥാനത്തിന്റെ നേതാക്കൾക്ക്, ഒരൊറ്റരാജ്യം എന്നതിനെ മറികടക്കുന്ന രീതിയിൽ, ഭാഷാടിസ്ഥാനത്തിലുള്ള സംസ്ഥാനങ്ങൾക്കായുള്ള ആവശ്യത്തെ ചെറുക്കാൻ കഴിയാത്തത് എന്തുകൊണ്ട്? ഇതിനുള്ള ഉത്തരം സ്ഥിതി ചെയ്യുന്നത് ദേശത്തെക്കുറിച്ചുള്ള വ്യത്യസ്ത കാഴ്ചപ്പാടുകളിലാണ്- ദേശമെന്നാൽ ഒരു ഭരണകൂടമെന്ന നിലയിലും ജനങ്ങൾ എന്ന നിലയിലും. രണ്ടു പദങ്ങളും അർഥമാക്കുന്നത് ഒന്നല്ല. ഞാൻ ഇതിനകം നിങ്ങളോട് വിശദീകരിച്ചതുപോലെ, സാമ്രാജ്യത്വ ചരിത്രത്തിലൂടെയാണ് ഭരണകൂടം നമ്മിലേക്ക് ഇറങ്ങിയത്. നമ്മുടെ പുതിയ ജനാധിപത്യ ഭരണഘടന മാറ്റിനിർത്തിയാൽ ഭരണകൂടത്തിന്റെ യന്ത്രങ്ങൾ പ്രവർത്തിക്കുന്ന ആന്തരിക തത്വം ഇപ്പോഴും സാമ്രാജ്യത്വമാണ്. സ്വാതന്ത്ര്യം ലഭിച്ച് ഏഴുപതിറ്റാണ്ടിനു ശേഷവും സർക്കാരിലും കോടതികളിലും ഹിന്ദിയും പ്രാദേശിക ഭാഷകളും ഉപയോഗിക്കാനുള്ള ശ്രമങ്ങൾ ഉണ്ടായിട്ടും, ഇന്ത്യയിലെ ഭരണത്തിന്റെ സ്വതവേയുള്ള ഭാഷ ഇംഗ്ലീഷാണ്, സാമ്രാജ്യത്വഭാഷ. ജനാധിപത്യത്തിന്റെ തത്വമില്ലാത്തതിനാൽ ഭരണകൂട യന്ത്രത്തെ ചലിപ്പിക്കുന്ന ഒരു സംഘടിത വികാരമില്ല. മറുവശത്ത്, ജനങ്ങൾക്കിടയിൽ ദേശീയതയുടെ വ്യാപനത്തോടെ (ലോക്) ജനാധിപത്യം ഇന്ത്യയിൽ ഒരു വൈകാരിക ജീവിതം കരസ്ഥമാക്കി. ദേശീയ വികാരങ്ങൾ പ്രകടിപ്പിക്കുന്ന മാധ്യമം ഭാഷയായിരുന്നു - ഈ രാജ്യത്തെ ജനങ്ങൾ സംസാരിക്കുകയും മനസ്സിലാക്കുകയും ചെയ്യുന്ന നിരവധി ഭാഷകൾ. ജനങ്ങളുടെ ജനാധിപത്യ യൂണിയനെന്ന നിലയിൽ രാഷ്ട്രം

സൃഷ്ടിക്കപ്പെട്ടത് ഒരു ഭാഷ പങ്കിടുന്ന ഒരു കൂട്ടം ജനത എന്ന ആഴത്തിലു ള്ള ബന്ധങ്ങളിലൂടെയാണ്.

എന്നാൽ ഇത് ഒരു പ്രഹേളികയിലേക്ക് നയിക്കുന്നു. ഇന്ത്യയിലെ ജനങ്ങൾ ഉപയോഗിക്കുന്ന നിരവധി ഭാഷകളുണ്ട്. ഒരു ജനതയുടെ ഒരു രാഷ്ട്രത്തിലേക്കുള്ള കടന്നുവരവ് ഒരു പൊതു ഭാഷയിലൂടെ സാധ്യമാണെ ങ്കിൽ, ഈ രാജ്യത്ത് നമ്മൾ ഇന്ത്യ എന്ന് വിളിക്കുന്ന നിരവധി രാജ്യ ങ്ങൾ ഉണ്ടോ? അങ്ങനെയെങ്കിൽ ഇന്ത്യ എന്ന ഒറ്റ രാഷ്ട്രത്തെക്കുറിച്ച് നമുക്ക് എങ്ങനെ സംസാരിക്കാനാകും? ഇന്ത്യൻ രാഷ്ട്രമെന്ന ആശയം തെറ്റാണെന്നാണോ ഞാൻ പറയുന്നത്?

അല്ല, അതല്ല ഞാൻ പറയുന്നത്. മറിച്ച്, ഇന്ത്യൻ രാഷ്ട്രത്തിന്റെ വാസ്തവം തികച്ചും ശ്രദ്ധേയമായ ഒരു വസ്തുതയാണെന്നാണ് ഞാൻ പറയുന്നത്. തീർച്ചയായും ഇത് ലോക ചരിത്രത്തിൽ അപരിചിതമാ ണ്. ലോകത്ത് ഒരിടത്തും ഇതുപോലെയുള്ള മറ്റൊരു സംഭവം എന്റെ അറിവിലില്ല. ഇന്ത്യൻ രാഷ്ട്രത്തിന്റെ ബഹുഭാഷാ സ്വഭാവം, ഇന്ത്യൻ രാഷ്ട്രം ജനങ്ങളുടെ ഒരു ഫെഡറേഷനാണ് (ലോകസംഘ്) എന്ന സവി ശേഷമായ വസ്തുതയെ പ്രതിഫലിപ്പിക്കുന്നു- ഭാഷയാൽ ബന്ധിക്ക പ്പെട്ട അനേകം ജനങ്ങൾ. പല ഭാഷകൾ സംസാരിക്കുന്ന അനേകം ജനവി ഭാഗങ്ങൾ ഒരുമിച്ചുചേരാൻ സമ്മതിച്ചതിന്റെ ഫലമാണ് ഇന്ത്യൻ രാഷ്ട്രം.

പക്ഷേ ഇപ്പോഴും എന്റെ ചോദ്യം പൂർണമായി പരിഹരിക്കപ്പെ ട്ടിട്ടില്ല. ഓരോ ജനതയും അവർ പങ്കുവയ്ക്കുന്ന ഭാഷയുടെ ബന്ധത്താൽ ഐക്യപ്പെട്ടാൽ, രാഷ്ട്രത്തിന്റെ സങ്കൽപം - അതിന്റെ രൂപം, അതിന്റെ ചരിത്രം, അത് ഉണർത്തുന്ന വികാരങ്ങൾ - ആ ഭാഷയ്ക്കും അതിലെ ആളുകൾക്കും സവിശേഷമായിരിക്കും. അങ്ങനെയെങ്കിൽ, വിഭിന്നമായ തനതു ഭാഷകളിൽ ഐക്യപ്പെടുന്ന നിരവധി ആളുകൾ, ഓരോരുത്തർ ക്കും ഇന്ത്യൻ രാഷ്ട്രം സൃഷ്ടിച്ച പൊതുവായ വികാരങ്ങൾ എങ്ങനെ ഒന്നിച്ചു പങ്കുവെക്കാനാകും? ഇന്ത്യൻ രാഷ്ട്രം അതിന്റെ ജനനം മുതൽ ദരിദ്രമായ വൈകാരിക ജീവിതത്തിലേക്ക് നയിക്കപ്പെടില്ലേ? അത് ദുർ ബലവും ഛിന്നഭിന്നവുമായ ഒരു രാഷ്ട്രമായിരിക്കില്ലേ?

സ്വാതന്ത്ര്യാനന്തരം നെഹ്റുവിനെയും പട്ടേലിനെയും പോലു ള്ള നേതാക്കളെ പിടികൂടിയ ഭയം ഇതുതന്നെയാണ്. ഹിന്ദുരാഷ്ട്രത്തെക്കു റിച്ച് സംസാരിച്ച ഗോൾവാൾക്കറെപ്പോലുള്ളവർ ഭാഷാടിസ്ഥാനത്തി ലുള്ള സംസ്ഥാനങ്ങൾക്കെതിരെ വാദിക്കുകയും ഇന്ത്യ ഫെഡറൽ ഭര ണഘടനയല്ല, ഏകീകൃത ഭരണഘടനയാണ് സ്വീകരിക്കേണ്ടതെന്ന് ശഠിക്കുകയും ചെയ്തതിന്റെ കാരണവും ഇതാണ്. പൈതൃകമായി ലഭിച്ച ഭരണകൂട യന്ത്രത്തിന്റെ ശക്തിയിൽ അവർ വിശ്വാസം അർപ്പിക്കുകയും ഇന്ത്യയിലെ ജനങ്ങളുടെ സാംസ്കാരിക ഭാവനയുടെ അത്ഭുതകരമായ രാ

ഷ്ട്രീയനേട്ടത്തെ അവഗണിക്കുകയും ചെയ്തു. കവികളും നോവലിസ്റ്റുകളും കലാകാരന്മാരും സംഗീതജ്ഞരും സ്വന്തം ഭാഷാ സംസ്കാരത്തിൽ സൃഷ്ടിച്ച ദേശീയതാ സങ്കൽപങ്ങളാൽ ഓരോ ജനതയും പരസ്പരം ബന്ധപ്പെട്ടിരിക്കുമ്പോഴും, ഇന്ത്യ എന്ന ഏകീകൃത രാഷ്ട്രമെന്ന സങ്കൽപവും അവർ അതിനൊപ്പം സൃഷ്ടിച്ചു എന്നതാണ് സത്യം. ഓരോ ഭാഷാ യൂണിറ്റുകളും ഭാവനാത്മകമായി സ്വന്തം ദേശീയ സ്വഭാവം നിർമിച്ചപ്പോൾ, അത് ഇന്ത്യൻ രാഷ്ട്രം എന്ന് വിളിക്കുന്ന ഒരു വലിയ ദേശീയതാ സങ്കൽപത്തിൽ സ്വയം പ്രതിഷ്ഠിച്ചു. എന്നാൽ ഈ ഓരോ ജനതയുടെയും സാംസ്കാരിക ഉള്ളടക്കം വ്യത്യസ്തമായതിനാൽ, ഇന്ത്യൻ രാഷ്ട്രത്തെക്കുറിച്ചുള്ള അവരുടെ സങ്കൽപം വ്യത്യസ്തമായിരുന്നു. മറ്റൊരു വിധത്തിൽ പറഞ്ഞാൽ, ഓരോ ഭാഷാപ്രദേശത്തെയും ജനങ്ങൾ ആ ദേശീയതാബോധം ഇന്ത്യൻ രാഷ്ട്രത്തിന്റേതാണെന്ന് അംഗീകരിക്കുമ്പോൾ തന്നെ, ഈ ഇന്ത്യൻ രാഷ്ട്രം എന്താണ് അർഥമാക്കുന്നത് എന്നതിനെക്കുറിച്ച് ഓരോരുത്തർക്കും വ്യത്യസ്തമായ ആശയങ്ങളുണ്ടായിരുന്നു. ആ വ്യവസ്ഥകൾക്ക് കീഴിലാണ് ഈ ജനങ്ങളെല്ലാം ഒരു ഫെഡറേഷനിൽ ഒത്തുചേരാൻ സമ്മതിച്ചത്.

ഇന്ത്യൻ ദേശീയതയെ സംബന്ധിച്ച വാസ്തവം എന്ന് ഞാൻ വിശ്വസിക്കുന്ന ഈ പ്രസ്താവന നിങ്ങൾക്ക് ബോധിക്കുന്നില്ല എന്ന് എനിക്ക് കാണാൻ കഴിയും. അതിനാൽ ഞാൻ എന്താണ് ഉദ്ദേശിക്കുന്നതെന്ന് കാണിക്കാൻ എനിക്ക് നിരവധി ഉദാഹരണങ്ങൾ നൽകേണ്ടിവരും. നിങ്ങൾ അതിനായി ക്ഷമയോടെ കാത്തിരിക്കേണ്ടിവരും.

മാതൃരാജ്യത്തിന്റെ സ്തുതി

'വന്ദേ മാതരം' എന്ന മുദ്രാവാക്യവും ഇവ ആദ്യത്തെ രണ്ട് വാക്കുകളായ ഗാനവും എടുക്കുക. ഒരു ദേശീയഗാനം എന്ന നിലയിലാണ് ഈ ഗാനം ഇന്ത്യയൊട്ടാകെ അറിയപ്പെടുന്നത്. ബി ജെ പിയുടെയും ആർ എസ് എസിന്റെയും ഹിന്ദു ദേശീയവാദികൾക്ക് ഇതിനോട് പ്രത്യേക താൽപര്യമാണ്. പ്രശസ്ത ബംഗാളി നോവലിസ്റ്റായ ബങ്കിംചന്ദ്ര ചതോപാധ്യായ സംസ്കൃതവും ബംഗാളിയും സംയോജിപ്പിച്ച് അദ്ദേഹത്തിന്റെ *ആനന്ദമഠ്* എന്ന നോവലിൽ ഉൾപ്പെടുത്തിയതാണ് ഇതെന്ന് നിങ്ങൾക്കറിയുമായിരിക്കും. രവീന്ദ്രനാഥ ടാഗോർ ഈ ഗാനത്തിനു സംഗീതം നൽകുകയും 1896 ൽ കൊൽക്കത്തയിൽ നടന്ന കോൺഗ്രസ് സമ്മേളനത്തിൽ ആലപിക്കുകയും ചെയ്തു. ഇരുപതാം നൂറ്റാണ്ടിന്റെ ആദ്യ ദശകത്തിൽ ബംഗാളിൽ നടന്ന സ്വദേശി പ്രസ്ഥാനത്തിന്റെ കാലത്ത് ഈ ഗാനം വളരെ പ്രചാരം നേടുകയും ബംഗാൾ വിപ്ലവ ഗ്രൂപ്പുകൾ അതിനെ ഒരു മന്ത്രമായി സ്വീകരിക്കുകയും ചെയ്തു. പ്രസ്ഥാനത്തിന്റെ മുഖപത്രമാ

യി മാറിയ അരബിന്ദോ ഘോഷ് എഡിറ്റുചെയ്ത ഒരു ഇംഗ്ലീഷ് ഭാഷാ ദിനപത്രം *ബന്ദേ മാതരം* എന്നറിയപ്പെട്ടു. ആ രണ്ടു വാക്കുകളും ബംഗാളിലെങ്ങും ചെറുത്തുനിൽപിന്റെ പ്രതീകമായി അടയാളപ്പെടുത്തപ്പെട്ടു, ആ മുദ്രാവാക്യം വിളിക്കുന്നവരെ പോലീസ് അടിച്ചമർത്തി. എന്നാൽ അത് എങ്ങനെയാണ് ഒരു ദേശീയ ഗാനമായത്? അമ്മയായി ആരാധിക്കുന്ന രാഷ്ട്രം ഏതാണ്?

സംസ്കൃതത്തിലെ കവിതയുടെ ആദ്യ ശ്ലോകം നദികൾ, തോട്ടങ്ങൾ, കാറ്റുകൾ, വിളകൾ പാകമായ പച്ച വയലുകൾ, പൂക്കൾകൊണ്ട് അലങ്കരിച്ച മരങ്ങൾ, രാത്രി പ്രകാശിപ്പിക്കുന്ന ചന്ദ്രൻ എന്നിവയെ പ്രശംസിക്കുന്നു. അതാണ് നമ്മുടെ അമ്മ - നാം ജീവിക്കുന്നതും നമ്മുടെ സ്വന്തം എന്ന് വിളിക്കുന്നതുമായ ഭൂമിയുടെ ഈ പ്രത്യേക ഭാഗം. നമ്മുടെ അമ്മ പുഞ്ചിരിക്കുന്നു, അവളുടെ വാക്കുകൾ മധുരിതമാണ്, അവൾ നമ്മെ അനുഗ്രഹിക്കുകയും നമുക്ക് സന്തോഷം നൽകുകയും ചെയ്യുന്നു. നിങ്ങൾ ഈ വരികൾ അറിഞ്ഞിരിക്കണം:

സുജലാം സുഫലാം
മലയജശീതളാം
സസ്യശ്യാമളാം
മാതരം
ശുഭ്രജ്യോത്സ്നാ പുളകിതയാമിനീം
ഫുല്ലകുസുമിത ദ്രുമദളശോഭിണീം
സുഹാസിനീം സുമധുരഭാഷിണീം
സുഖദാം വരദാം
മാതരം

ഉദാരമതിയും ദയയുമുള്ള അമ്മയുടെ പ്രതിച്ഛായയാണ് ഈ വരികൾ ഉണർത്തുന്നത്. എന്നാൽ അടുത്ത വാക്യം തികച്ചും വ്യത്യസ്തമായ ഒരു ചിത്രമാണ് നൽകുന്നത്.

സപ്തകോടി കോടി കണ്ഠ കള കള നിനാദ കരാളേ
ദ്വിസപ്ത കോടി ഭുജൈധൃത ഖരകരവാളേ
അബന കേന മാ എത ബലേ

ഏഴു കോടി സ്വരങ്ങൾ അവളുടെ വിജയത്തിനായി ആർത്തുവിളിക്കുന്നു, പതിനാലു കോടി കൈകൾ വാളുകൾ ഉയർത്തി, ശത്രുക്കളിൽ നിന്ന് അമ്മയെ സംരക്ഷിക്കാൻ തയ്യാറാണ്. ഇത്രയും ശക്തിയുള്ള അവൾ എന്തിന് അബലയായ് തോന്നണം? ചോദ്യം ഇതാണ്: അമ്മയുടെ ഈ എഴുപത് ദശലക്ഷം കുട്ടികൾ ആരാണ്? ഉത്തരം കണ്ടെത്താൻ നിങ്ങൾ അൽപ്പം ഗവേഷണം നടത്തേണ്ടതുണ്ട്. എല്ലാ ഇന്ത്യക്കാരെയും ഇതിൽ ഉൾപ്പെടുത്താൻ കഴിയില്ല, കാരണം ബങ്കിംചന്ദ്ര 'വന്ദേമാതരം'

എഴുതുമ്പോൾ ഇന്ത്യയിലെ ജനസംഖ്യ എഴുപത് ദശലക്ഷത്തിലധികം ആയിരുന്നു. അന്ന് ബംഗാളിലെ ജനസംഖ്യ ഏഴ് കോടിയായിരുന്നുവെന്നതിനു തെളിവുണ്ട്. വാസ്തവത്തിൽ, പിന്നീട് വളരെക്കാലമായി, ബംഗാളികളുടെ ആകെ എണ്ണം സൂചിപ്പിക്കാൻ സാഹിത്യത്തിലും സാധാരണ സംഭാഷണത്തിലും ഏഴുകോടി എന്ന കണക്ക് ഉപയോഗിക്കുന്നത് തുടർന്നു. ബങ്കിംചന്ദ്ര ബംഗാൾ മാതാവിനെ സ്തുതിച്ചുകൊണ്ടിരുന്നു; അവളുടെ ഏഴുകോടി കുട്ടികൾ വാളുകൊണ്ട് അവളെ പ്രതിരോധിക്കുമെന്ന് പ്രതിജ്ഞയെടുക്കുന്നതായി അദ്ദേഹം വിഭാവനം ചെയ്തു. വാസ്തവത്തിൽ, ഗാനത്തിന് ഒരു മന്ത്രത്തിന്റെ (സ്തോത്രം) ഗുണമേന്മ നൽകുന്ന സംസ്കൃതത്തിലെ സ്വരസൂചകമായ ആഹ്വാനത്തിന് ശേഷം, 'അബല കേന മാ ഏതാ ബലേ!' എന്ന ബംഗാളി ആശ്ചര്യത്തിലേക്ക് അദ്ദേഹം പെട്ടെന്ന് വഴുതി വീഴുന്നു.

'വന്ദേമാതരം' എന്ന ഗാനം ഭാരതമാതാവിനെ അഭിസംബോധന ചെയ്യാത്തത് നിങ്ങളെ ഞെട്ടിക്കുന്നുണ്ടോ? നിങ്ങൾ ഞെട്ടാൻ പാടില്ല. ബങ്കിംചന്ദ്ര 'വന്ദേമാതരം' എഴുതുമ്പോൾ ഭാരതമാതാ എന്ന ആശയം നിലവിൽ വന്നിരുന്നില്ല: അത് സംഭവിച്ചത് ഇരുപത് വർഷത്തിന് ശേഷമാണ്. സത്യത്തിൽ, നിങ്ങൾ ഒരു ബംഗാളി സുഹൃത്തിനോട് ചോദിച്ചാൽ, അവർക്ക് 'ബന്ദേ മാതരം' എന്ന പാട്ട് അറിയുമായിരിക്കും, അവരുടെ ഭാഷയിൽ ബന്ദേമാതരം എന്നാണ് ഉച്ചരിക്കുന്നത്. പിന്നീട് സന്ന്യാസജീവിതം സ്വീകരിച്ച് ശ്രീ.അരബിന്ദോ ആയിത്തീർന്ന അരബിന്ദോ ഘോഷാണ് ഈ ഗാനം ആദ്യമായി ഇംഗ്ലീഷിലേക്ക് വിവർത്തനം ചെയ്തത്. ബംഗാളിന്റെ ദേശീയഗാനം എന്നാണ് അദ്ദേഹം അതിനെ വിളിച്ചത്. പിന്നെ എങ്ങനെയാണ് അത് ഇന്ത്യയുടെ ദേശീയ ഗാനമായത്? ആ ചോദ്യത്തിന് ഞാൻ ഉടൻ ഉത്തരം നൽകും. എന്നാൽ അതിനുമുമ്പ് പാട്ടിന്റെ മറ്റൊരു പ്രധാന വശം ഞാൻ ചൂണ്ടിക്കാണിക്കേണ്ടതായുണ്ട്.

ആദ്യ ശ്ലോകത്തിൽ മാതാവിന്റെ ചിത്രം പ്രകൃതിഭംഗിയുടേതാണ്. എന്നാൽ ബംഗാളിയിലെ മൂന്നാമത്തെ ശ്ലോകം അമ്മയെ ദൈവിക വിഗ്രഹമായി അവതരിപ്പിക്കുന്നു. അവൾ അറിവാണ്, അവൾ ധർമമാണ്; അവൾ നമ്മുടെ ശരീരത്തിലെ ജീവനും നമ്മുടെ ഹൃദയത്തിലെ ആത്മാവുമാണ്. നമ്മുടെ ക്ഷേത്രങ്ങളിൽ നാം ആരാധിക്കുന്നത് അവളുടെ വിഗ്രഹമാണ്. സംസ്കൃതത്തിലെ അടുത്ത ശ്ലോകം ആ വിഗ്രഹങ്ങളുടെ പേരുകൾ പറയുന്നു:

ത്വം ഹി ദുർഗാ ദശപ്രഹരണധാരിണീ
കമലാ കമലദള വിഹാരിണീ
വാണീ വിദ്യാദായിനീ, നമാമി ത്വം

ദുർഗ, ലക്ഷ്മി, സരസ്വതി - ഇവ അമ്മയുടെ രൂപത്തിൽ ലയിച്ച ദിവ്യ രൂപങ്ങളാണ്. നമ്മൾ സ്നേഹിക്കുകയും ആരാധിക്കുകയും ചെയ്യുന്ന ദേവതയാണ് അവൾ.

മാതൃദേവതയുടെ പരിചിതമായ മതപരമായ പ്രതിച്ഛായയെ മാതൃരാജ്യത്തെക്കുറിച്ചുള്ള നവീന ആശയവുമായി വിജയകരമായി ബന്ധിപ്പിച്ചതുകൊണ്ടാണ് ബംഗാളിലെ ആയിരക്കണക്കിന് ആളുകളെ പ്രചോദിപ്പിക്കാൻ ഈ ഗാനത്തിന് ഇത്രയധികം ശക്തി ലഭിച്ചത് എന്നതിൽ സംശയമില്ല. ദേവി ശക്തി, സമ്പത്ത്, അറിവ് എന്നിവയെ പ്രതിനിധീകരിക്കുന്നു, എന്നാൽ മാതൃരാജ്യമെന്ന നിലയിൽ അവൾ നമ്മുടെ ജീവിതത്തെ നിലനിറുത്തുന്ന വയലുകളും കാടുകളും നദികളും ആകാശവുമായിരുന്നു. പുതിയ ബ്രിട്ടീഷ് ശക്തിക്കെതിരെ വടക്കൻ ബംഗാളിൽ നടന്ന പതിനെട്ടാം നൂറ്റാണ്ടിലെ സന്ന്യാസി കലാപത്തിന്റെ പശ്ചാത്തലത്തിലാണ് *ആനന്ദമത്* എന്ന നോവൽ രചിക്കപ്പെട്ടത്. അടിച്ചമർത്തുന്നവർക്കെതിരെ പോരാടുമെന്ന് പ്രതിജ്ഞയെടുക്കുന്ന ബംഗാളിലെ ധീരരായ പുത്രന്മാർക്കും പുത്രിമാർക്കും ഇനി മുതൽ അവരുടെ ദേവത മാതൃരാജ്യമാകുമെന്ന് ഗാനം വരുന്ന പ്രത്യേക രംഗം എഴുത്തിൽ വ്യക്തമായി സ്ഥാപിക്കുന്നു. മാതൃദേവതയെ ശത്രുക്കളിൽ നിന്ന് മോചിപ്പിക്കാനാണ് ഇവരുടെ പോരാട്ടം.

1905 ൽ സ്വദേശി അല്ലെങ്കിൽ വിഭജന വിരുദ്ധ പ്രസ്ഥാനം ആരംഭിച്ചതിനെത്തുടർന്ന് ബംഗാളിൽ ഗാനം വൻതോതിൽ പ്രചാരം നേടിയതോടെ, അത് ഇന്ത്യയിൽ മറ്റിടങ്ങളിലും ശ്രദ്ധ ആകർഷിക്കാൻ തുടങ്ങി. ഇംഗ്ലീഷിലുള്ള അരബിന്ദോയുടെ രചനകൾ ഇതിന് സഹായകമായി. ഈ പാട്ടും മുദ്രാവാക്യവും തടിച്ചുകൂടിയ ജനക്കൂട്ടത്തിൽ സൃഷ്ടിച്ച ചലനത്തിന് 1906 ൽ കൊൽക്കത്തയിൽ നടന്ന വാർഷിക കോൺഗ്രസ് സമ്മേളനത്തിൽ വെച്ച് കോൺഗ്രസ് പ്രതിനിധികൾ സാക്ഷ്യം വഹിച്ചു. ബാലഗംഗാധര തിലക് മഹാരാഷ്ട്രയിലേക്ക് മടങ്ങുകയും 'വന്ദേ മാതരം' ഒരു ദേശീയ പ്രഖ്യാപനമായി ജനകീയമാക്കുകയും ചെയ്തു. പ്രശസ്ത കവി സുബ്രഹ്മണ്യ ഭാരതി ഈ ഗാനം തമിഴിലേക്ക് വിവർത്തനം ചെയ്യുകയും അത് വളരെ ജനപ്രിയമാക്കുകയും ചെയ്തു. ഇരുപതാം നൂറ്റാണ്ടിന്റെ രണ്ടാം ദശകത്തിൽ ഭാരത് മാതാ എന്ന ആശയം പ്രചാരത്തിൽ വന്നപ്പോൾ, 'വന്ദേമാതരം' എന്നതിലെ അമ്മ ഇന്ത്യയുമായി താദാത്മ്യം പ്രാപിച്ചു. രസകരമെന്നു പറയട്ടെ, ഇന്ത്യയിലെ മറ്റ് പ്രദേശങ്ങളിലേക്കുള്ള അതിന്റെ യാത്രയിൽ, സംസ്കൃതത്തിലെ ആദ്യത്തെ ശ്ലോകം മാത്രമാണ് സാധാരണയായി ചൊല്ലുകയോ പാടുകയോ ചെയ്തിരുന്നത്; ഏഴു കോടി കുട്ടികളെക്കുറിച്ചുള്ള പ്രത്യേക പരാമർശവും ഗാനത്തിലെ എല്ലാ ബംഗാളി വരികളും അവഗണിക്കപ്പെട്ടു.

കഥ അവസാനിച്ചിട്ടില്ല. 1920 കളിൽ ബംഗാളിൽ കോൺഗ്രസ് സംഘടിപ്പിച്ച എല്ലാ പൊതുയോഗങ്ങളിലും ഈ ഗാനം ഒരു പതിവ് ഇനമായി മാറിയപ്പോൾ, പാട്ടിലെ മതപരമായ ചിത്രങ്ങൾ വിഗ്രഹാരാധനയെ ഉണർത്തുന്നതാണെന്ന് ആരോപിച്ച് മുസ്ലീങ്ങൾ എതിർത്തു. ഇത് നീണ്ട തർക്കത്തിന് കാരണമായി. ഞാൻ നിങ്ങളോട് പറഞ്ഞതു പോലെ, 1930 ആയപ്പോഴേക്കും മിക്ക മുസ്ലീങ്ങളും ബംഗാളിൽ കോൺഗ്രസ് വിട്ട് സ്വന്തം രാഷ്ട്രീയ സംഘടനകൾ ആരംഭിച്ചിരുന്നു. ബംഗാൾ കോൺഗ്രസിലെ ഏറ്റവും ജനപ്രിയമായ ദേശീയ ഗാനമായി 'ബന്ദേ മാതരം' തുടർന്നു, അത് ഇപ്പോൾ പ്രധാനമായും ഹിന്ദു താൽപര്യങ്ങളുമായി താദാത്മ്യം പ്രാപിച്ചു. പ്രത്യേകിച്ച് രഹസ്യ വിപ്ലവ ഗ്രൂപ്പുകൾ മുസ്ലീങ്ങളിൽ നിന്ന് റിക്രൂട്ട് ചെയ്യുന്നത് ഒഴിവാക്കിയിരുന്നു, മുസ്ലീങ്ങളുടെ വിശ്വാസ്യത സംശയാസ്പദമാണെന്ന് അവർ അവകാശപ്പെട്ടു.

എന്നിരുന്നാലും, വിവാദം ഉടൻ തന്നെ അഖിലേന്ത്യാ തലത്തിൽ കോൺഗ്രസിനെ പിടികൂടി. കോൺഗ്രസ് യോഗങ്ങളിൽ ഇത് ഉപയോഗിക്കുന്നതിനെ മുസ്ലീം അംഗങ്ങൾ എതിർത്തു. ഈ തർക്കം മൂക്കുകയും പരിഹരിക്കാനായി 1937 ൽ നെഹ്റു, സുഭാഷ് ബോസ്, അബുൽ കലാം ആസാദ്, നരേന്ദ്ര ദേവ് എന്നിവരടങ്ങുന്ന ഒരു കമ്മിറ്റി രൂപീകരിച്ചു. അവർ രവീന്ദ്രനാഥ ടാഗോറിന്റെ ഉപദേശം തേടി. ഈ തർക്കം പരിഹരിക്കാനായി പാട്ടിന്റെ പിന്നീടുള്ള വരികൾ കർശനമായ ഏകദൈവ മതം പിന്തുടരുന്നവരിൽ നിന്ന് എതിർപ്പുകൾക്ക് കാരണമാകുമെന്നും എന്നാൽ ആദ്യ വാക്യം എല്ലാവർക്കും ആലപിക്കാൻ കഴിയുമെന്നും ടാഗോർ പറഞ്ഞു. ഞാൻ ഇത് പരാമർശിക്കുന്നതിനു കാരണം, ടാഗോർ ബ്രഹ്മസമാജത്തിൽ നിന്നുള്ളയാളായിരുന്നു എന്നതാണ്, അദ്ദേഹത്തിന്റെ സിദ്ധാന്തം കർശനമായ ഏകദൈവ വിശ്വാസമാണ്, മാത്രവുമല്ല അദ്ദേഹത്തിന്റെ ശാന്തിനികേതനിലെ സർവകലാശാല ഇന്നും അതിന്റെ കാമ്പസിൽ വിഗ്രഹാരാധന അനുവദിക്കുന്നില്ല. എന്നിട്ടും തന്റെ കവിതകളിലും പാട്ടുകളിലും, പ്രത്യേകിച്ച് ദേശഭക്തി വിഷയത്തിലുള്ളവയിൽ, മാതൃരാജ്യത്തോടുള്ള സ്നേഹവും ആദരവും ഉണർത്താൻ, മാതൃദേവതയുടെ പ്രതിരൂപമായ ചിത്രങ്ങളുടെ ബംഗാളി ഭാഷയിലെ സമൃദ്ധമായ ഉറവകൾ അദ്ദേഹം പതിവായി ഉപയോഗിച്ചു.

ബംഗാളിലെ മുസ്ലീം രാഷ്ട്രീയ നേതൃത്വം ബങ്കിംചന്ദ്രയുടെ 'വന്ദേമാതരത്തിലെ' മതപരമായ സൂചകങ്ങൾ സ്വീകാര്യമല്ലെന്ന് കണ്ടെത്തിയപ്പോൾ, 1971 ൽ ബംഗ്ലാദേശ് സ്വതന്ത്രമായപ്പോൾ, അതിന്റെ ദേശീയഗാനമായി തിരഞ്ഞെടുത്തത് 1905 ൽ ടാഗോർ രചിച്ച ഗാനമാണ് - 'അമർ സോനാർ ബാംഗ്ലാ, ആമി തോമയ് ഭലോബാസി.' ഇവിടെയും ബംഗാൾ ഭൂമിയെ അമ്മയായി ചിത്രീകരിച്ചിരിക്കുന്നു, പക്ഷേ, തന്റെ ഗ്രാമത്തിലെ

വീട്ടിൽ അഭയം നൽകുകയും ഭക്ഷണം നൽകുകയും പാട്ടു കയും കളിക്കു കയും ചെയ്യുന്ന പരിചിതയായ അമ്മയാണ് അവൾ. ബംഗാളി ഭാഷയുടെ അതേ സാംസ്കാരിക വിഭവങ്ങൾ ഉപയോഗിച്ച് മാതൃരാജ്യത്തെ മാതൃരാ ജ്യവുമായി ബന്ധിപ്പിക്കുന്ന ഒരു ദേശീയ ഗാനം കണ്ടെത്താൻ ബംഗ്ലാ ദേശിലെ നേതാക്കൾക്ക് കഴിഞ്ഞു, എന്നാൽ ഹിന്ദു വിഗ്രഹാരാധനയു മായി ഇതിനു ബന്ധമില്ല.

സാംസ്കാരിക സ്മരണയിൽ ആഴത്തിൽ വേരൂന്നിയതും ഒരു ഭാഷ യ്ക്കുള്ളിൽ ഒളിഞ്ഞിരിക്കുന്നതുമായ വികാരങ്ങൾ ദേശീയതയുടെ ഒന്നില ധികം അർഥങ്ങൾ സൃഷ്ടിക്കാൻ, അല്ലെങ്കിൽ ഉൾച്ചേർക്കാൻ എങ്ങനെ ഉപയോഗിക്കുന്നു എന്ന് കാണിക്കാൻ ഞാൻ തിരഞ്ഞെടുത്ത ഒരു ഉദാ ഹരണം മാത്രമാണിത്. 1905 ൽ ബ്രിട്ടീഷ് പ്രവിശ്യ വിഭജിക്കാനുള്ള ഭരണാധികാരികളുടെ തീരുമാനത്തോടെ ബംഗാളിൽ കൊളോണിയൽ വിരുദ്ധ വികാരങ്ങൾ ഉണർന്നു. ഇരുപത് വർഷങ്ങൾക്ക് മുമ്പ് ഒരു പ്ര ശസ്ത എഴുത്തുകാരൻ എഴുതിയ ഒരു ഗാനം ബംഗാളിലെ അനീതിക്ക് എതിരെ പോരാടുന്നവരുടെ ഐക്യത്തിന്റെ മുദ്രാവാക്യമായി മാറി. അത് അവരുടെ ദേശീയ ഗാനമായി മാറി. എന്നാൽ താമസിയാതെ, അതേ ഗാനം, ചില വരികൾ ഇല്ലാതാക്കി, ഇന്ത്യയുടെ ദേശീയ ഗാനമായും മാറി. അമ്മയുടെ രണ്ട് അവതാരങ്ങൾ തമ്മിൽ വൈരുധ്യമുണ്ടാകുമെന്ന് ആരും കരുതിയിരുന്നില്ല.

എന്നിരുന്നാലും, ബംഗാളിൽ പോലും ഗാനം സ്വീകരിച്ചിരുന്നത് ഏകകണ്ഠമായിട്ടായിരുന്നില്ല. മുസ്ലീങ്ങളും ഹിന്ദുക്കളും തമ്മിലുള്ള രാ ഷ്ട്രീയ വിഭജനത്തിൽ അത് ഉൾപ്പെട്ടു. എന്നാൽ ബംഗാളികൾ പാകി സ്ഥാന്റെ ഭാഗമായിരുന്നപ്പോഴും തങ്ങളുടെ ഭാഷാപരമായ സ്വത്വത്തിൽ ഉറച്ചുനിന്നു. ഉറുദുവിനെ ഏക ദേശീയ ഭാഷയായി പാകിസ്ഥാൻ പ്രഖ്യാ പിച്ചപ്പോൾ, കിഴക്കൻ പാകിസ്ഥാനിലെ ജനങ്ങൾ പ്രതിഷേധിച്ചു, 1952 ഫെബ്രുവരി 21 ന്, പോലീസ് വെടിവയ്പ്പിൽ അഞ്ച് പ്രതിഷേധക്കാർ ക്ക് ജീവൻ നഷ്ടപ്പെട്ടു. സ്വന്തം സ്വതന്ത്ര റിപ്പബ്ലിക്ക് രൂപീകരിച്ചതിന് ശേഷം, ബംഗ്ലാദേശിലെ ജനങ്ങൾ ആ പ്രദേശത്തിന്റെ സംസ്കാരവുമായി ബന്ധപ്പെട്ട സ്നേഹത്തിന്റെയും ഭക്തിയുടെയും ശക്തമായ വികാരങ്ങൾ ഉണർത്തുന്ന ഒരു ദേശീയ ഗാനം കണ്ടെത്താൻ അവരുടെ സാഹിത്യ പൈതൃകത്തിലേക്ക് മടങ്ങിയെത്തി: ഫെബ്രുവരി 21 ഇന്ന് ലോകമെമ്പാ ടും അന്താരാഷ്ട്ര മാതൃഭാഷാ ദിനം ആചരിക്കുന്നു.

ഇന്ന് പശ്ചിമ ബംഗാളിൽ, ബഹുസ്വര ദേശീയ പാരമ്പര്യവുമാ യി താദാത്മ്യം പ്രാപിക്കുന്ന കോൺഗ്രസിന്റെയും തൃണമൂൽ കോൺഗ്ര സിന്റെയും ഉടമസ്ഥതയിൽ 'ബന്ദേ മാതരം' തുടരുന്നു എന്നത് ഞാൻ നിങ്ങളുടെ അറിവിലേക്കായി കൂട്ടിച്ചേർക്കുന്നു. സ്വാതന്ത്ര്യസമര ചരി

ത്രത്തിലെ പ്രാധാന്യം അനുസ്മരിച്ചുകൊണ്ട് പാട്ടിന്റെ മതപരമായ അലങ്കാരപ്രയോഗങ്ങളെ അവർ സ്വാഭാവികവൽക്കരിച്ചിട്ടുണ്ട്, കൂടാതെ ഇന്ത്യയിലെ മറ്റിടങ്ങളിലെ ഹിന്ദു ദേശീയവാദികൾ ഇത് ഭാരത മാതാവിനോടുള്ള ആദരാഞ്ജലിയായും വിപുലീകരിച്ച് സങ്കൽപിക്കപ്പെട്ട ഹിന്ദുരാഷ്ട്രത്തിന്റെ ദേശീയഗാനമായും ഉപയോഗിക്കുന്നതിൽ അവർക്ക് ലജ്ജയില്ല. അതെങ്ങനെ സംഭവിച്ചു? കുലജി എന്ന് വിളിക്കപ്പെടുന്ന നിരവധി കുടുംബ വംശാവലികളിൽ നിലനിൽക്കുന്നതായി വെളിപ്പെടുത്തിയ, ആര്യാവർത്തത്തിൽ നിന്നുള്ള ഒരു പരമ്പര അവകാശപ്പെടാനുള്ള ബംഗാളിലെ ഉയർന്ന ജാതി ഹിന്ദുക്കളുടെ ആഗ്രഹമാണ് ഇതിനു കാരണമെന്ന് ഞാൻ കരുതുന്നു. ഈ ബ്രാഹ്മണർ അവരുടെ ഉത്ഭവം അഞ്ച് ബ്രാഹ്മണന്മാരിൽ നിന്ന് അഞ്ച് കായസ്ഥ ബ്രാഹ്മണ ജാതികളായാണെന്ന് കരുതുന്നു, ആദിശൂര രാജാവ് കനൗജിൽ നിന്ന് ബംഗാളിലേക്ക് കൊണ്ടുവന്നതാണ് ഇതെന്ന് പറയപ്പെടുന്നു. ബംഗാളി ഹിന്ദുക്കളുടെ ചരിത്രത്തിൽ ഇല്ലാത്ത രജപുത്രരുടെയും മറാത്തകളുടെയും ആയോധന ചരിത്രത്തിനോട് ബംഗാളിലെ ദേശീയ കവികളും നോവലിസ്റ്റുകളും താദാത്മ്യം പ്രാപിക്കാൻ ശ്രമിച്ച രീതിയിലും ഈ ആഗ്രഹം പ്രകടമായിരുന്നു. ശ്രേണിയിൽ താഴ്ന്ന ജാതിക്കാർക്ക്, ബംഗാളിന് പുറത്തുള്ള പ്രദേശങ്ങൾ അവരുടെ ജീവിതം മെച്ചപ്പെടുത്താനും അവരുടെ കുട്ടികളുടെ ഭാവി സുരക്ഷിതമാക്കാനും ശ്രമിക്കുന്ന കുടിയേറ്റ തൊഴിലാളികളുടെ ലക്ഷ്യസ്ഥാനങ്ങളായി മാറിയിരിക്കുന്നു. ഹിന്ദു ഭൂരിപക്ഷ പശ്ചിമ ബംഗാളിലെ ദേശീയത, ഭാഷയാൽ ഏകീകരിക്കപ്പെട്ട ബംഗാളി ജനത എന്ന ആശയത്തിൽ പൂർണമായും നിക്ഷേപിച്ചിരിക്കുന്നു, എന്നാൽ ഇത് അവിഭാജ്യമായി ഇന്ത്യൻ രാഷ്ട്രത്തിന്റെ ഭാഗമാണ്.

പിതൃഭൂമിയെ ആഘോഷിക്കുന്നു

രാഷ്ട്രം എന്ന ആശയത്തിന് ജീവൻ നൽകുന്ന മാതൃ രാജ്യമെന്ന സ്നേഹമാണ് ബംഗാളി ഭാഷയിലെ പ്രധാന വികാരമെങ്കിൽ - ആ രാജ്യം ബംഗാളോ ഇന്ത്യയോ ബംഗ്ലാദേശോ ആകട്ടെ - മഹാരാഷ്ട്ര അതിനു വിരുദ്ധമാണ്. ദേശീയ ഭൂപ്രദേശത്തോടുള്ള അടുപ്പത്തെക്കുറിച്ച് സവർക്കർ പറയുമ്പോൾ അദ്ദേഹം അതിനെ പിതൃഭൂമി (മറാത്തിയിൽ പിതൃഭു) എന്ന് വിളിക്കുകയും അതിനെ ഇംഗ്ലീഷിൽ fatherland എന്ന് വിവർത്തനം ചെയ്യുകയും ചെയ്യുന്നത് നിങ്ങൾ ശ്രദ്ധിച്ചിരിക്കണം. വ്യാകരണപരമായി, ഇത് അൽപം വിചിത്രമാണ്, കാരണം ഭൂ എന്നതും ഭൂമി എന്നതും സ്ത്രീലിംഗത്തിലുള്ള സംസ്കൃത പദങ്ങളാണ്. തീർച്ചയായും, 'പിതൃഭൂമി' എന്നത് പൂർവികരുടെ ഭൂമിയെ അർഥമാക്കാം, ഈ സാഹചര്യത്തിൽ ഭൂമിയെ സ്ത്രീലിംഗത്തിൽ പരാമർശിക്കാം. എന്നാൽ മാതൃഭൂമി

എന്നത് ഒരാളുടെ മാതാവായ ഭൂമിയാണെന്നും ഇംഗ്ലീഷിൽ motherland എന്നാണത് വിവർത്തനം ചെയ്യപ്പെടുന്നത് എന്നും ഓർക്കണം. യഥാർ ഥത്തിൽ, പിതൃഭൂവിനെയും പിതൃഭൂമിയെയും പര്യായമായി ഉപയോഗി ക്കുമ്പോൾ, സവർക്കർ മറാത്തിയിൽ രാജ്യത്തെ പുരുഷനായി ചിത്രീ കരിക്കുന്ന ഒരു സ്ഥാപിത പാരമ്പര്യം പിന്തുടരുകയായിരുന്നു. മറാത്തി ഭാഷയുടെ മണ്ഡലത്തിനപ്പുറത്തേക്ക് അതിന്റെ നിഴൽ വീഴ്ത്തുന്ന ഒരു രസ കരമായ ചരിത്രത്തിന്റെ കുറച്ച് ഭാഗം ഞാൻ നിങ്ങളോട് പറയട്ടെ.

മറാത്തിയിലെ ദേശീയതയെക്കുറിച്ചുള്ള ഏത് സംസാരവും അവ സാനിക്കുന്നത് മഹാരാഷ്ട്ര ധർമം എന്ന പേരിലാണ്. പത്തൊൻപതാം നൂറ്റാണ്ടിന്റെ അവസാനം മുതൽ ഈ ആശയത്തിന്റെ രണ്ട് പതിപ്പുകളെ ങ്കിലും പ്രാധാന്യം നേടിയിട്ടുണ്ട്. ആദ്യത്തേത് മഹാരാഷ്ട്രയുടെ ചരിത്ര ത്തിലെ പണ്ഡിതരായ വിഷ്ണുശാസ്ത്രി ചിപ്ലുങ്കർ, വിശ്വനാഥ് രാജ്‌വാഡെ എന്നിവരുമായി ബന്ധപ്പെട്ടിരിക്കുന്നു. ഇരുവരും ബ്രാഹ്മണരായിരുന്നു - അതൊരു യാദൃച്ഛികമായ വസ്തുതയല്ല. പതിനേഴാം നൂറ്റാണ്ടിലെയും പതിനെട്ടാം നൂറ്റാണ്ടിലെയും മറാഠാ രാഷ്ട്രീയ-സൈനിക ശക്തിയുടെ മഹത്വത്തിൽ ഇരുവരും അഭിമാനം കൊണ്ടു, എന്നാൽ ഈ ശക്തിയു ടെ ഉറവിടം മഹാരാഷ്ട്രയുടെ സാമൂഹിക ചരിത്രത്തിലും പ്രത്യേകിച്ച് മറാത്തി ഭാഷയുടെ ചരിത്രത്തിലും കണ്ടെത്തണമെന്ന് അവർ ആവ ർത്തിച്ചു. രാജ്‌വാഡെ മഹാരാഷ്ട്രയിലെമ്പാടുമുള്ള വാസസ്ഥലങ്ങളുടെയും പ്രദേശത്തെ പ്രമുഖ കുടുംബങ്ങളുടെയും പ്രാദേശിക ചരിത്രം വിവരിക്കു ന്ന രേഖകളുടെ ഒരു ആർക്കൈവ് ശേഖരിക്കാനും സംരക്ഷിക്കാനും ഒരു വലിയ ശ്രമം നടത്തി. ഇന്ത്യയുടെ പല ഭാഗങ്ങളിലും വളരെ പ്രസിദ്ധ മായ പേർഷ്യൻ എഴുത്ത് പാരമ്പര്യത്തിന് പുറത്തുള്ള മറാത്തിയിലെ ബഖർ എന്ന് വിളിക്കപ്പെടുന്ന അത്തരം രേഖാമൂലമുള്ള ചരിത്ര വിവര ണങ്ങളുടെ സമൃദ്ധിയിൽ മഹാരാഷ്ട്ര ഒരുപക്ഷേ, ഇന്ത്യയിലെ മറ്റിടങ്ങ ളിൽനിന്നും വേറിട്ട് നിൽക്കുന്നു. വാസ്തവത്തിൽ, സമാനമായ മറ്റൊരു പ്രാദേശിക പാരമ്പര്യം കണ്ടെത്താൻ കഴിയുന്നത് - ഇത് നിങ്ങളെ ആശ്ചര്യപ്പെടുത്തിയേക്കാം - മിക്കവാറും പതിനാലാം നൂറ്റാണ്ടിന്റെ തു ടക്കത്തിൽ അഹോം ഭരണാധികാരികൾ തായ്-അഹോം ഭാഷയിൽ ബുരൻജി എന്ന് വിളിക്കപ്പെടുന്ന ക്രോണിക്കിളുകൾ സമാഹരിക്കുന്ന രീതി അവതരിപ്പിച്ച വടക്കുകിഴക്കൻ ഭാഗത്താണ്; പിന്നീട് പ്രമുഖ കു ടുംബങ്ങളും മതസ്ഥാപനങ്ങളും അസമീസ് ഭാഷയിൽ ഈ ആചാരം തു ടർന്നു. രാജ്‌വാഡെയെ സംബന്ധിച്ചിടത്തോളം, മഹാരാഷ്ട്രയുടെ സാമൂ ഹിക ചരിത്രം സ്വന്തം ഭാഷയിൽ പുനഃസൃഷ്ടിക്കുന്നതിനുള്ള ഉറവിടമാ യി ബഖർ ശേഖരങ്ങൾ മാറി.

ആദ്യകാല ബഖർ ഗദ്യ വിവരണങ്ങൾ എഴുതിയ പഴയ മറാത്തിയും പതിമൂന്നാം നൂറ്റാണ്ടിലെ പ്രശസ്ത ഗ്രന്ഥമായ *ജ്ഞാനേശ്വരി*യുടെ വാക്യങ്ങളും പാണിനിയുടെ സംസ്കൃത വ്യാകരണത്തിൽ നിന്ന് നേരിട്ട് ഉരുത്തിരിഞ്ഞ ഒരു ഭാഷാപരമായ രൂപം വെളിപ്പെടുത്തുന്നുവെന്ന് രാജ്‌വാഡെ അവകാശപ്പെട്ടു. വിദേശ സ്വാധീനങ്ങളാൽ മലിനമാകാതെ അക്കാലത്ത് മഹാരാഷ്ട്രയിൽ സംസാരിച്ചിരുന്ന ശുദ്ധമായ നാഗരിക ഭാഷ ഇതായിരുന്നുവെന്ന് അദ്ദേഹം പറഞ്ഞു. ജനങ്ങളുടെ മതപരവും സാമൂഹികവും രാഷ്ട്രീയവുമായ ജീവിതത്തെ ഒന്നിപ്പിക്കുന്ന സമഗ്രമായ ധർമത്തിന്റെ ചൈതന്യത്തെ ഇത് കാണിക്കുന്നു. പിന്നീട് അലാവുദ്ദീൻ ഖൽജിയുടെ അധിനിവേശവും ശേഷം ആദ്യം തുർക്കികളുടെയും പിന്നീട് പോർച്ചുഗീസുകാരുടെയും അധിനിവേശവും വന്നു. മുന്നൂറ് വർഷത്തെ വിദേശികളുടെ (മ്ലേച്ഛ) ആക്രമണത്തിൽ, മതം അപകടത്തിലായി, ജാതി ഘടന തകർക്കപ്പെട്ടു, അവരിൽ നിന്ന് രാഷ്ട്രീയ അധികാരം തട്ടിയെടുക്കപ്പെട്ടു. പക്ഷേ, മഹാരാഷ്ട്ര ധർമത്തിന്റെ ചൈതന്യം അണഞ്ഞില്ല. അഴിമതികൾക്കിടയിലും, വാർക്കരി കവികളുടെ വിലയേറിയ രചനകളും സമുദായത്തിന്റെ ബഖർ ചരിത്രങ്ങളും സംരക്ഷിച്ച മറാത്തി ഭാഷയിൽ അത് നിലനിന്നു. ഒടുവിൽ, ദേശസ്ഥ ബ്രാഹ്മണ സന്ന്യാസിയായ രാംദാസ് സ്വാമിയുടെയും അദ്ദേഹത്തിന്റെ ശിഷ്യനായ മറാഠാ പോരാളിയായ ശിവാജിയുടെയും സംയോജനം പതിനേഴാം നൂറ്റാണ്ടിൽ മഹാരാഷ്ട്രയുടെ രാഷ്ട്രീയ പുനരുജ്ജീവനത്തിന് തുടക്കമിട്ടു, അടുത്ത നൂറു വർഷത്തിനുള്ളിൽ മറാത്താ സാമ്രാജ്യം ഇന്ത്യയുടെ മിക്ക ഭാഗങ്ങളിലും അതിന്റെ ആധിപത്യം സ്ഥാപിച്ചു.

മറാഠാ സാമ്രാജ്യത്തിൽ അതിന്റെ പൂർണ പ്രതാപത്തിൽ പുനഃസ്ഥാപിക്കപ്പെട്ട മഹാരാഷ്ട്ര ധർമം എന്തായിരുന്നു? രാജ്‌വാഡെ പറയുന്നതനുസരിച്ച്, ഇന്ത്യയുടെ മറ്റ് ഭാഗങ്ങളിൽ ഹിന്ദുമതം എന്ന് അറിയപ്പെട്ടിരുന്നത് അതിൽ ഉൾപ്പെടുന്നു. എന്നാൽ അത് ഹിന്ദുമതത്തിലും കൂടുതലായിരുന്നു. ബ്രാഹ്മണന്റെയും പശുവിന്റെയും സംരക്ഷണം അർഥമാക്കുന്ന ധർമഭരണത്തിന്റെ സ്ഥാപനമായിരുന്നു അത്.ഭരണാധികാരിയുടെ ധീരമായ നേതൃത്വം, ജനങ്ങളുടെ സ്വാതന്ത്ര്യവും ഐക്യവും എന്നും അതിനു അർഥമുണ്ടായിരുന്നു. രാജ്‌വാഡെയെ സംബന്ധിച്ചിടത്തോളം മുഴുവൻ വാർക്കരി പാരമ്പര്യവും, വർണാശ്രമമെന്ന ബ്രാഹ്മണിക സാമൂഹിക ക്രമത്തിനുള്ളിലേക്ക് മഹാരാഷ്ട്രയിലെ എല്ലാ ജാതികളുടെയും ഏകീകരണത്തെ പ്രതിനിധീകരിക്കുന്നു. എന്നിരുന്നാലും, പണ്ഡർപൂരിലെ ആരാധനാമൂർത്തിയായ വിത്തലയിലുള്ള വിശ്വാസം ദുർബലവും നിഷ്ക്രിയവുമായ ഒരു വിഭാഗീയ പാരമ്പര്യം സൃഷ്ടിച്ചു, അത് രാഷ്ട്രീയത്തിൽ നിന്ന് മുഖം തിരിച്ചു. വർക്കരി പാരമ്പര്യം ഭക്തിക്കും

കൂട്ടാരാധനയ്ക്കും ഊന്നൽ നൽകിയെങ്കിലും അതൊരിക്കലും അടിച്ച മർത്തലിനെ എതിർത്തിരുന്നില്ല. വാർക്കരി വിഭാഗത്തിൽ പെടാത്ത രാംദാസിന്റെയും യോദ്ധാവ് ശിവജിയുടെയും സംയോജനമാണ് മഹാരാഷ്ട്രയെ ആയോധന വൈഭവത്തിലേക്ക് നയിച്ചത്. ബ്രാഹ്മണരുടെ മാർഗനിർദേശപ്രകാരം മുസ്ലീം ഭരണാധികാരികൾക്കെതിരെ ഹിന്ദു സ്വത്വം സംരക്ഷിക്കാൻ പോരാടിയ ഇന്ത്യയിലെ ആദ്യത്തെ ദേശീയ വാദികളാണ് മറാത്തകൾ. മഹാരാഷ്ട്ര ധർമം സങ്കുചിതമായ സൈനിക ധാർമികതയിൽ ഒതുങ്ങിനിൽക്കുകയും ഹിന്ദു രാഷ്ട്രീയ ഭരണത്തിന്റെ വിശാല വീക്ഷണം ഇല്ലാതിരിക്കുകയും ചെയ്ത രജപുത്രരുടെ ഹിന്ദുസ്ഥാനി ധർമത്തേക്കാൾ ശ്രേഷ്ഠമായിരുന്നു, അതുകൊണ്ടാണ് രജപുത്ര രാജകുമാരന്മാർ മുഗളരുടെ കീഴാള സഖ്യകക്ഷികളായി മാറിയത്. രാജ്വാഡെയുടെ വീക്ഷണത്തിൽ, മഹാരാഷ്ട്ര ധർമം ഇന്ത്യൻ ദേശീയതയെ ഉൾക്കൊള്ളുന്നു, എന്നാൽ അതിലും കൂടുതലായിരുന്നു.

ആയോധന ശക്തിയെ ആധാരമാക്കിയ ഇന്ത്യൻ ദേശീയത (Martial Indian Nationalism) യുടെ ജന്മസ്ഥലമെന്ന നിലയിൽ മഹാരാഷ്ട്രയെക്കുറിച്ചുള്ള ഈ വീക്ഷണം വൈദേശിക ഭരണത്തിൽ നിന്ന് മുക്തമായ ഒരു ഭരണകൂടം സ്ഥാപിക്കാനുള്ള താൽപര്യമായി ബ്രാഹ്മ ണ മേധാവിത്വമുള്ള പൊതു സംസ്കാരത്തിൽ ഉറച്ചുനിന്നു. കൈയിൽ വാളുമായി കുതിരപ്പുറത്ത് കയറിയ ശിവാജിയുടെ ചരിത്ര വ്യക്തിത്വത്തിൽ അത് ഏറ്റവും നാടകീയമായി പ്രതിനിധീകരിക്കപ്പെട്ടു. ആക്രമണകാരികൾക്കെതിരെ സ്വയം പ്രതിരോധിക്കാൻ സായുധരായ പുരുഷത്വമായിരുന്നു രാഷ്ട്രം. ജനപ്രിയ ചരിത്രം, ചരിത്ര നോവലുകൾ, നാടകം, ഇരുപതാം നൂറ്റാണ്ടിലെ സിനിമ എന്നിവയിൽ ഈ പ്രമേയം അനന്തമായി ആവർത്തിച്ചു. എന്നാൽ, ഇന്ത്യൻ ദേശീയതയുടെ ഏറ്റവും വികസിത രൂപമാണ് മഹാരാഷ്ട്ര ധർമമെന്ന അവകാശവാദം ഉണ്ടായിരുന്നിട്ടും, അത് എല്ലായ്പ്പോഴും അതിന്റെ വ്യക്തമായ മറാത്തി സ്വഭാവം നിലനിർത്തി. ബാലാഗംഗാധരതിലക് ശിവാജി ഉത്സവം ഒരു ദേശീയ ബഹുജന ചടങ്ങായി ആരംഭിച്ചു, മറ്റ് പ്രവിശ്യകളിൽ അത് അവതരിപ്പിക്കാൻ ശ്രമിച്ചെങ്കിലും പരാജയപ്പെട്ടു. ഇന്ത്യയുടെ മറ്റ് ഭാഗങ്ങളിൽ, ശിവാജി ഒരു ദേശീയ നായകനായി നിസ്സംശയമായും ബഹുമാനിക്കപ്പെട്ടിരുന്നു, എന്നാൽ ഇന്ത്യൻ രാജ്യത്തിന്റെ മുഴുവൻ ഇടവും കൈവശപ്പെടുത്താൻ കഴിയാത്തവിധം മറാത്ത ചരിത്രവുമായി അത് വളരെ അടുത്ത ബന്ധം പുലർത്തി.

ഭീംറാവു അംബേദ്കറെപ്പോലുള്ള ദളിത് നേതാക്കളെ കൂടാതെ ജ്യോതിറാവു ഫൂലെ, സാവിത്രിഭായ് ഫൂലെ, വിത്തല റാംജി ഷിൻഡെ തുടങ്ങിയ ജാതി വിരുദ്ധ പ്രവർത്തകരും മഹാരാഷ്ട്ര ധർമത്തെക്കുറിച്ചുള്ള ഈ ബ്രാഹ്മണപ്രചോദിത വീക്ഷണത്തെ ശക്തമായി വെല്ലുവിളിച്ചു.

അവർ വർക്കരി പാരമ്പര്യത്തിൽ (Varkari Tradition) ഉൾക്കൊള്ളുന്ന മഹാരാഷ്ട്ര ധർമം എന്ന ആശയം പിന്തുടർന്നു, പക്ഷേ ബ്രാഹ്മണ പേഷ്വാമാരുടെ കീഴിലുള്ള മറാത്ത സാമ്രാജ്യവുമായി അതിനെ ബന്ധപ്പെടുത്താൻ അവർ വിസമ്മതിച്ചു. തീർച്ചയായും, ബ്രാഹ്മണ വിരുദ്ധ പ്രവർത്തകർ ശിവാജിയുടെ ആത്മീയ നേതാവെന്ന നിലയിൽ രാംദാസ് സ്വാമിയുടെ പങ്കിനെ ചോദ്യം ചെയ്യുകയും മറാത്ത വീര്യത്തിന്റെ യഥാർഥ പൈതൃകം ശിവാജിയുടെ പിൻഗാമികളിൽ നിന്ന് വക്രബുദ്ധികളായ ബ്രാഹ്മണ മന്ത്രിമാർ തട്ടിയെടുത്തുവെന്ന് വാദിക്കുകയും ചെയ്തു.

പേഷ്വാ ഭരണം താഴെയിറക്കാൻ ബ്രിട്ടീഷുകാർക്ക് വേണ്ടി പോരാടിയ ഈസ്റ്റ് ഇന്ത്യാ കമ്പനിയുടെ മഹർ പട്ടാളക്കാരിൽ അംബേദ്കറും മറ്റ് ദളിത് പ്രവർത്തകരും സൈനിക പ്രതിരോധത്തിന്റെ സ്വതന്ത്ര വീര്യം കണ്ടെത്തി. ഈയിടെയായി നിരവധി വിവാദങ്ങൾ ഉണ്ടായിട്ടുള്ള ഭീമാ കൊറേഗാവിനെക്കുറിച്ച് നിങ്ങൾ കേട്ടിരിക്കണം. അതിന്റെ ഭാഗമായി പ്രമുഖ പൗരാവകാശ പ്രവർത്തകർ ജയിലിലടയ്ക്കപ്പെട്ടിട്ടുണ്ട്. ഭീമാ നദിയുടെ തീരത്തുള്ള കൊറേഗാവിൽ നിരവധി മഹർ കാലാൾപ്പട ഉൾപ്പെട്ട ഒരു ചെറിയ കമ്പനി 1818 ൽ പേഷ്വാ ബാജി റാവു രണ്ടാമന്റെ സൈനിക സംഘം ആക്രമിച്ചു. ആക്രമണം ചെറുക്കപ്പെടുകയും പിന്നീട് നിരവധി യുദ്ധങ്ങളെ തുടർന്ന് ഒടുവിൽ മറാത്താ സാമ്രാജ്യത്തിന്റെ പരാജയത്തിലേക്കും പതനത്തിലേക്കും നയിക്കുകയും ചെയ്തു. അംബേദ്കർ 1927 ൽ കൊറേഗാവിൽ പേഷ്വാ സൈന്യത്തിനെതിരായ മഹറുകളുടെ വിജയത്തിന്റെ ആഘോഷം സംഘടിപ്പിച്ചു. ദളിതർ സംഘടിപ്പിക്കുന്ന ഒരു വാർഷിക പരിപാടിയായി ഇത് മാറി. മഹാരാഷ്ട്രയിലെ ധീരതയുടെ കഥ പറയുന്ന ഈ പതിപ്പ് ബ്രാഹ്മണ ചരിത്രകാരന്മാർ പറയുന്ന ദേശീയവാദ കഥയെ പൂർണമായും നിരാകരിക്കുന്നു.

എന്നാൽ മറാത്തി സംസ്കാരത്തിലെ ദേശീയ ആശയത്തിന്റെ ഒന്നിലധികം പതിപ്പുകൾ മഹാരാഷ്ട്രയ്ക്കകത്തും പുറത്തുമുള്ള രാഷ്ട്രീയത്തിൽ കാര്യമായ സ്വാധീനം ചെലുത്തിയിട്ടുണ്ട്. ഉദാഹരണമായി ശിവജിയെ അനേകം പ്രതിമകളിലും അദ്ദേഹത്തിന്റെ ജീവിതം ചിത്രീകരിക്കുന്ന *ജനതാ രാജ* എന്ന സ്മാരക നാടക നിർമാണംപോലെയുള്ള പ്രകടനങ്ങളിലും മുൻനിര ദേശീയ യോദ്ധാവും രാഷ്ട്രതന്ത്രജ്ഞനുമായി ആഘോഷിക്കുന്നത് തടസ്സമില്ലാതെ തുടരുന്നു. മഹാരാഷ്ട്ര സംസ്ഥാന രൂപീകരണത്തെത്തുടർന്ന്, 1966 ൽ ശിവസേന രൂപീകരിച്ചത് മറാത്തി ജനതയ്ക്ക് രാജ്യത്തിനകത്ത് മറ്റുള്ളവരേക്കാൾ മുൻഗണന നൽകാനും പുറത്ത് ഇന്ത്യൻ ദേശീയ ശക്തിയെ ആക്രമണാത്മകമായി പ്രകടിപ്പിക്കാനും (പ്രത്യേകിച്ച് പാകിസ്ഥാനെതിരെ) വേണ്ടിയാണ്. ഈ അർഥത്തിൽ, അനുഭാവികളിൽ ഭൂരിപക്ഷവും പ്രധാനമായും മധ്യമജാതികളിൽ

നിന്നുള്ളവരും നേതൃനിരയിൽ ബ്രാഹ്മണരും ചന്ദ്രസേനിയ കായസ്ഥ പ്രഭുക്കളുമായിരുന്നു. ശിവസേന പിന്തുടരുന്നത് തീവ്ര മറാത്തി ദേശീയതയെ യഥാർഥ ഇന്ത്യൻ ദേശീയതയായി അവകാശപ്പെടുന്ന ബ്രാഹ്മണ ദേശീയതാപാരമ്പര്യമാണ്. ഒരു ഹിന്ദു രാഷ്ട്രമെന്ന നിലയിൽ ഇന്ത്യയെ ഉയർത്തിക്കാട്ടാനുള്ള ബി ജെ പിയുടെ വർധിച്ചുവരുന്ന അവകാശവാദങ്ങൾക്കിടെ, മഹാരാഷ്ട്രയുടെ താൽപര്യങ്ങൾ സംരക്ഷിക്കുന്നതിലേക്ക് അടുത്തിടെ ശിവസേന പിൻവാങ്ങിയതും നിങ്ങൾ ശ്രദ്ധിച്ചിരിക്കാം.

മറാത്തി ബ്രാഹ്മണർ ആർ എസ് എസ് സ്ഥാപിച്ച് നടത്തിവന്ന നാഗ്പൂരിൽ നിന്നാണ് തീവ്രവാദ ദേശീയതയുടെ ബ്രാഹ്മണ പാരമ്പര്യം തുടരുന്നത്. ഈ നേതൃത്വം ശിവജിയുടെ സൈന്യത്തിന്റെ കാവി നിറത്തിലുള്ള പതാകയായ ഭഗവാ ധ്വജ് സ്വീകരിക്കുകയും അതിന്റെ കീഴിൽ സൈനിക അച്ചടക്കം വളർത്തുകയും ചെയ്തു, അത് ഹിന്ദിയെ ദേശീയ ഭാഷയായി പ്രോത്സാഹിപ്പിക്കുകയും രാജ്യത്തിന്റെ എല്ലാ ഭാഗങ്ങളിലും യൂണിറ്റുകൾ സ്ഥാപിക്കുകയും ചെയ്തു. മറു വശത്ത് അംബേദ്കറുടെ നേതൃത്വത്തിൽ മഹാരാഷ്ട്രയിൽ നിന്നുള്ള ദളിത് ബുദ്ധിജീവികളും ആക്ടിവിസ്റ്റുകളും ഇന്ത്യയിലെ ദളിത് പ്രസ്ഥാനത്തിന്റെ മുൻനിരയിലുണ്ട്, അവരിൽ പലരും ഹിന്ദുക്കൾക്കിടയിലുള്ള അവരുടെ താഴ്ന്ന പദവി ഉപേക്ഷിച്ച് ബുദ്ധമതത്തിന്റെ ആചാരങ്ങളിലൂടെ സമത്വത്തെ സ്വീകരിക്കാൻ ദളിതരോട് ആഹ്വാനം ചെയ്യുന്നു.

ഭാഷയെ അമ്മയായി കാണുമ്പോൾ

ദേശീയതയെക്കുറിച്ച് സംസാരിക്കുമ്പോൾ, അത് ഭൂരിപക്ഷ ദേശീയതോ ബഹുസ്വരദേശീയതയോ ആകട്ടെ, ഞാൻ മുമ്പ് സൂചിപ്പിച്ചതുപോലെ ആര്യാവർത്തം എന്ന മിത്ത് ഇന്ത്യൻ നാഗരികതയുടെ കേന്ദ്രമായി മാറുന്നു. സാമ്രാജ്യഭരണകൂടങ്ങളുടെ നൈരന്തര്യത്തിന്റെ ചരിത്രവും പാരമ്പര്യവും ഒരു പൊതു വ്യാവഹാരികഭാഷ എന്ന നിലയിലുള്ള ഹിന്ദിയുടെ ആവിർഭാവവും ഒത്തുചേർന്ന് സൃഷ്ടിച്ച ഒരു കാര്യമുണ്ട്. വടക്കേ ഇന്ത്യയിലെ സവർണ പുരുഷൻ സംസാരിക്കുന്ന ഹിന്ദി അത് മാതൃഭാഷയോ ആർജ്ജിതഭാഷയോ ആകട്ടെ, അത് ഇന്ത്യക്കാരെ പ്രതിനിധാനം ചെയ്യുന്നു. പക്ഷേ, പലരും മറക്കാൻ ആഗ്രഹിക്കുന്നുവെങ്കിലും ദേശീയ രാഷ്ട്രീയത്തിന്റെ മുഖ്യപാരമ്പര്യത്തിൽപോലും ഈ ധാരണ വെല്ലുവിളിക്കപ്പെട്ട ചരിത്രമുണ്ട്. ദേശീയ ജീവിതത്തിന്റെ പല മേഖലകളിലും സുപ്രധാന സ്ഥാനം വഹിക്കുന്ന തമിഴ്നാടിനെക്കുറിച്ചാണ് ഞാൻ സംസാരിക്കുന്നത്.

ബംഗാളി, മറാത്തി, ഹിന്ദി എന്നിവപോലെ തമിഴിലും കാവ്യാത്മക ദേശീയതയുടെ ആദ്യകാലഘട്ടം ഉണ്ടായിരുന്നു. എന്നാൽ കൗതു

കകരമെന്നു പറയട്ടെ, ദേശത്തെക്കാൾ തമിഴ് ഭാഷയാണ് തമിഴ് തായ് എന്ന മാതൃദേവതയായി പ്രതിഷ്ഠിക്കപ്പെട്ടത്. ബി സി നാലാം നൂറ്റാണ്ടിനും സി ഇ ഒന്നാം നൂറ്റാണ്ടിനും ഇടയിലുള്ള ബുദ്ധമത കാലഘട്ടത്തിൽ സംഘസാഹിത്യത്തിന്റെ സുവർണഘട്ടത്തിലെത്തിയ, സംസ്കൃതത്തോട് മത്സരിക്കാൻ കഴിയുന്ന ഒരു ക്ലാസിക്കൽ ഭാഷയായിരുന്നു തമിഴ്. തിരുവള്ളുവർ എഴുതിയ *തിരുക്കുറൾ* എന്ന ധാർമിക വാക്യങ്ങളുടെ പ്രാർഥന ശേഖരത്തിന് പ്രത്യേക ദൈവശാസ്ത്രപരമായ ഉള്ളടക്കമൊന്നുമില്ല, ക്രിസ്ത്യാനികളും മുസ്ലീങ്ങളും ഉൾപ്പെടെ എല്ലാ വിഭാഗങ്ങളിലെയും തമിഴർ അതൊരുപോലെ അവകാശപ്പെടുന്നു. മനോൻമണിയം സുന്ദരം പിള്ളയുടെ 1891 ലെ പ്രശസ്ത നാടകമായ *മനോൻമണിയ*ത്തിലെ 'നിറയും കടൈ ഉടുത' എന്ന ഗാനമാണ് തമിഴിനെ തായ് അല്ലെങ്കിൽ അമ്മയായി ആദ്യം ചിത്രീകരിച്ചത്. ഈ ഗാനം ഇപ്പോൾ ഔദ്യോഗിക തമിഴ് ഗാനമാണ്, അതേസമയം മധുരയിൽ തമിഴ് തായ് പ്രതിമയും കാരൈക്കുടിയിലെ തമിഴ് തായ് ക്ഷേത്രവും നിലകൊള്ളുന്നു. അത്രത്തോളം ഈ ഐതിഹാസിക രൂപകം തമിഴിൽ പതിഞ്ഞിരിക്കുന്നു.

ഇരുപതാം നൂറ്റാണ്ടിന്റെ തുടക്കത്തിൽ സുബ്രഹ്മണ്യ ഭാരതിയുടെ കവിതകളിലൂടെയാണ് ഇന്ത്യ മാതൃരാജ്യമാണെന്ന ആശയം തമിഴിലേക്ക് പ്രവേശിച്ചത്. ഭാരതി ഇന്ത്യയൊട്ടാകെ സഞ്ചരിച്ചു, കോൺഗ്രസ് സമ്മേളനങ്ങളിൽ പങ്കെടുത്തു, ബ്രിട്ടീഷ് ഭരണത്തിൽ നിന്നുള്ള ഇന്ത്യയുടെ സ്വാതന്ത്ര്യത്തിനായി സംസാരിച്ചു. കുരുക്ഷേത്രയുദ്ധത്തിലൂടെ ബ്രിട്ടീഷുകാരെപ്പോലെ അധികാരം കവർന്നെടുത്ത കൗരവർക്കെതിരെ തങ്ങളുടെ ന്യായമായ അവകാശങ്ങൾക്കായി പോരാടുന്ന പാണ്ഡവരെപ്പോലെയാണ് ഇന്ന് ഇന്ത്യക്കാരെന്ന് അദ്ദേഹം തന്റെ ഒരു കവിതയിൽ സൂചിപ്പിച്ചു.

എന്നാൽ 1920 കളോടെ, ബ്രാഹ്മണേതര പ്രസ്ഥാനത്തെ രാഷ്ട്രീയത്തിൽ പ്രതിനിധീകരിക്കുന്ന ജസ്റ്റിസ് പാർട്ടി, ദക്ഷിണേന്ത്യയിലെ ദ്രാവിഡ ജനതയുടെ മേൽ ആര്യാധിപത്യം അടിച്ചേൽപ്പിക്കാനുള്ള ബ്രാഹ്മണ്യത്തിന്റെ ശ്രമമാണിതെന്ന് ആരോപിച്ച് ദേശീയതയുടെ ഈ വാദത്തോട് ചെറുത്തുനിന്നു. ജസ്റ്റിസ് പാർട്ടി കോൺഗ്രസിനെ എതിർക്കുകയും കൊളോണിയൽ അധികാരികൾ ബ്രാഹ്മണേതരർക്ക് കൂടുതൽ പ്രാതിനിധ്യവും സംവരണ ജോലികളും നൽകണമെന്ന് ആവശ്യപ്പെടുകയും ചെയ്തു. എന്നാൽ പ്രസ്ഥാനത്തിന്റെ സാംസ്കാരിക വശം അതിൽ കൂടുതൽ സ്വാധീനം ചെലുത്തി. വെള്ളാള ജാതിക്കുള്ളിലെ നവ- ശൈവ മത നവോത്ഥാനത്തിന്റെ വക്താവ് കൂടിയായ മറൈമലൈ അടിഗൾ സംസ്കൃത പദങ്ങളുടെ ശുദ്ധമായ തമിഴ് പ്രയോഗത്തിന് നേതൃത്വം നൽകി. ഹിന്ദി, മറാത്തി അഥവാ ബംഗാളി ഭാഷകളിൽ നിന്നും പദ

ങ്ങൾ കടമെടുത്തുകൊണ്ട് നടത്തേണ്ട ഭാഷാപരിഷ്കരണത്തിന് നേർ വിരുദ്ധമായാണ് ആധുനികവും ഭരണപരവും ശാസ്ത്രീയവും ദാർശനികവു മായ ചർച്ചകൾക്ക് അനുയോജ്യമായ സംസ്കൃതപദങ്ങൾ കടമെടുത്തതോ രൂപാന്തരപ്പെടുത്തിയതോ ആയ പുതിയ പദാവലി നിർമ്മിക്കുന്നത്. ദ്രാവിഡ പ്രസ്ഥാനത്തിൽ നിന്ന് പ്രചോദനം ഉൾക്കൊണ്ട സാഹിത്യ വും പ്രസംഗവും പ്രകടനവും പത്തൊൻപതാം നൂറ്റാണ്ടിലെ ബ്രാഹ്മണ തമിഴിനെ ഒഴിവാക്കുകയും ഒരു പുതിയ പൊതു ഭാഷ രൂപപ്പെടുത്തുന്നതി നായി ക്ലാസിക്കൽ തമിഴ് വേരുകളിലേക്ക് മടങ്ങുകയും ചെയ്തു.

ദ്രാവിഡ സാംസ്കാരിക പ്രസ്ഥാനത്തിലെ അഗ്രഗണ്യനായിരുന്ന ഇ വി ആർ എന്നറിയപ്പെടുന്ന ഇ വി രാമസാമി, അദ്ദേഹം പിന്നീട് പെരിയാർ എന്ന പേരിൽ അറിയപ്പെട്ടു, അതായത് 'മഹാനായ മുതിർന്ന നേതാവ്.' അദ്ദേഹത്തിന്റെ നേതൃത്വത്തിൽ, ആത്മാഭിമാന പ്രസ്ഥാനം തൊട്ടുകൂടായ്മ നീക്കം ചെയ്യുന്നതിനും തോട്ടിപ്പണി പോലുള്ള അധഃപതി ച്ച പാരമ്പര്യ തൊഴിലുകൾ അവസാനിപ്പിക്കുന്നതിനും വേ ണ്ടി ശക്തമാ യി പ്രചാരണം നടത്തി. ശൈശവവിവാഹം നിർത്തലാക്കാനും വിധവാ പുനർവിവാഹം, പ്രണയവിവാഹം, ജാതികൾക്കും മതങ്ങൾക്കും അതീ തമായ വിവാഹം എന്നിവ പ്രോത്സാഹിപ്പിക്കാനും ശ്രമിച്ചു. ക്ഷേത്ര ങ്ങളിൽ വിവാഹം കഴിക്കരുതെന്നും പകരം സിവിൽ നിയമപ്രകാരം വിവാഹം രജിസ്റ്റർ ചെയ്യണമെന്നും പ്രസ്ഥാനം ദമ്പതികളോട് ആവശ്യ പ്പെട്ടത് ശ്രദ്ധേയമാണ്.

എന്നാൽ ബ്രാഹ്മണ്യത്തിനെതിരായ ഇ വി ആറിന്റെ വിമർശനം ഏറെ മുന്നോട്ടുപോയി. തമിഴ് സംസാരിക്കുന്ന ജനങ്ങളുടെ തികച്ചും വ്യ ത്യസ്തമായ സ്വത്വം ഉയർത്തിപ്പിടിച്ചുകൊണ്ട്, അദ്ദേഹം തമിഴ് മേഖല യിലെ ബ്രാഹ്മണ മേധാവിത്വത്തെയും ദ്രാവിഡരുടെ മേൽ ആര്യന്മാർ ഉയർത്തിയ വംശീയ മേധാവിത്വത്തെയും തമിഴിൽ സംസ്കൃതം അടി ച്ചേൽപ്പിക്കുന്നതുമായി തുലനം ചെയ്തു. ബ്രാഹ്മണ മേധാവിത്വത്തിനു കീ ഴിലുള്ള ഹിന്ദുമതം സമൂഹത്തിലെ അങ്ങേയറ്റം ഉൽപാദനക്ഷമമല്ലാത്ത വിഭാഗത്തിന് മുൻതൂക്കവും മൂല്യവും അന്തസ്സും നൽകുകയും സ്ത്രീകളെ നികൃഷ്ടമായ കീഴ്‌വഴക്കത്തിലേക്ക് തരംതാഴ്ത്തുകയും ചെയ്യുന്നതിനെയും അദ്ദേഹം വിമർശിച്ചു. മതപരമായ ആചാരങ്ങൾ ഉപേക്ഷിക്കണമെന്നും അവ അന്ധവിശ്വാസമല്ലാതെ മറ്റൊന്നുമല്ല എന്നും അദ്ദേഹം ജനങ്ങളോ ട് അഭ്യർഥിച്ചു. ഇ വി ആർ തികഞ്ഞ യുക്തിവാദിയും നിരീശ്വരവാദിയു മായിരുന്നു, അദ്ദേഹം മതത്തിനെതിരെ ഏറ്റവും ശക്തമായ ഭാഷയിൽ പ്രസംഗിച്ചു. വാസ്തവത്തിൽ, അദ്ദേഹം തന്റെ മനസിലുള്ളത് പറയുക മാത്രമല്ല ചെയ്തത്; അദ്ദേഹം തന്റെ വിശ്വാസങ്ങൾ പ്രവർത്തികളാ ക്കി. അദ്ദേഹം പലപ്പോഴും തന്റെ ഇളയ സഹപ്രവർത്തകനായ അണ്ണാ

ദുരൈയോടൊപ്പം പട്ടണങ്ങളിലും ഗ്രാമങ്ങളിലും ചുറ്റിനടന്നു, *മനുസ്മൃതി* യുടെ പകർപ്പുകൾ കത്തിക്കുകയും ക്ഷേത്രങ്ങളിൽ നിന്ന് വിഗ്രഹങ്ങൾ പുറത്തെടുത്ത് കുളത്തിലേക്കോ നദിയിലേക്കോ വലിച്ചെറിയുകയും ചെയ്തു. വ്യക്തിപരമായ ഒരു കുറിപ്പ് ഞാനിവിടെ ചേർക്കുന്നു, ഹൈന്ദവ പുരാണങ്ങളിൽ നിന്നുള്ള കഥകൾ ആക്ഷേപഹാസ്യവും അപകീർത്തി കരവുമായ രീതിയിൽ അവതരിപ്പിക്കുന്ന പരിപാടികൾ അദ്ദേഹം മുന്നിൽനിന്ന് സംഘടിപ്പിക്കുന്നത് ഞാൻ നേരിട്ട് കണ്ടിട്ടുണ്ട്. അദ്ദേഹം ദേവന്മാരെയും ദേവികളെയും പരിഹസിക്കുന്നതിനെയും അവരെക്കുറിച്ചു അവതരിപ്പിക്കുന്ന അതിശയകരമായ കഥകളിലും എനിക്ക് സന്ദേഹമുണ്ടായിരുന്നു. എന്നാൽ അദ്ദേഹം തന്റെ ഒഴുകുന്ന വെളുത്ത താടിയിൽ തലോടുകയും മതത്തിന്റെ കറുപ്പ് ആളുകളെ ഉറക്കത്തിലേക്ക് മയക്കിയിരിക്കുകയാണെന്ന് തറപ്പിച്ചുപറയുകയും ചെയ്തു. ഇത്രയും വർഷം തങ്ങൾ കബളിപ്പിക്കപ്പെട്ടുവെന്ന് അവർ ഞെട്ടലോടെ മനസിലാക്കണം. മതത്തെക്കുറിച്ചുള്ള അദ്ദേഹത്തിന്റെ വീക്ഷണങ്ങളോട് ഞാൻ പൂർണമായും യോജിക്കുന്നുവെങ്കിലും, അദ്ദേഹത്തിന്റെ പ്രയോഗതന്ത്രങ്ങൾ എനിക്ക് ബോധിച്ചിരുന്നില്ല. തെരഞ്ഞെടുപ്പിൽ പോരാടുന്നതിനായി തന്റെ പാർട്ടിക്ക് പിന്തുണയുടെ വിശാലമായ അടിത്തറ കെട്ടിപ്പടുക്കുന്നതിൽ കൂടുതൽ താൽപര്യമുള്ള അണ്ണാദുരൈയുമായി അദ്ദേഹം പിന്നീട് തെറ്റിപ്പോയതിന്റെ കാരണങ്ങളിലൊന്ന് ഇതാണ് എന്ന് ഞാൻ വിശ്വസിക്കുന്നു. എന്നാൽ നിരീശ്വരവാദത്തിന്റെ പ്രതിജ്ഞയെടുക്കാൻ ധാരാളം ആളുകളെ പ്രേരിപ്പിക്കാൻ ഇ വി ആറിന് കഴിഞ്ഞു എന്ന വസ്തുത എനിക്ക് നിഷേധിക്കാൻ കഴിയില്ല.

ഇ വി ആറിന്റെ വീക്ഷണത്തിൽ തമിഴ് ജനത ദ്രാവിഡരും ബ്രാഹ്മണേതരരുമായിരുന്നു; അവരുടെ ഇടയിലുള്ള ബ്രാഹ്മണർ ഉത്തരേന്ത്യയിലെ ആര്യൻ സാമ്രാജ്യശക്തികളെ പ്രതിനിധീകരിച്ചു. രാജഗോപാലാചാരിയുടെ നേതൃത്വത്തിലുള്ള പ്രവിശ്യാ കോൺഗ്രസ് മന്ത്രിസഭ 1938 ൽ മദ്രാസ് സ്കൂളുകളിൽ ഹിന്ദി നിർബന്ധിതമായി പഠിപ്പിക്കാൻ തീരുമാനിച്ചതോടെയാണ് സംഘർഷം രൂക്ഷമായത്. ഇ വി ആറും ജസ്റ്റിസ് പാർട്ടിയുടെ മറ്റ് നേതാക്കളും 'തമിഴ്നാട് തമിഴർക്കായി' എന്ന മുദ്രാവാക്യവുമായി വ്യാപകമായ പ്രക്ഷോഭങ്ങൾ ആരംഭിച്ചു. ആര്യൻ, ബ്രാഹ്മണ സംസ്കാരത്തിന്റെ മതപരമായ വിഴുപ്പുകളുള്ള ഹിന്ദി പഠിപ്പിക്കുന്നത് തമിഴ് ജനതയുടെ യുക്തിവാദ സംസ്കാരത്തെ നശിപ്പിക്കുമെന്ന് അദ്ദേഹം വാദിച്ചു. ഈ പ്രസ്ഥാനത്തിന് വലിയ പിന്തുണ ലഭിക്കുകയും ആയിരത്തിലധികം പ്രക്ഷോഭകർ ജയിലിലേക്ക് പോകുകയും ചെയ്തു. തീർച്ചയായും 1939 ൽ പ്രക്ഷോഭത്തെത്തുടർന്ന് ആരംഭിച്ചതോടെ കോൺഗ്രസ് മന്ത്രിസഭ രാജിവച്ചു.

എന്നാൽ സ്വാതന്ത്ര്യാനന്തരം ഇംഗ്ലീഷിനു പകരം ഹിന്ദിയെ രാജ്യത്തിന്റെ ഔദ്യോഗിക ഭാഷയാക്കാനുള്ള ശ്രമങ്ങൾ ഉണ്ടായപ്പോൾ ഹിന്ദി വിരുദ്ധ സമരം കൂടുതൽ ശക്തമായി. 1949 ൽ അണ്ണാദുരൈയും കരുണാനിധിയും ചേർന്ന് രൂപീകരിച്ച ദ്രാവിഡ മുന്നേറ്റ കഴകം (ഡി എം കെ) ദക്ഷിണേന്ത്യയിലെ ബ്രാഹ്മണേതര ജനതയെ ഉൾക്കൊള്ളുന്ന ദ്രാവിഡ രാഷ്ട്രമായ ദ്രാവിഡ നാട് എന്ന പേരിൽ ഒരു പ്രത്യേക ഫെഡറേഷൻ സ്ഥാപിക്കണമെന്ന രാഷ്ട്രീയ ആവശ്യമുന്നയിച്ചതായിരുന്നു ഇതിന്റെ പശ്ചാത്തലം. 1950 കളിലെ ഹിന്ദി വിരുദ്ധ പ്രക്ഷോഭങ്ങളോടെ, ഭാഷയിൽ ശ്രദ്ധ കേന്ദ്രീകരിച്ച് പ്രസ്ഥാനത്തെ തമിഴ് ദേശീയതയുടെ ഭാഗമാക്കി മാറ്റി. തമിഴ് തായ് ഇപ്പോൾ ആക്രമിക്കപ്പെട്ടതും വംശനാശഭീഷണി നേരിടുന്നതുമായ അമ്മയാണ്, വടക്ക് ഭാഗത്ത് സ്ഥിതി ചെയ്യുന്ന ഒരു ആക്രമണകാരിയായ ഇന്ത്യൻ രാഷ്ട്രം അതിനെ ഭീഷണിപ്പെടുത്തുന്നു. ഇ വി ആറും അണ്ണാദുരൈയും ഹിന്ദി സാമ്രാജ്യത്വത്തെ ചൂണ്ടി അത് ആര്യ ബ്രാഹ്മണ മേധാവിത്വത്തെ പ്രതിനിധീകരിക്കുന്നു എന്ന് അപലപിച്ചു.

പ്രക്ഷോഭങ്ങൾ തികച്ചും വെറിപൂണ്ടതായിരുന്നു: ഇന്ത്യൻ ഭൂപടവും ഭരണഘടനയുടെ പകർപ്പുകളും കത്തിച്ചു, ചില നഗരങ്ങളിൽ ഉത്തരേന്ത്യൻ വ്യാപാരികളുടെ ഉടമസ്ഥതയിലുള്ള കടകൾ ആക്രമിക്കപ്പെട്ടു. 1964-65 കാലഘട്ടത്തിൽ, ഹിന്ദിക്കെതിരെ മുദ്രാവാക്യം വിളിച്ച് ആയിരക്കണക്കിന് ആളുകൾ തെരുവിലിറങ്ങി, നൂറുകണക്കിന് പേർ ജയിലിൽ പോയി, പത്ത് പേരെങ്കിലും സ്വയം തീകൊളുത്തി മരിച്ചു. ആ സമയത്ത് ഞാൻ മദ്രാസിലായിരുന്നു, തായ് തമിഴിനോടുള്ള സ്നേഹവും ദുർമന്ത്രവാദിനിയായ ഹിന്ദിയോടുള്ള വെറുപ്പും പ്രകടിപ്പിക്കുന്ന വികാരപ്രകടനങ്ങളും നേരിൽ കണ്ടു. ഹിന്ദിയെ അരക്കി അല്ലെങ്കിൽ പേ (രാക്ഷസി) എന്നും പൊട്ടുപ്പെൻ (വേശ്യ) എന്നും വിളിച്ചു. പൊട്ടുപ്പെൻ എന്നാൽ വേശ്യ എന്നോ അതിലും മോശമോ ആണ് അർഥം. ഈ ഘട്ടത്തിൽ തമിഴ് രാഷ്ട്രത്തിന്റെ മാതൃഭാഷ തമിഴ് എന്ന ആശയം ഇന്ത്യൻ ദേശീയതയ്ക്ക് ഇടം നൽകിയില്ല. ഇത് അരികിലുള്ള ഒരു വിഭാഗത്തിന്റെ അസാധാരണമായ വികാരമല്ലെന്ന് ഞാൻ ചൂണ്ടിക്കാണിക്കുന്നു; തമിഴിലെ വളരെ വിപുലമായ ജനവിഭാഗങ്ങൾക്കിടയിൽ ആ വികാരം പങ്കുവെക്കപ്പെട്ടു. 1967 ൽ അണ്ണാദുരൈയുടെ നേതൃത്വത്തിലുള്ള ഡി എം കെ കോൺഗ്രസിനെ അധികാരത്തിൽ നിന്ന് പുറത്താക്കിയപ്പോൾ ഇത് തെളിയിക്കപ്പെട്ടു. രണ്ട് വർഷത്തിന് ശേഷം, മദ്രാസ് സംസ്ഥാനം തമിഴ്നാട് എന്ന് പുനർനാമകരണം ചെയ്യപ്പെട്ടു, അതായത് തമിഴ് രാജ്യം (തമിഴ് ദേശം). പ്രതിഷേധം കാരണം ആകാശവാണി തമിഴ്നാട്ടിലെ എല്ലാ സ്റ്റേഷനുകളിൽനിന്നും ഹിന്ദിയിൽ ദേശീയ വാർത്തകൾ സംപ്രേക്ഷണം ചെയ്യ

ന്നത് നിർത്തിയതും ഞാൻ ഓർക്കുന്നു. ഇത് വർഷങ്ങളോളം തുടർന്നു.

തീർച്ചയായും, ഡി എം കെ ഇന്ത്യയിൽ നിന്ന് വേർപിരിയണം എന്ന നിലപാട് ഉപേക്ഷിക്കുകയും 1960-കളിൽ ഇന്ത്യൻ ഭരണഘടന അംഗീകരിക്കാനും തിരഞ്ഞെടുപ്പിൽ പങ്കെടുക്കാനും തീരുമാനിക്കുകയും ചെയ്തു. ഡി എം കെയിൽ നിന്ന് വേർപിരിഞ്ഞ ശേഷം എം ജി രാമചന്ദ്രൻ (എം ജി ആർ) തന്റെ പാർട്ടിക്ക് ഓൾ ഇന്ത്യ അണ്ണാ ഡി എം കെ എന്ന് പേരിട്ടതുപോലും അത് തമിഴ് ജനതയെക്കാൾ കൂടുതൽ ജനവിഭാഗത്തെ പ്രതിനിധീകരിക്കുന്നു എന്ന് കാണിക്കാൻ ആയിരുന്നു. ജയലളിതയുടെ കീഴിൽ പാർട്ടി ആത്മാഭിമാന പ്രസ്ഥാനത്തിന്റെ നാസ്തിക സാംസ്കാരിക പ്രത്യയശാസ്ത്രം ഉപേക്ഷിക്കുകയും ജനപ്രിയ ഹിന്ദു മതപരമായ ആചാരങ്ങൾ സ്വീകരിക്കുകയും ചെയ്തു. എന്നിരുന്നാലും, ഭാഷാപരമായ സ്വത്വത്തെ അടിസ്ഥാനമാക്കിയുള്ള തമിഴ് ദേശീയത ഇന്ത്യൻ രാഷ്ട്രത്തിനുള്ളിൽ സ്ഥാനം പിടിച്ചിട്ടുണ്ടെങ്കിലും, ഇന്ത്യൻ ഭരണകൂടവുമായി ഇടപെട്ടുകൊണ്ടാണ് അത് സാധ്യമായത്. ബ്രാഹ്മണേതര പ്രസ്ഥാനം, ആത്മാഭിമാന പ്രസ്ഥാനം, ഹിന്ദി വിരുദ്ധ പ്രക്ഷോഭങ്ങൾ, പ്രത്യേക ദ്രാവിഡ നാട് എന്ന ആവശ്യം തുടങ്ങിയ ദ്രാവിഡ രാഷ്ട്രീയ സാംസ്കാരിക പോരാട്ടം, അരനൂറ്റാണ്ട് രണ്ട് ദ്രാവിഡ പാർട്ടികൾ അധികാരത്തിൽ തുടരുന്നത് വരെ, ഈ ചർച്ചയുടെ ചരിത്രത്തെ പ്രതിനിധീകരിക്കുന്നു.

അവഗണിക്കപ്പെട്ട വടക്കുകിഴക്കൻ പ്രദേശങ്ങൾ

ബംഗാൾ, മഹാരാഷ്ട്ര, തമിഴ്നാട് - ഇവയെല്ലാം ഇന്ത്യൻ ദേശീയതയുടെ ചരിത്രവുമായി വിപുലമായ ബന്ധമുള്ള ഇന്ത്യൻ രാഷ്ട്രത്തിന്റെ പ്രധാന ഘടകങ്ങളാണ്. എന്നാൽ ഈ സന്ദർഭങ്ങളിൽപോലും, ഞാൻ നിങ്ങൾക്ക് കാണിച്ചുതന്നതുപോലെ, ബംഗാളി, മഹാരാഷ്ട്ര, അല്ലെങ്കിൽ തമിഴ് ജനതയുടെ ഇന്ത്യൻ രാഷ്ട്രവുമായുള്ള ബന്ധം, ഓരോരുത്തരും ഭാഷയാൽ ഏകീകൃതരായിരുന്നുവെങ്കിൽ പോലും സമാനമല്ല. അതുമാത്രമല്ല; ഓരോ സാഹചര്യത്തിലും ബന്ധം തർക്കത്തിനും സംഘർഷത്തിനും ഇടയാക്കി. ഇതേ കാര്യം ഉന്നയിക്കാൻ ആന്ധ്ര, കേരളം, കർണാടക, ഗോവ, ഒഡീഷ എന്നിവിടങ്ങളിൽ നിന്ന് എനിക്ക് കൂടുതൽ ഉദാഹരണങ്ങൾ നൽകാൻ കഴിയും. ജമ്മു കശ്മീരിനെക്കുറിച്ചും അവിടെ താമസിക്കുന്ന ജനങ്ങളുടെ ദേശീയ അഭിലാഷങ്ങളെക്കുറിച്ചും നിങ്ങൾ ഇതിനകം തന്നെ ധാരാളം കേട്ടിട്ടുണ്ട്. ഇന്ത്യൻ ദേശീയതയുടെ കഥയിൽ പ്രാധാന്യമർഹിക്കുന്ന ഒരു പ്രദേശമാണെങ്കിലും പഞ്ചാബും, 1980 കളിൽ ദീർഘവും അക്രമാസക്തവുമായ ഒരു വിഘടനവാദ പ്രസ്ഥാനത്തെ ഉൾക്കൊണ്ടിരുന്നു. ലിബറേഷൻ ഫ്രണ്ടിന്റെ തീവ്രവാദികൾ

അസമിനെ ഇന്ത്യയിൽ നിന്ന് വേർപെടുത്താൻ അക്രമാസക്തമായ പ്രചാരണം നടത്തിയ അതേ കാലഘട്ടത്തിൽ അസമിനും സമാനമായ അനുഭവം ഉണ്ടായി.

ഞാൻ ഒരുപാട് ഉദാഹരണങ്ങൾ ചൂണ്ടിക്കാണിക്കുന്നില്ല. പകരം, നിങ്ങൾക്ക് ഏറ്റവും കുറച്ച് അറിയാവുന്ന ഇന്ത്യൻ ഭൂപ്രദേശത്തിന്റെ ഒരു ഭാഗത്തേക്ക് ഞാൻ നിങ്ങളെ കൊണ്ടുപോകും. ഇന്ത്യൻ സ്വാതന്ത്ര്യസമയത്ത് അസമിലെ മലയോര ജില്ലകൾ എന്നാണ് ഇവയെ വിളിച്ചിരുന്നത്. ഈ പ്രദേശത്തെ ജനങ്ങളെ ഇന്ത്യൻ രാഷ്ട്രത്തിൽ ഉൾപ്പെടുത്തുന്നതിന് പ്രത്യേക വ്യവസ്ഥകൾ ചർച്ച ചെയ്യുന്നതിനായി ഇന്ത്യൻ ഭരണകൂടം എത്രമാത്രം വഴങ്ങാൻ നിർബന്ധിതരായെന്ന് നിങ്ങൾക്ക് കാണാം. ആ ചർച്ചകൾ അന്തിമമായി തുടരുന്നു. വാസ്തവത്തിൽ, എന്റെ വീക്ഷണത്തിൽ ഇന്ത്യൻ രാഷ്ട്ര താൽപര്യങ്ങൾ വടക്കുകിഴക്കൻ മലനിരകളിലെ ജനങ്ങളുടെ വ്യതിരിക്തമായ ദേശീയ സ്വഭാവത്തെ അംഗീകരിക്കുന്നില്ലെങ്കിൽ അവർ ഒരിക്കലും തൃപ്തികരമായ ഒരു തീരുമാനത്തിലെത്തുകയില്ല.

ബ്രിട്ടീഷുകാർ അസമിലെ മലയോര ജില്ലകളെ അസാധാരണമായ ഒരു കേസായി കണക്കാക്കിയെന്ന് ഞാൻ നിങ്ങളോട് പറഞ്ഞിട്ടുണ്ട്. കൊളോണിയൽ ഭരണകൂടം നിയമ, ഭരണ, വാണിജ്യ, റവന്യൂ, ജുഡീഷ്യൽ, പോലീസ് സംവിധാനങ്ങളെ സമഗ്രമായി പുനഃസംഘടിപ്പിച്ച ഇന്ത്യയിലെ കാർഷിക മേഖലകളിൽ നിന്ന് വ്യത്യസ്തമായി, വടക്കുകിഴക്കൻ മലനിരകളിൽ ഭരണകൂടത്തിന്റെ സാന്നിധ്യം വളരെ ഉപരിപ്ലവമായിരുന്നു. ഈ പ്രദേശം അതിന്റെ വരുമാനത്തിനോ പ്രകൃതി വിഭവങ്ങൾക്കോ വിലപ്പെട്ടതായി കണക്കാക്കപ്പെട്ടിരുന്നില്ല. സമാധാനം നിലനിർത്താനും അവരുടെ ആചാരാനുഷ്ഠാനങ്ങൾ നടപ്പിലാക്കാനുമുള്ള പ്രാദേശിക തലവന്മാരെ തിരിച്ചറിഞ്ഞ് ചിലപ്പോഴൊക്കെ സൃഷ്ടിച്ചുകൊണ്ട് 'ബോർ സാബ്' (അസാമീസ് ഉച്ചാരണത്തിൽ ബഡെ സാഹാബ്) നെ തിരഞ്ഞെടുത്ത് തങ്ങളുടെ അധികാരം വിനിയോഗിക്കാൻ ബ്രിട്ടീഷ് ഉദ്യോഗസ്ഥർ ശ്രമിച്ചു. സമതലങ്ങളിലെ കൂടുതൽ സാമ്പത്തികമായി മുന്നേറിയ ജനങ്ങളുടെ വാണിജ്യ, രാഷ്ട്രീയ അധിനിവേശത്തിനെതിരെ അവർ ഗോത്രങ്ങൾ എന്ന് വിളിക്കുന്നവയുടെ സംരക്ഷകരാണെന്ന ഒരു പ്രതിച്ഛായയും ബ്രിട്ടീഷുകാർ സൃഷ്ടിച്ചു. ഇക്കാരണത്താൽ, ആദിവാസി മേഖലകളിലേക്കുള്ള പുറത്തുനിന്നുള്ളവരുടെ പ്രവേശനം നിയന്ത്രിക്കുന്നതിനും അവിടെ സ്വത്ത് സമ്പാദിക്കുന്നതിൽ നിന്ന് അവരെ വിലക്കുന്നതിനുമായി അവർ പ്രദേശിക രേഖകൾ വരച്ചു. 1935 ലെ ഭരണഘടനാ പരിഷ്കാരങ്ങൾ പ്രകാരം അസമിൽ ഒരു പ്രവിശ്യാ മന്ത്രാലയം രൂപീകരിച്ചപ്പോൾ, മലയോര ജില്ലകളെ അതിന്റെ അധികാര പരിധിയിൽ

നിന്ന് ഒഴിവാക്കി ഗവർണറുടെ നേരിട്ടുള്ള ചുമതലയിൽ നിലനിർത്തി.

സമതലപ്രദേശത്തെപ്പോലെ തന്നെ അസം കുന്നുകളും നിയന്ത്രിക്കാൻ ബ്രിട്ടീഷുകാർക്ക് ബുദ്ധിമുട്ടായതിന്റെ കാരണം ഈ പ്രദേശത്തെ ജനങ്ങളെക്കുറിച്ചുള്ള കൂടുതൽ അടിസ്ഥാനപരമായ വസ്തുതയുമായി ബന്ധപ്പെട്ടിരിക്കുന്നു. ചരിത്രപരമായി, അഹോം, കചാരി തുടങ്ങിയ ശക്തമായ ഭരണകൂടങ്ങൾ, അല്ലെങ്കിൽ മണിപ്പൂരി രാജ്യങ്ങൾ, അല്ലെങ്കിൽ യഥാർഥത്തിൽ ബർമീസ് ഭരണാധികാരികൾ, മലയോര ജനതയുടെ മേൽ ആധിപത്യം സ്ഥാപിക്കാനും കപ്പവും അടിമകളെയും വേർതിരിച്ചെടുക്കാനും നിരവധി ശ്രമങ്ങൾ നടത്തിയിട്ടുണ്ട്. ഈ ഭൂരിഭാഗം മലയോര ജനതയുടെയും സമരം ഭരണകൂടങ്ങളുടെ ആധിപത്യത്തിന് കീഴിലാകുന്നത് ഒഴിവാക്കാനും ഭരണകൂടരഹിത സമൂഹങ്ങളായി സ്വയംഭരണം നിലനിർത്താനുമുള്ളതായിരുന്നു. ഈ അർഥത്തിൽ, വടക്കുകിഴക്കൻ മലനിരകളിലെ ജനങ്ങൾക്ക് ഇന്ത്യയുടെ ഭൂരിഭാഗം കാർഷിക സമൂഹങ്ങളിൽനിന്നും വളരെ വ്യത്യസ്തമായ ഒരു ചരിത്രാനുഭവമുണ്ട്. തങ്ങളുടെ സാംസ്കാരിക വ്യതിരിക്തത നിലനിർത്തിക്കൊണ്ടുതന്നെ, വലിയ ഭരണകൂട രൂപീകരണങ്ങളുമായി വളരെ അടുത്ത ബന്ധം പുലർത്തുകയും, ചില സന്ദർഭങ്ങളിൽ, സ്വന്തം രാജാക്കന്മാരെ സൃഷ്ടിക്കുകയും സ്വന്തം നികുതി സമ്പ്രദായം വികസിപ്പിച്ചെടുക്കുകയും ചെയ്ത മധ്യ-പടിഞ്ഞാറൻ ഇന്ത്യയിലെ ആദിവാസികളുടെ അനുഭവത്തിൽ നിന്ന് ഇത് തീർത്തും വ്യത്യസ്തമാണ്. വടക്കുകിഴക്കൻ മലയോര ജനതയുടെ സ്വയംഭരണാവകാശത്തിന്റെ അടിത്തറ ഭരണകൂട നിയന്ത്രണത്തിന് പുറത്ത് തുടരാനുള്ള ആഗ്രഹത്തിലൂന്നിയതാണ്.

മലയോര ജനത പ്രകൃതിയുടെ ഏതോ പ്രാകൃതാവസ്ഥയിലാണ് ജീവിച്ചിരുന്നത് എന്നല്ല ഇതിനർഥം.തികച്ചും സങ്കീർണവും എന്നാൽ സമതലങ്ങളിലെ ജാതി സമൂഹങ്ങളിൽ നിന്ന് തികച്ചും വ്യത്യസ്തമായതുമായ സ്വന്തം സാമൂഹിക സംഘടനകൾ അവർക്കുണ്ടായിരുന്നു. ഈ വ്യത്യാസം അടയാളപ്പെടുത്താൻ ബ്രിട്ടീഷുകാർ അവരെ ഗോത്രങ്ങൾ എന്ന് വിളിച്ചു. ജാതി എന്നതിനുപകരം സാമൂഹിക, കുല, വംശബന്ധങ്ങളെ അടിസ്ഥാനമാക്കിയുള്ളതാണെന്നായിരുന്നു അവർ ഉദ്ദേശിച്ചത്. മലയോര ജനത കൃഷിയും കരകൗശലവും വികസിപ്പിച്ചെടുത്തു. അവരുടെ സാമൂഹിക സംഘടന വ്യത്യസ്തമായിരുന്നു. ഉദാഹരണത്തിന്, ഖാസികൾക്കിടയിൽ, രാജകീയ പദവി പോലെയുള്ള, നാട്ടുരാജ്യങ്ങളിലെ ഭരണാധികാരികളുടേതിന് സമാനമായ സ്ഥാനം. ബ്രിട്ടീഷുകാർ നൽകിയിരുന്ന സീംസ് എന്ന് വിളിക്കപ്പെടുന്ന സ്ഥിരതാമസമാക്കിയ ഗ്രാമങ്ങളും തലവന്മാരും ഉണ്ടായിരുന്നു. ലുഷായി കുന്നുകളിലെ ആളുകളെ പോലെയുള്ളവർ, ഇടയ്ക്കിടെ അവരുടെ വാസസ്ഥലങ്ങൾ

മാറ്റുകയും നിരന്തരമായ കുടിയേറ്റ സ്വഭാവം നിലനിർത്തുകയും ചെയ്തു. കൂടാതെ, വ്യക്തികൾ പലപ്പോഴും ഒരു ഗ്രാമത്തിൽ നിന്ന് മറ്റൊരു ഗ്രാമത്തിലേക്ക് കുടിയേറുകയും മറ്റൊരു വംശത്തിൽ അംഗത്വം എടുക്കുകയും ചെയ്തു. അതുമാത്രമല്ല, മലയോരത്തെ മട്ടുപ്പാവുകളിൽ കൃഷിയിറക്കൽ - ജും എന്ന സമ്പ്രദായം - സമതലങ്ങളിൽ നിലനിന്നിരുന്ന കാർഷിക സ്വത്ത് നിയമങ്ങൾ മലയോര സമുദായങ്ങൾക്ക് ബാധകമാക്കുന്നത് അസാധ്യമാക്കി. ചുരുക്കത്തിൽ, ഒരു ഭരണകൂടത്തിന്റെ അഭാവത്തോടൊപ്പം ഒരു സ്ഥിരമായ ആവാസ വ്യവസ്ഥ സ്ഥാപിക്കുന്നതിനുള്ള ചെറുത്തുനിൽപ്പും ഉണ്ടായിരുന്നു. കാർഷിക സമതലങ്ങളിലെ ഭരണകൂടങ്ങൾക്ക് ഇവർക്കുമേൽ ഭൂനികുതി ചുമത്തുന്നതും ജനസംഖ്യയെ നിയന്ത്രിക്കുന്നതും എളുപ്പമാക്കണമെങ്കിൽ ഈ ജനതയ്ക്ക് സ്ഥിര ആവാസവ്യവസ്ഥ ഉണ്ടാവേണ്ടത് അവരുടെ ആവശ്യമായിരുന്നു.

ഈ പ്രദേശത്തിന് ധാരാളം ഭാഷകളും ഉണ്ടായിരുന്നു, മിക്കതും അയൽ ഗ്രാമങ്ങൾ മാത്രം സംസാരിക്കുന്നവ, അവയിൽ കൂടുതലും ടിബറ്റോ-ബർമൻ കുടുംബത്തിൽ പെട്ടവയാണ്. നാഗാ ജനത സംസാരിക്കുന്ന വ്യത്യസ്ത ഭാഷകൾ പരസ്പരം എങ്ങനെ വ്യത്യാസപ്പെട്ടിരിക്കുന്നുവെന്ന് എന്നോട് വിശദീകരിച്ചുതന്ന ഒരു അങ്കാമി സ്കൂൾ ടീച്ചറിൽ നിന്ന് ഒരിക്കൽ ഞാൻ രസകരമായ ഒരു കഥ കേട്ടു. ഉകെപെനോഫു എന്നാണ് ധാരാളം കുട്ടികളും കൊച്ചുമക്കളുമുള്ള അവിടുത്തെ ആദ്യത്തെ മനുഷ്യനെ വിളിക്കുന്നതെന്ന് അവർ പറഞ്ഞു. മരിച്ചപ്പോൾ അവൾ സ്വർഗത്തിലേക്ക് പോയി. അവളുമായി സമ്പർക്കം പുലർത്താൻ, സ്വർഗം വരെ എത്തുന്ന ഒരു ഗോപുരം പണിയണമെന്ന് അവളുടെ പിൻഗാമികൾ കരുതി. എന്നാൽ ഇവരെല്ലാം സമ്മാനങ്ങൾ ചോദിക്കാൻ തന്റെ അടുക്കൽ വരുന്നത് ഉകെപെനോഫു ഇഷ്ടപ്പെട്ടില്ല. അങ്ങനെ അവൾ എല്ലാവരേയും വ്യത്യസ്ത ഭാഷകളിൽ സംസാരിക്കാൻ പ്രേരിപ്പിച്ചു. ഒരാൾ കല്ല് ചോദിച്ചപ്പോൾ മറ്റേയാൾ വടി കൊണ്ടുവന്നു; ഒരാൾക്ക് ഒരു മരപ്പലക ആവശ്യമുള്ളപ്പോൾ മറുവശത്ത് നിന്ന് ഒരു ബക്കറ്റ് വെള്ളം കിട്ടി. വ്യത്യസ്തമായ ഭാഷ കാരണം മൊത്തത്തിൽ ആശയക്കുഴപ്പം ആയിരുന്നു. അവസാനം, ഗോപുരം പണിയാനുള്ള ആശയം അവർക്ക് ഉപേക്ഷിക്കേണ്ടിവന്നു. എന്നാൽ അവരുടെ പല ഭാഷകളും അവശേഷിച്ചു. ബാബേൽ ഗോപുരത്തിന്റെ ബൈബിളിലെ കഥയെ നാഗാ ജനത മനസ്സിലാക്കിയത് ഇങ്ങനെയായിരിക്കാം എന്ന് ഈ കഥ എന്നോട് പറഞ്ഞ ടീച്ചർ പകുതി തമാശയായി കൂട്ടിച്ചേർത്തു.

ഈ നിരീക്ഷണത്തിന് പ്രസക്തിയില്ലാതില്ല. ബ്രിട്ടീഷ് കൊളോണിയൽ ഉദ്യോഗസ്ഥർ മലയോര ഗോത്രവർഗക്കാരുടെ കാര്യങ്ങളിൽ അധികം ഇടപെടേണ്ടതില്ലെന്ന് തീരുമാനിച്ചിരിക്കാം, പക്ഷേ, അവർ

ക്രിസ്ത്യൻ മിഷനറിമാരെ പള്ളികളും സ്കൂളുകളും സ്ഥാപിക്കാനും ആളുകളെ വായിക്കാനും എഴുതാനും ക്രിസ്ത്യാനികളാകാനും പഠിപ്പിക്കാൻ അനുവദിച്ചു. 1930 കളിലും 1940 കളിലും, പ്രത്യേകിച്ച് ഖാസി, ഗാരോ, നാഗ, ലുഷേയ് ജനവിഭാഗങ്ങൾക്കിടയിൽ, ഇംഗ്ലീഷിൽ വിദ്യാഭ്യാസം നേടിയ ചെറുതും എന്നാൽ പ്രധാനപ്പെട്ടതുമായ ഒരു മധ്യവർഗം ഉയർന്നുവന്നു. ഞാൻ ഓർക്കുന്നത് ശരിയാണെങ്കിൽ, 1951 ലെ സെൻസസ് അന്ന് ലുഷായി കുന്നുകൾ എന്ന് വിളിക്കപ്പെട്ടിരുന്ന പ്രദേശത്തെ സാക്ഷരതാ നിരക്ക് 30 ശതമാനവും ഖാസി-ഗാരോ-ജൈന്തിയ ഹിൽസിൽ 20 ശതമാനവും ആയിരുന്നു എന്ന് കണ്ടെത്തി, ഇത് അക്കാലത്തെ ഇന്ത്യയിലെ ശരാശരി സാക്ഷരതാ നിരക്കിനേക്കാൾ കൂടുതലാണ്. ഇന്ന്, മിസോറാമിലെ (മുൻ ലുഷായി കുന്നുകൾ) സാക്ഷരതാ നിരക്ക് 90 ശതമാനത്തിന് മുകളിലാണ്, ഇത് ഇന്ത്യൻ സംസ്ഥാനങ്ങളിൽ ഏറ്റവും ഉയർന്നതാണ്.

അരുണാചൽ, മേഘാലയ - ഇവ സംസ്കൃതത്തിൽ നിന്ന് കാവ്യാത്മക ചിത്രങ്ങൾ ഉൾക്കൊള്ളുന്ന പേരുകളാണ്, എന്നാൽ യഥാർത്ഥത്തിൽ, ഇന്ത്യയിലെ ദേശീയ പ്രസ്ഥാനത്തിന് വടക്കുകിഴക്കൻ മലനിരകളുമായി ഫലത്തിൽ യാതൊരു ബന്ധവുമില്ല, അവിടെയുള്ള മധ്യവർഗവുമായിപ്പോലും. നിർഭയയായ നാഗാ സ്വാതന്ത്ര്യ സമര സേനാനി റാണി ഗൈഡിൻലിയുവിനെ പറ്റി നിങ്ങൾ കേട്ടുകാണും. കബുയി നാഗയായിരുന്ന അവരുടെ സഹോദര പുത്രൻ ജഡോനാഗ് ആണ് നാഗാ ജനതയുടെ പരമ്പരാഗത മതത്തെ പുനരുജ്ജീവിപ്പിക്കാനും മണിപ്പൂരിലെ നാഗാ പ്രദേശങ്ങളിൽ നിന്ന് ക്രിസ്ത്യൻ മിഷനറിമാരെയും ക്രിസ്ത്യൻ കുക്കികളെയും തുരത്താനും ആഗ്രഹിച്ച ഹെരാക മത പ്രസ്ഥാനത്തിന്റെ സ്ഥാപകൻ. പോലീസുമായുള്ള ഏറ്റുമുട്ടലിനുശേഷം, 1931 ൽ ജഡോനാങ്ങിനെ അറസ്റ്റ് ചെയ്യുകയും വധിക്കുകയും ചെയ്തു. ഗൈഡിൻലിയു പിന്നീട് നേതാവായി, ബ്രിട്ടീഷുകാർക്കെതിരെ യുദ്ധം പ്രഖ്യാപിച്ചു, മാസങ്ങളോളം, അവളെയും അനുയായികളെയും മലയോര മേഖലകളിലൂടെ അവൾ നോർത്ത് കച്ചാർ ഹിൽസിൽ ക്യാമ്പ് സ്ഥാപിക്കുന്നതുവരെ വേട്ടയാടി. അവിടെ വെച്ച് അവളുടെ സൈന്യം കീഴടക്കപ്പെട്ടു, അവളെ അറസ്റ്റ് ചെയ്തു, ജവഹർലാൽ നെഹ്റു 1937 ൽ ഷില്ലോങ് ജയിലിൽ വച്ച് അവളെ കണ്ടുമുട്ടി, ധീരയായ ഒരു സ്വാതന്ത്ര്യ സമര സേനാനിയായി അവളെ അഭിവാദ്യം ചെയ്യുകയും 'റാണി' എന്ന് അഭിസംബോധന ചെയ്യുകയും ചെയ്തു. നാഗാലാൻഡിലെ കലാപത്തിന്റെ പശ്ചാത്തലത്തിൽ, റാണി ഗൈഡിൻലിയുവിനെ ഇന്ത്യൻ സ്വാതന്ത്ര്യ സമര സേനാനിയായി കൊണ്ടാടുമ്പോൾ സ്വാതന്ത്ര്യാനന്തരം ഈ പദവി അവളുടെ പേരിനോട് ചേർന്നുനിന്നു. യഥാർത്ഥത്തിൽ, അവളുടെ സമരം ബ്രിട്ടീഷ് ഭരണത്തിനെതിരായിരുന്നു, പക്ഷേ, അവൾക്ക് ഇന്ത്യൻ ദേശീയതയു

മായി യാതൊരു ബന്ധവുമില്ല.നാഗകൾക്ക് ഒരിക്കലും രാജാക്കന്മാരോ രാജ്ഞികളോ ഉണ്ടായിരുന്നില്ല. 1970 കളിലും 1980 കളിലും, വിഘടനവാദ ക്രിസ്ത്യൻ രാഷ്ട്രീയ പ്രസ്ഥാനത്തിനെതിരായ നാഗാ തദ്ദേശീയ മതത്തിന്റെ സംരക്ഷകയായി അവളെ അവതരിപ്പിക്കാൻ ആർ എസ് എസ് ശ്രമിച്ചു.

സ്വാതന്ത്ര്യത്തിനുമുമ്പ് അസമിലെ മലയോര ജില്ലകളുമായി ബന്ധപ്പെട്ട് ഇന്ത്യൻ നാഷണൽ കോൺഗ്രസ് ഒരു പ്രമേയം പോലും പാസാക്കിയതായി ഞാൻ കരുതുന്നില്ല. ആസാമിലെ കോൺഗ്രസ് നേതാക്കൾ പോലും മലയോര ജനതയെക്കുറിച്ച് അപൂർവമായി എന്തെങ്കിലും പറയാറുള്ളൂ. തെറ്റ് പൂർണമായും അവരുടേതായിരുന്നില്ല. സമതലങ്ങളിൽ നിന്നുള്ള രാഷ്ട്രീയക്കാരെ കുന്നുകളുമായി ഒരു ബന്ധവും അനുവദിക്കരുതെന്ന് ബ്രിട്ടീഷ് ഉദ്യോഗസ്ഥർ തീരുമാനിച്ചു. 1937 ൽ പ്രവിശ്യാ മന്ത്രാലയങ്ങൾ രൂപീകരിച്ച ശേഷം, തിരഞ്ഞെടുക്കപ്പെട്ട പ്രധാനമന്ത്രിമാരായ ഗോപിനാഥ് ബർദോലോയ്, മുഹമ്മദ് സാദുള്ള എന്നിവർക്ക് പോലും മലയോര ജില്ലകൾ സന്ദർശിക്കാൻ ഗവർണറുടെ അനുമതി വാങ്ങേണ്ടി വന്നു. ഇന്ത്യൻ സ്വാതന്ത്ര്യത്തിന് മാസങ്ങൾക്ക് മുമ്പ്, അസമിലെ ചില ബ്രിട്ടീഷ് ഉദ്യോഗസ്ഥർ തങ്ങളുടെ പ്രിയപ്പെട്ട ഗോത്രത്തലവന്മാരോട് വടക്കുകിഴക്കൻ മലനിരകൾ കൂട്ടിയോജിപ്പിച്ച് ബർമയുമായി ലയിപ്പിച്ച് ഒരു കോളനിയായി അല്ലെങ്കിൽ ബ്രിട്ടീഷ് സംരക്ഷണത്തിൽ ഒരു സ്വതന്ത്ര രാഷ്ട്രമായി പ്രഖ്യാപിക്കാമെന്ന് നിർദേശിച്ചു. എന്നാൽ ഈ നിർദേശം ബ്രിട്ടനിലെ അധികാരികൾ അംഗീകരിച്ചില്ല, ഈ പ്രദേശം ഇന്ത്യൻ പ്രവിശ്യയായ അസമിന്റെ ഭാഗമായി തുടരണമെന്ന് അവർ വ്യക്തമാക്കി.

അപ്പോഴാണ് ഇന്ത്യൻ യൂണിയനിലെ അസമിലെ മലയോര ജില്ലകളുടെ സ്ഥാനത്തേക്ക് ഭരണഘടനാ നിർമാണ സഭയിലെ ഇന്ത്യൻ നേതാക്കളുടെ ശ്രദ്ധ തിരിഞ്ഞത്. വടക്കുകിഴക്കൻ മലനിരകളിലെ ജനങ്ങളോട് സഹതാപമില്ല എന്ന പേരിൽ അവരെ കുറ്റപ്പെടുത്തുന്നത് അന്യായമാണ്. നെഹ്റുവിനെപ്പോലുള്ള ദേശീയ നേതാക്കളോ, ഗോപിനാഥ് ബർദോലോയിയോ ബിമലാ പ്രസാദ് ചാലിഹയോ പോലുള്ള അസം കോൺഗ്രസുകാരോ, അങ്ങനെ ഈ മേഖലയിൽ ക്രിയാത്മകമായ താൽപര്യം കാണിച്ചവരൊന്നും അനുകമ്പയില്ലാത്തവരായിരുന്നില്ല. മലയോര ഗോത്രവർഗക്കാരുടെ സ്വയംഭരണത്തിനുള്ള ആവശ്യം മാനിക്കേണ്ടതിന്റെ പ്രാധാന്യം അവർ തിരിച്ചറിഞ്ഞു, അല്ലാത്തപക്ഷം അവരുടെ മുഴുവൻ ജീവിതരീതിയും ഭീഷണിയിലാകുകയും അശാന്തിയും കലാപവും ഉണ്ടാക്കുകയും ചെയ്യും. മറുവശത്ത്, പുരോഗമന ദേശീയതയുടെ പ്രത്യയശാസ്ത്രം, പ്രദേശത്തിന്റെ സമ്പദ്വ്യവസ്ഥയെ നവീകരിക്കാ

നം വികസിപ്പിക്കാനും രാജ്യത്തിന്റെ മറ്റ് ഭാഗങ്ങളുമായി സംയോജിപ്പിക്കാനും ശ്രമിക്കേണ്ടതുണ്ടെന്ന് അവരെ ബോധ്യപ്പെടുത്തി. ഈ ദ്വന്ദ്വ സമീപനത്തെ ഒരു ഭരണകൂടത്തിന്റെ മഹത്തായ നയമായി അവർ കരുതിയതാണ് പ്രശ്നം. പുതിയ ഇന്ത്യൻ ദേശരാഷ്ട്ര രൂപീകരണത്തിൽ മലയോര ജനതയെയോ അവരുടെ പ്രതിനിധികളെയോ തുല്യ പങ്കാളികളായി കണക്കാക്കുന്നത് അവർക്ക് അസാധ്യമായിരുന്നു.

ബർദോലോയിയുടെ നേതൃത്വത്തിലുള്ള ഒരു കമ്മിറ്റി രാഷ്ട്രീയ സ്വയംഭരണത്തിനുള്ള ഗോത്രങ്ങളുടെ ആവശ്യവും മലനിരകളെ സമതലങ്ങളുമായി സംയോജിപ്പിക്കാൻ അസമീസ് രാഷ്ട്രീയക്കാർ പ്രകടിപ്പിച്ച പ്രേരണയുമായി യോജിപ്പിക്കുന്നതിനുള്ള ഭരണഘടനാപരമായ പരിഹാരം ആവിഷ്കരിച്ചു. ആറാം ഷെഡ്യൂൾ തയ്യാറാക്കി, കാലക്രമേ ണ കാര്യമായ മാറ്റങ്ങൾ വരുത്തി അത് ഇപ്പോഴും ഭരണഘടനയുടെ ഭാഗമായി തുടരുന്നു. മലനിരകളിൽ ഭൂമി, വനം, കൃഷി,ഗ്രാമഭരണം മേധാവികളും തലവന്മാരും, ഗോത്ര നിയമം, സാമൂഹികാചാരങ്ങൾ, പ്രാഥമിക വിദ്യാഭ്യാസം എന്നിവയിൽ നിയമനിർമാണവും ഭരണപരവുമായ അധികാരങ്ങളുള്ള ജില്ലാ കൗൺസിലുകൾ രൂപീകരിക്കാൻ ഷെഡ്യൂൾ അധികാരം നൽകി. തിരഞ്ഞെടുക്കപ്പെട്ട ഗോത്രവർഗ പ്രതിനിധിക ൾക്ക് രാഷ്ട്രീയ സ്വയംഭരണാവകാശം ലഭിക്കുന്ന മേഖലയാണിത്. ആറാം ഷെഡ്യൂൾ തയ്യാറാക്കിയ ഈ ഒത്തുതീർപ്പ് ആരെയും തൃപ്തിപ്പെടുത്തിയില്ല. തിരഞ്ഞെടുക്കപ്പെട്ട ഒരു കൗൺസിൽ തങ്ങളുടെ മേൽ അടിച്ചേൽപിക്കുന്നത് പരമ്പരാഗത മേധാവികൾക്ക് ഇഷ്ടപ്പെട്ടില്ല, അതേസമയം മധ്യവർഗം അവർക്ക് വാഗ്ദാനം ചെയ്ത സ്വയംഭരണാധികാരം പൂർണമായും അപര്യാപ്തമാണെന്ന് കണ്ടെത്തി.

നാഗാ നേതാക്കൾ ജില്ലാ കൗൺസിൽ നിർദേശം നിരസിക്കുകയും പകരം 1946 ൽ നാഗാ നാഷണൽ കൗൺസിൽ (NNC) രൂപീകരിക്കുകയും ചെയ്തു. ഈ സമയത്ത്, സംഘടനയിൽ ആവോ പ്രതിനിധികൾ (നാഗാലാൻഡിലെ പ്രധാന വംശീയ വിഭാഗമാണ് ആവോ) ആധിപത്യം പുലർത്തിയിരുന്നു. എന്നാൽ ഇന്ത്യൻ സ്വാതന്ത്ര്യത്തിനു മുമ്പുള്ള ആഴ്ചകളിൽ, ഗാന്ധിയെയും മറ്റ് നേതാക്കളെയും കാണാനും സ്വതന്ത്ര രാഷ്ട്രത്തിനായുള്ള നാഗാ അവകാശവാദം ഉയർത്താനും അംഗമി സാപു ഫിസോ ഒരു ചെറിയ ടീമിനെ ഡൽഹിയിലേക്ക് കൊണ്ടുപോയി. 1947 ഓഗസ്റ്റ് 14 ന് ഫിസോ നാഗാലാൻഡിന്റെ സ്വാതന്ത്ര്യം പ്രഖ്യാപിച്ചു. നാളിതുവരെ, നാഗാലാൻഡിലെ പാർട്ടികളും നേതാക്കളും തിരഞ്ഞെടുപ്പ് രാഷ്ട്രീയത്തിൽ പങ്കെടുക്കുകയും ഇന്ത്യൻ ഭരണഘടനയുടെ ചട്ടക്കൂടിനുള്ളിൽ നിന്ന് സർക്കാരുകളിൽ ചേരുകയും ചെയ്തിട്ടും, ഒരു നാഗാ നേതാവോ സംഘടനയോ ഈ പ്രഖ്യാപനം പരസ്യമായി നിരസിച്ചിട്ടില്ല. ഇന്നും നാ

ഗാലാൻഡിൽ പലരും ഈ ദിവസം സ്വാതന്ത്ര്യ ദിനമായി ആചരിക്കുന്നു.

രണ്ടാം ലോകമഹായുദ്ധസമയത്ത് ബർമയിൽ ജപ്പാനുമായി സഹകരിച്ച ഫിസോ, 1946 ൽ തിരിച്ചെത്തിയ ഉടൻ നാഗാ സ്വാതന്ത്ര്യത്തിനായി പ്രചാരണം ആരംഭിച്ചു. ഈ പ്രദേശത്തെ ജനങ്ങളുടെ സാംസ്കാരിക സമ്പ്രദായങ്ങൾ പരമ്പരാഗത സാമൂഹിക രൂപീകരണം എന്നിവയിൽ ക്രിസ്ത്യൻ മതത്തിന്റെ പങ്ക് കൂടാതെ നിങ്ങൾ ഓർക്കേണ്ട പ്രധാനമായ ഒരു കാര്യം, ബർമയിൽ നിന്ന് നാഗാ കുന്നുകളിലേക്ക് മുന്നേറുന്ന ജാപ്പനീസ് സൈന്യം അവസാനം കൊഹിമയിൽ കാലൂന്നിയതോടെ, യുദ്ധത്തിന്റെ സജീവമായ ഒരു നാടകവേദി കൂടിയായിരുന്നു അത് എന്നതാണ്. ജനങ്ങൾക്കിടയിൽ ഇതൊരു ആധുനിക സൈനികസംസ്കാരം വളർത്തി. യുദ്ധസമയത്ത് നാഗാ, ലുഷായി മലനിരകളിൽ നിന്നുള്ള യുവാക്കളെ ബ്രിട്ടീഷുകാർ സജീവമായി റിക്രൂട്ട് ചെയ്യുകയുണ്ടായി, അവരിൽ ഭൂരിഭാഗവും യുദ്ധം അവസാനിച്ചപ്പോൾ നശിച്ചുപോയി.

കഥയിലേക്ക് തിരിച്ചുവരാം, ഫിസോ 1949 ൽ എൻ എൻ സി ഏറ്റെടുക്കുകയും ഇന്ത്യയിൽ ചേരുന്നതിനെക്കുറിച്ചുള്ള ചോദ്യത്തിന് ഒരു ജനഹിതപരിശോധനയ്ക്ക് ആഹ്വാനം ചെയ്യുകയും ചെയ്തു. 1951ൽ എൻ എൻ സി ആണ് ഈ അനൗദ്യോഗിക ഹിതപരിശോധന നടത്തിയത്, അതിൽ ഭൂരിപക്ഷം പേരും ഒരു സ്വതന്ത്ര നാഗാലാൻഡിന് വേണ്ടി വോട്ട് ചെയ്തു. ഈ ഫലത്തെക്കുറിച്ച് നിങ്ങൾക്ക് സംശയിക്കേണ്ട കാര്യമില്ല, കാരണം 1952 ലെ പൊതുതിരഞ്ഞെടുപ്പ് ബഹിഷ്കരിക്കാൻ ഫിസോ ആഹ്വാനം ചെയ്തപ്പോൾ നാഗാ കുന്നുകളിൽ സ്ഥാനാർഥികളോ വോട്ടെടുപ്പോ ഇല്ലായിരുന്നു. 1952 ൽ നെഹ്റുവിനെ പലതവണ കണ്ടെങ്കിലും തൃപ്തികരമായ ഉറപ്പ് ലഭിച്ചില്ല എങ്കിലും ഇന്ത്യൻ സർക്കാരുമായി ചർച്ചകളിലൂടെ ഒത്തുതീർപ്പിനുള്ള പ്രതീക്ഷ ഫിസോ ഇതുവരെ കൈവിട്ടിരുന്നില്ല. 1954 ൽ, ഒരു ഗറില്ലാ യുദ്ധത്തിന് തയ്യാറെടുക്കാൻ അദ്ദേഹം വനങ്ങളിലേക്ക് പോയി, എന്നാൽ ഇന്ത്യൻ സുരക്ഷാ സേനയുടെ ആക്രമണത്തെ അഭിമുഖീകരിച്ച്, കിഴക്കൻ പാകിസ്ഥാനിലേക്ക് പലായനം ചെയ്യാനും അന്താരാഷ്ട്ര പിന്തുണ തേടാനും അദ്ദേഹം തീരുമാനിച്ചു. അദ്ദേഹത്തിന്റെ സൈനിക തയ്യാറെടുപ്പുകളിൽ പാകിസ്ഥാനോ ചൈനയോ അദ്ദേഹത്തെ സഹായിക്കാൻ തയ്യാറായില്ല. ഒടുവിൽ, യൂറോപ്പിലൂടെയുള്ള ദീർഘവും അപകടകരവുമായ യാത്രയ്ക്ക് ശേഷം, 1958 ൽ അദ്ദേഹം ലണ്ടനിലെത്തി. മുമ്പ് ഇന്ത്യയിൽ ഉണ്ടായിരുന്ന ആംഗ്ലിക്കൻ മിഷനറി മൈക്കൽ സ്കോട്ടിന്റെ സഹായത്താൽ, ഇന്ത്യയിലെ തദ്ദേശീയരുടെ പോരാട്ടമായി നാഗാ സ്വാതന്ത്ര്യത്തിന്റെ കാരണം പ്രചരിപ്പിക്കാൻ ഫിസോ ശ്രമിച്ചു. ലണ്ടനിലെ തന്റെ വിദൂര താവളത്തിൽ നിന്ന്, ഇന്ത്യൻ ഭരണകൂടത്തിനെതിരെ നാഗാ പ്രതിരോ

ധം നയിക്കാനും അദ്ദേഹം ശ്രമിച്ചു.

മലയോര ജനതയുടെ സ്വയംഭരണത്തിനുള്ള ആവശ്യത്തോട് ഇന്ത്യൻ രാഷ്ട്രീയ നേതാക്കൾ അനുഭാവപൂർവമായ പ്രതികരണം പ്രകടിപ്പിച്ചിട്ടും, എല്ലാ ചെറുത്തുനിൽപിനെയും എതിർത്ത് ഭരണകൂടത്തിന്റെ യന്ത്രങ്ങൾ ശക്തമായി മുന്നിൽ നിന്നു. 1952 ലെ പൊതുതിരഞ്ഞെടുപ്പ് ബഹിഷ്കരിച്ചതിനെത്തുടർന്ന്, എൻ എൻ സിയുടെ നേതാക്കളെ മർദ്ദിക്കുകയും പ്രതിഷേധ സമ്മേളനങ്ങൾ ബലപ്രയോഗത്തിലൂടെ ഭിന്നിപ്പിക്കുകയും ചെയ്തു. നാഗാ കുന്നുകൾ അസ്വസ്ഥമായ പ്രദേശമായി പ്രഖ്യാപിക്കുകയും കടുത്ത ഭരണപരമായ നടപടികൾ അനുവദിക്കുന്നതിനായി പ്രത്യേക നിയന്ത്രണങ്ങൾ ഏർപ്പെടുത്തുകയും ചെയ്തു. എല്ലാ വിദേശ മിഷനറിമാരെയും ഈ പ്രദേശത്ത് നിരോധിച്ചിരിക്കുന്നു. ഫിസോ ഒളിവിൽ പോയി സായുധ പ്രതിരോധം സംഘടിപ്പിക്കാൻ ശ്രമിച്ചപ്പോൾ, അസം റൈഫിൾസിനെ വിന്യസിച്ചു. 1954 ൽ, ബർമാ അതിർത്തിക്കടുത്തുള്ള തുൻസാങ്ങിലെ ചാങ് മേധാവികളുടെ സഹായത്തോടെ ഫിസോ പീപ്പിൾസ് സോവറിൻ റിപ്പബ്ലിക് ഓഫ് ഫ്രീ നാഗാലാൻഡ് രൂപീകരിച്ചു. കലാപം അടിച്ചമർത്താൻ സൈന്യത്തെ അയച്ചു. എന്നിരുന്നാലും, 1956 ൽ ഏകദേശം 15,000 വിമത പോരാളികൾ ഉണ്ടായിരുന്നു. രംഗം വിട്ട ശേഷവും ഫിസോ നാഗാ രാഷ്ട്രീയത്തിൽ സജീവമായി തുടർന്നു. തുൻസാങ്ങിലെ ചെറുത്തുനിൽപ് ഇന്ത്യൻ സൈന്യം തകർത്തപ്പോൾ, ഫിസോ നിരവധി സെമ നേതാക്കളുടെ സഹായത്തോടെ നാഗാലാൻഡിൽ ഒരു ഫെഡറൽ ഗവൺമെന്റ് രൂപീകരിച്ചു. കൂട്ടക്കൊലകളും ബലാത്സംഗങ്ങളുംകൊണ്ട് മുഴുവൻ ഗ്രാമങ്ങളും നശിപ്പിച്ച സൈന്യത്തിന്റെ കലാപവിരുദ്ധ പ്രവർത്തനങ്ങൾ അങ്ങേയറ്റം രക്തരൂഷിതമായിരുന്നു. അക്കാലത്ത്, അത്തരം വിദൂര പ്രദേശങ്ങളിൽ ഫലത്തിൽ മാധ്യമ സാന്നിധ്യം ഇല്ലായിരുന്നു. തൽഫലമായി, എന്താണ് സംഭവിച്ചതെന്ന് സ്വതന്ത്രമായ കണക്കുകൾ നേടുക അസാധ്യമാണ്. എന്നാൽ, 1950 കളിൽ ഇന്ത്യൻ സൈന്യം അഴിച്ചുവിട്ട ഭീകരതയുടെ ഭയാനകമായ വിശദാംശങ്ങളിൽ നിരവധി നാഗാ പുരുഷന്മാരും സ്ത്രീകളും സംസാരിക്കുന്നത് ഞാൻ കേട്ടിട്ടുണ്ട്, അത് പറഞ്ഞറിയിക്കാനാവാത്തത്രയും ഹിംസാത്മകവും ക്രൂരവുമാണെന്ന് എനിക്ക് സംശയമില്ല.

കലാപം അടിച്ചമർത്തപ്പെട്ടതിനുശേഷം, ഇന്ത്യൻ സർക്കാർ ഒരു രാഷ്ട്രീയ ചേഷ്ട കാണിക്കാനും 1963 ൽ നാഗാലാൻഡിന് ഒരു പ്രത്യേക സംസ്ഥാന പദവി നൽകാനും തീരുമാനിച്ചു. ആർട്ടിക്കിൾ 371 ന്റെ താൽക്കാലിക വ്യവസ്ഥകൾ, മൈസൂരിനെയും തിരുവിതാംകൂറിനെയും ഉൾക്കൊള്ളുന്നതിനായി രൂപകൽപ്പന ചെയ്തത് നിങ്ങൾ ഓർക്കുന്നുണ്ടാകും. ഭരണഘടനയുടെ അംഗീകാരം, പുതിയ സംസ്ഥാനത്തിന്

അതിന്റെ രാഷ്ട്രീയവും സാംസ്കാരികവുമായ സ്വയംഭരണാവകാശം സം രക്ഷിക്കുന്നതിന് നിരവധി പ്രത്യേക അധികാരങ്ങൾ നൽകുന്നതിന് ഉപയോഗപ്പെടുത്തി. നാഗന്മാരുടെ മതപരമോ സാമൂഹികമോ ആയ ആചാരങ്ങൾ, സിവിൽ, ക്രിമിനൽ നിയമങ്ങൾ, അല്ലെങ്കിൽ ഭൂമിയുടെ ഉടമസ്ഥാവകാശം, കൈമാറ്റം എന്നിവയിൽ നാഗാലാൻഡിന് കേന്ദ്ര നിയമങ്ങൾ ബാധകമായിരുന്നില്ല. 1964 ൽ നാഗാലാൻഡ് അസംബ്ലി യിലേക്ക് തിരഞ്ഞെടുപ്പ് നടന്നു, അടുത്ത വർഷം, ഷില്ലു ആവോയുടെ നേതൃത്വത്തിലുള്ള നാഗ നാഷണൽ ഓർഗനൈസേഷൻ നാഗാ രാഷ്ട്രീയ ത്തിലെ പ്രധാന തിരഞ്ഞെടുപ്പ് കക്ഷിയായി ഉയർന്നു. അതിനുശേഷം, നാഗാലാൻഡിൽ രാഷ്ട്രീയ പാർട്ടികൾ ഒരിക്കലും സുസ്ഥിരമായിരുന്നി ല്ല, അടിക്കടിയുള്ള പിളർപ്പുകളും കൂട്ടുകക്ഷി സർക്കാരുകളും നിയമസഭാം ഗങ്ങളും ഒരു പാർട്ടിയിൽ നിന്ന് മറ്റൊന്നിലേക്ക് മാറി.

എന്നാൽ കലാപത്തിന്റെ ആവേശവും നാഗാ സ്വാതന്ത്ര്യത്തി നായുള്ള ആവശ്യവും മരിച്ചില്ല. ചെറുത്തുനിൽപിന്റെ ഭൂഗർഭ പ്രസ്ഥാ നങ്ങളെപ്പോലെ, നാഗ സായുധ സംഘടനകളും ഭിന്നതകളിലൂടെയും പിളർപ്പിലൂടെയും കടന്നുപോയി. സോഷ്യലിസത്തിന്റെ മാവോയിസ്റ്റ് പ്രത്യയശാസ്ത്രമുണ്ടെന്ന് അവകാശപ്പെടുകയും എന്നാൽ 'നാഗാലാൻ ഡ് ഫോർ ക്രൈസ്റ്റ്' എന്ന മുദ്രാവാക്യം സ്വീകരിക്കുകയും ചെയ്ത ഒരു യുവതലമുറ തീവ്രവാദികളാണ് 1980 കളുടെ തുടക്കത്തിൽ നാഷണൽ സോഷ്യലിസ്റ്റ് കൗൺസിൽ ഓഫ് നാഗാലാൻഡ് (എൻ എസ് സി എൻ) രൂപീകരിച്ചത്. വിവിധ നാഗാ നേതാക്കൾ നേരത്തെ ഇന്ത്യൻ സർക്കാരുമായി ഒപ്പുവെച്ച സമാധാന ഉടമ്പടികൾ എൻ എസ് സി എൻ നിരസിക്കുകയും പിന്തിരിപ്പൻ ഗോത്രവാദിയായ ഫിസോയെ നിരാക രിക്കുകയും ചെയ്തു. അവർ ചൈനയിൽ നിന്ന് സഹായം തേടി, എന്നിരു ന്നാലും, അതിന്റെ ഗറില്ലാ പോരാളികൾക്ക് ചില പ്രവർത്തന പരിശീല നം വാഗ്ദാനം ചെയ്യുന്നതിനേക്കാൾ കൂടുതൽ സഹായം ചെയ്യാൻ ചൈന വിസമ്മതിച്ചു. 1997 ൽ, കലാപം തടയാൻ സർക്കാരുമായി സമാധാന ഉടമ്പടിയിൽ ഏർപ്പെട്ടു. നിലവിൽ ടി. മുവൈവയുടെ നേതൃത്വത്തിൽ, എൻ എസ് സി എൻ ഒരു പുതിയ സമാധാന ഉടമ്പടിക്കായി ഇന്ത്യൻ ഗവൺമെന്റുമായി ചർച്ചകൾ നടത്തുകയാണ്, അത് നാഗാ പരമാധി കാരം അംഗീകരിക്കുകയും നാഗാലാൻഡിനകത്തും പുറത്തുമുള്ള എല്ലാ നാഗാ പ്രദേശങ്ങളും ഏകീകരിക്കുകയും ഇന്ത്യയ്ക്കുള്ളിൽ നാഗാലിം എന്ന പുതിയ സംസ്ഥാനമാക്കി മാറ്റുകയും വേണം എന്നതാണ്.

നാഗാലാൻഡിൽനിന്ന് മിസോറാമിന്റെ ചരിത്രത്തിലേക്ക് നോ ക്കിയാൽ, വിദ്യാസമ്പന്നരായ ക്രിസ്ത്യൻ മധ്യവർഗത്തിന്റെ പങ്ക് അ തിലും പ്രാധാന്യമർഹിക്കുന്നതായി നിങ്ങൾ കണ്ടെത്തും. ലുഷേയ് വി

ഭാഗത്തിന്റെ (കുക്കി എന്നും വിളിക്കപ്പെടുന്ന) നേതൃത്വത്തിൽ അവർ മിസോ യൂണിയനിലെ ഗോത്ര വിഭാഗങ്ങൾക്കുള്ളിൽ സംഘടിക്കുകയും, ജില്ലാ കൗൺസിലുകൾ പിടിച്ചെടുക്കുകയും, തലവന്മാർക്കെതിരെ ഒരു നിസ്സഹകരണ കാമ്പയിൻ ആരംഭിക്കുകയും, 1954 ൽ ലുഷായി കുന്നുകളിലുടനീളം തലവന്മാരുടെ ഓഫീസുകൾ നശിപ്പിക്കുകയും ചെയ്തു. ഇത് സാംസ്കാരിക രാഷ്ട്രീയ ജീവിതത്തിന്റെ ജനാധിപത്യപരമായ പുനഃക്രമീകരണത്തിന് അടിത്തറയിട്ടു. 1959 ൽ ഈ പ്രദേശത്ത് കടുത്ത ക്ഷാമമുണ്ടായിരുന്നു. ക്ഷാമം മറികടക്കുന്നതിനായി രൂപീകരിച്ച ഒരു ജനകീയ സംഘടന 1960 കളിൽ മിസോ നാഷണൽ ഫ്രണ്ട് (എം എൻ എഫ്) ആയി മാറി. 1966 ൽ ഐസ്വാൾ പട്ടണത്തിലെയും പരിസരങ്ങളിലെയും ജനവാസ കേന്ദ്രങ്ങളിൽ നിന്ന് ബോംബാക്രമണവും തുടർന്നുള്ള വർഷംമുഴുവൻ ഗ്രാമങ്ങളെ നിർബന്ധിതമായി മാറ്റിപ്പാർപ്പിച്ചതും ഉൾപ്പെടെ ഇന്ത്യൻ സായുധ സേനയിൽ നിന്നുള്ള അടിച്ചമർത്തൽ കഠിനമായിരുന്നു- ജനങ്ങൾക്കിടയിൽ ഇന്ത്യയോട് തീവ്രമായ വിദ്വേഷം പടർത്തുന്ന സംഭവങ്ങളായിരുന്നു ഇത്. അത് രാഷ്ട്രീയ ബന്ധങ്ങളിൽ വഴിത്തിരിവായി. 1986 ൽ ഒരു സമാധാന ഉടമ്പടി ഒപ്പുവെക്കുന്നതുവരെ ലാൽഡെംഗയുടെ നേതൃത്വത്തിലുള്ള എം എൻ എഫ് കലാപം രണ്ട് പതിറ്റാണ്ടിലേറെ തുടർന്നു.

ഇന്ത്യൻ ദേശീയതയുമായി ചരിത്രപരമായി യാതൊരു ബന്ധവുമില്ലാത്ത ജനങ്ങൾക്കിടയിൽ ഭാഷയും മതവും ചേർന്ന് അതിന്റെ വ്യതിരിക്തമായ സ്വത്വത്തെക്കുറിച്ച് തീവ്രമായ ബോധമുള്ളതും നിയമാനുസൃതമായ പരമാധികാരം അവകാശപ്പെടുന്നതുമായ ഒരു സ്വദേശീയ വികാരം എങ്ങനെ ഉളവാക്കാമെന്ന് നാഗാലാൻഡും മിസോറാമും കാണിച്ചതരുന്നു. അവർ എണ്ണത്തിൽ കുറവായിരുന്നു - 1951 ൽ ഒരു ദശലക്ഷത്തിൽ താഴെ നാഗകളും അര മില്യൺ മിസോകളും മാത്രമേ ഉണ്ടായിരുന്നുള്ളൂ. എന്നാൽ അവർ പെട്ടെന്ന് ഇന്ത്യൻ യൂണിയനിൽ ചേരുകയും ഒരിക്കലും ആവശ്യപ്പെടാതെ തന്നെ ഭരണഘടന ഇന്ത്യൻ പൗരത്വം നൽകുകയും ചെയ്തു. ഈ മേഖലയിലെ ആളുകൾ നിങ്ങളോട് പറയും പോലെ, അവർ ആകസ്മിക ഇന്ത്യക്കാരായി മാറിയവരാണ്. ഈ അർഥത്തിൽ, കശ്മീരികളോ ഗോവക്കാരോ സിക്കിമുകളോ ഇന്ത്യൻ ദേശീയതയുമായി ചരിത്രപരമായ ബന്ധമുള്ളവരോ അല്ലെങ്കിൽ ഇന്ത്യൻ യൂണിയനിൽ ചേരാൻ പ്രകടമായി വോട്ട് ചെയ്തവരോ ആയവരിൽ നിന്ന് തികച്ചും വ്യത്യസ്തമാണ് നാഗാലാൻഡിലെയും മിസോറാമിലെയും ജനങ്ങളുടെ സ്ഥാനം. നാഗാ, മിസോ ജനതകളുടെ ദേശീയ ബോധം തികച്ചും വ്യത്യസ്തമായിരുന്നു.

ഈ പ്രദേശത്തെ നിരവധി ഭാഷകളെക്കുറിച്ച് ഞാൻ നിങ്ങളോട് പറഞ്ഞിട്ടുണ്ട്, ചിലത് നൂറുകണക്കിന് ആളുകൾ മാത്രം സംസാരിക്കു

ന്നു. എന്നാൽ കഴിഞ്ഞ നൂറ്റാണ്ടിൽ ഈ സ്ഥിതി മാറി. സമതലങ്ങളു മായുള്ള ആശയവിനിമയം സുഗമമാക്കുന്നതിന് നാഗാമീസ് എന്ന ഒരു ഭാഷ വിപണിയുടെ ഭാഷയായി ഉയർന്നു - നാഗാ പദങ്ങളുടെ അസമീസ് മിശ്രിതം. മിഷൻ സ്കൂളുകൾ ഇംഗ്ലീഷ് പഠിപ്പിച്ചു, എന്നാൽ ഭാഷയിൽ പ്രാവീണ്യം നേടിയ ഒരു ചെറിയ വിഭാഗത്തിന് മാത്രമേ മധ്യവർഗ തൊഴിലുകളിലേക്ക് പ്രവേശനം ഉണ്ടായിരുന്നുള്ളൂ. സമീപ വർഷങ്ങ ളിൽ, നാഗാലാൻഡിന്റെ ഔദ്യോഗിക ഭാഷ ഇംഗ്ലീഷ് ആണെങ്കിലും, റോമൻ ലിപിയിൽ ഒരു സ്റ്റാൻഡേർഡ് ലിഖിത രൂപത്തിൽ നാഗമീസ് സാധാരണ പ്രാദേശിക ഭാഷയായി ഉയർന്നുവന്നിട്ടുണ്ട്.

മിസോറാമിൽ സംസാരിക്കുന്ന ഭാഷകൾ ചൈനീസ് പോലെ ടോണൽ ഭാഷകളായിരുന്നു. ഉയർന്നതോ താഴ്ന്നതോ ആയ സ്വരത്തിൽ സംസാരിക്കുന്ന ഒരേ വാക്ക് വ്യത്യസ്ത കാര്യങ്ങൾ അർഥമാക്കുന്നു. മിസോകൾക്ക് സംഗീത സംസ്കാരമുണ്ട്. സംഗീതത്തിലുള്ള കഴിവ് ഇത്രയും സാർവത്രികമായ മറ്റൊരു ജനതയെക്കുറിച്ച് എനിക്കറിയില്ല. മിഷനറിമാർ ലുഷായി കുന്നുകളിൽ സുവിശേഷം പ്രസംഗിച്ചപ്പോൾ, പള്ളിയിൽ ആലപിക്കുന്നതിനായി അവർ സ്തുതിഗീതങ്ങൾ ലുഷായിയി ലേക്ക് വിവർത്തനം ചെയ്യാൻ തിരഞ്ഞെടുത്തു. പ്രൊട്ടസ്റ്റന്റ് പള്ളിയിലെ ഗാംഭീര്യമുള്ള അന്തരീക്ഷം നിരീക്ഷിക്കാൻ മിസോകൾക്ക് എങ്ങനെ ബുദ്ധിമുട്ട് തോന്നി എന്നതിന്റെ രസകരമായ കഥകൾ ഞാൻ കേട്ടിട്ടുണ്ട്, കാരണം അവർക്ക് നൃത്തം ചെയ്യാതെ പാടുന്നത് ചിന്തിക്കാൻ പോലും കഴിയില്ല. എന്നാൽ ലുഷെ ഭാഷയിൽ മതപ്രഭാഷണങ്ങൾ നടത്തുന്നത് ഒരു മാനക പ്രാദേശിക ഭാഷ അച്ചടിയിൽ ഉയർന്നുവരാൻ സഹായിച്ചു. സമീപ ദശകങ്ങളിൽ മിസോ ദേശീയവാദ പ്രസ്ഥാനം മിസോ ഭാഷ എന്ന് വിളിക്കപ്പെടുന്നതും, എല്ലാ സെക്കൻഡറി സ്കൂളുകളിലും പഠിപ്പിക്ക പ്പെടുന്നതും ആയ ഭാഷയെ ഇംഗ്ലീഷിനൊപ്പം മിസോറാമിന്റെ ഔദ്യോ ഗിക ഭാഷയാക്കാൻ ശ്രമിച്ചു.

നാഗാ, മിസോ ദേശീയ ബോധത്തിൽ ക്രിസ്ത്യാനിത്വം വഹിക്കുന്ന പങ്കിനെക്കുറിച്ചും ഞാൻ നിങ്ങളോട് സംസാരിക്കേണ്ടതായുണ്ട്. ഈ പ്ര ദേശത്തെ പരമ്പരാഗത സ്ഥാപനങ്ങളെയും സാംസ്കാരിക സമ്പ്രദായങ്ങ ളെയും പരിവർത്തനം ചെയ്യുന്നതിൽ മതത്തിന്റെ വ്യാപനം കാര്യമായ സ്വാധീനം ചെലുത്തി, അത് ഇന്ത്യയിലും ലോകത്തും അതിന്റെ സ്ഥാന ത്തെക്കുറിച്ച് അവബോധമുള്ള വിദ്യാസമ്പന്നരായ ഒരു മധ്യവർഗത്തെ സൃഷ്ടിക്കുന്നു. ഞാൻ നിങ്ങളോട് പറഞ്ഞതുപോലെ, ശക്തമായ രാഷ്ട്രീയ വികാരങ്ങളുടെ ചാലകരായി മാറിയ പുസ്തകങ്ങൾ, മാസികകൾ, ലഘു ലേഖകൾ, പ്രസംഗങ്ങൾ, സംഗീത പരിപാടികൾ എന്നിവയുടെ ഒരു പൊതു സംസ്കാരത്തിന്റെ ആവിർഭാവത്തിന് ഇത് സഹായകമായി.

നാഗാ അല്ലെങ്കിൽ മിസോ ആധുനികത സൃഷ്ടിക്കുന്നതിനായി ക്രിസ്ത്യൻ ആചാരങ്ങളും പരമ്പരാഗത സംസ്കാരത്തിന്റെ സവിശേഷതകളും ശ്രദ്ധാപൂർവം തിരഞ്ഞെടുത്ത് സംയോജിപ്പിക്കപ്പെട്ടു. ഇക്കാര്യത്തിൽ, ഈ പ്രക്രിയ ഇന്ത്യയുടെ മറ്റ് ഭാഗങ്ങളിൽ സംഭവിച്ചതിൽ നിന്ന് വളരെ വ്യത്യസ്തമല്ല. എന്നാൽ ഇന്ത്യൻ രാഷ്ട്രീയ രൂപീകരണത്തിനുള്ളിലെ നാമമാത്രവും അവഗണിക്കപ്പെടുന്നതും പലപ്പോഴും നിന്ദിക്കപ്പെടുന്നതുമായ സ്ഥാനത്തെക്കുറിച്ചുള്ള നിശിതമായ അവബോധം ആര്യ-ഹിന്ദു നാഗരിക പാരമ്പര്യം ആഘോഷിക്കുന്ന ഒരു ദേശീയ വികാരത്തിനെതിരായ നാഗാ, മിസോ ജനതയുടെ വ്യതിരിക്തതയുടെ പ്രധാന അടയാളമായി ക്രിസ്തുമതം മാറി. ക്രിസ്തുമതം മലയോര ജനത പ്രാകൃത ഗോത്ര സംസ്കാരത്തിൽ മുങ്ങിപ്പോയി എന്ന ആരോപണം നിരസിക്കാനുള്ള സാഹചര്യം നൽകുന്നു, അതേസമയം അവരുടെ പുതിയ പൊതു ഭാഷകൾ നാഗാ അല്ലെങ്കിൽ മിസോ ജനതയുടെ രാഷ്ട്രീയ ഐക്യം കെട്ടിപ്പടുക്കുന്നതിനുള്ള മാർഗങ്ങൾ നൽകുന്നു. സോഷ്യലിസ്റ്റ്, സെക്കുലർ പ്രത്യയശാസ്ത്രം ഉയർത്തിപ്പിടിക്കുന്ന എൻ എസ് സി എൻ പോലും 'നാഗലിം ഫോർ ക്രൈസ്റ്റ്' എന്ന മുദ്രാവാക്യം അംഗീകരിക്കുന്നു എന്നത് ഇതിനെ സൂചിപ്പിക്കുന്നു. ഭാഷയുടെയും മതത്തിന്റെയും സംയോജനം നാഗാ അല്ലെങ്കിൽ മിസോ ജനതയെ ഇന്ത്യയുടെ മറ്റ് ഭാഗങ്ങൾക്ക് തുല്യമാക്കുന്നു, അതേസമയം വ്യത്യസ്തവും. ഇത് നിങ്ങൾക്ക് വിചിത്രമായി തോന്നുകയാണെങ്കിൽ, ദ്രാവിഡ വംശവും തമിഴ് ഭാഷയും ചേർന്ന് തമിഴ് ജനതയ്ക്ക് എന്ത് ചെയ്തുവെന്ന് ഓർക്കുക.

അവരുടെ ഉയർന്ന സാക്ഷരതയും പ്രത്യേകിച്ച് ഇംഗ്ലീഷിലുള്ള സാക്ഷരതയും കണക്കിലെടുക്കുമ്പോൾ, വടക്കുകിഴക്കൻ സംസ്ഥാനങ്ങളിൽ നിന്നുള്ള യുവാക്കളും യുവതികളും ഇപ്പോൾ ഇന്ത്യയിലെ നഗരങ്ങളിൽ സർവകലാശാലകളിലെ വിദ്യാർഥികളായും സ്വകാര്യ-സർക്കാർ മേഖലകളിലെ വൈറ്റ് കോളർ ജീവനക്കാരായും കൂടുതലായി കാണപ്പെടുന്നുവെന്നതും നിങ്ങൾ അറിഞ്ഞിരിക്കണം. ഇന്ത്യയുടെ പരമാധികാരം നിലനിർത്താനായി ഇന്ത്യൻ സുരക്ഷാ സേന നടത്തിയ അതിക്രമങ്ങളുടെ ഓർമകൾ നൽകുന്ന സാധൂകരണവും ഇന്ത്യൻ ഭരണകൂടത്തിനെതിരായ സായുധ ചെറുത്തുനിൽപ് എന്ന ആശയവും ഇനി ഒരു രാഷ്ട്രീയ സാധ്യതയായി കണക്കാക്കാനാവില്ല. എന്റെ ധാരണ ഇന്ത്യൻ സംവിധാനത്തിനുള്ളിൽ മൂല്യവും അന്തസുമുള്ള ഒരു സ്ഥാനം കണ്ടെത്താൻ, പ്രത്യേകിച്ച് യുവാക്കൾക്കിടയിൽ, ഇപ്പോൾ വളരെ വലിയ സന്നദ്ധതയുണ്ടെന്നാണ്. കഴിഞ്ഞ ദശകങ്ങളിൽ നാഗാലാൻഡ്, മിസോറാം, മണിപ്പൂർ എന്നിവിടങ്ങളിലെ അധോലോക സൈനിക വിഭാഗങ്ങൾ സമാന്തരമായി നികുതി ചുമത്തുന്ന ഒരു സമ്പ്രദായം നിലനിന്നിരുന്നു എന്ന വസ്തുത

ഇതിലേക്കുള്ള രസകരമായ ഒരു സൂചനയാണ്. തീവ്രവാദ ദേശീയ ഗ്രൂപ്പുകൾ തങ്ങളുടെ പരമാധികാരത്തിന് വേണ്ടി ശബ്ദമുയർത്തുന്നതിന്റെ നിയമസാധുത ജനങ്ങൾ തിരിച്ചറിഞ്ഞുവെന്ന് ഇത് സൂചിപ്പിക്കുന്നു. എല്ലാ സാമ്രാജ്യത്വ രാഷ്ട്രങ്ങളെയും പോലെ സർക്കാരും ശക്തികളുടെ സന്തുലിതാവസ്ഥ നിലനിർത്താൻ സഹായിക്കുന്നിടത്തോളം മറ്റൊരു വഴി നോക്കാൻ തീരുമാനിച്ചു. എന്നിരുന്നാലും, സമീപ വർഷങ്ങളിൽ, അധോലോക വിഭാഗങ്ങൾ കൊള്ളയിൽ ഏർപ്പെടുന്നുവെന്ന് ആളുകൾ അക്ഷമയോടെ പറയുന്നു. ഇന്ത്യൻ ഫെഡറേഷനിൽ അവർക്ക് തൃപ്തികരമായ സ്ഥാനം നൽകിക്കൊണ്ട് മലയോര ജനതയുടെ സ്വയംഭരണാധികാരമുള്ള ദേശീയ സ്വഭാവത്തെ അംഗീകരിക്കുന്ന സമാധാന പരിഹാരത്തിന് മുമ്പത്തേക്കാൾ ശക്തമായ സ്വീകാര്യതയുണ്ട്.

എന്നാൽ ഇന്ത്യൻ നഗരങ്ങളിൽ താമസിക്കുന്ന വടക്കുകിഴക്കൻ യുവാക്കളുടെ അനുഭവം കയ്പേറിയതാണ്. വ്യതിരിക്തതയുടെ ഓരോ അടയാളവും - അവരുടെ രൂപം, ഭക്ഷണം, ഭാഷ, അവരുടെ സാമൂഹിക ഇടപെടലിന്റെ രീതി- സംശയത്തോടെയും അവജ്ഞയോടെയും വീക്ഷിക്കപ്പെടുന്നു. ഏതെങ്കിലും വിദേശ വംശത്തിൽപെട്ട പ്രാകൃത വനവാസികൾ എന്ന നിലയിൽ അവർ സ്റ്റീരിയോടൈപ്പ് ചെയ്യപ്പെടുന്നു. ഈ അനുഭവം വടക്കുകിഴക്കൻ സംസ്ഥാനങ്ങളിലെ യുവാക്കൾക്ക് ഇന്ത്യൻ ഫെഡറേഷനിൽ തുല്യ ബഹുമാനമുള്ള സ്ഥാനം കണ്ടെത്തുമെന്ന് ഉറപ്പു നൽകുന്നില്ല. ഈ പ്രദേശത്തെ യുവസംസ്കാരം ഇന്ത്യയിലെ ജനപ്രിയ സിനിമകളിലേക്കല്ല, ദക്ഷിണ കൊറിയയിൽ നിന്നുള്ള സംഗീത വീഡിയോകളിലേക്കാണ് പ്രചോദനം തേടുന്നത് എന്നത് ശ്രദ്ധേയമാണ്.

നാഗാ, മിസോ ജനതകളുടെ ഉദാഹരണങ്ങൾ ഒരു പൊതു സത്യത്തെ വ്യക്തമാക്കുന്നു. മേഘാലയ, മണിപ്പൂർ, അരുണാചൽ പ്രദേശ്, ത്രിപുര തുടങ്ങിയ മറ്റ് വടക്കുകിഴക്കൻ സംസ്ഥാനങ്ങളിലെ സ്ഥിതിക്ക് അവരുടേതായ വ്യതിരിക്തമായ സവിശേഷതകൾ ഉണ്ടായിരിക്കാം -അവയിലേക്ക് കടക്കാൻ വളരെയധികം സമയമെടുക്കും- എന്നാൽ അവരും ഈ വസ്തുത പങ്കിടുന്നു. മാത്രവുമല്ല, ബംഗാളിലോ മഹാരാഷ്ട്രയിലോ തമിഴ്നാടിലോ പോലും ദേശീയതയെക്കുറിച്ച് ഒരു സങ്കൽപമില്ലെന്ന് ഞാൻ നിങ്ങൾക്ക് കാണിച്ചുതന്നു. അതാണ് പൊതു സത്യം. ഇന്ത്യൻ രാഷ്ട്രം രാജ്യത്തിന്റെ എല്ലാ ഭാഗത്തും ഉണ്ടെന്നതിൽ സംശയമില്ല. എന്നാൽ ഓരോ പ്രദേശത്തും, പൊതുഭാഷയുള്ള ആളുകൾ അവരുടെ ദേശീയതയെക്കുറിച്ച് ഒരു പ്രത്യേക സങ്കൽപം വികസിപ്പിച്ചെടുത്തു, അതേസമയം, വലിയ ഇന്ത്യൻ രാഷ്ട്രത്തിനുള്ളിൽ അവരുടെ സ്ഥാനം നിർവചിച്ചു. ഇന്ത്യൻ ദേശീയ ഫെഡറേഷനിൽ നിയമാനുസൃതവും തുല്യ

വുമായ രാഷ്ട്രീയ സ്ഥാനം ഈ ഓരോ ഘടകത്തിനും വ്യത്യസ്ത ജനവിഭാഗങ്ങൾക്കും ഇന്ത്യൻ ഭരണകൂടം നൽകണമെന്ന് ഈ സത്യം ആവശ്യപ്പെടുന്നു. ഏത് പാർട്ടി അധികാരത്തിലിരുന്നാലും ഇന്ത്യൻ ഭരണകൂടം ഇതുവരെ നിഷേധിച്ച സത്യം അതാണ്.

ഈ സത്യം എങ്ങനെ തിരിച്ചറിയും?

നീതിയെ അടിസ്ഥാനമാക്കിയുള്ള ജനങ്ങളുടെ ഫെഡറേഷൻ

1950 കളിൽ ഭാഷാ സംസ്ഥാനങ്ങളെക്കുറിച്ചുള്ള ചർച്ചയ്ക്കിടെ, ഭീംറാവു അംബേദ്കർ ഒരു സുപ്രധാന ഇടപെടൽ നടത്തി, അത് അക്കാലത്ത് ശ്രദ്ധിക്കപ്പെട്ടില്ല. ഇന്ത്യൻ ഫെഡറേഷനിലെ ഓരോ സംസ്ഥാനത്തിനും ഒരു പ്രധാന ഭാഷ ഉണ്ടായിരിക്കണം എന്ന തത്വത്തെ അംഗീകരിച്ചുകൊണ്ട്, ഓരോ ഭാഷയും ഒരു സംസ്ഥാനവുമായി മാത്രം പൊരുത്തപ്പെടണം എന്നല്ല ഇതിനർഥം എന്ന് അദ്ദേഹം ചൂണ്ടിക്കാട്ടി. മറ്റൊരു വിധത്തിൽ പറഞ്ഞാൽ, ഓരോ സംസ്ഥാനത്തും ഏകഭാഷ ആയിരിക്കണം, ഓരോ ഭാഷാ പ്രദേശവും ഒരൊറ്റ സംസ്ഥാനമായി രൂപീകരിക്കണമെന്നല്ല. ബഹുഭാഷാ സംസ്ഥാനങ്ങൾ വിഭജിക്കപ്പെടുന്നതുപോലെ, ഒരേ ഭാഷ സംസാരിക്കുന്ന നിരവധി സംസ്ഥാനങ്ങളും ഉണ്ടാകാം. കാരണം, ഭാഷയ്ക്കൊപ്പം, അംബേദ്കർ തുല്യമായ വലുപ്പത്തിന്റെയും പ്രവർത്തനക്ഷമതയുടെയും മാനദണ്ഡങ്ങൾ അവതരിപ്പിച്ചു. അദ്ദേഹത്തിന്റെ വാദം ഗൗരവമായി പരിഗണിക്കേണ്ടതുണ്ടെന്ന് ഞാൻ കരുതുന്നു.

സംസ്ഥാനങ്ങൾ ഏകഭാഷയാകേണ്ടതിന്റെ കാരണം ലളിതമായിരുന്നു. ജനാധിപത്യ ആശയവിനിമയത്തിന്റെയും ഐക്യദാർഢ്യത്തിന്റെയും ചാലകം ഭാഷയാണെന്ന് തിരിച്ചറിഞ്ഞ അംബേദ്കർ, ഒരു സംസ്ഥാനത്തിന് വിവിധ ഭാഷകൾ സംസാരിക്കുന്ന ഗണ്യമായ ജനസംഖ്യയുണ്ടെങ്കിൽ, സംഘർഷം ഒഴിവാക്കാനാവില്ലെന്ന് ചൂണ്ടിക്കാട്ടി. തെലുങ്കും തമിഴും സംസാരിക്കുന്നവർ തമ്മിലുള്ള തർക്കത്തിൽ മദ്രാസിലും മറാത്തി, ഗുജറാത്തി സംസാരിക്കുന്നവർ തമ്മിലുള്ള തർക്കത്തിൽ ബോംബെയിലും ഇത് പ്രകടമായിരുന്നു. ഈ പ്രവിശ്യകളെ ഏകഭാഷാ സംസ്ഥാനങ്ങളായി വിഭജിക്കുക എന്നതായിരുന്നു ഏറ്റവും യുക്തിസഹമായ പരിഹാരം. തീർച്ചയായും ഇത് ഇപ്പോഴും ഓരോ സംസ്ഥാനത്തിനും വ്യത്യസ്ത ഭാഷ സംസാരിക്കുന്ന ചെറിയ ജനസംഖ്യയെ അവശേഷിപ്പിച്ചേക്കാം. അവരെ ന്യൂനപക്ഷങ്ങളായി കണക്കാക്കുകയും അവരുടെ ഭാഷയ്ക്കും സംസ്കാരത്തിനും പ്രത്യേക സംരക്ഷണം നൽകുകയും വേണം.

ന്യൂനപക്ഷങ്ങൾ എന്ന വിഷയം അംബേദ്കർ ഏറെ ചിന്തിച്ചിട്ടുള്ള വിഷയമായിരുന്നു. 1920 കൾ മുതൽ ദളിതരെ (അന്ന് അധഃസ്ഥിത വിഭാഗങ്ങൾ എന്ന് വിളിക്കുന്നു) മുസ്ലീങ്ങളെപ്പോലെ ഹിന്ദു ഇതര ന്യൂ

നപക്ഷമായി കണക്കാക്കണമെന്നും പ്രത്യേക ഇലക്ട്രേറ്റുകളും നിയമനിർമാണ സഭയിലും സർക്കാർ സേവനത്തിലും സംവരണാവകാശങ്ങൾ പോലുള്ള ഭരണഘടനാപരമായ പരിരക്ഷകളും നൽകണമെന്ന് അദ്ദേഹം ബ്രിട്ടീഷ് ഉദ്യോഗസ്ഥരുമായി ദീർഘമായി വാദിച്ചു. പൊതുവേ സംസ്ഥാന അതിർത്തികളുടെ ഏതെങ്കിലും പ്രാദേശിക അതിർത്തിനിർണയത്തിൽ, അത് എത്ര ഏകതാനമായ ഒരു ജനസംഖ്യ സൃഷ്ടിക്കാൻ ശ്രമിച്ചാലും, ചില ന്യൂനപക്ഷങ്ങളെ നിർബന്ധമായും ഉൾപ്പെടുത്തുമെന്ന വസ്തുത അദ്ദേഹം പരാമർശിച്ചു. ജനങ്ങളുടെ അഭിലാഷങ്ങളെ മാനിക്കുന്ന നീതിയുക്തമായ ഏതൊരു ഭരണഘടനയും ന്യൂനപക്ഷ താൽപ്പര്യങ്ങൾ സംരക്ഷിക്കുന്നതിന് പ്രത്യേക വ്യവസ്ഥകൾ ഉണ്ടാക്കണം. അല്ലാത്തപക്ഷം, ഒരു വർഗീയ ഭൂരിപക്ഷം - ഈ സാഹചര്യത്തിൽ, ഒരു ഭാഷാ സമുദായം- തിരഞ്ഞെടുപ്പ് ജനാധിപത്യത്തിൽ ന്യൂനപക്ഷങ്ങളെ ചൂഷണം ചെയ്യുന്ന അവസ്ഥയിലേക്ക് തരം താഴ്ത്താൻ സാധ്യതയുണ്ട്.

അതിനാൽ, ഭാഷാ ന്യൂനപക്ഷങ്ങൾക്ക് മതിയായ സംരക്ഷണമുള്ള ഏകഭാഷാ സംസ്ഥാനങ്ങൾ എന്നതായിരുന്നു അംബേദ്കറുടെ ആദ്യതത്വം. എന്നാൽ അത് മാത്രമായിരുന്നില്ല മാനദണ്ഡം. സംസ്ഥാനങ്ങൾ ഏകദേശം തുല്യ വലുപ്പമുള്ളവയാണെന്നത് വളരെ പ്രധാനമാണെന്ന് അദ്ദേഹം പറഞ്ഞു. മറ്റുള്ളവയെ അപേക്ഷിച്ച് വളരെ വലുതായ കുറച്ച് സംസ്ഥാനങ്ങൾ ഉണ്ടായാൽ, അവർ ഫെഡറേഷനിൽ ഒരു അടിച്ചമർത്തൽ ശക്തിയായി മാറും. അതുകൊണ്ടാണ് ഉത്തർപ്രദേശ്, മധ്യപ്രദേശ്, മഹാരാഷ്ട്ര (അന്ന് ബോംബെയുടെ ഭാഗമാണെങ്കിലും ഗുജറാത്തിൽ നിന്ന് വേർപിരിയാൻ അവകാശവാദം ഉന്നയിക്കുന്നത്), ബീഹാർ തുടങ്ങിയ വലിയ സംസ്ഥാനങ്ങൾ ഏകഭാഷയായി തുടരുമ്പോൾ ഓരോന്നും രണ്ടോ മൂന്നോ ഭാഗങ്ങളായി വിഭജിക്കണമെന്ന് അദ്ദേഹം നിർബന്ധം പിടിച്ചു. അതുവഴി, ഫെഡറേഷനിലെ അവരുടെ അമിതഭാരം കുറയുമെന്ന് മാത്രമല്ല, ഓരോ ഭാഗത്തിനും, ഏകഭാഷയിൽ തുടരുമ്പോൾ, അവരുടെ പ്രാദേശിക ആവശ്യങ്ങൾക്കനുസൃതമായി സ്വന്തം രാഷ്ട്രീയ സ്വഭാവം വികസിപ്പിക്കാനും കഴിയും. ഉദാഹരണത്തിന്, പടിഞ്ഞാറൻ യു പി, രോഹിൽഖണ്ഡ്, അവധ്, ഭോജ്പൂർ, മിഥില, അല്ലെങ്കിൽ ഛത്തീസ്ഗഢ് തുടങ്ങിയ പ്രദേശങ്ങൾ ഹിന്ദി സംസാരിക്കുന്ന സംസ്ഥാനങ്ങളായി അവശേഷിക്കുമ്പോൾ, യു പി, ബീഹാർ, മധ്യപ്രദേശ് തുടങ്ങിയ വലിയ സംസ്ഥാനങ്ങൾക്കുള്ളിൽ നിർബന്ധിതമായി കലരാതെ അവയ്ക്ക് വ്യത്യസ്ത രാഷ്ട്രീയ അസ്തിത്വങ്ങളായി ഉയർന്നുവരാം. മറാത്ത്‌വാഡയ്ക്കും വിദർഭയ്ക്കും മഹാരാഷ്ട്രയിലെ കൊങ്കണിനും ഇതുതന്നെ ചെയ്യാം. അംബേദ്കർ പറഞ്ഞില്ല എങ്കിലും ഒരു ഭോജ്പുരി-അല്ലെങ്കിൽ ഛത്തീസ്ഗഢി സംസാരിക്കുന്ന ഒരു സംസ്ഥാനത്തിന്റെ

ആവിർഭാവം നമുക്ക് സങ്കൽപിക്കാൻ കഴിയും. മറ്റൊരു വിധത്തിൽ പറഞ്ഞാൽ, ജനാധിപത്യപരവും തുല്യതയുമുള്ള ഒരു ഫെഡറേഷൻ നേടിയെടുക്കാൻ അംബേദ്കർ ഭാഷാതത്വത്തെയും സന്തുലിത വലുപ്പമുള്ള പ്രദേശം എന്നതിനെയും കൂട്ടുപിടിച്ചു.

ഉത്തർപ്രദേശ്, മധ്യപ്രദേശ്, ബീഹാർ തുടങ്ങിയ വലിയ ഹിന്ദി സംസാരിക്കുന്ന സംസ്ഥാനങ്ങളുടെ ഫെഡറേഷനിലെ സംയോജിത ഭാരം ദക്ഷിണേന്ത്യൻ സംസ്ഥാനങ്ങൾക്കിടയിൽ ഉത്തരേന്ത്യൻ ആധിപത്യത്തെ ഭയപ്പെടുത്തുന്നതായി അംബേദ്കർ ചൂണ്ടിക്കാട്ടി എന്നത് രസകരമാണ്. ഡി എം കെയുടെ വിഘടനവാദ നിലപാടും മദ്രാസിൽ നടക്കുന്ന ഹിന്ദി വിരുദ്ധ പ്രക്ഷോഭവും അദ്ദേഹം വ്യക്തമായി പരാമർശിക്കുകയായിരുന്നു. വലിയ സംസ്ഥാനങ്ങൾ പിളർന്നാൽ ഈ ഭയങ്ങൾ ഇല്ലാതാകുമെന്ന് അംബേദ്കർ നിർദേശിച്ചു.

സംസ്ഥാനങ്ങളുടെ നിലനിൽപ്പിന് അംബേദ്കർ മറ്റൊരു മാനദണ്ഡം കൂടി ചേർത്തു. ജനങ്ങളുടെ അവകാശങ്ങൾ ഉറപ്പാക്കുന്നതിനുള്ള ഭരണഘടനാ സംവിധാനങ്ങളുടെ പ്രാധാന്യത്തിൽ വിശ്വസിച്ചിരുന്ന അദ്ദേഹം തികച്ചും യാഥാർഥ്യബോധമുള്ള ചിന്തകനായിരുന്നു. നല്ല നിയമങ്ങളുടെ പ്രയോജനകരമായ ഫലങ്ങളിലും അദ്ദേഹം വിശ്വസിച്ചു. പ്രവർത്തനക്ഷമത എന്നതുകൊണ്ട്, ഒരു സംസ്ഥാനത്തിന്റെ ചുമതലകൾ നിർവഹിക്കാനുള്ള സാമ്പത്തികവും ഭരണപരവുമായ പര്യാപ്തത മാത്രമല്ല, ഫെഡറൽ സംവിധാനത്തിൽ തുല്യമായി പങ്കാളികളാകാനുള്ള ജനസംഖ്യാശാസ്ത്രപരവും സാമൂഹികവുമായ ശേഷിയുമാണ് അദ്ദേഹം ഉദ്ദേശിച്ചത്. അങ്ങനെ, ഒരു സംസ്ഥാനത്തിനു സ്വന്തം വിഭവങ്ങളിൽ കുറവുണ്ടാകാതിരിക്കാൻ, അത് കേന്ദ്ര ഗവൺമെന്റിൽ നിന്നുള്ള സഹായത്തെ ശാശ്വതമായി ആശ്രയിക്കേണ്ടി വരും. ഒരു ചെറിയ വംശീയ ന്യൂനപക്ഷത്തിന് ഒരു രാഷ്ട്രീയ പ്രതിരോധവും നേരിടാതെ ഭൂരിപക്ഷം ജനങ്ങളെയും ചൂഷണം ചെയ്യാൻ കഴിയുന്ന തരത്തിൽ, അസമത്വമില്ലാത്ത, ഒരു ജനസംഖ്യാ ഘടനയും ഇതിന് ഉണ്ടായിരിക്കണം. അംബേദ്കറുടെ ഉദ്ദേശ്യം തുല്യ ബഹുമാനവും അന്തസ്സും അവകാശപ്പെടാൻ സന്തുലിതവും സൂക്ഷ്മബോധവുമുള്ള ഒരു ഫെഡറൽ സംവിധാനത്തിലേക്ക് എത്തിച്ചേരുക എന്നതായിരുന്നു.

അംബേദ്കറുടെ പല വാദങ്ങളും ശരിയാണെന്ന് നിങ്ങൾക്ക് എളുപ്പത്തിൽ മനസിലാകും. വലിപ്പവും ലാഭകരമായ ഓഹരിയും സംബന്ധിച്ച വാദങ്ങൾ ഉത്തരാഖണ്ഡ്, ഛത്തീസ്ഗഢ്, ജാർഖണ്ഡ് തുടങ്ങിയ പുതിയ സംസ്ഥാനങ്ങൾ സൃഷ്ടിക്കുന്നതിലേക്ക് നയിച്ചു. ഈ കേസുകളിൽ ഓരോന്നിലും, ഉത്തർപ്രദേശ്, മധ്യപ്രദേശ്, ബിഹാർ എന്നിവയുടെ അനാവശ്യമായ വലിപ്പത്തെക്കുറിച്ച് തർക്കമുണ്ടായിരുന്നു. എന്നാൽ

പ്രാദേശികമായി കേന്ദ്രീകരിച്ചിരിക്കുന്ന ആദിവാസികളെപ്പോലുള്ള സാംസ്കാരികമായി വ്യത്യസ്തമായ ജനസംഖ്യാ ഗ്രൂപ്പുകൾക്ക് പുതിയ സംസ്ഥാനങ്ങളിൽ കൂടുതൽ രാഷ്ട്രീയ പ്രാധാന്യമുണ്ടാകുമെന്ന ആവശ്യവും ഉയർന്നു. ഇതും ചെറിയ സംസ്ഥാനങ്ങൾക്കുവേണ്ടി വാദിക്കുമ്പോൾ അംബേദ്കർ നടത്തിയ യുക്തിസഹമായ നിരീക്ഷണമായിരുന്നു. ചെ റിയ ന്യൂനപക്ഷ വിഭാഗങ്ങൾ വലിയ സംസ്ഥാനങ്ങളിൽ പലയിടങ്ങളിലായി ചിതറിക്കിടക്കുന്നതിനാൽ അവർക്ക് രാഷ്ട്രീയ സ്വാധീനം കുറവായിരുന്നു. എന്നാൽ അവർ ഒരു ചെറിയ സംസ്ഥാനത്താണ് താമസിച്ചിരുന്നതെങ്കിൽ, അവർ താരതമ്യേന കൂടുതലുള്ള പ്രദേശങ്ങളിലെ പ്രാദേശിക കേന്ദ്രീകരണം അവർക്ക് കൂടുതൽ പ്രധാനപ്പെട്ട രാഷ്ട്രീയ പങ്ക് നൽകും. ഈ കേസുകളിലെ വിഭജനത്തിന്റെ തത്വം ഭാഷാപരമായിരുന്നില്ല, മറിച്ച് ഒരു പ്രാദേശിക പരിഹാരത്തിലൂടെ ഉപയോഗപ്രദമായി പരിഹരിക്കാൻ കഴിയുന്ന ഒരു ഭാഷാ മേഖലയിലെ അസമത്വങ്ങളാണ്.

2014 ൽ തെലുങ്ക് സംസാരിക്കുന്ന ആന്ധ്രാപ്രദേശ് വിഭജിച്ച് തെലങ്കാന എന്ന പ്രത്യേക സംസ്ഥാനം രൂപീകരിച്ചപ്പോഴും സമാനമായ വാദം ഉയർന്നിരുന്നു. ഇവിടുത്തെ അവകാശവാദം, തീരദേശ ആന്ധ്രയിൽ നിന്ന് ഹൈദരാബാദ് നഗരത്തിലേക്കുള്ള ശക്തമായ ബിസിനസ് താൽപര്യങ്ങളുടെ കുത്തൊഴുക്ക് മൂലമുണ്ടായ പ്രാദേശിക അസമത്വമാണ്, അതുവഴി നൈസാമിന്റെ ആധിപത്യത്തിലുണ്ടായിരുന്ന ഗ്രാമീണ തെലങ്കാന ജില്ലകളുടെ പിന്നോക്കാവസ്ഥയ്ക്ക് അത് ഊന്നൽ നൽകി. 2019 ൽ ജമ്മു കശ്മീരിൽ നിന്ന് ലഡാക്ക് വിവാദപരമായി വേർപെടുത്തിയപ്പോൾ പ്രാദേശിക അസമത്വ വാദവും അടുത്തിടെ ഉപയോഗിച്ചിരുന്നു, എന്നിരുന്നാലും വ്യക്തമായ വംശീയവും മതപരവും ഭാഷാപരവുമായ മാനം അതിന് ഉണ്ടായിരുന്നു. ടിബറ്റൻ ലിപിയിൽ എഴുതപ്പെട്ട ലഡാക്കി ഇപ്പോൾ ലഡാക്കിന്റെ ഔദ്യോഗിക ഭാഷയായി മാറുമോ എന്ന് എനിക്കറിയില്ല, എന്നാൽ അവിടെയുള്ള ഭൂരിഭാഗം ആളു കളും ബൗട്ടിയോ പുർഖിയോ സംസാരിക്കുന്നു, അവയിലൊന്നിനും ലിഖിത രൂപമില്ല.

അംബേദ്കറുടെ വാദങ്ങൾ ഒരു ഫെഡറൽ ഘടനയെ നിർദേശിക്കുന്നു, അതിൽ സംസ്ഥാനങ്ങൾ പ്രധാനമായും ഏകഭാഷയുള്ളവയാണ്, ഓരോ സാഹചര്യത്തിലും ഒരു പൊതു ഭാഷാപരമ്പര്യം പങ്കുവയ്ക്കുന്നതിലൂടെ ഉണ്ടാകുന്ന ജനാധിപത്യ ഐക്യദാർഢ്യത്തെ ഇത് പ്രതിഫലിപ്പിക്കുന്നു, അവർ പങ്കാളിത്തത്തിലും സ്വാധീനത്തിലും ഏകദേശം തുല്യരാണ്. സ്വന്തമായ അതിർത്തികളുള്ള വ്യത്യസ്ത പ്രദേശങ്ങളുടെ കൂട്ടായ്മയായിട്ടാണ് ഫെഡറലിസം പ്രവർത്തിക്കുന്നതെന്ന് നിങ്ങൾ ഓർക്കണം. ഇതിനർഥം, പ്രാദേശിക ക്രമീകരണങ്ങളിലൂടെ ഭിന്നതകൾ ഉൾക്കൊള്ളാനും തർക്കങ്ങൾ പരിഹരിക്കാനുമുള്ള കഴിവ് ഇതിന് ഉണ്ടെ

ന്നാണ്. പ്രാദേശികമായി പരിഹരിക്കാൻ കഴിയാത്ത ഭിന്നതകൾക്ക് പ്രത്യേക ഭരണഘടനാ സംവിധാനങ്ങൾ ആവശ്യമാണ്. ഇതിലെല്ലാം അംബേദ്കറുടെ അടിസ്ഥാനപരമായ ഊന്നൽ എപ്പോഴും ജനങ്ങളുടെ അഭിലാഷങ്ങളെ മാനിക്കുക എന്നതായിരുന്നു. ഒരേ ഭരണഘടനയിൽ ജീവിക്കാൻ ജനങ്ങൾ സമ്മതിച്ചാൽ മാത്രമേ ജനാധിപത്യ ഭരണഘടന പ്രവർത്തിക്കൂ എന്ന് അദ്ദേഹം തറപ്പിച്ചു പറഞ്ഞു. 1940 ലെ ലാഹോർ പ്രമേയത്തിൽ മുസ്ലീം ലീഗ് പ്രഖ്യാപിച്ചതുപോലെ ഒരു വിഭാഗം ജനങ്ങൾ അതിന് വിസമ്മതിച്ചാൽ, അംബേദ്കറുടെ കാഴ്ചപ്പാട്, സ്വന്തം ഭരണഘടനയോടുകൂടിയ പ്രത്യേക സംസ്ഥാനം രൂപീകരിക്കാൻ അനുവദിക്കണമെന്നായിരുന്നു. ഇഷ്ടമില്ലാത്ത ന്യൂനപക്ഷത്തെ ഒരേ രാഷ്ട്രീയ രൂപീകരണത്തിനുള്ളിൽ നിർബന്ധിച്ച് നിർത്തുന്നത് കാര്യങ്ങൾ ജനാധിപത്യവിരുദ്ധവും അസ്ഥിരവുമാക്കും. ഈ തത്വം ഫെഡറൽ യൂണിറ്റുകൾക്കും ബാധകമാണ്. ഒരു സംസ്ഥാനത്തെ ജനസംഖ്യയിലെ ഒരു വിഭാഗം ഒരേ സംസ്ഥാനത്തിനുള്ളിൽ മറ്റുള്ളവരുമായി ഒരുമിച്ച് ജീവിക്കാൻ തയ്യാറല്ലെങ്കിൽ, ഫെഡറേഷനിൽ പ്രത്യേക സംസ്ഥാനം രൂപീകരിക്കാൻ അനുവദിക്കണം. പക്ഷേ, ഒരു പ്രത്യേക സംസ്ഥാനം പ്രായോഗികമല്ലെങ്കിൽ, ദളിതരുടെ കാര്യത്തിലെന്നപോലെ, തങ്ങളുടേതായ ഒരു പ്രാദേശിക യൂണിറ്റ് രൂപീകരിക്കാൻ കഴിയാത്തവിധം, അവർക്ക് പ്രത്യേക ഭരണഘടനാ സംരക്ഷണം നൽകിയിട്ടുണ്ടെങ്കിൽ, അതേ ഭരണഘടനയിൽ തന്നെ ജീവിക്കാൻ അവർ സമ്മതിക്കണം.

ഗൂർഖാലാൻഡ് പോലെയുള്ള ഒരു ആവശ്യം നിങ്ങൾ പരിഗണിക്കുകയാണെങ്കിൽ, ഡാർജിലിങ് കുന്നുകളിലെ നേപ്പാളി സംസാരിക്കുന്ന ആളുകൾക്ക് അവരുടേതായ ഒരു സംസ്ഥാനത്തിന് ന്യായമായ അവകാശവാദം ഉണ്ടെന്ന ഭാഷാ തത്വം ഉടനടി നിർദേശിക്കും. എന്നാൽ പ്രവർത്തനക്ഷമതയെക്കുറിച്ചുള്ള ചോദ്യം തള്ളിക്കളയാനാവില്ല. അത്തരമൊരു സംസ്ഥാനം സ്ഥിരമായി കേന്ദ്രസഹായത്തെ ആശ്രയിക്കുമോ അതോ അതിനു ഗോവയെപ്പോലെ ടൂറിസം മേഖലയും തേയിലത്തോട്ടങ്ങളും കൂടുതൽ വികസിപ്പിച്ചുകൊണ്ട് തഴച്ചുവളരാൻ കഴിയുമോ? ഡാർജിലിങ് മലനിരകളിലെ ജനങ്ങൾക്ക് ഇന്ത്യൻ രാഷ്ട്രത്തിന്റെ തുല്യഭാഗമെന്ന നിലയിൽ തങ്ങളുടെ വാദം ഉന്നയിക്കാൻ അവസരം ലഭിച്ചിട്ടില്ലെന്ന് ഞാൻ കരുതുന്നു. ബോഡോലാൻഡിനുള്ള ഡിമാൻഡ് പോലെയുള്ള മറ്റ് സന്ദർഭങ്ങളിൽ, വ്യാപ്തി പരിഹരിക്കാൻ കൂടുതൽ ബുദ്ധിമുട്ടുള്ള പ്രശ്നമായിരിക്കാം. അസമിനുള്ളിലെ ബോഡോ ജനതയുടെ അവകാശങ്ങൾ സംരക്ഷിക്കുന്നതിനുള്ള പ്രവർത്തനക്ഷമമായ ഒരു സ്ഥാപനപരമായ ക്രമീകരണം കണ്ടെത്തുന്നതിലല്ല ബുദ്ധിമുട്ട്, മറിച്ച് ബോഡോ ജനത ഇന്ത്യൻ രാഷ്ട്രത്തിൽ ഉൾപ്പെടുന്ന ആസാമികൾക്ക് തുല്യമാണെന്ന് അം

ഗീകരിക്കുന്നതിലാണ്.

സംസ്ഥാന അതിർത്തികൾ അല്ലെങ്കിൽ പ്രാദേശികമായ അവ കാശവാദങ്ങൾ എന്നിവയെക്കുറിച്ചുള്ള നിലനിൽക്കുന്ന തർക്കങ്ങളുടെ പട്ടികയുമായി മുന്നോട്ട് പോകാനും അവയിൽ ഓരോന്നിനും പരിഹാരം നിർദേശിക്കാനും ഞാൻ ആഗ്രഹിക്കുന്നില്ല.എനിക്ക് അത്തരം പരി ഹാരങ്ങൾ ഇല്ല. എന്നാൽ അത്തരം ക്ലെയിമുകൾ ഉന്നയിക്കുന്ന രീതി യിലും പരിഹാരങ്ങൾ നിർദേശിക്കുന്നതിലും നിന്ന് കണ്ടെത്താൻ കഴി യുന്ന മാർഗനിർദേശ തത്വങ്ങളുണ്ടെന്ന് ഞാൻ കരുതുന്നു. അംബേദ്കർ അറുപത് വർഷങ്ങൾക്ക് മുമ്പാണ് ഇത്തരമൊരു തത്വം നിർദേശിച്ചത്. അതിനുശേഷം ഇന്ത്യൻ ഫെഡറലിസം കൂടുതൽ വികസിച്ചു. ഒരു രാ ഷ്ട്രമെന്ന നിലയിൽ രൂപീകരിക്കപ്പെട്ട ജനങ്ങളുമായി ഭരണകൂട സംവി ധാനത്തെ ബന്ധിപ്പിക്കുന്ന ഒരു ക്രമീകരണമായി ഫെഡറൽ സംവി ധാനത്തിന്റെ അടിസ്ഥാന സത്യം പ്രകടിപ്പിക്കാൻ അംബേദ്കറുടെ തത്ത്വങ്ങൾ നമുക്ക് ഇപ്പോൾ വികസിപ്പിക്കാൻ കഴിയുമെന്ന് ഞാൻ വിശ്വസിക്കുന്നു. ഇന്ത്യൻ സംസ്ഥാനത്തിന്റെ കേന്ദ്ര സ്ഥാനങ്ങളിൽ അധികാരത്തിലുള്ളവർ ഇത് തിരിച്ചറിയാൻ വിസമ്മതിക്കുന്നുണ്ടെങ്കി ലും ഇത് പലപ്പോഴും സ്വയം പ്രകടമാകുന്ന ഒരു സത്യമാണ്.

പലപ്പോഴും തികച്ചും വ്യത്യസ്തമായ രീതിയിലാണ് സംസ്ഥാനങ്ങൾ ഇന്ത്യൻ ഫെഡറേഷനിൽ വന്നത് എന്നതാണ് ആദ്യത്തെ സത്യം. ഈ വ്യത്യാസങ്ങൾ ഒരു പ്രദേശത്തെ ജനങ്ങൾ ഒരു ജനതയെന്ന നിലയിൽ സ്വന്തം ഐക്യത്തെക്കുറിച്ചും ഇന്ത്യൻ രാഷ്ട്രവുമായുള്ള അവരുടെ ബന്ധ ത്തെക്കുറിച്ചും ചിന്തിക്കുന്ന രീതിയിലുള്ള വ്യതിയാനങ്ങളെ അടയാള പ്പെടുത്തുന്നു. വിവിധ നാട്ടുരാജ്യങ്ങളോ ഗോവ, സിക്കിം, മിസോറാം, നാഗാലാൻഡ് തുടങ്ങിയ സംസ്ഥാനങ്ങളോ എങ്ങനെയാണ് ഇന്ത്യൻ ഫെഡറേഷനിൽ ചേർന്നതെന്ന് ഞാൻ നിങ്ങളോട് വിവരിച്ചിട്ടുണ്ട്. ഓരോ സംഭവങ്ങളും വ്യത്യസ്തമായിരുന്നു. മിക്ക നാട്ടുരാജ്യങ്ങളിലും, ജനങ്ങളോട് കൂടിയാലോചിച്ചിരുന്നില്ല, ചില സന്ദർഭങ്ങളിൽ - ഉദാഹര ണത്തിന്, ശക്തമായ സംസ്ഥാന ജനകീയ പ്രസ്ഥാനങ്ങൾ ഉണ്ടായിരു ന്നിടത്ത് - ആളുകൾക്ക് എന്താണ് വേണ്ടതെന്ന് ചില സൂചനകൾ ഉണ്ടാ യിരുന്നു. ജുനാഗഡ് പോലെയുള്ള ചില കേസുകളിൽ, ജമ്മു കശ്മീരിന് വേണ്ടി നടന്നില്ലെങ്കിലും ഒരു ജനഹിതപരിശോധന നടന്നു. അധികാര കൈമാറ്റത്തോടെ ഇന്ത്യൻ യൂണിയനിലേക്ക് കടന്ന ബ്രിട്ടീഷ് ഇന്ത്യ യിലെ പ്രവിശ്യകൾക്കായി പോലും, വടക്കുപടിഞ്ഞാറൻ അതിർത്തി പ്രവിശ്യയിലും സിൽഹെറ്റിലും പോലെ ഒരു അഭിപ്രായവോട്ടെടുപ്പ് നടന്ന ചില കേസുകളുണ്ട്. എന്നാൽ കുറച്ചുകൂടി ശ്രദ്ധേയമായി, ബ്രിട്ടീ ഷ് ഇന്ത്യയിലെ പ്രധാന ഭാഷാ പ്രദേശങ്ങളിലെ ജനങ്ങളുടെ ഇന്ത്യൻ

രാഷ്ട്രവുമായുള്ള ബന്ധം എല്ലായിടത്തും ഒരുപോലെയായിരുന്നില്ല. രാഷ്ട്രം ഒരു ജനത എന്ന നിലയിലും അത് ഇന്ത്യൻ രാഷ്ട്രത്തിന്റേതാണ് എന്ന സങ്കൽപം ബംഗാളിൽ നിന്ന് മഹാരാഷ്ട്ര മുതൽ തമിഴ്നാട് വരെ എങ്ങനെ വ്യത്യാസപ്പെട്ടിരിക്കുന്നുവെന്ന് ഞാൻ നിങ്ങൾക്ക് കാണിച്ചു തന്നു. എല്ലാ പ്രവിശ്യകളും ഒരേ നിയമങ്ങളാൽ ബന്ധിക്കപ്പെട്ടിരിക്കുന്ന സംസ്ഥാനത്തിന്റെ ഔപചാരിക സംവിധാനങ്ങൾ മാത്രം പരിഗണിച്ചാൽ നിങ്ങൾ ഇത് കാണില്ല. പക്ഷേ, ഞാൻ നിങ്ങളെ ഓർമിപ്പിക്കുന്നതുപോലെ, രാജ്യം രാഷ്ട്രത്തിന് സമാനമല്ല. ആദ്യത്തേത് നമ്മുടെ സാമ്രാജ്യത്വ ഭരണാധികാരികളിൽ നിന്ന് പാരമ്പര്യമായി ലഭിച്ചതാണ്; രണ്ടാമത്തേത് ജനങ്ങൾ തന്നെ (ലോക്) രൂപീകരിച്ചതാണ്. ഓരോ സംസ്ഥാനത്തെയും ജനങ്ങൾ ഒരേ ഇന്ത്യൻ ഭരണഘടനയ്ക്കുള്ളിൽ മറ്റെല്ലാ സംസ്ഥാനങ്ങളിലെയും ആളുകളുമായി ഒരുമിച്ച് ജീവിക്കാൻ സമ്മതിച്ചിട്ടുണ്ട്, കാരണം അവർ ഓരോരുത്തരും അവരവരുടെ രീതിയിൽ യൂണിയന്റെ നിബന്ധനകൾ ചർച്ച ചെയ്തു. അതിനാൽ, ഇതാണ് ആദ്യത്തെ തത്വം: ഇന്ത്യൻ യൂണിയനിലെ ഓരോ ജനവിഭാഗങ്ങളും വ്യത്യസ്തരാണ്, അവരെ അംഗീകരിക്കുകയും ബഹുമാനിക്കുകയും വേണം.

രണ്ടാമത്തെ തത്വം, ഓരോ സംസ്ഥാനത്തെയും ആളുകൾ സവിശേഷതകളിൽ വ്യത്യസ്തരായിരിക്കുമ്പോൾ, ഫെഡറേഷനിലെ അതിന്റെ പദവിയിൽ ഓരോരുത്തരും മറ്റുള്ളവരുമായി തുല്യരാണ്. ഇത് നിയമപരമായി ഔപചാരികമായി തുല്യരായിരിക്കുക എന്നതിന്റെ മാത്രം കാര്യമല്ല. അത് ഫെഡറേഷന്റെ പ്രവർത്തനത്തിൽ സജീവമായ ഒരു തത്വമായിരിക്കണം. ഫെഡറേഷനിൽ ഒരു പരിധിവരെ അധികാരം പ്രയോഗിക്കാൻ കഴിയുന്ന മറ്റുള്ളവയെക്കാൾ വളരെ വലുതായ ചില സംസ്ഥാനങ്ങൾ ഉണ്ടായിരിക്കുക എന്നത് അബദ്ധമാകുന്നതിന്റെ കാരണം ഇതാണ്. എന്നാൽ ആപേക്ഷിക വലുപ്പം പ്രശ്നത്തിന്റെ ഒരു വശം മാത്രമാണ്. അതിലും വലുതാണ് ധാരണയുടെ പ്രശ്നം. രാഷ്ട്രത്തിന്റെ യഥാർഥ അംഗങ്ങളും സ്ഥിരാംഗങ്ങളുമാണെന്ന് ചിലർക്ക് തോന്നുന്നുണ്ടെങ്കിൽ, മറ്റുള്ളവരെ സുമനസുകളുടെ പ്രതീകമായോ രാഷ്ട്രീയ ആവശ്യത്താലോ മാത്രമാണ് പ്രവേശിപ്പിച്ചിരിക്കുന്നതെങ്കിൽ, തുല്യ ബഹുമാനത്തിന്റെ നിയമം ലംഘിക്കപ്പെടുന്നു. ഉത്തരേന്ത്യൻ ഹിന്ദു കശ്മീരി മുസ്ലീമിനെ ജയിലിലേക്ക് അയയ്ക്കേണ്ട കുഴപ്പക്കാരനായോ നാഗാലാൻഡിൽ നിന്നുള്ള വിദ്യാർഥിയെ അപരിഷ്കൃത വനവാസിയായോ ഭക്ഷണശീലങ്ങളിൽ വൃത്തികെട്ടവനായോ കാണുമ്പോൾ സംഭവിക്കുന്നത് ഇതാണ്. യൂറോപ്പിലോ അമേരിക്കയിലോ ഇന്ത്യക്കാർക്ക് സമാനമായ പെരുമാറ്റം നേരിടേണ്ടിവരുമ്പോൾ, ഇന്ത്യൻ മാധ്യമങ്ങളിൽ അതേക്കുറിച്ച് രോഷാകുലമായ പരാതികൾ ഉന്നയിക്കുന്നത് ഡൽഹിയിലെ മാന്യനോ

സ്ത്രീയോ സൗകര്യപൂർവം മറക്കുന്നു. അത് അപ്രസക്തമായ ഒരു താരതമ്യമല്ല. ഡൽഹിയിലെ കശ്മീരി അല്ലെങ്കിൽ നാഗാ വിദ്യാർഥികൾക്ക് സമാനമായ വികാരമാണ്. താരതമ്യത്തെക്കുറിച്ച് ചിന്തിക്കുന്നത് തുല്യ ബഹുമാനത്തിന്റെ അവസ്ഥ കൈവരിക്കാനുള്ള ഒരു നല്ല മാർഗമാണ് - മറ്റൊരാളുടെ സ്ഥാനത്ത് സ്വയം നിർത്തിക്കൊണ്ട്, മറ്റൊരാൾക്ക് എന്താണ് തോന്നുന്നതെന്ന് അനുഭവിക്കുക. നീതിയുക്തമായ ഒരു ഫെഡറേഷന്റെ അടിസ്ഥാന ആവശ്യമാണത്.

സർക്കാർ സംവിധാനത്തിനല്ല, ജനങ്ങൾക്കാണ് മുൻഗണന നൽകേണ്ടത് എന്നതാണ് മൂന്നാമത്തെ തത്വം. സംസ്ഥാനത്തിന്റെ സുസ്ഥിരത കാത്തുസൂക്ഷിക്കുന്നതിനും അതിന്റെ യന്ത്രങ്ങളുടെ സ്ഥാപിത പ്രവർത്തന രീതികൾ പിന്തുടരുന്നതിനുമുള്ള ആവശ്യം ജനങ്ങളുടെ ആവശ്യത്തേക്കാൾ വലിയ പ്രാധാന്യം നൽകിയതിന് നിരവധി ഉദാഹരണങ്ങൾ ഞാൻ നിങ്ങൾക്ക് നൽകിയിട്ടുണ്ട്. സംസ്ഥാനത്തിന്റെ സുസ്ഥിരത തകർക്കുമെന്ന ഹർജിയിലാണ് ഭാഷാടിസ്ഥാനത്തിലുള്ള സംസ്ഥാനങ്ങൾ എന്ന ആവശ്യം എതിർക്കപ്പെട്ടത്. പാകിസ്ഥാൻ ഭരണകൂടവുമായുള്ള ഇന്ത്യൻ ഭരണകൂടത്തിന്റെ ബന്ധത്തിന് മുൻഗണന നൽകിക്കൊണ്ടാണ് ജമ്മു കശ്മീരിലെ നയങ്ങൾ മിക്ക സമയത്തും രൂപീകരിക്കപ്പെടുന്നത്: അതിൽ കശ്മീരി ജനതയുടെ ആഗ്രഹങ്ങൾക്ക് മിക്കവാറും പങ്കില്ല. കഴിഞ്ഞ എഴുപത് വർഷത്തെ വടക്കുകിഴക്കൻ മേഖലയിലെ ഇന്ത്യൻ ഗവൺമെന്റിന്റെ നയവും സമാനമായി ഒരു അതിർത്തി പ്രദേശം സുരക്ഷിതമാക്കാനുള്ള പ്രേരണയാൽ നിർദേശിക്കപ്പെട്ടിരിക്കുന്നു: അവിടെ താമസിക്കുന്ന ആളുകൾ എണ്ണത്തിൽ വളരെ കുറവും സ്വാധീനത്തിൽ വളരെ നിസാരരുമായി കണക്കാക്കപ്പെട്ടിരിക്കുന്നു. അതിനാൽ, കശ്മീരും വടക്കുകിഴക്കും ഇന്ത്യൻ പൗരന്മാർക്കെതിരെ സായുധ സേനയെ വിന്യസിക്കുന്നത് നിയമാനുസൃതമാണെന്ന് കരുതപ്പെടുന്ന പ്രദേശങ്ങളാണെന്നതിൽ അതിശയിക്കാനില്ല. നിരവധി അതിക്രമങ്ങളും മണിപ്പൂരിലെ ചാനു ശർമിളയെപ്പോലുള്ള സ്ത്രീകളുടെ അസാമാന്യമായ ധീരതയും അതിനെ ചെറുത്തുനിന്നിട്ടും നയം മാറിയിട്ടില്ല. ഒടുവിൽ പതിനാറ് വർഷം നീണ്ട നിരാഹാര സമരത്തിന് ശേഷം ശർമിള പിൻവാങ്ങി. എന്നാൽ സായുധ സേനയുടെ പ്രത്യേക അധികാര നിയമം ഇപ്പോഴും നിലവിലുണ്ട്. കശ്മീരും വടക്കുകിഴക്കും ഒഴികെ ഇന്ത്യയിൽ മറ്റൊരിടത്തും സൈന്യത്തെ ഇത്തരത്തിൽ സ്ഥിരമായി വിന്യസിച്ചിട്ടില്ല.

എന്തുകൊണ്ടാണ് സംസ്ഥാനത്തിന് ജനങ്ങളേക്കാൾ മുൻഗണന നൽകുന്നത് ? ആരാണ് ഈ മുൻഗണന നൽകുന്നത്? അത് ഇന്ത്യൻ രാഷ്ട്രത്തിന്റെ പ്രാഥമിക ഉടമസ്ഥാവകാശം തങ്ങൾക്കുണ്ടെന്ന് കരുതുന്ന

വരാണ്, കാരണം, ഇന്ത്യൻ രാഷ്ട്രത്തിന്റെ നിർണായക പ്രതിനിധികൾ എന്ന നിലയിൽ, അവർക്ക് ബ്രിട്ടീഷുകാരിൽ നിന്ന് ഭരണം അവകാശമായി ലഭിച്ചു. സമാന ദേശീയതാവീക്ഷണം പങ്കിടാത്തതും രാഷ്ട്രത്തോടുള്ള കൂറിൽ സംശയം ജനിപ്പിക്കുന്നവരുമായ ആളുകളിൽ നിന്ന് ഭരണകൂടത്തെ സംരക്ഷിക്കേണ്ടത് തങ്ങളുടെ കടമയാണെന്ന് അവർ വിശ്വസിക്കുന്നു. ഈ വീക്ഷണം പുലർത്തുന്നവർ ഒരുപിടി പുരുഷാധിപത്യ രാഷ്ട്രീയക്കാരും ഞെരുക്കമുള്ള ഉദ്യോഗസ്ഥന്മാരും മാത്രമല്ല. നിലവിലുള്ള ഭരണകൂടയന്ത്രം സംരക്ഷണവും രാജ്യത്തിന്റെ കാതലായ താൽപര്യവും തമ്മിലുള്ള സമവാക്യം ഇന്ത്യൻ ജനതയുടെ സ്വാധീനമുള്ള ഒരു വിഭാഗം മുൻകൂട്ടി കാണുന്നു. എന്നെ വിശദമാക്കാൻ അനുവദിക്കൂ.

പത്തൊൻപതാം നൂറ്റാണ്ടിന്റെ അവസാനം മുതൽ, പുരാതന വൈദിക സമൂഹത്തിൽ നിന്ന് ഉത്ഭവിച്ച ഒരു ഇന്ത്യൻ രാഷ്ട്രം എന്ന ആശയം വിദ്യാസമ്പന്നരായ ഇന്ത്യക്കാർക്കിടയിൽ എങ്ങനെ പിടിപെട്ടുവെന്ന് ഞാൻ നേരത്തെ പറഞ്ഞിട്ടുണ്ട്. ഈ പ്രദേശത്തെ ഹിന്ദുക്കളായിരുന്നു ആദ്യത്തേതും യഥാർഥവുമായ ഇന്ത്യൻ ദേശവാസികൾ എന്ന അവകാശവാദത്തിലൂടെ ഇരുപതാം നൂറ്റാണ്ടിന്റെ തുടക്കത്തിൽ വടക്കൻ, പടിഞ്ഞാറൻ ഇന്ത്യകളിൽ പൂർണമായി വികസിപ്പിച്ച ദേശീയവാദ പ്രത്യയശാസ്ത്രമായി ഇത് ദൃഢീകരിക്കപ്പെട്ടു. മഹാരാഷ്ട്രയിൽ, ഇത് ശിവാജിയുടെയും ബ്രാഹ്മണന്റെ നേതൃത്വത്തിലുള്ള മറാത്ത സാമ്രാജ്യത്തിന്റെയും ആഘോഷത്തിന്റെ രൂപമെടുത്തു.

ഉത്തരേന്ത്യയിൽ, ഈ ദേശീയവാദ പ്രത്യയശാസ്ത്രത്തിന്റെ പ്രധാന ഘടകങ്ങൾ സംസ്കൃത പാരമ്പര്യം, മുസ്ലീം അധിനിവേശത്തിനെതിരായ രജപുത്ര പ്രതിരോധത്തിന്റെ ഓർമകൾ, വിദ്യാഭ്യാസത്തിന്റെയും ഭരണത്തിന്റെയും ഭാഷയായി ഉറുദുവിന് പകരം ഹിന്ദിയുടെ ഉദയം എന്നിവയായിരുന്നു. ഇരുപതാം നൂറ്റാണ്ടിന്റെ പകുതി മുതൽ, ഈ രണ്ട് ധാരകളും കൂടിച്ചേർന്ന് ഒരു ദേശീയ പ്രത്യയശാസ്ത്രം രൂപീകരിച്ചു, അത് കഴിയുന്നത്ര കേന്ദ്രീകൃതമായ, ഒരു രാഷ്ട്രത്തെ അതിന്റെ പാരമ്പര്യത്തിലും സംസ്കാരത്തിലും ഏകീകൃതമായി പ്രദർശിപ്പിക്കാൻ കഴിയുന്ന ശക്തമായ ഒരു ഭരണകൂടത്തിന്റെ ആവശ്യകതയെ ഊന്നിപ്പറയുന്നു. സ്വാതന്ത്ര്യത്തിനു ശേഷമുള്ള ആദ്യ മൂന്ന് ദശകങ്ങളിൽ, ഈ പ്രത്യയശാസ്ത്രത്തിന് ബഹുസ്വര ജനാധിപത്യം എന്ന ആശയത്തെ ഉൾക്കൊള്ളാൻ കഴിഞ്ഞു. എന്നിരുന്നാലും, അടുത്ത കാലത്തായി, ഇന്ത്യയെ ഒരു ഹിന്ദു രാഷ്ട്രമായി പ്രഖ്യാപിക്കുന്ന ദേശീയവാദ പ്രചാരണത്തിന്റെ തരംഗങ്ങളാൽ അത് നശിപ്പിക്കപ്പെട്ടിട്ടുണ്ട്, അതിന്റെ പാരമ്പര്യവും സംസ്കാരവും യഥാർഥമായി പ്രതിനിധീകരിക്കുന്നത് ഹിന്ദി സംസാരിക്കുന്ന ഉയർന്ന ജാതി ഹിന്ദുക്കൾ മാത്രമാണ്.

മുൻപ് അത്ര പ്രകടമായ രൂപത്തിലായിരുന്നില്ല ഈ വിഭാഗം രാജ്യത്തിനകത്ത് മേൽകൈ അവകാശപ്പെട്ടിരുന്നത്. പിന്നീട് ഫെഡറേഷനിലെ ഉത്തർപ്രദേശ്, മധ്യപ്രദേശ്, ബിഹാർ തുടങ്ങിയ വലിയ സംസ്ഥാനങ്ങളുടെ ബലത്തിൽ ഇംഗ്ലീഷിനു പകരം ഒരു പുതിയ സാമ്രാജ്യത്വ ഭാഷയായി ഹിന്ദിയെ രാഷ്ട്രീയ വ്യവഹാരത്തിന്റെ പൊതുഭാഷയായി ഉയർത്താനുള്ള ആനുകാലിക ശ്രമങ്ങൾ നടന്നു, വിവിധ പ്രദേശങ്ങളിൽ അതിനോട് ചെറുത്തുനിൽപ്പുണ്ടായി. എന്നാൽ രാജ്യത്തിന്റെ മിക്കവാറും എല്ലാ പ്രദേശങ്ങളിലും ഭരണകക്ഷിയായ കോൺഗ്രസ് പാർട്ടി അധികാരത്തിലിരുന്നതിനാൽ ആ ആവശ്യം നിയന്ത്രിച്ചു. തൽഫലമായി, എല്ലാ, അല്ലെങ്കിൽ മിക്ക പ്രദേശങ്ങൾക്കും, അതിന്റെ തീരുമാനമെടുക്കൽ സംഘങ്ങളെ പ്രതിനിധീകരിക്കേണ്ടി വന്നു. സമീപ വർഷങ്ങളിൽ, ഭരിക്കുന്ന ബി ജെ പി ഉത്തരേന്ത്യയിലും പടിഞ്ഞാറൻ ഇന്ത്യയിലുമായി പ്രാദേശികവൽക്കരിക്കപ്പെട്ടിരിക്കുന്നു. അതിന്റെ നേതൃത്വത്തിന്റെ ഭൂരിഭാഗവും രാജ്യത്തിന്റെ ആ ഭാഗങ്ങളിൽ നിന്നാണ്. കൂടാതെ, മഹാരാഷ്ട്രയിൽനിന്നും ഗുജറാത്തിൽ നിന്നുമുള്ള ഇന്നത്തെ തലമുറയിലെ രാഷ്ട്രീയക്കാർ നേരത്തെ ഉണ്ടായിരുന്നതിനേക്കാൾ വളരെ നന്നായി ഹിന്ദി സംസാരിക്കുന്നവരാണ്. തൽഫലമായി, എല്ലാ പ്രായോഗിക ആവശ്യങ്ങൾക്കും ഹിന്ദി ഹിന്ദുത്വ രാഷ്ട്രീയത്തിന്റെ ഏക ഭാഷയായി മാറിയിരിക്കുന്നു, വടക്ക്, പടിഞ്ഞാറ് എന്നിവിടങ്ങളിൽ നിന്ന് വളരെയധികം പ്രവർത്തകർ അതിലേക്ക് ആകർഷിക്കപ്പെടുന്നു, കൂടാതെ വടക്ക് ഉയർന്ന ജാതിക്കാരുടെ ഹിന്ദു സംസ്കാരം ഇന്ത്യയുടെ ദേശീയ സംസ്കാരമായി ഉയർത്തിക്കാട്ടപ്പെടുന്നു. സംസ്ഥാനത്തിനുള്ളിലെ ആധിപത്യം രാഷ്ട്രത്തിനുള്ളിലെ ആധിപത്യമായി പരിവർത്തനം ചെയ്യപ്പെട്ടു. സസ്യാഹാരം ദേശീയ ഭക്ഷണമായും രാമനെ ദേശീയ ദൈവമായും മറ്റെങ്ങനെ അവകാശപ്പെടാനാകും?

ദേശീയതയുടെ സാംസ്കാരിക ഉള്ളടക്കത്തിലെ ഈ മാറ്റം ഇന്ത്യൻ പൗരത്വം എന്ന ആശയത്തിന്റെ മാറ്റത്തിലും കാണാൻ കഴിയും. 1950 ൽ, ഭരണഘടനയുടെ ആർട്ടിക്കിൾ 5 മുതൽ 11 വരെ പ്രഖ്യാപിച്ചിരുന്നത്, മറ്റൊരു രാജ്യത്തിന്റെ പൗരത്വം അവകാശപ്പെടാത്ത ഇന്ത്യയിൽ താമസിക്കുന്ന ഏതൊരാളും ഇന്ത്യൻ പൗരനാണെന്നാണ്. ഒരാളുടെ മതത്തെക്കുറിച്ചോ ഭാഷയെക്കുറിച്ചോ ഒരാളുടെ മാതാപിതാക്കളുടെ ദേശീയതയെക്കുറിച്ചോ ഒരു ചോദ്യവും ഉണ്ടായിരുന്നില്ല. ഭരണഘടനയുടെ ഈ പ്രഖ്യാപനം ഇന്ത്യൻ പൗരത്വം തികച്ചും പുതിയ ആശയമാണെന്ന വസ്തുത അംഗീകരിച്ചു. ബ്രിട്ടീഷ് ഇന്ത്യയിൽ ജീവിച്ചിരുന്ന ഇന്ത്യക്കാർ പൗരന്മാരല്ല, ബ്രിട്ടീഷ് സാമ്രാജ്യത്തിന്റെ പ്രജകളായിരുന്നു. ഇന്ത്യക്കാർ, ഇന്ത്യക്കാർക്ക് പൗരത്വം നൽകിയത് ഭരണഘടനയിലൂടെയാ

ണ്. അവിടെ ആർക്കും മുൻഗണനയില്ലായിരുന്നു. ഇത് ചിലർ ഇതിനകം തന്നെ ഇന്ത്യൻ പൗരന്മാരാണെന്നും അവർ അവരുടെ കാരുണ്യം കൊണ്ട് മറ്റുള്ളവർക്ക് ഔദാര്യത്തോടുകൂടി പൗരത്വം നൽകുകയാണ് എന്നുമുള്ള രീതിയിൽ ആയിരുന്നില്ല. ഇത് ഓർത്തിരിക്കേണ്ടത് പ്രധാനമാണ്, കാരണം ഇത് ജനാധിപത്യ ഫെഡറലിസത്തിന്റെ ആദ്യ തത്വത്തെ സ്ഥിരീകരിക്കുന്നു, അതായത്, ഇന്ത്യയുടെ പ്രദേശത്തിനുള്ളിൽ താമസിക്കുന്ന ആളുകൾ ഒരേ ഭരണഘടനയ്ക്ക് കീഴിൽ ഒരുമിച്ച് ജീവിക്കാൻ സമ്മതിച്ചതിനാലാണ് ഇന്ത്യൻ പൗരന്മാരാകുന്നത്. ജനങ്ങൾ ആദ്യം വന്നു, ഭരണകൂടം പിന്നീട് വന്നു, കാരണം ഭരണകൂടത്തിന്റെ രൂപം നിർവചിച്ചത് ഒരു ജനങ്ങൾ അംഗീകരിച്ച ഭരണഘടനയാണ്.

ഇന്ത്യയിൽ ജനിച്ച ഏതൊരാൾക്കും ഇന്ത്യൻ പൗരത്വത്തിന് അർഹതയുണ്ടെന്ന് പ്രഖ്യാപിച്ച 1955 ലെ പൗരത്വ നിയമം ഈ പൗരത്വ ആശയത്തെ ശക്തിപ്പെടുത്തി. ഇന്ത്യൻ മണ്ണിൽ വിദേശ മാതാപിതാക്കളിൽ നിന്ന് ജനിച്ച ഒരാൾക്ക് പോലും ഇന്ത്യൻ പൗരനാകാം. തീർച്ചയായും, യുണൈറ്റഡ് സ്റ്റേറ്റ്സ് ഉൾപ്പെടെയുള്ള പല രാജ്യങ്ങളിലും, അടുത്തിടെ വരെ, യുണൈറ്റഡ് കിംഗ്ഡത്തിലും ഇത് ബാധകമായിരുന്നു. എന്നാൽ 2003 ൽ വാജ്പേയി സർക്കാർ പൗരത്വ നിയമം ഭേദഗതി ചെയ്ത് തികച്ചും വ്യത്യസ്തമായ ഒരു ആശയം കൊണ്ടുവന്നപ്പോൾ ഇന്ത്യൻ പൗരത്വത്തെക്കുറിച്ചുള്ള ഈ പ്രബുദ്ധമായ ആശയം ഉപേക്ഷിച്ചു. മാതാപിതാക്കളുടെയും മുത്തശ്ശിമാരുടെയും പൗരത്വത്തിന് തെളിവ് ആവശ്യമായ തരത്തിൽ പുതിയ വ്യവസ്ഥകളാൽ പൗരത്വം പരിഷ്കരിച്ച അനധികൃത കുടിയേറ്റക്കാരൻ തന്റെ താമസത്തിന് അനുമതി നൽകുന്ന സാധുവായ രേഖകളില്ലാതെ രാജ്യത്ത് താമസിക്കുന്ന ഒരാളാണ് എന്ന ഒരു പുതിയ ആശയത്തെയും ഇത് നിയമത്തിലേക്ക് കൊണ്ടുവന്നു. ദേശീയ പൗരത്വ രജിസ്റ്റർ തയ്യാറാക്കുന്ന വേളയിൽ ആസാമിൽ കാണിച്ചതുപോലെ, വർഷങ്ങളായി ഈ രാജ്യത്ത് ജീവിക്കുന്ന ലക്ഷക്കണക്കിന് ആളുകൾ പൗരത്വത്തിൽ നിന്ന് ഒഴിവാക്കപ്പെടാൻ ഇത് കാരണമാകുന്നു. അടുത്തിടെ, 2019 ൽ, ഇന്ത്യൻ പൗരത്വം നൽകാവുന്ന അയൽരാജ്യങ്ങളിൽ നിന്നുള്ള ആളുകളുടെ വിഭാഗത്തിൽ നിന്ന് മുസ്ലീങ്ങളെ ഒഴിവാക്കുന്നതിനായി പൗരത്വ നിയമം വീണ്ടും ഭേദഗതി ചെയ്തു.

അതേസമയം, 2003 ലെ ഭേദഗതി പ്രകാരം മറ്റ് രാജ്യങ്ങളിലെ പൗരന്മാരാകാൻ രാജ്യം വിട്ട ഇന്ത്യൻ വംശജർക്ക് വിദേശ പൗരത്വം അനുവദിച്ചു. ഓർക്കുക, ഗൾഫ് രാജ്യങ്ങളിൽ ജോലി ചെയ്യുകയും കോടിക്കണക്കിന് രൂപ തിരികെ അയക്കുകയും ചെയ്യുന്ന ദശലക്ഷക്കണക്കിന് ഇന്ത്യക്കാരെ ഉദ്ദേശിച്ചുള്ളതല്ല ഈ പദവി. തങ്ങളുടെ കുട്ടികളെ പാശ്ചാത്യ രാജ്യങ്ങളിൽ വളർത്താനുള്ള അവസരം തട്ടിയെടുക്കാൻ

തങ്ങളുടെ രാജ്യം ഉപേക്ഷിച്ചവരുടെ ദേശീയ അഹന്തയെ സ്തുതിപ്പെടുത്താൻ വേണ്ടിയായിരുന്നു അത്. അവധിക്കാലം ആഘോഷിക്കാൻ ഇന്ത്യയിലെത്തുമ്പോൾ ബഹുമാനപ്പെട്ട പൗരന്മാരായി അവരെ ചുവപ്പ് പരവതാനി വിരിച്ച് സ്വാഗതം ചെയ്യുന്നു.

ഇന്ത്യൻ ദേശീയതയുടെ സത്യം ഒന്നുകിൽ വളച്ചൊടിക്കുകയോ മറച്ചുവെക്കുകയോ ചെയ്തിരിക്കുന്നു. അത് വീണ്ടെടുക്കുന്നതിന്, ജനങ്ങളുടെ ജനാധിപത്യ ഫെഡറേഷൻ എന്ന നിലയിൽ ഇന്ത്യൻ ഭരണകൂടത്തിന്റെ പുനരുജ്ജീവനത്തിന് അടിത്തറയിട്ടിരിക്കണം. ന്യായമായും ഫെഡറേഷൻ ഞാൻ മുന്നോട്ടുവെച്ച മൂന്ന് തത്വങ്ങളെ അടിസ്ഥാനമാക്കിയുള്ളതാകാം: ഓരോ സംസ്ഥാനത്തെയും ജനങ്ങളെ വ്യത്യസ്തരായി അംഗീകരിക്കണം; അവരെ തുല്യരായി അംഗീകരിക്കണം; സംസ്ഥാനത്തേക്കാൾ ജനങ്ങൾക്കാണ് മുൻഗണന.

സംസ്ഥാനവും രാഷ്ട്രവും തമ്മിൽ ശരിയായ ബന്ധം സ്ഥാപിക്കുന്നതിന് നീതിയുക്തമായ ഒരു ഫെഡറേഷൻ ഒരുപാട് ദൂരം പോകുമെങ്കിലും, ഓരോ സംസ്ഥാനത്തിനകത്തും ഉള്ള അസമമായ ബന്ധങ്ങളിലെ പ്രശ്നം അത് തൊടാതെ പോകും. ഇത് സമ്പത്തിന്റെയും വരുമാനത്തിന്റെയും അസമത്വങ്ങൾ, ജാതി വിവേചനം, ലിംഗ അസമത്വം, സ്ത്രീകളെ അടിച്ചമർത്തൽ, അല്ലെങ്കിൽ മതപരവും ഭാഷാപരവും സാംസ്കാരികവുമായ ന്യൂനപക്ഷങ്ങൾക്കെതിരായ വിവേചനങ്ങളായിരിക്കാം. കൂടുതൽ ഫലപ്രദമായ ഒരു ഫെഡറേഷൻ ഈ പ്രശ്നങ്ങളിൽനിന്ന് മുക്തി നേടില്ല. എന്നാൽ ഫെഡറേഷനിൽ സംസ്ഥാനങ്ങൾക്ക് കൂടുതൽ അധികാരവും സ്വാധീനവും ഉണ്ടെങ്കിൽ, ഈ പ്രശ്നങ്ങൾ പരിഹരിക്കാൻ പറ്റുന്ന മികച്ച സ്ഥാനം അവർക്ക് ഉണ്ടാകും, കാരണം സംസ്ഥാനങ്ങൾക്കുള്ളിലെ രാഷ്ട്രീയം പൊതുവെ കേന്ദ്രതലത്തേക്കാൾ അടിത്തട്ടിനോട് വളരെ അടുത്തുനിൽക്കുന്നതാണ്. നിങ്ങൾ ശ്രദ്ധാപൂർവം നോക്കിയാൽ, ജനങ്ങളുടെ ആവശ്യങ്ങൾ അഭിസംബോധന ചെയ്യുന്നതും തർക്കങ്ങൾ പരിഹരിക്കുന്നതും സംസ്ഥാന-പ്രാദേശിക തലങ്ങളിലെ അവരുടെ പ്രതിനിധികളാണെന്ന് നിങ്ങൾ കണ്ടെത്തും. കേന്ദ്രനയങ്ങൾപോലും അവിടെ നടപ്പാക്കണം. അവിടെയാണ് ഭരണകൂട സംവിധാനങ്ങളും ജനങ്ങളും തമ്മിൽ ശരിയായ ബന്ധം സ്ഥാപിക്കേണ്ടത്.

പക്ഷേ, സംസ്ഥാനങ്ങൾക്കുള്ളിലെ മറ്റ് പ്രശ്നങ്ങൾ ഞാൻ അവഗണിക്കുന്നില്ല, അവയിൽ രാഷ്ട്രം ഇടപെടണം. നമുക്ക് ഇനി അവയെക്കുറിച്ച് സംസാരിക്കാം.

ജനകീയ സഖ്യങ്ങൾ രാജ്യത്തെ ശക്തിപ്പെടുത്തുന്നു

രാഷ്ട്രത്തെ പ്രബുദ്ധമാക്കൽ

രണ്ടായിരത്തി ഇരുപത് ജൂലൈയിൽ ഇന്ത്യൻ ഗവൺമെന്റ് ഒരു പുതിയ ദേശീയ വിദ്യാഭ്യാസ നയം പ്രഖ്യാപിച്ചു. വർഷങ്ങളോളം പരാജയപ്പെട്ട നിരവധി ശ്രമങ്ങൾക്കും നിരവധി ചെറിയ മാറ്റങ്ങൾക്കും ശേഷം, പ്രീ-പ്രൈമറി മുതൽ ഡോക്ടറൽ ഗവേഷണംവരെ രാജ്യത്തിന്റെ വിദ്യാഭ്യാസ സമ്പ്രദായത്തിൽ സമഗ്രമായ ഒരു നവീകരണം 1986 ന് ശേഷം ഇതാദ്യമാണ് ശ്രമിക്കുന്നത്. അത് ഏറെ ചർച്ചകൾക്ക് വഴിവെച്ചിട്ടുണ്ടെന്ന് പറയേണ്ടതില്ലല്ലോ. ഒരു കോളേജ് പ്രൊഫസർ നയത്തിന്റെ ഒരു കോപ്പി എന്നെ കാണിച്ചു. ഇത് അമേരിക്കയിലെ വിദ്യാഭ്യാസ സമ്പ്രദായത്തിന്റെ ഭാഗികമായ അനുകരണമാണെന്ന് അവർ പരാതിപ്പെട്ടു. മറ്റ് രാജ്യങ്ങളിലെ വിദ്യാഭ്യാസത്തെക്കുറിച്ച് എനിക്ക് ഒന്നും അറിയാത്തതിനാൽ, അവൾ പറഞ്ഞത് ശരിയാണോ എന്ന് എനിക്ക് പറയാൻ കഴിയില്ല. എന്നാൽ പുതിയ നയത്തിൽ എനിക്ക് താൽപര്യമുള്ള പലതും ഞാൻ കണ്ടെത്തി.

വാസ്തവത്തിൽ, അതിൽ ചില മികച്ച നിർദേശങ്ങളുണ്ട്, അത് ശരിയായി നടപ്പിലാക്കിയാൽ, ഒരുപാട് നല്ല മാറ്റങ്ങൾ കൊണ്ടുവരും. ബഹുഭാഷയെ പ്രോത്സാഹിപ്പിക്കുക, വൈവിധ്യങ്ങളോടും പ്രാദേശിക ആചാരങ്ങളോടുമുള്ള ആദരവ് എന്നിവ ഏറ്റവും സ്വാഗതാർഹമാണ്. അതുപോലെ തന്നെ, എട്ടാം ക്ലാസ് വരെ, അധ്യാപന മാധ്യമം വീട്ടിൽ സംസാരിക്കുന്ന ഭാഷയോ പ്രാദേശിക ഭാഷയോ ആയിരിക്കണമെന്ന ശുപാർശയും ഉണ്ട്. അതിനുശേഷം, മാധ്യമം പ്രാദേശിക ഭാഷയാകാം,

പക്ഷേ, പ്രാദേശിക ഭാഷയിൽ നിന്ന് വ്യത്യസ്തമായ ഭാഷ മാതൃഭാഷയാണെങ്കിൽ, കഴിയുന്നിടത്തോളം ദ്വിഭാഷാ അധ്യാപനം ഉണ്ടായിരിക്കണം. ത്രിഭാഷാ ഫോർമുല തുടരണം. ഹിന്ദി സംസാരിക്കാത്ത പ്രദേശങ്ങളിൽ ഹിന്ദി അടിച്ചേൽപിക്കാനുള്ള വ്യക്തമായ ശ്രമമൊന്നും ഞാൻ കണ്ടില്ല: ഉറപ്പായും അവർ 2019 ഹിന്ദി നിർബന്ധമാക്കണമെന്നതിനെ ത്തുടർന്നുള്ള പ്രതിഷേധത്തിൽ നിന്ന് ഒരു പാഠം ഉൾക്കൊണ്ടിട്ടുണ്ട്. ശാസ്ത്രത്തിനും ഗണിതത്തിനും ഇംഗ്ലീഷിലും പ്രാദേശിക അല്ലെങ്കിൽ തദ്ദേശീയ ഭാഷയിലും ദ്വിഭാഷാ പാഠപുസ്തകങ്ങൾ ഉണ്ടായിരിക്കണമെന്ന് നയം ശുപാർശചെയ്യുന്നു.

ഇന്ത്യയെപ്പോലുള്ള ഒരു ബഹുഭാഷാ രാജ്യത്ത് പ്രാഥമിക, സെക്കൻഡറി വിദ്യാഭ്യാസത്തിന്റെ അടിസ്ഥാന രീതികളെക്കുറിച്ചുള്ള പ്രശംസനീയമായ ശുപാർശകളാണ് ഇവയെല്ലാം. ഉന്നതവിദ്യാഭ്യാസത്തെ സംബന്ധിച്ചിടത്തോളം, ഒരു കോളേജിലോ സർവകലാശാലയിലോ ചേരാനുള്ള ഭാഗ്യം എനിക്കൊരിക്കലും ഉണ്ടായിട്ടില്ലാത്തതിനാൽ, അവർക്ക് സമഗ്രമായ ഒരു പുനരധിവാസം ആവശ്യമാണെന്ന അവകാശവാദവുമായി എനിക്ക് തർക്കിക്കാൻ കഴിയില്ല. പക്ഷേ, ശുപാർശകളിൽ പൊതിഞ്ഞ ദേശീയവാദ പ്രസംഗങ്ങൾ കേൾക്കുമ്പോൾ സംശയങ്ങൾ രൂപപ്പെടാൻ തുടങ്ങുന്നു. പൗരാണികവും ശാശ്വതവുമായ ഭാരതീയ വിജ്ഞാനത്തിന്റെയും ചിന്തയുടെയും പൈതൃകമാണ് നയത്തിന്റെ വഴികാട്ടിയെന്ന് നമ്മോട് പറയപ്പെടുന്നു. വിദ്യാഭ്യാസം ഇന്ത്യൻ ധാർമികതയിൽ വേരൂന്നിയതും ആത്മാവിലും ബുദ്ധിയിലും പ്രവൃത്തിയിലും ഇന്ത്യക്കാരനാണെന്ന അഭിമാനം വളർത്തിയെടുക്കുന്നതും ആയിരിക്കണം. ഇന്ത്യയിലെ ഉന്നത വിദ്യാഭ്യാസം നളന്ദ, തക്ഷശില, വിക്രംശില, വല്ലഭി തുടങ്ങിയ വലിയ ബഹുമുഖ സർവകലാശാലകളുടെ ഉദാഹരണം ഓർമിക്കേണ്ടതാണ്. കൂടാതെ, പ്രധാന ഇന്ത്യൻ ഭാഷകൾക്കിടയിൽ സംസ്കൃതത്തിൽ പൊതുവായ ഉത്ഭവം ഉള്ളതിനാൽ അവ തമ്മിൽ ശ്രദ്ധേയമായ ഐക്യം നിലനിൽക്കുന്നുവെന്നും 'സംസ്കൃത വിജ്ഞാന സംവിധാനങ്ങൾ' എന്ന് വിളിക്കുന്ന പദ്ധതി ഈ ക്ലാസിക്കൽ ഭാഷ രാജ്യത്തുടനീളമുള്ള വിദ്യാർഥികളെ പരിചയപ്പെടുത്തുന്നതിന് എല്ലാ തലങ്ങളിലും പഠിപ്പിക്കണം എന്ന് പറയുന്നു. ശാസ്ത്രീയവും സാങ്കേതികവുമായ വിദ്യാഭ്യാസത്തിന് മാനവികതയുമായി സമ്പർക്കം പുലർത്തേണ്ടതിന്റെ ആവശ്യകത ഊന്നിപ്പറയുന്ന നയം, അറുപത്തിനാല് കലകളിൽ പരിശീലനം നേടാതെ പുരാതന ഇന്ത്യൻ വിദ്യാഭ്യാസം പൂർത്തിയാകില്ലെന്ന് ചൂണ്ടിക്കാണിക്കുന്നു.

ഈ അവസാന ഇനം പരാമർശിക്കുമ്പോൾ ഒരു ചിരി അടക്കിവെക്കാൻ കഠിനമായി ശ്രമിക്കുന്നുണ്ടെന്ന് ഞാൻ സമ്മതിക്കണം. നമ്മുടെ

ശ്രദ്ധ തെറ്റരുത്. എന്തുകൊണ്ടാണ് പുതിയ വിദ്യാഭ്യാസ നയത്തിലെ ഈ പ്രസ്താവനകൾ സംശയാസ്പദമാണെന്ന് ഞാൻ പറയുന്നത്? കാരണം ബഹുസ്വര ജനാധിപത്യത്തെക്കുറിച്ച് സംസാരിക്കുമ്പോൾ ഞാൻ വിശദീകരിച്ചത് ഇത് ഒരിക്കൽക്കൂടി ശരിവെക്കുന്നു - മതേതരത്വമോ ഹിന്ദു ദേശീയതയോ ആകട്ടെ, ദേശീയ സംസ്കാരത്തിന്റെ ഏകവും ഏകീകൃതവും സമഗ്രവുമായ വീക്ഷണം സ്വീകരിക്കുന്ന എല്ലാ നയങ്ങളും പ്രബലമായ ഉത്തരേന്ത്യയിലെ സംസ്കൃതാടിസ്ഥാനത്തിലുള്ള വരേണ്യ പാരമ്പര്യത്തെ അടിസ്ഥാനമാക്കിയുള്ളതുമായ ഒരു ന്യായീകരണത്തിലേക്ക് ചുരുങ്ങുന്നു. നയത്തിലെ വിശദമായ നിർദേശങ്ങൾ പലതും 1970 കളിൽ നിർദേശിച്ചതാണ്. ബഹുസ്വര മതേതരത്വം പ്രോത്സാഹിപ്പിക്കുന്നതിനുള്ള നയത്തിന്റെ ഘടകങ്ങളായി അവ അവതരിപ്പിക്കപ്പെട്ടു. എന്നാൽ പ്രഭാഷണം മിക്കവാറും ഒരേ നിലയിലായിരുന്നു. ഞാൻ ഇത് നിങ്ങൾക്ക് കാണിച്ചുതരാം.

നിങ്ങൾ വിശദമായ നിർദേശങ്ങൾ നോക്കുകയാണെങ്കിൽ, ഉൽപാദനം, വിതരണം, വാണിജ്യം, ധനകാര്യം, സേവനങ്ങൾ എന്നിങ്ങനെ വിവിധ മേഖലകളിലെ ഉയർന്നുവരുന്ന സമ്പദ്‌വ്യവസ്ഥയുടെ ആവശ്യങ്ങൾ നടപ്പിലാക്കാൻ പരിശീലിപ്പിക്കപ്പെട്ട ഒരു ജനസംഖ്യ സൃഷ്ടിക്കുക എന്നതാണ് ഒരു പ്രധാന ലക്ഷ്യം. പുതിയ സാങ്കേതികവിദ്യകളുടെ ആമുഖത്തോടെ ഈ ആവശ്യങ്ങൾ അതിവേഗം മാറുകയാണ്. മൊബൈൽ ഫോണും ഇന്റർനെറ്റും കമ്പ്യൂട്ടറും ദൈനംദിന ജീവിതത്തിൽ വരുത്തുന്ന മാറ്റങ്ങൾ നിങ്ങളുടെ കൺമുന്നിൽ ഉണ്ട്. വരും ദിവസങ്ങളിൽ, ആർട്ടിഫിഷ്യൽ ഇന്റലിജൻസ് അല്ലെങ്കിൽ പാരമ്പര്യേതര ഊർജ സ്രോതസുകൾ ഉപയോഗിക്കുന്ന നിരവധി പുതിയ യന്ത്രങ്ങൾ നിങ്ങൾ കാണും. ഈ സാങ്കേതികവിദ്യകൾ ഫലപ്രദമായി ഉൽപാദിപ്പിക്കുന്നതിനും കൈകാര്യം ചെയ്യുന്നതിനും ഉപയോഗിക്കുന്നതിനുമുള്ള മാറിക്കൊണ്ടിരിക്കുന്ന ആവശ്യകതകളെ നേരിടാൻ രാജ്യത്തെ സ്കൂൾ, യൂണിവേഴ്സിറ്റി സംവിധാനങ്ങളെ സജ്ജമാക്കാൻ സർക്കാർ ശ്രമിക്കുമെന്നതിൽ അതിശയിക്കാനില്ല. മറ്റൊന്നുമല്ല, ബിസിനസ് ലോബികൾ അത് ആവശ്യപ്പെടുന്നു. പിന്നെ, വിദ്യാഭ്യാസ സമ്പ്രദായത്തെ നവീകരിക്കാനുള്ള നിർദേശങ്ങൾ പ്രാചീന ഭാരതീയ പാരമ്പര്യത്തെ കുറിച്ചുള്ള സംസാരത്തിൽ പൊതിഞ്ഞ് അവതരിപ്പിക്കേണ്ട കാര്യമെന്താണ്?

അതിനുള്ള ഉത്തരം ഇതിനകം ഞാൻ നൽകിയിട്ടുണ്ടെന്ന് കരുതുന്നു. എങ്കിലും ഞാനത് ആവർത്തിക്കട്ടെ. ആധുനികതയുടെ സാങ്കേതിക സാഹചര്യങ്ങൾക്ക് ഒരു നിശ്ചിത സാർവ്വത്രിക ആഗോള നിലവാരമുണ്ട്. അവർ എല്ലായിടത്തും ഒരുപോലെയാണെന്ന് തോന്നുന്നു. അങ്ങനെയാണെങ്കിൽ, ആ സാങ്കേതിക സാഹചര്യങ്ങൾ സൃഷ്ടിക്കുന്നതിന്

ഉചിതമായേക്കാവുന്ന വിദ്യാഭ്യാസ സമ്പ്രദായങ്ങൾക്കായുള്ള തിരച്ചിൽ സ്കൂളുകളേയും സർവകലാശാലകളേയും ആ സാങ്കേതികവിദ്യകൾ നിർമിച്ച രാജ്യങ്ങളിലേക്ക് നയിക്കുന്നു. ഇന്ത്യൻ നയം യുണൈറ്റഡ് സ്റ്റേറ്റ്സിന്റെ വിദ്യാഭ്യാസ ഘടനയെ ആവർത്തിക്കാൻ ശ്രമിക്കുന്നുവെന്ന് കോളേജ് പ്രൊഫസർ പറയുന്നത് ശരിയായിരിക്കാം. അതിൽ ആരും അത്ഭുതപ്പെടേണ്ടതില്ല. എന്നാൽ അത് ദേശീയവാദിയായ അധ്യാപകനെ ആഴത്തിൽ ഉത്കണ്ഠാകുലനാക്കുന്നു. നമ്മൾ ചെയ്യുന്നത് മറ്റ് രാജ്യങ്ങളിൽ പ്രവർത്തിച്ച സൂത്രവാക്യങ്ങൾ പകർത്തുകയാണെങ്കിൽ, നമ്മുടെ സംസ്കാരത്തിന്റെ വ്യതിരിക്തതയ്ക്ക് എന്ത് സംഭവിക്കും? അതിൽ അടുത്ത തലമുറ എങ്ങനെ പഠിക്കും? അതുകൊണ്ടാണ് ഏറ്റവും അഭിലഷണീയമായ ആധുനികവൽക്കരണ ശ്രമങ്ങൾ പോലും പുരാതന ഇന്ത്യൻ പൈതൃകത്തിന്റെ മറവിൽ അവതരിപ്പിക്കേണ്ടിവരുന്നത്.

ഈ ദേശീയവാദം തെറ്റ് മാത്രമല്ല, വിനാശകരവുമാണ്. ഈ കേസിൽ സ്കൂൾ, യൂണിവേഴ്സിറ്റി വിദ്യാഭ്യാസത്തിന്റെ നിർദിഷ്ട ഘടന, അതിന്റെ അനിവാര്യമായ പാഠ്യപദ്ധതി, അതിന്റെ അന്തർവൈജ്ഞാനികമായ ആഭിമുഖ്യം എന്നിവയ്ക്ക് പുരാതന ഇന്ത്യയിലെ വിദ്യാഭ്യാസവുമായി ഒരു ബന്ധവുമില്ല. ഒന്നാമതായി, സംഗീതം, വാസ്തുവിദ്യ, ലോഹശാസ്ത്രം, വൈദ്യശാസ്ത്രം എന്നിവയെക്കുറിച്ച് സംസ്കൃതത്തിൽ ഗ്രന്ഥങ്ങൾ (ശാസ്ത്രം) നിലവിലുണ്ട് എന്നത് ശരിയാണെങ്കിലും, നളന്ദ, വിക്രമശില തുടങ്ങിയ സ്ഥലങ്ങളിൽ (വിഹാർ) ഇവ പഠിപ്പിച്ചിട്ടില്ല. വാസ്തവത്തിൽ, വാസ്തുവിദ്യയിലോ ലോഹനിർമാണത്തിലോ ഉള്ള ഒരു തൊഴിൽ പഠിക്കുന്നയാൾ ന്യായ അല്ലെങ്കിൽ മീമാംസ പഠിക്കുന്നത് കേട്ടുകേൾവിയില്ലാത്ത കാര്യമായിരുന്നു. അതുകൊണ്ട് ഇന്നത്തെ മഹത്തായ സർവകലാശാലകൾ പോലെ നളന്ദ അല്ലെങ്കിൽ തക്ഷശില വലിയ ബഹുമുഖ സർവകലാശാലകളായിരുന്നു എന്ന വാദം പരിഹാസ്യമാണ്.

രണ്ടാമതായി, ഓരോ വിദ്യാർഥിയും അവന്റെ അല്ലെങ്കിൽ അവളുടെ സ്പെഷ്യലൈസേഷൻ എന്തുതന്നെയായാലും, അറുപത്തിനാല് കലകളിൽ പരിശീലനം നേടിയവരാണെന്ന നിർദേശം രസകരമാണ്. തക്ഷശിലയിലോ നളന്ദയിലോ ഉള്ള ബുദ്ധസന്യാസിമാരേ പൂക്കളം (പുഷ്പസ്തരൻ) ഉണ്ടാക്കാൻ അല്ലെങ്കിൽ കട്ട ഉപയോഗിച്ച് ചൂതാടാൻ (ദ്യൂതവിഷേസ്) പഠിപ്പിക്കുന്നുണ്ടെന്ന് യാഥാസ്ഥിതിക ബ്രാഹ്മണരോട് പറഞ്ഞിരുന്നെങ്കിൽ, അത് വിഹാറിനെക്കുറിച്ചുള്ള അവരുടെ ആഴത്തിലുള്ള സംശയത്തെ സ്ഥിരീകരിക്കുകയേ ഉള്ളൂ. നേരെമറിച്ച്, ഒരു ഗുരുകുലത്തിലെ ഒരു ബ്രഹ്മചാരിയെ സൂചി വേല (ശ്രുചിവനകർമനി) അല്ലെങ്കിൽ സുഗന്ധദ്രവ്യങ്ങൾ ധരിക്കാൻ (സുഗന്ധയുക്തി) പഠിപ്പിക്കുന്നുവെന്ന് കേട്ടാൽ അവർ അപകീർത്തിപ്പെടും. ഹസ്തലാഘവ് (ഹസ്തവിദ്യ), ഐന്ദ്രജാലം

(മാന്ത്രിക തന്ത്രങ്ങൾ), പ്രഹേളിക (കടങ്കഥകൾ പരിഹരിക്കൽ), വസ്ത്ര ഗോപൻ (വസ്ത്രങ്ങൾ മറച്ചുവയ്ക്കൽ), കൗകുമാർ (പ്രച്ഛന്നവേഷം), മേസാകുക്കുതലവകയുദ്ധവിധി (ആട്, കോഴി, പക്ഷികൾ എന്നിവയുടെ പോര്) എന്നിവക്കൊപ്പം അറുപത്തിനാല് കലകളിൽ ഇവയെല്ലാം ഉൾപ്പെടുന്നു.

ധാതുവിദ്യ (ലോഹനിർമാണം), വാസ്തുവിദ്യ (വാസ്തുവിദ്യ), തച്ചൻ (ആശാരിപ്പണി) തുടങ്ങിയ പ്രത്യേക കരകൗശലവിദ്യകൾ മാറ്റിവെച്ചാൽ, സംസ്കൃത കാവ്യത്തിൽ രാജകുമാരിയുടെയോ കൊട്ടാരദാസിയുടെയോ വേഷത്തിൽ നിങ്ങൾ കണ്ടെത്തുന്ന നായികയെയാണ് ഈ ഫൈൻ ആർട്സ് കൂടുതലും പഠിപ്പിച്ചത്. വാത്സ്യായനന്റെ *കാമസൂത്ര*ത്തിൽ അറുപത്തിനാലു കലകളെക്കുറിച്ചുള്ള ഏറ്റവും പ്രസിദ്ധമായ വിവരണം വന്നതിൽ അതിശയിക്കാനില്ല. ബുദ്ധ, ജൈന ആശ്രമങ്ങളിലെ പാഠ്യപദ്ധതികളുമായി അവർക്ക് ഒരു ബന്ധവുമില്ല. പിന്നെ എഞ്ചിനീയറിംഗ് വിദ്യാർഥികൾക്ക് അനുകരിക്കാനുള്ള ഒരു ഉദാഹരണമായി ഇത് നിർദേശിക്കപ്പെടുന്നത് എന്തുകൊണ്ട്?

എന്നോട് ചോദിച്ചാൽ, സംസ്കൃത വിജ്ഞാന സമ്പ്രദായങ്ങൾ എന്ന് വിളിക്കപ്പെടുന്ന മൂലകങ്ങളുടെ ഈ ക്രമരഹിതമായ തിരുകലുകൾ സംഭവിക്കുന്നത്, ആധുനിക വിദ്യാഭ്യാസം ഒന്നുമല്ല, മറിച്ച് ഇന്ത്യയുടെ വിദ്യാഭ്യാസ സമ്പ്രദായമായിരുന്നു എല്ലാം എന്ന് സ്ഥാപിക്കാൻ എന്ത് നേർത്ത സാമ്യവും ചൂണ്ടിക്കാണിച്ചാൽ മതി എന്നതുകൊണ്ടാണ്. സംസ്കൃത നാമങ്ങളുടെയും സങ്കൽപങ്ങളുടെയും ഉപരിപ്ലവമായ വിസരണം അതിന്റെ വിമർശനത്തെ മറച്ചുപിടിക്കുന്നു. വിദ്യാർഥികളെ തത്ത്വചിന്ത പഠിപ്പിക്കുമ്പോൾ, ദർശനത്തിന്റെ ആറ് പാഠശാലകളെക്കുറിച്ച് അവർ കേൾക്കും. ഒരുപക്ഷേ അവർ നാസ്തിക ജൈന, ബൗദ്ധ, അല്ലെങ്കിൽ അജീവിക സ്കൂളുകളെക്കുറിച്ചുള്ള ഒരു പരാമർശവും കേൾക്കും. എന്നാൽ ബുദ്ധമതക്കാരും ജൈനന്മാരും വേദങ്ങളെയോ ആസ്തികവിദ്യാലയങ്ങൾ പുലർത്തുന്ന ദ്രവ്യ സിദ്ധാന്തങ്ങളെയോ നിരാകരിക്കുന്നതിന്റെ കാരണങ്ങൾ അവരോട് പറയുമോ? ഭൂതകാലത്തിലെ ഊർജസ്വലമായ ദാർശനിക സംവാദങ്ങൾ പരിശോധിക്കാനും മികച്ച വാദങ്ങൾ ഏതെന്ന് സ്വയം തീരുമാനിക്കാനും വിദ്യാർഥികളെ പ്രോത്സാഹിപ്പിക്കുമോ? ജ്യോതിർവിദ്യയെക്കുറിച്ച് പറയുമ്പോൾ, വിദ്യാർഥികൾക്ക് അറിയാമോ, നക്ഷത്രങ്ങളുടെയും ഗ്രഹങ്ങളുടെയും ചലനത്തെക്കുറിച്ചുള്ള വർഷങ്ങളുടെ നിരീക്ഷണത്തിൽ നിന്ന് നിർമിച്ച അൽഗോരിതം അടിസ്ഥാനമാക്കിയുള്ള ജ്യോതിശാസ്ത്ര കണക്കുകൂട്ടലുകൾ വ്യത്യസ്ത അളവുകളിൽ കൃത്യമായിരുന്നു, എന്നാൽ പുരാതന ഇന്ത്യൻ ജ്യോതിശാസ്ത്രത്തിന്റെ അടിസ്ഥാനമായ ഗ്രഹ ചലന സിദ്ധാന്തങ്ങൾ മിക്കവാറും വ്യാജമായിരുന്നുവെന്ന് അവരോടു പറഞ്ഞിട്ടുണ്ടോ? ജ്യോതിഷം

(ജ്യോതിശ്) തികച്ചും അശാസ്ത്രീയമാണെന്ന് അവരോട് പറയുമോ? അവർ ആയുർവേദത്തെക്കുറിച്ച് പഠിക്കുമ്പോൾ, പ്രത്യേക ഔഷധസസ്യങ്ങൾ, ലവണങ്ങൾ, ധാതുക്കൾ, എണ്ണകൾ എന്നിവ പ്രത്യേക രോഗങ്ങളെ ചികിത്സിക്കുന്നതിൽ വളരെ ഫലപ്രദമാണെങ്കിലും പാരമ്പര്യ വൈദ്യശാസ്ത്രത്തിന്റെ ശരീരശാസ്ത്രപരവും രസതന്ത്രപരവുമായ കെമിക്കൽ സിദ്ധാന്തങ്ങൾ തെറ്റാണെന്ന് അവർ മനസ്സിലാക്കുമോ? പുരാതന വിജ്ഞാനം വിദ്യാർഥികൾക്കുമുന്നിൽ വിമർശനാത്മക മനോഭാവത്തിൽ അവതരിപ്പിക്കപ്പെടുമോ എന്ന് എനിക്ക് വളരെ സംശയമുണ്ട്. ഇന്ത്യയുടെ വിദ്യാഭ്യാസ സമ്പ്രദായത്തിൽ അത് നിർവഹിക്കുന്ന ധർമമതല്ല. ആധുനിക ശാസ്ത്രസാങ്കേതികവിദ്യയെ കുറിച്ചുള്ള അറിവാണ് വിദ്യാർഥികൾ നേടാൻ ആഗ്രഹിക്കുന്നത്. സംസ്കൃത വിജ്ഞാന സമ്പ്രദായങ്ങൾ വിമർശന ബുദ്ധിയില്ലാതെ അവതരിപ്പിക്കുന്നത്, അതിനോട് ആദരവും അനുസരണയും ഉണ്ടാക്കാൻ ഉദ്ദേശിച്ചുകൊണ്ടാണ്.

യുവ വിദ്യാർഥികളെ പ്രചോദിപ്പിക്കേണ്ട ധാർമിക ആശയങ്ങളെക്കുറിച്ച് നയം പ്രതിപാദിക്കുന്നത് ഈ വാദത്തെ സാധൂകരിക്കുന്നു. സേവ, അഹിംസാ, നിഷ്കാമ കർമ തുടങ്ങിയ പരമ്പരാഗത ഇന്ത്യൻ മൂല്യങ്ങൾ അവരെ പഠിപ്പിക്കണം. പ്രാദേശികവും ഗോത്രപരവുമായ അറിവുകൾക്ക് വാക്കാൽ മാത്രം പിന്തുണ നൽകുമ്പോൾ, വിദ്യാർഥിയുടെ ധാർമിക ലോകം നിർവചിക്കപ്പെടുന്നത് ബ്രാഹ്മണ പുരുഷാധിപത്യത്തിന്റെ ആധിപത്യ മൂല്യങ്ങളാലാണെന്നതിൽ സംശയമില്ല. ഭരണഘടനയുടെ ആർട്ടിക്കിൾ 51 എയിൽ പറഞ്ഞിരിക്കുന്ന അടിസ്ഥാന കടമകൾ പഠിപ്പിക്കണമെന്ന ആവർത്തിച്ചുള്ള നിർബന്ധമാണ് നയത്തിന്റെ ഏറ്റവും വിസ്മയിപ്പിക്കുന്ന സവിശേഷതകളിലൊന്ന്. റിപ്പബ്ലിക്കിന്റെ സ്ഥാപക രേഖയിലെ വളരെ കുറച്ച് മാത്രം അറിയപ്പെടുന്ന ഒരു ആർട്ടിക്കിളാണിത്. ഒന്നാമതായി, ഇത് യഥാർഥ ഭരണഘടനയിൽ നിലവിലില്ല, പകരം 1976 ൽ ഇന്ദിരാഗാന്ധിയുടെ സർക്കാർ അടിയന്തരാവസ്ഥക്കാലത്ത് 'മതേതരത്വം', 'സോഷ്യലിസ്റ്റ്' എന്നീ പദങ്ങൾക്കൊപ്പം അവതരിപ്പിച്ചതാണ്. എനിക്കറിയാവുന്നിടത്തോളം, ലോകത്തിലെ ഒരു ലിബറൽ ഭരണഘടനയും പൗരന്മാരുടെ മൗലിക കർത്തവ്യങ്ങൾ എന്ന് വിളിക്കപ്പെടുന്ന ഒന്നും വിവരിക്കുന്നില്ല - അത് സ്വേച്ഛാധിപത്യ ഭരണകൂടത്തിന്റേതാണ്. 1936 ൽ സ്റ്റാലിന്റെ കീഴിൽ സോവിയറ്റ് യൂണിയന്റെ ഭരണഘടനയിൽ ഇത് ആദ്യമായി അവതരിപ്പിച്ചുവെന്ന് ഒരു അഭിഭാഷക സുഹൃത്ത് എന്നോട് പറയുന്നു: ആ ഭരണഘടന, തീർച്ചയായും, ഇപ്പോൾ നിലവിലില്ല. ചൈനയുടെ ഭരണഘടനയിലും ഇത് പരാമർശിക്കുന്നുണ്ട്. രണ്ടാം ലോകമഹായുദ്ധത്തിൽ ജപ്പാന്റെ തോൽവിക്ക് ശേഷം അമേരിക്കൻ അഭിഭാഷകർ എഴുതിയ ജപ്പാന്റെ ഭരണഘടനയി

ല്യം ഇത്തരത്തിലുള്ള ഒരു വിഭാഗമുണ്ട്, കാരണം ജപ്പാൻകാർ തങ്ങളുടെ മേൽ അടിച്ചേൽപിച്ച പുതിയ ഭരണകൂടത്തോട് വിശ്വസ്തത പുലർത്തുമോ എന്നതിൽ അമേരിക്കക്കാർക്ക് ആശങ്കയുണ്ടായിരുന്നു. എന്തായാലും, ഇന്ത്യയിലെ അടിയന്തരാവസ്ഥ ഭരണകൂടം ഭരണഘടനയിൽ ഉൾപ്പെടുത്തിയ ആർട്ടിക്കിൾ 51 എ, അക്കാലത്തെ സ്വേച്ഛാധിപത്യ അന്തരീക്ഷത്തെ ഓർമിപ്പിക്കുന്നു.

വാസ്തവത്തിൽ, അതുവരെ കേന്ദ്രത്തിലെ എല്ലാ കോൺഗ്രസ് മന്ത്രിസഭകളിലും സേവനമനുഷ്ഠിച്ച സ്വരൺ സിങ്ങിന്റെ നേതൃത്വത്തിലുള്ള കമ്മിറ്റി ഈ ഭരണഘടനാ ഭേദഗതി നിർദേശിച്ചത് ഭരണകൂടം നൽകിയ അവകാശങ്ങൾക്ക് പകരമായി രാജ്യത്തെ പൗരന്മാർ ഭരണകൂടത്തിനായി ചില ചുമതലകൾ നിർവഹിക്കേണ്ടതുണ്ട് എന്ന് പരാമർശിച്ചുകൊണ്ടാണ്. ഒരു പൗരൻ കടമകൾ നിറവേറ്റുന്നില്ലെങ്കിൽ, അവൻ അവകാശങ്ങൾ അർഹിക്കുന്നില്ല. ദേശീയ പതാകയോടും ദേശീയ ഗാനത്തോടുമുള്ള ബഹുമാനം, രാജ്യത്തെ സംരക്ഷിക്കുക, ആവശ്യപ്പെടുമ്പോൾ ദേശീയ സേവനം ചെയ്യുക, മതപരവും ഭാഷാപരവുമായ വൈവിധ്യവും ഇന്ത്യയുടെ സമ്മിശ്ര സംസ്കാരവും സംരക്ഷിക്കുക, ശാസ്ത്രീയ മനോഭാവം വളർത്തിയെടുക്കുക, പൊതു സ്വത്ത് സംരക്ഷിക്കുക, അക്രമം ഒഴിവാക്കുക എന്നിവയായിരുന്നു ചുമതലകൾ. ബഹുസ്വര മതേതര ജനാധിപത്യത്തെക്കുറിച്ച് ഞാൻ നിങ്ങളോട് പറഞ്ഞത് ഓർക്കുകയാണെങ്കിൽ, ഇന്ദിരാഗാന്ധിയുടെ അടിയന്തരാവസ്ഥയുടെ സ്വേച്ഛാധിപത്യ പ്രഭാഷണത്തിൽ പൊതിഞ്ഞ ഘടകങ്ങൾ നെഹ്റുവിയൻ മതേതരത്വത്തിന്റെ ഘടകങ്ങളായി നിങ്ങൾ തിരിച്ചറിയും.

മൗലിക കർത്തവ്യങ്ങൾ എന്ന ആശയം യഥാർഥത്തിൽ വിനാശകരമാണ്. കടമകളുടെ വാഗ്ദാനത്തിന് പകരമായി അവകാശങ്ങൾ വാഗ്ദാനം ചെയ്യുന്ന പൗരന്മാരും ഭരണകൂടവും തമ്മിലുള്ള ഇടപാടാണ് ഭരണഘടനയെന്ന് ഇത് സൂചിപ്പിക്കുന്നു. ഇത് തീർത്തും തെറ്റാണ്. ഭരണഘടനയ്ക്ക് മുമ്പ് നിലനിന്നിരുന്ന ഭരണകൂടം - ഭരണഘടനയനുസരിച്ച് നിയമിക്കപ്പെടാത്ത ഉദ്യോഗസ്ഥരുടെ മേൽനോട്ടത്തിലുള്ള ഭരണകൂടം - പൗരന്മാരുമായി ഒരു കരാർ കൈമാറ്റത്തിൽ ഏർപ്പെട്ടതായി ഇത് സൂചിപ്പിക്കുന്നു. ഭരണഘടന ജനങ്ങൾ തങ്ങൾക്കുതന്നെ നൽകിയതാണെന്ന ഭരണഘടനയുടെ ആദ്യ പേജിലെ പ്രഖ്യാപനത്തെ ഇത് അസംബന്ധമാക്കുന്നു: ഇത് ഒരു മുൻകാല ഭരണകൂടം അവർക്ക് വാഗ്ദാനം ചെയ്തിട്ടില്ല. എന്നാൽ സ്വാതന്ത്ര്യാനന്തരം ഡൽഹിയിൽ അധികാരം പിടിച്ച ഭരണാധികാരികളുടെ മാനസികാവസ്ഥ ഇതായിരുന്നു. ബ്രിട്ടീഷുകാരുടെയും ഒരുപക്ഷേ മുഗളന്മാരുടെയും മൗര്യന്മാരുടെയും പിൻഗാമികളായി അവർ സ്വയം കരുതി - ഒരു സാമ്രാജ്യത്വ രാഷ്ട്രത്തിന്റെ ഭരണാധികാരികൾ.

നിയമപരമായി നടപ്പിലാക്കാൻ കഴിയില്ലെങ്കിലും, മൗലിക കർത്തവ്യങ്ങൾ പട്ടികപ്പെടുത്തുന്ന ആർട്ടിക്കിൾ 51 എ ഭരണഘടനയിൽ ഉൾപ്പെടുത്തിയത് അതുകൊണ്ടാണ്. ഈ വഞ്ചനാപരമായ ആർട്ടിക്കിൾ കഴിയുന്നത്ര വേഗം നീക്കം ചെയ്യേണ്ടതുണ്ട്.

എന്നാൽ ഇന്ദിരാഗാന്ധിയുടെ സ്വേച്ഛാധിപത്യ ഭരണം നെഹ്റുവിയൻ മതേതരത്വത്തെ ഉയർത്തിപ്പിടിക്കാനുള്ള ശ്രമമായിരുന്നു നടത്തിയതെങ്കിൽ മൗലിക കർത്തവ്യങ്ങൾ ഇന്ന് സ്കൂളുകളിൽ പഠിപ്പിക്കണമെന്ന് രാജ്യത്തെ ഇപ്പോഴത്തെ ഭരണാധികാരികൾ ശഠിക്കുന്നത് എന്തുകൊണ്ട്? ഞാൻ നേരത്തെ നിർദേശിച്ച അതേ ഉത്തരം തന്നെയാണ്: വിശദാംശങ്ങൾ പ്രശ്നമല്ല; സ്റ്റേറ്റിനോട് കടപ്പാട് കാണിക്കാൻ വിദ്യാർഥികൾ പഠിക്കുക എന്നതാണ് പ്രധാനം. പ്രബോധനത്തിന്റെ സ്വേച്ഛാധിപത്യ മനോഭാവമാണ് നിർണായകം. ഉദാഹരണത്തിന്, ഹിന്ദുരാഷ്ട്രത്തിലെ പ്രധാന പ്രത്യയശാസ്ത്രജ്ഞർ - ഗോൾവാൾക്കർ - സ്വാർഥ വ്യക്തിത്വത്തെ പ്രോത്സാഹിപ്പിക്കുന്ന മൗലികാവകാശങ്ങളെക്കുറിച്ചുള്ള ആശയത്തിനെതിരെ വ്യക്തമായി വാദിച്ചത് ഓർക്കുക; കൂട്ടായ മനോഭാവവും ദേശീയ ഐക്യവും ശക്തിപ്പെടുത്തുന്നതിനുള്ള കടമകൾക്ക് അദ്ദേഹം ഊന്നൽ നൽകി. തൽഫലമായി, ഒരു ബഹിരാകാശ പേടകം ചൊവ്വയിലേക്ക് എങ്ങനെ പറക്കുന്നു അല്ലെങ്കിൽ ഒരു ഹൃദയം ഒരു മനുഷ്യ ശരീരത്തിൽ നിന്ന് മറ്റൊന്നിലേക്ക് പറിച്ചുനടാം എന്ന് പഠിക്കുമ്പോൾ തന്നെ വിദ്യാർഥിയോട് ജ്യോതിഷത്തെക്കുറിച്ചോ ആയുർവേദത്തെക്കുറിച്ചോ പറയുമ്പോൾ പുരാതന ജ്ഞാനത്തിന്റെ കാലാതീതമായ സത്യമായി അവർ ആ അറിവ് സ്വീകരിക്കണം. അദ്വൈത വേദാന്തത്തിന്റെ അഗാധമായ വൈരുധ്യങ്ങളെ യോജിപ്പുള്ള ഐക്യത്തിനുള്ളിൽ പൊതിഞ്ഞു വ്യാഖ്യാനിക്കണം. തങ്ങൾ ഉണ്ടാക്കിയ ഭരണഘടന അധികാരസ്ഥാനങ്ങളിൽ ഇരിക്കുന്നവരെ ചോദ്യം ചെയ്യാൻ തങ്ങളെ അനുവദിക്കുന്നില്ല എന്ന് വിശ്വസിക്കുന്ന സൗമ്യരും സംതൃപ്തരുമായ പൗരന്മാരെ അത് സൃഷ്ടിക്കുമെന്ന് പ്രതീക്ഷിക്കാം.

അനുസരണയുള്ള പ്രജയായി പൗരൻ

ഒരുപക്ഷേ ഞാൻ വളരെ ദയാലുവാകുകയാണ്, കാരണം എനിക്ക് ആഴത്തിലുള്ള ഒരു സംശയം ഉണ്ട്, അത് അനാവശ്യമായിരിക്കില്ല. ഇന്ത്യക്കാരുടെ അടുത്ത തലമുറയെ ബോധവൽക്കരിക്കുന്നതിനുള്ള ഈ നയത്തിന് പ്രചോദനം നൽകുന്ന പൗരനും ഭരണകൂടവും തമ്മിലുള്ള ആദർശപരമായ ബന്ധം ഭരണഘടനയിൽ വിശദീകരിച്ചിട്ടുള്ള ഒന്നായിരിക്കില്ല എന്നത് ഒരു സാധ്യതയാണ്. അതിനുപകരം, ആ രേഖയോടുള്ള എല്ലാ വിവേചനങ്ങളും ഉണ്ടായിരുന്നിട്ടും, വിദ്യാഭ്യാസ നയത്തെ

ഉൾക്കൊള്ളുന്ന ഈ ആദർശ ഭരണകൂടത്തിന്റെ ദർശനം ദണ്ഡനീതിയുടെ പ്രമാണങ്ങൾക്കനുസൃതമായി നീതിമാനായ രാജാവ് തന്റെ രാജ്യം ഭരിക്കുന്നു എന്നതാണ്. ദണ്ഡ എന്നാൽ ശിക്ഷ എന്നാണ് നിങ്ങൾ കരുതുന്നുണ്ടാവുക. നിങ്ങൾ പറഞ്ഞത് ശരിയാണ്, കാരണം ശിക്ഷയാണ് ദണ്ഡയുടെ അടിസ്ഥാനം. എന്നാൽ ഒരു രാജ്യം ഭരിക്കുന്നതിന്റെ ഒരു ധാർമിക ചട്ടക്കൂടായി വിശദീകരിക്കുമ്പോൾ, അത് ശിക്ഷ എന്നതിലും കൂടുതലാണ്. രസകരമായ ഈ വിഷയത്തെക്കുറിച്ച് ഞാൻ നിങ്ങളോട് കുറച്ച് പറയട്ടെ, കാരണം എന്റെ സംശയം ശരിയാണെങ്കിൽ, യുവ വിദ്യാർഥികളുടെ മനസ്സിൽ ഇന്ത്യൻ ധാർമിക മൂല്യങ്ങൾ വളർത്തിയെടുക്കുന്നതിനെക്കുറിച്ചുള്ള പ്രസ്താവനകൾ ആധുനികവൽക്കരണ പദ്ധതിയുടെ കാഴ്ച്ചവെക്കൽ മാത്രമല്ല, മറിച്ച് സ്വാതന്ത്ര്യ പ്രസ്ഥാനവും ഭരണഘടനയും നിർണായകമായി തള്ളിക്കളഞ്ഞ ഒരു രാഷ്ട്രീയ ആദർശത്തെ പുനരുജ്ജീവിപ്പിക്കാനും പുനഃസ്ഥാപിക്കാനുമുള്ള പദ്ധതിയാണ്.

എന്താണ് ദണ്ഡ? മനു ഭയപ്പെടുത്തുന്ന ഒരു രൂപത്തെ വിവരിക്കുന്നു - തിളങ്ങുന്ന ഇരുണ്ട ചർമവും കോപിക്കുന്ന ചോരക്കണ്ണുകളുള്ള ഒരു ശക്തനായ മനുഷ്യൻ. ഉപദ്രവവും ക്രമക്കേടും ഉണ്ടാക്കുന്നതിൽ നിന്ന് ദ്രോഹികളെ തടയാൻ രാജാവ് വിന്യസിക്കേണ്ടത് അവനെയാണ്. നല്ല ഭരണമുള്ള രാജ്യത്തിന്റെ താക്കോലാണ് ദണ്ഡയെക്കുറിച്ചുള്ള ഭയം. അതില്ലായിരുന്നെങ്കിൽ, ആർക്കും തന്റേതായ അവകാശമുള്ള ഒന്നും ആസ്വദിക്കാൻ കഴിയില്ല, ശക്തൻ ദുർബലനെ പീഡിപ്പിക്കും. *സ്വമ്യ അല്ലെങ്കിൽ സ്വസ്വാമിത്വ* - വർണ ക്രമത്തിനുള്ളിൽ ഒരാളുടെ ശരിയായ അവകാശവാദം (അധികാർ) - അപ്രത്യക്ഷമാകും. യഥാർഥത്തിൽ, സാധാരണക്കാരുടെ ധാർമിക നിലവാരത്തെക്കുറിച്ച് മനുവിന് വളരെ മോശം അഭിപ്രായമായിരുന്നു: *സർവോ ദണ്ഡജിതോ ലോകോ ദുർലഭോ ഹി ശുചിർണരഃ* എന്ന് അദ്ദേഹം പറഞ്ഞു, അതിനർഥം സത്യസന്ധനായ ഒരു മനുഷ്യനെ ഈ ലോകത്ത് കണ്ടെത്തുന്നത് വളരെ അപൂർവമാണ് അതിനാൽ ഭരിക്കാനുള്ള ഏക മാർഗമാണ് ദണ്ഡ. അല്ലാത്തപക്ഷം, അതിമനോഹരമായ ചില ഭാഷകൾ ഉപയോഗിച്ച്, ശക്തൻ തീയിൽ വെച്ചിരിക്കുന്ന മത്സ്യക്ഷണങ്ങൾ പോലെ ബലഹീനരെ വിഴുങ്ങുകയും, കാക്കകൾ ബലിയർപ്പിക്കുന്ന അപ്പം തിന്നുകയും, നായ്ക്കൾ യാഗത്തിന്റെ നെയ്യ് നക്കുകയും ചെയ്യും എന്ന് മുന്നറിയിപ്പ് നൽകി. സമ്പൂർണ അരാജകത്വം ലോകത്തിലേക്ക് ഇറങ്ങും: *സ്വാമ്യഞ്ച ന സ്യാത് കസ്മിമശ്ചിത് പ്രവർത്തേതാധരോത്തരം.* ശിക്ഷയെക്കുറിച്ചുള്ള ഭയം മാത്രമേ രാജാവിന്റെ പ്രജകളുടെ സംരക്ഷണം ഉറപ്പാക്കൂ.

മനുവിന് ശേഷം നിരവധി നൂറ്റാണ്ടുകൾക്ക് ശേഷം, കൗടില്യൻ തന്റെ *അർഥശാസ്ത്ര*ത്തിൽ ദണ്ഡനീതിയെക്കുറിച്ച് കൂടുതൽ സങ്കീർണ

മായ വിവരണം നൽകി. ഇന്ത്യയുടെ വടക്കുപടിഞ്ഞാറൻ ഭാഗങ്ങളിൽ പ്രവേശിച്ച ഗ്രീക്ക് ഭരണാധികാരികൾ സ്ഥാപിച്ചതുൾപ്പെടെ നിരവധി വലിയ രാജ്യങ്ങളുടെ ചരിത്രത്തിൽ നിന്ന് നേടിയ ജ്ഞാനം അദ്ദേഹം ശേഖരിച്ചു. ശിക്ഷയുടെ ശക്തി അനിവാര്യമാണെങ്കിലും, അതി ന്റെ അമിതമായ ഉപയോഗം അടിച്ചമർത്തലിലേക്കും ശത്രുതയിലേക്കും കലാപത്തിലേക്കും നയിച്ചുവെന്ന് അദ്ദേഹത്തിനറിയാമായിരുന്നു. ന്യാ യബോധമുള്ള രാജാവ്, *പ്രാക്തികോപിനെ*ക്കുറിച്ച്, അതായത് തന്റെ ഉപവിഭാഗങ്ങളുടെ കോപത്തെക്കുറിച്ച് ജാഗ്രത പാലിക്കണമെന്ന് അദ്ദേഹം പറഞ്ഞു. തൽഫലമായി, അവൻ മധുരവാക്കുകളും സമ്മാന ങ്ങളുംകൊണ്ട് തന്റെ ദണ്ഡയെ മയപ്പെടുത്തുകയും സ്വയം അച്ചടക്ക ത്തിലൂടെയും പഠനത്തിലൂടെയും വിനയത്തിന്റെ (മനോഹരമായ) ഗുണം വളർത്തിയെടുക്കുകയും മുതിർന്നവരിൽ നിന്നും ജ്ഞാനികളിൽനിന്നും ഉപദേശം സ്വീകരിക്കുകയും വേണം. എതിർപ്പ് നിലനിൽക്കുകയാണെ ങ്കിൽ, അവൻ ശത്രുക്കൾക്കിടയിൽ ഭിന്നത വിതയ്ക്കണം. ഈ നടപടിക ളെല്ലാം പരാജയപ്പെട്ടാൽ മാത്രമേ അവൻ നിർണായക ശക്തിയെ അവ ലംബിക്കാവൂ. ഇന്നത്തെ ഭാഷയിൽ നൈപുണ്യത്തോടും വിധിയോടും കൂടി ഉപയോഗിക്കേണ്ട ഒരു നൈതിക നയമാണ് ദണ്ഡ എന്ന് നമ്മൾ പറഞ്ഞേക്കാം.

ഇത് പോലീസിന്റെ വടിയെ (ദണ്ഡ്) മാത്രമല്ല സൂചിപ്പിക്കുന്ന ത്, സ്വാതന്ത്ര്യത്തിന്റെയും സമത്വത്തിന്റെയും ഏതെങ്കിലും സങ്കൽപ ത്തിൽ നിന്ന് അത് വളരെ അകലെയാണ്. കൗടില്യന്റെ രാജ്യത്തിലെ പ്രജകൾക്ക് ഭരണകൂടത്തിനെതിരായി ഒരു അവകാശവുമില്ലായിരുന്നു. ദണ്ഡയുടെ ഭരണം സംരക്ഷിക്കേണ്ട അധികാരം നിയമാനുസൃതമായി ഓരോരുത്തർക്കും, അവനോ അവൾക്കോ, അവകാശപ്പെട്ടതാണ്. എന്തായിരുന്നു നിയമം? ധർമശാസ്ത്രത്തിൽ അത് പ്രതിപാദിച്ചിട്ടുണ്ട്. രാജാവിന് നിയമം ഉണ്ടാക്കാൻ കഴിയില്ല: നടപ്പിലാക്കാനുള്ള നിയമം അദ്ദേഹത്തിന് ഇതിനകം നൽകിയിട്ടുണ്ട്. ബ്രാഹ്മണർ മുൻകാല അധി കാരികളിൽ നിന്ന് നിയമങ്ങൾ സമാഹരിച്ചിരുന്നു; അവർ അവയെ വ്യാ ഖ്യാനിക്കുകയും പരസ്പരവിരുദ്ധമായ വ്യാഖ്യാനങ്ങളെക്കുറിച്ചുള്ള തർക്ക ങ്ങൾ പരിഹരിക്കുകയും ചെയ്തു. ധർമശാസ്ത്രത്തിലെ ഈ നിയമങ്ങൾ ജാതി, ലിംഗഭേദം, പ്രായം എന്നിവ അനുസരിച്ച് വ്യത്യസ്ത ആളുകൾക്ക് വ്യത്യസ്ത അധികാരങ്ങൾ നൽകി. സ്വാതന്ത്ര്യവും സമത്വവും സാർവ ത്രിക അവകാശങ്ങൾ എന്ന നിലയിൽ ധർമത്തിന്റെ ഈ ശ്രേണിപര മായ ലോകത്ത് അചിന്തനീയമായിരുന്നു.

1950 ൽ ഇന്ത്യയിലെ ജനങ്ങൾ അവരുടെ ഭരണഘടന അംഗീക രിച്ചപ്പോൾ ഒരു രാഷ്ട്രം (രാജ്യ) ഭരിക്കാനുള്ള ധാർമിക ചട്ടക്കൂട് എന്ന

നിലയിൽ ദണ്ഡനീതി ശക്തമായി നിരാകരിക്കപ്പെട്ടു. ഓർക്കുക, അക്കാലത്ത് ഇന്ത്യയിൽ നിരവധി രാജാക്കന്മാരും നവാബുമാരും ഉണ്ടായിരുന്നു, അവരിൽ പലരും രാജത്വത്തിന്റെ പരമ്പരാഗത ആശയങ്ങൾ അനുസരിച്ച് ഭരിക്കുന്നതായി അവകാശപ്പെട്ടു. അവരെല്ലാം തങ്ങളുടെ പരമാധികാര അവകാശവാദങ്ങൾ ഉപേക്ഷിച്ച് എല്ലാ പൗരന്മാരുടെയും മൗലികാവകാശങ്ങൾ ഉൾക്കൊള്ളുന്ന ഭരണഘടനയെ അംഗീകരിക്കുകയാണ് ചെയ്തത്. പ്രജകൾ ഉണ്ടായിരുന്നില്ല, കാരണം മുൻ രാജാക്കന്മാർ ഇപ്പോൾ നിങ്ങളെയും എന്നെയും പോലെ അവകാശമുള്ള പൗരന്മാരായിരുന്നു. ലിബറൽ ഭരണഘടന ഭരിക്കുന്ന ഒരു രാജ്യത്ത് ആരാണ് ദണ്ഡ പ്രയോഗിക്കുക?

ഇവിടെയാണ് സ്വാതന്ത്ര്യാനന്തരം ഇന്ത്യ ഭരിച്ചവർ തങ്ങളുടേതല്ലാത്ത, പരമാധികാരം പോലുള്ള അധികാരങ്ങൾക്ക് വേണ്ടി ആവർത്തിച്ച് ഹസ്തവിദ്യ (ഹാത് കി സഫായി) നടത്തിയിട്ടുള്ളത്. കൗടില്യൻ രാജാവിനെ ഉപദേശിച്ചതുപോലെ, അധികാരത്തിലേക്ക് തിരഞ്ഞെടുക്കപ്പെട്ടവർ, പരമാധികാരികളായി നടിക്കുകയും, അവിടെ അവർ സമ്മാനങ്ങൾ വിതരണം ചെയ്യുകയും വിശ്വസ്തത ഉണ്ടാക്കുകയും ചെയ്യുന്നു. ഒരു സർക്കാർ വകുപ്പിലെ ഉദ്യോഗസ്ഥനോ ട്രാഫിക്ക് ലൈറ്റിന് മുന്നിൽ നിൽക്കുന്ന പോലീസ് കോൺസ്റ്റബിളോ പോലും ദണ്ഡയുടെ ഒരു മിനിയേച്ചർ പകർപ്പാണ്. സിസ്റ്റം പ്രവർത്തിപ്പിക്കുന്നവരോട് നിങ്ങൾ ചോദിച്ചാൽ, അവർ നിങ്ങളോട് പറയും, അങ്ങനെ മാത്രമേ ഇത് പ്രാവർത്തികമാകൂ എന്ന്. ആളുകൾ തലമുറകളായി ആജ്ഞാപിക്കപ്പെടാൻ ശീലിക്കപ്പെട്ടവരുന്നു: അത് അവരുടെ ശീലങ്ങളിൽ ആഴത്തിൽ വേരൂന്നിയതാണ്. അതിനാൽ ശിക്ഷയെക്കുറിച്ചുള്ള യഥാർഥ ഭയം അവർക്കുണ്ടെങ്കിൽ മാത്രമേ അവർ നിയമം പാലിക്കുകയുള്ളൂ. ഭരണകൂടത്തെ ഭയപ്പെടാത്ത പ്രത്യേക ആനുകൂല്യങ്ങൾ അനുഭവിക്കുന്ന അധ്യാപകരും വിദ്യാർഥികളും ഉള്ള ഉന്നത സ്ഥാപനങ്ങളിൽ സ്വാതന്ത്ര്യത്തിലും സമത്വത്തിലും വിദ്യാഭ്യാസം നല്ലതാണ്; ദേശീയ-രാഷ്ട്രത്തോടുള്ള വിധേയത്വം പഠിപ്പിക്കേണ്ട ജനസംഖ്യയിൽ പക്ഷേ ഇത് ഉപയോഗിക്കുന്നത് ധാരാളിത്തമാണ്. അധികാരത്തെ അനുസരിക്കാനുള്ള അവരുടെ മൗലിക കർത്തവ്യത്തെക്കുറിച്ച് അവർ ബോധവാന്മാരായിരിക്കണം.

കൗടില്യൻ വിശദീകരിച്ച ദണ്ഡനീതിയുടെ നൈതിക നയം, തീർച്ചയായും, ഒരു ആദർശമാണ്. യഥാർഥത്തിൽ, അറിയപ്പെടുന്നതുപോലെ, നല്ല രാജാക്കന്മാരും ചീത്ത രാജാക്കന്മാരും, ജ്ഞാനികളായ രാജാക്കന്മാരും വിഡ്ഢികളായ രാജാക്കന്മാരും, ദയയുള്ള രാജാക്കന്മാരും സ്വേച്ഛാധിപതികളും ഉണ്ടായിരുന്നു. പലപ്പോഴും ഒരു കക്ഷിയോട് ജയിക്കാൻ ദണ്ഡ എന്നത് ചിലപ്പോൾ വിചിത്രമായും ക്രൂരമായും പ്ര

യോഗിക്കാറുണ്ട്. മറ്റ് സമയങ്ങളിൽ, അത് പ്രയോഗിക്കേണ്ട സമയത്ത് പ്രയോഗിച്ചില്ല. ജനങ്ങൾ ഇങ്ങനെ അടിച്ചമർത്തപ്പെട്ടപ്പോൾ അവർ രാജാവിനെതിരെ അധർമം ആരോപിച്ച് പ്രതിഷേധിച്ചു. അത് ഫലിച്ചില്ലെങ്കിൽ, ഒരുപക്ഷേ ഭരണാധികാരിയെ നീക്കം ചെയ്യാനും പകരം മറ്റൊരാളെ നിയമിക്കാനും തങ്ങളുടെ ചെറുത്തുനിൽപിന് സഹായിക്കാൻ അവർ മറ്റ് ശക്തരായ വ്യക്തികളെ ആശ്രയിച്ചു. ഇന്ത്യയിലെ എല്ലാ പ്രദേശങ്ങളിലും അടിച്ചമർത്തുന്ന ഭരണാധികാരികൾക്കെതിരായ കലാപത്തിന്റെ ചരിത്രങ്ങളുണ്ട്. ഈ കലാപങ്ങൾ തെളിയിക്കുന്നത് ജനങ്ങൾക്ക് അവരുടെ നിയമാനുസൃതമായ അവകാശങ്ങളെക്കുറിച്ച് (ഹഖ്) - സർക്കാരി ബ്രാഹ്മണന്മാരോ മുസ്ലീം മത നേതാക്കളോ പ്രഖ്യാപിച്ച നിർവചനങ്ങളിൽ മാത്രം ഒതുങ്ങാത്ത അവകാശങ്ങൾ - ശക്തമായ ബോധമുണ്ടെന്നാണ്. പ്രതിഷേധത്തിന്റെ നിമിഷങ്ങളിൽ, തങ്ങൾ ധർമത്തെയോ നീതിയെയോ ഉയർത്തിപ്പിടിക്കുന്നവരാണെന്ന് ജനങ്ങൾ വിശ്വസിച്ചു, അല്ലാതെ മോശം രാജാവിനെയല്ല.

ബ്രിട്ടീഷ് ഭരണത്തിനെതിരായ ബഹുജന മുന്നേറ്റങ്ങൾക്ക് പ്രചോദനമായത് ഈ മനോഭാവമായിരുന്നു. ഇന്ത്യൻ നാഷണൽ കോൺഗ്രസ് പിറവിയെടുക്കുന്നതിന് വളരെ മുമ്പുതന്നെ സാധാരണക്കാർ ബ്രിട്ടീഷ് ഭരണത്തിനെതിരെ പോരാടിയിരുന്നുവെന്ന കാര്യം മറക്കരുത്. അവർക്ക് പ്രാദേശിക നേതാക്കൾ ഉണ്ടായിരുന്നു, അവരിൽ ചിലർ തലവന്മാരോ പ്രഭുക്കന്മാരോ ആയിരുന്നു, മറ്റുള്ളവർ മതനേതാക്കളായിരുന്നു. ചിലപ്പോഴൊക്കെ ജനങ്ങൾ തങ്ങളുടെ ഇടയിൽ നിന്നുതന്നെ നേതാക്കളെ കണ്ടെത്തി. 1857 ലെ മഹത്തായ കലാപത്തിൽ, നിരവധി പ്രമുഖ നേതാക്കൾ ഉണ്ടായിരുന്നിട്ടും, ബ്രിട്ടീഷുകാർക്കെതിരായ കലാപത്തിന്റെ പ്രതീകാത്മക തലവനായി മുഗൾ ചക്രവർത്തിയെ തന്നെ നിയമിച്ചുവെങ്കിലും, മിക്ക സ്ഥലങ്ങളിലും ജനങ്ങളെ അണിനിരത്തിയത് വിമത സൈനികരാണ്. അന്യായമായ ഒരു ഭരണശക്തിയുടെ ദണ്ഡ് അനുസരിക്കാൻ അവർ വിസമ്മതിച്ചു.

സ്വതന്ത്ര ഇന്ത്യയിലെ നീതിയുടെ അടിത്തറയെന്ന നിലയിൽ ജനങ്ങളുടെ അവകാശങ്ങളെക്കുറിച്ചുള്ള ഈ ആശയം ഇന്ത്യൻ ഭരണഘടന ഔപചാരികമാക്കി. ഭരണാധികാരിയുടെ ദണ്ഡ് മാത്രമാണ് നീതിയുടെ സുരക്ഷിതമായ ഉറപ്പ് എന്ന പഴയ ആശയം അത് നിരാകരിച്ചു. പകരം, ജനങ്ങളാൽ തിരഞ്ഞെടുക്കപ്പെട്ടവർക്ക് മാത്രമേ ഭര ണം നടത്താനുള്ള അധികാരം ഉണ്ടാകൂ, അതും ജനങ്ങൾ അവരെ അധികാരത്തിൽ നിലനിർത്തുന്നിടത്തോളം. ജനങ്ങളുടെ അംഗീകാരത്തോടെയാണ് നിയമങ്ങൾ നിർമിക്കേണ്ടത്. ക്രമസമാധാനം നിലനിർത്തുന്നതിലും നീതി ലഭ്യമാക്കുന്നതിലും ജനങ്ങൾ സ്വയം പങ്കാളികളാകുന്ന ഒരു

മികച്ച സംവിധാനം ഇത് സൃഷ്ടിക്കും. ശിക്ഷപോലും ജനപ്രതിനിധികൾ ഉണ്ടാക്കിയ നിയമങ്ങൾക്കനുസൃതമായിരിക്കണം. ദണ്ഡ എന്നത് പൗരന്മാരുടെ അവകാശങ്ങളാൽ മാറ്റിസ്ഥാപിക്കപ്പെടേണ്ടതായിരുന്നു.

ഭരണഘടനയിൽ എല്ലാവരും സന്തുഷ്ടരായിരുന്നില്ലെന്ന് ഞാൻ നിങ്ങളോട് പറഞ്ഞിട്ടുണ്ട്. ഗോൾവാൾക്കർ മൗലികാവകാശങ്ങൾക്കെതിരെ വ്യക്തമായി വാദിച്ചു, അവ വ്യക്തി സ്വാർഥതയെ പ്രോത്സാഹിപ്പിക്കുകയും സാമൂഹിക ഐക്യം നശിപ്പിക്കുകയും ചെയ്യുമെന്ന് അവകാശപ്പെട്ടു. വാസ്തവത്തിൽ, നിയമവുമായി ബന്ധപ്പെട്ട് പോലും ഇത് ശരിയല്ല. പാശ്ചാത്യ രാജ്യങ്ങളിലെ ലിബറൽ ആശയങ്ങൾ വ്യക്തികൾക്ക് അവകാശങ്ങൾ ഉള്ളതായി മാത്രം സംസാരിക്കുമ്പോൾ, ഇന്ത്യൻ ഭരണഘടന പലയിടത്തും സമുദായങ്ങളുടെ സ്വാതന്ത്ര്യത്തെക്കുറിച്ച് പറയുന്നു. പട്ടികജാതികളുടെയും ഗോത്രങ്ങളുടെയും മതന്യൂനപക്ഷങ്ങളുടെയും അവകാശങ്ങളെ ഭരണഘടന അംഗീകരിക്കുന്നു. യഥാർഥ രാഷ്ട്രീയത്തിൽ, സമുദായങ്ങളുടെ അവകാശങ്ങൾ ആവശ്യപ്പെടുന്നതിനോ സംരക്ഷിക്കുന്നതിനോ വേണ്ടി എല്ലാ സമയത്തും പ്രസ്ഥാനങ്ങൾ ആരംഭിക്കുന്നു, സർക്കാരുകൾ പലപ്പോഴും അവ അംഗീകരിക്കുന്നു. ഞാൻ നേരത്തെ പറഞ്ഞതുപോലെ, ആളുകൾ അവരുടെ ഭരണഘടനാപരമായ അവകാശങ്ങളെക്കുറിച്ച് സംസാരിക്കുമ്പോൾ പോലും, യഥാർഥ ധർമമെന്ന് അവർ വിശ്വസിക്കുന്നതെന്തോ അതിനെ പ്രതിരോധിക്കാൻ കൂട്ടായി പ്രതിഷേധിക്കുന്നു എന്ന വിശ്വാസത്തിലാണ് അവർ പ്രവർത്തിക്കുന്നത്.

ജാതി, ലിംഗം, വർഗം അല്ലെങ്കിൽ ഭാഷ എന്നിവയുടെ അന്യായ ബന്ധങ്ങളെക്കുറിച്ചുള്ള പുതിയ അവകാശവാദങ്ങൾ പരമ്പരാഗത ഇന്ത്യൻ സമൂഹത്തിന്റെ ആദർശവത്കൃത വർണാശ്രമ ക്രമത്തിനെ നശിപ്പിക്കുമെന്ന തീവ്രമായ ഉത്കണ്ഠയിൽ നിന്നാണ് അവകാശങ്ങളെക്കുറിച്ചുള്ള ആർ എസ് എസ് സംശയം ഒഴുകുന്നത്. പുരാതന കാലം മുതൽ രാഷ്ട്രത്തിന്റെ സാംസ്കാരിക സ്വത്വത്തിലുള്ള അവരുടെ വിശ്വാസം ഈ ഏകീകൃത ധാർമിക ശക്തിയുടെ സ്ഥിരതയാൽ ന്യായീകരിക്കപ്പെടുന്നു. ഈ പാരമ്പര്യത്തിന്റെ ധാർമിക അധികാരത്തെ ചോദ്യംചെയ്യുന്ന ഏതൊരു പ്രസ്ഥാനത്തെയും ഹിന്ദുരാഷ്ട്രത്തിലെ വോട്ടർമാർ അംഗീകരിക്കുന്നില്ല. ഭരണഘടനാപരമായ അവകാശങ്ങളിലുള്ള വിശ്വാസത്തിന്റെ ഏറ്റവും പുതിയ പൊട്ടിത്തെറി നടന്നത് പൗരത്വ ഭേദഗതി നിയമത്തിനെതിരായ പ്രതിഷേധത്തിനിടയിലാണ്, അതിൽ നിങ്ങൾക്ക് നന്നായി അറിയാവുന്നതുപോലെ, വിദ്യാർഥികളും യുവാക്കളും വളരെ പ്രകടമായ പങ്ക് വഹിച്ചു. വിദ്യാഭ്യാസ പരിഷ്കരണങ്ങളിൽ അടിസ്ഥാന കടമകളെക്കുറിച്ചുള്ള പാഠങ്ങൾ ഉൾപ്പെടുത്താൻ പ്രേരിപ്പിച്ച കാരണ

ങ്ങളിലൊന്നാണ് ഇതെന്ന കാര്യത്തിൽ എനിക്ക് സംശയമില്ല. അവകാശങ്ങളെക്കുറിച്ചല്ല, അനുസരണയെക്കുറിച്ചാണ് ഭാവി പൗരന്മാരെ പരിശീലിപ്പിക്കേണ്ടതെന്ന് അത് തീരുമാനിച്ചു. നിങ്ങൾക്ക് തെളിവ് വേണമെങ്കിൽ, മറ്റൊന്നും നോക്കേണ്ടതില്ല, ഉത്തർപ്രദേശിൽ ഒരു മഠാധിപതി തന്റെ ദണ്ഡിന്റെ ക്രൂരത പരസ്യമായി പ്രദർശിപ്പിച്ച് സംസ്ഥാനം ഭരിക്കുന്നു.

പുതിയ വിദ്യാഭ്യാസ നയത്തിൽ ഞാൻ ചൂണ്ടിക്കാണിക്കേണ്ട മറ്റൊരു വശം കൂടിയുണ്ട്. പ്രാദേശിക ഭാഷകളിലൂടെ പഠിപ്പിക്കുന്നതിനെക്കുറിച്ചും പ്രാദേശിക പരിസ്ഥിതിയോടുള്ള ബഹുമാനത്തെക്കുറിച്ചും എല്ലാ ചർച്ചകളും ഉണ്ടായിരുന്നിട്ടും, നയത്തിനുള്ളിൽ ശക്തവും വ്യക്തവുമായ കേന്ദ്രീകൃത നീക്കം പ്രവർത്തിക്കുന്നു. അങ്ങനെ, രാജ്യത്തുടനീളം ഉന്നതവിദ്യാഭ്യാസത്തിന്റെ മേൽനോട്ടം വഹിക്കാൻ ഒരൊറ്റ അതോറിറ്റി ഉണ്ടായിരിക്കണം. സംസ്ഥാന വിദ്യാഭ്യാസ ബോർഡുകൾക്ക് അവരുടേതായ പാഠ്യപദ്ധതികളും പാഠപുസ്തകങ്ങളും ഉണ്ടായിരിക്കുമെങ്കിലും, കേന്ദ്ര ബോഡിയായ എൻ സി ഇ ആർ ടി രൂപീകരിച്ചവ മാതൃകയായി പ്രവർത്തിക്കണം. പൊതുവേ, വിദ്യാഭ്യാസം കേന്ദ്രവും സംസ്ഥാനങ്ങളും ഒരുപോലെ നിയമനിർമാണം നടത്താവുന്ന ഒരു സമകാലിക വിഷയമായതിനാൽ, ഒരു സംഘട്ടനമുണ്ടായാൽ കേന്ദ്രനയം നിലനിൽക്കണം എന്ന് ഈ നയം അനുശാസിക്കുന്നു. നിങ്ങൾക്കത് ഇതുവരെ അറിയില്ലായിരുന്നുവെങ്കിൽ, മൗലിക കർത്തവ്യങ്ങളും മതേതര, സോഷ്യലിസ്റ്റ് റിപ്പബ്ലിക്കും പോലെ, ഇത് ഇന്ദിരാഗാന്ധിയുടെ അടിയന്തരാവസ്ഥയുടെ മറ്റൊരു സംഭാവനയായിരുന്നുവെന്ന് ഞാൻ ചൂണ്ടിക്കാണിക്കാം. അപ്പോഴാണ് പ്രാദേശിക ഭാഷാ സംസ്കാരങ്ങളുമായി അഭേദ്യമായി ബന്ധപ്പെട്ടിരിക്കുന്നതെന്ന് വിശ്വസിക്കപ്പെട്ടിരുന്നതിനാൽ പ്രത്യേകമായി സംസ്ഥാന വിഷയമായി മാറ്റിനിർത്തിയിരുന്ന വിദ്യാഭ്യാസത്തെ കൺകറന്റ് ലിസ്റ്റിലേക്ക് കൊണ്ടുവന്നത്. നെഹ്റു പൈതൃകത്തിനെതിരായ അവരുടെ എല്ലാ വ്യാകുലതകളോടും കൂടി, ഹിന്ദുത്വയുടെ വക്താക്കൾ, ഇന്ദിരാഗാന്ധിയുടെ സ്വേച്ഛാധിപത്യത്തോടുള്ള അവരുടെ നിഗൂഢമായ ഇഷ്ടം ഒരിക്കൽക്കൂടി പ്രകടമാക്കി. കൗടില്യൻ സ്തുതിച്ച സാർവത്രിക ചക്രവർത്തിയായ ഒരു ചക്രവർത്തി ഭരിക്കുന്ന ശക്തമായ ഒരു ദേശീയ രാഷ്ട്രം എന്ന അവരുടെ ആദർശത്തോട് അത് പൂർണമായും പൊരുത്തപ്പെടുന്നു. അടുത്തിടെ നടന്ന അയോധ്യയിലെ രാമക്ഷേത്രത്തിന്റെ പ്രതിഷ്ഠാ ചടങ്ങുകൾ ഈ ആദർശത്തിന്റെ നാടകീയമായ പ്രതിനിധാനമായിരുന്നുവെന്ന് കരുതുന്നതിൽ തെറ്റില്ല.

ജാതിയുടെ സ്ഥിരത

അധികാര കേന്ദ്രീകരണ വിഷയം ഇന്ത്യൻ ഫെഡറലിസത്തെക്കുറിച്ച് ഞാൻ നേരത്തെ ഉന്നയിച്ച ചോദ്യത്തിലേക്ക് എന്നെ തിരികെ കൊണ്ടുവരുന്നു. ഗുരുതരമായ ഭീഷണി നേരിടുന്ന ജനങ്ങളുടെ അവകാശങ്ങൾ സംരക്ഷിക്കുന്നതിനിടയിൽ, ഫെഡറൽ സംവിധാനത്തെ പുനരുജ്ജീവിപ്പിക്കുന്നതിലേക്ക് അടിയന്തരമായി ശ്രദ്ധ തിരിക്കണമെന്ന് ഞാൻ എന്തിനാണ് വാദിക്കുന്നത്? കാരണം, രാജ്യത്തെ രാഷ്ട്രീയ ജീവിതത്തിന്റെ പ്രധാന കേന്ദ്രം കേന്ദ്രത്തിൽ നിന്ന് സംസ്ഥാനങ്ങളിലേക്ക് തിരികെ കൊണ്ടുവരേണ്ടതുണ്ട്. അതിലൂടെ നയങ്ങൾ യഥാർഥത്തിൽ നടപ്പിലാക്കുന്ന അധികാരതലത്തോട് അടുത്തുനിന്ന് തർക്ക വിഷയങ്ങളെ അഭിമുഖീകരിക്കാൻ നമുക്ക് കഴിയുമെന്ന് ഞാൻ വിശ്വസിക്കുന്നു. അതുവഴി, ജനങ്ങൾക്ക് പരസ്പരം അർഥവത്തായതും ഫലപ്രദവുമായ സഖ്യങ്ങൾ ഉണ്ടാക്കാൻ കൂടുതൽ അവസരമുണ്ടാകും, അത് രാഷ്ട്രത്തെ ദുർബലപ്പെടുത്തുകയല്ല, യഥാർഥത്തിൽ ശക്തിപ്പെടുത്തും. ഒരു കേന്ദ്രീകൃത ദേശരാഷ്ട്രം ശക്തമായ ഒരു പാർട്ടിക്കോ ശക്തനായ നേതാവിനോ മുകളിൽ ഐക്യത്തിന്റെ ശക്തി പ്രകടിപ്പിക്കുന്നത് രാജ്യത്തിന്റെ ശക്തിയുടെ അടയാളമാണ് എന്നത് തികച്ചും തെറ്റായ ആശയമാണ്. ഇന്ത്യയെപ്പോലെ വൈവിധ്യങ്ങളുള്ള ഒരു രാജ്യത്തിന്റെ ശക്തി, സംസ്ഥാന-പ്രാദേശിക തലങ്ങളിൽ ജനങ്ങൾക്കിടയിലുള്ള (ലോകമിത്രത) ശക്തമായ സഖ്യത്തിന്റെ അടിസ്ഥാനത്തിൽ മാത്രമേ കെട്ടിപ്പടുക്കാൻ കഴിയൂ.

സംസ്ഥാന തലത്തിൽ കൂടുതൽ നിർണായകമായി ഇടപെടാൻ അനുവദിച്ചാൽ, ജാതി പ്രശ്നം പൂർണമായുമല്ലെങ്കിലും കൂടുതൽ ഫലപ്രദമായി പരിഹരിക്കപ്പെടുമോ? ഞാൻ അങ്ങനെ വിശ്വസിക്കുന്നു. ജാതി ചോദ്യത്തിന് ഇവിടെ പ്രസക്തമായ രണ്ട് നിർണായക മാനങ്ങളുണ്ട്. ഒന്നാമതായി, ജാതി സംബന്ധമായ സംഘർഷങ്ങൾ രാഷ്ട്രീയ രംഗത്ത് പ്രത്യക്ഷപ്പെടുമ്പോൾ വർണാശ്രമത്തിന്റെ മതപരമായ സങ്കൽപങ്ങളുമായി ഇനി ബന്ധപ്പെടില്ല. വംശാവലികളിൽനിന്നും ജാതി പുരാണങ്ങളിൽനിന്നുമുള്ള ഉദ്ധരണികൾ ഉപയോഗിച്ച്, ആരെക്കാൾ ശുദ്ധിയുള്ളവരാണെന്നതിനെക്കുറിച്ച്, പഴയ കാലത്തെപ്പോലെ ആരും കൂടുതൽ തർക്കിക്കുന്നില്ല. ചരിത്രവും ഇതിഹാസവും കൂട്ടിയിണക്കുന്ന ആ കഥകൾ ആളുകൾ മുഴുവനായി മറന്നുവെന്ന് പറയാനാവില്ല. നിങ്ങൾ ഉത്തർ പ്രദേശിലെ ഏതെങ്കിലും ഭൂവുടമ ഠാക്കൂറുമായി സംസാരിച്ചാൽ, അലംഗീർ ബാദ്ഷാ സിംഹാസനത്തിലിരുന്ന കാലത്ത് തന്റെ ഗ്രാമത്തിന് ചുറ്റുമുള്ള പ്രദേശങ്ങളെല്ലാം കീഴടക്കിയ ഒരു ഗണേഷ് റായ് രജപുത്രന്റെ വംശപരമ്പരയാണ് തന്റെ കുടുംബമെന്ന് അദ്ദേഹം നിങ്ങളോട് പറയും. കുറച്ച് വർഷങ്ങൾക്ക് മുമ്പ്, ഠാക്കൂർ ജന്മിയുടെ മഹത്തായ കുടും

ബപരമ്പരയെ വിവരിക്കുന്ന എല്ലാത്തരം അത്ഭുതകരമായ സംഭവങ്ങളും വാഴ്ത്തിപ്പാടുന്ന ഒരു നാടോടിപ്പാട്ട് മുഴുവനും പാടാൻ വിളിക്കാവുന്ന ഒരു ഭാത് (bhat) പോലും ഈ പ്രദേശത്ത് ഉണ്ടായിരുന്നു. അത് അവരുടെ അന്തസ്സ് നിലനിർത്താൻ മാത്രമല്ല, ഭൂമിയോടുള്ള അവകാശവാദം കൂടിയായിരുന്നു. എന്നാൽ ജാതിയെ ചൊല്ലിയുള്ള രാഷ്ട്രീയ തർക്കങ്ങളിൽ അത്തരം കഥകൾക്ക് പ്രസക്തിയില്ല. അത് ഇപ്പോൾ പൂർണമായും സാമ്പത്തിക ആവശ്യങ്ങളുടെയും രാഷ്ട്രീയ സമാഹരണത്തിന്റെയും അടിസ്ഥാനത്തിൽ പോരാടുന്നു. രണ്ടാമതായി, ജാതി തർക്കങ്ങളിലെ കേന്ദ്ര വിഷയം സംവരണമാണ്. എല്ലാം അതിൽ കേന്ദ്രീകരിച്ച് തിളച്ചുമറിയുന്നു. ഈ രണ്ട് കാരണങ്ങളാലും, സംസ്ഥാന-പ്രാദേശിക തലങ്ങളിൽ പരിഹാരങ്ങൾ ചർച്ച ചെയ്യാനുള്ള അവസരത്തിന് നിലവിലെ സാഹചര്യത്തേക്കാൾ മികച്ച വിജയസാധ്യതയുണ്ടെന്ന് ഞാൻ വിശ്വസിക്കുന്നു, അതിൽ ഓരോ പ്രാദേശിക പരിഹാരവും അത് സ്ഥിരതയുള്ളതാണെങ്കിലും അല്ലെങ്കിലും കേന്ദ്ര നയങ്ങളിൽപെട്ട് വലയുന്നു.

എന്റെ ജീവിതകാലം മുഴുവൻ ജാതി വിഷയങ്ങളിൽ ഇടപെടേണ്ടി വന്നതിനാൽ, വർഷങ്ങളായി ജാതിയിൽ രാഷ്ട്രീയത്തിന്റെ സ്വാ ധീനം എങ്ങനെ മാറിയെന്ന് എനിക്കറിയാം. നാല് വർണങ്ങളെക്കുറിച്ച് ധർമശാസ്ത്രം എന്ത് പറഞ്ഞാലും, യഥാർഥ ജാതി ഘടനകൾ ഒരു പ്രദേശം മുതൽ മറ്റൊന്ന് വരെ വ്യത്യാസപ്പെടുന്നു, ചിലപ്പോൾ ഒരു ഗ്രാമങ്ങളിൽ നിന്ന് അടുത്തതിലേക്ക് പോലും. ചില പ്രദേശങ്ങളിൽ മറ്റുള്ളവയേക്കാൾ കൂടുതൽ ജാതികൾ ഉണ്ടായിരുന്നു. ഒരു വലിയ പ്രവിശ്യയിലോ ഒരുപക്ഷേ രാജ്യം മുഴുവനായോ ഒരു ജാതി നിലനിന്നിരുന്നാലും, വിവാഹങ്ങളും മറ്റ് സാമൂഹിക ബന്ധങ്ങളും ജാതിക്കുള്ളിൽ സംഭവിക്കുന്നത് അയൽ ജില്ലകളിൽ മാത്രമായിരിക്കും. ചിലപ്പോൾ ഒരേ ജാതി ഒരു പ്രദേശത്ത് ജാതി ക്രമത്തിൽ ഉയർന്നതായി കണക്കാക്കപ്പെട്ടിരുന്നു, എന്നാൽ അത് മറ്റൊരു പ്രദേശത്ത് താഴ്ന്നതായിരുന്നു. സാമ്പത്തിക അല്ലെങ്കിൽ രാഷ്ട്രീയ സാഹചര്യങ്ങളിലെ മാറ്റങ്ങൾ കാരണം, ഒരു ജാതിക്ക് പദവിയിൽ ഉയരുകയോ താഴുകയോ ചെയ്യാം. ഒരു ജാതിയിലെ ഒരു വിഭാഗം തങ്ങളുടെ പരമ്പരാഗത തൊഴിൽ മാറ്റുകയോ രാഷ്ട്രീയ അധികാരം നേടുകയോ ചെയ്ത് മറ്റ് ജാതികളിൽ നിന്ന് വേർപിരിഞ്ഞ് ഉയർന്ന പദവിയുള്ള പ്രത്യേക ജാതിയായി സ്വയം പ്രഖ്യാപിച്ച സന്ദർഭങ്ങളുണ്ട്. പദവിയിലെ മാറ്റത്തെ ന്യായീകരിക്കാൻ വംശാവലി കണ്ടുപിടിക്കുകയോ പുതിയൊരു പുരാണം രചിക്കുകയോ ചെയ്ത ബ്രാഹ്മണരാൽ ഈ മാറ്റങ്ങൾ പലപ്പോഴും വിശുദ്ധീകരിക്കപ്പെട്ടു. അങ്ങനെ, ചില പ്രദേശങ്ങളിലെ ശൂദ്ര അല്ലെങ്കിൽ ഗോത്ര സമുദായങ്ങൾക്കിടയിൽ രാഷ്ട്രീയമായി ശക്തമായ വംശങ്ങൾ ക്ഷത്രിയരായി കണക്കാക്കപ്പെടുന്നു. തെക്കൻ

ബംഗാളിലെ ചില ജില്ലകളിൽ, കൈബർത്തസ് ജാതിയിലെ ഒരു വലിയ വിഭാഗം മത്സ്യബന്ധനത്തിൽ നിന്ന് കൃഷിയിലേക്ക് അവരുടെ തൊഴിൽ മാറ്റി, മറ്റ് കൈബർത്തകളിൽ നിന്ന് സ്വയം വേർപെടുത്തി, സ്വയം മഹിഷ്യ ജാതി എന്ന് വിളിക്കുകയും ശുദ്ധമായ ശൂദ്ര ജാതിയുടെ പദവി അവകാശപ്പെടുകയും ചെയ്തു. ദൈവത്തിന്റെ ദൃഷ്ടിയിൽ എല്ലാ മനുഷ്യരുടെയും സമത്വത്തിനെ മുന്നോട്ടുവെക്കുന്ന, ജാതി വിവേചനത്തിന്റെ അനീതിയുടെ സന്ദേശം പ്രസംഗിക്കുന്ന ഒരു സന്യാസിയുടെയോ സൂഫി ഷെയ്ഖിന്റെയോ നേതൃത്വത്തിൽ നടന്ന ഭക്തിപ്രസ്ഥാനത്തിൽ ജാതിയുടെ പങ്കാളിത്തം പല പ്പോഴും അത്തരമൊരു പദവി ഉയർത്താൻ സഹായിച്ചു. ഉദാഹരണത്തിന്, നാരായണ ഗുരു കേരളത്തിൽ അയിത്തത്തിനെതിരെ ശക്തമായ ഒരു പ്രസ്ഥാനം നടത്തി, ഒരു ശിവ പ്രതിമ പ്രതിഷ്ഠിച്ചു, അത് ബ്രാഹ്മണ ശിവനേക്കാൾ ഈഴവ ശിവനായിരുന്നു: അദ്ദേഹത്തിന്റെ മത പ്രസ്ഥാനം ഈഴവ ജാതിയിൽ വിദ്യാഭ്യാസത്തിന് വലിയ കുതിപ്പ് നൽകി. ജാതികൾ തമ്മിലുള്ള ബന്ധത്തെക്കുറിച്ചുള്ള പുതിയ അവകാശവാദങ്ങൾ പരിഹരിക്കുന്നതിൽ മതം ഉൾപ്പെട്ടിരുന്നത് അങ്ങനെയാണ്.

പത്തൊൻപതാം നൂറ്റാണ്ടിന്റെ അവസാനം മുതൽ കാര്യങ്ങൾ മാറാൻ തുടങ്ങി. പഴയ രീതികൾക്കൊപ്പം, ഒരു ജാതിയുടെ ഉയർന്ന പദവിക്ക് വേണ്ടിയുള്ള അവകാശവാദത്തിൽ ഊന്നുന്ന രീതി സ്കൂൾ വിദ്യാഭ്യാസത്തിന്റെ പുതിയ സമ്പ്രദായത്തെ സ്വീകരിക്കുക എന്നതായിരുന്നു. രാജ്യത്തിന്റെ വിവിധ ഭാഗങ്ങളിലുള്ള ഇടത്തരം, താഴ്ന്ന ജാതിക്കാർ പോലും തങ്ങളുടെ യുവാക്കളെ (അപ്പോഴും പുരുഷന്മാർ മാത്രമായിരുന്നു) സ്കൂളിൽ പോകാനും പരീക്ഷകളിൽ വിജയിക്കാനും വൈറ്റ് കോളർ ജോലികളിൽ പ്രവേശിക്കാനും പ്രേരിപ്പിച്ചു. അത് സംഭവിച്ചു തുടങ്ങിയപ്പോൾ, ജീവിതശൈലിയിൽ മാറ്റങ്ങളും ഉയർന്ന ജാതിക്കാർക്കിടയിലെ പ്രബലമായ സാമൂഹിക ആചാരങ്ങൾ സ്വീകരിക്കലും ഉണ്ടായി. അത് യഥാർഥത്തിൽ ഒരു സാംസ്കാരിക കലാപമായിരുന്നു, അവർ ഉയർന്ന ജാതിക്കാരോട് പറയുന്നതുപോലെ, 'അത്ര ശ്രേഷ്ഠരായി തോന്നരുത്, കാരണം ഞങ്ങൾക്കും നിങ്ങളെപ്പോലെ നല്ലവരാകാൻ കഴിയും.' കാലക്രമേണ, കാർഷിക, കൈത്തൊഴിലാളി വിഭാഗങ്ങളിൽ നിന്നുള്ള കൂടുതൽ കൂടുതൽ ആളുകൾ സ്കൂൾ, കോളേജ് വിദ്യാഭ്യാസം നേടിയതോടെ അവർ ജോലി ആവശ്യപ്പെടാൻ തുടങ്ങി. ഇരുപതാം നൂറ്റാണ്ടിന്റെ ആദ്യ വർഷങ്ങളിൽ മൈസൂർ നാട്ടുരാജ്യത്തിൽ ആരംഭിച്ച സംവരണ രാഷ്ട്രീയത്തിന്റെ തുടക്കം 1920 കളിൽ ജസ്റ്റിസ് പാർട്ടി പ്രചാരണം ഏറ്റെടുത്തതോടെ മദ്രാസ് പ്രവിശ്യയിലേക്ക് വ്യാപിക്കുകയായിരുന്നു. ഇരുപതാം നൂറ്റാണ്ടിൽ തമിഴ് മേഖലയിലെ സാമൂഹിക രാഷ്ട്രീയ രംഗത്തെ മാറ്റിമ

റിച്ച മദ്രാസിലെ ബ്രാഹ്മണേതര പ്രസ്ഥാനത്തിൽ വെള്ളാള, ഗൗണ്ട തുട ങ്ങിയ കൂടുതൽ ജനസംഖ്യയുള്ള കാർഷിക ജാതികളും ചെട്ടി പോലുള്ള സമ്പന്നമായ വ്യാപാര ജാതികളും നേതൃത്വം നൽകി.

ബ്രാഹ്മണ പ്രത്യയശാസ്ത്രം, വ്യത്യസ്ത സാമൂഹിക തൊഴിലുകളെ വേർതിരിക്കുന്ന ഒരു മത പാരമ്പര്യത്തിൽ വേരൂന്നിയ ജാതിവ്യവസ്ഥ യെ കഴിഞ്ഞ ജന്മങ്ങളിലെ കർമ്മമനുസരിച്ച് മനുഷ്യർ ഒരു പ്രത്യേക ജാതിയിൽ ജനിക്കുന്നു എന്ന് ന്യായീകരിച്ച സാധൂകരിച്ചു- ശൂദ്ര ജാതി കൾക്കിടയിൽ വലിയ അനുയായികളുള്ള വിവിധ ഭക്തി വിഭാഗങ്ങൾക്കു ള്ളിൽ പോലും അത് അതിന്റെ സ്വാധീനം ചെലുത്തുന്നതിൽ വിജയിച്ചു. അങ്ങനെ, അസം, ബംഗാൾ, ഒഡീഷ എന്നിവിടങ്ങളിലെ കാർഷിക, കരകൗശല ജാതികൾക്കിടയിൽ വളരെ പ്രചാരമുള്ള വൈഷ്ണവ പ്രസ്ഥാ നം, ബ്രാഹ്മണരുടെ ആധിപത്യം പുലർത്തുകയും ജാതി നിയമങ്ങൾ നിലനിർത്തുകയും ചെയ്തു. എന്നാൽ മിക്ക പ്രദേശങ്ങളിലെയും തൊട്ടു കൂടാത്ത സമുദായങ്ങൾ, അവർ പുരാണ ദേവന്മാരെയും ദേവതകളെയും സ്വീകരിച്ചപ്പോഴും, ജാതിയുടെ ബ്രാഹ്മണ ന്യായീകരണം നിരസിച്ചു. ചില ദൗർഭാഗ്യങ്ങളുടെ ഫലമായി അല്ലെങ്കിൽ സാധാരണയായി ബ്രാ ഹ്മണരുടെയോ മറ്റ് ശക്തരായ വ്യക്തികളുടെയോ നികൃഷ്ടമായ കുപ കൽപനകളുടെ ഫലമായി അവരുടെ ഇന്നത്തെ അവസ്ഥയെ വിശദീ കരിക്കുന്ന സ്വന്തം ഉത്ഭവ മിഥ്യകൾ അവർ പലപ്പോഴും കണ്ടുപിടിച്ചു. ബ്രാഹ്മണർ അവരുടെ ചടങ്ങുകൾക്കും ഉത്സവങ്ങൾക്കും നേതൃത്വം നൽ കിയിട്ടില്ലെന്ന് പറയേണ്ടതില്ലല്ലോ. തൽഫലമായി, ദളിത് ജാതികളുടെ മതജീവിതം ആപേക്ഷിക സ്വാതന്ത്ര്യത്തിന്റെ ഒരു മേഖലയിൽ നില നിന്നിരുന്നു.

തൊട്ടുകൂടായ്മയുള്ള പറയ ജാതിയിൽ ജനിച്ചിട്ടും തമിഴും ഇംഗ്ലീ ഷും സ്വയം പഠിച്ച് സിദ്ധവൈദ്യത്തിന്റെ അഭ്യാസിയായി മാറിയ ഇയോത്തി താസ്സ് 1890 കളിൽ, 'തൊട്ടുകൂടാത്തവർ ഹിന്ദുക്കള്'ല്ലെന്ന് പ്രഖ്യാപിച്ചു. വാസ്തവത്തിൽ, പറയ ജാതി യഥാർത്ഥത്തിൽ ബുദ്ധമത ക്കാരായിരുന്നുവെന്ന് അദ്ദേഹം അവകാശപ്പെട്ടു. കുറച്ച് വർഷങ്ങൾക്ക് ശേഷം അദ്ദേഹം സിലോണിലേക്ക് പോയി ഔപചാരികമായി ബു ദ്ധമതം സ്വീകരിച്ചു. മദ്രാസിലേക്ക് മടങ്ങിയെത്തിയ അദ്ദേഹം ദളിത് വിഭാഗങ്ങൾക്കിടയിൽ മതം പ്രചരിപ്പിക്കുന്നതിനായി ശാക്യ ബുദ്ധമത സൊസൈറ്റി സ്ഥാപിച്ചു. ഞാൻ കണ്ട അദ്ദേഹത്തിന്റെ *ഒരു പൈസ തമിഴൻ* എന്ന പത്രം കഠിനവും എന്നാൽ നന്നായി സംവദിക്കുന്നതുമായ ലേഖനങ്ങൾകൊണ്ട് വളരെ ശ്രദ്ധേയമായിരുന്നു.

ഇ വി രാമസാമിയും (പെരിയാർ) ഭീംറാവു അംബേദ്കറും നട ത്തിയ ജാതിവിരുദ്ധ പ്രസ്ഥാനങ്ങൾ തീർച്ചയായും പ്രസിദ്ധമാണ്.

അംബേദ്കർ ജാതിയുടെ മതപരമായ ന്യായീകരണത്തെ ഗൗരവമായി എടുക്കുകയും വിവിധ ബ്രാഹ്മണ ഗ്രന്ഥങ്ങൾ പഠിക്കുകയും അവരുടെ ക്രൂരതയെയും മനുഷ്യത്വമില്ലായ്മയേയും കഠിനമായി പരിഹസിക്കുകയും ചെയ്തു. അതോടൊപ്പം, ഹിന്ദുമതത്തിന് പുറത്തുള്ള ന്യൂനപക്ഷ സമുദായമെന്ന നിലയിൽ ദളിതരുടെ അവകാശങ്ങളുടെ നിയമ സംരക്ഷണത്തിനായി അദ്ദേഹം അക്ഷീണം പോരാടി. ഇന്ത്യൻ ഭരണഘടനയുടെ നിർമാണത്തിൽ അദ്ദേഹത്തിന്റെ നിർണായക സംഭാവനയ്ക്ക് ശേഷം, ജാതി വിവേചനത്തിന്റെ തിന്മയെ ഉന്മൂലനം ചെയ്യുന്നതിനുള്ള നിയമപരമായ രീതികളുടെ ഫലപ്രാപ്തിയിലുള്ള വിശ്വാസം അദ്ദേഹത്തിന് നഷ്ടപ്പെട്ടതായി തോന്നുന്നു. തന്റെ ജീവിതാവസാനത്തിൽ, അംബേദ്കർ ബുദ്ധമതം സ്വീകരിച്ചു, നവയാന ബുദ്ധമതം എന്ന പേരിൽ ഒരു മതക്രമം ആരംഭിച്ചു, സമത്വത്തിന്റെ പുതിയ മതം സ്വീകരിച്ചുകൊണ്ട് ഹിന്ദു സമൂഹത്തിനുള്ളിലെ അടിമത്തത്തിന്റെ അവസ്ഥയിൽ നിന്ന് പുറത്തു കടക്കാൻ ദളിതരെ പ്രോത്സാഹിപ്പിച്ചു. പലരും അങ്ങനെ ചെയ്തിട്ടുണ്ട്, പ്രത്യേകിച്ച് മഹാരാഷ്ട്രയിലെ വിദർഭ മേഖലയിലെ മഹർ ജാതിയിൽ നിന്ന്: അവർ നവ-ബുദ്ധിസ്റ്റുകൾ എന്നാണ് അറിയപ്പെടുന്നത്. ഇ വി ആറാകട്ടെ, ഞാൻ നിങ്ങളോട് പറഞ്ഞിട്ടുള്ളതുപോലെ, എല്ലാ മതങ്ങൾക്കും പ്രത്യേകിച്ച് ഹിന്ദുമതത്തിനും എതിരെ, അവ യുക്തിരഹിതമായ അന്ധവിശ്വാസങ്ങൾ നിറഞ്ഞതാണെന്ന നിരീശ്വരവാദത്തിന്റെ സന്ദേശം പ്രചരിപ്പിക്കുകയും ചെയ്തു.

സ്വാതന്ത്ര്യസമരത്തിന്റെ ഗതിയിൽ, പ്രത്യേകിച്ച് 1920 ന് ശേഷമുള്ള ബഹുജന പ്രസ്ഥാനങ്ങൾ, മഹാരാഷ്ട്രയിലെ മറാത്ത, ഗുജറാത്തിലെ പാട്ടിദാർ, ഉത്തർപ്രദേശിലെ ജാട്ട്, ആന്ധ്രയിലെ റെഡ്ഡി എന്നിങ്ങനെ നിരവധി വലിയ ഭൂവുടമകളായ കർഷക ജാതികളുടെ പിന്തുണ കോൺഗ്രസ് നേടി. എന്നാൽ സ്വാതന്ത്ര്യാനന്തരം അധികാരമേറ്റ കോൺഗ്രസിന്റെ കേന്ദ്ര നേതൃത്വം ഇംഗ്ലീഷിൽ വിദ്യാഭ്യാസമുള്ള സവർണ ഹിന്ദുക്കളും വരേണ്യ മുസ്ലീങ്ങളും ഉൾപ്പെട്ടതായിരുന്നു. അക്കാലത്തെ ബ്യൂറോക്രസിയുടെയും ജുഡീഷ്യറിയുടെയും ഉന്നതവിദ്യാഭ്യാസത്തിൽ ഏർപ്പെട്ടിരുന്നവരുടെയും സാമൂഹിക സ്വഭാവം കൂടിയായിരുന്നു ഇത്. കോൺഗ്രസ് ഒരു പുതിയ തിരഞ്ഞെടുപ്പ് യന്ത്രം സൃഷ്ടിച്ചു, അതിലൂടെ ഈ കേന്ദ്ര നേതൃത്വം ഗ്രാമങ്ങളിലെ പ്രബല ഭൂവുടമകളായ ജാതികളെ മറ്റ്, ശക്തി കുറഞ്ഞ, ജാതികളുടെ വോട്ടുകൾ ഉറപ്പാക്കാൻ അണിനിരത്തി. ഈ സമയത്ത് ദളിത് ജാതികൾക്ക് രാഷ്ട്രീയ പരിചയം കുറവായിരുന്നെന്നു മാത്രമല്ല അവരുടേതായ കാര്യക്ഷമതയുള്ള നേതാക്കളും ഉണ്ടായിരുന്നില്ല: കേന്ദ്രത്തിലും സംസ്ഥാനങ്ങളിലും ഉള്ള കോൺഗ്രസ് ഗവൺമെന്റുകൾ അവർക്ക് വാഗ്ദാനം ചെയ്യുന്ന അപൂർവവും എളിമയുള്ളതുമായ ആനുകൂല്യങ്ങളെ

അവർ കൂട്ടുതലും ആശ്രയിച്ചിരുന്നു.

1967 നും 1977 നും ഇടയിലുള്ള വർഷങ്ങൾ ഒരു നിർണായക മാറ്റത്തിന്റെ കാലഘട്ടമായിരുന്നു. 1967 ൽ, കോൺഗ്രസ് പല സംസ്ഥാനങ്ങളിലും പരാജയപ്പെട്ടു, അതിന്റെ തിരഞ്ഞെടുപ്പ് യന്ത്രം നിർമിച്ച പഴയ ജാതി സഖ്യങ്ങളുടെ ദുർബലത വെളിപ്പെടുത്തി. പ്രത്യേകിച്ചും, കാർഷികമേഖലയിൽ നടന്നുകൊണ്ടിരിക്കുന്ന ഹരിതവിപ്ലവത്താൽ ഉത്തേജിപ്പിക്കപ്പെട്ട ഉത്തരേന്ത്യയിലെ വൻകിട ഭൂവുടമകളായ ജാതികൾക്ക്, കേന്ദ്രത്തിലെ ഉന്നതജാതി വരേണ്യവർഗം തങ്ങൾക്ക് രാഷ്ട്രീയ അധികാരത്തിന്റെ വലിയ പങ്ക് നിഷേധിക്കുന്നതായി തോന്നി. എന്നാൽ സം സ്ഥാനങ്ങളിലെ പ്രതിപക്ഷ പാർട്ടികൾ ശിഥിലമായി. 1969 ൽ കോൺഗ്രസിലെ പിളർപ്പിനെത്തുടർന്ന് ഇന്ദിരാഗാന്ധി അധി കാരം കേന്ദ്രീകരിച്ചു, പ്രത്യേകിച്ച് അടിയന്തരാവസ്ഥക്കാലത്ത്. 1977 ൽ അവരുടെ ഭരണം പരാജയപ്പെട്ടതോടെ, സംസ്ഥാനങ്ങളിൽ ജാട്ട്, യാദവ്, പാട്ടിദാർ, കമ്മ, വൊക്കലിഗ തുടങ്ങിയ വലിയ ഭൂവുടമകൾ വിവിധ സംസ്ഥാനങ്ങളിൽ സ്വന്തം രാഷ്ട്രീയ പാർട്ടികൾ ആരംഭിച്ചു, പലപ്പോഴും പ്രഭാവമുള്ള നേതാക്കളുമായി. തമിഴ്നാട്ടിലെ ഭൂവുടമകളായ ജാതികൾ ഡിഎം കെയുടെ കീഴിൽ ഒന്നിച്ചുകഴിഞ്ഞിരുന്നു. പ്രാദേശിക പാർട്ടികളുടെ പ്രാമുഖ്യത്തിലേക്കുള്ള ഉയർച്ചയുടെ തുടക്കമായിരുന്നു ഇത്, അവയിൽ പലതും 1980 കളിൽ സംസ്ഥാന സർക്കാരുകൾ രൂപീകരിച്ചു. വർണത്തിന്റെയും ജാതിയുടെയും മതപരമായ സങ്കൽപത്തിനുള്ളിൽനിന്നും വിഭാവന ചെയ്യാൻ പറ്റാത്ത തരത്തിലുള്ള ജാതി കൂട്ടുകെട്ടുകളും അത് സൃഷ്ടിച്ചു. തിരഞ്ഞെടുപ്പിൽ ഭൂരിപക്ഷം കെട്ടിപ്പടുക്കാനുള്ള രാഷ്ട്രീയ നിർബന്ധത്താൽ പ്രചോദിതമായി, ഒരു പാർട്ടിയുടെ നേതൃത്വത്തിൽ വിവിധ ശ്രേണികളിലുള്ള ജാതികൾ ഒന്നിച്ചു. അങ്ങനെ, ഗുജറാത്തിലെ പ്രബലരായ പട്ടീദാർ ജാതി കോൺഗ്രസ് വിട്ട് ജനതാ പാർട്ടിക്കും പിന്നീട് ബി ജെ പിക്കും വേണ്ടി വന്നപ്പോൾ മാധവ് സിംഗ് സോളങ്കിയുടെ നേതൃത്വത്തിൽ കോൺഗ്രസ് രാജ്പുത്, താഴ്ന്ന ജാതിക്കാരനായ കോലി, ഇടയൻമാരായ റബാഡി എന്നിവരെ ഒരു ക്ഷത്രിയ ഗ്രൂപ്പിലേക്ക് കൊണ്ടുവന്നു, അത് ഒരു തിരഞ്ഞെടുപ്പ് സഖ്യമുണ്ടാക്കി. പട്ടികജാതിക്കാർ, ആദിവാസികൾ, മുസ്ലീങ്ങൾ എന്നിവരോടൊപ്പം. ഇത് KHAM (ക്ഷത്രിയ, ഹരിജൻ, ആദിവാസി, മുസ്ലീം) കൂട്ടുകെട്ട് എന്നറിയപ്പെട്ടു. പുതിയ ജാതി കൂട്ടുകെട്ട് ഉണ്ടാക്കിയത് മതമല്ല, രാഷ്ട്രീയമാണ്.

സർക്കാർ സേവനങ്ങൾ, വിദ്യാഭ്യാസം എന്നിവയിൽ താഴ്ന്ന ജാതിക്കാർക്ക് കൂടുതൽ പ്രാതിനിധ്യം നൽകണമെന്ന ആവശ്യം ശക്തമായി ഉയർന്ന ദശകമായിരുന്നു ഇത്. ഈ ആവശ്യങ്ങൾ ഉന്നയിച്ച പുതിയ മുദ്രാവാക്യമായിരുന്നു സാമൂഹിക നീതി. നേരത്തെ ഉയർന്ന ജാതിക്കാ

രുടെ കൽപനകൾ നിശ്ശബ്ദമായി അംഗീകരിച്ചിരുന്ന ആളുകൾ ഇപ്പോൾ എഴുന്നേറ്റു നിൽക്കാനും നിരസിക്കാനും ധൈര്യം കാണിച്ചപ്പോൾ സമൂഹത്തിൽ വലിയ കോളിളക്കം ഉണ്ടായി എന്നതിൽ സംശയമില്ല. സംസ്ഥാ നങ്ങൾക്കുമേലുള്ള കേന്ദ്രസർക്കാരിന്റെ പിടി അയഞ്ഞു, ഗവർണറുടെ ഏകപക്ഷീയമായ അധികാരങ്ങൾ വെട്ടിച്ചുരുക്കി, പ്രാദേശിക ആവശ്യങ്ങളോട് അവരുടേതായ രീതിയിൽ പ്രതികരിക്കാൻ സംസ്ഥാന സർക്കാരുകൾ കൂടുതൽ ശേഷി നേടിയ കാലഘട്ടം കൂടിയായിരുന്നു അത്. പല നിരീക്ഷകരും കരുതുന്നത് ഫെഡറൽ സംവിധാനം സംസ്ഥാനങ്ങളുടെ ആവശ്യങ്ങളോട് പ്രതികരിച്ചതും നവീകരണത്തിന് തുറന്നതുമായ കാലഘട്ടമായിരുന്നു ഇത് എന്നാണ്.

1990 ലാണ് തിരിച്ചടി ആരംഭിച്ചത്. തകർച്ചയുടെ വക്കിലായിരുന്ന വി പി സിംഗ് സർക്കാർ ഏഴ് വർഷം പഴക്കമുള്ള ബി പി മണ്ഡലിന്റെ നേതൃത്വത്തിലുള്ള ഒരു കമ്മീഷൻ റിപ്പോർട്ട് നടപ്പിലാക്കാൻ ഉത്തരവിട്ടു. മറ്റ് പിന്നാക്ക വിഭാഗങ്ങൾക്ക് കേന്ദ്രസർക്കാർ സേവനങ്ങളിൽ 27 ശതമാനം സംവരണം ഏർപ്പെടുത്തണമെന്ന് മണ്ഡൽ ശുപാർശ ചെയ്തിരുന്നു. ഒ ബി സി, നിങ്ങൾക്ക് അറിയാവുന്നതുപോലെ, കൊളോണിയൽ കാലഘട്ടത്തിലെ ഒരു സെൻസസ് വിഭാഗമാണ്, അത് തൊട്ടുകൂടാത്ത ജാതികളുടെ (ഇപ്പോൾ പട്ടികജാതികളാണ്) വിഭാഗത്തിൽ ഉൾപ്പെടാത്ത നിരവധി ശൂദ്ര ജാതികളെ പട്ടികപ്പെടുത്തിയിട്ടുണ്ട്. യഥാർഥത്തിൽ ഒ ബി സി വിഭാഗത്തിലെ ആളുകളുടെ യഥാർഥ എണ്ണത്തെ ചുറ്റിപ്പറ്റി ഒരു നിഗൂഢതയുണ്ട്, കാരണം, സ്വാതന്ത്ര്യത്തിനുശേഷം പട്ടികജാതി ഒഴികെയുള്ള ജാതി ജനസംഖ്യ സെൻസസിൽ കണക്കാക്കിയിട്ടില്ല. മണ്ഡൽ റിപ്പോർട്ട് 1931 ലെ സെൻസസ് കണക്കുകൾ ഉപയോഗിച്ചാണ് ഒ ബി സി ജനസംഖ്യ കണക്കാക്കുന്നത്. വി പി സിങ്ങിന്റെ പ്രഖ്യാപനം ഉയർന്ന ജാതിക്കാർക്കിടയിൽ അങ്കലാപ്പുണ്ടാക്കി. പ്രതിഷേധ സൂചകമായി ഡൽഹിയിൽ ഒരു വിദ്യാർഥി സ്വയം തീകൊളുത്തി ആശുപത്രിയിൽ വച്ച് മരണപ്പെട്ടതിനെ തുടർന്ന് പ്രശ്നങ്ങൾ ആരംഭിച്ചു. വോട്ട് ബാങ്ക് രാഷ്ട്രീയത്തിന്റെ ബലിപീഠത്തിൽ അർഹത ബലികഴിക്കപ്പെട്ടുന്നുവെന്ന് അവകാശപ്പെടാൻ ഉത്തരേന്ത്യയിലുടനീളം, സവർണ-ജാതി യുവാക്കൾ തെരുവിലിറങ്ങി. ആകസ്മികമായി, വോട്ട് ബാങ്ക് രാഷ്ട്രീയം ആരോപിക്കപ്പെടുമ്പോഴെല്ലാം അത് താഴ്ന്നജാതി അല്ലെങ്കിൽ ന്യൂനപക്ഷ വോട്ടുകളെക്കുറിച്ചാണ് എന്നത് നിങ്ങൾ ശ്രദ്ധിക്കേണ്ടതാണ്, നിർവചനപ്രകാരം ഉയർന്ന ജാതിക്കാർക്ക് ഒരു വോട്ട് ബാങ്ക് രൂപീകരിക്കാൻ കഴിയില്ല. യഥാർഥത്തിൽ, ഈ ആരോപണം ജനാധിപത്യത്തിന്റെ തന്നെ അനന്തരഫലങ്ങളെക്കുറിച്ചുള്ള ഭയത്തെ പ്രതിഫലിപ്പിക്കുന്നു, കാരണം ഒരു ചെറിയ ന്യൂനപക്ഷത്തിന്റെ വേരോട്ടമുള്ള ശക്തി മറ്റ് ജാ

തികളിൽ ഭൂരിഭാഗവും അണിനിരക്കുന്നതിലൂടെ ഭീഷണിയിലാകുകയാണ്.

വി പി സിങ്ങിന് മറുപടിയുമായി ബി ജെ പി അയോധ്യയിലെ ബാബറി മസ്ജിദ് സ്ഥിതി ചെയ്യുന്ന സ്ഥലത്ത് രാമക്ഷേത്രം പണിയുന്നതിനായി വിശ്വഹിന്ദു പരിഷത്ത് നേരത്തെ ആരംഭിച്ച പ്രസ്ഥാനത്തെ പിന്തുണച്ച് രഥയാത്ര നടത്തി. ഗുജറാത്തിലെ സോമനാഥ ക്ഷേത്രത്തിൽ നിന്ന് ഉത്തരേന്ത്യയിലെ നൂറുകണക്കിന് പട്ടണങ്ങളിലൂടെയും ഗ്രാമങ്ങളിലൂടെയും അയോധ്യയിലേക്കുള്ള യാത്രയ്ക്ക് പതിനായിരക്കണക്കിന് അനുയായികളോടൊപ്പം ലാൽ കൃഷ്ണ അദ്വാനി നേതൃത്വം നൽകി. അദ്ദേഹം പിന്തുണയുടെ ഒരു തരംഗം സൃഷ്ടിച്ച - രാമനോടുള്ള മതഭക്തിയുടെയും ഹിന്ദു ദേശീയതയോടുള്ള രാഷ്ട്രീയ അനുഭാവത്തിന്റെയും മിശ്രിതം - മാത്രമല്ല അത് വർഗീയ സംഘർഷങ്ങളുടെ ഒരു പരമ്പരയെ പ്രകോപിപ്പിക്കുകയും ചെയ്തു. ബീഹാറിലെ ലാലു പ്രസാദ് യാദവിന്റെ സർക്കാർ രഥയാത്ര തടയുകയും അദ്വാനിയെ അറസ്റ്റ് ചെയ്യുകയും ചെയ്തു. കേന്ദ്രസർക്കാരിനുള്ള പിന്തുണ ബി ജെ പി പിൻവലിച്ചതോടെ വി പി സിംഗ് രാജിവയ്ക്കാൻ നിർബന്ധിതനായി.

ഈ സംഭവം വളരെ പ്രാധാന്യമർഹിക്കുന്നു, കാരണം പ്രാദേശിക പാർട്ടികൾ താഴ്ന്നജാതിക്കാരെ രാഷ്ട്രീയമായി അണിനിരത്തുന്നതിന്റെ പ്രത്യാഘാതങ്ങളെ ചെറുക്കാനുള്ള വിജയകരമായ ബി ജെ പി തന്ത്രത്തിന്റെ തുടക്കമായി ഇത് അടയാളപ്പെടുത്തി. ഹൈന്ദവ അഭിമാനവും പ്രതാപവും വീണ്ടെടുക്കാനുള്ള പോരാട്ടത്തിൽ അണിചേരാനും മുസ്ലീങ്ങളുടെ വോട്ടുകൾ ആശ്രയിക്കുന്ന കോൺഗ്രസിനെയോ പ്രാദേശിക പാർട്ടികളെയോ പോലെ അല്ലാത്ത ഒരു പാർട്ടിയെ പിന്തുണയ്ക്കാനും ജാതിഭേദമന്യേ എല്ലാ ഹിന്ദുക്കളോടും ആഹ്വാനം ചെയ്യാനുള്ള ഉയർന്ന ജാതിയിലെ വരേണ്യവർഗത്തിന്റെ തന്ത്രമായിരുന്നു ഇത്. പടിഞ്ഞാറൻ, ഉത്തരേന്ത്യയിൽ മാത്രമാണ് ഈ തന്ത്രം പ്രസക്തമായത്, ഞാൻ നിങ്ങളോട് വിശദീകരിച്ചതുപോലെ, മുസ്ലീം ഭരണാധികാരികൾക്കെതിരായ രജപുത്ര-മറാഠ മേധാവികളുടെ സംഘട്ടനത്തിന്റെ നീണ്ട ഓർമയും വിഭജനത്തിന്റെ സമീപകാല ചരിത്രവും ഇപ്പോഴും പുതുമയുള്ളതായിരുന്നു. എന്നാൽ അടുത്ത മുപ്പത് വർഷക്കാലം, കേന്ദ്രത്തിൽ ഭൂരിപക്ഷ സർക്കാർ രൂപീകരിക്കാൻ അനുവദിക്കുന്നതിന് പടിഞ്ഞാറൻ, വടക്കൻ സംസ്ഥാനങ്ങളിൽ മതിയായ പാർലമെന്ററി സീറ്റുകൾ നൽകാൻ കഴിയുന്ന ഒരു സ്ഥിരമായ വർഗീയ വോട്ടിംഗ് ബ്ലോക്ക് കെട്ടിപ്പടുക്കാൻ ബി ജെ പി ഈ തന്ത്രം തുടർന്നു. 2014 ലും 2019 ലും ഇത് വിജയിച്ചു.

എങ്ങനെ? ഒരു തലത്തിൽ, താഴ്ന്ന ജാതിക്കാരുടെ കൂടുതൽ പ്രാതിനിധ്യം ഒരു പരിധിവരെ അനിവാര്യമാണെന്ന് ഉയർന്ന ജാതി രാഷ്ട്രീയ

നേതാക്കളുടെയിടയിൽ ധാരണ ഉണ്ടായിരുന്നു. കഴിഞ്ഞ മൂന്ന് പതിറ്റാണ്ടുകളായി പാർലമെന്റ് അംഗങ്ങളുടെ പട്ടിക ഞാൻ പരിശോധിച്ചു. 1991 മുതൽ 2009 വരെ, ജനതാ പാർട്ടിയിലും സമാജ്‌വാദി പാർട്ടിയിലും രാഷ്ട്രീയ ജനതാദളിലും മാത്രമല്ല, കോൺഗ്രസിലും ഒ ബി സി അംഗങ്ങളുടെ എണ്ണം ഗണ്യമായി വർധിച്ചു. മിക്ക സംസ്ഥാന നിയമസഭകളിലും ഇതുതന്നെ സംഭവിച്ചു എന്നാണ് എന്റെ അനുമാനം. ഏതാനും വർഷങ്ങൾക്കുള്ളിൽ, ഇതിനകം അങ്ങനെ ചെയ്തിട്ടില്ലാത്ത സംസ്ഥാന സർക്കാരുകൾ സംസ്ഥാന സർക്കാർ സേവനങ്ങളിൽ ഒ ബി സി സംവരണം നടപ്പാക്കി. 2004 ൽ കേന്ദ്രത്തിൽ കോൺഗ്രസ് അധികാരത്തിലെത്തിയപ്പോൾ ഉന്നതവിദ്യാഭ്യാസത്തിൽ ഒ ബി സി സംവരണം ഏർപ്പെടുത്തി. വിവിധ സംഘടനകൾ പ്രതിഷേധം അറിയിച്ചെങ്കിലും ഒ ബി സി സംവരണം റദ്ദാക്കാൻ ബി ജെ പിയോ കോൺഗ്രസോ ഏതെങ്കിലും ഇടതുപാർട്ടിയോ ആകട്ടെ ഒരു രാഷ്ട്രീയ പാർട്ടിയും മുതിർന്നില്ല. 1990 കൾ മുതൽ സ്വകാര്യമേഖലയുടെ വ്യാപനത്തോടെ വിദ്യാസമ്പന്നരായ ഉയർന്ന ജാതിക്കാർക്ക് സർക്കാർ ജോലികൾക്കായുള്ള ആവശ്യം തീർച്ചയായും കുറഞ്ഞു. എന്നിരുന്നാലും, മണ്ഡൽ റിപ്പോർട്ട് അംഗീകരിച്ചതിനെ തുടർന്നുള്ള ജനകീയ മുന്നേറ്റം പ്രതിനിധീകരിക്കുന്ന ജനാധിപത്യ ശക്തിയുടെ പ്രാരംഭ സ്വാധീനം ഉൾക്കൊള്ളാനുള്ള ശ്രമം അവരുടെ ഭാഗത്തുനിന്നുണ്ടായി.

എന്നാൽ ഇത് തന്ത്രത്തിന്റെ ഒരു ഭാഗം മാത്രമാണ്. മറ്റൊരു ഭാഗം, വിവിധ സംസ്ഥാനങ്ങളിലെ അസംതൃപ്തരായ ഒ ബി സി വിഭാഗങ്ങളെ പ്രത്യേകമായി അഭിസംബോധന ചെയ്യുന്ന ഹിന്ദു ഐക്യത്തിന്റെ ഒരു കാമ്പയിൻ ആസൂത്രണം ചെയ്യുക എന്നതായിരുന്നു. വാസ്തവത്തിൽ, ഒ ബി സി ക്വാട്ടകൾക്കായുള്ള പ്രേരണ തീർച്ചയായും യു പിയിലെയും ബിഹാറിലെയും യാദവ് പോലെയുള്ള കൂടുതൽ സംഘടിത ജാതികളിൽ സംവരണ ജോലികളിൽ ഭൂരിഭാഗവും വഴിമാറി. യു പിയിലെ കുശ്വാഹ അല്ലെങ്കിൽ തേലി, ബിഹാറിലെ കുർമി തുടങ്ങിയ ഒ ബി സി ജാതികൾക്കിടയിൽ ഇത് നീരസത്തിന് കാരണമായി. മായാവതിയുടെ കീഴിലുള്ള ബഹുജൻ സമാജ് പാർട്ടി ദളിതരെ ശാക്തീകരിക്കാൻ ഊർജസ്വലമായി നീങ്ങിയപ്പോഴും, ജാതവ് ജാതിയാണ് മിക്ക ആനുകൂല്യങ്ങളും നേടിയത്, അത് മറ്റ് ദളിത് ജാതികളെ അസന്തുഷ്ടരാക്കി. ഉയർന്ന ജാതിക്കാർക്കും ബനിയ വ്യാപാരി സമൂഹത്തിനും ഇടയിലുള്ള തങ്ങളുടെ പ്രധാന പിന്തുണ നിരാകരിക്കാതെ, വോട്ട് നേടുന്നതിനായി ഈ നീരസങ്ങളെ വിദഗ്ധമായി മുതലെടുത്താണ് ബി ജെ പി ഈ ശ്രമം തിരഞ്ഞെടുപ്പിൽ മാത്രമായി ഒതുക്കാതെ, പാർശ്വസ്ഥരായ താഴ്ന്നജാതി വിഭാഗങ്ങളെ വലിയ ഹിന്ദു വിഭാഗത്തിലേക്ക് ഉൾപ്പെടുത്താനുള്ള നീക്ക

ങ്ങളിലേക്ക് വ്യാപിപ്പിച്ചു. യു പി നഗരങ്ങളിലെ വാല്മീകി ശുചീകരണ തൊഴിലാളികൾ ഇപ്പോൾ അവരുടെ വീടുകളിൽ ബ്രാഹ്മണ ദൈവങ്ങളുടെയും ദേവതകളുടെയും ചിത്രങ്ങൾ പ്രദർശിപ്പിക്കുന്നതും പൂജകളും ഉത്സവങ്ങളും സംഘടിപ്പിക്കുന്നതും ഉയർന്ന ജാതിയിലുള്ള ബി ജെ പി നേതാക്കളെ ക്ഷണിക്കുന്നതും വളരെ ആവേശത്തോടെ ഹിന്ദുരാഷ്ട്രത്തിന് അവകാശപ്പെടുന്നതും ഞാൻ കണ്ടു. എന്നിരുന്നാലും, വീടിന്റെ പിൻഭാഗത്തുള്ള ഒരു ചെറിയ കോണിൽ നൂറ്റാണ്ടുകളായി ഈ തൊട്ടുകൂടാത്ത സമൂഹത്തിന് അഭയം നൽകിയ സൂഫി സന്ന്യാസിയായ ലാൽ ബേഗിന്റെ പൊതു കാഴ്ചയിൽ നിന്ന് മറഞ്ഞിരിക്കുന്ന ഒരു ചെറിയ ആരാധനാലയം അവർക്ക് ഇപ്പോഴും ഉണ്ട്.

ഒരു തിരഞ്ഞെടുപ്പ് ജനാധിപത്യത്തിൽ എല്ലാ പാർട്ടികളും ചെയ്യാൻ പ്രതീക്ഷിക്കുന്ന കാര്യമാണ് ബി ജെ പി ചെയ്യുന്നതെന്ന് നിങ്ങൾ പറഞ്ഞേക്കാം. എന്നാൽ ബി ജെ പി തന്ത്രത്തിൽ പ്രാദേശിക പാർട്ടികൾക്ക് ഇല്ലാത്ത മറ്റൊന്നുണ്ട്. പടിഞ്ഞാറ് ഗുജറാത്തും മഹാരാഷ്ട്രയും മുതൽ ഉത്തരേന്ത്യയിലെ എല്ലാ സംസ്ഥാനങ്ങളിലേക്കും അവരുടെ സംഘടിത ശക്തിയും ഹിന്ദി മാധ്യമങ്ങളിലെ ഹിന്ദുത്വ വക്താക്കളുടെ ഉച്ചത്തിലുള്ളതും ദൃശ്യവുമായ സാന്നിധ്യവും ഉപയോഗിച്ച്, ബി ജെ പിക്ക് സ്വന്തമായി കേന്ദ്ര അധികാരം പിടിക്കാൻ കഴിയുന്ന ഒരു പാർട്ടിയുടെ പ്രതിച്ഛായ പ്രദർശിപ്പിക്കാൻ കഴിയും. ജാതി സ്വത്വങ്ങൾക്ക് മുകളിൽ മറ്റാരുമില്ലാത്ത ദേശീയ നേതാവായി ഉയർന്നുവന്ന സ്വയം നിർമിത ഒ ബി സിയായി നരേന്ദ്ര മോദിയുടെ ചിത്രമാണ് ആ ചിത്രത്തിന്മേൽ അടിച്ചേൽപിച്ചിരിക്കുന്നത്. എന്നിട്ടും, അതേ സമയം, 2014 ലും 2019 ലും പാർലമെന്റിലെ ഉയർന്ന ജാതി പ്രാതിനിധ്യം ഗണ്യമായി വർധിച്ചു, അതേസമയം ഏതാണ്ട് പൂർണമായും ബി ജെ പി അംഗങ്ങളുടെ ജാതി ഘടന കാരണം മുസ്ലീം പ്രാതിനിധ്യം എക്കാലത്തെയും താഴ്ന്ന നിലയിലേക്കെത്തി. കേന്ദ്ര അധികാരമുള്ള എന്ന അതിന്റെ തിരിച്ചറിവാണ് ഇന്ന് എല്ലാ സംസ്ഥാനങ്ങളിലും ബി ജെ പിയെ വിശേഷിപ്പിക്കുന്നതും കോൺഗ്രസ് ഉൾപ്പെടെയുള്ള മറ്റെല്ലാ പാർട്ടികളിൽ- അവ അടുത്തകാലത്തെന്നും ദേശീയ പ്രതിപക്ഷം പോലുമാകുമെന്ന് തോന്നുന്നില്ല- നിന്നും അതിനെ വ്യതിരിക്തമാക്കുന്നതും. സംസ്ഥാന തിരഞ്ഞെടുപ്പുകളിൽ ജന ങ്ങൾ ബി ജെ പിക്ക് വോട്ട് ചെയ്യുക, കേന്ദ്രസർക്കാരിന്റെ അപാരമായ വിഭവങ്ങൾ നിയന്ത്രിക്കുന്നത് ബി ജെ പിയാണെന്ന അറിവോടെയാണ്.

കോവിഡ് പാൻഡെമിക് സൃഷ്ടിച്ച അസാധാരണമായ സാഹചര്യങ്ങളിൽ ബി ജെ പി സർക്കാർ അടുത്തിടെ നടത്തിയ അധികാര കേന്ദ്രീകരണത്തിൽ അത്ഭുതപ്പെടാനില്ല. പ്രതിസന്ധിയും ഒരു അവസരമാണെന്ന് പറയപ്പെടുന്നു. ഉദാഹരണത്തിന്, ദേശീയ ലോക്ക്ഡൗൺ

പ്രഖ്യാപിക്കുക, തീരെ ഉപയോഗിക്കാത്ത ദുരന്ത നിവാരണ നിയമപ്രകാരം സംസ്ഥാന സർക്കാരുകളുടെ മേൽ അധികാരം ഏറ്റെടുക്കുക, സംസ്ഥാനങ്ങൾ അനുസരിക്കേണ്ട കേന്ദ്ര ആരോഗ്യ മാർഗനിർദേശങ്ങൾ പുറപ്പെടുവിക്കുക എന്നിവയിലൂടെ കേന്ദ്ര അധികാരങ്ങളുടെ നിർണായക ഏകീകരണത്തിലൂടെ ബി ജെ പി ഈ സാഹചര്യം മുതലെടുത്തു. സംസ്ഥാനങ്ങൾ അതിന് വിമുഖത കാണിക്കുമ്പോൾ പോലും സർവകലാശാലാ പരീക്ഷകൾ നടത്തുന്നത്, ജി എസ് ടിക്ക് കീഴിലുള്ള മോശം വരുമാന ശേഖരണം കാരണം സംസ്ഥാനങ്ങൾക്കുണ്ടായ നഷ്ടത്തിന് സംസ്ഥാനങ്ങൾക്ക് വാഗ്ദാനം ചെയ്ത സാമ്പത്തിക നഷ്ടപരിഹാരം നൽകാതിരിക്കുന്നത് എന്നിവയെല്ലാം ഏകീകരണത്തിന്റെ അനന്തരഫലങ്ങളാണ്. പാർലമെന്റിൽ ഒരു ചർച്ചയും കൂടാതെ, തൊഴിലാളികളുടെ തൊഴിൽ വ്യവസ്ഥകളിൽ ഘടനാപരമായ മാറ്റങ്ങൾ വരുത്തുക കർഷകരിൽ നിന്ന് കാർഷിക ഉൽപന്നങ്ങൾ വാങ്ങുന്നതിൽ കോർപറേറ്റ് കമ്പനികളുടെ പങ്കാളിത്തം ഉറപ്പു വരുത്തുക ഞാൻ ഇതിനകം സൂചിപ്പിച്ചതുപോലെ വിദ്യാഭ്യാസനയം എന്നിവ കേന്ദ്രം അവതരിപ്പിച്ചു. ഇവയിലെല്ലാം, നയങ്ങൾ നടപ്പാക്കുന്നതിന്റെ ഉത്തരവാദിത്വം ഏറ്റെടുക്കാതെ, കേന്ദ്ര സർക്കാർ കൂടുതൽ ദിശാസൂചനയുടെയും നിരീക്ഷണത്തിന്റെയും കൂടുതൽ അധികാരങ്ങൾ ഏറ്റെടുത്തിരിക്കുന്നു.

ഞാൻ നിങ്ങളെ കാണിക്കാൻ ശ്രമിച്ചത്, മധ്യവർഗത്തിലെ ഉന്നത-ജാതി നഗര വിഭാഗങ്ങൾക്കിടയിലുള്ള ബി ജെ പിയുടെ പ്രധാന പിന്തുണ അവർ കേന്ദ്രത്തിൽ തങ്ങളുടെ ശക്തി വർധിപ്പിക്കുന്നതിലൂടെ നിലനിർത്തി എന്നതാണ്, കാരണം ഈ വിഭാഗത്തിന്റെ താൽപര്യങ്ങളെ ഏറ്റവും കൂടുതൽ ബാധിക്കുന്ന സ്ഥാപനങ്ങളുടെ - ബിസിനസ് സ്ഥാപനങ്ങൾ, ബാങ്കുകൾ, ധനകാര്യ സ്ഥാപനങ്ങൾ, കേന്ദ്രസർവീസുകൾ, കോളേജുകൾ, സർവകലാശാലകൾ, സ്വകാര്യ ആശുപത്രികൾ തുടങ്ങിയവ- നയങ്ങൾ കേന്ദ്രസർക്കാരാണ് നിയന്ത്രിക്കുന്നത്. തിരഞ്ഞെടുപ്പു പ്രചാരണങ്ങളിൽ അസംതൃപ്തരായ ഒ ബി സി, ദളിത് വിഭാഗങ്ങളെ അഭിസംബോധന ചെയ്താലും, വൻകിട ബിസിനസുകാരെയും വികസിച്ചുകൊണ്ടിരിക്കുന്ന മധ്യവർഗത്തെയും പിന്തുണയ്ക്കുന്ന പാതയാണ് അതിന്റെ നയങ്ങൾ ശ്രദ്ധാപൂർവം പിന്തുടരുന്നത്. 1980 കളിൽ ആരംഭിച്ച ജനകീയ ജനാധിപത്യ മുന്നേറ്റത്തിന്റെ വ്യാപനം തീർച്ചയായും നിലച്ചിരിക്കുന്നു. അധികാര കേന്ദ്രീകരണം തുടരുന്നത് ഫെഡറൽ സംവിധാനത്തിന്റെ പ്രതിസന്ധിയുടെ അടയാളമാണ്, ജനാധിപത്യത്തിന്റെ പ്രതിസന്ധിയുടെ പ്രകടനമാണ്.

ഒരു കേന്ദ്രീകൃത സ്വേച്ഛാധിപത്യ സംവിധാനത്തിലേക്കുള്ള ഈ വ്യതിയാനം മാറ്റണം. കേന്ദ്രം തങ്ങളുടെ അധികാരങ്ങൾ അന്യായമായി

കവർന്നെടുക്കുന്നത് അംഗീകരിക്കാനുള്ള സംസ്ഥാനങ്ങളുടെ വിസമ്മതത്തോടെയാണ് ഇത് ആരംഭിക്കുന്നത്. എന്നാൽ അതിലുപരിയായി, ഫെഡറൽ സന്തുലിതാവസ്ഥ പുനഃസ്ഥാപിക്കുന്നതിനുള്ള ഒരു സുസ്ഥിരമായ നിലപാട് ജാതി, ഭാഷ, മതം, ലിംഗഭേദം, വർഗം തുടങ്ങിയ പ്രശ്നങ്ങൾക്ക് നിരവധി നൂതനമായ പരിഹാരങ്ങൾക്കുള്ള അവസരം സൃഷ്ടിക്കും. 1990 കളിലും 2000 ങ്ങളിലും, സംസ്ഥാനങ്ങൾക്ക് കൂടുതൽ വഴക്കവും വിഭവങ്ങളും ഉണ്ടായിരുന്നപ്പോൾ, നിലവിലുള്ള സംവരണ ചട്ടക്കൂടിനുള്ളിൽ എസ് സി അല്ലെങ്കിൽ ഒ ബി സി ക്വാട്ടകൾക്കുള്ളിലെ ക്വാട്ടകൾ, അല്ലെങ്കിൽ ഒ ബി സിയിലെ മുസ്ലീം ജാതികൾ ഉൾപ്പെടെയുള്ള ഉപവിഭാഗങ്ങൾ പോലുള്ള ജാതികളുടെ ആവശ്യങ്ങൾ നിറവേറ്റുന്നതിനായി നിരവധി സംസ്ഥാനതല ശ്രമങ്ങൾ വിജയകരമായി നടത്തിയിരുന്നു എന്നത് ഓർക്കേണ്ടതാണ്. കോടതികൾ അനുവദിക്കുന്ന പരമാവധി 50 ശതമാനത്തിനപ്പുറം കൂടുതൽ സംവരണ ക്വാട്ടകൾ അനുവദിക്കുന്നതിനുള്ള നിയമപരമായ നവീകരണങ്ങൾക്ക് പോലും സാധ്യതയുണ്ട്. എല്ലാത്തിനുമുപരി, സംസ്ഥാനതലത്തിൽ കേന്ദ്രസർവീസുകളേക്കാൾ കൂടുതൽ ജോലി സാധ്യതകൾ ഉണ്ട്, അവ ലാഭകരമല്ലെങ്കിലും; സംസ്ഥാനങ്ങളുടെ കൈകളിലെ വലിയ വിഭവങ്ങൾ ആനുകൂല്യങ്ങളുടെ ന്യായമായ വിതരണത്തിനുള്ള സാധ്യത വർധിപ്പിക്കും, അത് നിലനിൽക്കുന്ന നിരവധി പ്രശ്നങ്ങൾ പരിഹരിക്കുന്നതിനുപകരിക്കും.

ഭാഷാടിസ്ഥാനത്തിലുള്ള പുനഃസംഘടന പുതിയ ജനകീയ മുന്നേറ്റങ്ങൾ സൃഷ്ടിച്ച് സംസ്ഥാനത്തെ അസ്ഥിരപ്പെടുത്തുമെന്ന് ഭയന്ന് 1950 കളിൽ അധികാരത്തിൽ വന്ന കോൺഗ്രസ് നേതാക്കൾ കോളനി ഭരണ സംവിധാനങ്ങളെ മുറുകെപ്പിടിച്ചതിന്റെ കഥ ഞാൻ നേരത്തെ പറഞ്ഞിരുന്നു. ജാതിയുടെ കാര്യത്തിൽ ബി ജെ പി നേതാക്കൾ ഇന്ന് സമാനമായ അവസ്ഥയിലാണ്. ഞാൻ നിങ്ങളോട് വിശദീകരിച്ചതുപോലെ, ജാതികൾ മരവിച്ച അസ്തിത്വങ്ങളല്ല: അവ ജനസംഖ്യാപരമായും സാമൂഹികമായും മാറ്റത്തിനൊപ്പം വലുപ്പത്തിലും സ്ഥാനത്തിലും പദവിയിലും അധികാരത്തിലും മാറുന്നു. കൗതുകകരമെന്നു പറയട്ടെ, ഓരോ സംസ്ഥാനത്തും വ്യത്യസ്ത ജാതികളിൽ ഉൾപ്പെട്ടിരിക്കുന്ന ആളുകളുടെ കൃത്യമായ എണ്ണം ആർക്കും അറിയില്ല, കാരണം സ്വാതന്ത്ര്യാനന്തരം നടത്തിയ എല്ലാ സെൻസസിലും പട്ടികജാതി വിഭാഗങ്ങളെ മാത്രമേ കണക്കാക്കൂ, മറ്റുള്ളവരില്ല. മണ്ഡൽ കമ്മീഷൻ 1931 ലെ സെൻസസ് കണക്കുകൾ ഉപയോഗിച്ചാണ് ഓരോ സംസ്ഥാനത്തും ഒ ബി സിയുടെ എണ്ണം കണക്കാക്കുന്നത്. വിഭജനത്തിനു ശേഷമുള്ള കുടിയേറ്റവും ഗ്രാമങ്ങളിൽ നിന്ന് നഗരങ്ങളിലേക്കുള്ള ദശലക്ഷക്കണക്കിന് ആളുകളുടെ സഞ്ചാരവും മൂലമുണ്ടായ ജനസംഖ്യാപരമായ വലിയ മാറ്റങ്ങൾക്ക്

സാക്ഷ്യം വഹിച്ച ഏഴോ എട്ടോ പതിറ്റാണ്ടുകൾക്ക് ശേഷം, 1931 ലെ ജാതി കണക്കുകൾ ഇന്ന് സാധുവാകാൻ പ്രയാസമാണെന്ന് എല്ലാവർക്കും അറിയാം. എന്നാൽ ഉയർന്നുവന്നേക്കാവുന്ന പുതിയ ജനകീയ മുന്നേറ്റങ്ങളും രാഷ്ട്രീയ സമവാക്യങ്ങളും കാരണം ജാതി ജനസംഖ്യ കണക്കാക്കുന്നതിന് വലിയ പ്രതിരോധമുണ്ട്. പ്രാദേശിക പാർട്ടികളുടെ നിരന്തര ആവശ്യത്തെത്തുടർന്ന് 2011 ലെ സെൻസസിൽ ജാതി എണ്ണൽ ഉൾപ്പെടുത്തി. 2014 ൽ ഫലം തയ്യാറായെങ്കിലും കൂടുതൽ പരിശോധന ആവശ്യമാണെന്ന് അവകാശപ്പെട്ട് ബി ജെ പി സർക്കാർ അവ പ്രസിദ്ധീകരിക്കാൻ വിസമ്മതിച്ചു. 2021 ലെ സെൻസസിനുള്ള ഒരുക്കങ്ങൾ ആരംഭിക്കുമ്പോൾ, പട്ടികജാതി-പട്ടികവർഗ വിഭാഗങ്ങൾ മാത്രമേ എണ്ണപ്പെടുകയുള്ളൂവെന്നും മറ്റ് ജാതികളെയല്ലെന്നുമാണ് സൂചന. ഹിന്ദു സവർണ രാഷ്ട്രീയ ഏകീകരണത്തിന് പുതുക്കിയ സെൻസസ് നമ്പറുകളുടെ പിൻബലമുള്ള പുതിയ ജാതി സമാഹരണങ്ങളുടെ സാധ്യത ഗുരുതരമായ ഭീഷണിയാണെന്ന് ഇത് കാണിക്കുന്നു അതിനാൽ കൊളോണിയൽ വർഗീകരണങ്ങളാൽ സൃഷ്ടിക്കപ്പെട്ട പരിചിതമായ അധികാര സമവാക്യങ്ങളെ മുറുകെ പിടിക്കാൻ അവർ താൽപര്യപ്പെടുന്നു.

നയങ്ങളുടേയും രാഷ്ട്രീയത്തിന്റേയും പ്രാഥമിക ശ്രദ്ധ സംസ്ഥാനതലത്തിൽ എത്തിക്കുന്നതിലൂടെ നിലവിലുള്ള എല്ലാ പ്രശ്നങ്ങളും പരിഹരിക്കപ്പെടുമെന്ന് ഞാൻ ഒരിക്കലും പറയുന്നില്ല. അതൊരു മണ്ടത്തരമായിരിക്കും. ഉദാഹരണത്തിന്, ജാതിപ്രശ്നം രണ്ട് നിർണായക തലങ്ങളിലേക്ക് ശ്രദ്ധ കേന്ദ്രീകരിക്കാതെ പരിഹരിക്കാനാവില്ല - ഒന്ന്, വിപുലീകരിച്ചതും കൂടുതൽ തുല്യവുമായ സാമ്പത്തിക അവസരങ്ങൾ, രണ്ട്, നഗരങ്ങളിലും ഗ്രാമങ്ങളിലും ദൈനംദിന ജീവിതത്തിൽ ജാതി വിവേചനം പുനർനിർമിക്കുന്നത് തുടരുന്ന സാമൂഹിക ആചാരങ്ങൾ അവസാനിപ്പിക്കുക. ഒരു ഘട്ടത്തിൽ, ആ വിഷയങ്ങളെക്കുറിച്ച് ഞാൻ നിങ്ങളോട് കൂടുതൽ പറയേണ്ടിവരും. എന്നാൽ ജാതി രാഷ്ട്രീയവുമായി ബന്ധപ്പെട്ട്, കൂടുതൽ സമത്വത്തിന്റെയും ജനാധിപത്യവൽക്കരണത്തിന്റെയും സാധ്യതകൾ ഹിന്ദുത്വയുടെ കേന്ദ്രീകൃത രാഷ്ട്രീയത്താൽ അട്ടിമറിക്കപ്പെട്ടിട്ടുണ്ട് എന്ന് ഞാൻ വിശ്വസിക്കുന്നു. സംസ്ഥാനങ്ങളിൽ കൂടുതൽ ഊർജസ്വലവും വിഭവസമൃദ്ധവുമായ രാഷ്ട്രീയം പുതിയ വഴികൾ തുറക്കും.

ഭാഷാ തർക്കങ്ങളെക്കുറിച്ചോ?

ഇന്ത്യൻ ഫെഡറേഷനിലെ സംസ്ഥാനങ്ങളുടെ ജനാധിപത്യ ഘടനയുടെ അടിത്തറയിൽ ഇന്ത്യയിലെ പ്രാദേശിക ഭാഷകൾ കിടക്കുന്നതെങ്ങനെയെന്ന് ഞാൻ നിങ്ങളോട് വിശദീകരിച്ചിട്ടുണ്ട്. ഇത് നൂറു വർ

ഷങ്ങൾക്ക് മുമ്പ് ഇന്ത്യൻ നാഷണൽ കോൺഗ്രസ് അംഗീകരിക്കുകയും 1950 കൾ മുതലുള്ള സംഭവവികാസങ്ങളാൽ സ്ഥിരീകരിക്കുകയും ചെയ്തു. ഫെഡറേഷനിലെ ഒരു സംസ്ഥാനത്തിന് നിർവചിക്കപ്പെട്ട അതിരുകളുള്ള ഒരു പ്രദേശമുണ്ട്. ആ പ്രദേശത്ത് താമസിക്കുന്ന എല്ലാവർക്കും ഒരേ മാതൃഭാഷ ഉണ്ടായിരിക്കണമെന്നില്ല. മറ്റൊരു വിധത്തിൽ പറഞ്ഞാൽ, ദേശീയ-രാഷ്ട്രം പോലെ തന്നെ ഫെഡറേഷനിലെ എല്ലാ സംസ്ഥാനങ്ങളിലും ഭാഷാ ന്യൂനപക്ഷങ്ങൾ ഉണ്ടാകും - അത് ഒഴിവാക്കാൻ കഴിയില്ല. ചോദ്യം ഇതാണ്: ഏകഭാഷാ സംസ്ഥാനങ്ങളിൽ ഭാഷാ ന്യൂനപക്ഷങ്ങളുടെ സ്ഥാനം എന്തായിരിക്കണം? എങ്ങനെയാണ് അവരുടെ അവകാശങ്ങൾ ചർച്ച ചെയ്യേണ്ടത്? സംസ്ഥാനങ്ങൾക്ക് ഉത്തരവാദിത്വവും വിഭവങ്ങളും ഉണ്ടായിരുന്നുവെങ്കിൽ, ഭാഷാ ന്യൂനപക്ഷങ്ങളുടെ ചോദ്യത്തിന് കേന്ദ്രതലത്തേക്കാൾ മികച്ച ഉത്തരം സംസ്ഥാനത്ത് ലഭിക്കുമെന്ന് ഞാൻ വിശ്വസിക്കുന്നു.

ഇത് കാണിക്കുന്നതിന്, ഈ കേസുകളിൽ ഏറ്റവും ബുദ്ധിമുട്ടുള്ള ഒരു ഉദാഹരണം ഞാൻ പരിഗണിക്കാം: അസം. അസമിലെ ബംഗാളി സംസാരിക്കുന്ന ന്യൂനപക്ഷത്തെച്ചൊല്ലിയുള്ള തർക്കം 1960 കൾ മുതൽ ഒരു വലിയ പ്രശ്നമാണ്, അത് ഇപ്പോഴും പരിഹരിക്കപ്പെട്ടിട്ടില്ല. എന്തുകൊണ്ടാണ് ഇത് അദൃശ്യമാണെന്ന് തെളിഞ്ഞത്?

ചരിത്രപരമായി കാംരൂപ് എന്നറിയപ്പെടുന്ന അസമിന്റെ പടിഞ്ഞാറൻ ഭാഗം കുറച്ചുകാലം മുഗൾ അധികാരത്തിന് കീഴിലായിരുന്നുവെങ്കിലും, അഹോം രാജാക്കന്മാർ നിരവധി നൂറ്റാണ്ടുകളായി ഭരിച്ചിരുന്ന ബ്രഹ്മപുത്ര താഴ്‌വരയിലെ ആസാമീസ് ഹൃദയഭൂമി 1826 ൽ ബർമീസ് അധിനിവേശക്കാരെ പരാജയപ്പെടുത്തി ബ്രിട്ടീഷുകാർ പിടിച്ചടക്കുന്നതുവരെ ഒരിക്കലും ഒരു ഇന്ത്യസാമ്രാജ്യത്തിന്റെയും ഭാഗമായിരുന്നില്ല എന്ന് നിങ്ങൾ ആദ്യം ഓർക്കണം. അങ്ങനെ, പതിനാറാം നൂറ്റാണ്ടിലെ വൈഷ്ണവ പ്രസ്ഥാനത്താൽ ശാക്തീകരിക്കപ്പെട്ട ബ്രാഹ്മണ സാംസ്കാരിക മാനദണ്ഡങ്ങൾ അവിടെ നന്നായി സ്ഥാപിതമാണെങ്കിലും, ഇന്ത്യയുടെ മറ്റു ഭാഗങ്ങളിൽ നിന്നുള്ള രാഷ്ട്രീയ അകലം സംബന്ധിച്ച ബോധം വടക്കുകിഴക്കൻ സംസ്ഥാനങ്ങളുമായി അസം പങ്കിട്ടു. അധിനിവേശത്തെത്തുടർന്ന്, ഖാസി, ഗാരോ, നാഗ, ലുഷായി കുന്നുകൾ ഉൾപ്പെടെയുള്ള അസമിനെ ബ്രിട്ടീഷുകാർ ബംഗാളിന്റെ ഭാഗമായി 1874 ൽ ഒരു ചീഫ് കമ്മീഷണറുടെ കീഴിൽ ഒരു പ്രത്യേക പ്രവിശ്യയാക്കി മാറ്റുന്നതുവരെ ഭരിച്ചു. പത്തൊൻപതാം നൂറ്റാണ്ടിന്റെ മധ്യത്തിൽ ഈ കാലഘട്ടത്തിൽ ഭാഷാ പ്രശ്നം ആരംഭിച്ചു.

ബംഗാളിന്റെ ഭാഗമായതിനാൽ, അസമിലെ ബ്യൂറോക്രസിയുടെയും വിദ്യാഭ്യാസത്തിന്റെയും ഔദ്യോഗിക ഭാഷയായി ബംഗാളി മാറി.

അസമീസ് ബംഗാളിയുടെ ഒരു പ്രാദേശിക ഭാഷ മാത്രമാണെന്ന വാദം ഉയർന്നുവന്നിരുന്നു: രണ്ടാമത്തേതിന് ആദ്യത്തേതിന് ഇല്ലാത്ത ഒരു സാധാരണ സാഹിത്യരൂപം ഉണ്ടായിരുന്നു. ഇംഗ്ലീഷ്-വിദ്യാഭ്യാസമുള്ള ആസാമികളുടെ ആദ്യ തലമുറ, കൂടുതലും കൽക്കട്ടയിൽ വിദ്യാഭ്യാസം നേടിയവർ, തങ്ങൾക്ക് വ്യക്തമായ ഭാഷാസ്വത്വം ഉണ്ടാകില്ല എന്ന നിർദേശത്തിൽ രോഷാകുലരായി. ഈ സമയത്ത് ഒരു കൂട്ടം അമേരിക്കൻ ബാപ്റ്റിസ്റ്റ് മിഷനറിമാർ *ഒരുനോഡോയ്* എന്ന പേരിൽ ഒരു അസമീസ് ജേണൽ പ്രസിദ്ധീകരിക്കുകയും അസമീസ് ഭാഷയിൽ പുസ്തകങ്ങൾ അച്ചടിക്കുകയും ചെയ്തു. അസമിലെ വിദ്യാഭ്യാസ ഭാഷയായി അസാമീസിനെ ഔദ്യോഗികമായി അംഗീകരിക്കണമെന്ന് ആവശ്യപ്പെട്ട് അവർ പ്രമുഖ അസമീസ് സാംസ്കാരിക വ്യക്തികളുമായി ചേർന്നു. കൊളോണിയൽ അസമിൽ വികസിച്ചുകൊണ്ടിരുന്ന താഴ്ന്ന ഉദ്യോഗസ്ഥമേധാവിത്തത്തിലും പ്രൊഫഷണൽ തൊഴിലുകളിലും ഇതിനകം തന്നെ നിറഞ്ഞിരുന്ന ബംഗാളികളിൽ നിന്ന് ഇതിനെതിരെ ചില ചെറുത്തുനിൽപുകൾ ഉണ്ടായിരുന്നു. സർക്കാർ ഒട്ടുവിൽ വഴങ്ങി. 1873 ൽ അസാമീസ് വിദ്യാഭ്യാസത്തിന്റെയും കോടതികളുടെയും ഭാഷയാകുമെന്ന് സമ്മതിച്ചു. എന്നാൽ അപ്പോഴേക്കും കയ്പിന്റെ വിത്തുകൾ പാകിക്കഴിഞ്ഞിരുന്നു.

ബംഗാളിൽ നിന്നുള്ള കർഷകരെ താരതമ്യേന ജനസാന്ദ്രത കുറഞ്ഞ ബ്രഹ്മപുത്ര താഴ്വരയിൽ, പ്രത്യേകിച്ച് നദീതടത്തിൽ രൂപപ്പെട്ട ഫലഭൂയിഷ്ഠമായ ചാർ ദ്വീപുകളിൽ സ്ഥിരതാമസമാക്കാൻ പ്രോത്സാഹിപ്പിക്കുന്ന കൊളോണിയൽ നയമാണ് നൂറ്റാണ്ടിന്റെ തുടക്കത്തിൽ പ്രശ്നത്തിന്റെ രണ്ടാമത്തെ, കൂടുതൽ പരിണതഫലമായ മാനം തുറന്നത്. അസമിലെ കാർഷികോൽപാദനം വർധിപ്പിക്കുകയും ബംഗാൾ നാട്ടിൻപുറങ്ങളിലെ ജനസംഖ്യാ സമ്മർദം കുറയ്ക്കുകയും ചെയ്യുക എന്നതായിരുന്നു ഉദ്ദേശ്യം. ഇന്ത്യയിൽ മറ്റെവിടെയും ഒരുപക്ഷേ ലോകത്ത് തന്നെയും സമാനതകളില്ലാത്ത വിധം അടുത്ത ആറോ ഏഴോ പതിറ്റാണ്ടുകളായി അസമിലേക്കുള്ള കുടിയേറ്റത്തിന്റെ നാടകീയമായ ഒരു തുടർച്ച ആയിരുന്നു അതിന്റെ ഫലം. ഇന്ത്യയിലെ ശരാശരി 20 ആയിരുന്നപ്പോൾ അസമിലെ ജനസംഖ്യ ചില ദശാബ്ദങ്ങളിൽ 35 ശതമാനം വർധിച്ചു. 1947 ലെ ബംഗാൾ വിഭജനവും 1971 ലെ കിഴക്കൻ പാകിസ്ഥാനിലെ പ്രശ്നങ്ങളും അഭയാർഥികളുടെ ജീവിതത്തെ കൂടുതൽ പ്രക്ഷുബ്ധതയിലേക്ക് നയിച്ചു. സ്വന്തം നാട്ടിൽ തങ്ങൾ ന്യൂനപക്ഷമായി മാറുമോ എന്ന ഭയം ആസാമീസ് ജനതയിൽ വേരിട്ടു.

അസമിലെ കോൺഗ്രസ് പാർട്ടിക്കുള്ളിൽ ഈ വികാരം ശക്തമായിരുന്നു. 1946 ലെ തിരഞ്ഞെടുപ്പിൽ, അസമീസ് ഭാഷയുടെയും സംസ്കാ

രത്തിന്റെയും അടിസ്ഥാനത്തിൽ അസമിനെ പുനഃസംഘടിപ്പിക്കണമെന്ന് അവർ ആഗ്രഹിച്ചു. ബംഗാളി സംസാരിക്കുന്ന സിൽഹെറ്റ്, കച്ചാർ ജില്ലകൾ അസമിൽ നിന്ന് വേർപെടുത്തണമെന്നും ബംഗാളി കുടിയേറ്റക്കാരെ കുടിയിരുത്തുന്നത് നിർത്തണമെന്നും അവർ ആവശ്യപ്പെട്ടു. ഇന്ത്യയുടെ ഭാഗമായ അസമിന്റെ വ്യതിരിക്തതയെക്കുറിച്ചുള്ള ശക്തമായ വികാരവും ഉണ്ടായിരുന്നു. പ്രമുഖ സാഹിത്യകാരനും കോൺഗ്രസ് നേതാവുമായ അംബികാഗിരി റായ് ചൗധരി, ഇന്ത്യൻ മഹാജാതിയിൽ (മഹത്തായ രാഷ്ട്രം) അസാമീകളെ ഒരു ജാതി (രാഷ്ട്രം) എന്ന് വിശേഷിപ്പിച്ചു, കൂടാതെ ഓരോ ഭാഷാ സംസ്ഥാനത്തിലെയും ജനങ്ങൾക്ക് ഇരട്ട പൗരത്വം ലഭിക്കുന്ന ഒരു ഇന്ത്യൻ ഫെഡറേഷൻ വേണം എന്നും ആവശ്യപ്പെട്ടു.

1960 ൽ അസമിലെ എല്ലാ സർക്കാർ സ്ഥാപനങ്ങളിലും അസാമീസ് ഔദ്യോഗിക ഭാഷയാക്കാനുള്ള നിയമം പാസാക്കിയതോടെയാണ് പ്രശ്നങ്ങൾ രൂക്ഷമായത്. തൊട്ടുപിന്നാലെ, ഗുവാഹത്തി സർവകലാശാല, അസമിലെ എല്ലാ കോളേജുകളിലും അസാമീസ് പഠന മാധ്യമമായി പ്രഖ്യാപിച്ചു. ബംഗാളി സംസാരിക്കുന്ന കച്ചാർ ജില്ലയിൽ നിന്നാണ് പ്രധാനമായും എതിർപ്പ് ഉയർന്നത്. ഈ തർക്കം 1960-61 കാലഘട്ടത്തിൽ പല പട്ടണങ്ങളിലും വൃത്തികെട്ട കലാപമായി പൊട്ടിപ്പുറപ്പെട്ടു, അതിൽ 'ബോംഗൽ ഖേദ്' (ബംഗാളികളെ പുറത്താക്കുക) എന്നായിരുന്നു മുദ്രാവാക്യം.

നിങ്ങൾ ഈ തർക്കത്തിൽ കക്ഷിയായിരുന്നില്ലെങ്കിൽ, ഏതെങ്കിലും പക്ഷത്തെ കുറ്റപ്പെടുത്താൻ നിങ്ങൾക്ക് ബുദ്ധിമുട്ടായിരിക്കും. ബ്രിട്ടീഷുകാർ കീഴടക്കുന്നതുവരെ ഒരു സ്വതന്ത്രരാജ്യത്തിൽ ജീവിച്ചതിന്റെ ചരിത്രവും ബംഗാളിയുടെ ആധിപത്യത്തിന് വിധേയമായ അവരുടെ ഭാഷയുടെ അപമാനവും കണക്കിലെടുക്കുമ്പോൾ, അസാമീസ് സാംസ്കാരിക-രാഷ്ട്രീയ നേതാക്കളിൽ ഒരു ജനാധിപത്യ യുഗത്തിൽ തുടർച്ചയായ ബംഗാളി കുടിയേറ്റം ഉയർത്തുന്ന ജനസംഖ്യാപരമായ ഭീഷണിയെക്കുറിച്ച് മനസിലാക്കാവുന്നതേയുള്ളൂ. മറുവശത്ത്, മൈമെൻസിംഗ് പോലുള്ള ജനസാന്ദ്രതയുള്ള ജില്ലകളിൽ നിന്നുള്ള പാവപ്പെട്ട ബംഗാളി കർഷകർ പുതിയ ഭൂമികൾ കൃഷിഭൂമിയാക്കി പുതിയ ഗ്രാമങ്ങളിൽ താമസമാക്കി മെച്ചപ്പെട്ട ഭാവി കെട്ടിപ്പടുക്കാൻ ശ്രമിച്ചതിന് എങ്ങനെ കുറ്റപ്പെടുത്തും? അവരെ സംബന്ധിച്ചിടത്തോളം അവർ മറ്റുള്ളവരുടെ ഭൂമി തട്ടിയെടുക്കുകയായിരുന്നില്ല; നേരെമറിച്ച്, അവർ തങ്ങളുടെ കഠിനാധ്വാനത്തിലൂടെ ഭൂമിയെ കൂടുതൽ ഉൽപാദനക്ഷമമാക്കി. നിലവിലുള്ള രാഷ്ട്രീയ ക്രമീകരണങ്ങൾ അസാമികളും ബംഗാളികളും തമ്മിലുള്ള കടുത്ത സംഘട്ടനത്തിനുള്ള സാഹചര്യം സൃഷ്ടിച്ചെങ്കിൽ, തെറ്റ് ഇരുവശത്തുമല്ല; തെറ്റ് രാഷ്ട്രീയ ക്രമീകരണത്തിലാണ്.

അസമിൽ ബംഗാളികളുടെ രണ്ട് വ്യത്യസ്ത വിഭാഗങ്ങളുണ്ടായിരുന്നു. സിൽഹെറ്റിനോട് ചേർന്നുള്ള കച്ചാർ ജില്ലയിലാണ് ഒരു വിഭാഗം താമസിച്ചിരുന്നത്, അത് അസമിന്റെ ഭരണപരമായ ഭാഗമായിരുന്നു. കൂടാതെ, ഹിന്ദു ഭൂരിപക്ഷമുണ്ടായിരുന്ന കരിംഗഞ്ച് ഉപവിഭാഗം 1947 ൽ സിൽഹറ്റിൽ നിന്ന് വേർപെടുത്തി അസമിലേക്ക് ചേർത്തു. 1947 ന് ശേഷം, സിൽഹറ്റിൽ നിന്ന് നിരവധി ഹിന്ദു അഭയാർഥികൾ കച്ചാറിലേക്കും കരിംഗഞ്ചിലേക്കും മാറി. പിന്നീടുള്ള വർഷങ്ങളിൽ കിഴക്കൻ പാകിസ്ഥാനിൽ നിന്ന് വന്ന ബംഗാളി ഹിന്ദു അഭയാർഥികളാണ് കൂടുതലും ഈ ഗ്രൂപ്പുമായി ലയിച്ചത്. മറ്റൊരു വിധത്തിൽ പറഞ്ഞാൽ, തലമുറകളായി അസമിൽ താമസിച്ചിരുന്നു; സർക്കാർ സേവനങ്ങൾ, വിദ്യാഭ്യാസം, തൊഴിലുകൾ എന്നിവയിൽ മേധാവിത്തമുള്ള, പ്രത്യേകിച്ച് തലസ്ഥാന നഗരമായ ഷില്ലോങ്ങിൽ നിന്നുള്ള ബംഗാളി ഹിന്ദുക്കളായിരുന്നു.

ഇരുപതാം നൂറ്റാണ്ടിൽ അസമിലെ വിവിധ ഗ്രാമീണ ജില്ലകളിൽ സ്ഥിരതാമസമാക്കിയ ബംഗാളി കർഷകർ, കൂടുതലും മുസ്ലീങ്ങൾ ഉൾപ്പെട്ടതായിരുന്നു മറ്റൊരു സംഘം. 1947 ലെ രാജ്യവിഭജനം ചരിത്രപരമായി സ്ഥാപിതമായ ഈ കാർഷിക വ്യാപന പ്രക്രിയയെ തടഞ്ഞില്ല. അന്താരാഷ്ട്ര അതിർത്തി ഉണ്ടായിരുന്നിട്ടും, ബംഗ്ലാദേശിൽ നിന്ന് ആളുകൾ അസമിലേക്ക് പ്രവേശിക്കുന്നത് തുടരുകയും ബംഗാളി ജനസംഖ്യയുടെ നിര വർധിപ്പിക്കുകയും ചെയ്യുന്നു എന്നതാണ് ആരോപണം.

അസമിലെ ഭാഷാ തർക്കത്തിന്റെ നിർണായക വഴിത്തിരിവിന് കാരണം ഒരുപക്ഷേ ഈ അന്താരാഷ്ട്ര ഘടകമാണ്. 1980 കളുടെ ആരംഭം മുതൽ, പുനഃസംഘടിപ്പിച്ച അസാമീസ് പ്രസ്ഥാനം തങ്ങളുടെ ആവശ്യങ്ങൾ കേന്ദ്ര സർക്കാരിന് നേരെ ഉന്നയിക്കുക മാത്രമല്ല, യഥാർഥത്തിൽ പ്രശ്നം പരിഹരിക്കാനുള്ള ഉത്തരവാദിത്വം ന്യൂഡൽഹിയിൽ ഏൽപിക്കുകയും ചെയ്തു. ഒരു പ്രത്യേക സംസ്ഥാനത്ത് ഉള്ള ഒരു കേന്ദ്ര ഇടപെടൽ മറ്റ് സംസ്ഥാനങ്ങൾക്കും രാഷ്ട്രീയ ഗ്രൂപ്പുകൾക്കുമുണ്ടാക്കുന്ന പ്രത്യാഘാതങ്ങളിൽ നിന്ന് വേർപെടുത്താൻ കഴിയില്ല എന്നതാണ് പ്രശ്നം. തൽഫലമായി, വാഗ്ദാനങ്ങൾ, കരാറുകൾ, നിയമങ്ങൾ എന്നിവയുടെ ഒരു കുതിച്ചുചാട്ടം, പ്രശ്നം പരിഹരിക്കുന്നതിന് പകരം കാര്യങ്ങൾ കൂടുതൽ സങ്കീർണമാക്കി.

1979 ൽ ഓൾ അസം സ്റ്റുഡന്റ്സ് യൂണിയൻ (എ എ എസ് യു) അസാമിലേക്ക് നുഴഞ്ഞുകയറിയ ദശലക്ഷക്കണക്കിന് 'വിദേശികളെ' പുറത്താക്കണമെന്ന് ആവശ്യപ്പെട്ട് ഒരു പ്രസ്ഥാനം ആരംഭിച്ചു. ബോംഗലിന്റെ (bongal) വംശീയ ന്യൂനപക്ഷം) സാന്നിധ്യത്തിനെതിരായ ഒരു പ്രചാരണം ഇപ്പോൾ bidexi ക്കെതിരെ (നിയമവിരുദ്ധമായ വിദേശിക്കെതിരെ) നടപടിയെടുക്കാനുള്ള ആഹ്വാനമായി മാറിയിരിക്കുന്നു. ഇട

ങ്ങിയ വർഗീയതയുടെ കളങ്കം ഒഴിവാക്കാനുള്ള ശ്രമത്തിൽ, രാജ്യത്തിന്റെ അതിർത്തികളുടെ സുരക്ഷ ഉൾപ്പെടുന്ന ഒന്നായി AASU അതിന്റെ ആശങ്ക രൂപപ്പെടുത്തി. തന്ത്രപരമായി അതിർത്തി സംസ്ഥാനത്തിന്റെ ജനസംഖ്യാപരമായ സന്തുലിതാവസ്ഥയെ അനധികൃത കുടിയേറ്റക്കാർ സ്വധീനിക്കുന്നതിൽ ഇന്ത്യ മുഴുവൻ ആശങ്കപ്പെടേണ്ടതുണ്ടെന്ന് തീർച്ചയായും അതിന്റെ നേതാക്കൾ പറഞ്ഞു. അസമിലെ വോട്ടർമാരുടെ പട്ടികയിൽ നിന്ന് എല്ലാ വിദേശികളെയും ഒഴിവാക്കിയെന്ന് കേന്ദ്രസർക്കാർ ഉറപ്പാക്കണം എന്നതായിരുന്നു അവരുടെ ആവശ്യം.

പ്രസ്ഥാനം ശക്തമായി, 1983 ൽ സംസ്ഥാന നിയമസഭാ തിരഞ്ഞെടുപ്പ് വന്നു. നിലവിലുള്ള ലിസ്റ്റ് അനുസരിച്ച് വോട്ടെടുപ്പ് നടത്തുമെന്ന് പ്രഖ്യാപിച്ചപ്പോൾ, AASU ന്റെ നേതൃത്വത്തിലുള്ള പ്രസ്ഥാനം തിരഞ്ഞെടുപ്പ് ബഹിഷ്കരിക്കുന്നതായി പ്രഖ്യാപിച്ചു. ഇന്ത്യയിൽ നടന്ന ഏറ്റവും അക്രമാസക്തമായ തിരഞ്ഞെടുപ്പുകളിൽ ഒന്നായിരുന്നു ഇത്, മൂവായിരത്തിലധികം പേർ കൊല്ലപ്പെട്ടു- നെല്ലി എന്ന സ്ഥലത്ത് ആയിരത്തിലധികം ബംഗാളി മുസ്ലീങ്ങളെ കൂട്ടക്കൊല ചെയ്തത് ഉൾപ്പെടെ. മതന്യൂനപക്ഷങ്ങളെ സംരക്ഷിക്കുന്ന ദേശീയ പ്രതിച്ഛായയെക്കുറിച്ച് കോൺഗ്രസ് സർക്കാർ വ്യാകുലരായിരുന്നു, അതിനാൽ അവർ ബംഗാളി മുസ്ലീം സമുദായത്തെ ബാധിക്കുന്ന അസം പ്രസ്ഥാനത്തിന്റെ ആവശ്യം എളുപ്പത്തിൽ അംഗീകരിക്കില്ല.

1984 ലെ രാജീവ് ഗാന്ധിയുടെ തിരഞ്ഞെടുപ്പ് വിജയത്തെത്തുടർന്ന്, കേന്ദ്ര സർക്കാർ അസം പ്രസ്ഥാനത്തിന്റെ നേതാക്കളുമായി ചർച്ചകളിൽ ഏർപ്പെടുകയും 1985 ൽ ഒരു കരാറിൽ ഒപ്പുവെക്കുകയും ചെയ്തു. അസമിനു വേണ്ടി ദേശീയ പൗരത്വ രജിസ്റ്റർ (NRC) തയ്യാറാക്കുമെന്ന് കരാർ വ്യവസ്ഥ ചെയ്തിട്ടുണ്ട്. 1971 ന് മുമ്പ് നിയമപരമായി രാജ്യത്ത് ഉണ്ടായിരുന്നവരെ മാത്രമേ ഉൾപ്പെടുത്തൂ. AASU നേതാക്കൾ പ്രാദേശിക രാഷ്ട്രീയ പാർട്ടിയായ അസോം ഗണ പരിഷത്ത് (AGP) ആയി പുനഃസംഘടിപ്പിച്ചു, പിന്നീട് 1985 ലെ തിരഞ്ഞെടുപ്പിൽ അത് വൻ വിജയം നേടി.

എന്നാൽ പൗരന്മാരുടെ ഒരു രജിസ്റ്റർ ഉണ്ടാക്കുക എന്ന ജോലി വളരെ ബുദ്ധിമുട്ടുള്ള ഭരണപരമായ ജോലിയായി മാറി. പതിറ്റാണ്ടുകൾക്ക് മുമ്പ് രാജ്യത്ത് പ്രവേശിച്ച ഒരു വ്യക്തി എങ്ങനെ തന്റെ യോഗ്യത തെളിയിക്കാൻ? പല കേസുകളിലും, മരിച്ചുപോയ മാതാപിതാക്കൾ നിയമപരമായി രാജ്യത്ത് പ്രവേശിച്ചുവെന്ന് തെളിയിക്കാൻ ആളുകൾ നിർബന്ധിതരായി. പൗരത്വം സംശയാസ്പദമാണെന്ന് പറയപ്പെടുന്ന ഒരു വ്യക്തിയുടെ മേൽ തെളിവ് നൽകാനുള്ള ചുമതല ചുമത്തുന്ന ഒരു നിയമത്താൽ സംഗതി സങ്കീർണമായി. മറ്റൊരു വിധത്തിൽ പറഞ്ഞാൽ, അങ്ങനെയല്ലെന്ന് തെളിയിക്കുന്ന രേഖകൾ ഹാജരാക്കാൻ കഴിയുന്നി

ല്ലെങ്കിൽ അത്തരമൊരു വ്യക്തി നിയമവിരുദ്ധ കുടിയേറ്റക്കാരനായി കണക്കാക്കും. വിവിധ എൻ ആർ സി ട്രൈബ്യൂണലുകളിൽ ഈ പ്രക്രിയ മുന്നോട്ടുപോകുമ്പോൾ, റേഷൻ കാർഡ്, വോട്ടർ കാർഡ്, പാൻ കാർഡ്, ആധാർ കാർഡ്, ഒരു പാസ്പോർട്ട് പോലും - പൗരത്വത്തിന്റെ വിശ്വസനീയമായ തെളിവുകളല്ലെന്ന് തെളിയും, കാരണം ഇത് നിർമിച്ച് വാങ്ങിയതായിരിക്കാം എന്ന സംശയം ഉടലെടുക്കും. അസം കേസ് പൗരത്വ നിയമത്തിലെ സുപ്രധാന മാറ്റങ്ങൾക്ക് പോലും കാരണമായി - പൗരത്വം നൽകുന്നതിനു ബാധകമായ 1986 ലെ കട്ട്-ഓഫ് തീയതി പോലെ, സാധുവായ എൻട്രി പെർമിറ്റ് ഇല്ലാതെ രാജ്യത്ത് താമസിക്കുന്നവർക്ക് ഇത് നിയമവിരുദ്ധ കുടിയേറ്റക്കാരനെന്ന നിർവചനം നൽകി.

എൻ ആർ സിയുടെ പ്രവർത്തനം വളരെ മന്ദഗതിയിലാണ് മുന്നോട്ട് പോയത്. അസമീസ് ദേശീയ സ്വത്വത്തെക്കുറിച്ചുള്ള ചോദ്യം വേണ്ടത്ര ഗൗരവമായി എടുക്കുന്നില്ലെന്ന് അസം പ്രസ്ഥാനത്തിലെ തീവ്രവാദ ഘടകങ്ങൾ സംസ്ഥാന-കേന്ദ്ര സർക്കാരുകളെ കുറ്റപ്പെടുത്തി. ഇന്ത്യയിൽ നിന്ന് വേർപെടുത്താൻ ഉദ്ദേശിക്കുന്നതായി പ്രഖ്യാപിച്ച്, യുണൈറ്റഡ് ലിബറേഷൻ ഫ്രണ്ട് ഓഫ് അസം (ഉൾഫ) 1990 ൽ റെയിൽ, റോഡ് ഗതാഗതത്തിനും സുരക്ഷാ സേനയ്ക്കും രാഷ്ട്രീയ നേതാക്കൾക്കുമെതിരെ അക്രമാസക്തമായ ആക്രമണങ്ങളുടെ ഒരു പരമ്പര ആരംഭിച്ചു. തുടക്കത്തിൽ, അസമീസ് ജനതയിൽ ഉൾഫയ്ക്ക് ഗണ്യമായ ജനപ്രീതി ലഭിച്ചിരുന്നു. എന്നാൽ ഇത്തരം അണ്ടർഗ്രൗണ്ട് സംഘടനകളിൽ പലപ്പോഴും സംഭവിക്കുന്നതുപോലെ, അതിന്റെ കേഡർമാർ സാധാരണക്കാരിൽ നിന്ന് പണം തട്ടിയെടുക്കാനും വിവേചനരഹിതമായ അക്രമങ്ങളിൽ ഏർപ്പെടാനും തുടങ്ങി. സുരക്ഷാ സേന തിരിച്ചടിച്ചപ്പോൾ നേതാക്കൾ ബർമീസ് കുന്നുകളിൽ അഭയം പ്രാപിച്ചു. ഏതാനും വർഷങ്ങൾക്കുള്ളിൽ ഉൾഫയുടെ പ്രഭാവം ക്ഷയിച്ചു.

അസമിലെ പൗരന്മാരുടെ രജിസ്റ്റർ 2019 നവംബറിൽ പ്രസിദ്ധീകരിച്ചു. ഇത് ആരെയും തൃപ്തിപ്പെടുത്തിയില്ല. ഇത് 19 ലക്ഷം ആളുകളെ അനധികൃത കുടിയേറ്റക്കാരായി പ്രഖ്യാപിച്ചു, അവരിൽ 12 ലക്ഷം ഹിന്ദുക്കളും (കൂടുതലും ബംഗാളികളും ചില നേപ്പാളികളും) 7 ലക്ഷം മുസ്ലീങ്ങളും (കൂടുതലും ബംഗാളികൾ) ആയിരുന്നു. അനധികൃത കുടിയേറ്റക്കാരുടെ എണ്ണത്തിൽ വൻതോതിൽ കുറവുണ്ടായിട്ടുണ്ടെന്ന് എ ജി പി പ്രഖ്യാപിച്ചു, കാരണം ഇനിയും നിരവധി പേർ ഉണ്ടെന്ന് അവർ വിശ്വസിച്ചിരുന്നു. നിരവധി ഹിന്ദുക്കളെ നിയമവിരുദ്ധമായി പ്രഖ്യാപിച്ചതിനാൽ കേന്ദ്രത്തിലും സംസ്ഥാനത്തും അധികാരത്തിലിരുന്ന ബി ജെ പി കടുത്ത രാഷ്ട്രീയ പ്രശ്നത്തെ അഭിമുഖീകരിച്ചു. ഹിന്ദു കുടിയേറ്റക്കാർ അഭയാർഥികളാണെന്നും അവരെ സ്വാഗതം ചെയ്യണമെന്നുമായിരുന്ന

അവരുടെ നിലപാട്, അതേസമയം മുസ്ലീങ്ങൾ നുഴഞ്ഞുകയറ്റക്കാരായിരുന്നു, അവരെ പൗരന്മാരായി കണക്കാക്കരുത്. 2019 ഡിസംബറിലെ പൗരത്വ ഭേദഗതി നിയമം തിടുക്കപ്പെട്ട് പാസാക്കിയതാണ് അതിന്റെ ഫലം, അയൽരാജ്യങ്ങളിൽ നിന്നുള്ള ഹിന്ദു കുടിയേറ്റക്കാർ മതപരമായ പീഡനം മൂലമാണ് ഇന്ത്യയിലേക്ക് കടന്നതെന്നും അതിനാൽ അവർക്ക് സാധുവായ രേഖകൾ ഇല്ലെങ്കിൽപോലും പൗരത്വം നൽകാമെന്നും പ്രഖ്യാപിച്ചു.

എൻ ആർ സിക്കും സി എ എയ്ക്കും എതിരെ രാജ്യത്തുടനീളം നടന്ന പ്രതിഷേധങ്ങൾക്ക് ശേഷം എന്താണ് സംഭവിച്ചതെന്ന് നിങ്ങൾക്കറിയാം. അസമിലും മറ്റ് വടക്കുകിഴക്കൻ സംസ്ഥാനങ്ങളിലും വിപരീത കാരണത്താൽ വൻ പ്രതിഷേധങ്ങളുണ്ടായി - അനധികൃത കുടിയേറ്റക്കാരെ തിരിച്ചറിയുന്നതിൽ എൻ ആർ സി വേണ്ടത്ര കർശനമായിരുന്നില്ല എന്നതായിരുന്നു ആരോപണം! ഒരു പ്രാദേശിക തർക്കം പ്രാദേശികമായി പരിഹരിക്കാൻ ശ്രമിക്കുന്നതിനുപകരം, കേന്ദ്രസർക്കാരിനെ ഇടപെടാനും പരിഹാരത്തിന്റെ ഉത്തരവാദിത്വം ഏറ്റെടുക്കാനും ക്ഷണിച്ചതിനാലാണ് ഈ സങ്കീർണ്ണമായ സാഹചര്യം സൃഷ്ടിക്കപ്പെട്ടത് എന്നതാണ് ഞാൻ ചൂണ്ടിക്കാണിക്കാൻ ആഗ്രഹിക്കുന്നത്. അത് സമ്പൂർണ കുഴപ്പത്തിൽ കലാശിച്ചു.

അസമിലെ രാഷ്ട്രീയ നേതാക്കൾ പരസ്പരം ഒത്തുതീർപ്പിനുള്ള പരിഹാരം കണ്ടെത്തുക എന്ന ദുഷ്കരമായ ദൗത്യത്തിൽ ഉറച്ചുനിന്നിരുന്നെങ്കിൽ അത് വ്യത്യസ്തമാകുമായിരുന്നോ? ഞാൻ നേരത്തെ നിങ്ങളോട് വിശദീകരിച്ചതുപോലെ, ഈ പ്രശ്നത്തെക്കുറിച്ച് ആഴത്തിൽ ചിന്തിച്ച അംബേദ്കറെപ്പോലുള്ളവർ നിർദേശിച്ചത് ന്യൂനപക്ഷ ഭാഷകൾക്ക് അവരുടെ സ്വയംഭരണ വളർച്ചയ്ക്ക് മതിയായ സംരക്ഷണം നൽകിയാൽ മാത്രമേ ഏകഭാഷാ സംസ്ഥാനങ്ങളുടെ അടിസ്ഥാന ജനാധിപത്യ തത്വം പ്രവർത്തിക്കൂ എന്നാണ്. ബംഗാളിന്റെ ഭാഗമായിരുന്ന കൊളോണിയൽ അസമിലെ സാഹചര്യം നിങ്ങൾ ഓർക്കുന്നുവെങ്കിൽ, അസമിലെ സ്കൂളുകളിലും കോളേജുകളിലും അസമീസ് ഒരു പഠനമാധ്യമമായി അംഗീകരിക്കണമെന്ന് അസമി നേതാക്കൾ തികച്ചും ന്യായമായ ആവശ്യം ഉന്നയിച്ചിരുന്നു. ബംഗാളികൾ കൂടുതലുള്ള അസം ജില്ലകളിൽ ഇന്നും ഇതേ തത്ത്വം പാലിക്കണം. എന്നാൽ ന്യൂനപക്ഷങ്ങളുടെ ഭാഗത്തും അതിനനുസൃതമായ ഉത്തരവാദിത്വമുണ്ട്. അസാമീസ് പ്രധാന ഔദ്യോഗിക ഭാഷയായി തുടരുക എന്ന ജനാധിപത്യ തത്വം അവർ അംഗീകരിക്കണം. ആസാമിലെ എന്റെ യാത്രകളിൽ നിന്ന്, അവിടെ സ്കൂളിൽ പോയ യുവതലമുറയിലെ മിക്ക ബംഗാളികളും അസമീസ് നന്നായി സംസാരിക്കുന്നവരും വായിക്കുന്നവരുമാണെന്ന് എനിക്കറി

യാം. അല്ലാതെ എങ്ങനെയാവും? കുടിയേറ്റ കർഷക കുടുംബങ്ങളിലെ ചെറുപ്പക്കാരായ അംഗങ്ങൾ അവരുടെ പരമ്പരാഗത ഗ്രാമീണ തൊഴിലുകളിൽ കുടുങ്ങിക്കിടക്കാൻ ആഗ്രഹിക്കുന്നില്ല; നഗരങ്ങളിൽ ഭാവി കണ്ടെത്താൻ അവർ ആഗ്രഹിക്കുന്നു. അസമിലെ നഗരങ്ങളിലും പട്ടണങ്ങളിലും ഭൂരിഭാഗം ആളുകളും ഉപയോഗിക്കുന്ന ഭാഷ പഠിച്ചാൽ മാത്രമേ അവർക്ക് ഇത് ചെയ്യാൻ കഴിയൂ. രാഷ്ട്രീയ സാഹചര്യം അനുകൂലമായിരുന്നെങ്കിൽ, കുടിയേറ്റ ബംഗാളികൾ പരമ്പരാഗതമായി നിലനിൽക്കുന്ന അസമീസ് സംസ്കാരത്തിന്റെ ഭാഗമായി മാറും, അതിൽ ഹിന്ദുക്കളും മുസ്ലീങ്ങളും ഉൾപ്പെടുന്നു.

ബംഗാളി സാംസ്കാരിക ആധിപത്യത്തിന്റെ ഓർമ അസമീസ് സാംസ്കാരികമായി ഉയർന്ന വിഭാഗത്തെ ഇപ്പോഴും വേട്ടയാടുന്നതായി തോന്നുന്നു. അതുകൊണ്ടാണ് അവർ അസമീസ് സംസാരിക്കുന്നവരുടെ ഔദ്യോഗിക കണക്കുകൾ വിശ്വസിക്കാത്തത്, അവരിൽ വംശീയ ആസാമികളല്ലാത്ത ദശലക്ഷക്കണക്കിന് പേർ ഉൾപ്പെടുന്നുവെന്ന് അവകാശപ്പെടുന്നു. ഒരു പൗരനായി കണക്കാക്കപ്പെടുമ്പോൾ അസാമി വംശജരുടെ മുൻഗണന ഉറപ്പിക്കുന്നതിനായി, എന്നുമുതൽക്കാണു അസമിൽ താമസം തുടങ്ങിയതെന്ന തീയതി പുറകിലേക്ക് നീട്ടി. അസം ഉടമ്പടി ആ തീയതി നിശ്ചയിച്ചിരുന്നത് 1971 എന്നാണ്. അസമീസ് സാംസ്കാരിക നായകർ ഇപ്പോൾ കേന്ദ്രസർക്കാർ ഈ തീയതി 1951-ലേക്ക് മാറ്റണമെന്ന് ആവശ്യപ്പെടുന്നു. ഈ രീതിയിൽ പ്രശ്നം പരിഹരിക്കാൻ കഴിയില്ല. അന്താരാഷ്ട്ര അതിർത്തികളിലൂടെയുള്ള നുഴഞ്ഞുകയറ്റത്തിന്റെ ചോദ്യം പ്രത്യേകം കൈകാര്യം ചെയ്യണം; അസമിലെ ഭൂരിപക്ഷ-ന്യൂനപക്ഷ ഭാഷാ സമൂഹങ്ങൾക്കിടയിൽ പരസ്പര സ്വീകാര്യമായ ഒരു ഒത്തുതീർപ്പ് കണ്ടെത്തുന്നതിനുള്ള പ്രക്രിയയിൽ ഇടപെടാൻ അനുവദിക്കരുത്.

ന്യൂനപക്ഷ ഭാഷകളെ സംരക്ഷിക്കുന്ന ഒരു ഏകഭാഷാ ഭരണകൂടത്തിന്റെ ചട്ടക്കൂടിനുള്ളിൽ ജനാധിപത്യപരമായ ചർച്ചകളും വിട്ടുവീഴ്ചയും മാത്രമാണ് ഇത്തരം പ്രശ്നങ്ങൾക്ക് പരിഹാരം കാണുന്നതിന് സാധ്യമായ ഒരേയൊരു മാർഗം. കേന്ദ്ര നിയമത്തിന്റെ ബലത്തിൽ അവലംബിക്കുക, ഭീഷണിപ്പെടുത്തൽ, തടങ്കലിൽ വയ്ക്കൽ അല്ലെങ്കിൽ പുറത്താക്കൽ ഭീഷണി എന്നിവ അശാന്തിയും പരിഭ്രാന്തിയും സൃഷ്ടിക്കുകയും എല്ലാ വശങ്ങളിലും അവിശ്വാസത്തിന്റെ ആഴം കൂട്ടുകയും ചെയ്യുന്നു. ഗണ്യമായ ഭാഷാ ന്യൂനപക്ഷങ്ങളുള്ള മറ്റ് സംസ്ഥാനങ്ങളിൽ ചർച്ചാപരമായ പരിഹാരങ്ങൾ കണ്ടെത്തിയിട്ടുണ്ട്. നല്ല മനസും ഭാവനാത്മകമായ സാംസ്കാരിക നേതൃത്വവും ഉള്ളതിനാൽ, അസമിന് ജനങ്ങൾക്കിടയിൽ സ്വന്തം രൂപത്തിലുള്ള സഖ്യം (മിത്രത) കണ്ടെത്താൻ കഴിയാത്തതിന് പറയാൻ ഒരു കാരണവുമില്ല.

അസം കേസും, വടക്കുകിഴക്കിന്റെ ബാക്കി ഭാഗങ്ങളെപ്പോലെ, മതത്തിന്റെയും ജാതിയുടെയും ഭാഷയുടെയും അടിസ്ഥാനത്തിലുള്ള സാംസ്കാരിക രാഷ്ട്രീയത്തിന്റെ ഒരൊറ്റ തത്വം എന്നത് ഇന്ത്യയിൽ പ്രായോഗികമല്ല എന്ന് വ്യക്തമായി കാണിക്കുന്നു. വിവിധ സംസ്ഥാനങ്ങളിൽ വ്യത്യസ്ത രാഷ്ട്രീയ സമവാക്യങ്ങൾ സൃഷ്ടിക്കുന്ന പ്രാദേശിക സാംസ്കാരിക രൂപങ്ങൾ അനിവാര്യമായും വൈവിധ്യപൂർണമാണ്. അങ്ങനെ, ഹിന്ദു-മുസ്ലിം വിഭജനം പരിഹരിക്കപ്പെടേണ്ട രാജ്യത്തെ ഏറ്റവും വലിയ രാഷ്ട്രീയ പ്രശ്നമാണെന്ന് ഹിന്ദു ദേശീയവാദികളും മതേതര ബഹുസ്വര വാദികളും വിശ്വസിക്കുന്നുണ്ടെങ്കിലും, മറ്റിടങ്ങളിലെന്നപോലെ അതിന് പ്രാധാന്യമില്ലെന്ന് അസം കാണിക്കുന്നു. അതുപോലെ, ഭാഷയുടെ വിഭജനം വിവിധ സംസ്ഥാനങ്ങളിൽ വ്യത്യസ്ത രാഷ്ട്രീയ പ്രത്യാഘാതങ്ങൾ ഉണ്ടാക്കുന്നു. ഒരു വലിയ ദേശീയ ഫോർമുലയും എല്ലായിടത്തും പ്രവർത്തിക്കില്ല. അതുകൊണ്ടാണ് സംസ്ഥാനങ്ങൾ തങ്ങളുടെ സ്വന്തം പാർട്ടി സംവിധാനങ്ങളെ വ്യത്യസ്തമായ സഖ്യരീതികളോടെ വികസിപ്പിച്ചെടുത്തത്. കോൺഗ്രസ്, ബി ജെ പി, സി പി ഐ, അല്ലെങ്കിൽ സി പി ഐ (എം) പോലെയുള്ള - ദേശീയ വീക്ഷണമുണ്ടെന്ന് അവകാശപ്പെടുന്ന - ഏതൊരു പാർട്ടിക്കും ഒരു സംസ്ഥാനത്ത് ഒരു പാർട്ടിയുമായി സഖ്യമുണ്ടാക്കുകയും മറ്റൊരു സംസ്ഥാനത്ത് അതിനെ എതിർക്കുകയും ചെയ്യുന്നത് എന്തുകൊണ്ടാണെന്നത് ന്യായീകരിക്കാൻ പലപ്പോഴും ബുദ്ധിമുട്ടാണ്. സംസ്ഥാന രാഷ്ട്രീയത്തിന് അതിന്റേതായ സ്വയംഭരണ മേഖലയുണ്ടെന്ന് അവർ സമ്മതിച്ചാൽ ഈ പ്രത്യയശാസ്ത്ര അടവുകളിൽ നിന്ന് അവർ രക്ഷപ്പെടും.

സ്ത്രീകളുടെ അടിച്ചമർത്തൽ

നിങ്ങൾക്ക് അറിയാത്ത ഒന്നും ഈ വിഷയത്തിൽ എനിക്ക് പറയാനില്ല. സ്ത്രീകളോടുള്ള വിവേചനത്തെക്കുറിച്ചുള്ള നിങ്ങളുടെ സ്വന്തം ജീവിതാനുഭവത്തിൽ നിന്ന് നിങ്ങൾക്ക് അറിവുണ്ടെന്ന് മാത്രമല്ല, നിങ്ങളുടെ സുഹൃത്തുക്കളുമായി പല അവസരങ്ങളിലും ഈ വിഷയം ചർച്ച ചെയ്യുകയും ചെയ്തിട്ടുണ്ടാകും. സ്ത്രീകളുടെ അവസ്ഥയെ ജാതി-ന്യൂനപക്ഷ പ്രശ്നങ്ങളുമായി ബന്ധിപ്പിക്കാൻ നിങ്ങളെ സഹായിക്കുന്ന ഒന്നോ രണ്ടോ കാര്യങ്ങൾ സൂചിപ്പിക്കട്ടെ.

അടുത്തിടെ ഉത്തർപ്രദേശിലെ ഹത്രാസിൽ ദളിത് യുവതിയെ ബലാത്സംഗം ചെയ്ത് കൊലപ്പെടുത്തിയ ദാരുണമായ സംഭവത്തിൽ വലിയ പ്രതിഷേധം ഉയർന്നിരുന്നു. ബലാത്സംഗം നടന്നിട്ടില്ലെന്ന് യു പി സർക്കാർ വാദിച്ചു; അതേ സമയം അർധരാത്രിയിൽ ഇരയുടെ ശരീരം കത്തിച്ചു, മൊഴി മാറ്റാൻ ഇരയുടെ കുടുംബത്തെ സമ്മർദത്തിലാക്കുകയും

പ്രതിപക്ഷ നേതാക്കളെയും മാധ്യമങ്ങളെയും കഠിനമായി അടിച്ചമർത്തുകയും ചെയ്തു. യു പിയിലെ ബി ജെ പി സർക്കാരും രാജ്യത്തുടനീളമുള്ള പ്രതിപക്ഷ അഭിപ്രായവും തമ്മിലുള്ള രാഷ്ട്രീയ തർക്ക വിഷയമായി ഇത് മാറി. 2012 ൽ ഡൽഹിയിൽ ഒരു യുവതിയെ ക്രൂരമായ കൂട്ടബലാത്സംഗം ചെയ്ത് കൊലപ്പെടുത്തി വ്യാപകമായ പ്രക്ഷോഭത്തിന് കാരണമായ നിർഭയ സംഭവവും നിങ്ങൾ ഓർക്കുന്നുണ്ടാകും. എന്നിരുന്നാലും, ആ അവസരത്തിൽ തർക്കമുണ്ടായില്ല, ആരോപിതരായ ബലാത്സംഗികളെ പിന്തുണയ്ക്കാൻ ആരും മുന്നോട്ട് വന്നില്ല. രണ്ട് കേസുകൾ തമ്മിലുള്ള വ്യത്യാസം എന്താണെന്നാണ് നിങ്ങൾ കരുതുന്നത്?

സുഹൃത്തിനൊപ്പം ബസിൽ യാത്ര ചെയ്യുകയായിരുന്ന കോളേജ് വിദ്യാർഥിനിയാണ് ഡൽഹി സംഭവത്തിൽ ഇരയായത്. അവളുടെ അക്രമികൾ താഴ്ന്ന ജാതിയിലും സാമൂഹിക നിലയിലും ഉള്ള കുടിയേറ്റ തൊഴിലാളികളായിരുന്നു. നിർഭയയിൽ കണ്ട യുവതിയെ പീഡിപ്പിക്കുകയും തുടർച്ചയായി ബലാത്സംഗം ചെയ്യുകയും അവളുടെ സുഹൃത്തിനെ ക്രൂരമായി മർദിക്കുകയും ചെയ്തതിന്റെ ഭയാനകമായ വിവരങ്ങൾ ഡൽഹിയിലെ എല്ലാ മധ്യവർഗക്കാരെയും ഞെട്ടിച്ചു, അവർ ഇരയെ അവരുടെ മകളോ സഹോദരിയോ ആകാൻ സാധ്യതയുള്ള ആൾ എന്ന് വിളിച്ചിരുന്നു. പഠനത്തിനോ ജോലിക്കോ പോകാൻ പൊതുഗതാഗതത്തിൽ യാത്ര ചെയ്യുന്ന നഗരത്തിലെ സ്ത്രീകൾക്ക് ചുറ്റും ഒളിഞ്ഞിരിക്കുന്ന എക്കാലത്തെയും ഭീഷണി അത് പെട്ടെന്ന് അവരുടെ വീട്ടിലേക്ക് കൊണ്ടുവന്നു. അനിവാര്യമായും, ആയിരക്കണക്കിന് കുടിയേറ്റ പുരുഷ തൊഴിലാളികളിൽ, കൂടുതലും അവിവാഹിതരായ, ഒരേ സ്ഥലങ്ങളിൽ ചുറ്റി സഞ്ചരിക്കുന്നവർ ഭീഷണി തിരിച്ചറിഞ്ഞു. വിദ്യാഭ്യാസം, ജാതി, വർഗം, സാംസ്കാരിക പശ്ചാത്തലം എന്നിവയിലെ ഈ മനുഷ്യരും അവരുടെ ഇരകളും തമ്മിലുള്ള വ്യത്യാസം എല്ലാവർക്കും കാണാവുന്നതായിരുന്നു. ക്രൂരമായ കുറ്റകൃത്യത്തിൽ നിന്ന് വിട്ടുനിൽക്കുന്ന ഈ അശ്രദ്ധരായ മനുഷ്യരുടെ ഹൃദയങ്ങളിൽ ഭയം ഉളവാക്കുന്ന ശിക്ഷ എന്തായിരുന്നു?

സാഹചര്യം ആളുകളെ ദണ്ഡനീതിയെ ഓർമിപ്പിക്കുന്നതായി തോന്നി. പ്രതികളോട് ദയ കാണിക്കരുതെന്നും തൂക്കിക്കൊല്ലണമെന്നും പലരും ശഠിച്ചു. ഒരു ശിക്ഷയായി തൂക്കിലേറ്റുന്നത് മതിയായ കാര്യമല്ല എന്ന് മറ്റുചിലർ വിചാരിച്ചു: അതിനാൽ അവരെ ഷണ്ഡീകരിക്കണം. ജുഡീഷ്യൽ പ്രക്രിയ വളരെ മന്ദഗതിയിലാണെന്നും പഴുതുകൾ നിറഞ്ഞതാണെന്നും ധാരാളം ആളുകൾ കരുതി: അതിനാൽ കുറ്റവാളികളെ വെടിവച്ച് കൊല്ലണം. ഈ കേസിൽ ജുഡീഷ്യൽ മെഷിനറി വളരെ വേഗത്തിൽ പ്രവർത്തിക്കുന്നതിന് പൊതുജന സമ്മർദം കാരണമായി.

പ്രായപൂർത്തിയാകാത്ത ഒരു പ്രതി ഒഴികെ ബാക്കി നാലുപേർക്ക് വധ ശിക്ഷ വിധിച്ചു. കുറ്റവാളികൾക്ക് ദയ തേടാനുള്ള നിയമനടപടികൾ സമയമെടുത്തെങ്കിലും നാല് പേരെയും 2020 മാർച്ചിൽ തൂക്കിലേറ്റി.

മറുവശത്ത്, ഹത്രാസിൽ, താക്കൂർ കുടുംബത്തിലെ ഒരു കൂട്ടം ചെറുപ്പക്കാർ വാല്മീകി സ്ത്രീക്ക് നേരെ നടത്തിയ അക്രമം, യു പി ഗ്രാമങ്ങളിലെ ദരിദ്രരായ ദളിത് കുടുംബങ്ങൾക്ക് മേലുള്ള ഉയർന്ന ജാതി ഭൂവുടമകളുടെ ദീർഘകാല ആധിപത്യ ബന്ധത്തിൽ വേരൂന്നിയതാണ്. ഇത്തരം സംഭവങ്ങൾ പോലീസിന്റെ ശ്രദ്ധയിൽപെടുകയോ മാധ്യമങ്ങളിൽ റിപ്പോർട്ട് ചെയ്യുകയോ ചെയ്യാത്ത വിധം പതിവായ ഒരു കാലമുണ്ടായിരുന്നു. ആ സ്ഥിതി മാറി. ദളിതർ ഇപ്പോൾ കൂടുതൽ ശബ്ദമുയർത്തുന്നു; ജാതി അതിക്രമങ്ങൾക്ക് കടുത്ത ശിക്ഷ നൽകുന്ന നിയമങ്ങളുണ്ട്. ഇലക്ട്രോണിക് മാധ്യമങ്ങൾ ഇപ്പോൾ ഗ്രാമീണ ഇന്ത്യയിൽ നിന്നുള്ള ഇത്തരം കഥകൾ കവർ ചെയ്യുന്നതിൽ കൂടുതൽ സജീവമാണ്. ഇതിന് മറുപടിയായി, ഭൂവുടമകളായ വരേണ്യവർഗവും ജാതി, രാഷ്ട്രീയ ശൃംഖലകൾ ഉപയോഗിച്ച് ഗ്രാമങ്ങളിൽ തങ്ങളുടെ അധികാരം പിടിച്ചുനിർത്താനും അനുസരണയില്ലാത്ത ദളിതരെ താഴെയിറക്കാനും ശ്രമിക്കുന്നു. സ്ത്രീകളെ ചൂഷണം ചെയ്യുന്നതിനൊപ്പം ജാതിയുടെയും ഭൂവധികാരത്തിന്റെയും കൂട്ടുകെട്ടിന്റെ ഈ വൃത്തികെട്ട സവിശേഷതയാണ് ഹത്രാസ് കേസ് വെളിപ്പെടുത്തിയത്. ലൈംഗിക-ജാതി അതിക്രമങ്ങൾക്ക് ഇരയായവരുടെ അവകാശങ്ങൾ സംരക്ഷിക്കുന്ന നിയമങ്ങൾ നിലവിലുണ്ടെങ്കിലും, സംസ്ഥാന-പ്രാദേശിക തലങ്ങളിലുള്ള ശക്തമായ ഗ്രൂപ്പുകൾക്ക് നിയമപരവും ഭരണപരവുമായ പ്രക്രിയകൾ എങ്ങനെ അട്ടിമറിക്കാമെന്ന് ഇത് കാണിച്ചുതന്നു.

ഇത് ന്യായമായ ഒരു ചോദ്യം ഉയർത്തുന്നു. സ്ത്രീകളുടെ അവകാശങ്ങൾ സംരക്ഷിക്കപ്പെടുന്നതിന് ഫലപ്രദമായ നിയമങ്ങൾ ഉണ്ടാക്കുകയും പ്രത്യേക കേസുകളിൽ സജീവമായി ഇടപെടുകയും ചെയ്യുന്നതാണോ കേന്ദ്ര ഗവൺമെന്റ് സ്ത്രീകൾക്ക് മെച്ചപ്പെട്ട സേവനം നൽകുന്നത്, അതോ സ്വീകാര്യമായ ഒരു പരിഹാരം കണ്ടെത്താൻ ഭരണകൂടത്തിന്റെയും പ്രാദേശിക ഘടകങ്ങളുടെയും ശക്തികളെ അനുവദിക്കണമോ? പ്രത്യക്ഷത്തിൽ, കേന്ദ്ര ഇടപെടലിലാണ് ഉത്തരം കിടക്കുന്നതെന്ന് തോന്നും. 1970 കളിലും 1980 കളിലും സ്ത്രീകൾക്കെതിരായ ലൈംഗികാതിക്രമങ്ങൾക്ക് കടുത്ത ശിക്ഷ നൽകാനും ഗർഭച്ഛിദ്രത്തിനുള്ള അവകാശം അംഗീകരിക്കാനും ജനനത്തിനു മുമ്പുള്ള ലിംഗനിർണയ പരിശോധനകൾ നിരോധിക്കാനും കേന്ദ്ര നിയമനിർമാണത്തിനായി പ്രേരിപ്പിച്ച ധാരണയായിരുന്നു അത്. അതിനുശേഷം, വിദ്യാഭ്യാസത്തിലും തൊഴിലിലും സ്ത്രീകൾക്കെതിരായ വിവേചനം കുറയ്ക്കുന്നതിന് പാർലമെന്റ് മറ്റ്

നിരവധി നിയമങ്ങൾ ഉണ്ടാക്കിയിട്ടുണ്ട്. പാർലമെന്റിലും സംസ്ഥാന അസംബ്ലികളിലും സ്ത്രീകൾക്ക് മിനിമം സീറ്റ് സംവരണം ചെയ്യാനുള്ള ശ്രമങ്ങൾ വിജയിച്ചില്ലെങ്കിലും മുൻസിപ്പാലിറ്റികളിലും പഞ്ചായത്ത് ബോഡികളിലും അത്തരം സംവരണം ഉണ്ട്. വാസ്തവത്തിൽ, ലോകത്തിലെ ഏറ്റവും പുരോഗമനപരമായ ചില നിയമങ്ങൾ സ്ത്രീകളുടെ അവകാശങ്ങളിൽ ഇന്ത്യയിലുണ്ടെന്ന് ചിലപ്പോൾ പറയാറുണ്ട്.

എന്നാൽ പ്രായോഗിക ഫലം എന്താണ്? നഗരങ്ങളിലെ ഇടത്തരം സ്ത്രീകളെ സംബന്ധിച്ചിടത്തോളം, കഴിഞ്ഞ ഏതാനും ദശകങ്ങളിൽ സ്ഥിതി തീർച്ചയായും മെച്ചപ്പെട്ടിട്ടുണ്ട്. നിങ്ങളെക്കുറിച്ചോ നിങ്ങളുടെ സുഹൃത്തുക്കളെക്കുറിച്ചോ ചിന്തിക്കുക, നിങ്ങളുടെ മുത്തശ്ശിമാർ നയിക്കുന്ന ജീവിതവുമായി താരതമ്യം ചെയ്യുക. അമ്പതോ എഴുപതോ നൂറോ വർഷങ്ങൾക്ക് മുമ്പ്, കുടുംബത്തിലെ പെൺകുട്ടികൾക്ക് ആൺകുട്ടികളേക്കാൾ വളരെ കുറച്ച് ഭൗതിക അവസരങ്ങൾ മാത്രമേ ലഭിക്കുമായിരുന്നുള്ളൂ: രണ്ടാമത്തവർക്ക് മികച്ച ഭക്ഷണവും ആരോഗ്യ പരിരക്ഷയും വിദ്യാഭ്യാസവും നൽകുമായിരുന്നു. അത്തരം പ്രത്യക്ഷമായ വിവേചനം മധ്യവർഗ കുടുംബങ്ങളിൽ ഇപ്പോൾ സാധാരണമല്ല. ഉന്നത വിദ്യാഭ്യാസത്തിലും പ്രൊഫഷണൽ പരിശീലനത്തിലും സ്ത്രീകൾക്ക് പ്രവേശനമുണ്ട്. മിക്ക കുടുംബങ്ങളും തങ്ങളുടെ ആൺമക്കളുടെ നേട്ടങ്ങളിൽ അഭിമാനിക്കുന്നതുപോലെ പെൺമക്കളുടെ നേട്ടങ്ങളിൽ അഭിമാനിക്കുന്നു. ഉയർന്ന വിദ്യാഭ്യാസവും പല കേസുകളിലും സ്വതന്ത്ര വരുമാനവും ഉള്ളതിനാൽ കുടുംബ തീരുമാനങ്ങളിൽ സ്ത്രീകൾക്ക് ഇപ്പോൾ വലിയ സ്വാധീനമുണ്ട്. അതിലും ശ്രദ്ധേയമായ കാര്യം, രാജ്യത്ത് മധ്യവർഗത്തിന്റെ വലിപ്പം വർധിച്ചപ്പോൾ, സ്ത്രീകളുടെ വിദ്യാഭ്യാസത്തെ വിലമതിക്കുന്ന മധ്യവർഗ ജീവിതശൈലിയുടെ ഈ വശം കൂടുതൽ കൂടുതൽ ആളുകൾ സ്വീകരിക്കുന്നു എന്നതാണ്. ഇതെല്ലാം നിസ്സംശയമായും മെച്ചപ്പെട്ട മാറ്റത്തെ സൂചിപ്പിക്കുന്നു.

എന്നാൽ ഈ കഥയ്ക്ക് മറ്റൊരു വശമുണ്ട്, അത് നിങ്ങൾക്കും അറിയാമെന്ന് എനിക്ക് ഉറപ്പുണ്ട്. ഇടത്തരം കുടുംബങ്ങളിലെ വിദ്യാസമ്പന്നരായ സ്ത്രീകൾക്ക് പ്രൊഫഷണൽ ജോലികളും പൊതു ഉത്തരവാദിത്തങ്ങളും ഏറ്റെടുക്കാൻ അനുവാദമുണ്ട്, പ്രോത്സാഹിപ്പിക്കപ്പെടുന്നുമുണ്ട്, ആ സ്വാതന്ത്ര്യം അവരുടെ വീടിനെയും കുട്ടികളെയും പരിപാലിക്കുന്നതിനുള്ള അവരുടെ പ്രാഥമിക ചുമതലയെ ഒരു തരത്തിലും ഇല്ലാതാക്കുന്നില്ല. തൽഫലമായി, സ്ത്രീകൾക്ക് ഇരട്ട ഭാരമുണ്ട്: അധ്യാപകർ, ഡോക്ടർമാർ, അഡ്മിനിസ്ട്രേറ്റർമാർ, ശാസ്ത്രജ്ഞർ, മറ്റ് ഡസൻ കണക്കിന് പ്രൊഫഷണലുകൾ എന്നിങ്ങനെ പുറംലോകത്ത് പുരുഷന്മാർക്ക് തുല്യമാണെന്ന് തെളിയിക്കേണ്ടതുണ്ട്, അതേ സമയം, അമ്മമാർ അല്ലെങ്കിൽ ഭാര്യമാർ

അല്ലെങ്കിൽ സഹോദരിമാർ അല്ലെങ്കിൽ പെൺമക്കൾ അവരുടെ പ്രാഥമിക കടമകൾ അനുഷ്ഠിക്കേണ്ട ചുമതല നിലനിൽക്കുന്നു.

സ്ത്രീകളുടെ വിദ്യാഭ്യാസവും വീടിന് പുറത്തുള്ള ജോലിയും ഇടത്തരക്കാർക്കിടയിൽ പരക്കെ അംഗീകരിക്കപ്പെട്ടിരിക്കുന്നത് പുരുഷന്മാരിൽ ഒരു പുതിയ ഉത്കണ്ഠ സൃഷ്ടിച്ചു. സ്ത്രീകൾ അവരുടെ സ്വാതന്ത്ര്യം ദുരുപയോഗം ചെയ്യില്ലെന്ന് വിശ്വസിക്കാമോ? പെൺകുട്ടികൾ ആൺകുട്ടികളെ കണ്ടുമുട്ടുകയും പ്രണയബന്ധങ്ങളിൽ ഏർപ്പെടുകയും അവരുടെ കുടുംബങ്ങൾ അംഗീകരിക്കാത്ത പുരുഷന്മാരെ വിവാഹം കഴിക്കുകയും ചെയ്താലോ? വിദ്യാഭ്യാസത്തിലും പ്രൊഫഷണൽ പരിശീലനത്തിലും അവർ പുരുഷന്മാരുമായി മത്സരിക്കുമ്പോൾ, അവർ ഇന്ത്യൻ സ്ത്രീത്വത്തിന്റെ പരമ്പരാഗത സദ്ഗുണങ്ങളിൽ ഉറച്ചുനിൽക്കണമെന്നത് അവർ മറന്നാലോ? തീർച്ചയായും ആധുനികമായിരിക്കണം, പക്ഷേ, വളരെ ആധുനികമാകരുത്! നിങ്ങളുടെ അമ്മ കോളേജിൽ പോകുമ്പോൾ, സ്ത്രീകൾ ജീൻസും സൺഗ്ലാസും ധരിക്കുന്നത് അപൂർവമായിരുന്നു. അത് വളരെ ആധുനികമായി കണക്കാക്കപ്പെട്ടിരുന്നു, സാധാരണ സ്ത്രീകളല്ല, സിനിമാതാരങ്ങളും ഫാഷൻ മോഡലുകളും ധരിക്കുന്ന ഒന്ന്. ഇപ്പോൾ, തീർച്ചയായും, നിങ്ങളും നിങ്ങളുടെ സുഹൃത്തുക്കളും നിങ്ങൾക്ക് ഇഷ്ടമുള്ളത് ധരിക്കുന്നു. എന്നാൽ അത് വളരെ ആധുനികമായതിനാൽ മാന്യരായ സ്ത്രീകൾക്ക് അനുയോജ്യമല്ലാത്തതിനാൽ നിങ്ങൾ ചെയ്യരുതെന്ന് നിങ്ങളോട് പറഞ്ഞിരിക്കുന്ന മറ്റൊന്നില്ലേ? നിങ്ങളുടെ ആധുനിക വസ്ത്രങ്ങളിലേക്കും പെരുമാറ്റത്തിലേക്കും ശ്രദ്ധ ആകർഷിക്കുന്നത്, നിങ്ങൾ പുരുഷന്മാരും സ്ത്രീകളും തമ്മിൽ സ്വതന്ത്രമായി ഇടകലരുന്ന ഒരു പാശ്ചാത്യ ജീവിതശൈലി പിന്തുടരുന്നുവെന്ന് പുരുഷന്മാർക്ക് സൂചന നൽകും എന്ന് നിങ്ങൾക്ക് മുന്നറിയിപ്പ് നൽകിയിരിക്കണം. അതിനാൽ, പുരുഷന്മാരിൽ നിന്നുള്ള ലൈംഗിക മുന്നേറ്റങ്ങൾക്ക് നിങ്ങൾ അർഹമായിരിക്കണം എന്ന് അവർ അനുമാനിക്കും. മറ്റൊരു വിധത്തിൽ പറഞ്ഞാൽ, ആധുനികമാകുന്നത് പുരുഷന്മാർക്ക് അഭികാമ്യമാണെങ്കിലും, സ്ത്രീകൾക്ക് ആധുനികരാകാൻ കഴിയുന്ന അളവിന് എല്ലായ്പ്പോഴും ഒരു പരിധിയുണ്ട്. എന്തുകൊണ്ട്? സ്വീകാര്യമായ പെരുമാറ്റത്തിൽ പുരുഷന്മാരും സ്ത്രീകളും തമ്മിൽ വ്യത്യാസം ഉള്ളത് എന്തുകൊണ്ട്?

കാരണം വിദൂരമല്ല. ആധുനിക മൂല്യങ്ങളെ ആശ്ലേഷിച്ചിട്ടും, ഇടത്തരം പുരുഷന്മാർ ഇപ്പോഴും കുടുംബത്തെ തങ്ങൾക്കുള്ള ഒന്നായി കരുതുന്നു; സ്ത്രീകളും കുട്ടികളും അവരുടെ ചുമതലയിലാണ്, അതിനാൽ സ്വത്ത് പോലെ സംരക്ഷിക്കപ്പെടണം. ഭരണഘടനയോ നിയമമോ എന്തുതന്നെ പറഞ്ഞാലും, തീരുമാനമെടുക്കാൻ സ്ത്രീകൾക്ക് തുല്യ സ്വാതന്ത്ര്യമുണ്ടെന്ന് അംഗീകരിക്കാൻ പുരുഷന്മാർ മടിക്കുന്നു. എത്ര വിദ്യാസമ്പന്നരാ

ണെങ്കിലും, സ്ത്രീകൾ യുക്തിരഹിതമായ പ്രേരണകൾ, വികാരങ്ങൾ, വിചാരങ്ങൾ എന്നിവയാൽ നയിക്കപ്പെടുന്നുവെന്ന് വിശ്വസിക്കപ്പെടുന്നു. സത്യസന്ധമല്ലാത്ത ആളുകളുടെ കൃത്രിമത്വത്തിന് അവർ ഇരയാകുന്നു. തൽഫലമായി, ഒരു സ്ത്രീയുടെ ഓരോ തിരഞ്ഞെടുപ്പും ഉത്തരവാദിത്വമുള്ള രക്ഷാധികാരിയായി പ്രവർത്തിക്കാൻ കഴിയുന്ന ഒരു പുരുഷൻ അംഗീകരിക്കണം. ഏറ്റവും പുരോഗമനപരമായ ഇടത്തരം കുടുംബങ്ങളിൽ പോലും നിലനിൽക്കുന്ന ഒരു വികാരമാണിത്. സ്ത്രീകൾ തങ്ങളുടെ പുരുഷ സംരക്ഷകരെ ധിക്കരിച്ച് പ്രവർത്തിക്കുമ്പോൾ, അത് അവരുടെ അധികാരത്തിന്റെ ലംഘനമായി കണക്കാക്കുന്നു - രക്ഷാകർത്താക്കളെന്ന നിലയിലുള്ള അവരുടെ റോളിലെ പരാജയമായി മറ്റുള്ളവർ കാണും. അതിനാൽ, സ്ത്രീകളെ അച്ചടക്കം പാലിപ്പിക്കുന്നത് കുടുംബത്തിന്റെയോ ജാതിയുടെയോ സമൂഹത്തിന്റെയോ ബഹുമാനം സംരക്ഷിക്കുന്ന കാര്യമായി മാറുന്നു. സ്ത്രീകൾ ജീൻസ് ധരിക്കുന്നതും മൊബൈൽ ഫോൺ ഉപയോഗിക്കുന്നതും തടയാൻ ഹരിയാനയിലെ ഖാപ് പഞ്ചായത്തുകളെ പ്രേരിപ്പിക്കുന്ന വികാരമിതാണ്. ഹിന്ദു സ്ത്രീകളെ മതപരിവർത്തനം ചെയ്യുന്നതിനായി മുസ്ലീം പുരുഷന്മാർ പ്രണയിക്കുന്നതായി നടിക്കുന്ന സംഘടിത പദ്ധതിയായി കരുതപ്പെടുന്ന 'ലവ് ജിഹാദി'നെക്കുറിച്ചുള്ള ഭയം വളർത്തുന്നതും ഇതേ വികാരമാണ്. തങ്ങളുടെ സമുദായത്തിലെ സ്ത്രീകൾ ഹിന്ദു പുരുഷന്മാരെ വിവാഹം കഴിക്കുമ്പോൾ മുസ്ലീം പുരുഷന്മാർക്കിടയിൽ സമാനമായ എതിർപ്പ് ഉണ്ടെന്നത് ശ്രദ്ധിക്കുക. രണ്ട് സാഹചര്യങ്ങളിലും തങ്ങളുടെ വിവാഹ പങ്കാളികളെ തെരഞ്ഞെടുക്കാൻ സ്ത്രീകൾക്ക് തുല്യ അവകാശമുണ്ടെന്ന് അംഗീകരിക്കപ്പെട്ടിട്ടില്ല.

ഇടത്തരം കുടുംബങ്ങളിലെ സ്ത്രീകൾ ഇപ്പോൾ ജോലി ചെയ്യാനും കുടുംബ വരുമാനത്തിലേക്ക് സംഭാവന ചെയ്യാനും പ്രോത്സാഹിപ്പിക്കപ്പെടുന്നു എന്ന വസ്തുത വിവാഹബന്ധങ്ങളിലെ വാണിജ്യ ഇടപാടുകളുടെ പുതിയ മാനംകൂടി അവതരിപ്പിച്ചു. ഒരു സാമൂഹിക ബന്ധമെന്ന നിലയിൽ വിവാഹം എല്ലായ്പ്പോഴും കുടുംബങ്ങൾക്കും ഗ്രൂപ്പുകൾക്കും ജാതി ഗോവണിയിലൂടെ മുകളിലേക്കോ താഴേക്കോ നീങ്ങാനുള്ള അവസരം നൽകിയിരുന്നു. ഉയർന്ന നിലയിലുള്ള ജാതിയിൽ നിന്നോ കുലത്തിൽ നിന്നോ വരനുമായി മകളുടെ വിവാഹം ഉറപ്പിക്കുക എന്നതായിരുന്നു സാധാരണ രീതി. സമ്പത്തോ രാഷ്ട്രീയ അധികാരമോ സമ്പാദിച്ച ഗ്രൂപ്പുകളാണ് ഈ രീതി പലപ്പോഴും ഉപയോഗിച്ചിരുന്നത്, അങ്ങനെ ചെയ്തുകഴിഞ്ഞാൽ, ഒരു ഉയർന്ന ജാതിയായി അംഗീകരിക്കപ്പെടാൻ അവർ ആഗ്രഹിക്കുന്നു. ക്ഷത്രിയ കുടുംബങ്ങളുമായുള്ള വിവാഹബന്ധത്തിലൂടെ രാജ്യത്തുടനീളമുള്ള കീഴാള ജാതികളിൽപെട്ട നിരവധി ശക്തമായ ഗ്രൂപ്പുകളും വംശങ്ങളും ക്ഷത്രിയരായി അംഗീകരിക്കപ്പെട്ടു.

ബംഗാളിലെ ബ്രാഹ്മണരുടെ ഇടയിൽ ഈ സമ്പ്രദായം വിചിത്രമായ അനുപാതത്തിൽ എത്തി, അവിടെ ഉയർന്ന റാങ്കിലുള്ള കുലിൻ വിഭാഗത്തിൽ നിന്നുള്ള ഒരു പുരുഷൻ താഴ്ന്ന റാങ്കിലുള്ള ബ്രാഹ്മണ കുടുംബങ്ങളിൽ നിന്നുള്ള ഡസൻ കണക്കിന് സ്ത്രീകളെ വിവാഹം കഴിച്ചു. എന്നാൽ വിവാഹ സഖ്യത്തിന്റെ വാണിജ്യവൽക്കരണം വ്യത്യസ്തമായ ഒരു സ്വഭാവം കൈവരിച്ചിരിക്കുന്നു, പ്രത്യേകിച്ച് ഇന്ന് ഇന്ത്യയിൽ വളർന്നു വരുന്ന മധ്യവർഗങ്ങൾക്കിടയിൽ.

വിവാഹ വിപണി എന്ന് വിളിക്കപ്പെടുന്ന സൃഷ്ടി ഇതിൽ ഉൾപ്പെടുന്നു. വൻതോതിലുള്ള സ്ത്രീധനം വാഗ്ദാനം ചെയ്ത് തൊഴിൽ സാധ്യതയുള്ള വരൻമാർക്ക് തങ്ങളുടെ പെൺമക്കളെ വിവാഹം കഴിപ്പിക്കാൻ കുടുംബങ്ങൾ പരസ്പരം മത്സരിക്കുന്നു. തീർച്ചയായും, സ്ത്രീധനം മത്സരാധിഷ്ഠിത ലേലത്തിന്റെ വിഷയമായി മാറിയിരിക്കുന്നു. ഒരു ഐ ഐ ടി എഞ്ചിനീയർക്കോ ഐ എ എസ് ഉദ്യോഗസ്ഥനോ വിവാഹ വിപണിയിൽ എത്ര സ്ത്രീധനം വാങ്ങാം എന്നതിന്റെ കഥകൾ നിങ്ങൾ കേട്ടിട്ടുണ്ടാകും. പ്രത്യേകിച്ചും ശ്രദ്ധേയമായ കാര്യം എന്തെന്നാൽ, കുറച്ച് വർഷങ്ങൾക്ക് മുമ്പുപോലും നിലനിന്നിരുന്ന സമ്പ്രദായം, തനിക്ക് വിവാഹം കഴിക്കാവുന്ന ഒരു സ്ത്രീയെ കണ്ടെത്തുന്നതിന് വധുവില നൽകുന്നതിന് പുരുഷന്മാർ ആദ്യം ലാഭകരമായ ഒരു തൊഴിൽ കണ്ടെത്തണം എന്നതായിരുന്നു. നഗര മധ്യവർഗത്തിലേക്ക് പ്രവേശിക്കുന്നതോടെ അത് സ്ത്രീധനത്തിലേക്ക് മാറി. ഇന്ത്യയിലെ മധ്യവർഗത്തിന്റെ സംസ്കാരത്തിൽ സവർണ സാംസ്കാരിക മാനദണ്ഡങ്ങൾക്ക് അതിശക്തമായ സ്വാധീനമുണ്ട്. സ്ത്രീകളുടെ അടിച്ചമർത്തലിന് ഒരു പുതിയ മാനം കൂടിച്ചേർന്നതാണ് ഫലം - ഒരു വലിയ സ്ത്രീധനം ലഭിക്കാൻ വധുവിനെ ഉപദ്രവിക്കുന്നത്, ചില സമയങ്ങളിൽ 'സ്ത്രീധന മരണങ്ങൾ' എന്ന് വിളിക്കപ്പെടുന്നവയിലേക്ക് നയിക്കുന്നു. വിവാഹബന്ധം വാണിജ്യ ഇടപാടിൽ കുടുങ്ങിയ വിദ്യാസമ്പന്നരായ ഇടത്തരം കുടുംബങ്ങളിലാണ് ഇത് മിക്കപ്പോഴും സംഭവിക്കുന്നത് എന്നതാണ് ഞെട്ടിപ്പിക്കുന്ന കാര്യം.

ഗ്രാമീണ സമൂഹത്തിലെ സ്ഥിതി വ്യത്യസ്തമാണ്, പക്ഷേ, മാറിക്കൊണ്ടിരിക്കുന്നു. ഒന്നാമതായി, കഴിഞ്ഞ ഏതാനും പതിറ്റാണ്ടുകളായി ഇന്ത്യയിലുടനീളമുള്ള പരമ്പരാഗത ഭൂവുടമസ്ഥതയുടെയും കാർഷിക സംസ്കാരത്തിന്റെയും രീതികൾ വളരെയധികം മാറിയിട്ടുണ്ട്. പഴയ ഭൂവുടമ കുടുംബങ്ങൾ ക്ഷയിക്കുന്നു; മിക്ക ചെറുപ്പക്കാരും നഗര തൊഴിലുകളിലേക്ക് മാറിയിരിക്കുന്നു. ആധിപത്യ കർഷക ജാതികൾ രാഷ്ട്രീയമായി അണിനിരത്തുകയും പ്രാദേശിക കാര്യങ്ങളിൽ വളരെയധികം സ്വാധീനം ചെലുത്തുകയും ചെയ്യുന്നു, അവരുടെ രാഷ്ട്രീയ ശക്തി ഉപയോഗിച്ച്. എന്നാൽ ഇപ്പോഴും ഭൂരിഭാഗം ഭൂരഹിതരായ ദളിതരും മറ്റ്

താഴ്ന്ന ജാതി വിഭാഗങ്ങളും കൂടുതൽ രാഷ്ട്രീയ ബോധമുള്ളവരാണ്, അവർ തങ്ങളെ കീഴ്പ്പെടുത്തിയ അവസ്ഥയെ എതിർപ്പില്ലാതെ അംഗീകരിക്കുന്നില്ല. കീഴ്ജാതിക്കാർക്കെതിരെ ഉന്നതരും സവർണ്ണരുമായ കർഷക ജാതികൾ നടത്തുന്ന ആവർത്തിച്ചുള്ള ഏറ്റുമുട്ടലുകൾ, പലപ്പോഴും അക്രമാസക്തമാണ് എന്നാണ് ഇതിനർഥം. സ്ത്രീകൾ പലപ്പോഴും ഇരകളായി ത്തീരുന്നു. ഇതാണ് ഹത്രാസിൽ സംഭവിച്ചത്.

ഉയർന്ന അധികാരികളുടെ ശക്തമായ ഇടപെടൽ ഇല്ലെങ്കിൽ, സംസ്ഥാന-പ്രാദേശിക തലങ്ങളിൽ വർധിച്ചുവരുന്ന സംഘർഷങ്ങൾ സ്വയം ഇല്ലാതായേക്കാം, എന്നാൽ, ഏത് കക്ഷി വിജയിച്ചാലും, പ്രധാന ഇരകൾ സ്ത്രീകളായിരിക്കും എന്ന് നിങ്ങൾക്ക് ന്യായീകരണത്തോടെ പറയാം. സ്ത്രീകളുടെ അവകാശങ്ങൾ സംരക്ഷിക്കാൻ കേന്ദ്ര ഇടപെടൽ ഉണ്ടാകണം എന്ന് നിങ്ങൾ പറയും. നിങ്ങളുടെ നിലപാട് എനിക്ക് കാണാൻ കഴിയും. എന്നാൽ ഈ വിഷയത്തെക്കുറിച്ച് ഒരിക്കൽക്കൂടി ചിന്തിക്കാൻ ഞാൻ നിങ്ങളോട് ആവശ്യപ്പെടും. എന്തുകൊണ്ടാണ് നിലവിലുള്ള നിയമങ്ങൾ നടപ്പിലാക്കാൻ കഴിയാത്തത്? ദേശീയ നേതാക്കളിൽ നിന്നും ദേശീയ മാധ്യമങ്ങളിൽനിന്നും ധാരാളം പിന്തുണ ലഭിച്ചിട്ടും സ്ത്രീകളുടെ അവകാശം സംരക്ഷിക്കുന്ന സംഘടനകളും പ്രവർത്തകരും പ്രാദേശിക തലത്തിൽ അവരുടെ ശ്രമങ്ങളിൽ നിരാശരാകുന്നത് എന്തുകൊണ്ട്? പ്രാദേശിക രാഷ്ട്രീയക്കാരും ഭരണാധികാരികളും പോലീസും അവരെ തടയുന്നു, ഉപദ്രവിക്കുന്നു. ജില്ലാ കോടതികൾ അനുകമ്പ കാണിക്കുന്നില്ലെന്നും നിയമം നടപ്പാക്കാനുള്ള ഉത്തരവാദിത്വത്തിൽ നിന്ന് പലപ്പോഴും ഒഴിഞ്ഞുമാറുന്നതായും അവർ കണ്ടെത്തി. എന്തുകൊണ്ടാണ് ഇത് ഒരു സാധാരണ അനുഭവമാകുന്നത്?

കാരണം, പുരുഷന്മാരുടെ പരമ്പരാഗത ആധിപത്യം നിലനിർത്തുന്ന ശക്തികൾ പ്രാദേശിക തലത്തിൽ ജാതികളും കുടുംബങ്ങളും തമ്മിലുള്ള ബന്ധങ്ങളിൽ വേരൂന്നിയതാണ്. പ്രാദേശിക സാംസ്കാരിക പാരമ്പര്യങ്ങളാൽ പിന്തുണയ്ക്കപ്പെടുന്ന പ്രാദേശിക സാമൂഹിക സമ്പ്രദായങ്ങളിൽ ഇവ ആഴത്തിൽ ഉൾച്ചേർന്നിരിക്കുന്നു, പ്രാദേശിക സമൂഹങ്ങളെ പ്രതിനിധീകരിക്കുന്ന അധികാരികൾ അതിനെ നിർബന്ധിതമാക്കുന്നു. അവിടെയാണ് സാമൂഹിക മാറ്റത്തിന്റെ ദൗത്യം ഇനിയും നിർവഹിക്കപ്പെടേണ്ടത്. കഴിഞ്ഞ നിരവധി പതിറ്റാണ്ടുകളായി, പുരോഗമന വനിതാ പ്രസ്ഥാനം സ്ത്രീകളുടെ സംരക്ഷണത്തിനായുള്ള മെച്ചപ്പെട്ട നിയമങ്ങൾക്കും ചട്ടങ്ങൾക്കും വേണ്ടിയുള്ള അവരുടെ കാമ്പെയ്നിലൂടെ സുപ്രധാന ഫലങ്ങൾ നേടിയിട്ടുണ്ട്. സ്ത്രീകളുടെ അവകാശങ്ങൾക്ക് മെച്ചപ്പെട്ട നിയമ സംരക്ഷണത്തിന്റെ ആവശ്യകതയെക്കുറിച്ച് നഗരങ്ങളിലെ ഇടത്തരക്കാർക്കിടയിലെ അഭിപ്രായം മുമ്പത്തേക്കാൾ ആകുലമാണ്

എന്നാണ്. എന്നാൽ പ്രാദേശികവും തദ്ദേശീയവുമായ സംസ്കാരങ്ങളിലെ ആചാരങ്ങൾ മാറ്റുക എന്ന ദൗത്യം ഇനിയും പൂർത്തീകരിക്കേണ്ടതുണ്ട്. ആ ലക്ഷ്യത്തിലേക്ക് കുറുക്കുവഴിയില്ല.

രാജ്യത്തുടനീളമുള്ള രാഷ്ട്രീയത്തിന്റെ ശ്രദ്ധ കൂടുതൽ സംസ്ഥാന തലങ്ങളിലേക്കും പ്രാദേശിക തലങ്ങളിലേക്കും മാറുകയാണെങ്കിൽ, സ്ത്രീകൾക്ക് തുല്യാവകാശത്തിനായുള്ള പോരാട്ടം പുതിയ വീര്യത്തോടെ പുനരാരംഭിക്കേണ്ടിവരുമെന്ന് നിങ്ങൾ സമ്മതിക്കേണ്ടിവരും- ഇത്തവണ പ്രാദേശിക ഭാഷകളിൽ, പ്രാദേശികവും തദ്ദേശീയവുമായ കീഴ്വഴക്കങ്ങളിലേക്കു കണ്ണുവെച്ചുകൊണ്ട്, കുടുംബങ്ങളിലും സമൂഹങ്ങളിലും പുരുഷന്മാരുടെ ആധിപത്യം ഉയർത്തിപ്പിടിക്കുന്ന പ്രാദേശിക അധികാര ഘടനകളെ ലക്ഷ്യമിടുന്നു. മുകളിൽ നിയമപരിഷ്കരണത്തിൽ ശ്രദ്ധ കേന്ദ്രീകരിച്ചതിനാൽ ഇതുവരെ ശ്രദ്ധയിൽപെട്ട പരമ്പരാഗത സ്ഥാപനങ്ങളെയും പ്രാദേശിക തലത്തിലുള്ള നവീന രീതികളെയും ഒരാൾ അഭിമുഖീകരിക്കേണ്ടിവരും. അതിലൂടെ ഈ ദൗത്യം എളുപ്പമാകില്ല, പക്ഷേ, ഈ രാജ്യത്തെ സ്ത്രീകളുടെ ശാശ്വതമായ അടിച്ചമർത്തൽ അവസാനിപ്പിക്കുന്നതിനുള്ള കൂടുതൽ ഫലപ്രദമായ നടപടികളിലേക്ക് അത് നയിച്ചേക്കാം.

രാഷ്ട്രം മുഴുവൻ ജനങ്ങളുടേതുമാണ്

മാറിക്കൊണ്ടിരിക്കുന്ന മധ്യവർഗം

ആരാണ് ഇന്ന് ഇന്ത്യ ഭരിക്കുന്നത്? നിങ്ങൾ ഒരുപക്ഷേ പറയും, "എന്താ, ഒരു കാലത്ത് കോൺഗ്രസ് ഭരിച്ചിരുന്നതുപോലെ, ഇന്ന് ഇന്ത്യ ഭരിക്കുന്നത് ബി ജെ പിയാണ്." നിങ്ങളുടെ ഉത്തരം തെറ്റായിരിക്കില്ല, പക്ഷേ, അത് തീർത്തും ഉപരിപ്ലവമായിരിക്കും. കാരണം, ഉദാഹരണത്തിന് നൂറ് വർഷം മുമ്പ് ഉള്ളതുപോലെ ഇന്നും മുൻനിര ഭൂവുടമ കുടുംബം ഗ്രാമജീവിതത്തിൽ ആധിപത്യം പുലർത്തുന്ന ബീഹാറിലെ ഗ്രാമങ്ങളെക്കുറിച്ച് എനിക്ക് നിങ്ങളോട് പറയാൻ കഴിയും. തന്റെ ഒരു മകൻ ബി ജെ പിയിലും മറ്റൊരാൾ ആർ ജെ ഡിയിലും ആണെന്ന് കുടുംബത്തിലെ കുലപതി നിങ്ങളോട് പറഞ്ഞേക്കാം, അതേസമയം അദ്ദേഹത്തിന്റെ അനന്തരവൻ കോൺഗ്രസിനൊപ്പമാണ്. "ഏത് പാർട്ടി അധികാരത്തിലിരുന്നാലും പ്രശ്നമില്ല, ഞാനാണ് ഇവിടെ കാര്യങ്ങൾ നടത്തുന്നത്." എന്ന് ഒരു ചിരിയോടെ അദ്ദേഹം നിങ്ങളോട് പറയും. ശിവസേനയ്ക്കും എൻ സി പിക്കും ബി ജെ പിക്കും ധനസഹായം നൽകുമെന്ന് അവകാശപ്പെടുന്ന പൂനെയിലെ ഒരു ബിസിനസുകാരനെക്കുറിച്ചും എനിക്ക് നിങ്ങളോട് പറയാൻ കഴിയും. "ഇവിടെയുള്ള എല്ലാ രാഷ്ട്രീയ നേതാക്കളും എന്നോട് എന്തെങ്കിലും കടപ്പെട്ടിരിക്കുന്നു, അതിനാൽ ഏത് സർക്കാർ ഭരിച്ചാലും എനിക്ക് എല്ലായ്പ്പോഴും കാര്യങ്ങൾ നിയന്ത്രിക്കാൻ കഴിയും."മറ്റൊരു വിധത്തിൽ പറഞ്ഞാൽ, രാഷ്ട്രീയ പാർട്ടികളും നേതാക്കളും തെരഞ്ഞെടുപ്പിൽ വിജയിക്കുകയും സർക്കാരുകൾ രൂപീകരിക്കുകയും

ചെയ്യാം, പക്ഷേ, അവർക്ക് അത് ചെയ്യാൻ കഴിയുന്നത് സമൂഹത്തിലെ ശക്തമായ ഗ്രൂപ്പുകളുടെ പിന്തുണയുള്ളതുകൊണ്ടാണ്, ആ ശക്തികൾ സർക്കാരിൽനിന്നും അനുകൂലമായ നയങ്ങൾ പ്രതിഫലമായി പ്രതീക്ഷിക്കുന്നു. അതുകൊണ്ട് യഥാർഥത്തിൽ ഭരിക്കുന്നത് ബി ജെ പിയോ കോൺഗ്രസോ അല്ലെന്ന് വളരെ സത്യസന്ധമായി ഒരാൾക്ക് പറയാം. മറിച്ച്, സമൂഹത്തിൽ ഇതിനകം തന്നെ ശക്തരായ ചില ഗ്രൂപ്പുകൾ ബി ജെ പി അല്ലെങ്കിൽ കോൺഗ്രസ് പോലുള്ള പാർട്ടികളിലൂടെ ഭരണം നടപ്പിലാക്കുന്നു.

പക്ഷേ, അപ്പോൾ നിങ്ങൾ ചോദിച്ചേക്കാം, ഭരണകക്ഷിയെ പുറത്താക്കാനും പ്രതിപക്ഷത്തെ അധികാരത്തിലെത്തിക്കാനും വേണ്ടി തിരഞ്ഞെടുപ്പിൽ വോട്ട് ചെയ്യുന്ന ഞങ്ങളുടെ കാര്യമോ? ഭൂവുടമകൾക്കും ബിസിനസുകാർക്കും വേണ്ടി ഞങ്ങൾ എങ്ങനെ പ്രവർത്തിക്കാനാണ്? തീർച്ചയായും അത് സത്യമായിരിക്കില്ല.

ശരി, തുടർന്ന് ചിന്തിക്കുക. ജനങ്ങൾക്ക് സർക്കാരിനെ മടുത്തു, അത് മാറ്റാൻ ആഗ്രഹിക്കുന്ന ഒരു സാഹചര്യം സങ്കൽപിക്കുക. അവർ എങ്ങനെയാണ് ആ തീരുമാനത്തിലെത്തുന്നത്? വില കൂടുതലായതിനാലോ, കുറ്റകൃത്യങ്ങൾ കൂടുതലായതിനാലോ, മന്ത്രിമാർ അഴിമതിയാരോപണങ്ങൾ നേരിടുന്നതിനാലോ, സർക്കാരിന് കടുത്ത നിഷ്ഠൂരവും ധാർഷ്ട്യവും ഉള്ളതുകൊണ്ടോ - ഇത്തരത്തിലുള്ള നിരവധി പരാതികൾ ഉണ്ടാകാം. എന്നാൽ, ഭരണത്തിൽ ഏതു പാർട്ടിയായാലും ഇത്തരം പരാതികൾ എല്ലാ കാലത്തും ഉണ്ടാകാറുണ്ട്. എന്തുകൊണ്ടാണ് പരാതികൾ പെട്ടെന്ന് ശക്തമായി സർക്കാരിനെതിരെ വോട്ട് ചെയ്യാൻ അവർ തീരുമാനിക്കുന്നത്? പൊതു മാനസികാവസ്ഥ എങ്ങനെ മാറുന്നു? ഇവിടെയാണ് പണവും സംഘടനയും വരുന്നത്.

സ്വാതന്ത്ര്യത്തിനു ശേഷമുള്ള ദശാബ്ദങ്ങളിൽ ഇന്ത്യയിലെ എല്ലാ സംസ്ഥാനങ്ങളിലും കോൺഗ്രസ് സർക്കാർ ഭരിച്ചിരുന്ന ഒരു കാലമുണ്ടായിരുന്നു. വോട്ട് ശേഖരണത്തിൽ മികച്ച പാർട്ടി മെഷിനറികൾക്ക് നേതൃത്വം നൽകുന്ന ശക്തരായ സംസ്ഥാന തല നേതാക്കൾ അവർക്കുണ്ടായിരുന്നു. സംസ്ഥാന അസംബ്ലികളിലേക്കോ പാർലമെന്റിലേക്കോ തിരഞ്ഞെടുക്കപ്പെട്ടവരിൽ ചിലർ മുതിർന്ന സ്വാതന്ത്ര്യ സമര സേനാനികളായിരുന്നു. അവർ പരക്കെ അറിയപ്പെടുകയും ബഹുമാനിക്കപ്പെടുകയും ചെയ്തു. മറ്റുള്ളവർ സമ്പന്നരും സ്വാധീനമുള്ളവരുമായ പ്രഭുക്കളായിരുന്നു, അവർ അവർക്കുവേണ്ടി പ്രചാരണത്തിനായി സ്വന്തം തൊഴിലാളികളെ അണിനിരത്താൻ കഴിയുന്നവരും ചെലവുകൾ വഹിക്കാൻ മതിയായ പണമുള്ളവരുമായിരുന്നു. രണ്ടായാലും, പാർട്ടിയുടെ

സ്ഥാനാർഥികളുടെ വിജയം ഉറപ്പാക്കാൻ വേണ്ടത്ര വോട്ടർമാരെ സംഘടിപ്പിക്കാൻ പ്രാദേശിക വിഭവങ്ങളുള്ള ഗ്രാമങ്ങളിലെ ശക്തരായ ഭൂവുടമകളെയും നഗരങ്ങളിലെ സമ്പന്നരായ പ്രഭുക്കന്മാരെയും കോൺഗ്രസ് ആശ്രയിച്ചു. തങ്ങളുടെ സ്വത്തുക്കൾ സംരക്ഷിക്കാനും സമ്പത്ത് വർധിപ്പിക്കാനും കോൺഗ്രസ് നേതാക്കൾ അവരെ സഹായിക്കുമെന്ന് ഈ ശക്തരായ ആളുകൾ പ്രതീക്ഷിച്ചിരുന്നുവെന്ന് പറയേണ്ടതില്ലല്ലോ. മറ്റൊരു വിധത്തിൽ പറഞ്ഞാൽ, 1960 വരെ കോൺഗ്രസ് ഭരണം കെട്ടിപ്പടുത്തത് പാർട്ടി നേതാക്കളും നഗരത്തിലും ഗ്രാമപ്രദേശങ്ങളിലുമുള്ള സമ്പന്നരും തമ്മിലുള്ള പരസ്പര ബന്ധത്തിന്റെ അടിസ്ഥാനത്തിലാണ്.

പക്ഷേ, കോൺഗ്രസ് പാർട്ടിയുടെ മേൽ പ്രവർത്തിക്കുന്ന ഈ ശക്തികൾ മാത്രമായിരുന്നുവെങ്കിൽ, വൈദ്യുത നിലയങ്ങളും ഉരുക്ക് പട്ടണങ്ങളും അണക്കെട്ടുകളും പാലങ്ങളും റെയിൽവേ ലൈനുകളും വിമാനത്താവളങ്ങളും നിർമിക്കുന്നതിൽ സർക്കാർ നിക്ഷേപം ഉണ്ടാകുമായിരുന്നില്ല. അടിസ്ഥാന സൗകര്യ വികസനത്തിനും ഘനവ്യവസായ വികസനത്തിനുമായി അക്കാലത്ത് സർക്കാർ വൻതോതിൽ വിഭവങ്ങൾ സ്വരൂപിച്ചിരുന്നതായി ഓർക്കുക. ഇതിനായി ജനങ്ങളുടെ സമ്പാദ്യം സമാഹരിച്ച് സമ്പന്നരുടെമേൽ നികുതി ചുമത്തണമായിരുന്നു. വാസ്തവത്തിൽ, ഉപഭോക്തൃ ഉൽപന്ന മേഖലയെ സ്വകാര്യ കമ്പനികൾക്ക് വിട്ടുകൊടുത്തത് ഒഴികെ, മറ്റെല്ലാ ഉൽപാദനം, ബാങ്കിംഗ്, ഇൻഷുറൻസ്, ഖനനം, റെയിൽ, വ്യോമ ഗതാഗതം, ഹോട്ടലുകൾ പോലും പൊതുമേഖലയുടെ ആധിപത്യത്തിലായിരുന്നു. ഇതിന് പിന്നിലെ ശക്തി എന്തായിരുന്നു?

വിദ്യാസമ്പന്നരായ മധ്യവർഗമായിരുന്നു അത്. കോൺഗ്രസിന്റെ രാഷ്ട്രീയ നേതാക്കളും ബ്യൂറോക്രാറ്റുകളും ജഡ്ജിമാരും പത്രപ്രവർത്തകരും ശാസ്ത്രജ്ഞരും അധ്യാപകരും - അഭിപ്രായം രൂപപ്പെടുത്തുകയും നയങ്ങൾ രൂപപ്പെടുത്തുകയും ചെയ്ത ആളുകൾ - നഗര മധ്യവർഗത്തിൽ നിന്നുള്ളവരായിരുന്നു. അവർ ഭരണം നടത്തിയിരുന്ന ഉദ്യോഗസ്ഥന്മാരായിരുന്നു. ഉയർന്ന ദേശീയ വികാരങ്ങളാൽ പ്രചോദിതരായ അവർ പരമ്പരാഗത ഇന്ത്യൻ സാമൂഹിക ആചാരങ്ങളുടെ പിന്നോക്കാവസ്ഥയെയും കൊളോണിയൽ ഭരണം അവശേഷിപ്പിച്ച സാമ്പത്തിക ദാരിദ്ര്യത്തെയും മറികടക്കാൻ ആഗ്രഹിച്ചു. ആധുനിക വ്യാവസായിക സമ്പദ്‌വ്യവസ്ഥയുള്ള കൂടുതൽ സമത്വമുള്ള സമൂഹം കെട്ടിപ്പടുക്കുന്നതിന് പുരോഗമന നിയമങ്ങളും ധീരമായ സാമ്പത്തിക നയങ്ങളും അവതരിപ്പിക്കുന്നതിൽ പുതിയ ദേശരാഷ്ട്രം നേതൃത്വം നൽകണമെന്ന് അവർ ആഗ്രഹിച്ചു. കോൺഗ്രസ് ഭരണത്തിന്റെ പ്രതാപകാലത്ത് രാഷ്ട്രീയ

സന്തുലിതാവസ്ഥ നിലനിർത്തിയ പ്രധാന രാഷ്ട്രീയ ശക്തിയായിരുന്നു മധ്യവർഗം.

എന്നാൽ ഞാൻ മുമ്പ് നിങ്ങളോട് പറഞ്ഞതുപോലെ, ഇംഗ്ലീഷിലും പ്രാദേശിക ഭാഷയിലും ദ്വിഭാഷാ കോളേജ് വിദ്യാഭ്യാസമുള്ള ഈ മധ്യ വർഗം, ജനസംഖ്യയുടെ രണ്ടോ മൂന്നോ ശതമാനത്തിൽ കൂടുതൽ ഇല്ലാത്ത വളരെ ചെറിയ ഒരു വിഭാഗമായിരുന്നു. സർക്കാരിന്റെ നയങ്ങളിൽ ഇത്രയധികം സ്വാധീനം ചെലുത്താൻ ഇവർക്ക് എങ്ങനെ കഴിഞ്ഞു? ദേശീയതയുടെയും സ്വാതന്ത്ര്യ സമരത്തിന്റെയും ചരിത്രത്തിലാണ് അതിനുള്ള ഉത്തരം. പത്തൊൻപതാം നൂറ്റാണ്ടിൽ രാജ്യത്തിന്റെ വിവിധ ഭാഗങ്ങളിൽ നിന്നുള്ള പ്രഗത്ഭരായ അഭിഭാഷകരുടെയും പൊതുപ്രവർത്തകരുടെയും വാർഷിക യോഗമായി കോൺഗ്രസ് എങ്ങനെയാണ് ആരംഭിച്ചതെന്ന് ഞാൻ മുമ്പ് നിങ്ങളോട് പറഞ്ഞിട്ടുണ്ട്. അവർ ശൈത്യകാലത്ത് കുറച്ച് ദിവസത്തേക്ക് ഒരുമിച്ചുവന്ന് ഇംഗ്ലീഷിൽ പ്രസംഗങ്ങൾ നടത്തി. ഗാന്ധി സംഘടന ഏറ്റെടുത്തതിന് ശേഷം വിശാലമായ മധ്യവർഗത്തെ മാത്രമല്ല, ഗ്രാമങ്ങളിലെ കർഷകരെയും നഗരങ്ങളിലെ തൊഴിലാളികളെയും അണിനിരത്തി കോൺഗ്രസ് എങ്ങനെയാണ് ജനകീയ പ്രചാരണങ്ങൾ നടത്തിയതെന്നും ഞാൻ നിങ്ങളോട് പറഞ്ഞു. അതേസമയം, ദ്വിഭാഷാ മധ്യവർഗത്തിൽ നിന്നുള്ള എഴുത്തുകാർ ദേശീയതയുടെ സന്ദേശം വിവിധ പ്രാദേശിക ഭാഷകളിൽ പ്രചരിപ്പിക്കാൻ അച്ചടിയന്ത്രം ഉപയോഗിച്ചു. അവർ പത്രങ്ങൾ പ്രസിദ്ധീകരിക്കുകയും രാഷ്ട്രീയ ലഘുലേഖകൾ എഴുതുകയും മാത്രമല്ല, കവിതകളും നോവലുകളും നാടകങ്ങളും എഴുതി. അവർ ബ്രിട്ടീഷ് ഭരണത്തെ വിമർശിക്കുകയും സ്വതന്ത്രവും ആധുനികവും സമൃദ്ധവുമായ ഒരു സ്വതന്ത്ര ദേശരാഷ്ട്രത്തിനായി ആഹ്വാനം ചെയ്യുകയും ചെയ്തു. ദേശീയതയുടെ സന്ദേശം ദശലക്ഷക്കണക്കിന് ആളുകളിലേക്ക് എത്തി, അവർ അവരുടേതായ രീതിയിൽ, ഒരു ഐക്യജനത എന്ന ആശയം മനസിലാക്കാൻ തുടങ്ങി. ഈ പ്രക്രിയയിൽ, ഇന്ത്യയിലെ ഓരോ ഭാഷാപ്രദേശങ്ങളിലെയും ആളുകൾ എങ്ങനെയാണ് രാഷ്ട്രത്തിൽപ്പെട്ടവരാണെന്ന് തിരിച്ചറിഞ്ഞതെന്ന് ഞാൻ ഇതിനകം നിങ്ങളോട് വിശദീകരിച്ചിട്ടുണ്ട്. സ്വാതന്ത്ര്യം, ആധുനികത, ദേശീയത എന്നിവയുടെ ഈ ആശയങ്ങൾ സൃഷ്ടിക്കുന്നതിലും പ്രചരിപ്പിക്കുന്നതിലും മധ്യവർഗ രാഷ്ട്രീയ സാംസ്കാരിക നേതാക്കൾ നിർണായക പങ്ക് വഹിച്ചു.

സ്വാതന്ത്ര്യാനന്തരം, സർക്കാർ നയങ്ങൾ രൂപപ്പെടുത്തുന്നതിലും നടപ്പിലാക്കുന്നതിലും മധ്യവർഗത്തിൽ നിന്നുള്ള പുരുഷന്മാരും സ്ത്രീകളും നേതൃത്വം നൽകി. അവർ എല്ലാ രാഷ്ട്രീയ പാർട്ടികളുടെയും നേതാക്കളാ

യിരുന്നു. ബ്യൂറോക്രസി, ജുഡീഷ്യറി, സായുധ സേനകൾ, കോളേജുകൾ, സർവകലാശാലകൾ, ശാസ്ത്ര സ്ഥാപനങ്ങൾ, പത്രങ്ങൾ, പ്രസിദ്ധീകരണ ശാലകൾ, ചലച്ചിത്ര വ്യവസായം എന്നിവയും അവർ നടത്തി. കോൺഗ്രസ് ഭരണത്തിന്റെ പ്രതാപകാലത്ത് ആസൂത്രിതമായ വ്യാവസായിക വികസന നയം രൂപപ്പെടുത്തിയ പ്രധാന ശക്തി മധ്യവർഗമായിരുന്നു. നിരവധി വ്യവസായങ്ങൾ ദേശസാൽക്കരിക്കപ്പെട്ടെങ്കിലും വൻകിട വ്യവസായികളെ വളരെയധികം വിഷമിപ്പിക്കാതിരിക്കാൻ അവർ ശ്രദ്ധിച്ചു. എല്ലാത്തിനുമുപരി, തിരഞ്ഞെടുപ്പ് സമയത്ത് വ്യവസായികളുടെ സാമ്പത്തിക പിന്തുണയെ ആശ്രയിച്ചായിരുന്നു കോൺഗ്രസ് നിലനിന്നത്. മറുവശത്ത്, കൊളോണിയൽ ഭരണത്തിൻകീഴിൽ സൃഷ്ടിക്കപ്പെട്ട ഭൂവുടമകളുടെ മാതൃക പരിഷ്കരിക്കുമെന്നും കൃഷി മെച്ചപ്പെടുത്താൻ ഒന്നും ചെയ്യാതിരുന്ന ജമീന്ദാർമാരുടെ പാരമ്പര്യ അവകാശവാദങ്ങൾ ഇല്ലാതാക്കുമെന്നും കർഷകർക്ക് ഉടമസ്ഥാവകാശം നൽകുമെന്നും കോൺഗ്രസ് വാഗ്ദാനം ചെയ്തു. ഇത് ശ്രദ്ധാപൂർവമായ സന്തുലിത പ്രവർത്തനത്തിന് ആഹ്വാനം നൽകി. രാഷ്ട്രീയ നേതാക്കളും ബ്യൂറോക്രാറ്റുകളും പ്രസിദ്ധീകരണ പ്രമുഖരും സമൂഹത്തിലെ വിവിധ വിഭാഗങ്ങളുടെ ആവശ്യങ്ങൾക്കിടയിൽ ഒരു വിട്ടുവീഴ്ച ഉണ്ടാക്കുന്ന സന്തുലിത വളർച്ചയെക്കുറിച്ച് സംസാരിച്ചു. ഇതിനായി വിദഗ്ധരുടെ ഒരു കേന്ദ്ര ആസൂത്രണ സംഘടന അനിവാര്യമായിരുന്നു. സർക്കാരിലെ രാഷ്ട്രീയ നേതാക്കളോട് വിദഗ്ധരുടെ ഉപദേശം പാലിച്ച് സമ്പദ്‌വ്യവസ്ഥ വികസിപ്പിക്കുന്നതിന് സംസ്ഥാനത്തിന്റെ അധികാരങ്ങൾ ഉപയോഗിക്കണമെന്ന് പറഞ്ഞു.

ഇത് രാഷ്ട്രീയ രംഗത്ത്, രണ്ട് സ്വരത്തിൽ സംസാരിക്കുകയെന്ന കലയ്ക്ക് ഉദയം നൽകി. പുതിയ ദേശരാഷ്ട്രം വികസനത്തിന്റെയും പുരോഗതിയുടെയും സോഷ്യലിസത്തിന്റെയും പാതയിലൂടെ അതിവേഗം നീങ്ങുന്നുവെന്ന് ഒരു ശബ്ദം ഉറക്കെ പ്രഖ്യാപിച്ചു. ഇവ വലിയ വാക്കുകളായിരുന്നു. ശൂന്യമായ വാക്കുകളായിരുന്നില്ല, ഉജ്ജ്വലവും അനേകം കാര്യങ്ങൾ അർഥമാക്കുന്നതുമായിരുന്നു. ഭരണകക്ഷിയായ കോൺഗ്രസ് പാർട്ടിക്ക് പിന്തുണ ഉറപ്പാക്കേണ്ട വിവിധ സാമൂഹിക ഗ്രൂപ്പുകളെ ആകർഷിക്കാൻ അത് തന്നെയാണ് ആവശ്യമായിരുന്നത്. എന്നാൽ ഗവൺമെന്റിന്റെ യഥാർഥ നിയമങ്ങളും നയങ്ങളും കൂടുതൽ വ്യക്തമായിരിക്കണം. ഒരു വിഭാഗത്തിന് ഗുണം ചെയ്യുന്നതിനായി രൂപകൽപന ചെയ്തിട്ടുള്ള ഏതൊരു മൂർത്തമായ നടപടിയും മറ്റൊരു വിഭാഗത്തെ അപ്രീ തിപ്പെടുത്തും. അങ്ങനെ, ഭൂപരിഷ്കരണം നടപ്പിലാക്കാനുള്ള ശ്രമങ്ങൾ ദശലക്ഷക്കണക്കിന് ചെറുകിട കർഷകർക്കിടയിൽ ആവേശകരമായ പിന്തുണ സൃഷ്ടിച്ചേക്കാം, എന്നാൽ പ്രാദേശികമായി ശക്തരായ ഭൂവുടമകളെ അത്

വളരെ അസന്തുഷ്ടരാക്കി. ഗ്രാമീണ വോട്ടുകൾ നിയന്ത്രിച്ചവരായിരുന്നു പിന്നീടുള്ളവ. കോൺഗ്രസ് നേതാക്കളും അവരുടെ പൊതു വക്താക്കളും ഭൂപരിഷ്കരണത്തെക്കുറിച്ച് മുറവിളി കൂട്ടിക്കൊണ്ടിരുന്നപ്പോൾ, പ്രാദേശിക തലത്തിലുള്ള സർക്കാർ ഉദ്യോഗസ്ഥരും അഭിഭാഷകരും നിയമത്തിന്റെ പഴുതുകൾ മുതലെടുത്ത് ഭൂവുടമകൾക്ക് അവരുടെ സ്വത്തുക്കളുടെ നിയന്ത്രണം നിലനിർത്താൻ സഹായം നൽകി. എല്ലാ വിഷയങ്ങളിലും എല്ലാ തലങ്ങളിലും നയവും അതിന്റെ നിർവഹണവും തമ്മിൽ ഒരു വിടവ് ഉയർന്നുവന്നു. നയങ്ങൾ ഉയർന്ന ശബ്ദമുള്ളതും ഉജ്ജ്വലമായ മുദ്രാവാക്യങ്ങൾ വഹിച്ചവയുമായിരുന്നു, പക്ഷേ, അതേസമയം അവയുടെ നടപ്പാക്കൽ പതറി. ഇത് കാര്യക്ഷമതയില്ലായ്മയോ കഴിവില്ലായ്മയോ കൊണ്ടായിരുന്നില്ല. വിവിധ ശക്തമായ ഗ്രൂപ്പുകളുടെ താൽപര്യങ്ങൾ സന്തുലിതമാക്കുന്ന രാഷ്ട്രീയത്തിന്റെ അനിവാര്യമായ ഭാഗമായിരുന്നു അത്. നിയമങ്ങൾ കർശനമായി നടപ്പാക്കുന്നതിൽ പരാജയപ്പെട്ടാൽ അത് രാജ്യം ഭരിക്കുന്ന വ്യവസ്ഥയുടെ ഭാഗമാണ്.

അതിവേഗം വ്യവസായവൽക്കരിക്കപ്പെടാനും അങ്ങനെ ആധുനികവും ചലനാത്മകവുമായ സമ്പദ്‌വ്യവസ്ഥ സൃഷ്ടിക്കാനുമുള്ള തീക്ഷ്ണതയും ഭൂപരിഷ്കരണങ്ങൾ നടപ്പാക്കുന്നതിൽ പരാജയപ്പെട്ടതും കാരണം, നഗര ജനസംഖ്യയുടെ വളർച്ചയ്ക്കൊപ്പം കൃഷിക്ക് മുന്നേറാനായില്ല. 1960 കളുടെ മധ്യത്തോടെ രാജ്യത്ത് വലിയൊരു ഭക്ഷ്യപ്രതിസന്ധി ഉണ്ടായി. ഇന്ത്യയിലെ നഗരങ്ങളിലെ റേഷൻ കടകളിൽ വിതരണം ചെയ്യുന്നതിന് അമേരിക്കയിൽ നിന്ന് സഹായമായി ഗോതമ്പ് കയറ്റുമതി ചെയ്യേണ്ടി വന്നു. അടിയന്തര പ്രതിസന്ധി കൈകാര്യം ചെയ്തതോടെ വികസന നയത്തിന്റെ ദിശ മാറ്റേണ്ടത് അനിവാര്യമായി. വൻകിട കർഷകർക്ക് സബ്സിഡി നൽകാനും ഭക്ഷ്യവിളകളുടെ ഉൽപാദനം വർധിപ്പിക്കാൻ അവരെ പ്രോത്സാഹിപ്പിക്കാനുമാണ് ഹരിത വിപ്ലവത്തിന്റെ തന്ത്രം സ്വീകരിച്ചത്. ഇത് 1970 കളിൽ പ്രത്യേകിച്ച് ഉത്തരേന്ത്യയിൽ, വൻകിട കർഷകരുടെ വളർന്നുവരുന്ന രാഷ്ട്രീയ ശക്തിയിലേക്ക് നയിച്ചു. അവിടെ കോൺഗ്രസ് തളർച്ചയിലേക്ക് നീങ്ങുകയും വിവിധ പ്രാദേശിക ഗ്രൂപ്പുകളും നേതാക്കളും ഉയർന്നുവരുകയും ചെയ്തു. ആദ്യം അവർ ഇന്ദിരാഗാന്ധിയെ എതിർക്കാൻ ജയപ്രകാശ് നാരായണന്റെ കീഴിൽ ചേർന്നു, 1977 ൽ അവരുടെ തോൽവിക്ക് ശേഷം, ഹ്രസ്വകാല ജനതാ പാർട്ടിയായി അധികാരം ഏറ്റെടുത്തു. 1980 ൽ കോൺഗ്രസ് വീണ്ടും അധികാരത്തിൽ വന്നെങ്കിലും, വടക്കേ ഇന്ത്യയിലെയും തമിഴ്‌നാട്ടിലെയും ആന്ധ്രാപ്രദേശിലെയും താരതമ്യേന സമ്പന്നരായ

കർഷകർക്കിടയിൽ പ്രാദേശിക പാർട്ടികളുടെ പിന്തുണയോടെ അടിത്തറ രൂപപ്പെട്ടു.

ഇടത്തരക്കാരുടെ വലിപ്പവും സ്വഭാവവും മാറാൻ തുടങ്ങി. സ്വാതന്ത്ര്യത്തിനു ശേഷമുള്ള ആദ്യ മൂന്ന് ദശകങ്ങളിൽ, ഇന്ത്യൻ മധ്യവർഗം സർക്കാർ സേവനവുമായും പൊതുമേഖലയുമായും അടുത്ത ബന്ധം പുലർത്തിയിരുന്നു. എഞ്ചിനീയറിംഗ്, മെഡിക്കൽ കോളേജുകൾ ഉൾപ്പെടെയുള്ള മികച്ച ഉന്നത വിദ്യാഭ്യാസ സ്ഥാപനങ്ങൾക്ക് സർക്കാർ ധനസഹായം നൽകി. വിദ്യാർഥികളുടെ ഫീസ് നാമമാത്രമായിരുന്നു. മികച്ച വിദ്യാർഥികൾ സർക്കാർ അല്ലെങ്കിൽ പൊതുമേഖലയിൽ ജോലി തേടി. എന്നാൽ 1970 കളിൽ നിന്ന് സെക്കൻഡറി വിദ്യാഭ്യാസം അതിവേഗം വികസിച്ചപ്പോൾ, നഗരങ്ങളിൽ ഇംഗ്ലീഷ് മീഡിയം, പ്രാദേശിക ഭാഷാ മീഡിയം സ്കൂളുകൾക്കിടയിൽ ഒരു വിഭജനം ഉണ്ടായി. മറ്റ് പിന്നാക്ക വിഭാഗങ്ങൾക്ക് (ഒ ബി സി) സംവരണം സംബന്ധിച്ച മണ്ഡൽ കമ്മീഷൻ ശുപാർശകൾ നടപ്പാക്കിയതിലും 1991 ലെ സമ്പദ്‌വ്യവസ്ഥയുടെ ഉദാരവൽക്കരണത്തിലും 1989 ലെ അസ്വസ്ഥതകൾക്ക് ശേഷം ഉന്നത വിദ്യാഭ്യാസത്തിൽ അതിന്റെ പ്രത്യാഘാതങ്ങൾ അനുഭവപ്പെട്ടു. പൊതു വിദ്യാഭ്യാസ സമ്പ്രദായത്തിൽ നിന്ന് സ്വയം മാറി, സ്വകാര്യമേഖലയിലെ ലാഭകരമായ ജോലികൾക്കായി കുട്ടികളെ ചെലവേറിയ ഇംഗ്ലീഷ് മീഡിയം സ്കൂളുകളിലേക്കും സ്വകാര്യ കോളേജുകളിലേക്കും സർവകലാശാലകളിലേക്കും അയയ്ക്കാൻ അവർ മുൻഗണന നൽകി. സെക്കൻഡറി വിദ്യാഭ്യാസം രണ്ട് വ്യത്യസ്ത സ്കീമുകളായി വിഭജിക്കപ്പെട്ടു. സെൻട്രൽ ബോർഡുകളുമായി അഫിലിയേറ്റ് ചെയ്തിട്ടുള്ള സിറ്റി സ്കൂളുകൾ ഇംഗ്ലീഷ് സംസാരിക്കുന്ന വരേണ്യ വിഭാഗത്തെ പരിചരിച്ചു, അതേസമയം സംസ്ഥാന ബോർഡുകളുടെ കീഴിലുള്ള ജില്ലാ പട്ടണങ്ങളിലെയും ഗ്രാമങ്ങളിലെയും സ്കൂളുകൾ പ്രാദേശിക ഭാഷകളിൽ പഠിപ്പിക്കുകയും പ്രാദേശിക മധ്യവർഗങ്ങളുടെ ദ്രുതഗതിയിലുള്ള വളർച്ചയ്ക്ക് കളമൊരുക്കുകയും ചെയ്തു.

സാമൂഹിക അഭിലാഷങ്ങളുടെ ഒരു പുതിയ ചലനാത്മകതയും അത് സൃഷ്ടിച്ചു. ചെറിയ പട്ടണങ്ങളിലെയും ഗ്രാമങ്ങളിലെയും വിദ്യാഭ്യാസം നേടിയ യുവാക്കളും യുവതികളും തങ്ങളുടെ പരമ്പരാഗത തൊഴിലുകൾ ഉപേക്ഷിച്ച് മെച്ചപ്പെട്ട ജീവിതം തേടുന്നതിനായി നഗരത്തിലേക്ക് മാറാൻ ഇത് ശക്തമായി പ്രേരിപ്പിച്ചു. അവരുടെ വിദ്യാഭ്യാസം, സിനിമ, ടെലിവിഷൻ, പരസ്യം എന്നിവയിൽ ചിത്രീകരിക്കപ്പെട്ട ഉന്നതരുടെ തിളങ്ങുന്ന ജീവിതശൈലിയുടെ ആകർഷണങ്ങളിലേക്ക് അവരെ എത്തിച്ചു. നഗരത്തിലെ ജീവിതം അവരിൽ മിക്കവർക്കും കഠിനമായ പോ

രാട്ടമായിരുന്നു. പക്ഷേ, അവർ ജനിച്ച സാഹചര്യങ്ങളിൽ അവർ നിരാശരായിരുന്നതുകൊണ്ടും, തിരക്കേറിയ നഗര പ്രാന്തപ്രദേശങ്ങളിൽ തടിച്ചുകൂടുന്നത് തുടരുന്നത് ഒരു വഴിത്തിരിവ് നൽകും എന്നുമുള്ള പ്രതീക്ഷയിൽ അവർ വശീകരിക്കപ്പെട്ടു. ഞാൻ ഉടൻ നിങ്ങളോട് വിശദീകരിക്കുന്നതുപോലെ, മധ്യവർഗത്തെ അഖിലേന്ത്യാ വരേണ്യ വിഭാഗമായും പ്രാദേശിക വിഭാഗങ്ങളായും വിഭജിക്കുന്നത് സമകാലിക ഇന്ത്യൻ രാഷ്ട്രീയത്തിൽ വളരെ പ്രധാനപ്പെട്ട ഒരു ഘടകമാണ്.

രാഷ്ട്രീയ അധികാരത്തിലെ മാറ്റങ്ങൾ

1991 ലെ കോൺഗ്രസ് ധനമന്ത്രി മൻമോഹൻ സിങ്ങിന്റെ ഉദാരവൽക്കരണ തീരുമാനങ്ങളിലൂടെ സാമ്പത്തിക നയത്തിലെ അടി സ്ഥാനപരമായ മാറ്റം, അടുത്ത ഏതാനും വർഷങ്ങളിൽ, വൻകിട വ്യവസായികളും വൻകിട കർഷകരും തമ്മിലുള്ള അധികാര സന്തുലിതാവസ്ഥയിൽ വലിയ മാറ്റത്തിന് കാരണമായി. 1960 കളുടെ അവ സാനത്തിൽ സ്വീകരിച്ച ഹരിത വിപ്ലവ തന്ത്രം വൻകിട കർഷകരെ സംസ്ഥാനങ്ങളിൽ മാത്രമല്ല, ദേശീയ രാഷ്ട്രീയത്തിൽ പോലും പ്രബലമായ ശക്തിയാക്കി മാറ്റി. മൊറാർജി ദേശായിയുടെ സർക്കാരിനെ താഴെയിറക്കുന്നതിൽ നിർണായക പങ്കുവഹിക്കുകയും 1979 ൽ പ്രധാനമന്ത്രിയാവുകയും ചെയ്ത, ജനതാ പാർട്ടിയിലെ പ്രധാന വ്യക്തിയായിരുന്ന, പടിഞ്ഞാറൻ യു പിയിലെ ജാട്ട് നേതാവ് ചരൺ സിങ്ങിനെ നിങ്ങൾ കേട്ടിട്ടുണ്ടാകും. ദേശീയ രാഷ്ട്രീയത്തിലെ ഉന്നതരായ കർഷക വിഭാഗത്തിന്റെ വക്താവായിരുന്നു ചരൺ സിംഗ്. ഇന്ത്യയിലെ ഗ്രാമങ്ങൾക്ക് ഹാനികരമായി നഗരങ്ങളിലെ ഉന്നതരുടെ താൽപര്യങ്ങൾ പ്രോത്സാഹിപ്പിക്കുന്നു എന്ന് നെഹ്റുവിന്റെ വ്യാവസായിക നയത്തെ അദ്ദേഹം നിശിതമായി വിമർശിച്ചു. കാർഷിക ഉൽപാദനം അതിവേഗം വർധിപ്പിക്കാനും ഗ്രാമപ്രദേശങ്ങളിൽ തൊഴിലവസരങ്ങൾ സൃഷ്ടിക്കാനും നഗരങ്ങളിലെ ജനസംഖ്യാ സമ്മർദം കുറയ്ക്കാനും കഴിയുന്ന വൻകിട കർഷകർക്ക് കൂടുതൽ സർക്കാർ പിന്തുണ നൽകണമെന്ന് അദ്ദേഹം വാദിച്ചു. കർഷകരെ വ്യത്യസ്തവും ദൃശ്യവുമായ ഒരു ഗ്രൂപ്പായി സംഘടിപ്പിക്കാൻ അദ്ദേഹത്തിന് കഴിഞ്ഞു. 1980 കളോടെ, മഹേന്ദ്ര സിംഗ് ടിക്കായത് ശരദ് ജോഷി തുടങ്ങിയ നേതാക്കൾ കർഷകർക്ക് കൂടുതൽ പിന്തുണ നൽകാനും കാർഷിക ഉൽപന്നങ്ങൾക്ക് കയറ്റുമതി വിപണിയിലേക്ക് പ്രവേശനം നൽകാനും ആവശ്യപ്പെട്ട് അദ്ദേഹത്തിന്റെ പാത പിന്തുടർന്നു.

പക്ഷേ, ദേശീയ രാഷ്ട്രീയത്തിൽ വൻകിട കർഷകരുടെ ഈ പ്രാമുഖ്യം അധികനാൾ നീണ്ടുനിന്നില്ല. ഉദാരവൽക്കരണ നയത്തിന് ശേഷം

കൊണ്ടുവന്ന പരിഷ്കാരങ്ങളെ തുടർന്ന് സമ്പദ്‌വ്യവസ്ഥയുടെ പല മേഖലകളിൽനിന്നും സർക്കാർ പിൻവാങ്ങി. കോർപ്പറേറ്റ് വ്യാപാര സ്ഥാപനങ്ങൾ തഴച്ചുവളരാൻ തുടങ്ങി. ഇന്ത്യൻ കമ്പനികൾ വിദേശത്ത് ഉൽപാദന യൂണിറ്റുകൾ തുറന്നപ്പോൾ തന്നെ വിദേശ നിക്ഷേപങ്ങളും ഒഴുകിത്തുടങ്ങി. സമ്പദ്‌വ്യവസ്ഥ മുമ്പെങ്ങുമില്ലാത്ത വിധം വളർന്നു. ഇന്ത്യ ഇപ്പോൾ ഒരു അവികസിത രാജ്യമല്ല, മറിച്ച് വളർന്നുവരുന്ന സമ്പദ്‌വ്യവസ്ഥയായിരുന്നു. വരേണ്യ മധ്യവർഗം തങ്ങളുടെ കുട്ടികളെ വിദേശ സർവകലാശാലകളിലേക്ക് അയയ്ക്കാനും വിദേശത്തേക്ക് അവധിക്കാലം ആഘോഷിക്കാനും തുടങ്ങി. ഇന്ത്യൻ ഫാർമസ്യൂട്ടിക്കൽ, ഇൻഫർമേഷൻ ടെക്നോളജി (ഐ ടി) വ്യവസായങ്ങളിലെ താരങ്ങളായി മാറിയ മധ്യവർഗ ശാസ്ത്രജ്ഞരും എഞ്ചിനീയർമാരുമാണ് ക യറ്റുമതിയിലെ കുതിച്ചുചാട്ടം നയിച്ചത്. സ്വതന്ത്ര വിപണിയുടെയും ആഗോളവൽക്കരണത്തിന്റെയും ഇന്ത്യൻ സംരംഭകരുടെ മിടുക്കിന്റെയും മാന്ത്രികതയിൽ നഗര മധ്യവർഗം ഇപ്പോൾ വിറ്റുപോയി. സംസ്ഥാന രാഷ്ട്രീയത്തിൽ ക്ഷയിച്ചുകൊണ്ടിരിക്കുന്ന സമ്മർദ ഗ്രൂപ്പായി കർഷകർ ചുരുങ്ങി.

വ്യത്യസ്ത സാമൂഹിക ഗ്രൂപ്പുകളുടെ ആപേക്ഷിക ശക്തിയിലെ ഈ മാറ്റങ്ങൾ രാഷ്ട്രീയ രംഗത്ത് അതിന്റെ സ്വാധീനം ചെലുത്തി. സംസ്ഥാന തലത്തിൽ ശക്തരായ നേതാക്കളെ അടിസ്ഥാനമാക്കിയുള്ള തിരഞ്ഞെടുപ്പ് യന്ത്രത്തിന്റെ പഴയ കോൺഗ്രസ് മോഡലിനെ ഇന്ദിരാഗാന്ധി മാറ്റിനിർത്തി, പൂർണമായും കേന്ദ്രീകൃതമായ ഒരു പാർട്ടി കെട്ടിപ്പടുത്തു, അത് ഒരൊറ്റ നേതാവിനോട് തികഞ്ഞ കൂറു പുലർത്തി. 1984 ൽ ഇന്ദിരാഗാന്ധിയുടെ കൊലപാതകത്തിന് ശേഷം കോൺഗ്രസ് ഒരു ഔപചാരിക മാനദണ്ഡവും സ്വീകരിക്കാതെ ഏകപക്ഷീയമായി പ്രസിഡന്റ് സെയിൽ സിംഗ് രാജീവ് ഗാന്ധിയെ പ്രധാനമന്ത്രിയാക്കി സത്യപ്രതിജ്ഞ ചെയ്യുകൊണ്ട് രാജവാഴ്ചയുടെ നേതൃരൂപം എന്താണെ ന്ന് നിർവചിച്ചു. രാജീവ് ഗാന്ധിയുടെ മരണശേഷം രാഷ്ട്രീയ പരിചയമില്ലാതിരുന്നിട്ടും സോണിയ ഗാന്ധി പാർട്ടിയുടെ അനിഷേധ്യ നേതാവായി വാഴ്ത്തപ്പെട്ടപ്പോൾ ഈ പാരമ്പര്യം പിന്തുടർന്നുപോന്നു. പി വി നരസിംഹ റാവുവും അല്ലെങ്കിൽ മൻമോഹൻ സിങ്ങും പ്രധാനമന്ത്രിയായിരുന്നപ്പോൾപോലും പാർട്ടിയുടെ തലവനായ സോണിയാ ഗാന്ധിയിൽ നിന്നാണ് എല്ലാ അധികാര നിയന്ത്രണവും ഒഴുകേണ്ടത് എന്ന് വ്യക്തമായിരുന്നു. കേന്ദ്ര തലത്തിലായാലും സംസ്ഥാനങ്ങളിലായാലും, എല്ലാ പ്രധാന നയ തീരുമാനങ്ങളും, എല്ലാ നിയമനങ്ങളും, അല്ലെങ്കിൽ തിരഞ്ഞെടുപ്പിനുള്ള മന്ത്രിമാരെയോ സ്ഥാനാർഥികളെയോ തിരഞ്ഞെടുക്കുന്നത്, എല്ലാം

തന്നെ സോണിയഗാന്ധിക്ക് മാത്രം ഉത്തരം നൽകുന്ന ഹൈക്കമാൻഡ് തീരുമാനിച്ചു. 2014 ലെ പാർലമെന്റ് തിരഞ്ഞെടുപ്പുകാലം മുതൽ, നേതൃത്വത്തിന്റെ സ്വാഭാവിക പിൻഗാമിയായി രാഹുൽ ഗാന്ധിയെ ഉയർത്തിക്കാട്ടാൻ തുടങ്ങിയപ്പോൾ, വ്യക്തമായ കാരണങ്ങളാൽ കോൺഗ്രസ് ഒരു രാജവംശ പാർട്ടിയായി വിശേഷിപ്പിക്കപ്പെട്ടു. പാർട്ടിയുടെ ചട്ടക്കൂട് ഒരു രാജകുടുംബത്തിന്റെ നേതൃത്വത്തിലുള്ള ഒരു കേന്ദ്രീകൃത അധികാരഘടനയായി ഉറപ്പിച്ചിരിക്കുന്നുവെന്നും അതിനെ മാറ്റാൻ യാതൊന്നിനും കഴിയില്ലെന്നും വ്യക്തമായിരുന്നു.

1989 ൽ രാജീവ്ഗാന്ധിയുടെ സർക്കാർ അവസാനിച്ച ശേഷം ഒരു പ്രധാനമന്ത്രിക്കും മറ്റ് പാർട്ടികളുടെ പിന്തുണയില്ലാതെ ന്യൂഡൽഹിയിൽ മന്ത്രിസഭ നടത്താനായിട്ടില്ലെന്ന് നിങ്ങൾ അറിഞ്ഞിരിക്കണം. 2014 ലും 2019 ലും പാർലമെന്റിൽ കേവല ഭൂരിപക്ഷമുണ്ടായിരുന്ന ബി ജെ പി പോലും സഖ്യകക്ഷികളെ മന്ത്രിസഭയിൽ ഉൾപ്പെടുത്തി. ഇത് ശ്രദ്ധേയമാണ്. ഒരു പാർട്ടിക്കും രാജ്യത്തുടനീളം അധികാരം കൽപിക്കാൻ കഴിയാത്ത വിധത്തിൽ ഇന്ത്യയിൽ രാഷ്ട്രീയ അധികാരം ഇപ്പോൾ വിതരണം ചെയ്യപ്പെടുന്നു എന്നാണ് ഇതിനർഥം. പല സംസ്ഥാനങ്ങളിലും പ്രാദേശിക പാർട്ടികൾ ഉറച്ചുനിൽക്കുന്നു. ബി ജെ പിയുടെ ഭൂരിപക്ഷം പടിഞ്ഞാറൻ, ഉത്തരേന്ത്യയിൽ പ്രാദേശികവൽക്കരിക്കപ്പെട്ടതാണ്; അതിനാൽ, എല്ലാ പ്രദേശങ്ങളെയും ന്യായമായും പ്രതിനിധീകരിക്കുന്ന ഒരു മന്ത്രാലയം രൂപീകരിക്കുന്നതിന് പ്രാദേശിക സഖ്യകക്ഷികളുടെ പിന്തുണ ഉറപ്പാക്കേണ്ടതുണ്ട്.

അന്തർദേശീയ ശക്തികേന്ദ്രങ്ങൾ

ഗവൺമെന്റിന്റെ അധികാരം കേന്ദ്രീകരിക്കുന്നതിൽ ശക്തമായ താൽപര്യമുള്ള രണ്ട് പ്രധാന സാമൂഹിക ഗ്രൂപ്പുകൾ ഇന്ത്യയിൽ ഉണ്ട്. അവയിലൊന്ന് വൻകിട കോർപ്പറേറ്റ് ബിസിനസ് സ്ഥാപനങ്ങളാണ്. അവർക്ക് രാജ്യത്തിന്റെ വിവിധ ഭാഗങ്ങളിലും ഫാക്ടറികളും ഓഫീസുകളും ഉണ്ട്, എല്ലാ സംസ്ഥാനങ്ങളിലും അവർ ബിസിനസ് ചെയ്യുന്നു. ആസൂത്രണ കാലഘട്ടത്തിൽ, ഉൽപാദന യൂണിറ്റുകൾ സ്ഥാപിക്കാൻ അവർ കേന്ദ്ര സർക്കാരിന്റെ ലൈസൻസുകളെ ആശ്രയിച്ചിരുന്നു. ഉദാരവൽക്കരണത്തിനുശേഷം അതിന്റെ ആവശ്യമില്ല.എന്നാൽ കോർപ്പറേറ്റ് നികുതികൾ, പണ നയം, ബാങ്കിംഗ്, പലിശ നിരക്ക്, ഓഹരി വിപണി നിയന്ത്രണം, തൊഴിൽ നിയമങ്ങൾ, പരിസ്ഥിതി നയം തുടങ്ങിയ കാര്യങ്ങൾ ഇപ്പോഴും കേന്ദ്രസർക്കാരിന്റെ കൈകളിലാണ്. വിദേശനാണ്യം, അന്താരാഷ്ട്ര വ്യാപാരം, നിക്ഷേപം എന്നിവയുമായി

ബന്ധപ്പെട്ട എല്ലാ കാര്യങ്ങളും കേന്ദ്ര അധികാരികളുടെ നിയന്ത്രണത്തിലാണ്. കോർപ്പറേറ്റ് സ്ഥാപനങ്ങളുടെ നേതാക്കൾ കേന്ദ്ര നയങ്ങളെ അവർക്ക് അനുകൂലമായി സ്വാധീനിക്കാൻ കഠിനമായി ശ്രമിക്കുന്നതിൽ അതിശയിക്കാനില്ല. അവരുടെ ട്രേഡ് അസോസിയേഷനുകളിലൂടെയും മാധ്യമങ്ങളിലൂടെ പൊതുജനാഭിപ്രായം സ്വാധീനിക്കാൻ ശ്രമിച്ചുകൊണ്ടാണ് അവർ അങ്ങനെ ചെയ്യുന്നത്. ദേശീയ പാർട്ടികളുടെ തിരഞ്ഞെടുപ്പ് പ്രചാരണങ്ങൾക്ക് പണം കണ്ടെത്തുക, പ്രധാനപ്പെട്ട രാഷ്ട്രീയ നേതാക്കളുമായി അടുത്ത വ്യക്തിബന്ധം വളർത്തുക തുടങ്ങിയ അദൃശ്യമായ രീതികളും അവർ ഉപയോഗിക്കുന്നു.

ഉദാരവൽക്കരണത്തെ തുടർന്നുള്ള വർഷങ്ങളിൽ, സ്വകാര്യമേഖല വികസിക്കുകയും സാമ്പത്തിക വളർച്ച ദ്രുതഗതിയിലാവുകയും ചെയ്തപ്പോൾ, വൻകിട കോർപ്പറേറ്റ് സ്ഥാപനങ്ങൾക്ക് അവരുടെ സംസ്ഥാനങ്ങളിൽ വന്ന് നിക്ഷേപം നടത്താൻ ഭൂമി അനുവദിക്കുകയോ നികുതി ഇളവുകൾ നൽകുകയോ ചെയ്യുന്നതിനായി സംസ്ഥാന സർക്കാരുകൾ പരസ്പരം മത്സരിക്കുന്നത് വൻകിട വ്യവസായികൾ പ്രോത്സാഹിപ്പിച്ചു. പശ്ചിമ ബംഗാളിൽ ഒരു ഓട്ടോമൊബൈൽ ഫാക്ടറി സ്ഥാപിക്കാൻ ക്ഷണിക്കപ്പെട്ട ഒരു വൻകിട വ്യവസായി മുഖ്യമന്ത്രിയോട് പറയും, "എന്നാൽ ഹരിയാന സർക്കാർ ഞങ്ങൾക്ക് കൂടുതൽ മെച്ചപ്പെട്ട വ്യവസ്ഥകൾ വാഗ്ദാനം ചെയ്യുന്നു. ഞങ്ങൾ പശ്ചിമ ബംഗാളിലേക്ക് വരണമെന്ന് എന്റെ ബോർഡിനെ ബോധ്യപ്പെടുത്താൻ എനിക്ക് കൂടുതൽ എന്തെങ്കിലും കാണിക്കാൻ കഴിയണം." കോർപ്പറേറ്റ് നേതാക്കൾക്ക് ഇത് മികച്ച സമയമായിരുന്നു, കാരണം കേന്ദ്ര-സംസ്ഥാന സർക്കാരുകൾ അവരെ പ്രീതിപ്പെടുത്താൻ താൽപര്യപ്പെടുന്നു.

എന്നാൽ 2008 ലെ ആഗോള സാമ്പത്തിക പ്രതിസന്ധിക്ക് ശേഷം മധുവിധു നീണ്ടുനിന്നില്ല. വളർച്ചാ നിരക്ക് കുറയാൻ തുടങ്ങിയതോടെ, വലിയ നിക്ഷേപങ്ങൾ നടത്തുന്നതിൽ ബിസിനസുകാർ ജാഗ്രത പുലർത്തി. സ്വതന്ത്രവും വികസിക്കുന്നതുമായ വിപണിയിലെ മത്സരം എല്ലാവർക്കും നിക്ഷേപിക്കാനും ലാഭമുണ്ടാക്കാനും അവസരം നൽകുന്ന ഒരു സാഹചര്യമായിരുന്നില്ല അത്. പകരം, കോർപ്പറേറ്റ് സ്ഥാപനങ്ങൾ പ്രത്യേക പരിഗണന തേടാൻ തുടങ്ങി. ഇതിൽ ചിലത് നിയമാനുസൃതവും സുതാര്യവുമായ വഴികളിലൂടെ സംഭവിച്ചു, ഉദാഹരണത്തിന്, പ്രത്യേക മേഖലകൾക്ക് നികുതിയിളവുകൾക്കായി സർക്കാരിനോട് അഭ്യർഥിച്ചപ്പോൾ, അല്ലെങ്കിൽ തൊഴിൽ നിയമങ്ങളിൽ ഇളവ് വരുത്തി തൊഴിൽ ഔട്ട്സോഴ്സിംഗ് സുഗമമാക്കുന്നതിന്, അല്ലെങ്കിൽ പുതിയ ഖനികൾ തുറക്കുന്നതിനുള്ള പാരിസ്ഥിതിക ചട്ടങ്ങൾ എന്നിവ. മറ്റ് രീതികൾ

രഹസ്യവും ചിലപ്പോൾ നിയമവിരുദ്ധവുമായിരുന്നു, ഉദാഹരണത്തിന്, വലിയ ബാങ്ക് വായ്പകൾ പിഴ ഈടാക്കാതെ കുടിശ്ശിക വരുത്തുകയോ സർക്കാർ കരാറുകൾ ഉറപ്പാക്കുന്നതിൽ മുൻഗണനാക്രമം ക്രമീകരിക്കുകയോ ചെയ്യുക. ആസൂത്രണത്തിന്റെയും ലൈസൻസുകളുടെയും കാലഘട്ടത്തിൽ, ബിസിനസ് ചെയ്യുന്നത് നിയന്ത്രണങ്ങളുടെ ഒരു ഭ്രമണപഥത്തിലൂടെ നിങ്ങളുടെ വഴി കണ്ടെത്താനുള്ള വിഷയമായിരുന്നപ്പോൾ, വ്യവസായികൾക്ക് രാഷ്ട്രീയക്കാരിൽനിന്നും ഉദ്യോഗസ്ഥരിൽനിന്നും ആനുകൂല്യങ്ങൾ തേടുകയല്ലാതെ മറ്റ് മാർഗമില്ല. ഉദാരവൽക്കരണത്തോടെ, ആ യുഗം അവസാനിച്ചു. എന്നാൽ 2010 മുതൽ ഇന്ത്യയിൽ ചങ്ങാത്ത മുതലാളിത്തത്തിന്റെ ഒരു പുതിയ ഘട്ടം ആരംഭിച്ചു. കോൺഗ്രസ് നേതൃത്വത്തിലുള്ള യു പി എ സർക്കാരിന്റെ അവസാന വർഷങ്ങൾ മന്ത്രിമാരും ബിസിനസ് ഹൗസുകളും ഉൾപ്പെട്ട ഉന്നത അഴിമതി ആരോപണങ്ങൾ നിറഞ്ഞതായിരുന്നു.

ഗവൺമെന്റിലെ അഴിമതിക്കെതിരെ കർശനമായ നിയമങ്ങൾ ആവശ്യപ്പെട്ട് 2011 ൽ ഡൽഹിയിൽ ഉപവാസ സമരം നടത്തിയ ഗാന്ധിയൻ ആക്ടിവിസ്റ്റായ അണ്ണാ ഹസാരെയെക്കുറിച്ച് നിങ്ങൾ കേട്ടിട്ടുണ്ടാകും. അണ്ണാ മൂവ്മെന്റ് നഗരങ്ങളിലെ ഇടത്തരക്കാർക്കിടയിൽ വളരെയധികം പിന്തുണ ആകർഷിക്കുകയും 2014 തിരഞ്ഞെടുപ്പിൽ കോൺഗ്രസിന്റെ പരാജയത്തിന് കാരണമാവുകയും ചെയ്തു. ആം ആദ്മി പാർട്ടി എന്ന പുതിയ നഗര രാഷ്ട്രീയ പാർട്ടിയും ഇത് സൃഷ്ടിച്ചു.

അഴിമതി വിരുദ്ധ വികാരം നഗരങ്ങളിലെ ഇടത്തരക്കാർക്കിടയിൽ സൃഷ്ടിക്കുന്ന വൈകാരിക ഉത്തേജനം രസകരമാണ്, കാരണം നിയമം കർശനമായി നടപ്പിലാക്കുകയും സമ്പദ്‌വ്യവസ്ഥയെ സ്വതന്ത്ര വിപണിക്ക് അനുകൂലമായി പരിഷ്കരിക്കുകയും ചെയ്യുന്ന ശക്തമായ ഒരു കേന്ദ്രീകൃത ഭരണകൂടത്തിന്റെ ആവശ്യവുമായി ഈ വികാരത്തിന്റെ ക്രമാനുഗതമായ ഒത്തുചേരൽ ഇതിൽ പ്രകടമാണ്. അഴിമതി മോശമാണെന്നും തുടച്ചുനീക്കണമെന്നും എല്ലാവരും സമ്മതിച്ചു. എന്നിട്ടും ചെറുതും ഒരുപക്ഷേ വലിയതുമായ അഴിമതി പ്രവർത്തനങ്ങളിൽ പങ്കെടുത്തത് ആർക്കും നിഷേധിക്കാനാവില്ല. തീവണ്ടിയിൽ റിസർവ് ചെയ്ത സീറ്റ് കണ്ടെത്താനോ സർക്കാർ ഓഫീസിൽ എന്തെങ്കിലും ചെയ്തെടുക്കാനോ കോടതിയിൽ നിന്ന് രേഖകൾ വാങ്ങാനോ നിങ്ങൾ തിരക്കുകൂട്ടുകയാണെങ്കിൽ, അധിക തുകയ്ക്ക് അത് എളുപ്പം ചെയ്ത് തരുന്ന ഒരു വ്യക്തിയെ നിങ്ങൾക്ക് കണ്ടെത്തേണ്ടിവരും. ചില സമയങ്ങളിൽ, ഒരു നല്ല കോളേജിൽ പ്രവേശനം നേടുമ്പോഴോ ഒരു സ്കൂൾ അധ്യാപകന്റെ ജോലി ഉറപ്പാക്കുമ്പോഴോ പോലുള്ള അധിക തുക വളരെ ഗണ്യമായി

രിക്കാം. പോലീസ് സ്റ്റേഷനുമായി ഇടപെടേണ്ടി വരുമ്പോഴും നന്നായി എണ്ണ പുരട്ടി മയപ്പെടുത്തേണ്ടതായി വരും. ഇതിനുള്ള സാധാരണ ന്യായീകരണം ഇതാണ്: "അങ്ങനെ മാത്രമേ കാര്യങ്ങൾ ചെയ്യാൻ കഴിയൂ. അങ്ങനെയാണ് ഈ സംവിധാനം." ഓരോ ഘട്ടത്തിലും തടസ്സങ്ങൾ സൃഷ്ടിക്കുന്ന നിയന്ത്രണങ്ങളുടെ ബാഹുല്യത്തെ ആളുകൾ കുറ്റപ്പെടുത്തും, അങ്ങനെ സത്യസന്ധമല്ലാത്ത ജീവനക്കാർക്കും അവരുടെ തട്ടിപ്പുകാർക്കും കൈക്കൂലി വാങ്ങാനുള്ള അവസരം സൃഷ്ടിക്കുന്നു. വാസ്തവത്തിൽ, മിക്ക ആളുകളും അഴിമതിയെ ജീവിതത്തിന്റെ ഒരു അവശ്യഘടകമായും അഴിമതിയെ അത്യാഗ്രഹമായും തമ്മിൽ വേർതിരിച്ച് മനസിലാക്കുന്നതായി കാണാം. ആദ്യ സന്ദർഭത്തിൽ, ഒരു വ്യവസ്ഥിതിയുടെ നിരപരാധിയായ ഇരയായി ഒരാൾ സ്വയം കരുതുന്നു. മറ്റൊരു സാഹചര്യത്തിൽ, സത്യസന്ധതയില്ലാത്ത ആളുകൾ അഴിമതിയിലൂടെ സമ്പന്നരാകാൻ ശ്രമിക്കുന്നു: അത്തരം ആളുകളെ തിരിച്ചറിയുകയും അപലപിക്കുകയും ശിക്ഷിക്കുകയും വേണം. കൗതുകകരമെന്നു പറയട്ടെ, വൻകിട വ്യവസായികൾ പോലും ആസൂത്രിതമായ അഴിമതി സമ്മതിക്കുകയും ഒരാൾ അതിൽ പങ്കെടുത്തില്ലെങ്കിൽ, ഇന്ത്യയിൽ ഒരു ബിസിനസും നടക്കില്ലെന്ന് അവകാശപ്പെടുകയും ചെയ്യും.

2014 ലെ പൊതുതിരഞ്ഞെടുപ്പ് സമയത്ത്, ബിസിനസ് വൃത്തങ്ങളും നഗര മധ്യവർഗവും കുറച്ച് നിയന്ത്രണങ്ങളുള്ളതും കൂടുതൽ സുതാര്യമായ നിയന്ത്രണങ്ങളുള്ളതും അഴിമതിരഹിതവും വിപണി സൗഹൃദവുമായ ഒരു ഗവൺമെന്റിന് ശക്തമായ മുൻഗണന നൽകി, അത് സ്വകാര്യവ്യവസായത്തിന്റെ വിപുലീകരണത്തിനു തടസം നിൽക്കുന്ന ഭൂമി അല്ലെങ്കിൽ തൊഴിൽ നിയമങ്ങൾ ഇല്ലാതാക്കുന്നതും വ്യവസായങ്ങളെ പ്രോത്സാഹിപ്പിക്കുന്നതും ആവണം എന്നവർ കരുതി. ഈ സുവർണ ഭാവിയിലേക്ക് രാജ്യത്തെ നയിക്കാനുള്ള തന്റെ കഴിവ് തെളിയിച്ച നേതാവായി ഗുജറാത്ത് മുഖ്യമന്ത്രി നരേന്ദ്ര മോദി അവതരിപ്പിക്കപ്പെട്ടു. 2002 ൽ ഗുജറാത്തിൽ നടന്ന മുസ്ലീങ്ങളുടെ ദാരുണമായ കൊലപാതകങ്ങൾ അദ്ദേഹത്തിന്റെ കരിയറിലെ ഒരു കളങ്കമായിരുന്നു. എന്നാൽ ആ സംഭവത്തെ വിസ്മൃതിയിലേക്ക് ആഴ്ത്താനും ഒരു പുതിയ ഗുജറാത്തിന്റെ നിർമാതാവ് എന്ന പ്രതിച്ഛായ കെട്ടിപ്പടുക്കാനും അദ്ദേഹത്തിന് കഴിഞ്ഞു - സമ്പന്നവും ആത്മവിശ്വാസമുള്ളതും ഉന്നത സാങ്കേതിക വ്യവസായങ്ങൾ നിറഞ്ഞതുമായ ഒരു പുതിയ ഗുജറാത്ത്. സമൃദ്ധിയും സമ്പന്നതയും നഗരപ്രദേശങ്ങളിൽ മാത്രം ഒതുങ്ങിനിൽക്കുകയും ദലിതരുടെയും ആദിവാസികളുടെയും മുസ്ലീങ്ങളുടെയും സ്ഥിതി പരിതാപകരമാകുകയും ചെയ്തെങ്കിലും ഇന്ത്യയിലെ മറ്റെവിടെയുമുള്ള നഗര മധ്യവർ

ഗങ്ങൾക്കിടയിൽ കോർപറേറ്റ് സ്ഥാപനങ്ങൾ ധനസഹായം നൽകുന്ന വാർത്താ റിപ്പോർട്ടുകളിലൂടെയും പരസ്യങ്ങളിലൂടെയും വിദഗ്ധമായി പ്രദർശിപ്പിച്ച ഗുജറാത്ത് ചിത്രം മോദിയുടെ പുതിയ ഗുജറാത്ത് എന്നതായിരുന്നു.

2014 ലെ പൊതുതെരഞ്ഞെടുപ്പിന് തൊട്ടുമുമ്പുള്ള ദിവസങ്ങളിൽ, പാർട്ടിയുടെ ഭാവി പ്രധാനമന്ത്രിയായി മോദിയെ പ്രഖ്യാപിക്കാൻ ബി ജെ പിക്കുള്ളിൽ സമ്മർദം വളർന്നു. പിന്നാക്ക-ജാതി കുടുംബത്തിൽ നിന്ന് വന്ന അദ്ദേഹം ദാരിദ്ര്യത്തോട് മല്ലിട്ട് ആർ എസ് എസിൽ സമർപ്പിത സേവനത്തിലേക്ക് പ്രവേശിക്കുകയായിരുന്നു. എന്നാൽ ഗാന്ധിയൻ ത്യാഗത്തിന്റെ മാതൃകയെ അദ്ദേഹം പ്രതിനിധീകരിച്ചില്ല. മറിച്ച്, സമൃദ്ധമായ ഭാവിക്കായി പ്രതിജ്ഞാബദ്ധമായ ഒരു പാർട്ടിയുടെ യുവത്വവും ചലനാത്മകവുമായ മുഖം അദ്ദേഹം ഉയർത്തിക്കാട്ടി, അതിന്റെ സാമൂഹിക യാഥാസ്ഥിതികത്വത്തിന്റെയും വർഗീയ വിദ്വേഷത്തിന്റെയും ചരിത്രം മറച്ചുപടിച്ചു. ഇന്ത്യൻ വ്യവസായത്തെ ആഗോളതലത്തിൽ മത്സരാധിഷ്ഠിതമാക്കുന്നതിന് അനാവശ്യ ആനുകൂല്യങ്ങളും അവസാനിപ്പിക്കുമെന്നും നികുതിയും തൊഴിൽ നിയമങ്ങളും സമൂലമായി പരിഷ്കരിക്കുമെന്നും മോദി വാഗ്ദാനം ചെയ്തു. തന്റെ തിരഞ്ഞെടുപ്പ് പ്രസംഗങ്ങളിൽ ഹിന്ദുത്വത്തെക്കുറിച്ചോ അയോധ്യയിലെ രാമക്ഷേത്രത്തെക്കുറിച്ചോ അദ്ദേഹം പരാമർശിച്ചില്ല.

സ്വാതന്ത്ര്യത്തിനു ശേഷം ഇന്ത്യയിലെ എല്ലാ പൊതു തിരഞ്ഞെടുപ്പുകളും ഞാൻ സൂക്ഷ്മമായി വീക്ഷിച്ചിട്ടുണ്ട്. 1950 കളിലും 1960 കളിലും പ്രമുഖ വ്യവസായ സ്ഥാപനങ്ങളിൽ ബിർളയെപ്പോലുള്ള ചിലർക്ക് കോൺഗ്രസ് നേതൃത്വവുമായി ശക്തമായ ബന്ധമുണ്ടായിരുന്നു. ടാറ്റയെപ്പോലുള്ളവർ രാഷ്ട്രീയത്തിൽ നിന്ന് അകലം പാലിച്ചു. തങ്ങളുടെ പ്രചാരണ ഫണ്ടിലേക്ക് സംഭാവന നൽകാനുള്ള രാഷ്ട്രീയ നേതാക്കളുടെ ആഹ്വാനങ്ങളോട് മിക്കവരും പ്രതികരിച്ചു, എന്നാൽ ഏതെങ്കിലും രാഷ്ട്രീയ പാർട്ടിക്ക് തുറന്ന പിന്തുണ പ്രകടിപ്പിക്കുന്നത് വിരളമാണ്. 1980 കൾക്ക് ശേഷമുള്ള കാലഘട്ടത്തിൽ, ഒരു ആധിപത്യ പാർട്ടിയും ഇല്ലാതായപ്പോൾ, ബിസിനസ് സ്ഥാപനങ്ങൾ എതിരാളികളായ പാർട്ടികൾക്ക് സംഭാവനകൾ നൽകിക്കൊണ്ട് തങ്ങളുടെ പന്തയങ്ങൾ സംരക്ഷിക്കുന്നതായി തോന്നി; ഇന്ത്യയിലെ മുഴുവൻ വ്യവസായ സമൂഹവും നരേന്ദ്ര മോദിക്ക് പിന്തുണ പ്രഖ്യാപിച്ച് പരസ്യമായും കൂട്ടായും ശബ്ദമുയർത്തിയ ആദ്യ തെരഞ്ഞെടുപ്പാണ് 2014. ഉയർന്ന മധ്യവർഗത്തിന്റെ വീക്ഷണങ്ങൾ പ്രതിധ്വനിച്ച ഇംഗ്ലീഷ് ഭാഷാ മാധ്യമങ്ങൾ അദ്ദേഹത്തെ ആവേശത്തോടെ പ്രോത്സാഹിപ്പിച്ചു.

പ്രാദേശിക ശക്തികേന്ദ്രങ്ങൾ

എന്നാൽ വളരെ സ്വാധീനമുള്ളവരാണെങ്കിൽ പോലും ഈ അഖിലേന്ത്യാ ഗ്രൂപ്പുകൾ ഇന്ത്യൻ ജനതയുടെ ഒരു ചെറിയ ഭാഗമാണ്. മറ്റ് മിക്ക അധികാര ഗ്രൂപ്പുകളും കൂടുതൽ പ്രാദേശിക താൽപര്യമുള്ളവയാണ്. അവരുടെ സ്വാധീനം സംസ്ഥാന രാഷ്ട്രീയത്തിലും പ്രാദേശിക രാഷ്ട്രീയത്തിലുമാണ്. ഇന്ത്യയിലെ ഏറ്റവും പ്രധാനപ്പെട്ട 500 സ്ഥാപനങ്ങളിൽ ലിസ്റ്റ് ചെയ്യപ്പെടാത്ത കമ്പനികളുടെ ഉടമസ്ഥതയിലുള്ള ബിസിനസുകാരും, എന്നിരുന്നാലും, സമ്പദ്‌വ്യവസ്ഥയുടെ മേഖലകളായി ലക്ഷക്കണക്കിന് ആളുകൾക്ക് തൊഴിൽ നൽകുന്ന നിർമാണം, വാണിജ്യം അല്ലെങ്കിൽ സേവനങ്ങൾ എന്നിവയിൽ ഏർപ്പെട്ടിരിക്കുന്നവരും അവരിൽ ഉൾപ്പെടുന്നു. ഇടത്തരം-ചെറുകിട വലിപ്പത്തിലുള്ള ഫാക്ടറികളും വർക്ക്ഷോപ്പുകളും, നിർമാണ സ്ഥാപനങ്ങൾ, മൊത്ത- ചില്ലറ വിൽപനശാലകൾ, കാർഷിക സംസ്കരണം, റോഡ് ഗതാഗതം, ഹോട്ടലുകൾ, റെസ്റ്റോറന്റുകൾ മുതലായവ പ്രധാനമായും പ്രാദേശികമായോ തദ്ദേശീയമായോ സംഘടിപ്പിക്കപ്പെടുന്ന മേഖലകളാണ്. മിക്ക സംസ്ഥാനങ്ങളിലെയും കൃഷിയുടെ ഭൂരിഭാഗവും ഇടത്തരം ചെറുകിട കർഷകരാണ് നടത്തുന്നതെന്ന് പറയേണ്ടതില്ലല്ലോ. ഈ ഗ്രൂപ്പുകളെല്ലാം പ്രധാനമായും സംസ്ഥാന-പ്രാദേശിക സർക്കാരുമായാണ് ഇടപെടേണ്ടത്. തൽഫലമായി, അവർ തങ്ങളുടെ താൽപര്യങ്ങൾക്കായി സംസ്ഥാന രാഷ്ട്രീയത്തിൽ സ്വയം ഇടപെടുന്നു.

നിങ്ങൾക്കറിയാവുന്നതുപോലെ,ഇന്ത്യൻസംസ്ഥാനങ്ങളുടെസമ്പദ്‌വ്യവസ്ഥ വളരെ വ്യത്യസ്തമാണ്. മഹാരാഷ്ട്ര അല്ലെങ്കിൽ പശ്ചിമ ബംഗാൾ പോലെ യുള്ള ചിലർക്ക് ബ്രിട്ടീഷ് ഭരണകാലം മുതൽ വ്യവസായ ചരിത്രമുണ്ട്. ഗുജറാത്ത് അല്ലെങ്കിൽ കർണാടക പോലെയുള്ള മറ്റുള്ളവ സമീപ ദശകങ്ങളിൽ വളരെ വ്യാവസായികമായി മാറിയിരിക്കുന്നു. വൻകിട വ്യവസായങ്ങളുടെ സ്ഥാനം, ഞാൻ നേരത്തെ വിശദീകരിച്ചതുപോലെ, കേന്ദ്ര നയങ്ങളെ വളരെയധികം ആശ്രയിച്ചിരിക്കുന്നു. എന്നാൽ പ്രാദേശിക വ്യവസായം, കൃഷി, വാണിജ്യം, സേവനങ്ങൾ എന്നിവയുടെ സാധ്യതകൾ എന്നിവയ്ക്ക് എല്ലായ്പ്പോഴും സംസ്ഥാന സർക്കാരുകളുടെ നയങ്ങളുമായി അടുത്ത ബന്ധമുണ്ട്.

ഇവിടെ നിരവധി വകഭേദങ്ങളുണ്ട്. ബ്രാഹ്മണേതര ജാതികൾക്കിടയിലെ ഐക്യദാർഢ്യത്തിൽ അധിഷ്ഠിതമായ ഒരു പ്രാദേശിക രാഷ്ട്രീയ പ്രസ്ഥാനം സമ്പന്ന കർഷക കുടുംബങ്ങളിൽ നിന്ന് ചെറുകിട, ഇടത്തരം സംരംഭകരുടെ മുഴുവൻ വർഗത്തെയും സൃഷ്ടിച്ചതിന്റെ രസകരമായ ഉദാഹരണമാണ് തമിഴ്നാട്. സംസ്ഥാനത്തെ രണ്ട് ദ്രാവിഡ

പാർട്ടികളും ഈ പുതിയ ബിസിനസ് ഗ്രൂപ്പുകളുടെ ഉയർച്ചയുടെ വാഹകരായിരുന്നു. മൂലധനം സ്വരൂപിക്കുന്നതിനും കരാറുകൾ നടപ്പിലാക്കുന്നതിനും തൊഴിലാളികളെ റിക്രൂട്ട് ചെയ്യുന്നതിനും അവർ തങ്ങളുടെ ജാതി ശൃംഖലകൾ ഉപയോഗിച്ചു. നികുതി ബാധ്യതകൾ, തൊഴിൽ നിയമങ്ങൾ, മലിനീകരണ നിയന്ത്രണങ്ങൾ എന്നിവ ഒഴിവാക്കുന്നതിന് പ്രാദേശിക രാഷ്ട്രീയ നേതാക്കളുടെ മേലുള്ള സ്വാധീനവും അവർ ഉപയോഗിച്ചു. ലക്ഷക്കണക്കിന് തൊഴിലാളികൾ പണിയെടുക്കുന്ന പതിനായിരക്കണക്കിന് വസ്ത്രനിർമാണ ശാലകളുള്ള തിരുപ്പൂർ പട്ടണം ഇന്ത്യയുടെ വസ്ത്രനിർമാണത്തിന്റെ തലസ്ഥാനമായി ഉയർന്നത് അങ്ങനെയാണ്. അതുപോലെ പടക്കങ്ങൾക്കും തീപ്പെട്ടികൾക്കും കളർ പ്രിന്റിംഗിനും ശിവകാശി പ്രസിദ്ധമാണ്. ഈ സംരംഭങ്ങളിൽ ഭൂരിഭാഗവും ചെറുതാണ്, എന്നാൽ ഒരു പ്രത്യേക സ്ഥലത്ത് അവയുടെ സംയോജനവും അവരുടെ ഉടമകളുടെയും തൊഴിലാളികളുടെയും സാമൂഹിക ഐക്യദാർഢ്യവും പ്രാദേശിക രാഷ്ട്രീയത്തിൽ അവരെ ശക്തരാക്കി.

സംസ്ഥാന സർക്കാർ നയങ്ങൾ പ്രാദേശിക തലത്തിൽ പുതിയ സംരംഭകരെ സൃഷ്ടിച്ചതിന് മറ്റ് ഉദാഹരണങ്ങളുണ്ട്. ഫലഭൂയിഷ്ഠമായ കാർഷിക മേഖലയായ തീരദേശ ആന്ധ്രയിൽ, റെഡ്ഡി, കമ്മ ജാതികളിൽപെട്ട സമ്പന്നരായ കർഷകർ തങ്ങളുടെ രാഷ്ട്രീയ സ്വാധീനം ഉപയോഗിച്ച് ആന്ധ്രാപ്രദേശിന്റെ തലസ്ഥാനമായ ഹൈദരാബാദ് പോലുള്ള ഒരു വൻ നഗരം പുതിയ വ്യവസായങ്ങൾ തുടങ്ങുന്നതിനും സാമ്പത്തിക പ്രവർത്തനങ്ങൾക്കും പ്രയോജനപ്പെടുത്തുന്നതിനുപയോഗിച്ചു. തെലങ്കാന ജില്ലകൾ പിന്നാക്കാവസ്ഥയിൽ തുടരുമ്പോൾ, സ്വയം സമ്പന്നമാക്കാൻ പുറത്തുനിന്നുള്ളവർ ഹൈദരാബാദ് ഉപയോഗിക്കുന്നതായി തോന്നിയ തെലങ്കാനയിലെ ജനങ്ങൾക്കിടയിൽ ഇത് നീരസം സൃഷ്ടിച്ചു. ദേശീയ തലസ്ഥാനത്തോടുള്ള സാമീപ്യം ഉപയോഗപ്പെടുത്തി സംസ്ഥാന സർക്കാർ പുതിയ വ്യാവസായിക, സാമ്പത്തിക നഗരമായി ഗുഡ്ഗാവിനെ പ്രോത്സാഹിപ്പിച്ച മറ്റൊരു ഉദാഹരണമാണ് ഹരിയാന. ഭൂമി വിട്ടുകൊടുക്കേണ്ടി വന്ന കർഷകർക്ക് ഉദാരമായ നഷ്ടപരിഹാരം വാഗ്ദാനം ചെയ്തു; അവരിൽ പലരും ഗതാഗതത്തിനും മറ്റ് ബിസിനസുകൾക്കും പണം ഉപയോഗിച്ചു. ലക്ഷക്കണക്കിന് പുരുഷന്മാരും സ്ത്രീകളും ജോലി ചെയ്യുന്ന ആയിരക്കണക്കിന് ചെറുകിട സംരംഭങ്ങൾ സൃഷ്ടിച്ച് ടൂറിസം പ്രോത്സാഹിപ്പിക്കുന്നതിനുള്ള സംസ്ഥാന സർക്കാരിന്റെ ശ്രമങ്ങളുടെ പ്രകടമായ ഉദാഹരണങ്ങളായി ഗോവയും കേരളവും മാറി. അതുപോലെ, പഴത്തോട്ടങ്ങളും കാർഷിക സംസ്കരണ വ്യവസായങ്ങളും പ്രോത്സാഹിപ്പിക്കുന്നതിൽ സംസ്ഥാന സർക്കാരിന്റെ വിജയത്തിന്റെ

ഒരു ഉദാഹരണമാണ് ഹിമാചൽ പ്രദേശ്. അങ്ങനെ ധാരാളം ഉദാഹരണങ്ങൾ ചൂണ്ടിക്കാണിക്കാനാവും.

ഒരു സംസ്ഥാനത്തിന്റെ സാമ്പത്തിക ഭാവി വിഭാവനം ചെയ്യുന്നതിലെ അത്തരം ചലനാത്മകതയ്ക്ക് പ്രാദേശിക മധ്യവർഗത്തിന്റെ നേതൃത്വം ആവശ്യമാണ്. രാഷ്ട്രീയ പാർട്ടികളുടെ നേതാക്കൾ ഈ വർഗത്തിൽ നിന്ന് പുറത്തുവരുന്നു; സാംസ്കാരിക രംഗത്ത് നേതൃത്വം നൽകുന്നവരും പൊതുജനാഭിപ്രായം രൂപപ്പെടുത്തുന്നവരും അങ്ങനെ തന്നെ. ഒരു ചട്ടം പോലെ, ഒരു പ്രാദേശിക സംസ്കാരത്തിലെ സ്വത്തിന്റേയും ജാതിയുടേയും പഴയ ശ്രേണികളെ തകർക്കുന്ന ഒരു സാമൂഹിക വ്യതിയാനം ഉണ്ടാകുമ്പോഴാണ് സംരംഭക ഊർജം പുറത്തുവരുന്നത്. ദക്ഷിണേന്ത്യയിലെയും പടിഞ്ഞാറൻ ഇന്ത്യയിലെയും ഒട്ടുമിക്ക സംസ്ഥാനങ്ങളും സ്വാതന്ത്ര്യലബ്ധിക്ക് ശേഷമുള്ള ദശാബ്ദങ്ങളിൽ ഇത്തരമൊരു കലഹം കണ്ടിട്ടുണ്ട്. മറുവശത്ത്, പശ്ചിമ ബംഗാൾ പോലുള്ള ഒരു സംസ്ഥാനത്ത്, പരമ്പരാഗത ഹിന്ദു ഉയർന്ന ജാതികൾ ഇടതുപക്ഷ രാഷ്ട്രീയ പ്രത്യയശാസ്ത്രം സ്വീകരിച്ചപ്പോഴും അവരുടെ സാമൂഹികവും സാംസ്കാരികവുമായ ആധിപത്യം ഉറപ്പിച്ചു. തൽഫലമായി, കാര്യമായ ഭൂപരിഷ്കരണങ്ങൾ ഉണ്ടായിട്ടും, പശ്ചിമ ബംഗാളിൽ പ്രാദേശിക ബിസിനസ് സംരംഭങ്ങളുടെ പുനരുജ്ജീവനം ഉണ്ടായിട്ടില്ല. പ്രാദേശിക സംസ്കാരങ്ങളുടെ സാമൂഹിക രൂപീകരണത്തിലെ വ്യതിയാനങ്ങൾ ഇന്ത്യയിലെ പ്രദേശങ്ങൾ തമ്മിലുള്ള സാമ്പത്തിക അസമത്വത്തിന്റെ ഒരു പ്രധാന സൂചകമാണ്.

ഈ സാമ്പത്തികവും സാമൂഹികവുമായ അസമത്വങ്ങളെ ഞാൻ മനസ്സിലാക്കുന്ന രീതി നിങ്ങളോട് വിവരിച്ചിട്ടുണ്ട്. ഇന്ത്യൻ സമൂഹത്തിലെ വർഗങ്ങളെക്കുറിച്ചും വർഗസമരങ്ങളെക്കുറിച്ചും മാർക്സിസ്റ്റുകൾ എന്താണ് പറയുന്നതെന്ന് മനസിലാക്കാൻ ഞാൻ പലതവണ ശ്രമിച്ചിട്ടുണ്ട്, പക്ഷേ, എനിക്കത് പൂർണ്ണമായും ഉൾക്കൊള്ളാനായിട്ടില്ല. അതുകൊണ്ട് എന്റെ വിവരണം മാർക്സിസ്റ്റ് വിശകലനവുമായി യോജിക്കുന്നുണ്ടോ ഇല്ലയോ എന്ന് കണ്ടെത്തണമെങ്കിൽ, നിങ്ങൾ നിങ്ങളുടെ പ്രൊഫസർമാരിൽ ഒരാളോട് ചോദിക്കണം. ഇന്ത്യയിലെ ഭരണകക്ഷികൾ ബ്രാഹ്മണ- ബനിയ കൂട്ടുകെട്ടാണ് എന്നുള്ളത് നിങ്ങൾ കേട്ടിട്ടുണ്ടാകും. ഇതൊരു നല്ല വിവരണമായി തോന്നാമെങ്കിലും ലളിതവത്കരിക്കപ്പെട്ട ഒന്നാണ്. ഉയർന്ന മധ്യവർഗത്തിലെ വലിയൊരു വിഭാഗം ബ്രാഹ്മണരായിരിക്കുന്നതുപോലെ, ബനിയ കുടുംബങ്ങളിൽ നിന്നുള്ള നിരവധി വൻകിട വ്യവസായികൾ ഇന്ത്യയിൽ നിസ്സംശയമായും ഉണ്ട്. എന്നാൽ ഭൂരിഭാഗം ബ്രാഹ്മണരും ഭൂരിഭാഗം ബനിയകളും യഥാർഥ

ത്തിൽ പ്രാദേശിക മധ്യവർഗങ്ങൾ എന്ന് ഞാൻ വിളിച്ചവരിൽ ഉൾപ്പെടുന്നു. അതിനാൽ, "ബ്രാഹ്മണ-ബനിയ സംയോജനം" എന്ന ലേബൽ അഖിലേന്ത്യ ശക്തി കേന്ദ്രങ്ങളും പ്രാദേശിക ശക്തി കേന്ദ്രങ്ങളും തമ്മിലുള്ള വിഭജനം ഉൾക്കൊള്ളുന്നില്ല, അത് ഇന്ന് ഇന്ത്യൻ സമൂഹത്തിലെ അന്തർലീനമായ സംഘർഷങ്ങൾ മനസിലാക്കുന്നതിൽ വളരെ നിർണായകമാണെന്ന് ഞാൻ കരുതുന്നു.

അഖിലേന്ത്യാ തലങ്ങളും പ്രാദേശിക തലങ്ങളും തമ്മിലുള്ള ബന്ധം

അടുത്ത കാലഘട്ടത്തിൽ ഞാൻ ശ്രദ്ധ കേന്ദ്രീകരിക്കട്ടെ. 2014 ൽ നരേന്ദ്രമോദിയുടെ സർക്കാർ അധികാരത്തിൽ വന്നത് ഇന്ത്യയിലെ ബിസിനസ് കുടുംബങ്ങളുടേയും ഉയർന്ന മധ്യവർഗ്ഗത്തിന്റേയും ശക്തമായ പിന്തുണയോടെയായിരുന്നുവെങ്കിലും, ബി ജെ പി നടത്തുന്ന സംസ്ഥാന സർക്കാരുകൾ ഉൾപ്പെടെയുള്ള പ്രാദേശിക രൂപീകരണങ്ങളിൽ നിന്ന് നേരിടേണ്ടി വന്ന സമ്മർദങ്ങൾ കാരണം അവർ പ്രതീക്ഷിച്ചത് നിറവേറ്റാൻ അതിന് കഴിഞ്ഞില്ല. 2009 ന് ശേഷമുള്ള വളർച്ച മന്ദഗതിയിലായതിന്റെ അർഥം, കർഷകരോ ചെറുകിട സംരംഭകരോ പോലെ സ്വാധീനമുള്ള ഗ്രൂപ്പുകൾക്ക് സബ്സിഡി നൽകുന്നതിനും ദരിദ്രരുടെ ഉപജീവന നിലവാരം ഉയർത്തുന്നതിനുള്ള പദ്ധതികൾ നിലനിർത്താനുള്ള ചെലവുകൾ വർധിച്ചുകൊണ്ടിരിക്കുമ്പോൾ, സംസ്ഥാന സർക്കാരുകൾ കുറച്ച് വരുമാനം ശേഖരിക്കുന്നു എന്നാണ്. ഒരു പ്രാദേശിക അല്ലെങ്കിൽ തദ്ദേശീയ തിരഞ്ഞെടുപ്പ് വരുമ്പോൾ, വോട്ടർമാർ തങ്ങളുടെ പിന്തുണ പ്രതിപക്ഷത്തേക്ക് മാറ്റുന്നത് തടയാൻ സംസ്ഥാന സർക്കാരുകൾക്ക് സാമൂഹിക ചെലവുകളുടെ പുതിയ പദ്ധതികൾ പ്രഖ്യാപിക്കേണ്ടി വന്നു. കോർപ്പറേറ്റ് സ്ഥാപനങ്ങൾ ആഗ്രഹിച്ചതുപോലെ ഭൂമിയിലോ തൊഴിൽ നിയമങ്ങളിലോ സമൂലമായ മാറ്റങ്ങൾ കൊണ്ടുവരാൻ മോദി സർക്കാർ ധൈര്യപ്പെട്ടില്ല. വിവിധ സംസ്ഥാന നികുതികൾക്ക് പകരം രാജ്യത്തിനാകെ ഏകീകൃതമായ ചരക്ക് സേവന നികുതി (ജി എസ് ടി) ഏർപ്പെടുത്തുക എന്നതായിരുന്നു അതിന് നടപ്പിലാക്കാൻ കഴിഞ്ഞ ഏക സുപ്രധാന പരിഷ്കാരം. മൻമോഹൻ സിംഗ് ഗവൺമെന്റിന്റെ കാലം മുതൽ ഇത് ചർച്ചകൾക്ക് വിധേയമായിരുന്നു, എന്നാൽ സംസ്ഥാനങ്ങളുമായി വളരെയേറെ ഒത്തുതീർപ്പ് നടത്തിയും ഇടപാടുകൾ നടത്തിയും അവസാനം രൂപപ്പെടുത്തിയത് വളരെ ബുദ്ധിമുട്ടുള്ള നികുതി ഘടനയായിരുന്നു. എന്നിരുന്നാലും, അത് കേന്ദ്രത്തിന് അനുകൂലമായി തീരുമാനങ്ങളെടുക്കുന്നതിന്റെ സന്തുലിതാവസ്ഥ മാറ്റി.

2017 നവംബറിൽ ഉയർന്ന മൂല്യമുള്ള കറൻസി നോട്ടുകൾ അസാധുവാക്കാനുള്ള അദ്ദേഹത്തിന്റെ അപ്രതീക്ഷിത തീരുമാനമാണ് മോദി തന്റെ ആദ്യ ടേമിൽ പ്രദർശിപ്പിച്ച ധീരത. ഇത് ഒരു സാമ്പത്തിക അടിസ്ഥാനവും ഇല്ലാത്തതായതിനാൽ സാധാരണക്കാർക്ക് വലിയ ബുദ്ധിമുട്ടുകൾ ഉണ്ടാക്കി. തന്റെ തീരുമാനം വൻതോതിൽ കള്ളപ്പണം കണ്ടെത്തുമെന്ന് മോദി അവകാശപ്പെട്ടു. പണം പൂഴ്ത്തിവച്ച അഴിമതിക്കാരായ സമ്പന്നരെ ശിക്ഷിക്കുകയാണെന്ന് അദ്ദേഹം പറഞ്ഞു. ചെറുകിട വ്യവസായം, കൃഷി, അനൗപചാരിക മേഖല എന്നിവയുടെ വൻ തകർച്ചയായിരുന്നു ആത്യന്തിക ഫലം എങ്കിലും പലരും അദ്ദേഹത്തെ വിശ്വസിച്ചു.

2017 ലെ യു പി തിരഞ്ഞെടുപ്പിൽ ഈ ചൂതാട്ടം ബി ജെ പിക്ക് വേണ്ടി പ്രവർത്തിച്ചെങ്കിലും, മഹാരാഷ്ട്ര, മധ്യപ്രദേശ്, രാജസ്ഥാൻ എന്നിവിടങ്ങളിൽ തങ്ങളുടെ വായ്പകൾ എഴുതിത്തള്ളണമെന്ന് ആവശ്യപ്പെട്ട് കർഷകരുടെ വലിയ പ്രക്ഷോഭങ്ങളെ പാർട്ടി നേരിട്ടു. കർഷക ആത്മഹത്യകൾ പെരുകാൻ തുടങ്ങി. ജാട്ട്, ഗുജ്ജർ, പട്ടീദാർ തുടങ്ങിയ കർഷക ജാതികൾക്കിടയിൽ തൊഴിൽ സംവരണം ആവശ്യപ്പെട്ട് പ്രക്ഷോഭങ്ങൾ നടന്നു. 2018 ൽ രാജസ്ഥാൻ, മധ്യപ്രദേശ്, ഛത്തീസ്ഗഢ് എന്നിവിടങ്ങളിൽ ബി ജെ പി തുടർച്ചയായി തിരഞ്ഞെടുപ്പ് പരാജയങ്ങൾ ഏറ്റുവാങ്ങി, പഞ്ചാബിൽ അതിന്റെ സഖ്യകക്ഷിയായ അകാലിദൾ അധികാരത്തിൽ നിന്ന് പുറത്താക്കപ്പെട്ടു. കോടിക്കണക്കിന് രൂപ ബാങ്കുകൾ കൊള്ളയടിച്ച് വ്യവസായികളായ വിജയ് മല്യയും നീരവ് മോദിയും രാജ്യം വിട്ടതിന്റെ കുംഭകോണങ്ങൾ പൊട്ടിപ്പുറപ്പെട്ട സമയം കൂടിയാണിത്. നിരവധി പ്രധാന സർക്കാർ കരാറുകൾ നൽകുന്നതിൽ അംബാനിയുടെയും അദാനിയുടെയും രണ്ട് ബിസിനസ് സ്ഥാപനങ്ങൾക്ക് പ്രത്യേക ആനുകൂല്യം ലഭിച്ചുവെന്ന് ആദ്യമായി ആരോപണങ്ങൾ ഉയർന്നു തുടങ്ങി. ഇതെല്ലാം അർഥമാക്കുന്നത് മോദിക്ക് ബിസിനസ് അനുകൂല പരിഷ്കാരങ്ങൾ അവതരിപ്പിക്കാൻ സമയമായിരുന്നില്ല എന്നാണ്.

ബി ജെ പി രാഷ്ട്രീയത്തിന്റെ കേന്ദ്ര മുദ്രാവാക്യമായി ഹിന്ദുത്വയിലേക്കുള്ള തിരിയലിന്റെ സൂചനയാണ് ഉത്തർപ്രദേശിൽ കാവിയുടുത്ത മുഖ്യമന്ത്രി യോഗി ആദിത്യനാഥ് പശു സംരക്ഷണത്തിന്റെ ശക്തമായ പ്രചാരണം ആരംഭിച്ചത്. ഗോവധം അല്ലെങ്കിൽ ഗോമാംസവ്യാപാരം തുടങ്ങിയ ആരോപണങ്ങളിൽ പ്രതിരോധമില്ലാത്ത മുസ്ലീങ്ങൾക്ക് നേരെ കുതിക്കാൻ ഇത് യു പിയിലെയും മറ്റിടങ്ങളിലെയും ജാഗരൂകരായ സംഘങ്ങളെ പ്രേരിപ്പിച്ചു. അയോധ്യയിൽ തകർക്കപ്പെട്ട ബാബറി മസ്ജിദ് ഒഴിഞ്ഞ സ്ഥലത്ത് രാമക്ഷേത്രം പണിയുന്നതുമായി ബന്ധപ്പെ

ട്ട വിഷയവും ചർച്ചയായി. കർണാടകയിൽ, ഹിന്ദു സാമൂഹിക ആചാരങ്ങളെ വിമർശിക്കുന്ന ലേഖനങ്ങൾ എഴുതിയതിന് മാധ്യമപ്രവർത്തക ഗൗരി ലങ്കേഷ് കൊല്ലപ്പെട്ടു.

എന്നാൽ ദേശീയ ഐക്യത്തിന്റെ ചോദ്യത്തിൽ ഹിന്ദുത്വ വികാരങ്ങളെ ലയിപ്പിച്ച രീതിയാണ് കൂടുതൽ വാചാലം. കശ്മീരിലെ സുരക്ഷാ നിയന്ത്രണങ്ങളെയും വൻതോതിൽ സൈന്യത്തെ വിന്യസിക്കുന്നതിനെയും കുറിച്ചുള്ള ഏതൊരു വിമർശനവും തീവ്രവാദത്തിന്റെ അംഗീകാരമായി ചിത്രീകരിക്കപ്പെടുന്നു. യൂണിവേഴ്സിറ്റി ക്യാമ്പസുകളിലെ വിദ്യാർഥി ആക്ടിവിസം ദേശീയ സുരക്ഷയ്ക്ക് ഭീഷണിയെന്ന പേരിൽ വേട്ടയാടപ്പെട്ടു. വാസ്തവത്തിൽ, ഏറ്റവും മാന്യരും നിയമം അനുസരിക്കുന്നവരുമായ പാർട്ടികളുടെയും നേതാക്കളുടെപോലും മോദി സർക്കാരിനെതിരായ ഏതൊരു വിമർശനവും രാജ്യത്തിന്റെ ഐക്യം തകർക്കാൻ ഇറങ്ങിപ്പുറപ്പെട്ടവർക്കുള്ള മൗനപിന്തുണയാണെന്ന് ആരോ പിക്കപ്പെടുന്നു. ഈ കാമ്പെയ്നിന്റെ ഫലം ശത്രുക്കൾക്കെതിരായ രാഷ്ട്രത്തിന്റെ പ്രതിരോധം എന്നതിൽ സർക്കാരിന്റെ എല്ലാ പ്രവർത്തനങ്ങളുടെയും ശ്രദ്ധ കേന്ദ്രീകരിക്കുക എന്നതായിരുന്നു - ഒപ്പം മോദിയെ എല്ലാവരും പിന്തുണയ്ക്കേണ്ട ഏകവും പരമോന്നതവുമായ നേതാവായി ഉയർത്തിക്കാട്ടുക എന്നതും.

2019 ഫെബ്രുവരിയിൽ പുൽവാമയിൽ നടന്ന ഭീകരാക്രമണവും തൊട്ടുപിന്നാലെ പാക്കിസ്ഥാനിലെ വ്യോമാക്രമണവും നിങ്ങൾ ഓർക്കണം. പൊതുതിരഞ്ഞെടുപ്പ് വരെ നീളുന്ന രാഷ്ട്രീയ ചർച്ചയുടെ സ്വരം അവർ പൂർണമായും മാറ്റിമറിച്ചു. രാജ്യത്തുടനീളമുള്ള നിരവധി ഗ്രൂപ്പുകളുടെ വർധിച്ചുവരുന്ന പരാതികളെയെല്ലാം മറികടന്ന്, ഒരു ചോദ്യം തിരഞ്ഞെടുപ്പ് പ്രചാരണത്തിൽ ആധിപത്യം സ്ഥാപിച്ചു: "മോദിക്കെതിരെ ആരാണ് ?" ഇന്ത്യ ഒരു ബഹുകക്ഷി പാർലമെന്ററി ഗവൺമെന്റ് സംവിധാനവും ഇരുപത്തിയൊമ്പത് സംസ്ഥാനങ്ങളുടെയും ആറ് കേന്ദ്രഭരണ പ്രദേശങ്ങളുടെയും ഒരു ഫെഡറേഷനായിരുന്നു എന്ന വസ്തുത മറന്നുപോയി (ജമ്മു കശ്മീരിന്റെ പദവി 2019 ആഗസ്റ്റിൽ മാറ്റുന്നതിന് മുമ്പ്). ദേശീയ അധികാരത്തിന്റെ ഏക നേതാവെന്ന മോദിയുടെ പ്രതിച്ഛായ പൊതുതെരഞ്ഞെടുപ്പിനെ രാഷ്ട്രപതി മത്സരമാക്കി മാറ്റി. വിവിധ സംസ്ഥാനങ്ങളിൽ ചിതറിക്കിടക്കുന്ന ബഹുകക്ഷി പ്രതിപക്ഷത്തിന് അദ്ദേഹവുമായി എതിരിടാൻ ഒരു എതിരാളിയെ ഉയർത്താൻ കഴിഞ്ഞില്ല. ഈ പ്രക്രിയയിൽ, സർക്കാരിന്റെ പ്രധാന പ്രശ്നങ്ങളെ കേന്ദ്രീകരിക്കാനും ബി ജെ പിക്ക് കഴിഞ്ഞു.

അധികാരത്തിന്റെ കേന്ദ്രീകരണം

ദേശീയ ഐക്യത്തിനായുള്ള ആഹ്വാനവുമായി ഹിന്ദുത്വ വികാരങ്ങളുടെ സംയോജനം രണ്ടാം ടേമിൽ മോദി സർക്കാർ നടത്തിയ നീക്കങ്ങളുടെ ഒരു പരമ്പരയായി മാറ്റി. 2019 ജൂലൈയിൽ, അത് അധി കാരത്തിൽ വന്നയുടനെ, ഇന്ത്യൻ മുസ്ലീങ്ങൾക്കിടയിൽ സാധാരണമായ 'മുത്തലാഖ് ' വഴി വിവാഹമോചനം നടത്തുന്നത് നിരോധിക്കുകയും കുറ്റവാളിയായ ഭർത്താവിനെ ജയിലിലടയ്ക്കുകയും ചെയ്യുന്ന നി യമം പാസാക്കി. മുസ്ലീം സ്ത്രീപീഡനത്തിനെതിരായ നീക്കമായാണ് ഇത് വിലയിരുത്തപ്പെട്ടത്. ആഗസ്റ്റിൽ സർക്കാർ ഭരണഘടനയുടെ 370-ാം അനുച്ഛേദം പ്രവർത്തനരഹിതമാക്കി, അതിലൂടെ ജമ്മു കശ്മീരിന് ഫെഡറേഷനിൽ പ്രത്യേക പദവി നൽകിയിരുന്നു. അതുമാത്രമല്ല, കേന്ദ്രസർക്കാരിന്റെ നേരിട്ടുള്ള നിയന്ത്രണത്തിലുള്ള കേന്ദ്രഭരണ പ്രദേശമായി തരംതാഴ്ത്തപ്പെട്ടു. ബുദ്ധമത ഭൂരിപക്ഷമുള്ള ലഡാക്ക് ജില്ലയെ വേർപെടുത്തി മറ്റൊരു കേന്ദ്രഭരണ പ്രദേശമാക്കി. നവംബറിൽ, ബാബറി മസ്ജിദ് തർക്കത്തിലെ സുപ്രീം കോടതി വിധിയെത്തുടർന്ന്, രാമക്ഷേത്രം പണിയുന്നതിനുള്ള സൗകര്യമൊരുക്കാനുള്ള തീരുമാനം കേന്ദ്ര സർക്കാർ പ്രഖ്യാപിച്ചു. അയോധ്യയിൽ നടന്ന സ്ഥാപക ചടങ്ങിൽ ധോത്തി ധരിച്ച പ്രധാനമന്ത്രിയായിരുന്നു പ്രധാന ഭക്തൻ. സോമനാഥ് പുനർനിർമിച്ചതിന് ശേഷം ഇതാദ്യമായാണ് ഒരു മത ആരാധനാലയം സംസ്ഥാനം സ്പോൺസർ ചെയ്യുന്നത്. ഡിസംബറിൽ, പൗരത്വ ഭേദഗതി നിയമം പാസാക്കി, ദേശീയ പൗരത്വ രജിസ്റ്ററിനായുള്ള വ്യായാമം ഇന്ത്യയിലെ എല്ലാ സംസ്ഥാനങ്ങളിലും നടത്തുമെന്ന് ആഭ്യന്തര മന്ത്രി പാർലമെന്റിൽ പ്രഖ്യാപിച്ചു. രാജ്യത്തുടനീളമുള്ള നഗരങ്ങളിൽ സി എ എ യ്ക്കെതിരായ പ്രതിഷേധം തുടർന്നപ്പോൾ, ലിബറൽ മാധ്യമങ്ങളും സർക്കാരും അതിർത്തിക്കപ്പുറമുള്ള വിദേശ സ്പോൺസർമാരുള്ള അർബൻ നക്സലുകൾ എന്ന് അവരെ വിളിച്ചു. യൂണിവേഴ്സിറ്റി ക്യാമ്പസുകളിലെ വിദ്യാർഥി പ്രവർത്തകർ വീണ്ടും ബി ജെ പി അനുഭാവികളുടെയും പോലീസിന്റെയും ആക്രമണത്തിന് ഇരയായി. എന്നാൽ, എല്ലാ വലിയ തോക്കുകളും ആയുധശേഖരത്തിൽ അണിനിരത്തി തിരഞ്ഞെടുപ്പ് പ്രചാരണം നടത്തിയിട്ടും, 2020 ഫെബ്രുവരിയിൽ നടന്ന ഡൽഹി നിയമസഭാ തെരഞ്ഞെടുപ്പിൽ ബി ജെ പിയെ ആം ആദ്മി പാർട്ടി ശക്തമായി പരാജയപ്പെടുത്തി. തൊട്ടുപിന്നാലെ, വലിയ തോതിലുള്ള വർഗീയ കലാപം പൊട്ടിപ്പുറപ്പെട്ടു. പോലീസ് നോക്കിനിൽക്കെ ഡൽഹിയിൽ അമ്പതിലധികം പേർ ദിവസങ്ങൾക്കുള്ളിൽ കൊല്ലപ്പെട്ടു.

2020 മാർച്ച് ആദ്യത്തിലാണ് കോവിഡ് പാൻഡെമിക്കിനെ

ക്കുറിച്ച് ആദ്യമായി മുന്നറിയിപ്പ് ഉയർന്നത്. ദേശീയ ലോക്ക്ഡൗൺ പ്രഖ്യാപിക്കാൻ പ്രധാനമന്ത്രി മാർച്ച് 23 ന് ടെലിവിഷനിൽ വന്നു. വിദേശത്തുനിന്നുള്ള യാത്രക്കാർ വഴി വൈറസ് പടരുന്നതിനാൽ നഗരങ്ങളിലായിരുന്നു ശ്രദ്ധ. സാധാരണയായി സുരക്ഷിതമായ ജോലിയുള്ളതും പലപ്പോഴും വീട്ടിലിരുന്ന് ജോലി ചെയ്യാൻ കഴിയുന്നതുമായ നഗരമധ്യവർഗത്തെ സംരക്ഷിക്കാനാണ് ലോക്ക്ഡൗൺ പ്രധാനമായും ശ്രമിച്ചത്. കടകൾ അടഞ്ഞുകിടക്കുന്നതിനാലും ഗതാഗതം തടസപ്പെട്ടതിനാലും വിതരണ ശൃംഖല തകർന്നതിനാൽ, ചെറുകിട കച്ചവടവും കൃഷിയും ഉപജീവനം നടത്തുന്നവരെ സാരമായി ബാധിച്ചു. എന്നാൽ ഏറ്റവും കൂടുതൽ ദുരിതമനുഭവിച്ചത് അനൗപചാരിക മേഖലയിലെ തൊഴിലാളികളായിരുന്നു, അവർ കൂടുതലും സ്വയം തൊഴിൽ ചെയ്യുന്നവരും സമ്പാദ്യമൊന്നുമില്ലാത്തവരും പലപ്പോഴും ഗ്രാമങ്ങളിൽ നിന്ന് വളരെ അകലെ താമസിക്കുന്നവരുമാണ്. ആയിരക്കണക്കിന് കുടിയേറ്റ തൊഴിലാളികൾ തങ്ങളുടെ ഗ്രാമങ്ങളിലേക്ക് മടങ്ങാൻ നൂറുകണക്കിന് മൈലുകൾ നടന്നുപോകുന്ന ടെലിവിഷനിലും സോഷ്യൽ മീഡിയയിലും കണ്ട വേദനിപ്പിക്കുന്ന ആ ദൃശ്യങ്ങൾ നിങ്ങൾ തീർച്ചയായും ഓർക്കും. പകർച്ചവ്യാധിയെ ചെറുക്കാൻ എന്തുചെയ്യണമെന്ന് രാജ്യമൊട്ടാകെ വിശദമായ മാർഗനിർദേശങ്ങൾ ദിനംപ്രതി പ്രഖ്യാപിക്കുന്ന ഡൽഹിയിലെ ഉദ്യോഗസ്ഥർ നമ്മുടെ നഗരങ്ങളിൽ ഈ ലക്ഷക്കണക്കിന് കുടിയേറ്റ തൊഴിലാളികളുടെ അസ്തിത്വത്തെക്കുറിച്ച് പൂർണമായും മറന്നതായി തോന്നുന്നു. അവരുടെ മടങ്ങിവരവ് സുഗമമാക്കാനും അവർക്ക് വീട്ടിൽ ഉപജീവനം നൽകാനും എന്തെങ്കിലും ചെയ്യണമെന്ന ഉത്തരവാദിത്വം ഒടുവിൽ സംസ്ഥാന സർക്കാരുകളുടെ മേൽ വീണു.

സാധാരണ രാഷ്ട്രീയം താൽക്കാലികമായി നിർത്തിവച്ചിരിക്കെ, വ്യവസായ സൗഹൃദ പരിഷ്കാരങ്ങൾ കൂടുതൽ വിപുലീകരിക്കാൻ കേന്ദ്ര ഗവൺമെന്റിന്റെ നിയമനിർമാണ അധികാരം ഉപയോഗിക്കാനുള്ള ശ്രമങ്ങൾ പകർച്ചവ്യാധിയുടെ കാലഘട്ടത്തിൽ വേഗത്തിലാക്കി. 2020 ജൂലൈയിൽ, സംസ്ഥാനങ്ങളുമായി കൂടിയാലോചിക്കാതെ സർക്കാർ ഒരു പുതിയ വിദ്യാഭ്യാസ നയം രാജ്യമെമ്പാടും പ്രഖ്യാപിച്ചു, വിദ്യാഭ്യാസം കേന്ദ്രത്തിനും സംസ്ഥാനങ്ങൾക്കും നിയമങ്ങൾ ഉണ്ടാക്കാൻ കഴിയുന്ന ഒരു സമാന്തര വിഷയമാണെങ്കിലും. ഞാൻ മുമ്പ് നിങ്ങളോട് പറഞ്ഞതുപോലെ നൂതന വ്യാവസായിക ആശയവിനിമയ സാങ്കേതിക വിദ്യകളിൽ വൈദഗ്ധ്യമുള്ള മാനേജർമാരുടെയും തൊഴിലാളികളുടെയും വിദ്യാഭ്യാസത്തിന് അടിത്തറ പാകുക എന്നതായിരുന്നു അതിന്റെ ഉദ്ദേശ്യം. സെപ്റ്റംബറിൽ, ഇൻഡസ്ട്രിയൽ റിലേഷൻസ് കോഡ് ബിൽ

അവതരിപ്പിച്ചു. കുറച്ച് ദിവസങ്ങൾക്ക് ശേഷം, കാർഷിക ഉൽപന്നങ്ങളുടെ വിപണിയിലേക്ക് കോർപറേറ്റ് ബിസിനസിന്റെ പ്രവേശനം സുഗമമാക്കുന്നതിന് മൂന്ന് നിയമങ്ങൾ പാസാക്കി, അങ്ങനെ കർഷകർ സാധാരണയായി സർക്കാർ പ്രഖ്യാപിച്ച കുറഞ്ഞ താങ്ങുവിലയ്ക്ക് വിളകൾ വിൽക്കുന്ന പഞ്ചാബ്, ഹരിയാന തുടങ്ങിയ സംസ്ഥാനങ്ങളിലെ മണ്ടി സംവിധാനങ്ങളുടെ തുടർച്ചയെ ഇത് ഭീഷണിപ്പെടുത്തി. ഭരണഘടനയിൽ കൃഷി ഒരു സംസ്ഥാന വിഷയമാണെങ്കിലും വിദഗ്ധരുടെയോ സമിതികളുടെയോ ശരിയായ പരിശോധനയില്ലാതെ ഈ നിയമങ്ങൾ പാർലമെന്റിൽ തിടുക്കത്തിൽ കൊണ്ടുവന്നു. പ്രധാനമന്ത്രി പലപ്പോഴും പരാമർശിക്കുന്നതുപോലെ, പ്രതിസന്ധിയും ഒരു അവസരമാണ്. സാധാരണ അവസ്ഥയിൽ നടപ്പിലാക്കുന്നതിൽ പരാജയപ്പെട്ട ബിസിനസ് അനുകൂല പരിഷ്കാരങ്ങൾ നടപ്പിലാക്കാൻ പകർച്ചവ്യാധിയുടെ അടിയന്തര സാഹചര്യങ്ങൾ ഉപയോഗിക്കുന്നതിൽ സർക്കാർ വിമുഖത കാണിക്കുന്നില്ലെന്ന് വ്യക്തം. അധികാര കേന്ദ്രീകരണത്തിലേക്കുള്ള ഊന്നൽ ഉറച്ച പ്രത്യയശാസ്ത്രപരമായ തീരുമാനത്തെ സൂചിപ്പിക്കുന്ന നിശ്ചയദാർഢ്യത്തോടെ തുടരുന്നു.

കേന്ദ്രീകൃത ശക്തിയുടെ പ്രശ്നം

"എന്നാൽ അധികാരം കേന്ദ്രീകരിക്കുന്നതിന്റെ ദോഷം എന്താണ്?" എന്ന് നിങ്ങൾ ചോദിച്ചേക്കാം. "രാജ്യത്തിനാകെ മേൽനോട്ടത്തിന്റെയും നയരൂപീകരണത്തിന്റെയും പൂർണ അധികാരമുള്ള കേന്ദ്രത്തിലെ ഒരു നിർണായക നേതാവ് ശക്തമായ ഒരു രാഷ്ട്രത്തെ സൃഷ്ടിക്കില്ലേ?" നിങ്ങൾ അങ്ങനെയാണ് ചിന്തിക്കുന്നതെങ്കിൽ, അത് തെറ്റാണെന്ന് ഞാൻ പറയുന്നു. എന്തുകൊണ്ടെന്ന് വിശദീകരിക്കാം.

ഒന്നാമതായി, കേന്ദ്രത്തിൽ കൂടുതൽ അധികാരം കേന്ദ്രീകരിക്കപ്പെടുമ്പോൾ, അഖിലേന്ത്യാ ഗ്രൂപ്പുകളുടെ, അതായത് കോർപറേറ്റ് ബിസിനസ് ഹൗസുകളുടെയും ഇംഗ്ലീഷ് സംസാരിക്കുന്ന ഉയർന്ന മധ്യവർഗത്തിന്റെയും ആപേക്ഷിക ശക്തി വർധിക്കും. ഞാൻ ഇതിനകം നിങ്ങളോട് വിശദീകരിച്ചതുപോലെ, അവരുടെ ആശങ്കകൾ പ്രധാനമായും കേന്ദ്രസർക്കാരാണ് പരിഹരിക്കുന്നത്. അവരോട് ഒട്ടും അനുകമ്പ കാണിക്കാത്ത ഡസൻ കണക്കിന് സംസ്ഥാന-പ്രാദേശിക അധികാരികളെ സ്വാധീനിക്കുന്നതിനേക്കാൾ കേന്ദ്രത്തിൽ ശക്തമായ ഒരു അധികാരിയുമായി ഇടപെടാനാണ് അവർ കൂടുതൽ ഇഷ്ടപ്പെടുന്നത്. എന്നാൽ അഖിലേന്ത്യാ ഗ്രൂപ്പുകൾക്ക് വലിയ അധികാരം എന്നത് വലിയ അസമ

ത്വത്തെ അർഥമാക്കുന്നു - പ്രദേശങ്ങൾക്കിടയിലും വിവിധ ജനവിഭാഗങ്ങൾക്കിടയിലും. ഞാനത് വിശദമാക്കാം.

1990 കളുടെ അവസാനം മുതൽ ദ്രുതഗതിയിലുള്ള വളർച്ചയുടെ കാലഘട്ടത്തിൽ, വ്യവസായത്തിലെ പുതിയ നിക്ഷേപങ്ങൾ പ്രധാനമായും തെക്കുപടിഞ്ഞാറൻ സംസ്ഥാനങ്ങളിൽ കേന്ദ്രീകരിച്ചു. ഇതിന് സാമ്പത്തിക കാരണങ്ങളുണ്ടായിരുന്നു, അത് പ്രദേശങ്ങളുടെ ഭൂമിശാസ്ത്രപരമായ സവിശേഷതകളുമായി ബന്ധപ്പെട്ടിരിക്കുന്നു. സംരംഭകരുടെ സാംസ്കാരിക പശ്ചാത്തലവും പ്രത്യേക സംസ്ഥാന സർക്കാരുകൾ അവർക്ക് നൽകുന്ന സൗകര്യങ്ങളുമായി ബന്ധപ്പെട്ട സാമൂഹികവും രാഷ്ട്രീയവുമായ കാരണങ്ങളുമുണ്ട്. എന്നാൽ വ്യവസായങ്ങളുടെ കേന്ദ്രീകരണം ആ പ്രദേശങ്ങളുടെ അഭിവൃദ്ധി വർധിപ്പിച്ചു, ശരാശരി കൂലി നിരക്ക് ഉയരാൻ തുടങ്ങി, പ്രാദേശിക തൊഴിൽ കൂടുതൽ കൂടുതൽ ചെലവേറിയതായിത്തീരുന്നു. അപ്പോൾ സംഭവിച്ചത് രസകരമാണ്. തൊഴിലാളികൾ കുറഞ്ഞ ചെലവിൽ ലഭിക്കുന്ന സംസ്ഥാനങ്ങളിൽ നിക്ഷേപിക്കാൻ നോക്കുന്നതിനുപകരം, തൊഴിലാളികൾക്ക് ഇന്ത്യയിലുടനീളം സ്വതന്ത്രമായി സഞ്ചരിക്കാനുള്ള സ്വാതന്ത്ര്യമുണ്ടെന്ന വസ്തുത അവർ പ്രയോജനപ്പെടുത്തിക്കൊണ്ട് തെക്കു- പടിഞ്ഞാറൻ സംസ്ഥാനങ്ങളിൽ വ്യവസായങ്ങൾ കേന്ദ്രീകരിച്ചു. അതിനാൽ, ഉത്തർപ്രദേശ്, ബീഹാർ, പശ്ചിമ ബംഗാൾ തുടങ്ങിയ ദരിദ്ര സംസ്ഥാനങ്ങളിൽ നിന്നുള്ള കുടിയേറ്റ തൊഴിലാളികളെ ഇന്ത്യയുടെ പടിഞ്ഞാറൻ ഭാഗങ്ങളിലും ദക്ഷിണേന്ത്യയിലും ഹ്രസ്വകാല കരാറുകളിൽ വന്ന് ജോലി ചെയ്യുന്നതിനായി അവർ ലേബർ കോൺട്രാക്ടർമാരെ നിയമിച്ചു. അങ്ങനെ, വ്യാവസായിക വളർച്ചയുടെ ഫലങ്ങൾ പ്രദേശങ്ങളിലുടനീളം അസമമായി വിതരണം ചെയ്യപ്പെടുക മാത്രമല്ല, വികസിതവും വികസ്വരവുമായ പ്രദേശങ്ങൾ തമ്മിലുള്ള അസമത്വങ്ങൾ വ്യാപകമാവുകയും ചെയ്തു. ഇതാണ് ഇപ്പോൾ മോദി സർക്കാർ തിരഞ്ഞെടുത്ത വികസന മാതൃകയുടെ സ്ഥിരം സവിശേഷത.

വളർച്ചാ മേഖലയിൽ തന്നെ, വൻകിട നിക്ഷേപകർ, ഉയർന്ന ശമ്പളമുള്ള മാനേജർമാർ, പ്രൊഫഷണലുകൾ, വാടകയും ലാഭവിഹിതവും സ്വീകരിക്കുന്നവർ എന്നിവർ തമ്മിലും ബാക്കിയുള്ള ജനസംഖ്യ തമ്മിലും ഉള്ള അസമത്വം അതിവേഗം വർധിച്ചു. ശരാശരി വരുമാനം ഉയർന്നാലും, മുകൾത്തട്ടിൽ ഉള്ളവരും താഴെത്തട്ടിൽ ഉള്ളവരും തമ്മിലുള്ള അസമത്വം വേഗത്തിൽ ഉയർന്നു. മാത്രവുമല്ല, വ്യവസായങ്ങളുടെ വിപുലീകരണം എന്നത് ഫാക്ടറികൾ, ടൗൺഷിപ്പുകൾ, വിമാനത്താവളങ്ങൾ, റോഡുകൾ, പാലങ്ങൾ, മറ്റ് അടിസ്ഥാന സൗകര്യങ്ങൾ എന്നിവ നിർമിക്കാനുള്ള ഭൂമി ഏറ്റെടുക്കലായിരുന്നു. കർഷകർക്ക് അവരുടെ ഭൂമി

നഷ്ടപ്പെട്ടു, അവർക്ക് നഷ്ടപരിഹാരം നൽകിയാലും, ഔദ്യോഗിക പ്രചാരണം നിർദേശിച്ചതുപോലെ, വിജയകരമായ സംരംഭകരായി ഒരു പുതിയ ജീവിതം ആരംഭിക്കാൻ അവർക്ക് അപൂർവമായി മാത്രമേ കഴിയൂ. കാർഷിക സംസ്കാരത്തിൽ നിന്ന് മാറിനിന്നവരിൽ ഭൂരിഭാഗവും പട്ടണങ്ങളിലെയും നഗരങ്ങളിലെയും വിശാലമായ അനൗപചാരിക മേഖലയിൽ ചേർന്നു. ഇത് വീണ്ടും, മോദി സർക്കാർ തിരഞ്ഞെടുത്ത വളർച്ചാ മാതൃകയുടെ അനിവാര്യമായ ഭാഗമാണ്. സ്വകാര്യ മൂലധനത്തിന്റെ ദ്രുതഗതിയിലുള്ള വളർച്ച സമൂഹത്തിന്റെ ഉയർന്ന തലങ്ങളിൽ മതിയായ സമ്പത്ത് സൃഷ്ടിക്കും, അത് ക്രമേണ താഴേത്തട്ടിലേക്ക് ഒഴുകുകയും എല്ലാവരേയും മികച്ചതാക്കുകയും ചെയ്യും എന്ന 1970-കളിൽ അമേരിക്കൻ സാമ്പത്തിക വിദഗ്ധർ പ്രചരിപ്പിച്ച സിദ്ധാന്തത്തിൽ ഏവരും വിശ്വസിക്കുന്നതായി തോന്നുന്നു. മിക്ക സാമ്പത്തിക വിദഗ്ധരും ഇനി ഈ യക്ഷിക്കഥയിൽ വിശ്വസിക്കുന്നില്ലെന്നും കഴിഞ്ഞ ഏതാനും ദശകങ്ങളായി അമേരിക്കയിലും ബ്രിട്ടനിലും അസമത്വങ്ങൾ വളരെ മോശമായിരിക്കുകയാണെന്നും എന്നോട് പറഞ്ഞു. ഇന്ത്യയും അതേ ദിശയിലേക്ക് നീങ്ങുന്നതായി തോന്നുന്നു.

അഖിലേന്ത്യ തലത്തിലും പ്രാദേശിക തലത്തിലുമുള്ള മധ്യ വർഗങ്ങൾ തമ്മിലുള്ള അന്തരം പൊതുവെ തിരിച്ചറിയപ്പെടുന്നില്ല എന്നതിന് മറ്റൊരു തലം കൂടിയുണ്ട്. പ്രാദേശിക മധ്യവർഗങ്ങളെ അപേക്ഷിച്ച് നഗരങ്ങളിലെ ഉയർന്ന മധ്യവർഗത്തിൽ ഉയർന്ന ജാതികളുടെ ഒരു വലിയ അനുപാതമുണ്ട്. അതുപോലെ, സ്വകാര്യമേഖലകളിലെ ഉന്നത സ്ഥാനങ്ങളിലേക്ക് പട്ടികജാതി അല്ലെങ്കിൽ ഗോത്രവിഭാഗങ്ങളിൽ നിന്ന് ഒട്ടും തന്നെ പ്രാതിനിധ്യമില്ല. റിക്രൂട്ട്മെന്റ് ഗണ്യമായി കുറഞ്ഞതിനാൽ ഈ വിഭാഗങ്ങൾക്ക് കേന്ദ്രസർക്കാർ സർവീസുകളിൽ റിസർവേഷൻ വഴി അനുവദിച്ചിരുന്ന പ്രവേശനം അടുത്തിടെ ചുരുങ്ങി. ഉയർന്ന തസ്തികകളിലേക്ക് നേരിട്ടുള്ള പ്രവേശനം വർദ്ധിച്ചു. ഇക്കാര്യത്തിലാകട്ടെ സംവരണ തത്വങ്ങൾ ബാധകമല്ലതാനും. കൂടാതെ, സാമ്പത്തികമായി പിന്നാക്കം നിൽക്കുന്ന വിഭാഗങ്ങൾക്ക് പുതിയ 10 ശതമാനം സംവരണം ഏർപ്പെടുത്തിയിട്ടുണ്ട്. ഭൂരിഭാഗം ഉയർന്ന ജാതി അപേക്ഷകരും ക്വാട്ടയ്ക്ക് യോഗ്യരാകുന്ന തരത്തിൽ നിർവചിച്ചിരിക്കുന്ന ഒരു വിഭാഗമാണിത്. തൽഫലമായി, സമീപകാല അധികാര കേന്ദ്രീകരണം മണ്ഡൽ കമ്മീഷൻ ശുപാർശകൾ നടപ്പിലാക്കിയ മാറ്റങ്ങൾക്ക് ഗുരുതരമായി തുരങ്കം വയ്ക്കുകയും സവർണ മേധാവിത്വത്തിന്റെ ദിശയിലേക്ക് ഗതിയെ തള്ളിവിടുകയും ചെയ്തു.

കേന്ദ്രീകൃത അധികാരത്തിന്റെ രണ്ടാമത്തെ പ്രശ്നം അത് ഏകപക്ഷീയവും ഉത്തരവാദിത്വമില്ലാത്തതുമാണ്. തീരുമാനമെടുക്കുന്നത് ഒരൊറ്റ അധികാരത്തിൽ കേന്ദ്രീകരിച്ചാൽ, വാസ്തവത്തിൽ അത് ഒരൊറ്റ വ്യക്തിയായി- പരമോന്നത നേതാവ്- ആയി അവസാനിക്കുന്നുവെങ്കി ൽ, ആ നേതാവിൽ ആരോപിക്കപ്പെട്ട എല്ലാ നായക ഭാവുകത്വവും അധികാര പ്രയോഗവുമായി അഭേദ്യമായി കലർന്നിരിക്കുന്നു. അതാര്യമോ വിശദീകരിക്കാൻ ബുദ്ധിമുട്ടുള്ളതോ ആയ തീരുമാനങ്ങൾ, എല്ലാം അറിയുന്ന നേതാവിനെ ഏൽപിക്കുന്നു. തങ്ങളുടെ നേതാവിന് സാധാരണക്കാർക്ക് ഇല്ലാത്ത അവബോധ ശക്തിയുണ്ടെന്നും അതിനാൽ അവരുടെ തീരുമാനങ്ങൾ അമിതമായി വിശകലനം ചെയ്യാൻ ശ്രമിക്കാതിരിക്കുന്നതാണ് നല്ലതെന്നും പിന്തുണക്കാരും ആരാധകരും അവകാശപ്പെടും. ഇത് തീർച്ചയായും ഏകപക്ഷീയമായ അധികാരത്തിനുള്ള ലൈസൻസാണ്. എന്നാൽ, കേന്ദ്രീകൃത അധികാരത്തെ ന്യായീകരിക്കുന്നവർ, പരമോന്നത നേതാവിനെ നിയമങ്ങളും നടപടിക്രമങ്ങളും കൊണ്ട് അടിച്ചേൽപിക്കരുതെന്ന് അവകാശപ്പെടും. രാഷ്ട്രത്തിന്റെ സംരക്ഷണത്തിനും നീതിയുടെ ലക്ഷ്യത്തിനുമുള്ള നേതാവിന്റെ പ്രതിബദ്ധത ചോദ്യം ചെയ്യപ്പെടാനാവാത്തതിനാൽ, ജനങ്ങൾക്ക് നല്ലത് ചെയ്യാൻ പരിധിയില്ലാത്ത തന്റെ അധികാരം ഉപയോഗിക്കാൻ ഒരാൾ അവനെ അല്ലെങ്കിൽ അവളെ വിശ്വസിച്ച് അനുവദിക്കണം.

സംസ്ഥാന രാഷ്ട്രീയത്തിൽ പരമോന്നത പദവിയിലേക്ക് ഉയർത്തപ്പെട്ട നേതാക്കളിൽ ഇത്തരം സ്വേച്ഛാപരവും വിചിത്രവുമായ അധികാര പ്രയോഗത്തിന്റെ നിരവധി ഉദാഹരണങ്ങൾ കണ്ടെത്താൻ കഴിയും. കേവല നേതാവ് എന്ന പ്രതിഭാസം, അതിനാൽ, കേന്ദ്രത്തിൽ മാത്രം ഒതുങ്ങുന്നില്ല. എം ജിയെക്കുറിച്ച് ചിന്തിക്കുക. തമിഴ്നാട്ടിൽ രാമചന്ദ്രനോ ജയലളിതയോ, ആന്ധ്രാപ്രദേശിൽ എൻ ടി രാമറാവു, ഉത്തർപ്രദേശിൽ മായാവതി, പശ്ചിമ ബംഗാളിൽ മമത ബാനർജി. കോവിഡ് മഹാമാരിയെ തുരത്താൻ എല്ലാവരും രാത്രി ഒമ്പത് മണിക്ക് കൃത്യം ഒമ്പത് മിനിറ്റ് വിളക്ക് കൊളുത്താനും ശംഖ് മുഴക്കാനും ആഗ്രഹിക്കുന്നത് എന്തുകൊണ്ടാണെന്ന് നരേന്ദ്ര മോദിക്കൊപ്പം നിങ്ങൾക്ക് വിശദീകരിക്കാൻ കഴിയുമോ? അദ്ദേഹത്തിന്റെ ഭക്തൻ (ഭക്തർ) പറഞ്ഞു, "എന്താണ് നല്ലതെന്ന് അദ്ദേഹത്തിന് അറിയാം. അത് നമ്മുടെ നന്മയ്ക്കായിരിക്കണം. നാം അദ്ദേഹത്തിന്റെ നിർദേശങ്ങൾ പാലിക്കണം." നോട്ട് അസാധുവാക്കൽ പോലുള്ള ഗൗരവമേറിയ തീരുമാനങ്ങളുടെ കാര്യത്തിൽ പോലും, ന്യായവാദം തികച്ചും അവ്യക്തമായിരുന്നു, എന്നാൽ അപ്പോഴും അദ്ദേഹത്തിന്റെ അനുയായികൾ യുക്തി അദ്ദേഹത്തിന് വിട്ടുകൊടുക്കുന്ന

തിൽ സന്തോഷിച്ചു. പ്രത്യേക ബിസിനസ് സ്ഥാപനങ്ങളോട് പ്രീണനം കാണിക്കുന്നുവെന്ന ആരോപണങ്ങൾ ഉയരുമ്പോൾ, ആരാണ് ജോലി നന്നായി ചെയ്യുകയെന്ന് നേതാവിന് അറിയാമെന്നാണ് പ്രതികരണം. ഇത് തീർച്ചയായും ഒരു ജനാധിപത്യത്തിൽ ജനങ്ങളുടെ പങ്ക് പൂർണ മായും ഉപേക്ഷിച്ച് ജനങ്ങളെ നിഷ്ക്രിയവും അനുസരണയുള്ളതുമായ ഒരു ജനസമൂഹത്തിലേക്ക് എത്തിക്കുകയാണ്.

കേന്ദ്രീകൃത അധികാരത്തിന്റെ മൂന്നാമത്തെ പ്രശ്നമായി, വിരോധാ ഭാസമെന്നു പറയട്ടെ, അതിന്റെ മഹത്തായ ശക്തി തന്നെ കണക്കാക്ക പ്പെടുന്നു. ഒരൊറ്റ നേതാവിൽ, വ്യക്തിയിൽ അധികാര കേന്ദ്രീകരണം ആ വ്യക്തിയോടുള്ള എല്ലാ എതിർപ്പുകളെയും ചുരുക്കുന്നു. അവന്റെ അല്ലെങ്കിൽ അവളുടെ എല്ലാ വാക്കുകളും പ്രവൃത്തികളും സ്വഭാവ സവിശേ ഷതകളും ബലഹീനതകളും സർക്കാരിന്റെ പ്രവർത്തനത്തെക്കുറിച്ചുള്ള വിമർശനങ്ങളുടെ കാരണമായേക്കാവുന്നതുപോലെ, ഗവൺമെന്റിന്റെ എല്ലാ ദുഷ്പ്രവൃത്തികളും പരാജയങ്ങളും നേതാവിന്റെ മേൽ ആരോപിക്ക പ്പെടും. പാർട്ടിയിൽ നിന്നോ സർക്കാർ പ്രവർത്തനങ്ങളിൽ നിന്നോ നേതാവിനെ വ്യക്തിയായി മാറ്റിനിർത്താൻ പ്രചാരണ യന്ത്രം പരമാവ ധി ശ്രമിക്കും. എന്നാൽ ഒരു വ്യക്തിയിലേക്ക് നേതൃത്വത്തെ ചുരുക്കുന്ന കേന്ദ്ര അധികാരത്തിന്റെ യുക്തി, എല്ലാ വിമർശനത്തെയും ആ വ്യക്തി യുടെതായി ചുരുക്കാൻ സഹായിക്കും, പ്രതിപക്ഷ രാഷ്ട്രീയവും നേതാവി ന്റെ വ്യക്തിത്വത്തിൽ ഒത്തുചേരും. അങ്ങനെ ഭരണത്തിന്റെ ശത്രുക്കൾ തീർച്ചയായും നേതാവിന്റെ ശത്രുക്കളായി മാറും.

കേന്ദ്രീകൃത വ്യക്തിഗത അധികാരത്തിന്റെ നാലാമത്തെ പ്രശ്നം അനന്തരാവകാശമാണ്. കേവലവും ഏകപക്ഷീയവുമായ വ്യക്തിഗത അധികാരം അനിവാര്യമായും അർഥമാക്കുന്നത്, തീരുമാനമെടുക്കുന്നതി നുള്ള വ്യക്തിത്വമില്ലാത്ത നിയമങ്ങൾ തുരങ്കം വയ്ക്കപ്പെടുകയും സ്ഥാപന സംവിധാനങ്ങൾ അധഃപതിക്കുകയും ചെയ്യുന്നു എന്നാണ്. ഉദ്യോഗസ്ഥ നായ വ്യക്തിയിൽ നിന്ന് വ്യത്യസ്തമാണെന്ന ബ്യൂറോക്രസിയുടെ അടി സ്ഥാന തത്വം വിസ്മരിക്കപ്പെട്ടിരിക്കുന്നു. ഒരു സമ്പൂർണ രാജാവിന്റെ പദവി കൈവരിക്കുന്ന പരമോന്നത നേതാവിലാണ് അധികാരത്തിന്റെ ആത്യന്തിക ഉറവിടം ആരോപിക്കുന്നത്. അത്തരമൊരു കേന്ദ്രീകൃത സം വിധാനത്തിലെ സ്ഥാപനങ്ങൾ നേതാവിന്റെ അധികാരത്തെ ആശ്ര യിച്ചിരിക്കുന്നു, അവന്റെ അഭാവത്തിൽ അവ തകർന്നുവീഴുന്നു. രാജാ വിനെപ്പോലെയുള്ള നേതാവ് വിടവാങ്ങുമ്പോൾ, അവന്റെ അല്ലെങ്കിൽ അവളുടെ അനുയായികൾ സന്തതികളെ പിൻഗാമിയായി അഭിഷേകം ചെയ്യുന്ന പരമ്പരാഗത രീതിയിലേക്ക് തിരിയുന്നതിൽ അതിശയിക്കാ

നില്ല. കോൺഗ്രസ് പാർട്ടിയുടെ കാര്യത്തിൽ മാത്രമല്ല, ജമ്മു കശ്മീരിലെ നാഷണൽ കോൺഫറൻസിലും പീപ്പിൾസ് ഡെമോക്രാറ്റിക് പാർട്ടിയിലും (അബ്ദുള്ളകളും മുഫ്തികളും), ശിരോമണി അകാലിദളും (ബാദലുകളും), സമാജ്‌വാദി പാർട്ടിയും (യാദവന്മാരും), ശിവസേന (താക്കറെകൾ), രാഷ്ട്രീയ ജനതാദൾ (യാദവർ), ദ്രാവിഡ മുന്നേറ്റ കഴകം (കരുണാനിധികൾ), വൈ എസ് ആർ കോൺഗ്രസ് പാർട്ടി (റെഡ്ഡിമാർ) തുടങ്ങിയവ. ജയലളിതയുടെ മരണശേഷം എ ഐ എ ഡി എം കെയിൽ ഉടലെടുത്ത പൈശാചിക തർക്കങ്ങളാണ് പിന്തുടർച്ചാവകാശം വ്യക്തമാകാതെ വരുമ്പോൾ സംഭവിക്കുന്നത്. കൗതുകകരമെന്നു പറയട്ടെ, അത്തരം രാജവംശ രാഷ്ട്രീയത്തെ വിമർശിക്കുന്നതിൽ ബി ജെ പി നിഷ്ഠുരുണം, രാജഭരണ ശൈലിയിലുള്ള നേതൃത്വത്തെക്കുറിച്ച് മൗനം പാലിക്കുന്നു. എന്നാൽ ഒന്നില്ലാതെ മറ്റൊന്നുണ്ടാകുമോ? ഭാവിയിൽ ബി ജെ പി ഈ പരീക്ഷണം നേരിടേണ്ടി വരും.

സംസ്ഥാനങ്ങൾക്ക് കൂടുതൽ അധികാരം

ഒരു കേന്ദ്രീകൃത അതോറിറ്റിയിൽ അധികാരം കേന്ദ്രീകരിക്കുന്നതിന്റെ ഏറ്റവും വിനാശകരമായ ഫലം ജനങ്ങൾക്കിടയിൽ അസമത്വം വർധിപ്പിക്കുകയാണ്. പരമോന്നത നേതാവിന്റെ കൊടിക്കീഴിൽ നേടിയ രാഷ്ട്രീയ വിജയത്തിന്റെ ആനന്ദം അധികനാൾ നീണ്ടുനിൽക്കില്ല. താമസിയാതെ, ചില ഗ്രൂപ്പുകൾ മറ്റുള്ളവരുടെ മേലുള്ള ആധിപത്യം മൂലമുണ്ടാകുന്ന നീരസവും കഷ്ടപ്പാടും മുന്നിൽ വരും. പ്രക്ഷോഭങ്ങൾ പൊട്ടിപ്പുറപ്പെടും, സംഘർഷങ്ങൾ ഉടലെടുക്കും. എതിരാളികൾ അവരുടെ എല്ലാ ദുരിതങ്ങളുടെയും ഉറവിടമായി ഭരിക്കുന്ന നേതാവിനെ ആക്രമിക്കും, അതേസമയം അവനെ അല്ലെങ്കിൽ അവളെ പ്രതിരോധിക്കാൻ അനുയായികൾ ഒഴുകും. ജനാധിപത്യത്തിന്റെ രംഗം ആഭ്യന്തരയുദ്ധത്തിന്റെ യുദ്ധക്കളം പോലെ കാണപ്പെടാൻ തുടങ്ങും.

ഇപ്പോൾ നടക്കുന്ന അധികാര കേന്ദ്രീകരണത്തിനെതിരെ ഒരാൾക്ക് ചലിക്കണമെങ്കിൽ, ആ കൂട്ടായ്മ ഒരു പാർട്ടിയോ സംസ്ഥാനമോ രാഷ്ട്രമോ ആകട്ടെ, ശക്തനായ ഒരു നേതാവ് ശക്തമായ ഒരു കൂട്ടായ്മ ഉണ്ടാക്കുന്നു എന്ന ആശയം നിരസിച്ചുകൊണ്ടായിരിക്കണം ആരംഭിക്കേണ്ടത്. രാഷ്ട്രീയ മുൻകൈ ഒരു നേതാവായി ചുരുക്കുന്നത് ജനകീയ പരമാധികാരം എന്ന ആശയത്തെ അസാധുവാക്കുന്നു, അതിനാൽ അടിസ്ഥാനപരമായി അത് ജനാധിപത്യ വിരുദ്ധമാണ്. രാജാവിനെപ്പോലെയുള്ള നേതാവിനെ ജനങ്ങൾ തിരഞ്ഞെടുത്തതാണെന്ന് അവകാശപ്പെടാൻ തർക്കമില്ല. ജനങ്ങൾ അവരുടെ ജനാധിപത്യ അവകാശങ്ങളും

അധികാരങ്ങളും അവരുടെ പ്രിയപ്പെട്ട നേതാവിന് കൈമാറാനും അവൻ അല്ലെങ്കിൽ അവൾ ഭരിക്കാൻ സമ്മതിക്കാനും തിരഞ്ഞെടുക്കപ്പെടണമെന്ന് നിർദേശിക്കുക. മറ്റൊരു വിധത്തിൽ പറഞ്ഞാൽ, ഒരു റിപ്പബ്ലിക്കിലെ പരമാധികാരത്തിന്റെ ഉറവിടമെന്ന നിലയിലുള്ള അവരുടെ സ്ഥാനം അവർ വിട്ടുവീഴ്ചചെയ്യണം. അതെങ്ങനെ ജനാധിപത്യമാകും? വാസ്തവത്തിൽ, ഇത് സ്വേച്ഛാധിപത്യത്തിലേക്കുള്ള ക്ഷണമാണ് (തനാശാഹി).

സംസ്ഥാനങ്ങൾക്ക് കൂടുതൽ അധികാരങ്ങളുള്ള ഫെഡറൽ സന്തുലിതാവസ്ഥയിലേക്ക് മാറുന്നത് വലിയ കേന്ദ്രീകരണത്തിലേക്കുള്ള നീക്കം തടയുന്നതിന് മാത്രമല്ല, ജനങ്ങൾക്കിടയിലുള്ള അസമത്വങ്ങൾ കുറയ്ക്കുന്നതിനുള്ള ഇടം സൃഷ്ടിക്കുന്നതിനും ആവശ്യമായ വ്യവസ്ഥയാണെന്ന് ഞാൻ കരുതുന്നത് എന്തുകൊണ്ടാണെന്ന് നിങ്ങളോട് വിശദമായി പറഞ്ഞു. ഏതാനും പ്രദേശങ്ങളിൽ ഒറ്റപ്പെട്ട പിന്തുണയുടെ ബലത്തിൽ പാർലമെന്റിൽ ഭൂരിപക്ഷം ഉറപ്പിക്കുന്ന ഒരു പാർട്ടിക്ക്, ഇപ്പോൾ നടക്കുന്ന കേന്ദ്രീകരണത്തിന്റെ ഫലമായി ഇന്ന് ചെയ്യുന്ന വലിയ അധികാരങ്ങൾ ഇനി ഉപയോഗിക്കപ്പെടില്ല എന്നതാണ് മാറ്റത്തിന്റെ ഏറ്റവും പെട്ടെന്നുള്ള അനന്തരഫലം. ഒരു രാജകുമാരനെപ്പോലെയുള്ള ഒരു നേതാവിനെ പാർട്ടി ഉയർത്തിക്കാട്ടുകയാണെങ്കിൽ പോലും, കേന്ദ്രത്തിൽ അധികാരത്തിലിരിക്കുന്നതിന്റെ പേരിൽ ആ നേതാവിന് രാജ്യം മുഴുവൻ ആധിപത്യം അവകാശപ്പെടാൻ സാധിക്കില്ല. കേന്ദ്ര രാഷ്ട്രീയ നേതൃത്വത്തെ പ്രാദേശിക നേതാക്കൾ ഫലപ്രദമായി മയപ്പെടുത്തും, അങ്ങനെ സ്വേച്ഛാധിപത്യത്തിന്റെ അപകടം കുറയ്ക്കും. ചിലരുടെ ആധിപത്യം പല സംസ്ഥാനങ്ങളിലും ഉണ്ടാക്കിയ അമർഷം ഇല്ലാതാകും.

രണ്ടാമതായി, സംസ്ഥാനങ്ങൾക്ക് കൂടുതൽ അധികാരം എന്നത് പ്രാദേശികവും തദ്ദേശീയവുമായ സാഹചര്യങ്ങൾക്കനുസൃതമായി വികസന തന്ത്രത്തിൽ കൂടുതൽ വഴക്കം നൽകും. ഓരോ സാഹചര്യത്തിലും എന്നാൽ വ്യത്യസ്തമായ രീതിയിൽ തങ്ങളുടെ സമ്പദ്‌വ്യവസ്ഥയെ രൂപാന്തരപ്പെടുത്തിയ പുതിയ സംരംഭകരുടെ ഉദയത്തെ പ്രത്യേക സംസ്ഥാനങ്ങളിലെ സാമൂഹികവും രാഷ്ട്രീയവുമായ പ്രസ്ഥാനങ്ങൾ എങ്ങനെയാണ് പ്രോത്സാഹിപ്പിച്ചതെന്ന് ഞാൻ മുമ്പ് സൂചിപ്പിച്ചിട്ടുണ്ട്. കേരളം, തമിഴ്നാട്, ഗോവ എന്നിവയുടെ ഉദാഹരണങ്ങൾ കാണിക്കുന്നത്, സംസ്ഥാന സർക്കാരുകളുടെ ആവശ്യമായ മുൻകൈയോടൊപ്പം, ഉപജീവനം, ആരോഗ്യം, വിദ്യാഭ്യാസം തുടങ്ങിയ മനുഷ്യവികസന സൂചകങ്ങളിൽ മികച്ച ഫലങ്ങൾ കൈവരിക്കാനാകുമെന്നാണ്.

ബംഗ്ലാദേശിന്റെ ഉദാഹരണവും ഞാൻ നിങ്ങളുടെ ശ്രദ്ധയിൽ പെ ടു ത്തേണ്ടതുണ്ട്. 1947 ലെ വിഭജന സമയത്ത്, ബംഗാളിന്റെ കിഴക്കൻ ജി ല്ലകൾ ഏതാണ്ട് പൂർണമായും കാർഷിക മേഖലയായിരുന്നു, കാരണം മിക്ക വ്യവസായങ്ങളും കൽക്കട്ടയിലും പരിസരത്തും സ്ഥിതിചെയ്തു. ഈ പ്രദേശം പാകിസ്ഥാനിലായിരുന്ന കാലഘട്ടത്തിൽ, പ്രത്യേകിച്ച് സൈനിക ഭരണത്തിൻ കീഴിലായിരുന്ന കാലത്ത്, കിഴക്കൻ പാകി സ്ഥാനിലെ ജനങ്ങൾ പഞ്ചാബിന്റെ കോളനി പോലെയാണ് തങ്ങളോ ടു പെരുമാറുന്നതെന്ന് പരാതിപ്പെട്ടു. 1971 ൽ സ്വതന്ത്രമായപ്പോൾ, ലോ കത്തിലെ ഏറ്റവും ദരിദ്രമായ രാജ്യങ്ങളിലൊന്നായിരുന്ന ബംഗ്ലാദേശ്, ഇന്ത്യയിലെ മിക്കവാറും എല്ലാ സംസ്ഥാനങ്ങളേക്കാളും മോശമായിരു ന്നു. ബംഗ്ലാദേശിന്റെ മാനവ വികസന സൂചിക ഇപ്പോൾ ഇന്ത്യൻ ശരാ ശരിയേക്കാൾ ഏറക്കുറെ എത്തിക്കഴിഞ്ഞുവെന്നും അതി ന്റെ പ്രകടനം അസം, ബീഹാർ, ഛത്തീസ്ഗഡ്, ജാർഖണ്ഡ്, മധ്യപ്രദേശ്, ഒഡീഷ, രാജസ്ഥാൻ, ഉത്തർപ്രദേശ്, പശ്ചിമ ബംഗാൾ ഉൾപ്പെടെ ഇന്ത്യയുടെ മധ്യ-കിഴക്കൻ മേഖലയിലെ എല്ലാ സംസ്ഥാനങ്ങളേക്കാളും മികച്ചതാ ണെന്നും കണക്കാക്കുന്ന ഒരു യു എൻ ഏജൻസി റിപ്പോർട്ട് അടുത്തിടെ എന്നെ കാണിച്ചു. പ്രത്യേകിച്ചും, ആയുർദൈർഘ്യം, സ്കൂൾ വിദ്യാഭ്യാസം, ലിംഗസമത്വം തുടങ്ങിയ സൂചകങ്ങളിൽ ബംഗ്ലാദേശ് മിക്ക ഇന്ത്യൻ സം സ്ഥാനങ്ങളേക്കാളും മെച്ചമാണ്. ചെറിയ തൊഴിലവസരങ്ങൾ സൃഷ്ടിക്കു ന്ന ഹൈ-ടെക്നോളജി വ്യവസായങ്ങൾ അവതരിപ്പിക്കാൻ ശ്രമിക്കുന്ന തിനുപകരം ബംഗ്ലാദേശ്, ദശലക്ഷക്കണക്കിന് ആളുകൾക്ക് തൊഴിൽ നൽകുന്ന- തൊഴിലാളികൾ കൂടുതലും സ്ത്രീകൾ- കയറ്റുമതിക്കുള്ള വസ്ത്ര ങ്ങൾ ഉൽപാദിപ്പിക്കുന്ന എണ്ണമറ്റ ചെറുകിട- ഇടത്തരം വർക്ക്ഷോപ്പു കളുടെ വ്യാപനത്തെ പ്രോത്സാഹിപ്പിച്ചതിനാലാണ് ഇത് പ്രധാനമായും സാധ്യമായത്. ഇത് ഗ്രാമീണ മേഖലകളിൽ നിന്നുള്ള കുടിയേറ്റക്കാരെ സംഘടിത തൊഴിൽ സേനയിലേക്ക് ആഗിരണം ചെയ്യുന്നതിനും, സ്ത്രീ കളുടെ സാമ്പത്തിക സുരക്ഷിതത്വത്തിനും, സ്ത്രീകളുടെയും കുട്ടികളുടെയും മെച്ചപ്പെട്ട ആരോഗ്യ- വിദ്യാഭ്യാസത്തിനും കാരണമായി. തീർച്ചയായും, ഒരു പരമാധികാര രാഷ്ട്രമായ ബംഗ്ലാദേശിന് ഇന്ത്യൻ സംസ്ഥാനങ്ങ ളിൽ നിന്ന് വ്യത്യസ്തമായ രാഷ്ട്രീയ പദവിയുണ്ട്, എന്നാൽ ദരിദ്ര ഇന്ത്യൻ സംസ്ഥാനങ്ങൾക്ക് അവരുടെ പ്രത്യേക സാഹചര്യങ്ങൾക്ക് അനുസൃത മായി കൂടുതൽ കൂടുതൽ വഴക്കമുള്ള തീരുമാനമെടുക്കാനുള്ള അധികാരം ഉണ്ടെങ്കിൽ എന്ത് നേടാനാകുമെന്ന് ഈ താരതമ്യം വ്യക്തമാക്കുന്നു.

സംസ്ഥാനങ്ങൾക്ക് കൂടുതൽ സാമ്പത്തിക സ്രോതസുകൾ ലഭി ക്കുന്നത് പ്രത്യേകിച്ച് പാവപ്പെട്ട ജനവിഭാഗങ്ങൾക്ക് പ്രയോജനപ്പെട്ടു

ന്നതിന് ഒരു കാരണം കൂടിയുണ്ട്. അടുത്തിടെ ഇന്ത്യയിൽ പിന്തുടരുന്ന ദേശീയ വളർച്ചാ തന്ത്രം ചെറുകിട കർഷകരുടെ അനിവാര്യമായ തകർച്ചയും അനൗപചാരിക തൊഴിലാളികളുടെ നിരയിലെ വർധനവുമാണ് അർഥമാക്കുന്നത്. ഈ ആളുകളെ ഉപജീവനമാർഗം കണ്ടെത്തുന്നതിനും തങ്ങളെയും കുടുംബങ്ങളെയും നിലനിർത്തുന്നതിനും സഹായിക്കുന്നതിന്റെ ഭാരം സംസ്ഥാന-പ്രാദേശിക രാഷ്ട്രീയക്കാർ വഹിക്കേണ്ടതുണ്ട്. പ്രത്യേകിച്ച് പ്രാദേശിക പാർട്ടികൾ, പ്രത്യേകിച്ച് തമിഴ്നാട്ടിലെ എ ഐ എ ഡി എം കെയും ആന്ധ്രാപ്രദേശിലെ തെലുങ്കുദേശവും, പാവപ്പെട്ടവർക്ക് സബ്സിഡി നിരക്കിലുള്ള ഭക്ഷണം, വസ്ത്രം, പാർപ്പിടം, ആരോഗ്യ സംരക്ഷണം, മറ്റ് സൗകര്യങ്ങൾ എന്നിവ നൽകുന്നതിന് സർക്കാർ പദ്ധതികൾ ആവിഷ്കരിക്കുന്നതിൽ നേതൃത്വം വഹിച്ചു. ഇത്തരം പദ്ധതികൾ ഇപ്പോൾ ഇന്ത്യയിലെ എല്ലാ സംസ്ഥാന സർക്കാരുകളും സ്വീകരിച്ചിട്ടുണ്ട്. സംസ്ഥാനങ്ങൾ നേടുന്ന വരുമാനത്തിന്റെ ഒരു ഭാഗം ഇങ്ങനെ ചെലവഴിക്കേണ്ടിവരുമെന്ന് പറയേണ്ടതില്ലല്ലോ. വ്യവ സായ ലോബികളും ഉയർന്ന ഇടത്തരക്കാരും അത്തരം ചെലവുകൾ ഉൽപാദന ക്ഷമമായ ആസ്തികളൊന്നും ഉണ്ടാക്കാത്ത വിഭാഗമെന്ന് വിമർശിക്കുന്നു. എന്നാൽ ഒരു സംസ്ഥാനത്ത് തിരഞ്ഞെടുപ്പ് വരുമ്പോൾ, കേന്ദ്രത്തിൽ അധികാരത്തിലുള്ള പാർട്ടി, അത് കോൺഗ്രസായാലും ബി ജെ പിയായാലും, സംസ്ഥാനത്തെ പാർട്ടിയുടെ സാധ്യതകളെ സഹായിക്കുന്നതിന് പാവപ്പെട്ടവർക്കായി പ്രത്യേക പദ്ധതികൾ പ്രഖ്യാപിക്കുന്നതിൽ ഒരുപോലെയാണ്. കേന്ദ്രത്തിന് കൂടുതൽ വിഭവങ്ങൾ ഉള്ളതിനാൽ ദരിദ്രർക്കായുള്ള ക്ഷേമപദ്ധതികളുടെ ചിലവ് വഹിക്കുന്നതിന് സംസ്ഥാനങ്ങൾക്ക് കേന്ദ്രസഹായം നേടേണ്ടിവരും. ഈ സാഹചര്യത്താൽ സംസ്ഥാനങ്ങൾക്ക് അവകാശപ്പെട്ട സാമ്പത്തികാധികാരം കൈമാറാതെ ഫണ്ടുകൾ രാഷ്ട്രീയമായി ഉപയോഗിക്കാൻ കേന്ദ്രഗവൺമെന്റുകൾക്ക് കഴിയും. നിയമപരമായ സാമ്പത്തിക അധികാരം സംസ്ഥാനങ്ങൾക്ക് കൈമാറുന്നതിനുപകരം രാഷ്ട്രീയ നേട്ടങ്ങൾക്കായി ഉപയോഗിക്കാവുന്ന ഒരു അവസ്ഥ ഇത് സൃഷ്ടിക്കുന്നു. കേന്ദ്രമന്ത്രിമാർ ഒരു സംസ്ഥാനത്ത് വന്ന് പ്രഖ്യാപിക്കുന്നത് നിങ്ങൾ കേട്ടിരിക്കണം: "സംസ്ഥാന തിരഞ്ഞെടുപ്പിൽ ഞങ്ങൾക്ക് വോട്ട് ചെയ്യുക, കേന്ദ്രം നിങ്ങൾക്ക് കൂടുതൽ സഹായം നൽകും. പ്രധാനമന്ത്രി സംസ്ഥാനത്തിന് പ്രത്യേക പാക്കേജ് നൽകും." ഈ യുക്തി നിലനിൽക്കണമെങ്കിൽ, എല്ലാ സംസ്ഥാനത്തെയും ജനങ്ങൾ കേന്ദ്രത്തിലെ അതേ പാർട്ടിയെ സംസ്ഥാന സർക്കാരിലേക്ക് തിരഞ്ഞെടുക്കേണ്ടിവരും. അത് ഫെഡറലിസത്തിന്റെ അവസാനമാകും. ദാരിദ്ര്യനിർമ്മാർജ്ജനത്തിനായുള്ള ചെലവുകളുടെ (anti-poverty spending) ആവശ്യകത ഇന്ന് എല്ലാവരും തിരിച്ചറിവുന്നുണ്ട്. രാഷ്ട്രീയ താൽപ്പര്യങ്ങൾ ഇല്ലാതെ ദരിദ്രരെ നേരിട്ട് കണ്ടെത്തുന്നതിന് സംസ്ഥാനങ്ങൾക്ക് കഴിയുമെന്നതിനാൽ ഈ അധികാരങ്ങൾ അവർക്ക് നൽകുന്നതാണ് കൂടുതൽ നല്ലത്.

അതിന്റെ വിനാശകരമായ രാഷ്ട്രീയ അനന്തരഫലം, സംസ്ഥാന സർക്കാരുകളെ അട്ടിമറിക്കാനുള്ള കേന്ദ്രത്തിൽ അധികാരത്തിലുള്ള പാർട്ടിയുടെ കഴിവാണ്. ഒരു സംസ്ഥാന സർക്കാരിനെ പിരിച്ചുവിടാൻ ഗവർണർക്ക് അധികാരം നൽകുന്ന ആർട്ടിക്കിൾ 356 ന്റെ വിവേചനരഹിതമായ ഉപയോഗം സുപ്രീം കോടതിയുടെ ഇടപെടൽ കാരണം ഒരു പരിധിവരെ വെട്ടിക്കുറച്ചിട്ടുണ്ടാകാം. പക്ഷേ, ഭീഷണികളും പ്രലോഭനങ്ങളും വഴി സംസ്ഥാന അസംബ്ലിയിലെ അംഗങ്ങളെ കൂറുമാറാനും സർക്കാരിനെ താഴെയിറക്കാനും പ്രേരിപ്പിക്കുന്നത് തടയാൻ സാധിച്ചിട്ടില്ല. കർണാടകയിലെയും മധ്യപ്രദേശിലെയും തെരഞ്ഞെടുപ്പുകളിൽ പരാജയപ്പെട്ടതിന് ശേഷവും ബി ജെ പി അധികാരത്തിലെത്താൻ കോൺഗ്രസിലും ജനതാദളിലും (സെക്കുലർ) കൂറുമാറ്റം വരുത്തിയതെങ്ങനെയെന്ന് നിങ്ങൾ കണ്ടല്ലോ. നിയമസഭാംഗങ്ങളെ ഭീഷണിപ്പെടുത്താൻ കേന്ദ്ര അന്വേഷണ ഏജൻസികളെയും നികുതി അധികാരികളെയും വിന്യസിക്കുന്നു, കൂടാതെ രാഷ്ട്രീയ ഓഫീസ് വാഗ്ദാനത്തിന് പുറമേ തുകകളും വാഗ്ദാനം ചെയ്യുന്നു. ഇത് ഒരു തിരഞ്ഞെടുപ്പിൽ പ്രകടിപ്പിക്കപ്പെട്ട ജനവിധിയുടെ വഞ്ചന മാത്രമല്ല, കേന്ദ്രവുമായി സംസ്ഥാനങ്ങളുടെ രാഷ്ട്രീയ ഒത്തുചേരലിനെ ബലമായി കൈകാര്യം ചെയ്യുന്നതിലൂടെ ഫെഡറൽ തത്വത്തെ വികലമാക്കുകയും ചെയ്യുന്നു.

മൂന്നാമതായി, ഇന്ത്യൻ രാഷ്ട്രത്തിലേക്കുള്ള ആളുകളുടെ ഒത്തുചേരലുമായി ബന്ധപ്പെട്ട് ഭാഷയെക്കുറിച്ചുള്ള ചോദ്യം ഞാൻ ഇതിനകം വിശദമായി ചർച്ച ചെയ്തിട്ടുണ്ട്. ഇവിടെ നിർണായകമായ വിഷയം വിദ്യാഭ്യാസമാണ്. വിദ്യാഭ്യാസം അധ്യയന മാധ്യമവുമായി ഗാഢമായി ബന്ധപ്പെട്ടിരിക്കുന്നു. ഇത് ഓരോ സംസ്ഥാനത്തിനും വ്യത്യസ്തമാണ്. ഈ ധാരണയെ അടിസ്ഥാനമാക്കിയാണ് ഭരണഘടന ആദ്യം വിദ്യാഭ്യാസത്തെ സംസ്ഥാന വിഷയമായി പ്രഖ്യാപിച്ചത്. എന്നാൽ 1976 ലെ അടിയന്തരാവസ്ഥക്കാലത്ത് വിദ്യാഭ്യാസം കൺകറന്റ് ലിസ്റ്റിലേക്ക് മാറ്റുകയും അന്നുമുതൽ അവിടെ തുടരുകയും ചെയ്തു. കേന്ദ്രത്തിൽ അധികാരത്തിലിരിക്കുന്ന എല്ലാ പാർട്ടികളും രാജ്യത്തുടനീളമുള്ള വിദ്യാഭ്യാസ സ്ഥാപനങ്ങളെ സ്വാധീനിക്കാൻ നിയമങ്ങളും ഭരണ ചട്ടങ്ങളും ഉപയോഗിച്ചു. തുടക്കത്തിൽ, പ്രധാനമായും ഉന്നതവിദ്യാഭ്യാസത്തിനായിരുന്നു ഊന്നൽ നൽകിയിരുന്നത്, ഇന്ത്യയിലുടനീളം സ്റ്റാൻഡേർ

ഡൈസേഷൻ ആവശ്യമാണെന്ന് വാദിച്ചു. യൂണിവേഴ്സിറ്റി ഗ്രാന്റ്സ് കമ്മീഷൻ (UGC) പോലുള്ള കേന്ദ്ര സ്ഥാപനങ്ങൾ അധ്യാപകരുടെ യോഗ്യതകൾക്കും ശമ്പള സ്കെയിലുകൾക്കും ദേശീയ മാനദണ്ഡങ്ങൾ അവതരിപ്പിക്കുക മാത്രമല്ല, ബിരുദങ്ങൾ, പാഠ്യപദ്ധതികൾ, പരീക്ഷകൾ, സ്കോളർഷിപ്പുകൾ, ദേശീയ യോഗ്യതാ പരീക്ഷകൾ മുതലായവയ്ക്ക് 1990 കൾ മുതൽ ഏകീകൃത മാതൃകകൾ നടപ്പിലാക്കുകയും ചെയ്തു. സെക്കന്ററി വിദ്യാഭ്യാസത്തിനായുള്ള ദേശീയ നയങ്ങൾ കേന്ദ്ര സർക്കാർ കൂടുതലായി നിർദേശിക്കാൻ തുടങ്ങി. സെൻട്രൽ ബോർഡ് ഓഫ് സെക്കന്ററി എജ്യൂക്കേഷൻ (CBSE) പോലുള്ള ബോഡികൾ രാജ്യത്തെ ഏറ്റവും സ്വാധീനമുള്ള പരീക്ഷാ ബോർഡായി മാറി, നാഷണൽ കൗൺസിൽ ഓഫ് എഡ്യൂക്കേഷണൽ റിസർച്ച് ആൻഡ് ട്രെയിനിംഗ് (NCERT) ഇന്ത്യയിൽ എല്ലായിടത്തും ഉപയോഗിക്കുന്നതിന് പാഠപുസ്തകങ്ങൾ നിർമിച്ചു. പ്രൈമറി മുതൽ ഡോക്ടറൽ തലം വരെ രാജ്യത്തുടനീളം വിദ്യാഭ്യാസത്തിന്റെ ഒരൊറ്റ ചട്ടക്കൂട് സ്ഥാപിക്കുന്ന 2020 ലെ ദേശീയ വിദ്യാഭ്യാസ നയത്തിന്റെ പ്രഖ്യാപനത്തോടെയാണ് ഈ പ്രവണതയുടെ പാരമ്യം.

വിദ്യാഭ്യാസത്തെ നിയന്ത്രിക്കാനുള്ള കേന്ദ്രീകൃത അധികാരം, ചെന്നുപതിച്ചത്, പ്രാദേശികമായ ആവശ്യങ്ങളേയും അവരുടെ സാംസ്കാരിക താൽപര്യങ്ങളേയും മറികടന്ന് അഖിലേന്ത്യാ വിഭാഗങ്ങൾക്ക് മുൻഗണന നൽകുന്നതിലാണ്.ലോകോത്തര സർവകലാശാലകൾ സൃഷ്ടിക്കാനും യു എസി ലെയും ബ്രിട്ടനിലെയും മികച്ച സർവകലാശാലകളെ ഇന്ത്യയിൽ ക്യാമ്പസുകൾ തുറക്കാൻ ക്ഷണിക്കാനുമുള്ള പദ്ധതി കേന്ദ്ര സർക്കാർ കാലാകാലങ്ങളിൽ പ്രഖ്യാപിക്കുന്നു. അതേസമയം, ഉന്നതവിദ്യാഭ്യാസത്തിന്റെ സ്വകാര്യവൽക്കരണത്തിനായുള്ള പ്രേരണയും ശാസ്ത്രം, സാങ്കേതികവിദ്യ, എഞ്ചിനീയറിംഗ്, ഗണിതശാസ്ത്രം എന്നിവയ്ക്ക് സർക്കാർ പിന്തുണ നൽകുന്നതും അർഥമാക്കുന്നത് വിശാലമായ ജനവിഭാഗങ്ങൾക്കിടയിൽ കോളേജ് വിദ്യാഭ്യാസത്തിന് വൻതോതിൽ ആവശ്യക്കാരുണ്ടെങ്കിലും സംസ്ഥാന സർവകലാശാലകൾക്ക് കൂടുതൽ കൂടുതൽ ഫണ്ടുകൾ നഷ്ടപ്പെടുന്നു എന്നാണ്. തൽഫലമായി, എല്ലാ സംസ്ഥാനങ്ങളിലും കൂടുതൽ കോളേജ് ബിരുദധാരികൾ ഉള്ളപ്പോഴും, വിദ്യാഭ്യാസത്തിന്റെ ഗുണനിലവാരം കുറയുന്നു. വരേണ്യ അഖിലേന്ത്യാ സംഘവും പ്രാദേശിക സംഘവും തമ്മിലുള്ള വിടവ് പ്രാഥമിക തലം വരെ എത്തിയിരിക്കുന്നു - ഒരു വിഭാഗം വരേണ്യവർഗത്തിലെ അടുത്ത തലമുറയെ പരിശീലിപ്പിക്കുന്നു, പരമ്പരാഗതമായി ചെയ്തുപോന്നിരുന്ന തൊഴിലുകളിൽ അസംതൃപ്തിയും അതേസമയം അവർ ആഗ്രഹിക്കുന്ന തരത്തിലുള്ള തൊഴിലുകൾ ചെയ്യാനുള്ള പ്രാപ്തിയില്ലാത്തതുമായ പ്ര

ദേശികതലത്തിലെ മധ്യവർഗ്ഗ വിഭാഗങ്ങളിൽനിന്നുള്ള അഖിലേന്ത്യ അടിസ്ഥാനത്തിലുള്ള വരേണ്യവിഭാഗവും പ്രാദേശികവിഭാഗങ്ങളും തമ്മിലുള്ള വിടവ് പ്രാഥമികതലം വരെ എത്തിയിരിക്കുന്നു. ഇത് നില വാരമില്ലാത്ത വിദ്യാഭ്യാസം സിദ്ധിച്ചവരുടെ എണ്ണം വർദ്ധിപ്പിക്കാൻ മാത്രമുതകുന്നു. അവർക്ക് അവരുടെ പരമ്പരാഗത തൊഴിലുകളിൽ അതൃപ്തിയുണ്ട്, എന്നാൽ ആഗ്രഹിക്കുന്ന ജോലികൾ ആവശ്യപ്പെടുന്ന കഴിവുകളിൽ വേണ്ടത്ര പരിശീലനം നേടിയവരല്ല അവർ.

ഇന്ത്യയിലെ ജനങ്ങൾക്ക് യുവാക്കളുടെ വിദ്യാഭ്യാസത്തിന്റെ നിയന്ത്രണം വീണ്ടെടുക്കണമെങ്കിൽ, ഈ വിടവ് ഇല്ലാതാക്കേണ്ടത് വളരെ പ്രധാനമാണ്. ഇത് ചെയ്യുന്നതിന്, ഇംഗ്ലീഷിലും ഒരു ഇന്ത്യൻ ഭാഷയിലും ഗുണമേന്മയുള്ള ദ്വിഭാഷാ വിദ്യാഭ്യാസത്തിന്റെ സാർവത്രികവൽക്കരണമാണ് വേണ്ടത്. വിദ്യാഭ്യാസ രംഗം, പ്രത്യേകിച്ച് സ്കൂൾ തലത്തിൽ, വർഷങ്ങളോളം നിരീക്ഷിച്ച ശേഷമാണ് ഞാൻ ഇത് പറ യുന്നത്. സ്വാതന്ത്ര്യത്തിന് മുമ്പുള്ള ദിവസങ്ങളിൽ, സ്കൂളുകൾ കുറവായിരുന്നു, വിദ്യാഭ്യാസത്തിലേക്കുള്ള പ്രവേശനം പ്രധാനമായും ഉയർന്ന ജാതിക്കാർക്കും സ്വത്തവകാശമുള്ള വിഭാഗങ്ങൾക്കും മാത്രമായിരുന്നു. എന്നാൽ എല്ലാ വിദ്യാർഥികളും, നഗരങ്ങളിൽ താമസിക്കുന്നവർ പോലും, സമീപത്തെ അടുത്തുള്ള സ്കൂളിൽ പോയി. സമ്പന്നകുടുംബങ്ങളിലെ വിദ്യാർഥികൾക്ക് ലഭിച്ച അതേ വിദ്യാഭ്യാസം, ഒരു സ്കൂളിൽ പ്രവേശിക്കാൻ പ്രാപ്തരായ പിന്നോക്കാവസ്ഥയിലുള്ളവർക്ക് ലഭിച്ചു. വേർ തിരിവ് ഇല്ലായിരുന്നു. എല്ലാ സ്കൂളുകളും ഇംഗ്ലീഷ് പഠിപ്പിച്ചു. തൽഫലമായി, താരതമ്യേന ദരിദ്രരായ കുടുംബങ്ങളിൽ നിന്നുള്ള കഠിനാധ്വാനികളും കഴിവുള്ളവരുമായ നിരവധി വിദ്യാർഥികൾക്ക് യൂണിവേഴ്സിറ്റി പരീക്ഷകളിൽ സ്വയം അടയാളപ്പെടുത്താനും വിജയകരമായ പ്രൊഫഷണലുകളാകാനും കഴിഞ്ഞു. വരേണ്യവർഗവും പ്രാദേശിക വിഭാഗങ്ങളും തമ്മിലുള്ള സമീപകാല വിഭജനം അർഥമാക്കുന്നത് രണ്ട് ഗ്രൂപ്പുകൾക്കും ലഭ്യമായ വിദ്യാഭ്യാസത്തിന്റെ ഗുണനിലവാരത്തിലുള്ള വലിയ വ്യത്യാസമാണ്.

ഗ്രാമപ്രദേശങ്ങളിൽ പോലും എല്ലായിടത്തും സ്വകാര്യ ഇംഗ്ലീഷ് മീഡിയം സ്കൂളുകൾ മുളപൊട്ടുന്നതിനെ പല ബുദ്ധിജീവികളും അപലപിക്കുന്നു. ജീവിതത്തിൽ വിജയിക്കാൻ കുട്ടികൾ ഇംഗ്ലീഷ് പഠിക്കണമെന്ന് പലരും കരുതുന്നത് എന്തുകൊണ്ടാണെന്ന് അവർ മനസിലാക്കാൻ ശ്രമിക്കണം. ഇവിടെ സാംസ്കാരികമായ അപകർഷതാ ബോധമുണ്ടെങ്കിൽ, അത് യഥാർഥമായ ഇല്ലായ്മയുടെയും അനീതിയുടെയും ബോധത്തിൽ നിന്നാണ് ജനിച്ചത്. ഈ അഭിലാഷത്തെ പരിഹസിക്കുന്നത് വരേണ്യവർഗത്തിന്റെ സാംസ്കാരിക ഭാവങ്ങളെ ന്യായീകരിക്കലാണ്.

ഇംഗ്ലീഷിൽ വായിക്കാനും സംസാരിക്കാനുമുള്ള കഴിവ്, താഴ്ന്ന കുടുംബങ്ങളിലെ യുവാക്കൾക്കും യുവതികൾക്കും ആത്മവിശ്വാസവും അവരുടെ മാതാപിതാക്കൾക്ക് നിഷേധിക്കപ്പെട്ടത് നേടാൻ കഴിയുമെന്ന വിശ്വാസവും നൽകുന്നു.

ഇന്ത്യയുടെ വിവിധ പ്രദേശങ്ങളിലുടനീളം ആശയവിനിമയത്തിന്റെ ഔദ്യോഗിക അല്ലെങ്കിൽ കണ്ണിയായ ഭാഷയായി ഇംഗ്ലീഷ് അംഗീകരിക്കപ്പെടണമെന്ന കാര്യത്തിൽ എനിക്ക് യാതൊരു സംശയവുമില്ല. അതിന്റെ ഏറ്റവും വലിയ നേട്ടം, ഒരു ഭാഷ എന്ന നിലയിൽ, അതിന്റെ ഉപയോഗം രാജ്യത്തിന്റെ ഏതെങ്കിലും പ്രത്യേക പ്രദേശത്ത് കേന്ദ്രീകരിച്ചിട്ടില്ല എന്നതാണ്. അതിനാൽ, ഹിന്ദിയിൽ നിന്ന് വ്യത്യസ്തമായി, അത് ഒരു പ്രദേശത്തെ ജനങ്ങളുടെ മേൽ ആധിപത്യത്തിന്റെ അധികപ്രയോഗം നടത്തുന്നില്ല. ഇംഗ്ലീഷ് പ്രാദേശികമായി നിഷ്പക്ഷമാണ്. അത് കൊളോണിയൽ ഭരണത്തിന്റെ മോശം പ്രവണതകൾ ധ്വനിപ്പിക്കുന്നു എന്ന് പറയുന്നത് യുക്തിരഹിതമായ വാദമാണ്, കാരണം, ഞാൻ നിങ്ങൾക്ക് കാണിച്ചുതന്നതുപോലെ, ഇന്ന് നമ്മൾ ഉപയോഗിക്കുന്ന മിക്കവാറും എല്ലാ സ്ഥാപനങ്ങളും ഭരണരീതികളും ബ്രിട്ടീഷ് ഭരണത്തിന്റെ നാളുകളിൽ നിന്ന് എടുത്തതാണ്. തീർച്ചയായും, പ്രിവിലജഡ് ക്ലാസ് ഉപയോഗിക്കുന്ന ഒരു ഉന്നത ഭാഷയുടെ അടയാളം ഇംഗ്ലീഷ് വഹിക്കുന്നുണ്ടെന്ന് ഒരാൾക്ക് ഇപ്പോഴും പറയാൻ കഴിയും. എന്നാൽ അതുകൊണ്ടാണ് രാജ്യത്തെ എല്ലാ സ്കൂളുകളിലും ഇംഗ്ലീഷ് ലഭ്യമാക്കണമെന്ന് ഞാൻ വാദിക്കുന്നത്. അത് കാലക്രമേണ, ആ ഭാഷയിൽ ഇപ്പോൾ ഉൾച്ചേർന്നിരിക്കുന്ന വരേണ്യതയുടെ മുദ്രയെ മായ്ച്ചുകളയും.

സ്വാതന്ത്ര്യത്തിനു ശേഷമുള്ള ഹിന്ദി ജീവിതവും ഞാൻ വളരെ താൽപര്യത്തോടെ വീക്ഷിച്ചിട്ടുണ്ട്. ഇവിടെ രണ്ട് വ്യത്യസ്ത പ്രവണതകളുണ്ട്. പൊതുവായി സംസാരിക്കുന്ന ഹിന്ദുസ്ഥാനിയിലെ അനേകം അറബി-പേർഷ്യൻ പദങ്ങൾ ഒഴിവാക്കി, ഔദ്യോഗിക മാധ്യമങ്ങളിലൂടെ ഈ പുതിയ ഭാഷ പ്രചരിപ്പിച്ച് സംസ്കൃത ഹിന്ദി നിർമിക്കാനുള്ള ഔദ്യോഗിക ശ്രമങ്ങളാണ് ഒന്ന്. 1950 കളിൽ ആകാശവാണിയിൽ പ്രക്ഷേപണം ചെയ്യുന്ന ഹിന്ദി വാർത്തകൾ മനസിലാകുന്നില്ലെന്ന് ഉത്തരേന്ത്യയിൽ പലരും പരാതിപ്പെട്ടിരുന്നത് ഞാൻ ഓർക്കുന്നു. അടുത്ത തലമുറകൾ സ്കൂളുകളിലും കോളേജുകളിലും പുതിയ ഹിന്ദി പഠിച്ചതിനാൽ ഈ ശ്രമം ഇപ്പോൾ ഗണ്യമായ വിജയം കൈവരിച്ചിരിക്കുന്നു. നേരെമറിച്ച്, ഹിന്ദി വിനോദമാധ്യമങ്ങളും പരസ്യവ്യവസായവും വിവിധ ജനവിഭാഗങ്ങളുടെ യഥാർഥ സംസാരത്തോട് സംവേദനക്ഷമതയുള്ള ഹിന്ദുസ്ഥാനിയിൽ സംസാരിക്കുന്ന പ്രവണത വളരെക്കാലം തുടർന്നു.

ചില സാഹിത്യ വ്യതിരിക്തതകൾ അവകാശപ്പെടുന്ന പ്രൊഡക്ഷനു കളിൽ, പ്രത്യേകിച്ച് ഹിന്ദി സിനിമകളിലെ ഗാനങ്ങളുടെ വരികളിൽ, ഉറുദു സാഹിത്യ ശൈലികളുടെ അന്തസിനു വലിയ പങ്ക് ഉണ്ടായിരുന്നു. സമീപ വർഷങ്ങളിൽ, വാണിജ്യ- സാമൂഹിക മാധ്യമങ്ങളുടെ ഭാഷ ഉയർന്നുവന്ന ജനപ്രിയ സങ്കരഭാഷയെ പ്രതിഫലിപ്പിക്കുന്നു, ലജ്ജയില്ലാതെ ഹിന്ദിയും ഇംഗ്ലീഷും കലർത്തി. ഇംഗ്ലീഷിൽനിന്നും ഹിന്ദിയിൽനിന്നും തടസമില്ലാതെ കടമെടുക്കുന്ന പ്രാദേശിക ഭാഷകളിലെ വാണിജ്യ, സോഷ്യൽ മീഡിയകളിൽ പോലും ഇത് കാണാം.

ഹിന്ദി അറിയാത്തവരുടെ മേൽ ഗവൺമെന്റിന്റെ അധികാരങ്ങൾ ഉപയോഗിച്ച് അത് അടിച്ചേൽപ്പിക്കാനുള്ള ശ്രമം വളരെയധികം നീരസമുണ്ടാക്കുന്നു. തമിഴ്നാട്ടിൽ നിന്നോ പശ്ചിമ ബംഗാളിൽ നിന്നോ മേഘാലയയിൽ നിന്നോ ഉള്ള കത്തുകൾക്ക് ഔദ്യോഗിക ഹിന്ദിയിൽ മറുപടി നൽകാമെന്ന് മന്ത്രിമാരോ ഉദ്യോഗസ്ഥരോ തീരുമാനിക്കുമ്പോൾ, അല്ലെങ്കിൽ ഔദ്യോഗിക യോഗങ്ങളിൽ ഇംഗ്ലീഷിൽ സംസാരിക്കുന്നവർക്കുനേരെ മുഖംചുളിക്കുകയും ചിലപ്പോൾ ശാസിക്കുകയും ചെയ്താൽ, ആ പ്രദേശങ്ങളിൽ നിന്നുള്ള ആളുകൾ സ്വാഭാവികമായും അത് ഹിന്ദി സംസാരിക്കുന്നവർ മറ്റുള്ളവരുടെ മേൽ ആധിപത്യം സ്ഥാപിക്കാൻ നടത്തുന്ന ഒരു ശ്രമമായി കാണുന്നു. ഹിന്ദി സംസാരിക്കാത്തവരെ ദേശസ്നേഹമില്ലായ്മയുടെ പേരിൽ കുറ്റക്കാരായി മുദ്രകുത്തുന്ന സമീപകാല പ്രവണത പ്രത്യേകിച്ചും ഞെട്ടിപ്പിക്കുന്നതാണ്. ഹിന്ദി ഹൃദയഭൂമിയിൽ നിന്നുള്ളവർ മാത്രമാണ് യഥാർത്ഥ ഇന്ത്യക്കാരെന്നും അവരെ അനുകരിച്ചാൽ മാത്രമേ മറ്റുള്ളവർ ദേശസ്നേഹികളാകൂ എന്നുമുള്ള മുൻവിധിയാണിത്.

മറുവശത്ത്, സിനിമ, ടെലിവിഷൻ, പരസ്യം, കൂടാതെ അടുത്തിടെ സോഷ്യൽ മീഡിയ തുടങ്ങിയ അനൗദ്യോഗിക ചാനലുകളിലൂടെ ഹിന്ദി കൂടുതൽ സുഗമമായി പ്രചരിച്ചു. ഈ ഹിന്ദി ഔദ്യോഗികമായി അനുവദിച്ച രൂപവുമായി പൊരുത്തപ്പെടുന്നില്ല എന്നത് യഥാർഥത്തിൽ അതിന്റെ ശക്തിയാണ്. എല്ലാ ജീവനുള്ള ഭാഷകൾക്കും രണ്ട് രൂപങ്ങളുണ്ട് - സ്കൂളുകൾ, ബ്യൂറോക്രസി, അച്ചടി മാധ്യമങ്ങൾ എന്നിവയിലൂടെ ഔദ്യോഗികമായി നടപ്പിലാക്കുന്ന മാനകരൂപം കൂടുതൽ കൂടുതൽ ആളുകൾ പുതുമകൾ സ്വീകരിക്കുന്നതിനാൽ മറ്റ് ഭാഷകളിൽ നിന്ന് പുതിയ വാക്കുകൾ, ഭാഷകൾ പോലും സ്വതന്ത്രമായി കടമെടുത്ത് കർശനമായ വ്യാകരണ നിയമങ്ങളില്ലാതെ ഒഴുകുന്ന ജനപ്രിയ സംഭാഷണരൂപം. ഇന്ത്യയിലെ ഹിന്ദിയുടെ കാര്യത്തിൽ, രാഷ്ട്രീയ സ്വാധീനമുള്ള നയങ്ങൾ പിന്തുടർന്ന് ഔദ്യോഗിക ഏജൻസികൾ കടുത്ത രീതിയിലാണ് ആദ്യ ഫോം നിർ

വഹിച്ചത്. രണ്ടാമത്തെ ഫോം യഥാർഥത്തിൽ മറ്റ് പ്രദേശങ്ങളിൽ നിന്നുള്ള നിരവധി ആളുകളെ ഹിന്ദി ഭാഷ പഠിക്കാനും ഉപയോഗിക്കാനും പ്രേരിപ്പിച്ചു. ഭാഷാ നയം നിർദേശിക്കാനുള്ള കേന്ദ്ര ഗവൺമെന്റിന്റെ അധികാരങ്ങൾ കുറയ്ക്കുന്നത് രാഷ്ട്രീയ വൈരാഗ്യത്തിന് കാരണമാകാതെ ഹിന്ദിയുടെ ജനകീയ സ്വീകാര്യതയെ യഥാർഥത്തിൽ സഹായിച്ചേക്കാം.

അവസാനമായി, ഞാൻ ഉന്നയിക്കാനും ഉത്തരം നൽകാനും ആഗ്രഹിക്കുന്ന ഒരു ചോദ്യമുണ്ട്. ഇന്ത്യൻ ഫെഡറലിസത്തെക്കുറിച്ച് ഞാൻ മറ്റുള്ളവരുമായി ചർച്ച ചെയ്യുമ്പോൾ, ചിലർ എന്നോട് ചോദിച്ചു, "എന്നാൽ സംസ്ഥാനങ്ങളിലും സ്വേച്ഛാധിപത്യ നേതാക്കളില്ലേ? പ്രത്യേകിച്ച് വൃത്തികെട്ട ഒരു സംസ്ഥാന സർക്കാർ ഉണ്ടായാൽ എന്ത് സംഭവിക്കും? ഇത്തരമൊരു സർക്കാരിന് ദ്രോഹം ചെയ്യാൻ ഇനിയും കൂടുതൽ അധികാരമുണ്ടെങ്കിൽ അത് ജനങ്ങൾക്ക് എങ്ങനെ ഉപകരിക്കാനാണ്? സമീപകാലത്ത്, ഉത്തർപ്രദേശിന്റെ ഉദാഹരണം പരാമർശിക്കപ്പെട്ടത് അങ്ങേയറ്റം അടിച്ചമർത്തുന്ന ഭരണകൂടമുള്ള ഒരു സംസ്ഥാനമായാണ്, അത് മുസ്ലീങ്ങളെ ഒരു ആനുകൂല്യത്തിനും അർഹരല്ലെന്ന് വ്യക്തമായി ടാർഗെറ്റുചെയ്യുകയും അതിനെ വിമർശിക്കാൻ ധൈര്യപ്പെടുന്നവർക്കെതിരെ രാജ്യദ്രോഹക്കുറ്റം ചുമത്തുകയും ചെയ്യുന്നു. ഇത്തരമൊരു സർക്കാരിന് കൂടുതൽ അധികാരമോ? എന്റെ ചില സുഹൃത്തുക്കൾ ഈ ആശയത്തിൽ ഭയചകിതരാണ്.

എന്നാൽ നിങ്ങൾ ഈ ചോദ്യം കൂടുതൽ ശ്രദ്ധാപൂർവം പരിഗണിക്കേണ്ടതുണ്ട്. അടിച്ചമർത്തുന്ന ഗവൺമെന്റുകളുടെ തിരഞ്ഞെടുപ്പിനെ തടയാൻ ജനാധിപത്യ നിയമങ്ങൾക്ക് കഴിയില്ല. ഭൂരിപക്ഷം വോട്ടർമാരും പിന്നീട് മോശമായി മാറുന്ന ഒരു സർക്കാരിനെ തിരഞ്ഞെടുക്കുന്നതിന് നിരവധി കാരണങ്ങളുണ്ട്. അതുകൊണ്ടാണ് അടുത്ത തെരഞ്ഞെടുപ്പിൽ സർക്കാരിനെ പുറത്താക്കാൻ അവർക്ക് അവസരം നൽകുന്നത്. ചിലപ്പോഴൊക്കെ കേന്ദ്ര സർക്കാരിന്റെ അധികാരം ഉപയോഗിച്ച് ഒരു സംസ്ഥാന സർക്കാരിനെ ഭരിക്കാൻ പരാജയപ്പെട്ടതിന്റെ പേരിൽ പിരിച്ചുവിടാനുള്ള പ്രലോഭനങ്ങൾ ഉണ്ടാകാറുണ്ട്. ഈ ഭരണഘടനാ വ്യവസ്ഥയുടെ ഭയാനകമായ ദുരുപയോഗം നാം മുമ്പ് കണ്ടതാണ്, അതിനാലാണ് സുപ്രീം കോടതി അതിന്റെ നിർദേശത്തിൽ കർശനമായ നിബന്ധനകൾ വെച്ചത്. എന്തായാലും, സംസ്ഥാനത്തെ മോശം സർക്കാരിനുള്ള ഈ പ്രതിവിധി സാധാരണയായി വരുന്നത് മറ്റൊരു പാർട്ടി കേന്ദ്രത്തിൽ അധികാരത്തിലിരിക്കുമ്പോഴാണ്. ഇന്നത്തെ ഉത്തർപ്രദേശ് പോലൊരു സാഹചര്യത്തിൽ പോലും ആ സാധ്യത

ഉദിക്കുന്നില്ല. അതിനാൽ നമുക്ക് വ്യക്തമായ വസ്തുതയെ അഭിമുഖീകരിക്കാം. ജനാധിപത്യം സംസ്ഥാന സർക്കാരുകളെ തിരഞ്ഞെടുക്കാനുള്ള ഉത്തരവാദിത്വം സംസ്ഥാനത്തെ ജനങ്ങളുടെ മേൽ ചുമത്തുന്നു. തങ്ങൾക്ക് ഇഷ്ടമില്ലാത്ത സർക്കാരിനെ പുറത്താക്കാനുള്ള ഉത്തരവാദിത്വവും അവർ ഏറ്റെടുക്കണം. എല്ലാത്തിനുമുപരി, അതിശക്തമായ അധികാരങ്ങളുള്ള ഒരു കേന്ദ്രസർക്കാരിനെ സ്വേച്ഛാധിപത്യം നൽകിയാൽ പിന്നെ ആർക്കാണ് അവരെ ഇല്ലാതാക്കാൻ കഴിയുക? ജനങ്ങളുടെ പരമാധികാരത്തിന് എന്തെങ്കിലും അർഥമുണ്ടാകണമെങ്കിൽ, എല്ലാ അധികാരങ്ങളുടെയും ഉറവിടമെന്ന നിലയിൽ ജനങ്ങൾ തങ്ങളുടെ ഉത്തരവാദിത്തം ഏറ്റെടുക്കണം.

ഒരു നാഷണൽ പീപ്പിൾസ് ഫെഡറേഷൻ

പുരാതനഭൂതകാലത്തിലേക്ക്ഒരുനീണ്ടചരിത്രമുണ്ടെന്നരീതിയിൽ പ്രചരിപ്പിക്കപ്പെടുന്ന ഇന്ത്യൻ റിപ്പബ്ലിക്കിനെക്കുറിച്ച് ചിന്തിക്കുന്നത് തെറ്റാണെന്ന് ഞാൻ നേരത്തെ നിങ്ങളോട് വിശദീകരിച്ചിട്ടുണ്ട്. ഇത് ചെയ്യുന്നത് അനിവാര്യമായും ഇന്ത്യൻ ജനതയുടെ ഒരു ഭാഗത്തിന്റെ ചരിത്രം മൊത്തത്തിൽ അടിച്ചേൽപിക്കുക എന്നതാണ്. തമിഴ് ജനതയ്ക്ക് ഒരു നീണ്ട ചരിത്രമുണ്ട്; മറാത്തികളോ കാശ്മീരികളോ മണിപ്പൂരികളോ തീർച്ചയായും സന്താലിക്കാരോ അങ്ങനെ തന്നെ. ചരിത്രത്തിൽ ഭാരതവർഷമെന്നോ ആര്യാവർത്തമെന്നോ ഹിന്ദുസ്ഥാനെന്നോ പരാമർശിക്കപ്പെടുന്നവയ്ക്ക് ദീർഘമായ കാലഗണനയും നൽകാവുന്നതാണ്. എന്നാൽ ഈ സ്ഥാപനങ്ങൾ ഒന്നുംതന്നെ ഇന്ത്യയുടെ ഇപ്പോഴത്തെ അതിർത്തിയുമായി പൊരുത്തപ്പെടുന്നില്ല. തീർച്ചയായും, ഇന്ത്യൻ റിപ്പബ്ലിക്ക് 1950 ന് മുമ്പ് നിലവിലില്ലായിരുന്നു. ഈ റിപ്പബ്ലിക്കിന് ഒരു രാഷ്ട്രമെന്ന നിലയിൽ ഇന്ത്യൻ ജനതയുടെ ഇടയിൽ ശരിയായ അടിത്തറ നൽകുന്നതിന് ഭരണകൂടത്തിന്റെ നിയമപരമായ ചരിത്രത്തേക്കാൾ, വിവിധ പ്രദേശങ്ങളിലെ ജനങ്ങൾ പുതിയ ജനാധിപത്യ ഇന്ത്യയെന്ന ഫെഡറൽ ദേശീയ രാഷ്ട്രം രൂപീകരിക്കാൻ ഇന്ത്യയുടെ പ്രദേശങ്ങൾ ഒന്നിച്ചുവന്ന സവിശേഷവും വ്യത്യസ്തവുമായ ചരിത്രം നാം തിരിച്ചറിയണം.

ഈ ജനാധിപത്യ ഫെഡറേഷന്റെ സത്യത്തിനെ വരച്ചുകാട്ടുന്ന മൂന്ന് തത്വങ്ങളും (ലോക്താന്ത്രിക് സംഘ്) ഞാൻ വിശദീകരിച്ചിട്ടുണ്ട്. ഒന്നാമതായി, ഓരോ ഭാഷാ പ്രദേശത്തെയും ജനങ്ങളെ വ്യത്യസ്തരായി അംഗീകരിക്കുകയും ബഹുമാനിക്കുകയും വേണം. എല്ലാ ഇന്ത്യൻ ഭാഷകളും സംസ്കൃതത്തിൽ നിന്ന് ഉരുത്തിരിഞ്ഞതാണെന്നും അതെല്ലാം യഥാർഥമായി ഇന്ത്യൻ സംസ്കാരത്തിൽ (ഭാരതീയ സംസ്കൃതി) ഉള്ളതാ

ണെന്നുമുള്ള അവകാശവാദം സവർണ- ഉത്തര ഇന്ത്യൻ സമൂഹത്തിന്റെ മാനദണ്ഡങ്ങൾക്ക് അനുസൃതമായിരിക്കണം. രണ്ടാമതായി, ഓരോ സംസ്ഥാനത്തെയും ജനങ്ങളെ തുല്യരായി അംഗീകരിക്കണം. കേരളം, മേഘാലയ, കാശ്മീർ, ആൻഡമാൻ നിക്കോബാർ ദ്വീപുകൾ എന്നിവിടങ്ങളിലെ ജനങ്ങളെ ഉത്തർപ്രദേശിലെയോ മഹാരാഷ്ട്രയിലെയോ ആളുകളിൽ നിന്ന് വ്യത്യസ്തമാണെങ്കിലും തുല്യരായി കണക്കാക്കപ്പെടണം. മൂന്നാമതായി, ഗവൺമെന്റ് മെഷിനറിയുടെ അവകാശവാദങ്ങളെക്കാൾ ജനങ്ങളുടെ ആവശ്യങ്ങൾക്കും പ്രാധാന്യങ്ങൾക്കും മുൻഗണന ഉണ്ടായിരിക്കണം. ദേശീയ സുരക്ഷ എന്നത് ജനങ്ങളുടെ ജീവിതത്തെയും സ്വാതന്ത്ര്യത്തെയും അർഥമാക്കണം. മറ്റൊരു വിധത്തിൽ പറഞ്ഞാൽ, സംസ്ഥാനത്തിന്റെ ആരോഗ്യത്തിനായി ജനങ്ങളോട് അവരുടെ സ്വാതന്ത്ര്യം ഉപേക്ഷിക്കാൻ ആവശ്യപ്പെടാനാവില്ല. വാസ്തവത്തിൽ, ഫാൻസി യുദ്ധവിമാനങ്ങൾ വാങ്ങാൻ സർക്കാരിനെ പ്രാപ്തമാക്കുന്നതിന് അധിക നികുതി അടയ്ക്കാൻ പോലും അവരോട് ആവശ്യപ്പെടരുത്. കാരണം, ജനങ്ങൾ (ലോക്) ഭരണകൂടത്തിനാണ് (രാജ്യം) ജന്മം നൽകിയത്, അല്ലാതെ ഭരണകൂടം ജനങ്ങൾക്കല്ല.

ഇത് നമ്മുടെ ദേശീയതയുടെ സത്യത്തെ പ്രതിനിധീകരിക്കുന്നു എന്നാണ് ഞാൻ പറയുന്നത്. ഇന്ത്യൻ റിപ്പബ്ലിക് ഒരു ദേശീയ പീപ്പിൾസ് ഫെഡറേഷനാണ് (രാഷ്ട്രീയ ലോക സംഘ്). ഈ വിവരണം, ജനങ്ങളുടെ വ്യത്യസ്ത ഘടകങ്ങൾ, ഓരോന്നിനും അതിന്റേതായ ചരിത്രവും സംസ്കാരവും ഉള്ളവർ, 1950 ൽ സമത്വത്തിന്റെയും അവരുടെ വ്യതിരിക്തമായ വ്യക്തിത്വങ്ങളോടുള്ള പരസ്പര ബഹുമാനത്തിന്റെയും അടിസ്ഥാനത്തിൽ ഒരു ഫെഡറൽ റിപ്പബ്ലിക് രൂപീകരിക്കാൻ സമ്മതിച്ച എന്ന സത്യം ശരിയായി പ്രകടിപ്പിക്കുന്നു. സമത്വമാണ് ജനാധിപത്യത്തിന്റെ അടിസ്ഥാന തത്വം.

ഇന്ത്യൻ ദേശീയതയുടെ ഈ സത്യം പല അസത്യങ്ങളുടെയും മറവിൽ മറഞ്ഞിരിക്കുന്നു. ലോകത്തിന്റെ ഈ ഭാഗത്ത് ബ്രിട്ടീഷുകാർ എങ്ങനെയാണ് പ്രദേശം കീഴടക്കിയത്, ബ്രിട്ടീഷ് ഇന്ത്യൻ സാമ്രാജ്യത്തിൽ ഏതെല്ലാം ഭാഗങ്ങൾ ഉൾപ്പെടുത്തി, ഏതൊക്കെ ഭാഗങ്ങൾ വിട്ടുപോയി എന്നും ഞാൻ നിങ്ങളോട് പറഞ്ഞിട്ടുണ്ട്. സാമ്രാജ്യത്വ അധിനിവേശ പ്രക്രിയയ്ക്ക് സാംസ്കാരിക യുക്തി ഉണ്ടായിരുന്നില്ല. ബ്രിട്ടീഷ് ഇന്ത്യയുടെ പ്രവിശ്യകൾ മതത്തിന്റെ അടിസ്ഥാനത്തിൽ 1947 ൽ ഇന്ത്യയുടെയും പാകിസ്ഥാന്റെയും പുതിയ സംസ്ഥാനങ്ങൾക്കിടയിൽ വിതരണം ചെയ്യപ്പെട്ടു. എന്നാൽ ഈ വിഭജനം നടന്ന യഥാർഥ പ്രക്രിയ വ്യത്യസ്തമായിരുന്നു: പല കേസുകളിലും തീരുമാനമെടുത്തത് പ്രവി

ശ്യാ നിയമനിർമാണ സഭയാണ്, എന്നാൽ ചിലതിൽ ജനങ്ങൾക്കിടയിൽ ഹിതപരിശോധന നടത്തി. ഈ വിഭജനം ഇരു രാജ്യങ്ങളിലും വലിയ മതന്യൂനപക്ഷങ്ങളെ അവശേഷിപ്പിച്ചു. പാകിസ്ഥാൻ മുസ്ലീങ്ങളുടെയും ഇന്ത്യ ഹിന്ദുക്കളുടെയും രാജ്യമാണെന്ന വാദം തെറ്റാണ്; ഇരുവർക്കും അവരുടെ പുതിയ ഭരണഘടനയിൽ ന്യൂനപക്ഷങ്ങൾക്ക് സ്വീകാര്യമായ സ്ഥാനം കണ്ടെത്തേണ്ടി വന്നു. നാട്ടുരാജ്യങ്ങളെ അവരുടെ ഭരണാധികാരികളുമായുള്ള ചർച്ചകളിലൂടെയാണ് ഇന്ത്യയിലേക്ക് കൊണ്ടുവന്നത്, എന്നാൽ നിബന്ധനകൾ പലപ്പോഴും തികച്ചും വ്യത്യസ്തമായിരുന്നു. ചില സന്ദർഭങ്ങളിൽ, സായുധ പ്രവർത്തനത്തിലൂടെയാണ് സംയോജനം സംഭവിച്ചത്, ചിലപ്പോൾ കൂട്ടിച്ചേർക്കൽ ജനകീയ വോട്ടിലൂടെ അംഗീകരിക്കപ്പെട്ടു. ഫ്രഞ്ച് കൊളോണിയൽ പ്രദേശങ്ങൾ നയതന്ത്ര ചർച്ചകളിലൂടെ ഇന്ത്യയിലേക്ക് കൊണ്ടുവന്നു, എന്നാൽ പോർച്ചുഗീസ് പ്രദേശങ്ങൾ സൈനിക ശക്തിയാൽ പിടിച്ചെടുത്തു. ആർട്ടിക്കിൾ 370, 371 എന്നിവ പ്രകാരം പ്രത്യേക വ്യവസ്ഥകൾ അനുവദിച്ചുകൊണ്ട് ഇന്ത്യൻ റിപ്പബ്ലിക്കിൽ ഉൾപ്പെടുത്തുന്നതിനുള്ള വ്യവസ്ഥകളിലെ ഈ വ്യതിയാനങ്ങൾ ഭരണഘടന അംഗീകരിച്ചു. തൽഫലമായി, ഇന്ത്യയുടെ എല്ലാ ഭാഗങ്ങളുടെയും മൊത്തത്തിലുള്ള ബന്ധം ഒന്നുതന്നെയാണെന്ന് അവകാശപ്പെടുന്നത് തെറ്റാണ്. പദവിയിൽ (സമ്മാൻ) ഭാഗങ്ങൾ തുല്യമായിരിക്കുമ്പോൾ പോലും, അവ ഗുണത്തിൽ (ഗുണ്) ഒരുപോലെയല്ല.

സത്യത്തിൽ ഇന്ത്യ ഒരു ഹിന്ദുരാഷ്ട്രമോ ബഹുസ്വര ജനാധിപത്യ രാഷ്ട്രമോ അല്ലെന്നും ഞാൻ വാദിച്ചിട്ടുണ്ട്. ഇന്ത്യൻ രാഷ്ട്രത്തിന്മേൽ ഒരു ഹിന്ദു സ്വത്വം അടിച്ചേൽപിക്കാനുള്ള ശ്രമം, അതിനാൽ മതമനുസരിച്ച് പൗരത്വത്തെ നിർവചിക്കുക എന്നത് ന്യൂനപക്ഷങ്ങൾക്കെതിരായ നഗ്നമായ അടിച്ചമർത്തലിന് ന്യായീകരണം നൽകുന്നു. ഇത് വിഭജനത്തിന്റെ പൂർത്തിയാകാത്ത ഭാഗം പൂർത്തിയാക്കാൻ മാത്രമാണെന്ന് അവകാശപ്പെടുന്നത്, ഈ രാജ്യത്ത് തുടരാനും അതേ ഭരണഘടനാ റിപ്പബ്ലിക്കിനുള്ളിൽ മറ്റെല്ലാ ഇന്ത്യക്കാരോടും ഐക്യദാർഢ്യത്തോടെ ജീവിക്കാനും തീരുമാനിച്ച ദശലക്ഷക്കണക്കിന് ആളുകളെ ഒറ്റിക്കൊടുക്കലാണ്. ഹിന്ദുത്വ വക്താക്കൾ 1950 ൽ അംഗീകരിച്ച ഭരണഘടനാ തത്വങ്ങളെ വ്യാജമാക്കാനും പിഴുതെറിയാനും അതിന്റെ സ്ഥാനത്ത് ഒരു വിഭാഗീയ (സാമ്പ്രദായിക്) റിപ്പബ്ലിക് സ്ഥാപിക്കാനും ശ്രമിക്കുന്നു. ഹിന്ദു ആധിപത്യം (പരക്രമവാദം) രാജ്യമെമ്പാടും വ്യാപിക്കാൻ ശ്രമിക്കുന്ന ഭാവിയിലേക്കുള്ള വഴിയാണ് ഉത്തർപ്രദേശിലെ ഇപ്പോഴത്തെ മുഖ്യമന്ത്രി കാണിക്കുന്നതെന്ന് ഞാൻ കരുതുന്നു.

ബഹുസ്വര ജനാധിപത്യത്തിന്റെ അവകാശവാദങ്ങളും തെറ്റാണ്. 'നാനാത്വത്തിൽ ഏകത്വം' എന്ന ആകർഷകമായ മുദ്രാവാക്യം ബഹുസ്വരതയിൽ അന്തർലീനമായിരിക്കുന്ന നിരവധി അസമത്വങ്ങളെ ഫലപ്രദമായി മറച്ചുവെക്കുന്നതിനാൽ ഇത് കാണാൻ കുറച്ചുകൂടി ബുദ്ധിമുട്ടായിരിക്കാം. ഇന്ത്യൻ നാഗരികതയിലേക്ക് സന്നിവേശിപ്പിച്ചതായി കരുതപ്പെടുന്ന സമത്വം, ജാതി, ലിംഗഭേദം, പ്രദേശം എന്നിവയുടെ ആഴത്തിൽ ഉൾച്ചേർത്ത അധികാരശ്രേണികളെ അദ്വൈത തത്ത്വമീമാംസ മറച്ചുപിടിയ്ക്കുന്നു. വ്യത്യസ്ത സാംസ്കാരിക സമ്പ്രദായങ്ങളുടെ അസ്തിത്വം തിരിച്ചറിഞ്ഞാലും, അവ തുല്യഭാഗങ്ങളുടെ ആകത്തുകയായി ചേരില്ല. സാമവേദ വാക്യങ്ങൾ പോലെയോ തുളസീദാസിന്റെ കാവ്യങ്ങൾ പോലെയോ ഇന്ത്യൻ നാഗരികതയെ വിവരിക്കുന്നതിന് ഭില്ലിന്റെയോ നാഗയുടെയോ മതപരമായ ആചാരങ്ങൾ പ്രധാനമാണെന്ന് ബഹുസ്വരതയുടെ ഒരു അനുയായികളും സമ്മതിക്കില്ല. ബഹുസ്വര വൈവിധ്യം ഉൽപാദിപ്പിക്കപ്പെടുന്ന 'ഏകത്വം' എന്നത് പുരാതന വേദകാലം മുതൽ മറ്റ് ജനങ്ങളേയും സംസ്കാരങ്ങളേയും അതിന്റെ പരിധിക്കുള്ളിൽ കൊണ്ടുവന്ന് വികസിച്ചുകൊണ്ടിരിക്കുന്ന ഒരൊറ്റ ഇന്ത്യൻ നാഗരികതയാണ്. എന്നാൽ ഈ 'ഐക്യം' എല്ലായ്പ്പോഴും ബ്രാഹ്മണ ഉന്നത സംസ്കാരത്തിന്റെ ധാർമിക ശ്രേഷ്ഠത നിലനിർത്തുന്നുവെന്ന് ഉറപ്പാക്കുന്നു. ഈ ഉന്നത സംസ്കാരത്തിന്റെ അടിസ്ഥാന തത്വങ്ങളെ ജനാധിപത്യത്തിന്റെ അടിസ്ഥാനമായ സമത്വ തത്വവുമായി ഒരിക്കലും പൊരുത്തപ്പെടുത്താനാവില്ല. സമത്വത്തിന്റെ സന്ദേശം പ്രചരിപ്പിക്കാൻ ശ്രമിച്ച ബുദ്ധമതവും സൂഫികളും ഭക്തി സന്ന്യാസിമാരും സ്ഥാപിച്ച വിഭാഗങ്ങളെ പോലുള്ള ശക്തമായ സാമൂഹിക പ്രസ്ഥാനങ്ങൾക്ക് ഇന്ത്യൻ നാഗരികതയ്ക്കുള്ളിൽ ഇടം നൽകി, എന്നാൽ എല്ലായ്പ്പോഴും അവയ്ക്ക് മറ്റുള്ളവയിൽ നിന്നും താഴ്ന്നസ്ഥാനം നൽകി വിജയകരമായി അതിനെ മെരുക്കി. ഗോത്ര സംസ്കാരങ്ങളിലെ സമത്വത്തിനെ അപരിഷ്കൃതരായ ആളുകളുടെ സ്വഭാവമായി കണക്കാക്കുന്നു. ദളിത്, ആദിവാസി വിഭാഗങ്ങളെ ഉൾക്കൊള്ളുന്ന അന്തർലീനമായ അധികാരശ്രേണികളില്ലാത്ത തൊഴിൽ വിഭജനത്തിന്റെ ഒരു രൂപമായി വർണാശ്രമത്തെ അവതരിപ്പിക്കാനുള്ള ഒരു ഹിന്ദുമത ശ്രമവും ഒരിക്കലും ഇന്ത്യയിലെ ജനങ്ങളുടെ ഇടയിൽ യഥാർഥ ജനാധിപത്യ ഐക്യം കൈവരിക്കാൻ സഹായിക്കില്ല എന്ന് എനിക്ക് ബോധ്യമുണ്ട്. ബഹുസ്വരവും എന്നാൽ അസമത്വവുമായ ഘടകങ്ങളുടെ ഐക്യം ഒരു ജനാധിപത്യ ഐക്യമല്ല.

ഇന്ന് ഇന്ത്യൻ സമൂഹത്തെ അലട്ടുന്ന സമ്പത്ത്, വരുമാനം, ജാതി, ലിംഗഭേദം, പ്രദേശം എന്നിവയുടെ അനേകം അസമത്വങ്ങൾ ഞാൻ ക

റച്ചുകൂടി വിശദമായി നിങ്ങളോട് വിവരിച്ചിട്ടുണ്ട്. എല്ലാറ്റിനുമുപരിയായി നമുക്ക് വേണ്ടത് സംസ്ഥാനങ്ങളുടെ നേരെയുള്ള ഫെഡറൽ അധികാര സന്തുലിതാവസ്ഥ മാറ്റുക എന്നതാണ് എന്നും ഞാൻ വാദിച്ചു. സംസ്ഥാനങ്ങൾക്ക് കൂടുതൽ അധികാരം നൽകിയാൽ ആ അസമത്വങ്ങളെല്ലാം ഇല്ലാതാകുമെന്ന് ഒരിക്കൽ പോലും ഞാൻ അവകാശപ്പെടുന്നില്ല. അതൊരു അസംബന്ധമായ അവകാശവാദമായിരിക്കും. ഞാൻ പറയുന്നത്, പ്രാദേശിക സാംസ്കാരിക രൂപീകരണത്തെ സമത്വത്തിനായുള്ള പ്രാഥമിക സമര മണ്ഡലമാക്കുന്നതിലൂടെ, ഹിന്ദുത്വ രാഷ്ട്രീയത്തിന്റെ ഉദയത്താൽ നിർത്തലാക്കപ്പെടുകയും പലതരത്തിൽ മറിച്ചിടുകയും ചെയ്ത സാമൂഹിക നീതിക്കുവേണ്ടിയുള്ള ജനാധിപത്യ പോരാട്ടത്തിന് നമ്മൾ ഒരു പുതിയ തുടക്കം നൽകും.

ഇത് ഇന്നത്തെ ഭരണസംവിധാനത്തിന് നേരെയുള്ള സമൂലമായ അല്ലെങ്കിൽ വിപ്ലവകരമായ ആക്രമണത്തിനുള്ള ആഹ്വാനമല്ല. തികച്ചും വിപരീതമാണ്. നമുക്ക് ഇതിനകമുള്ള ഭരണഘടനയിലേക്ക് കൂടുതൽ ജനാധിപത്യപരമായ ഉള്ളടക്കം സന്നിവേശിപ്പിക്കാനുള്ള ഒരു യാഥാർത്ഥ്യ നിർദേശമാണിത്. ജനങ്ങളുടെ മുൻഗണനയാണ് എല്ലാ വിഷയങ്ങളിലും ഓരോ ഘട്ടത്തിലും രാഷ്ട്രീയക്കാരനെക്കാളും ഉദ്യോഗസ്ഥനെക്കാളും ജഡ്ജിയെക്കാളും മുൻഗണനയിൽ സ്ഥാപിക്കപ്പെടേണ്ടത്. അതെ, നിയമങ്ങൾ നിർമിക്കപ്പെടും, ഭരിക്കപ്പെടും, തീർപ്പുകൽപിക്കപ്പെടും, പക്ഷേ, ജനസംഖ്യയുടെ സ്വാധീനമുള്ള അല്ലെങ്കിൽ ഗണ്യമായ ഒരു വിഭാഗത്തെ തൃപ്തിപ്പെടുത്താൻ മാത്രമായിരിക്കില്ല. പ്രാദേശികമോ ഭാഷാപരമോ മതപരമോ ആയ ഭൂരിപക്ഷത്തിന്റെ സ്ഥായിയായ ഭരണമായി ജനാധിപത്യം പരിണമിച്ചാൽ അത് ദുരന്തമായിരിക്കും. ഭരണഘടനാ നിർമാണ സഭയിൽ അംബേദ്കർ ഈ മുന്നറിയിപ്പ് നിരവധി തവണ മുഴക്കി. ജനാധിപത്യം പ്രാവർത്തികമാക്കാൻ ഭരണഘടന മികച്ച നിയമസംവിധാനം വാഗ്ദാനം ചെയ്യുന്നുണ്ടെങ്കിലും ഇന്ത്യൻ സമൂഹം അഗാധമായി ജനാധിപത്യവിരുദ്ധമാണെന്ന് അദ്ദേഹത്തിന് നന്നായി അറിയാമായിരുന്നു. സാമ്പത്തിക, സാമൂഹിക, സാംസ്കാരിക മേഖലകളിൽ ജനാധിപത്യത്തിന്റെ പ്രയോഗം മുന്നോട്ട് കൊണ്ടുപോകാനുള്ള ശ്രമം പുതുക്കണം.

അത് അസാധ്യമല്ല. യൂറോപ്യൻ യൂണിയന്റെ കീഴിൽ ഒരു പൊതു സാമ്പത്തിക, സാംസ്കാരിക, രാഷ്ട്രീയ ഘടന പോലെയുള്ള ഒന്ന് കെട്ടിപ്പടുക്കാൻ യൂറോപ്പിൽ നടത്തിയ പരിശ്രമത്തെക്കുറിച്ച് നിങ്ങൾക്ക് നന്നായി അറിയാം. യൂറോപ്പിലെ രാഷ്ട്രങ്ങൾക്കും രാജ്യങ്ങൾക്കും തമ്മിൽ കടുത്ത യുദ്ധത്തിന്റെ നീണ്ട ചരിത്രമുള്ളതിനാൽ അവിടെ ദൗത്യം എളുപ്പമായിരു

ന്നില്ല. എന്നിരുന്നാലും, ഓരോ അംഗരാജ്യവും അതിന്റെ പരമാധികാര പദവി നിലനിർത്തുന്നുവെങ്കിലും, ഫെഡറൽ സഹകരണത്തിന്റെ ഗണ്യമായ പിന്തുണ അവർക്ക് നേടാൻ കഴിഞ്ഞു (യൂണിയൻ വിടാൻ ബ്രിട്ടൻ അടുത്തിടെ ആ പരമാധികാരം പ്രയോഗിച്ചു). താരതമ്യപ്പെടുത്തുമ്പോൾ, ഫെഡറൽ യൂണിയന്റെ ഭരണഘടനാപരമായ ദൗത്യം ഇന്ത്യ വളരെ എളുപ്പത്തിൽ നേടിയിരിക്കുന്നു. രാജ്യത്തിന്റെ എല്ലാ ഭാഗങ്ങളിലും ജനാധിപത്യത്തിന്റെ പ്രയോഗം ആഴത്തിൽ വർധിപ്പിച്ച് കൂടുതൽ സാമ്പത്തികവും സാമൂഹികവുമായ നീതി കൈവരിക്കുകയാണ് ഇപ്പോൾ ചെയ്യേണ്ടത്.

നിങ്ങൾക്ക് എന്ത് ചെയ്യാൻ കഴിയും

പൗരത്വ ഭേദഗതി നിയമത്തിനെതിരായ 2019-20 ലെ പ്രതിഷേധം, രാഷ്ട്രീയ പാർട്ടികളുടെ നേതൃത്വത്തിലല്ലാതെ, സജീവ പൗരന്മാരുടെ ഗ്രൂപ്പുകൾക്ക് സമാധാനപരവും ജനാധിപത്യപരവുമായ പ്രതിഷേധങ്ങൾ സംഘടിപ്പിക്കാൻ കഴിയുമെന്ന് കാണിച്ചു. പല കേസുകളിലും, പാർട്ടികൾ അത്തരം പ്രതിഷേധങ്ങളുമായി സ്വയം ബന്ധപ്പെടാൻ തയ്യാറല്ല, കാരണം അവ അവരുടെ തിരഞ്ഞെടുപ്പ് സാധ്യതകളെ പരിമിതപ്പെടുത്തും. ഏത് സാഹചര്യത്തിലും തങ്ങളുടെ നിയന്ത്രണത്തിനുള്ള പുറത്തുള്ള ചലനങ്ങളെ അവർ സംശയിക്കുന്നു. എന്നാൽ അത്തരമൊരു പ്രസ്ഥാനം ഒരു പരിധിവരെ ദൃശ്യത കൈവരിക്കുമ്പോൾ, രാഷ്ട്രീയ പാർട്ടികളും നേതാക്കളും പിന്തുണ അറിയിക്കുകയും പ്രശ്നം ഏറ്റെടുക്കുകയും ചെയ്യുന്നു. 2019 ഡിസംബറിൽ സി എ എ നിയമം പാർലമെന്റിൽ തിടുക്കത്തിൽ കൊണ്ടുവന്നപ്പോൾ, പ്രതിപക്ഷ നേതാക്കൾക്ക് എങ്ങനെ പ്രതികരിക്കണമെന്ന് ഉറപ്പില്ലായിരുന്നു. നിയമത്തെ എതിർത്താൽ മുസ്ലീം നുഴഞ്ഞുകയറ്റക്കാരെ സംരക്ഷിക്കുന്ന കുറ്റം ആരോപിക്കപ്പെടുമെന്ന് പലരും ഭയപ്പെട്ടിരുന്നു. എന്നാൽ പ്രതിഷേധങ്ങൾ നഗരങ്ങളിൽ നിന്ന് നഗരങ്ങളിലേക്ക് പടരുന്നതും യുവാക്കളുടെയും അരാഷ്ട്രീയവാദികളുടെയും വലിയ ജനക്കൂട്ടത്തെ സ്വയമേവ ആകർഷിക്കുന്നതു കണ്ടപ്പോൾ, പ്രതിപക്ഷ പാർട്ടികൾ ഒന്നിനുപുറകെ ഒന്നായി സി എ എ നിരസിക്കുന്നതായി പ്രഖ്യാപിക്കാൻ തുടങ്ങി. അങ്ങനെയാണ് നിലവിലുള്ള രാഷ്ട്രീയ വ്യവസ്ഥിതിക്ക് കൂടുതൽ ജനകീയവും ജനാധിപത്യപരവുമായ ഉള്ളടക്കം ഉൾക്കൊള്ളാൻ കഴിയുന്നത്.

ആ പ്രസ്ഥാനത്തിൽ യുവാക്കൾ വഹിച്ച നിർണായക പങ്കും നിങ്ങൾ കണ്ടു. ഇതിന് ഒരു പ്രത്യേക കാരണമുണ്ട്. യുവാക്കൾ പഴയ തലമുറയിലെ ഇന്ത്യക്കാരെക്കാൾ വിദ്യാസമ്പന്നരാണ്. മൊബൈൽ ഫോൺ,

ഇന്റർനെറ്റ്, സോഷ്യൽ മീഡിയ എന്നിവയിലൂടെയുള്ള ആശയവിനിമയത്തിന്റെ പുതിയ സാങ്കേതികവിദ്യകളും അവർക്ക് കൂടുതൽ പരിചിതമാണ്. തൽഫലമായി, വരേണ്യവർഗവും പ്രാദേശിക സാംസ്കാരിക ലോകവും തമ്മിലുള്ള വിടവ് നികത്താൻ വളരെ മെച്ചപ്പെട്ട സാധ്യത അവർക്കുണ്ട്. അവർ ഒരു പ്രാദേശിക മാധ്യമത്തിൽ നിന്നു മാത്രം പരിചിതർ ആണെങ്കിൽ പോലും, ഇന്ത്യയുടെ മറ്റ് ഭാഗങ്ങളിലും ലോകത്തിന്റെ മറ്റു ഭാഗങ്ങളിലും എന്താണ് സംഭവിക്കുന്നതെന്ന് അവർക്ക് കൂടുതൽ അറിയാം. തൽഫലമായി, പ്രാദേശിക, തദ്ദേശീയ സംസ്കാരങ്ങളുടെ പ്രവിശ്യാവാദത്തിൽ മാറ്റം കൊണ്ടുവരാൻ അവർ നിർണായക സ്ഥാനം വഹിക്കുന്നു. ഡൽഹിയിലെ ഒരു ആശുപത്രിയിൽ ജോലി ചെയ്തിരുന്ന ജാർഖണ്ഡിൽ നിന്നുള്ള ഒരു യുവതിയായ സന്താലിനെ എനിക്കറിയാം. രോഗിയായ അമ്മയെ കാണാൻ അവൾ ഗ്രാമത്തിലേക്ക് മടങ്ങുമ്പോൾ, ഗ്രാമത്തിലെ മുതിർന്നവർ അവൾ നഗര വസ്ത്രങ്ങൾ ധരിക്കുന്നതും സൗന്ദര്യവർധക വസ്തുക്കൾ ഉപയോഗിക്കുന്നതും ഡൽഹിയിൽ അപരിചിതരോട് ഫോണിൽ സംസാരിക്കുന്നതും കണ്ടു. തങ്ങളുടെ പെൺമക്കളിൽ ഒരാളെ നഗരത്തിലെ ഒരാൾ വശീകരിച്ചേക്കുമെന്ന് അവർ പരിഭ്രാന്തരായി. അവർ അവളെ പൂട്ടിയിട്ട് ഡൽഹിയിലെ ജോലിയിലേക്ക് മടങ്ങാൻ അനുവദിച്ചില്ല. ഒടുവിൽ അവൾക്ക് രക്ഷപ്പെടാൻ കഴിഞ്ഞു, പക്ഷേ, സങ്കടകരമെന്നു പറയട്ടെ, കുറച്ച് വർഷങ്ങളായി വീട്ടിലേക്ക് മടങ്ങാൻ കഴിഞ്ഞില്ല. ഇന്ന്, ജാർഖണ്ഡിലെ ഗ്രാമങ്ങളിൽ കൂടുതൽ കൂടുതൽ സ്ത്രീകൾ പഠിക്കാനോ നഗരങ്ങളിൽ ജോലി ചെയ്യാനോ പോകുന്നുണ്ടെന്ന് എനിക്ക് ഉറപ്പുണ്ട്. അവരാണ് അവരുടെ പ്രാദേശിക സംസ്കാരങ്ങളിൽ മാറ്റം കൊണ്ടുവരുന്നത്. കൂടുതൽ വരുമാനവും അറിവും സഹിതം, അവർ തങ്ങളുടെ സമൂഹങ്ങളിൽ നീതിക്കുവേണ്ടിയുള്ള ആഗ്രഹം ഉണർത്തും.

നിങ്ങൾ അവരെ പിന്തുണയ്ക്കണം, പക്ഷേ, ഗോത്ര സംസ്കാരത്തിന്റെ പിന്നോക്കാവസ്ഥയെ അപലപിച്ചുകൊണ്ടല്ല. ഇവിടെയാണ് ലിബറൽ വരേണ്യവർഗം പലപ്പോഴും ചെയ്യുന്ന തെറ്റ് ആവർത്തിക്കാതിരിക്കാൻ നിങ്ങൾ ശ്രദ്ധിക്കേണ്ടത്. വർഷങ്ങൾക്ക് മുമ്പുള്ള എന്റെ സ്വന്തം അനുഭവം ഞാൻ ഓർക്കുന്നു. ഗംഗയുടെ തീരത്തുള്ള പട്നയ്ക്കടുത്തുള്ള ഒരു ഗ്രാമത്തിലാണ് ഞാൻ അന്ന് താമസിച്ചിരുന്നത്. ഒരു ദിവസം, എനിക്ക് അറിയാവുന്ന ഒരു ബ്രാഹ്മണൻ നദിയിൽ അരയോളം താഴ്ചയിൽ നിൽക്കുന്നത് ഞാൻ കണ്ടു, കൈപ്പത്തി നിറയെ വെള്ളം കോരിയെടുത്ത്, അത് ആകാശത്തേക്ക് ഉയർത്തി, വെള്ളം തിരികെ വീഴാൻ അനുവദിച്ചു. എന്താണ് ചെയ്യുന്നതെന്ന് ഞാൻ അവനോട് ചോദിച്ചു. അവൻ ദേഷ്യപ്പെട്ടു, "ഞാൻ സ്വർഗത്തിൽ എന്റെ പൂർവികർക്ക് തർപ്പം അർ

പ്പിക്കുന്നത് കാണുന്നില്ലേ" എന്ന് പരുഷമായി പറഞ്ഞു. ഞാൻ ഒന്നും മിണ്ടാതെ തിരിഞ്ഞ് നദിക്കരയിലേക്ക് വെള്ളം ഒഴിക്കാൻ തുടങ്ങി. ഈ സമയം ബ്രാഹ്മണൻ എന്നോട് എന്താണ് ചെയ്യുന്നതെന്ന് ചോദിച്ചു. ഞാൻ പറഞ്ഞു, "ഞാൻ എന്റെ അടുക്കളത്തോട്ടത്തിൽ വെള്ളം നനയ്ക്കുകയാണ്." അവൻ അമ്പരപ്പോടെ നോക്കി പറഞ്ഞു, "എന്നാൽ നിങ്ങൾ അടുത്ത ഗ്രാമത്തിലാണ് താമസിക്കുന്നത്. അത് ഇവിടെനിന്ന് ഒരു മൈലെങ്കിലും ദൂരെയാണ്!" ഞാൻ പറഞ്ഞു: "നിങ്ങൾ ആകാശത്ത് എറിയുന്ന വെള്ളം സ്വർഗത്തിലെ നിങ്ങളുടെ പൂർവികർക്ക് എത്താമെങ്കിൽ, ഞാൻ കരയിൽ എറിയുന്ന വെള്ളം എന്തുകൊണ്ട് എന്റെ അടുക്കളത്തോട്ടത്തിൽ എത്തിക്കൂടാ?" താഴ്ന്ന ജാതിക്കാർക്ക് എങ്ങനെ മതത്തെക്കുറിച്ച് അറിവില്ല എന്നതിനെക്കുറിച്ച് കുറച്ച് അധിക്ഷേപങ്ങൾ പറഞ്ഞ് ബ്രാഹ്മണൻ പോയി.

പിന്നീട് ഈ സംഭവത്തെക്കുറിച്ച് ആലോചിച്ചപ്പോൾ ഞാൻ ചെയ്തത് ശരിയായില്ല എന്ന് മനസിലായി. ആളുകൾ ഭൗതിക വസ്തുക്കളുടെ യഥാർഥ ലോകത്ത് മാത്രമല്ല, അവരുടെ ഭാവനയുടെ ലോകത്തിലും (കൽപന) ജീവിക്കുന്നുണ്ടെന്ന് ഞാൻ മറന്നു. വാസ്തവത്തിൽ, സാങ്കൽപിക ആശയങ്ങൾ വസ്തുക്കളുമായി ബന്ധിപ്പിച്ചുകൊണ്ട് അവർ യഥാർഥ ലോകത്തിന് അർഥം നൽകുന്നു. ഗംഗാജലം യഥാർഥത്തിൽ സ്വർഗത്തിലെ തന്റെ പിതാക്കന്മാരിലേക്ക് എത്തുമെന്ന് ബ്രാഹ്മണൻ വിശ്വസിച്ചിരുന്നില്ല. പകരം, ഈ പ്രതീകാത്മക വഴിപാട് നടത്തുന്നതിലൂടെ, തന്റെ പൂർവികരോടുള്ള (വംശ്) കടപ്പാട് ഓർക്കാൻ ഈ ആചാരം സഹായിച്ചു. തങ്ങളുടെ പൂർവികരെക്കുറിച്ച് ബോധവും അഭിമാനവുമുള്ള ബ്രാഹ്മണർക്ക് ഇത് പ്രധാനമാണ്. അതിനാൽ, ജന്മനാ ശ്രേഷ്ഠമായ പദവി എന്ന ബ്രാഹ്മണ വാദത്തെയും അവകാശവാദം ശാശ്വതമാക്കിയ തികച്ചും അന്യായമായ സാമൂഹിക അസമത്വത്തെയും ഒരാൾക്ക് തീർച്ചയായും വിമർശിക്കാം. എന്നാൽ തർപ്പം എന്ന ആചാരത്തെ പരിഹസിക്കുമ്പോൾ, ഓരോ സമുദായത്തിന്റെയും സാമൂഹിക ജീവിതം എണ്ണമറ്റ സാങ്കൽപിക അർഥങ്ങളാൽ നിറഞ്ഞിരിക്കുന്നുവെന്ന് നമ്മൾ മറക്കുന്നു. രാഷ്ട്രത്തിന്റെ ഐക്യദാർഢ്യംപോലും ഒരു സാങ്കൽപിക ആശയമാണ്. എന്നാൽ ദശലക്ഷക്കണക്കിന് ആളുകൾ അതിൽ വിശ്വസിക്കുമ്പോൾ അത് യാഥാർഥ്യമാകും.

മദ്രാസിൽ ഇ വി രാമസാമിയുമായി ഇതേക്കുറിച്ച് ഏറെനേരം വാദപ്രതിവാദങ്ങൾ നടത്തിയിരുന്നു. പരിഹാസവും ആക്ഷേപഹാസ്യവും കൊണ്ട് മതത്തിന്റെ യുക്തിരഹിതമായ അവകാശവാദങ്ങൾ കാറ്റിൽ പറത്തേണ്ടതുണ്ടെന്ന് അദ്ദേഹം വിശ്വസിച്ചു. ആളുകളുടെ വൈകാരിക

ആവശ്യങ്ങളോട് അദ്ദേഹം വേണ്ടത്ര സംവേദനക്ഷമതയുള്ളവനല്ലെന്ന് ഞാൻ കരുതുന്നു. ഭരിക്കുന്ന ഗ്രൂപ്പുകളും മത അധികാരികളും സമ്പന്നരുടെ പിന്തുണ ഉറപ്പാക്കാനും അധ്വാനിക്കുന്ന ദരിദ്രരെ മതത്തിലേക്ക് ആകർഷിക്കാനും ശ്രമിച്ചപ്പോൾ, അവരുടെ ജീവിതത്തിന്റെ കാഠിന്യം മയപ്പെടുത്താൻ സ്വന്തം മതവിശ്വാസങ്ങളിലേക്ക് അഭയം തേടുന്ന ദരിദ്രരെപ്പോലെ സാമ്പത്തികവും രാഷ്ട്രീയവുമായ സാഹചര്യങ്ങളുടെ പ്രവചനാതീതതയെ നേരിടാൻ ധനികർക്കും മതം ആവശ്യമായിരുന്നു. മതത്തെ അടിച്ചമർത്തലിന്റെ ഉപകരണമാക്കുന്ന സാഹചര്യങ്ങൾ മാറ്റണമെങ്കിൽ, മതം എങ്ങനെ ജീവിതത്തെ കൂടുതൽ അർഥവത്തായതാക്കുന്നു എന്നതും ശ്രദ്ധിക്കേണ്ടതാണ്. പെരിയാർ എന്നോടു യോജിച്ചില്ല. പക്ഷേ, ആത്യന്തികമായി അദ്ദേഹത്തിന്റെ പ്രതികരണ രീതി വലിയ ഫലം നൽകിയില്ലെന്ന് ഞാൻ കരുതുന്നു.

അതിനാൽ, ആളുകളുടെ മൂല്യങ്ങളും സമ്പ്രദായങ്ങളും മാറ്റാൻ ശ്രമിക്കുമ്പോഴും അവരുടെ വികാരങ്ങളെ മാനിക്കാൻ നിങ്ങൾ ഓർക്കണം. ഇത് ബുദ്ധിമുട്ടാണെന്ന് തോന്നുമെങ്കിലും അത് ചെയ്യാൻ കഴിയും. സ്വാതന്ത്ര്യം ലഭിച്ച കാലം മുതൽ ഈ രാജ്യത്തെ ജനങ്ങളുടെ വിശ്വാസങ്ങളും ജീവിതരീതികളും നഗരങ്ങളിൽ മാത്രമല്ല, ഗ്രാമങ്ങളിൽ പോലും എങ്ങനെ മാറിയെന്ന് ഞാൻ കണ്ടു. ഗതാഗതം, സ്കൂളുകളും കോളേജുകളും, സിനിമ, ടെലിവിഷൻ, ഇപ്പോൾ മൊബൈൽ ഫോൺ എന്നിവയുടെ വ്യാപനം രാജ്യത്തിന്റെ വിദൂര ഭാഗങ്ങളിലേക്ക് പുതിയ വസ്തുക്കളും ചിത്രങ്ങളും ആശയങ്ങളും എത്തിച്ചു. ആളുകൾ പഴയ രീതിയിൽ ജീവിക്കാൻ ആഗ്രഹിക്കുന്നില്ല. അവർ കൂടുതൽ തൃപ്തികരവും നീതിയുക്തവുമായ എന്തെങ്കിലും ആഗ്രഹിക്കുന്നു. പക്ഷേ, പല വഴികളിലൂടെയും പല ശക്തികളും കൊണ്ടുവന്ന മാറ്റങ്ങൾ യാദൃച്ഛികമായി സംഭവിച്ചു. ആളുകൾ അവരുടെ ജീവിതരീതികൾ മാറ്റാൻ തീരുമാനിക്കുന്ന രീതിയിൽ അവബോധ രൂപീകരണം നടന്നില്ല.

വാസ്തവത്തിൽ, തൊഴിലിലും ജീവിതശൈലിയിലുമുള്ള അത്തരം പല മാറ്റങ്ങളും സംഘങ്ങൾ തമ്മിലുള്ള പ്രാദേശിക അധികാര ബന്ധങ്ങളിൽ പലപ്പോഴും ചെലുത്തുന്ന സ്വാധീനവും പുതിയ ശത്രുതകൾ സൃഷ്ടിക്കുന്നു. നിങ്ങൾക്ക് ഒരു ഉദാഹരണം മാത്രം നൽകാം, പള്ളർ ഒരു കാലത്ത് തമിഴ്നാട്ടിലെ കർഷകത്തൊഴിലാളികളുടെ ദളിത് വിഭാഗമായിരുന്നു, അവർ ഇപ്പോൾ ദേവേന്ദ്ര കുല വെള്ളാളർ എന്ന് വിളിക്കുകയും ആയിരം വർഷം മുമ്പ് ഈ പ്രദേശം ഭരിച്ചിരുന്ന പല്ലവ രാജാക്കന്മാരുമായി സ്വത്വം അവകാശപ്പെടുകയും ചെയ്യുന്നു. സാമൂഹികമായി അധഃസ്ഥിതരായി തുടരുന്ന ഒരു കൂട്ടരുടെ സാംസ്കാരിക സ്വത്വത്തിന്റെ

പരസ്യമായ അവകാശവാദം അംഗീകരിക്കാൻ കഴിയാത്ത പ്രബല കർഷകരായ തേവർ ജാതിയുമായി ഈ സംഘം ഇപ്പോൾ ക്രൂരവും പലപ്പോഴും അക്രമാസക്തവുമായ സംഘർഷത്തിലാണ്. ജനാധിപത്യപരമായ മാറ്റത്തിന്റെ ഞെട്ടൽ അനുഭവിച്ച വരേണ്യതര വിഭാഗങ്ങൾക്കിടയിലെ ഇത്തരം സംഘർഷങ്ങൾക്ക് മറ്റ് സംസ്ഥാനങ്ങളിൽ നിന്ന് എനിക്ക് നൽകാൻ കഴിയുന്ന നിരവധി ഉദാഹരണങ്ങളുണ്ട്. എനിക്കറിയാവുന്ന ഏറ്റവും ദാരുണമായ ഉദാഹരണം വിദർഭ മേഖലയിൽ നിന്നുള്ളതാണ്, മാർവാടി പണമിടപാട്ടുകാരെയും വിപണിയിലെ അനിശ്ചിതത്വങ്ങളെയും അതിജീവിച്ച പരിചയമുള്ള കുമ്പി പരുത്തി കർഷകർ കടക്കെണിയോട് ആത്മഹത്യയിലൂടെയാണ് പ്രതികരിച്ചത്. മാർവാടികൾ അടുത്തിടെ ഗ്രാമീണ പണമിടപാടിൽ നിന്ന് പിന്മാറിയെന്നും പകരം അവരുടെ സ്ഥാനം സർക്കാർ സേവനത്തിലോ ചെറുകിട കച്ചവടത്തിലോ ഏർപ്പെട്ട് വർഷങ്ങളോളം കഴിഞ്ഞ് ഗ്രാമത്തിൽ തിരിച്ചെത്തി തങ്ങളുടെ സമ്പാദ്യം പണമിടപാടിൽ നിക്ഷേപിക്കുന്ന മഹർമാരാണ് എന്ന് മനസിലാകും. മുമ്പ് മാർവാടിക്ക് പുറത്തുള്ളവരിൽ നിന്ന് കടം വാങ്ങാൻ ശീലിച്ചിരുന്ന കുമ്പി കർഷകർ ഇപ്പോൾ സ്വന്തം ഗ്രാമത്തിലെ ദളിതരോട് കടപ്പെട്ടിരിക്കുന്നതിൽ ലജ്ജിച്ചു. ആ സാങ്കൽപിക അപമാനത്തോടുള്ള അവരുടെ അവസാന പ്രതികരണമായിരുന്നു ആത്മഹത്യ.

ഈ സങ്കീർണമായ സാമൂഹിക സാഹചര്യത്തിലാണ് ഹിന്ദുത്വ ശക്തികൾക്ക് ഹിന്ദുരാഷ്ട്രത്തെക്കുറിച്ചുള്ള അവരുടെ ധാർമിക കാഴ്ചപ്പാട് മുന്നോട്ട് കൊണ്ടുപോകാൻ കഴിഞ്ഞത്. ഞാൻ നിങ്ങളോട് വിശദീകരിച്ചതുപോലെ, ആ കാഴ്ചപ്പാട് തിരഞ്ഞെടുപ്പിൽ വിജയിക്കുന്നതിൽ മാത്രം ഒതുങ്ങുന്നില്ല. ഹിന്ദുത്വ സൈന്യം രാജ്യമെമ്പാടും വ്യാപിച്ചിരിക്കുന്നു. വിദൂര ജില്ലകൾ, ദളിത് മൊഹല്ലകൾ, ആദിവാസി ഗ്രാമങ്ങൾ എന്നിവിടങ്ങളിലെ സ്കൂളുകൾ, ആരോഗ്യ കേന്ദ്രങ്ങൾ, മത സ്ഥാപനങ്ങൾ എന്നിവയിൽ വർഷങ്ങളോളം അതിന്റെ സമർപ്പിത സൈനികർ പ്രവർത്തിച്ചിട്ടുണ്ട്. പാർശ്വസ്ഥരായ ആളുകളെ നല്ല ഹിന്ദുക്കളാകാൻ ക്ഷണിച്ചുകൊണ്ട്, വലിയ ദേശീയ സമൂഹത്തിൽ നിന്ന് ഒഴിവാക്കപ്പെട്ടവരെ ഉൾക്കൊള്ളാനും മൂല്യമുള്ളവരാക്കാനുമുള്ള ഒരു ബോധം അവർ വാഗ്ദാനം ചെയ്തു. എന്നാൽ രണ്ടാമത്തേത് ഒരു തരത്തിലും ഉയർന്ന ജാതിക്കാർക്ക് തുല്യമായി അംഗീകരിക്കപ്പെട്ടിട്ടില്ല. കേവലം ഉൾപ്പെടുത്തൽ സമത്വമല്ല. വാസ്തവത്തിൽ, ഭക്തവിഭാഗങ്ങളുടെ ആർദ്രതയും ഭക്തിയും ഒഴിവാക്കി, രാമചന്ദ്രനെ വില്ലും അമ്പും ഉപയോഗിക്കാൻ കായികശേഷിയുള്ള യോദ്ധാവ്- രാജാവായി ഉയർത്തിക്കാട്ടുന്ന ഹിന്ദു

മതത്തിന്റെ ആക്രമണാത്മകമായ സാംസ്കാരിക ശ്രമവും ഈ ഉൾപ്പെടുത്തലിനൊപ്പം ഉണ്ടായിട്ടുണ്ട്. അയോധ്യ ക്ഷേത്ര പ്രസ്ഥാനത്തിലൂടെ ഉത്തരേന്ത്യയിൽ ഉറച്ചുനിന്ന 'ജയ് ശ്രീറാം' എന്ന യുദ്ധവിളിയുമായി ഈ പുതിയ ആക്രമണാത്മക ഹിന്ദുമതം ഇപ്പോൾ രാജ്യത്തിന്റെ മറ്റ് ഭാഗങ്ങളിലേക്ക് കടന്നുകയറുന്നു, അത് പ്രാദേശിക ഹിന്ദു ആചാരങ്ങളെയും ഉത്സവങ്ങളെയും തള്ളിക്കളഞ്ഞു. മുസ്ലീം, ചിലപ്പോൾ ക്രിസ്ത്യൻ, ന്യൂനപക്ഷം എന്നിവരെ ഒഴിവാക്കുന്നതിനും പലപ്പോഴും അക്രമാസക്തമായ അടിച്ചമർത്തലുകൾക്കു വേണ്ടി അവയെ ഒറ്റപ്പെടുത്തുന്നതിനും മുതിരുന്നു എന്ന് പ്രത്യേകം പറയേണ്ടതില്ലല്ലോ.

ഹിന്ദുമതത്തെ ദേശീയ സംസ്കാരമെന്ന നിലയിൽ സമ്പൂർണമായും രാഷ്ട്രീയവൽക്കരിച്ചും രാജ്യം മുഴുവൻ അടിച്ചേൽപിക്കാനുള്ള ഈ ശ്രമത്തിനെതിരെ സംസാരിക്കാൻ ഞാൻ നിങ്ങളോട് ആവശ്യപ്പെട്ടുന്നു. ഹിന്ദു-ഹിന്ദി ദേശീയതയുടെ ഈ ആക്രമണാത്മക സാംസ്കാരിക രാഷ്ട്രീയം ചെറുക്കപ്പെടുന്നില്ല എന്നല്ല. എന്നാൽ പ്രതിരോധം പലപ്പോഴും യാഥാസ്ഥിതികവും ഒറ്റതിരിഞ്ഞതുമായ പ്രാദേശിക സംസ്കാരത്തിലേക്കുള്ള ഒരു പിൻവാങ്ങലിന്റെ രൂപമാണ് സ്വീകരിക്കുന്നത്. പഴയ തലമുറകൾ അവരുടെ പരിചിതമായ മൂല്യങ്ങൾ മുറുകെ പിടിക്കാൻ തീവ്രമായി ശ്രമിക്കുന്നു, ചെറുപ്പക്കാർ പുതിയത് എന്തെങ്കിലും ആഗ്രഹിക്കുന്നതിനാൽ അസ്വസ്ഥരാകുന്നു. മോദിയുടെ കീഴിലുള്ള ഹിന്ദുത്വ പ്രചാരണത്തിന് രാജ്യത്തുടനീളമുള്ള യുവാക്കളുടെ ചില അഭിലാഷങ്ങളോട് സംവദിക്കാൻ കഴിഞ്ഞതായി അവർ മനസിലാക്കുന്നില്ല. തീവ്രവാദവും അസഹിഷ്ണുതയുമുള്ള ഹിന്ദുരാഷ്ട്രത്തിന്റെ ലക്ഷ്യത്തിലേക്ക് ആ അഭിലാഷങ്ങളെ എത്തിക്കുകയാണ് ബി ജെ പി ചെയ്യുന്നത്. കൂടുതൽ സമത്വത്തിനും സ്വാതന്ത്ര്യത്തിനും അവസരത്തിനും വേണ്ടിയുള്ള ആഗ്രഹത്തെ തൃപ്തിപ്പെടുത്താത്ത ഒരു പഴയ പ്രവിശ്യാ ജീവിതത്തിലേക്ക് മടങ്ങിക്കൊണ്ട് നിങ്ങൾക്ക് അവരെ ചെറുക്കാൻ കഴിയില്ല.

അതുകൊണ്ടാണ് നിങ്ങളെപ്പോലുള്ള യുവാക്കളോട് വരേണ്യവർഗത്തിനും ബഹുജനങ്ങൾക്കും ഇടയിലുള്ള സാംസ്കാരിക ഭിന്നത ഇല്ലാതാക്കാൻ ഞാൻ അഭ്യർഥിക്കുന്നത്. ഇംഗ്ലീഷ് ഭാഷ സാർവത്രികമായി എല്ലാവർക്കും ലഭ്യമാക്കിക്കൊണ്ട് വിദ്യാഭ്യാസ മേഖലയിൽ ഇത് ചെയ്യണം. എന്നാൽ ഇപ്പോൾ ഇംഗ്ലീഷിൽ സൗകര്യമുള്ള ചുരുക്കം ചിലർക്ക് മാത്രമായി പരിമിതപ്പെടുത്തിയിരിക്കുന്ന അറിവും ആശയങ്ങളും പ്രാദേശിക ഭാഷകളിൽ പ്രചരിപ്പിക്കുന്നതിലൂടെയും അത് ചെയ്യണം. നിങ്ങൾക്ക് ഏറ്റവും പരിചിതമായ പ്രാദേശിക ഭാഷയിൽ സംസാരിക്കാനും എഴുതാനും അവതരിപ്പിക്കാനും സംവാദം നടത്താനും സംഘ

ടിപ്പിക്കാനും ഞാൻ നിങ്ങളോടും നിങ്ങളുടെ സുഹൃത്തുക്കളോടും അഭ്യർത്ഥിക്കുന്നു. ഇംഗ്ലീഷ് വായിക്കാത്തവരുമായി സംവദിക്കാൻ നിങ്ങൾ ഇംഗ്ലീഷ് സംസാരിക്കുന്ന വിഭാഗത്തിൽ നിന്ന് പുറത്തുവരണം. കഠിനാധ്വാനമായിരിക്കും. പക്ഷേ, പരിശ്രമിക്കുകയാണെങ്കിൽ, നിങ്ങളുടെ വെബ്സൈറ്റുകളിൽ നിന്ന് നിങ്ങൾ ഇന്ത്യയെക്കുറിച്ച് കൂടുതൽ പഠിക്കുമെന്ന് ഞാൻ നിങ്ങൾക്ക് ഉറപ്പ് തരുന്നു. അതുകൊണ്ട് നിങ്ങളുടെ സുഹൃത്തുക്കളെ തെരുവിലിറക്കി പോലീസിന് നേരെ കല്ലെറിയാൻ ഞാൻ നിങ്ങളോട് ആവശ്യപ്പെടുന്നില്ല. വാസ്തവത്തിൽ, ഹിന്ദു ദേശീയതയുടെ രാഷ്ട്രീയത്തിനെതിരായ പോരാട്ടം രാഷ്ട്രീയത്തിന്റെ വേദിയിൽ മാത്ര മല്ല, അതിനു പുറത്തും പോരാടാനാകും. ഓർക്കുക, രാഷ്ട്രത്തോടുള്ള അവരുടെ അടുപ്പത്തെക്കുറിച്ച് ചിന്തിക്കുമ്പോൾ ആളുകൾക്ക് അനുഭവപ്പെടുന്ന വൈകാരിക ശക്തി ഭാവനയിൽ സൃഷ്ടിക്കപ്പെടുന്നു. ആ ഭാവനയെ കഥകളും കവിതകളും പാട്ടുകളും നാടകങ്ങളും ജ്വലിപ്പിക്കുന്നു. ഭാഷയിലൂടെയാണ് ആ വികാരങ്ങൾ പകരുന്നത്. അതുകൊണ്ടാണ് നിങ്ങളോടും സുഹൃത്തുക്കളോടും ഐക്യദാർഢ്യത്തിന്റെ ഭാഷയിൽ മുഴകാൻ ഞാൻ ആഹ്വാനം ചെയ്യുന്നത്. കൂടുതൽ ജനാധിപത്യപരവും നീതിയുക്തവുമായ ഒരു ഫെഡറേഷനായി ഒരു രാഷ്ട്രീയ അജണ്ട ഉയർന്നുവരുന്നത് ജനങ്ങളുടെ ഐക്യദാർഢ്യത്തിലൂടെയാണ്.

ഇന്ത്യയിലെ സ്വാതന്ത്ര്യ സമര കാലഘട്ടത്തെക്കുറിച്ച് ഒരിക്കൽ കൂടി ഞാൻ നിങ്ങളെ ഓർമിപ്പിക്കട്ടെ. രാഷ്ട്രീയ നേതാക്കൾ മാത്രമല്ല, കവികളും നോവലിസ്റ്റുകളും പത്രപ്രവർത്തകരും നാടകപ്രവർത്തകരും അഭിനേതാക്കളും ഗായകരും ചിത്രകാരന്മാരും ദേശീയതയുടെ ലക്ഷ്യത്തിൽ ജനങ്ങളെ അണിനിരത്തുന്നതിൽ വലിയ പങ്കുവഹിച്ചു. സത്യത്തിൽ, നിങ്ങൾ എന്നോട് ചോദിച്ചാൽ, സമരത്തിന്റെ സന്ദേശം പ്രചരിപ്പിക്കുന്നതിൽ രാഷ്ട്രീയ പ്രവർത്തകരേക്കാൾ നിർണായക പങ്ക് അവർ വഹിച്ചുവെന്ന് ഞാൻ പറയും. ഗാന്ധിയുടെ ഉപവാസമോ ഭഗത് സിംഗിന്റെ വധശിക്ഷയോ ഇന്ത്യയിലുടനീളമുള്ള ആളുകളെ ഇത്രമാത്രം വൈകാരികമായി ബാധിച്ചുവെന്ന് നിങ്ങൾ കരുതുന്നുവോ? വിവിധ പ്രാദേശിക ഭാഷകളിൽ പ്രവർത്തിക്കുന്ന എഴുത്തുകാരും കലാകാരന്മാരും രാഷ്ട്രീയക്കാരും അഭിഭാഷകരും ഇന്ത്യൻ റിപ്പബ്ലിക് കെട്ടിപ്പടുക്കുന്നതിനുള്ള അടിത്തറ ഒരുക്കിയിട്ടുണ്ടെന്ന് ഞാൻ വിശ്വസിക്കുന്നു.

കൂടുതൽ നീതിയുക്തവും തുല്യവുമായ ജനകീയ ഫെഡറേഷനായി ഒരു പുതിയ സാംസ്കാരിക പ്രസ്ഥാനം ആരംഭിക്കാൻ ഞാൻ നിങ്ങളുടെ തലമുറയോട് ആഹ്വാനം ചെയ്യുന്നു. നേതാക്കളും പാർട്ടികളും പിന്നാലെ വരും. ഈ നിമിഷം നിർണായകമാണ്. ഭരണകൂടം അതിന്റെ ദംഷ്ട്ര

കൾകാണിച്ചു. തങ്ങളുടെ അടിയന്തരവും സങ്കുചിതവുമായ തിരഞ്ഞെടുപ്പ് കണക്കുകൂട്ടലുകൾക്കപ്പുറം ചിന്തിക്കാൻ കഴിയാത്തതിനാൽ പ്രതിപക്ഷ പാർട്ടികൾ ആശയക്കുഴപ്പത്തിലാണ്. സംഘടിത മാധ്യമങ്ങൾ ഒന്നു കിൽ ഭയപ്പെട്ടിരിക്കുന്നു അല്ലെങ്കിൽ വിലക്കപ്പെട്ടിരിക്കുന്നു. ചാർവാകൻ ഇത്തരമുള്ള നിമിഷങ്ങൾ മുൻപും കണ്ടിട്ടുണ്ട്. ഇരുപതാം നൂറ്റാണ്ടിന്റെ തുടക്കത്തിൽ ലജ്പത് റായ്, തിലക്, അരബിന്ദോ ഘോഷ് തുടങ്ങിയ സായുധ വിപ്ലവകാരികളുടെയും രാഷ്ട്രീയ നേതാക്കളുടെയും പ്രവർത്ത നങ്ങൾ പഞ്ചാബ്, ബംഗാൾ, മഹാരാഷ്ട്ര എന്നിവിടങ്ങളിലെ രാഷ്ട്രീയ വൃത്തങ്ങളിൽ സൃഷ്ടിച്ച ആവേശം കടുത്ത പോലീസ് അടിച്ചമർത്തലിലൂ ടെ തകർത്തു. എന്നാൽ എഴുത്തുകാരും കലാകാരന്മാരും തങ്ങളുടെ കട മയിൽ ഉറച്ചുനിൽക്കുകയും ജനങ്ങളുടെ ഭാവനയെ സജീവമാക്കുകയും ചെയ്തു, അങ്ങനെ ഗാന്ധി ഒരു പുതിയ രാഷ്ട്രീയ സന്ദേശവുമായി എത്തി യപ്പോൾ മുമ്പൊരിക്കലും കണ്ടിട്ടില്ലാത്ത രീതിയിൽ പ്രവർത്തിക്കാൻ ജനങ്ങൾ തയ്യാറായി.

ചാർവാകൻ നിങ്ങളിൽ വിശ്വസിക്കുന്നു....

www.ingramcontent.com/pod-product-compliance
Lightning Source LLC
LaVergne TN
LVHW090258051026
849518LV00005B/1564
9788119131631